எம். வேதசகாயகுமார் *(1949-2020)* நவீனத் தமிழின் குறிப்பிடத்தக்க திறனாய்வாளர், இலக்கிய ஆராய்ச்சியாளர். நாகர்கோவில் அருகே உள்ள ஆரல்வாய்மொழியில் பிறந்தவர். இவருடைய அப்பா முத்தையா ஒரு புகழ்பெற்ற சித்த மருத்துவர். அம்மா பள்ளிக்கூட ஆசிரியை. முனைவர் ஜேசுதாசனின் வழிகாட்டுதலில் திருவனந்தபுரம் பல்கலைக்கழகக் கலைக்கல்லூரியில் முனைவர்பட்ட ஆய்வை முடித்தார் *(1985)* வேதசகாயகுமார். இவருடைய ஆய்வேடு 'புதுமைப் பித்தனும் ஜெயகாந்தனும் ஓர் ஒப்பாய்வு' தமிழில் முக்கியமான ஒரு திருப்புமுனையாகக் கருதப்படுகிறது. திருவனந்தபுரம் பல்கலைக் கழகக் கல்லூரியில் தமிழ்ப் பேராசிரியராகப் பணியாற்றி ஓய்வு பெற்றார். எழுபதுகளில் *கொல்லிப்பாவை* சிற்றிதழை ராஜமார்த் தாண்டனுடன் சேர்ந்து நடத்தினார். முதன்முதலாகப் புதுமைப் பித்தனின் படைப்புகள் அனைத்தையும் கண்டெடுத்து, காலவரையறை செய்து பட்டியலிட்டார். இந்த ஆய்வுப் பதிப்பு தனி நூலாக வெளிவந்துள்ளது. 1979இல் வேதசகாயகுமார் எழுதிய *தமிழ்ச் சிறுகதை வரலாறு*, தமிழ்ச் சிறுகதைகளைப் பற்றிய திறனாய்வு அடிப்படை யிலான வரலாற்று நூல். இது திறனாய்வில் ஒரு முன்னோடி நூலாகக் கருதப்படுகிறது. இதில் க.நா. சுப்ரமனியமும் சுந்தர ராமசாமியும் வளர்த்தெடுத்த இலக்கிய மதிப்பீடுகளை வேத சகாயகுமார் வரலாற்று ஆயுதமாகக் கொள்கிறார். *தற்கால இலக்கியம் ஒரு வாசகப் பார்வை*, *புனைவும் வாசிப்பும்*, *நவீன வாசிப்பில் செவ்வியல் இலக்கியம்* போன்ற நூல்களையும் எழுதியுள்ளார். நேரியப் பார்வையுடனும் இலக்கியப் படைப்பைக் கூர்ந்து ஆராய்ந்து, வரலாற்றுப் பார்வையுடனும் திறனாய்வு செய்தவர் வேதசகாயகுமார். ஆகவே இவருடைய இலக்கியக் கருத்துக்கள் எப்போதும் விவாதத் தன்மை கொண்டவையாக உள்ளன. கால்டுவெல், அ. மாதவையா ஆகியோரைப் பற்றியும் விரிவான ஆய்வுகள் செய்து கட்டுரைகள் எழுதியிருக்கிறார்.

இலக்கியத் திறனாய்வுக் களஞ்சியம்

எம். வேதசகாயகுமார்

அடையாளம்

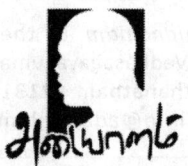

முதல் பதிப்பு 2021
© எம். வேதசகாயகுமார்
வெளியீடு: அடையாளம், 1205/1 கருப்பூர் சாலை, புத்தாநத்தம் 621310, திருச்சி மாவட்டம், இந்தியா, தொலைபேசி: 04332 273444
நூல் வடிவம்: த பாபிரஸ், அச்சாக்கம்: அடையாளம் பிரஸ், இந்தியா
ISBN 978 81 7720 293 9
விலை: ₹ 390

Ilakkiya thiranaaivuk kalanchiam is the encyclopedia of literary criticism in Tamil by M. Vedhasagayakumar, Published by Adaiyaalam, 1205/1 Karupur Road, Puthanatham 621310, Thiruchirappalli District, Tamilnadu, India, email: info@adaiyaalam.net

எனது ஆசான்
முனைவர் ஜேசுதாசனின்
வழிகாட்டுதலுக்கு...

பொருளடக்கம்

	முன்னுரை	XV
	தமிழ் இலக்கியத் திறனாய்வின் வரலாறு	XX
1	அகத்தூண்டுதல்	1
2	அகவயமான - புறவயமான	2
3	அங்கதம்	3
4	அணி	5
5	அந்தாதி	7
6	அபத்த இலக்கியம்	9
7	அமைப்புமையவாதம்	10
8	அருவம்	12
9	அழகியல்	13
10	அறிவியல் புனைகதைகள்	15
11	ஆசிரியப்பா	16
12	ஆசிரியரும் ஆசிரியரின் மரணமும்	18
13	இசைப்பாடல்	20
14	இயல்புவாதம்	21
15	இருத்தலியம்	23
16	இலக்கிய அரசியல்	25
17	இலக்கியச் சிற்றிதழ்கள்	27
18	இலக்கியம்	29
19	இலக்கியத்தரமான படைப்பாளி	30
20	இலக்கியத்திருட்டு	31
21	இலக்கிய மோசடிகள்	32

22	இலக்கிய வட்டம்	33
23	இலக்கிய வடிவம்	36
24	இறைச்சி	38
25	உணர்ச்சிக் கதைகள்	40
26	உணர்ச்சிமையவாதம்	42
27	உத்தி	45
28	உருவக்கதை	45
29	உருவம்	46
30	உரைநடை	47
31	உரையாசிரியர்கள்	51
32	உரையாடல்	54
33	உலா	55
34	உவமை	57
35	உள்ளப்பதிப்பு	59
36	உள்ளுணர்வுகளின் எதிரிணை	60
37	உள்ளுறை உவமம்	60
38	உன்னதம்	64
39	எதார்த்தவாதம்	65
40	எதிர் நாவல்	68
41	எழுத்து	69
42	ஏற்புடைய வழக்கம்	72
43	வ.வே.சு. ஐயர்	73
44	ஒருமை	77
45	கசடதபற	78
46	கட்டுரை	81
47	கண்ணன் ஆர்.கே.	83
48	கதைகூறும் கவிதை	87
49	கதைத்திட்டம்	88
50	கதைப்பாடல்	90
51	கதைமாந்தர்	91

52	கலம்பகம்	93
53	கலாமோகினி	96
54	கவிதையில் சொல்லாட்சி	99
55	கற்பனை	100
56	ஏ.ஜெ. கனகரட்னா	102
57	காப்பியம்	104
58	கால்டுவெல்	108
59	காலச்சுவடு	110
60	கீழைத்தேசவியல்	113
61	குழந்தை இலக்கியம்	115
62	குறவஞ்சி	116
63	குறுநாவல்	119
64	கோ. கேசவன்	121
65	கையறுநிலைப் பாடல்கள்/ இரங்கல் பாடல்கள்	124
66	கைலாசபதி	126
67	கொல்லிப்பாவை	129
68	கோவை	132
69	சக்தி	134
70	சரஸ்வதி	137
71	சித்திரக் கவி	140
72	டி.கே. சிதம்பரநாத முதலியார்	143
73	சிந்தனை-உணர்ச்சிப் பிரிப்பு	146
74	சிந்து	147
75	கா. சிவத்தம்பி	151
76	சிறுகதை	154
77	சுந்தர ராமசாமி	158
78	ஏ.வி. சுப்பிரமணிய அய்யர்	161
79	க.நா. சுப்ரமணியம்	165
80	சி.சு. செல்லப்பா	170
81	செவ்வியல் இலக்கியம்	174

82	செவ்வியல் போக்கு	175
83	சொல்புதிது	177
84	சொல்லாட்சி	181
85	சோதனைப் படைப்புகள்	182
86	ஞானி	183
87	தகர்ப்பமைப்புவாதம்	186
88	தமிழவன்	189
89	தலித் இலக்கியம்	193
90	மு. தளையசிங்கம்	196
91	தழுவல்	200
92	தன் வரலாற்று நாவல்கள்	200
93	தன்வரலாறு	202
94	திணைக்கோட்பாடு	204
95	தீபம்	207
96	துணைநூல் பட்டியல்	210
97	துப்பறியும் புனைகதைகள்	210
98	தூக்கு	211
99	துகு	214
100	தேவதைக் கதை/ பேய்க் கதை	216
101	தேனீ	218
102	தொகை	221
103	நடை	223
104	நடை	226
105	நடைச்சித்திரம்	227
106	நவீனத்துவம்	228
107	நவீன வரலாற்றுவாதம்	232
108	நனவோடை உத்தி	234
109	நாடகத் தன்னுரை	235
110	நாவல்	236
111	நீதிக்கதை	240

112	எம்.ஏ. நுஃமான்	241
113	நுண்புலக் கவிதை	244
114	நொண்டி நாடகம்	245
115	பக்திப்பாடல்	247
116	பகுத்தறிவுவாதம்	248
117	பகுப்பாய்வு	250
118	படிமம்	251
119	படைப்புமொழி	252
120	பண்ணத்தி	254
121	பத்திரிகை எழுத்து	256
122	பயண இலக்கியம்	257
123	பரணி	259
124	பழமரபுக் கதைகள்	261
125	பள்ளு	263
126	பா	266
127	பாட்டியல்	268
128	பார்வைக் கோணம்	271
129	பாலுணர்வுக் கவிதைகள்	272
130	பிரச்சார இலக்கியம்	273
131	பிரதி	275
132	பிரமிள்	276
133	பிள்ளைத்தமிழ்	278
134	பின்அமைப்பியல்வாதம்	280
135	பின்நவீனத்துவம்	282
136	பின்னணி	285
137	புதுக்கவிதை	286
138	புதுச்செவ்வியல்வாதம்	290
139	புதுமைப்பித்தன்	291
140	புதுவிமர்சனம்	293
141	பெண்ணியம்	295

142	பொருள்மயக்கம்	298
143	போலி	300
144	மதிப்பிடுதல்	301
145	மணிக்கொடி	303
146	மரபு	307
147	மருட்பா	308
148	மறுமலர்ச்சி	310
149	மறைகுறிப்பு	312
150	மனிதநேயம்	313
151	மாய எதார்த்தவாதம்	314
152	மார்க்சிய இலக்கிய அணுகுமுறை	316
153	மிகை உணர்ச்சி	321
154	மிகை உணர்ச்சி நாடகம்	322
155	மீ எதார்த்தம்	323
156	தெ.பொ. மீனாட்சிசுந்தரனார்	324
157	மூலப்படிவ விமர்சனம்	327
158	மூலப்பாட விமர்சனம்	329
159	மெய்ப்பாடு	331
160	யாத்ரா	334
161	யாப்பியல் கோட்பாடு	337
162	தொ.மு.சி. ரகுநாதன்	340
163	ரஷ்ய உருவவியல் வாதம்	343
164	கு.ப. ராஜகோபாலன்	344
165	ராஜமார்த்தாண்டன்	347
166	வசன கவிதை	349
167	வஞ்சிப்பா	352
168	வட்டார நாவல்கள்	354
169	வட்டாரப் பேச்சுமொழி	356
170	வண்ணம்	357
171	வரலாற்றுப் புனைகதைகள்	359

172	வாசக எதிர்வினைக் கோட்பாடு	361
173	வாசகர் பிரதி/எழுத்தாளர் பிரதி	362
174	வாழ்க்கை வரலாறு	363
175	வெங்கட் சாமிநாதன்	366
176	வெண்பா	370
177	வையாபுரிப் பிள்ளை	374
178	ஜெயமோகன்	377
179	ஜேசுதாசன்- ஹெப்சிபா ஜேசுதாசன்	384
	கலைச்சொற்கள் —தமிழ்-ஆங்கிலம்	388
	கலைச்சொற்கள்—ஆங்கிலம்-தமிழ்	391

முன்னுரை

இந்த இலக்கியத் திறனாய்வுக் களஞ்சியத்தின் நோக்கம் தமிழ் இலக்கிய விமர்சனம் (திறனாய்வு) குறித்ததான அறிவை இளம் வாசகர்களும், இலக்கிய மாணவர்களும் எளிதாகப் பெறும் வகையில் ஓரிடத்தில் தொகுத்துத் தருவதுதான். இயன்றவரையில் அவர்கள் எளிதாகப் புரிந்துகொள்ளும் விதத்தில் எளிமையான மொழியில், முறையில் தரப்பட்டுள்ளது. திறனாய்வுக் களஞ்சியத்தில் பொருட்தலைப்புகள் அகரவரிசையில் அமைக்கப்பட்டுள்ளன. பொருள் தலைப்புகளைப் பொறுத்தவரையில் எதையெல்லாம் உள்ளடக்க வேண்டும், எதை யெல்லாம் தவிர்க்க வேண்டும் என்பதே, திறாய்னவுக் களஞ்சிய உருவாக்கத்தின் போது எதிர்கொண்ட மிகப் பெரிய சவால். எல்லாவற்றையும் உள்ளடக்க முடியாது என்பது நடைமுறை உண்மை. இலக்கியத் திறனாய்வு குறித்ததான அறிவைப் பெற இளம் வாசகர்களும் இலக்கிய மாணவர்களும் அவசியம் அறிந்தாக வேண்டியவை என்பதே தேர்விற்கான அடிப்படையாகிறது. அதுபோல் பொருட்தலைப்புகள் அவற்றின் வகைக்கேற்ப அமைப்பைப் பெற்றுள்ளன. இந்த அமைப்பு எளிதாகப் பொருள் புரிதலுக்கு ஏற்ற வகையில் உருவாக்கப்பட்டுள்ளது. பயன்படுத்துபவர்கள் நேரடியாகத் தாங்கள் அறிய விரும்பும் இலக்கிய விமர்சனம் குறித்ததான செய்தியை எளிதாக அடையும் விதத்தில் இந்தத் திறனாய்வுக் களஞ்சியத்தின் அமைப்பு உருவாக்கப்பட்டுள்ளது.

தமிழ் இலக்கிய விமர்சனத்தில் தடம்பதித்த இலக்கிய ஆளுமைகள், திறனாய்வுக் (விமர்சனக்) கொள்கைகள், விமர்சன இயக்கங்கள், இலக்கிய வடிவங்கள், திறனாய்வு வளர்ச்சிக்குக் களம் அமைத்துத்தந்த இதழ்கள், விமர்சனக் கலைச்சொற்கள் என்னும் மூலங்களிலிருந்து பொருட்தலைப்புகள் தேர்வு செய்யப்பட்டுள்ளன. தமிழ் இலக்கிய விமர்சனத்தில் தடம்பதித்தவர்கள் அனைவரையும் தவறாது உள்ளடக்கக் கவனம் செலுத்தப்பட்டுள்ளது. விமர்சனத்தின் எந்த நெறியைச் சார்ந்தவர்களாக இருப்பினும் படைப்புலகில் அவர்கள்

நிகழ்த்திய சாதனைகளே தெரிவிற்கான அளவுகோலாக அமைகிறது. வெளிவந்த கட்டுரைகள், நூல்களின் எண்ணிக்கை அடிப்படையில் அல்ல, அவர்கள் முன்வைத்த சிந்தனையின் கனம், விமர்சகர்களாக அவர்கள் ஆற்றிய சமூகக் கடமை ஆகியவற்றின் அடிப்படையிலேயே மதிப்பீடு நிகழ்த்தப்பட்டுள்ளது. ஓரிரு விமர்சனக் கட்டுரைகளை மட்டுமே எழுதியவர்களைத் தேர்வு செய்துவிட்டு, தொடர்ந்து எழுதியவர்களைத் தவிர்த்திருப்பதின் காரணம் இதுவே. சரஸ்வதி இதழில் ஒருசில கட்டுரைகளை மட்டுமே எழுதிய ஆர்.கே. கண்ணன் தேர்வு செய்யப்பட்டுள்ளபோது, அதே மார்க்சிய நெறியினைச் சார்ந்த விமர்சகரான தி.க. சிவசங்கரன் பெயர் தவிர்க்கப்பட்டுள்ளது. ஆர்.கே. கண்ணனுக்கு அவருக்கென்று ஒரு பார்வை இருந்தது. தி.க.சியிடம் அத்தகைய பார்வை இல்லை. தி.க. சிவசங்கரன் சாகித்திய அகாதெமி பரிசுபெற்றவராக இருந்தாலும் அவரைக் குறித்த பதிவு தவிர்க்கப்பட்டுள்ளது.

இலக்கியப் புலமையாளர்களையும், இலக்கிய விமர்சகர்களையும் வேறுபடுத்தி இனங்கண்டாக வேண்டும். தமிழ்க்கல்வி வட்டத்தில் நூலாசிரியர்களாக இயங்குபவர்களுள் மிகப்பெரும்பான்மையோர் இலக்கியப் புலமையாளர்களே. இலக்கிய விமர்சகர்கள் இலக்கியப் புலமையாளர்களாகவும் இருக்கலாம். வையாபுரிப்பிள்ளை, ஜேசுதாசன் ஆகியோர் இதற்குச் சிறந்த எடுத்துக்காட்டுகள். ஆனால் இலக்கியப் புலமையாளர்கள் இலக்கிய விமர்சகர்களாக இருந்தாக வேண்டுமென்பதில்லை. விமர்சகர்களாக இல்லாதது எவ்வகையிலும் அவர்களைக் குறைவுபடுத்தவுமில்லை. ஆனால் அவர்கள் திறனாய்வுக் களஞ்சியம் வகுத்துக்கொண்ட எல்லைக்கு வெளியில் இருக்கிறார்கள். புலமையாளர்கள் குறித்த அறிவை வேறு மூலங்களிலிருந்து பெற்றுக்கொள்ள முடியும்.

தமிழில் இலக்கிய விமர்சகர்களாகச் செயல்பட்டவர்களில் மிகப் பெரும்பான்மையோர் படைப்பாளிகளே. க.நா. சுப்ரமணியம் முதல் ஜெயமோகன் வரை பலரைக் குறிப்பிட முடியும். அதேசமயம் ஓரிரு விமர்சனக் கட்டுரைகள் அல்லது நூல்களை எழுதியவர்களே பலரும். இந்நிலையில் அவர்கள் வெளிப்படுத்தும் விமர்சன உணர்வு தேர்விற்கான அடிப்படையாக அமைகிறது.

இலக்கியக் கொள்கைகள், அவை தோற்றுவித்த இலக்கியப் போக்குகள் குறித்ததான பொருட்தலைப்புகளைப் பொறுத்த வரையில் தமிழ் இலக்கிய மரபில் காலம் காலமாக உருப்பெற்று எழுந்த

இலக்கியக் கொள்கைகள் குறித்ததான பதிவுகள் முன்னுரிமை பெற்றுள்ளன. திணைக் கோட்பாடு முதற்கொண்டு, அனைத்து இலக்கியக் கொள்கைகளும் தவறாது பொருட் தலைப்புகளுள் இடம் பெற்றுள்ளன. இலக்கியச் சிந்தனை மரபில் தமிழரின் பங்களிப்பை உறுதிப்படுத்தும் விதத்தில் இவை அமைக்கப்பட்டுள்ளன. ஐரோப்பாவில் தோற்றம் கொண்டு தமிழை வந்தடைந்த இலக்கியக் கொள்கைகளைப் பொறுத்த வரையில், தமிழில் அவை செலுத்திய செல்வாக்கின் அடிப்படையில் முக்கியத்துவம் பெறுகின்றன. இவை குறித்ததான பதிவுகள் விரிவான அமைப்பில் தரப்பட்டுள்ளன. அமைப்பு மையவாதம் மற்றும் அதனைத் தொடர்ந்து வந்த இலக்கியக் கொள்கைகள் குறிப்பிடத் தகுந்த அளவிற்குத் தாக்கத்தை நிகழ்த்தி யுள்ளன. இதற்கிசைவான அமைப்பில் அவை அமைந்துள்ளன. சில இலக்கியக் கொள்கைகள் பெயரளவில் விமர்சகர்களால் குறிப்பிடப் பட்டுள்ளன. இவை குறித்ததான பதிவுகள் அறிமுகம் என்பதை இலக்காகக் கொண்டே அமைப்பைப் பெற்றுள்ளன. இயன்ற வரையில் தமிழ் எடுத்துக்காட்டுகளை முன்வைத்து விளக்கப் பட்டுள்ளன. இலக்கிய ஆளுமைகளைப் போலல்லாது இவை குறித்ததான பதிவுகள் இயன்றவரை திறனாய்வுக் களஞ்சியத்தில் உள்ளடக்கப்பட்டுள்ளன. கலைக்களஞ்சியம் தமிழ் மரபில் தோற்றம் கொண்ட இலக்கிய வடிவங்களுக்கும், ஐரோப்பிய மொழிகளிலிருந்து தமிழை வந்தடைந்த புத்திலக்கிய வடிவங்களுக்கும் சம முக்கியத்துவம் அளித்துள்ளது. தமிழ் மரபில் குறிப்பிட்ட வடிவத்தில் நிகழ்ந்துள்ள சாதனைகளின்படி அவ்வடிவம் முக்கியத்துவம் பெற்றுள்ளது. அதன் அடிப்படையில் பதிவுகளின் அமைப்பு உருவாக்கப்பட்டுள்ளது. காப்பியம், நாவல் போன்ற வடிவங்கள் சற்று விரிவான அமைப்பைக் கொண்டுள்ளன. அதேசமயம் தூது, நடைச்சித்திரம் போன்ற தமிழ் மரபில் பெரும் சாதனைகளுக்கு இடம் தந்திராத வடிவங்கள் அதற்கிசைவான அமைப்பில் தரப்பட்டுள்ளன.

தமிழில் படைப்பிலக்கியத்தின் வளர்ச்சியும், இலக்கிய விமர்சனத்தின் வளர்ச்சியும் இதழ்களை ஊடகமாகக் கொண்டே நிகழ்ந்துள்ளன. எனவே, திறனாய்வுக் களஞ்சியம் இதழ்கள் குறித்ததான பதிவுகளுக்கும் இடம் தந்துள்ளது. இலக்கியச் சிற்றிதழ்கள் விமர்சன வளர்ச்சிக்கு ஆற்றிய பங்கைக் கவனத்தில் கொண்டுள்ளது. அதே சமயம் இலக்கியச் சிற்றிதழ்கள், நடுநிலை இதழ்கள் அனைத்தும் விமர்சனத்திற்கு முக்கியத்துவம் அளித்தன எனக் கூறிவிடவும் இயலாது. ஓரிரு விமர்சனக் கட்டுரைகள் எல்லா இதழிலும் இடம்

பெற்றுள்ளன. இலக்கிய விமர்சனத்திற்குத் தொடர்ச்சியாக இடமளித்து அதன் வளர்ச்சியில் பங்குபெற்ற இதழ்கள் பொருள் தலைப்புகளுக்குத் தேர்வுபெற்றுள்ளன.

எல்லாப் பொருள் தலைப்புகளும் மேலதிக அறிவிற்கான துணைநூற்களைப் பரிந்துரை செய்யவேண்டும் என்றே திட்டமிடப் பட்டது. ஆனால் தமிழ்த் திறனாய்வுத்துறையில் குறிப்பிட்ட பொருள் தொடர்பான நூல்கள் அரிதாகவே வெளியாகியுள்ளன. பெரும்பாலான நூற்கள் கல்வி வட்டச் சூழலிலிருந்து வெளியானவை. மேலதிக அறிவிற்குப் பயன் தராது என்றே மதிப்பிடப்பட்டது. ஆங்கில நூற்களை சிபாரிசு செய்வதாக இருந்தால் அது தமிழ் மாணவர்களை அந்நியப்படுத்தக்கூடும். மொழிபெயர்ப்புதான் இந்த இடைவெளியை நிரப்பக்கூடும். ரோலண் பார்த் சிந்தனை குறித்ததான தமிழ் நூலை வாசிப்பதைவிட அவர் எழுதிய நூலின் தமிழ் மொழிபெயர்ப்பில் இருந்து அவரைப் புரிந்துகொள்வது எளிமையானது. கோபிநாத் நாரங்க் எழுதித் தமிழில் மொழிபெயர்க்கப்பட்டுள்ள அமைப்பு மையவாதம் பின் அமைப்பியல் மற்றும் கீழைக்காவிய இயல் போன்ற நூல்களே தமிழிற்கு இன்றியமையாது தேவைப்படுவன. இந்த நூலில் புரிதல் குறித்ததான சிக்கல்கள் முற்றிலுமாகக் களையப் பட்டுள்ளன. இந்தக் திறானய்வுக் களஞ்சியம் தமிழின் போதாமையை உணர்த்துகிறது. எதிர்காலத்தில் இப்போதாமை இல்லாதாகும்படி நூல்கள் வெளிவரும் என நம்பிக்கை கொள்ளலாம்.

தமிழில் கலைச் சொல்லாக்கம் சிக்கலானது. கலைச்சொற்களின் நிலைபேற்றினைக் குறித்து சற்றும் அக்கறையின்றி மனம் போனபடி கலைச்சொற்களை உற்பத்திச் செய்வது தமிழர்களின் இயல்பு. அறிவியல் கலைச்சொல்லாக்கத்திலிருந்து அனுபவப் பாடங்களைப் பெற்றிருக்க வேண்டும். ஒவ்வொரு நூலாசிரியரும் தான் உருவாக்கிய கலைச்சொற்களின் பட்டியலைப் பின்னிணைப்பாகத் தந்துள்ளனர். ஏற்கனவே உருவாக்கப்பட்ட கலைச்சொல்லின் நிறை, குறைகளைப் பற்றி அக்கறைக் கொள்வதில்லை. இவர்கள் வகுத்துக் கொண்ட கலைச்சொல்லாக்க விதிகளை இவர்கள் உருவாக்கிய கலைச் சொற்களிலிருந்து உணர்ந்துகொள்ளவும் இயலவில்லை. திறனாய்வுக் களஞ்சியத்தில் கலைச்சொல்லாக்கம் குறிப்பிட்ட விதிகளின் அடிப்படையிலேயே நிகழ்த்தப்பட்டுள்ளது. ஏற்கனவே நிலைபேறு பெற்றுள்ள விமர்சனக் கலைச்சொற்கள் இயன்றவரைத் தொடர அனுமதித்துள்ளது. திறனாய்வுக் கலைச்சொற்களை

உருவாக்குபவர்களைவிட அதைப் பயன்படுத்தும் விமர்சகர்களே இன்றியமையாதவர்கள். நிலைபேறு கண்டுள்ள விமர்சனக் கலைச்சொற்கள் கவனமாகப் பரிசீலனைச் செய்யப்பட்டு, தவறான பொருள் புரிதலுக்கு இடம் தருபவை மட்டுமே களையப்பட்டு அவற்றிற்குப் பதிலாகப் புதிய கலைச்சொற்கள் கண்டறியப் பட்டுள்ளன. எடுத்துக்காட்டாக, Romanticism என்பதற்கு இணையாக 'கற்பனாவாதம்' எனும் கலைச்சொல் பயன்பாட்டில் உள்ளது. ஆனால் சமகாலத்தில் பல விமர்சகர்கள் இது தோற்றுவிக்கும் பொருள் குழப்பத்தால் இதை உதறிவிட்டுள்ளனர். வேறு நிகரன்களைத் தேட முயல்கின்றனர்.

இந்தத் திறனாய்வுக் களஞ்சியம் 'உணர்ச்சிமையவாதம்' என்பதைப் பொருத்தமான நிகரனாகக் கண்டறிந்துள்ளது. மொழித் தூய்மையை விட பொருள் புரிதலுக்கே முக்கியத்துவம் தரப்பட்டுள்ளது. realism என்பதற்கு 'நடப்பியல்போக்கு' என்பது கல்வி வட்டத்தைச் சார்ந்தவர்களால் நிகரனாகப் பயன்படுத்தப்படு கிறது. நடப்பது போல் எழுதுவதே நடப்பியல் என்னும் பொருள் குழப்பத்திற்கு இடம் தருகிறது. நடப்பதை அவ்வாறே நகல் செய்தால் அது இலக்கியமே ஆகாது. எதார்த்தம் என்னும் சொல் இப்பொருள் குழப்பத்திற்கு இடம் தரவில்லை. மேலும் பெரும் விமர்சகர்களால் பயன்படுத்தப்பட்ட சொல்லும்கூட. எனவே இந்தச் சொல்லே தேர்வு செய்யப்பட்டுள்ளது. தமிழ் ஒட்டுநிலைமொழி. கலைச்சொல்லாக்கத்தில் மொழியின் இப்பண்பு கவனத்தில் கொள்ளப்பட்டுள்ளது. தமிழில் பேச்சு வழக்கிலுள்ள பிறமொழிச் சொற்களைப் பயன்படுத்திக்கொள்வதில் தவறில்லை. ஆனால் வேற்றுமொழிச் சொற்களை அவ்வாறே பயன்படுத்துவதை இயன்றவரைத் தவிர்த்துள்ளது. திறாய்வுக் களஞ்சியத்தின் பின்னிணைப்பில் கலைச் சொற்களின் ஆங்கில—தமிழ், தமிழ்—ஆங்கில அகராதிகள் இணைக்கப்பட்டுள்ளன. கலைக் களஞ்சியத்தைப் பயன்படுத்துபவர்களுக்கு இவை உதவக்கூடும்.

ஒரு திறனாய்வுக் களஞ்சிய உருவாக்கம் தொடர் நிகழ்வாக அமைய வேண்டும். செம்மைப்படுத்துவதற்கான வாயில்கள் திறந்தே உள்ளன. குறைகள் அறவே இல்லை என்பதல்ல. குறைகள் இனம் காணப்பட்டால் அவற்றைக் களைவதில் மனத்தடை இல்லை.

எம். வேதசகாயகுமார்

தமிழ் இலக்கியத் திறனாய்வின் வரலாறு

தமிழ், இரண்டாயிரம் வருட இலக்கிய மரபினைக் கொண்டது. இலக்கியம் குறித்த தமிழ்ச்சிந்தனை மரபும் இதற்கிணையானது. தமிழ் இலக்கிய மரபின் துவக்கப் புள்ளியான தொல்காப்பியத்திலேயே இலக்கியம் குறித்த தெளிவான சிந்தனைகள் முன்வைக்கப்பட்டுள்ளன. தொல்காப்பியம் மொழிக்கு மட்டுமன்று இலக்கிய வடிவங்களுக்கும், இலக்கிய உள்ளடக்கத்திற்கும் விதிகளைக் குறித்துள்ளது. ஏற்கப்பட்ட ஒழுங்கிலிருந்தே விதிகள் தோன்றக்கூடும். இந்த வகையில் தொல்காப்பியத்திற்கு முன்பே இலக்கிய மரபும், இலக்கியச் சிந்தனை மரபும் இருந்திருக்க வேண்டும். தொல்காப்பியத்திற்குப் பிறகு தமிழ் இலக்கியச் சிந்தனை மரபு காலத்திற்கேற்ற வளர்ச்சியையும் மாறுதல்களையும் பெற்றுவந்துள்ளது. வடமொழி இலக்கியச் சிந்தனை மரபு தமிழ் மரபில் பெரும் பாதிப்பை நிகழ்த்தியுள்ளது. யாப்பு குறித்த சிந்தனையும் முறையான வளர்ச்சியைக் கண்டுள்ளது. யாப்பில் இனங்காண முடிகிற மாறுதல்கள் இதை உறுதிப் படுத்துகின்றன. மாறிவந்த இலக்கிய வடிவங்கள் குறித்த சிந்தனையைப் பிற்காலப் பாட்டியல் நூல்கள் முன்னெடுத்துச் சென்றுள்ளன.

தமிழ் இலக்கியச் சிந்தனையை ஆராய்ந்து சமகால மொழியில் தொகுக்கும் முயற்சியில் தமிழ் போதிய முன்னேற்றத்தை அடைய வில்லை என்றே குறிப்பிட வேண்டும். தமிழ் யாப்பின் வளர்ச்சி குறித்து சோ.ந. கந்தசாமி விரிவாக ஆராய்ந்துள்ளார். அதுபோல் திராவிட யாப்புக் குறித்து எஸ்.எஸ். சுப்ரமணியம் தன் ஆய்வை முன்வைத்துள்ளார். இந்த ஆய்வுகளுக்கு நிகரான ஆய்வைத் தமிழ் இலக்கிய சிந்தனை மரபின் பிற துறைகளில் காண இயலவில்லை.

உரையாசிரியர்கள் தமிழ் இலக்கியப் படைப்புகளைத் தங்கள் காலத்திற்கு எடுத்து வந்துள்ளனர். வாசகர்களை முன்னிறுத்தி விளக்கியுள்ளனர். உரையாசிரியர்களை விமர்சகர்களாக ஏற்கக்கூடுமா என்ற விவாதம் தமிழில் தொடர்ந்து நிகழ்ந்து வந்துள்ளது. தமிழ்ப் படைப்புச்சூழலில் உரையாசிரியர்களைக் குறித்து எதிர்மறையான மதிப்பீடுகளே இருந்து வந்துள்ளன.

புதுமைப்பித்தன் அன்றிரவு சிறுகதையில் தமக்குள் முரண்பட்டுத் தொடர்ந்து விவாதித்துக் கொண்டிருப்பவர்களாகவே உரையாசிரியர் களைக் கதைஉலக மனிதர்களாகச் சித்திரித்துள்ளார். தமிழ்ப் படைப்பாளிகளில் தமிழ் இலக்கிய மரபு குறித்து விரிவும், தெளிவும் ஒருங்கே கொண்ட புரிதலையுடையவர் புதுமைப்பித்தன் என்பது குறிப்பிடத்தக்கது. சுந்தர ராமசாமியும், வெங்கட்சாமிநாதனும் இலக்கியச் சிந்தனை மரபில் உரையாசிரியர்களின் இடம் குறித்துக் கேள்விகளை எழுப்பியுள்ளனர். வெங்கட்சாமிநாதன் தமிழரின் இலக்கியச் சிந்தனையைக் குறித்தே ஐயம்கொண்டுள்ளார். உரையாசிரியர்களை விமர்சகர்களாக ஏற்க மறுக்கிறார். ஜெயமோகன் மட்டுமே உரையாசிரியர்களை, இலக்கியச் சிந்தனையாளர்களாக இனம்காண்கிறார். 'உரை என்பது நம் மண்ணுக்குரிய ஒருவகை விமரிசன வாசிப்பு என்று கொள்ளுதலே சரியானது' என தன் மதிப்பீட்டை வெளிப்படையாக முன்வைத்துள்ளார். அதற்கான காரணங்களையும் விளக்கியுள்ளார். உரையாசிரியர்கள் மேற்கோள்களாக முன்வைத்துள்ள கவிதை வரிகளின் இலக்கியத் தரத்தைச் சுட்டியுள்ளார். 'தமிழ் விமர்சன முதல்வர்'களாக மதிப்பிடவும் செய்கிறார். தமிழ்ப் பேராசிரியர்கள் பெரும் பான்மையோர் உரையாசிரியர்களை விமர்சகர்களாகவே இனம் கண்டுள்ளனர்.

உரையாசிரியர்கள் பெரும்பாலும் பத்தாம் நூற்றாண்டையும் அதைத் தொடர்ந்து வரும் நான்கு நூற்றாண்டுகளையும் சார்ந்தவர்கள். உரைகள் தோன்றுவதற்கான காலச்சூழலும், தேவையும் இருந்தது. உரையாசிரியர்கள் ஓர் இலக்கியச் சிந்தனை மரபின் தொடர்ச்சியாகத் தான் இருந்தாக வேண்டும். இலக்கியச் சிந்தனையே இவர்களிடமிருந்து தான் தோற்றம் கொண்டது என்பதல்ல. சங்கப்புலவர்களில் முதல்தலைமுறையைச் சார்ந்த சாதனையாளர்களைத் தொடர்ந்து வந்த தலைமுறைகளைச் சார்ந்த சங்கப் புலவர்கள் தங்கள் பாடல் களில் புகழ்ந்துள்ளனர். அவர்கள் சுட்டிய சாதனையாளர்களை,

xxi

சாதனையாளர்களாக சமகாலத்திலும் ஏற்க முடிகிறது. இலக்கியத்தர அடிப்படையிலான தெரிவு அவர்களிடம் இருந்துள்ளது. இந்தத் தேர்விற்கான காரணங்களைக் குறித்த வெளிப்படையான விவாதங்கள் மொழியில் பதிவு பெறவில்லை. மொழியில் பதிவு பெறாத காரணத்தால் சிந்தனை மரபே இல்லை என்றாகி விடாது. குறிப்பிட்டுச் சொல்லும் படியான இலக்கியத்தரம் கொண்ட படைப்புகளே உரைகளைப் பெற்றுள்ளன. சிலப்பதிகாரத்திற்கு ஒன்றிற்கு மேற்பட்ட உரைகள் உள்ளன. மணிமேகலை, உரையைப் பெறவில்லை. இதற்கு, சமய உணர்வை மட்டுமே காரணமாகச் சுட்டமுடியாது. நச்சினார்க்கினியர் பதிமூன்றாம் நூற்றாண்டில் சீவக சிந்தாமணிக்கு உரை செய்துள்ளார். அவர் சமண சமயத்தைச் சார்ந்தவர் அல்ல. சிந்தாமணி சமண சமயக்காப்பியமே.

உரையாசிரியர்களின் சமகால இலக்கியம் மரபாலும், மொழி நடையாலும் அவர்கள் உரை செய்த இலக்கியங்களிலிருந்து முற்றிலும் மாறுபட்டவை. சமகால வாசகருக்கு இந்த இடைவெளிகளைக் கடந்து, நூற்களை அணுகுவதில் சிக்கல்கள் இருந்திருக்க வேண்டும். உரையாசிரியர்கள் சிக்கல்களுக்கான தீர்வை முன்வைத்துள்ளனர். சங்க இலக்கியத்தையும், சிலப்பதிகாரத்தையும், திருக்குறளையும் இனம் கண்டு வாசிக்கும் வாசகர்கள் உரையாசிரியர்களின் காலத்திலும் இருந்துள்ளனர். இவர்களிடம் தர உணர்வு செயல்பட்டுள்ளதை உறுதியாகக் கூறமுடியும். உரையாசிரியர்கள் தேர்ந்த நூல்களை இனம்கண்டு சமூகத்திற்கு உணர்த்தும் பணியை ஆற்றவில்லை. இலக்கியத்தரத்தின் அடிப்படையில் ஒரு சமூகம் பாதுகாத்த இலக்கியச் செல்வங்களைச் சமகால வாசகர் வாசிக்க உரையாசிரியர்கள் துணைசெய்கின்றனர். உரையாசிரியர்களை இலக்கிய ஆசிரிய மரபின் முன்னோடிகளாகக் குறிப்பிட வேண்டும். சமகால இலக்கிய ஆசிரியர் களிலிருந்து வேறானவர்கள். இவர்கள் ஒவ்வொருவருக்கும் அவர்களுக்கே உரித்தான தனித்தன்மைகள் உண்டு. பிரதிகளின் பொருள் உற்பத்தியில் கவனம் கொள்கின்றனர். தாங்கள் கண்டுபிடித்த வழிமுறைகளையும் கையாள்கின்றனர். நூல்களின் சிறப்பை மட்டுமே புலப்படுத்தும் நோக்கம் இவர்களுடையது. இலக்கியத்தரமானதாக சமூகம் தேர்வு செய்த நூல்களைச் சமகால வாசகர் வாசிக்க வழிவகைகள் செய்வது மட்டுமே இவர்கள் பொறுப்பு. இளம்பூரணர் காலத்தால் முன்னோடி. பிற்கால உரையாசிரியர்களின் பாராட்டுதலைப் பெற்றவர். அடியார்க்கு நல்லார் பலதுறை அறிஞர். சேனாவரையர் வடமொழிப் புலமைமிக்கவர். நச்சினார்க்கினியர் எண்பத்தி

இரண்டு நூற்களிலிருந்து மேற்கோள்களைக் காட்டியுள்ளார். இவர்களைப் பேரறிஞர்களாக இனம் காண்பதில் தடையேதும் இல்லை.

பதினேழு, பதினெட்டாம் நூற்றாண்டுகளில் தமிழ் இலக்கியச் சிந்தனை மரபின் தொடர்ச்சி குறித்து ஐயம் எழுகின்றது. ஆனால் கம்பராமாயணத்தின் மேன்மையை உணர்ந்துகொண்டுள்ளனர். பிற்காலக் காப்பியங்கள் அனைத்தும் இதன் தாக்கத்தைப் பெற்றுள்ளன. சைவம் செழித்திருந்தாலும், கந்தபுராணம் தாக்கத்தைச் செலுத்த வில்லை. பத்தொன்பதாம் நூற்றாண்டின் இறுதியில் உ.வே. சாமிநாதையர் ஏடுகளில் மூலம் எது? உரை எது? எனப் பிரித்தறிந்து இனம்காண இயலாதவாறு கலந்திருந்ததாகப் பதிவு செய்துள்ளார். உரைகளே மூலத்தைப் புதிய காலத்திற்கு எடுத்து வந்துள்ளன. உரையாசிரியர்கள் துணையின்றிச் சொற்களின் பொருள் பரிமாணங்களை அறிய இயலாது. மரபு குறித்த அறிவினையும் அவர்களிடமிருந்தே பெற்றுக்கொண்டாக வேண்டும். அவர்கள் முக்கியத் துவத்தை இலக்கியச் சிற்றிதழ்களில் இயங்கிய விமர்சகர்கள் உணர்ந்துகொள்ளவில்லை. அதேசமயம் அவர்களைத் தமிழ் இலக்கிய விமர்சன மரபின் முன்னோடிகளாக வலிந்து ஏற்கவேண்டும் என்பதும் இல்லை. தற்காலத் தமிழ் விமர்சனத்தின் துவக்கத்தை, கால்டுவெல்லின் திராவிட மொழிகளின் ஒப்பிலக்கணத்திலிருந்துதான் இனங்காண முடிகிறது. ஒப்பிலக்கணத்தின் முதற்பதிப்பு 1857இல் வெளியானது. 1875இல் அதன் இரண்டாவது பதிப்பு வெளியானது. இந்த இரண்டு பதிப்புகளிலும் இடம்பெற்ற தமிழ் இலக்கியம் தொடர்பான பகுதிகள் பின்வந்த பதிப்புகளில் நீக்கப்பட்டுள்ளன. இந்த விடுபடல் கால்டுவெல்லின் மரணத் திற்குப்பின் நிகழ்த்தப்பட்டுள்ளது என்பதால் கால்டுவெல்லின் தமிழ் இலக்கியம் தொடர்பான பதிவுகளைக் கணக்கில் கொண்டாக வேண்டும். தமிழில் இலக்கிய விமர்சனத்தின் அடிப்படையான மதிப்பீடு கால்டுவெல்லின் பதிவுகளில்தான் முதன்முதலாக இடம்பெறுகிறது.

தமிழ் ஒட்டுமொத்த இலக்கிய மரபை விமர்சனக் கண்ணோட்டத் தோடு கால்டுவெல் அணுகியுள்ளார். தொல்காப்பியத்திற்கு எவ்வளவு பழைமையைக் கற்பித்தாலும், பல நூற்றாண்டு இலக்கிய வளர்ச்சிக்குப் பின்னரே அது தோற்றம் கொண்டிருக்க வேண்டும். ஏனெனில், விதி என்பது ஏற்பைப் பெற்ற வழக்கமே. திருக்குறளிலும்

சிந்தாமணியிலும்தான் தமிழ் இலக்கிய மரபு அதன் உச்சத்தை எட்டியுள்ளது. கால்டுவெல் தெளிவான விமர்சனக் கண்ணோட்டத் தோடு மரபை அணுகியதை இது உறுதிப்படுத்துகிறது. இங்கு, மதிப்பீடு நிகழ்த்தப்பட்டுள்ளது. இத்தகைய ஒரு மதிப்பீடு தமிழ் இலக்கியத்திற்கு கால்டுவெல்லுக்கு முன்நிகழ்த்தப்பட்டிருக்க வில்லை.

தமிழ் இலக்கிய வரலாற்றின் சட்டகத்தை உருவாக்கியவரும் கால்டுவெல்லே. தமிழ் இலக்கியப் பரப்பைச் சமண வட்டம், இராமாயண வட்டம், சைவ மறுமலர்ச்சி வட்டம், வைணவ வட்டம், இலக்கிய மறுமலர்ச்சி வட்டம், எதிர்ப்பார்ப்பனிய வட்டம், தற்காலப் படைப்பாளிகள் என அவர் வகைப்படுத்துவது குறிப்பிடத்தக்கது. பிற்காலத்தில் ஆங்கில இலக்கிய விமர்சகரான டி.எஸ். எலியட் இத்தகைய வட்டக் கோட்பாட்டைக்கொண்டு ஆங்கில இலக்கிய மரபை வகைப்படுத்தியுள்ளது கவனத்தில் கொள்ளத்தக்கது.

தமிழ் இலக்கியப் படைப்புகளைப் பிறமொழி இலக்கியப் படைப்புகளோடு ஒப்பிட்டு மதிப்பிடும் ஒப்பிலக்கிய மரபும் கால்டுவெல்லில் தான் வேர்கொண்டுள்ளது. சமணர்களால்தான் சம்ஸ்கிருதத்திலிருந்து வேறான இலக்கியப் பண்பாட்டினைத் தமிழில் வளர்த்தெடுக்க முடிந்தது என்ற முடிவுக்குவரும் கால்டுவெல், நீதி இலக்கியத்தில் தமிழ், வடமொழியைவிட வளம்பெற்றுள்ளது என்னும் மதிப்பீட்டை முன்வைத்துள்ளார். வடமொழி இராமாயணத்தோடு கம்பராமாயணத்தை ஒப்பிடும் கால்டுவெல் கம்பராமாயணம் எவ்வித சந்தேகமுமின்றி உயர்ந்த கவிதை என்ற முடிவிற்கு வருகிறார். சிந்தாமணி மட்டுமே இராமாயணத்தின் சிறப்பைக் கேள்விக்குள்ளாக்கக்கூடும் என்கிறார். தெளிவான விமர்சனக் கண்ணோட்டத்தை இங்கு எதிர்கொள்ள முடிகிறது. சித்தர் பாடல்களை எதிர்ப்பார்ப்பனிய வட்டத்தினைச் சார்ந்த கவிதைகளாகக் கால்டுவெல் கணக்கிடுகிறார். சித்தர் பாடல்கள் சாதாரண மக்களை முன்வைத்து எழுதப்பட்ட பாடல்களாகக் கால்டுவெல் மதிப்பிடுகிறார். தற்காலத் தமிழ்-வங்காள இலக்கியங்களை ஒப்பிட்டு எண்ணிக்கையில் அதிகமாகத் தமிழ் இலக்கியப் படைப்புகளும் தரத்தில் உயர்ந்தனவாக வங்காள இலக்கியப் படைப்புகளும் திகழ்வதாக மதிப்பிடுகிறார்.

சமகாலத்தில் கால்டுவெல்தான் விமர்சனக் கண்ணோட்டத்தோடு தமிழ் இலக்கியத்தை முதல்முதலாக அணுகியுள்ளார். எனவே,

சமகாலத் தமிழ் இலக்கிய விமர்சனத்தின் வரலாற்றைக் கால்டு வெல்லில் இருந்துதான் துவங்கவேண்டும்.

19ஆம் நூற்றாண்டின் இறுதியில் சி.வை. தாமோதரம்பிள்ளையும் தொடர்ந்து உ.வே. சாமிநாதையரும் தொன்மையான இலக்கியங்களைச் சுவடியிலிருந்து அச்சுவடிவில் பதிப்பிக்கத் துவங்கினர். இவர்களுக்கு முன்னமே திருக்குறள் போன்ற மரபில் சிறப்பிடம் பெற்ற இலக்கியப் படைப்புகள் அச்சு வடிவம் கண்டிருந்தாலும் ஆய்வு அடிப்படை யிலான பதிப்பு முயற்சி இவர்களால்தான் துவக்கப்பட்டு முன்னெடுத்துச் செல்லப்பட்டது. கூடவே, நூல்களுக்குச் சமகாலத் தமிழில் உரையும் செய்தனர். நூல் தொடர்பான தகவல்களைத் திரட்டித் தருவதில் இவர்கள் பணி குறிப்பிடத்தக்கது. பல நூல்களில் இருந்து ஒப்புமை கூறத்தக்கப் பகுதிகளைத் தொகுத்தும் தந்துள்ளனர். இது எதிர்காலத் தமிழ் ஆய்வின் வளர்ச்சிக்குச் சிறந்த அடிப்படையாக அமைந்தது. தமிழ் இலக்கிய மரபு என்றும் இவர்களுக்குக் கடமைப்பட்டுள்ளது. ஆனால், விமர்சனக் கண்ணோட்டம் இவர்களுக்கு அறவே இல்லை என்பதையும் குறிப்பிட வேண்டும். சிலப்பதிகாரம், குறுந்தொகை போன்ற தமிழ்ச் செவ்வியல் படைப்புகளைப் பதிப்பித்த உ.வே. சாமிநாதையர் இவற்றிற்கு இணையாகவே கோவில் தலபுராணங் களையும் கருதியிருந்தார் என்று கூறமுடிகிறது. நூலாசிரியர்கள் மீது இவர்கள் கொண்டிருந்த பக்தி உணர்வு விமர்சனக் கண்ணோட்டத் திற்குத் தடையாக அமைந்தது எனக் குறிப்பிட வேண்டும். தமிழ்ச்செவ்வியல் இலக்கியங்களுக்குச் சமகாலத்தில் உரை செய்த சோமசுந்தரனார், துரைசாமிப்பிள்ளை போன்றவர்கள் உவேசா வகுத்த பாதையில்தான் பயணம் செய்துள்ளனர்.

20ஆம் நூற்றாண்டின் தமிழ்க்கல்விச் சூழல் விரிவடைந்தது. மதுரைத் தமிழ்ச்சங்கம் தோற்றங்கொண்டது. இலக்கிய ஆய்விற் கென்றே மதுரைத் தமிழ்ச்சங்கத்தின் வெளியீடாகச் செந்தமிழ் இதழ் வெளிவரத் துவங்கியது. தொன்மையான இலக்கியங்களின் காலத்தைத் தீர்மானிக்கும் முயற்சிகள் மேற்கொள்ளப்பட்டன. தமிழ் இலக்கிய வரலாற்றை உருவாக்கும் முயற்சி செயல்வடிவம் கொண்டது. இந்தச் சூழலில் இலக்கியப் புலமையாளர்களின் மரபு தோற்றம் கொண்டது. பூரணலிங்கம்பிள்ளை, மறைமலையடிகள், வேங்கடசாமி நாட்டார், பரிதிமாற் கலைஞர், ரா. இராகவையங்கார், மு. இராகவையங்கார், மா. இராசமாணிக்கனார், செல்வகேசவராய முதலியார், கே.என். சிவராஜபிள்ளை என இந்த மரபு தொடர்ந்தது.

இவர்கள் விமர்சனக் கண்ணோட்டம், அதற்கு அடிப்படைத் தேவையான அழகியல் உணர்வு ஆகியவற்றைக் கொண்டிருந்தனர் எனக் கூற இயலாது. ஆனால், இம்மரபில் விமர்சனக் கண்ணோட்டத்தை இயல்பாகப் பெற்றவர்களும் இருந்தனர்.

தற்காலத் தமிழ் விமர்சனத்தின் தொடர் இயக்கத்தினை 20ஆம் நூற்றாண்டின் முதல் 20 வருடங்களில்தான் தேடிக் கண்டறிய வேண்டும். வ.வே.சு. ஐயரைப் பலரும் முன்னோடியாகக் குறிப்பிட்டுள்ளனர். இலக்கியத்தரம் குறித்த விழிப்புணர்வு இக்காலக் கட்டத்தில்தான் தமிழில் அழுத்தம் பெற்றுள்ளது. விமர்சனக் கோட்பாடுகளின் அடிப்படையில் தெளிவான பாதைகளை வகுத்து இலக்கியத் தரத்தைத் தீர்மானிக்கும் முயற்சியும் இந்தக் காலக் கட்டத்தில் நிகழ்வடிவம் பெற்றுள்ளது. வ.வே.சு. ஐயர், கம்பராமாயணத்தைக் கிரேக்க வடமொழிக் காவியங்களோடு ஒப்பிட்டு, கம்பனின் கலை மேதைமையை நிறுவ முயன்றுள்ளார். அதுபோல், பாரதியின் கண்ணன் பாட்டைத் தெளிவான விமர்சனக் கண்ணோட்டத்தோடு அணுகியுள்ளார். வ.வே.சு. ஐயரைப் போல் பாரதி விமர்சனக் கட்டுரைகளை எழுதியிராவிடினும், ஆங்காங்கே அவர் விட்டுச் சென்றுள்ள பதிவுகள் அவருடைய விமர்சனக் கண்ணோட்டத்தைத் துலக்கவே செய்கின்றன. வள்ளுவன், கம்பன், இளங்கோ என்ற தரவரிசை அவரால்தான் தமிழில் முதன்முதலில் முன்வைக்கப் பட்டுள்ளது. விமர்சன உணர்வுகொண்ட படைப்பாளிகளுக்கு, பாரதியே முன்னோடியாக விளங்குகிறார்.

இவர்கள் இருவரோடு ஒப்பிடும்போது அ. மாதவையரே விமர்சகராக முக்கியத்துவம் பெறுகிறார். ஆனால், சமகாலத் தமிழ் இலக்கிய விமர்சனத்தின் வரலாற்றை ஆராய்ந்த பலரும் மாதவையரை விமர்சகராகப் பொருட்படுத்தவில்லை. வாழுங்காலத்தில் இதழ்களில் வெளிவந்த மாதவையரின் கட்டுரைகள் சமகாலத்தின் பார்வைக்குக் கிடைக்காதது இதன் காரணமாகலாம். 1920 மார்கழி தமிழர் நேசன் இதழில் மாதவையர் எழுதிய 'தமிழ் இலக்கிய அபிவிருத்தி' என்னும் கட்டுரையை இவ்வகையில் குறிப்பிட வேண்டும். இக்கட்டுரைக்கு நிகராகக் கால்டுவெல்லின் தமிழ் இலக்கியம் குறித்தப் பதிவுகளைச் சுட்டலாம். இருவரும் சமகாலம் வரையிலான தமிழ் இலக்கிய மரபை ஒட்டுமொத்தமாக விமர்சனக் கண்ணோட்டத்துடன் தங்கள் மதிப்பீட்டிற்கு உள்ளாக்கியுள்ளனர். தங்கள் பார்வைக்கேற்ற முடிவுகளுக்கும் வந்துள்ளனர்.

மாதவையர், சொல்லப்படும் விஷயத்திற்குத் தரும் முக்கியத்துவத்தை வெளியிடும் வல்லமைக்கும் தரவேண்டும் என்கிறார். இப்பார்வை, தமிழ் விமர்சன மரபிற்கு முற்றிலும் புதுமையானது. தமிழின் பிற்கால இலக்கியங்களை அரேபிய பாலைவனத்திற்கு ஒப்பிடும் மாதவையர், தலபுராணங்களையும் அந்தாதிகளையும் இலக்கியச் சிறப்பின்றி, வறண்ட பாலை நிலத்திற்கு உவமையாக்குகின்றார். இவைகளைக் குறித்து, 'போலி இலக்கிய நூல்கள்' என்ற மதிப்பீட்டினையும் முன்வைக்கின்றார். கம்பன் சீவகசிந்தாமணிக்குக் கடன்பட்டுள்ளதைத் துலக்கும் மாதவையர், கம்பனுக்கு நிகரான கவிவன்மை இல்லாதவர்களால்தான், எதுகை, மோனை, சிலேடை, யமகம், நீரோட்டகம், ஏகபாதம், திரிபு, மடக்கு ஆகிய வித்தைகள் தமிழுக்கு வந்தன என்ற முடிவிற்கு வருகிறார். மாதவையரைப் பொறுத்தவரையில் மரபு என்பது மேதைகளின் பங்களிப்பின் தொடர்ச்சி. 'காலஞ் செல்லச் செல்லத் தமிழ்க்காவியங்கள் இலக்கியச் சிறப்புகளும் அழகுகளும், எளிய நடையும், வலிய கருத்தும் குன்றித் தலைகீழாக, இலக்கணத்திற்கு இயைய ஒழுகலாகி, சொல் ஆடம்பரங்களும், படாடோபங்களும், வாக்கு ஜாலங்களுமே மலிந்து வெளிவரலாயின.' தமிழ் இலக்கிய மரபின் வீழ்ச்சிக் குறித்து முதன்முதலாக நிகழ்த்தப்பட்ட மதிப்பீடாக இதனைக் கருத வேண்டும்.

தமிழின் 17, 18ஆம் நூற்றாண்டு இலக்கியங்களை 'இருண்ட முட்செறிந்து உள்நுழைவதே சிரம சாத்தியமாய் அச்சத்தை விளைவிக்கும் அடவிகளாக' மாதவையர் மதிப்பிடுவது புதிய விமர்சன மரபின் தோற்றத்தைக் குறிக்கின்றது. வாசகர் பார்வையில் தமிழ்ப் புலமையாளர்களின் வலிந்து பொருள் கொள்ளும் போக்கைக் கடுமையான மொழியில் விமர்சிக்கின்றார். தமிழ் மரபின் வீழ்ச்சியை விமர்சிக்கும் மாதவையர், எதிர்கால வளர்ச்சிக்கான வழிவகைகள் குறித்தும் சிந்தித்துள்ளார். பிறமொழி இலக்கிய நயங்களை நமக்கேற்றவாறு மாற்றி ஏற்கவேண்டும் என்கிறார். ஆங்கிலத்தில் வெளிவந்து கொண்டிருக்கும் வசன கவிதையைத் தமிழிற்கு அவர் வரவேற்பது வியப்பூட்டுவது. மொழித்தூய்மை, நடையழகைச் சிதைப்பதை ஏற்க மறுக்கிறார்.

வ.வே.சு. ஐயரின் விமர்சனப் பார்வை ஐரோப்பிய மரபு சார்ந்தது. அப்பார்வையில் தமிழ் இலக்கிய மரபின் உச்சத்தை மதிப்பிடுகிறார். மாதவையரோ தமிழ் இலக்கியமரபை ஒட்டுமொத்தமாக உள்வாங்கிக் கொண்டு ஒரு விமர்சனப் பார்வையைத் தன்னுள் துலக்கித் தமிழ்

இலக்கியம் குறித்ததான மதிப்பீடுகளை முன்வைக்கின்றார். இலக்கியப் புலமையாளர்களுள் பெரும்பான்மையோர் ரசனை உணர்வு கொண்டவர்களல்லர். இலக்கியப் படைப்புகள் அவை எக்காலத்தைச் சார்ந்தனவாக இருப்பினும் சுவைப் பதற்குரியன என்ற உண்மையை அவர்கள் சற்றேனும் எதிர்கொள்ளவில்லை. இவர்களுள் சைவச் சார்புடையவர்களே எண்ணிக்கையில் அதிகம். சைவச் சார்புடைய இலக்கியங்களை மட்டுமே முதன்மைப்படுத்தினர். சைவச் சார்புடைய எதுவும் உயர்ந்ததாகவே இவர்களுக்குப்பட்டது. இலக்கியப் படைப்புகளின் அழகுகளை அல்ல, தங்கள் புலமையை வெளிப் படுத்தவே எழுத்தைக் கையாண்டனர். பண்டிதப்போக்கு எனப் பின்னால் விமர்சகர்கள் வெறுத்தொதுக்கிய போக்கு, இவர்கள் எழுத்துகளின் மூலம்தான் தமிழில் தோற்றம் கொண்டது. புதுமைப் பித்தன் போன்ற தலைசிறந்த இலக்கியப் படைப்பாளர்கள் தங்கள் கதைகளில் இவர்களைக் கேலிச் சித்திரமாக்கினர்.

இந்தப் போக்கின் எதிர்வினையாக ரசனைக்கு மட்டுமே முக்கியத்துவம் தரும் ரசனைமுறை விமர்சனம் தமிழில் தோற்றம் கொண்டது. டிகேசி எனச் சுருக்கமாகக் குறிப்பிடப்படும் டி.கே. சிதம்பரநாத முதலியாரைக் கவனத்தில்கொள்ள வேண்டும். க.நா.சுப்ரமணியம் ‘தமிழில் இரண்டாயிரம் வருஷத்து இலக்கியத்தில் முதல்முறையாக விமரிசனம் பிறக்கிறது டிகேசியுடன் தான்’ என தமிழ் இலக்கிய விமர்சனத்தையே டிகேசியிடமிருந்துதான் துவக்குகிறார். டிகேசி தன் புலமையை அல்ல, கவிதையின் அழகையே முதன்மைப்படுத்தினார். கவிதைக்கும் வாசகனுக்கு மிடையில் குறுக்கீட்டினை நிகழ்த்தாமல் வாசகன் கவிதையை நெருங்கும் படித் தூண்டினார். இவர் எளிமை உருவம், சந்தம், வேகம் இவற்றையே அளவுகோலாகக் கொண்டார். கவிதையின் ஆழத்தைச் சற்றேனும் பொருட்படுத்தவில்லை. கம்பராமாயணப் பாடல் களையும், நந்திக்கலம்பகப் பாடல்களையும் ஒரேதளத்தில் அவரால் எதிர்கொள்ள முடிந்தது. அதேசமயம், தமிழ்ச் செவ்வியல் இலக்கியங்களை அவரால் அணுக இயலவில்லை. தரமதிப்பீடு குறித்த உணர்வு அவருக்கிருந்தது. ‘தமிழ் இலக்கியத்தில் முதல்முறையாக நல்ல கவிதையுடன் பெரும்பாலான கவிதைகள் மட்டமான வைகளாகவும் இருக்கின்றன என்று சொன்னவர் டிகேசிதான்.’ க.நா. சுப்ரமண்யத்தின் டி.கே.சி குறித்ததான இம்மதிப்பீடு மிகையானது. மாதவைய்யரின் எழுத்துகளைப் பார்வையிடும் வாய்ப்பு, க.நா. சுப்ரமண்யத்திற்கு இல்லாதிருந்திருக்க வேண்டும். டிகேசி சுவைத்த

பிற்காலத் தனிப் பாடல்களைத் தமிழ் மரபின் வீழ்ச்சியென்றே மாதவையர் கணித்துள்ளார். கவிதையின் ஆழங்குறித்த தேடல் மாதவையருக்கிருந்தது. இக்காரணத்தால் தான் வசனகவிதையின் வருகையை மாதவையர் எதிர்நோக்கினார், வரவேற்றார். டி.கே.சியின் பார்வையில் வசனகவிதை, கவிதையாக முடியாது. இலக்கியத் தரம் குறித்த உணர்வு டிகேசியிடமிருந்தது. ஆனால் உரைநடை இலக்கியத்தில் டிகேசி, பொழுதுபோக்குக் கதை ஆசிரியர் களையே முதன்மைப்படுத்தினார். அதுபோல், தன் ரசனைக்குப் பொருந்தாத வற்றைப் படைப்பாளி எழுதியிருக்க முடியாதென்றும் வாதித்தார். ஒரு பெருங்காப்பியத்தில் அதன் பாடல்கள் ஒவ்வொன்றும் உச்சத்தை எட்டிவிடவேண்டும் என்பதல்ல. உச்சத்தை எட்டுவதற்கான படிகளாகவும் அமையக்கூடும் என்ற உணர்வு அவருக்கில்லாதிருந்தது. டிகேசியின் ரசனை அணுகுமுறை தமிழ் விமர்சன மரபில் தன் செல்வாக்கினைச் செலுத்தியது. ஆனால், டிகேசியின் மரபில் வந்த மகராசன், பாஸ்கரத் தொண்டைமான் போன்றோர் கவிதையை, மேடையில் நிகழ்த்துபவர்களாகவே இனங்காணப்பட்டனர்.

மகாத்மா காந்தியின் ஒத்துழையாமை என்ற அரசியல் இயக்கம் பின்னடைவை நேரிட்டபோது, அதன் எதிர்வினையாகத் தமிழ் இலக் கியத்தில் 'இரண்டாவது மறுமலர்ச்சி' தோற்றங்கொண்டது. மணிக்கொடி, இம்மறுமலர்ச்சி படைப்பாளிகளின் தளமாக அமைந்தது. இது தனது தெளிவான விமர்சனப் பார்வையைக் கொண்டிருந்தது. இலக்கியத்தையும் அதனோடு தொடர்புடைய நாடக அரங்கினையும் இசை மேடையையும் கடுமையான விமர்சனங்களுக் குள்ளாக்கியது. தமிழில் முதன்முதலாக விமர்சனத்திற்கான சூழல் தோற்றுவிக்கப்பட்டது. கு.ப. ராஜகோபாலன், தாகூர் கவிதைகள் மீதான தன் விமர்சனத்தின் மூலமாகவே படைப்புலகிற்கு அறிமுகமானார். புதுமைப்பித்தன் தமிழ் மரபிலக்கியக் கவிதைகளை விமர்சனத்திற்குள்ளாக்கினார். டிகேசியின் பார்வையின் பாதிப்பு அவரிடமிருந்தது எனினும் ஆழம் குறித்த உணர்வும் இருந்தது. இலக்கியத்தின் அடிப்படைகள் தமிழில் முதன்முதலாக விவாதிக்கப் பட்டன. கு.ப. ராஜகோபாலனும், புதுமைப்பித்தனும் துருவங்களில் நின்று விவாதித்தனர். இலக்கிய வடிவங்கள் குறித்த சிந்தனையும் எழுந்தது. 'இரண்டாவது மறுமலர்ச்சி' என்ற காலக்கணிப்பு கு.ப. ராஜகோபாலனுடையது. பாரதியின் கவிதைகளைக்கூட ஆழ்ந்த விமர்சனங்களுக்கு உட்படுத்தியே மதிப்பிட வேண்டும் என்ற நிலைப்பாடு புதுமைப்பித்தனுடையது. இவர்கள் இருவரும் சில

பொதுமைகளையும் கொண்டிருந்தனர். ஐரோப்பிய இலக்கியத்தையும் அதனின்று பிறந்த விமர்சன மரபையும் அறிந்திருந்தனர். மணிக் கொடியின் இறுதிக் காலக்கட்டத்தில் க.நா. சுப்ரமண்யம் கால்தடம் பதித்தார். தமிழ் விமர்சன மரபை முன்னெடுத்துச் சென்ற பெருமை இவருடையது.

நாற்பதுகளின் துவக்கத்தில் மணிக்கொடி நின்றுவிடினும், மணிக்கொடி மரபினோடு தொடர்புடைய இளம்படைப்பாளிகளான ரகுநாதனும் கு. அழகிரிசாமியும் இலக்கிய விமர்சனத்தில் ஈடுபாடு கொண்டிருந்தனர். 1948இல் ரகுநாதனின் இலக்கிய விமர்சனம் வெளியானது. இலக்கிய விமர்சனத்தை முதன்மை நோக்கமாகக் கொண்ட முதல்நூலாக இதனைக் குறிப்பிட வேண்டும். கறாரான அணுகுமுறையும் ஆளுமையைத் துலக்கும் இதன் நடையும் மணிக்கொடி மரபிற்குப் பின்வந்த விமர்சகர்களை மிகவும் பாதித்தது. ஆனால், ரகுநாதன் வளர்ச்சிப் பாதையில் மார்க்சியக் கோட்பாடு அடிப்படையிலான விமர்சனத்தை முன்னெடுத்துச் சென்றார். இவ்வகையாலும் முன்னோடியாகத் திகழ்ந்தார். மற்றொரு இளம் படைப்பாளியான கு. அழகிரிசாமி, புதுமைப்பித்தனைப் போலவே தமிழ் மரபுக் கவிதைகளை விமர்சனத்திற்கு உட்படுத்தினார். டிகேசியின் பாதிப்பு இவரிடமிருந்தது. கவிதையின் ஆழம் குறித்த உணர்வு டிகேசியைப் போலவே இவரிடமும் இல்லை. அழகிரிசாமியும் தமிழ்ச் செவ்வியல் இலக்கியங்களைப் புறக்கணித்தார். ஆனால் ரகுநாதனிடம் செவ்வியல் இலக்கியங்கள் மீதான ஈடுபாடு இருந்தது.

விடுதலையைத் தொடர்ந்த காலக்கட்டத்தில் வணிக இதழ்கள் பெரும் வளர்ச்சியைக் கண்டன. மத்திய தர மக்களின் பொழுது போக்குத் தேவை, உற்பத்திப் பெருக்கத்தின் விளைவாகத் தோற்றங் கொண்ட நுகர்பொருளுக்கான சந்தை குறித்த தேடல், நுகர்வோரைக் கவர்ந்திழுக்கும் விளம்பர யுகத்தின் தோற்றம், இவை இணைந்து வணிக இதழ்களைப் பெரும் நிறுவனங்களாக வளர்ச்சியடையச் செய்தன. பொழுதுபோக்குக் கதைமரபு வளர்ச்சி கண்டது. கல்கி, அகிலன் என்று இம்மரபு தொடர்ந்தது. பொழுதுபோக்குக் கதைகள் இக்காலக் கட்டத்தில் இலக்கியப் படைப்புகளாகத் தமிழ்க்கல்வி வட்டத்தைச் சார்ந்தவர்களின் ஏற்பினைப் பெற்றன. பொழுதுபோக்குக் கதையாசிரியர்கள் இலக்கியப் படைப்பாளிகளால் அங்கீகரிக்கவும் பட்டனர். வாசகர் எண்ணிக்கை அங்கீகாரத்தின் அளவுகோலாக

ஏற்கப்பட்டது. இந்நிலையில், மணிக்கொடி மரபினைச் சார்ந்த படைப்பாளிகள் விமர்சன அங்கீகாரம் என்பதனை முன்னிலைப் படுத்தத் துவங்கினர். பொழுதுபோக்குக் கதைகள் மீதான எதிர்ப்புணர்வு, தரமான வாசகர் குறித்த தேடல், விமர்சன அங்கீகாரத்தின் அவசியம் குறித்த உணர்வு, இவை இணைந்து ஓர் இதழியல் மரபைத் தோற்றுவித்தன. தமிழ்ச் சிற்றிதழ் இயக்கம் இக்காலக் கட்டத்தில் வேர்கொண்டது. இலக்கிய விமர்சனம் முதன்மைப் பெற்றது. தமிழ் விமர்சன மரபின் வளர்ச்சி இந்தச் சிற்றிதழ் மரபையே சார்ந்துள்ளது.

தமிழ்ச் சிற்றிதழ் மரபின் முன்னோடிகளான எழுத்து, சரஸ்வதி போன்ற இதழ்கள் 50-களின் இரண்டாவது பகுதியில் தோற்றங் கொண்டன. இவ்விதழ்கள் இலக்கியத்தின் எல்லா வடிவங்களுக்கும் இடம் தந்தாலும் விமர்சனத்தை முன்னிலைப்படுத்தின. எழுத்து இதழில் மணிக்கொடி மரபினைச் சார்ந்த க.நா. சுப்ரமணியமும், சி.சு. செல்லப்பாவும் இணைந்து இயங்கினர். பொழுதுபோக்குக் கதைகளின் போலி அங்கீகாரத்தினைக் கடுமையான சொற்களில் கேள்விக் குள்ளாக்கினர். ஐரோப்பிய விமர்சன அடிப்படைகளைத் தமிழுக்கு அறிமுகம் செய்தனர். எஸ்ரா பவுண்ட், டி.எஸ். எலியட், எஃப்.ஆர். லூயிஸ் போன்ற ஐரோப்பிய விமர்சன சிகரங்கள் தமிழில் விவாதிக்கப்பட்டனர். இம்மேதைகள் இரண்டாம் உலகப்போருக்குப் பின்னரான ஐரோப்பிய விமர்சன மரபினைத் தீர்மானித்தவர்களுங் கூட, க.நா. சுப்ரமணியம் தன் இலக்கிய அனுபவத்தை அடித்தளமாகக் கொண்ட அனுபவமுறை விமர்சனத்தை முன்வைத்தபோது, சி.சு. செல்லப்பா வடிவவியல் விமர்சனத்தை முன்வைத்துக் கொண்டிருந்தார். இவர்கள் இருவரும் இருதுருவங்களில் நின்று விவாதித்துக் கொண்டனர். மணிக்கொடிக்குப் பிறகு விமர்சன அடிப்படைகள் மீண்டும் விவாதத்திற்கு உள்ளாயின. ஆனால், கலைச் சாதனைகளின் அடிப்படையில் படைப்பாளிகளைத் தேர்வதில் கருத்தொற்றுமை கொண்டிருந்தனர். க.நா.சு. அனுபவப் பதிவு முறை விமர்சனத்தின் மூலம் மௌனியைத் தலைசிறந்த படைப்பாளியாக இனங்கண்ட போது, சி.சு. செல்லப்பா வடிவவியல் விமர்சனத்தின் மூலம் மௌனியின் விமர்சன அங்கீகாரத்தை உறுதிப்படுத்தினார்.

சி.சு. செல்லப்பா தன் விமர்சனப் பார்வையை நூல் வடிவம் பெறச் செய்வதில் முனைப்புக் கொண்டு வெற்றியும் கண்டார். க.நா.சு.

இலக்கிய வட்டம் சிற்றிதழை வெளிக்கொணர்ந்தார். க.நா.சுவின் விமர்சனக் கட்டுரைகள் மிக அண்மையில்தான் முழுமையாகத் தொகுக்கப்பட்டுள்ளன. க.நா. சுப்ரமணியத்தையே தமிழ் விமர்சன மரபின் முதல் சிகரமாகக்கொள்ள வேண்டும். ஆரம்ப நாள்களில் தமிழ் மரபிலக்கியத்தைப் புறக்கணித்து வந்திருந்தாலும் பிற்காலத்தில் தமிழ் மரபிலக்கியம் குறித்த தன் விமர்சனப்பதிவுகளை முன்வைத்துள்ளார். தமிழின் தலைசிறந்த படைப்பாளிகளின் பட்டியலைத் தொடர்ந்து அவர் வெளியிட்டுக்கொண்டிருந்தார். பட்டியலில் அவ்வப்போது இணங்கான முடிகிற முரண்பாடுகள் அவர் பார்வையைத் துலக்குவனவாக அமையவில்லை. ஆனால், அவர் இனங்காட்டிய இலக்கியப் படைப்புகள் தலைசிறந்த இலக்கியப் படைப்புகளாக ஏற்கப்பட்டன.

விடுதலை பெற்ற இந்தியாவில் உயர்கல்வி வேகமாக வளர்ச்சிக் கண்டது. தமிழ்க்கல்வியாளர்கள் வட்டம் தோற்றங் கொண்டது. இலக்கியப் புலமையாளர்கள் தற்கால இலக்கியத்தைப் பொருட்படுத்த வில்லை. ஆனால், கல்வி வட்ட ஆய்வாளர்கள் தற்கால இலக்கியத்தையும் ஆய்வுப் பொருளாகக் கொண்டனர். உரையாசிரியர் மரபினைச் சார்ந்தவர்களாக இவர்களைக் கொள்ள இயலாது. பொழுதுபோக்கு எழுத்துகளுக்கு இவர்கள் தந்த விமர்சன அடிப்படையில்லாத அங்கீகாரம் சிற்றிதழ் சூழலில் இயங்கிய விமர்சகர்களிடம் எதிர்ப்புணர்வைத் தோற்றுவித்தது. இவர்களை விமர்சகர்களாக ஏற்கக் கூடுமா? என்ற விவாதம் தமிழில் முடிவற்று நிகழ்ந்துவரும் விவாதங்களில் ஒன்று. இவர்களில் பெரும்பான்மையோர் இலக்கியம் குறித்த செய்திகளைத் திரட்டித் தருபவர்கள். இலக்கியப் பிரதிகளை வாசித்ததற்கான அடையாளங்களை இவர்கள் எழுத்தில் காண இயலாது. தன் முன்னோரின் பதிவுகளை விருப்பு வெறுப்பின்றி மீண்டும் மொழிவது இவர்களுடைய போக்கு.

19ஆம் நூற்றாண்டு ஆங்கில விமர்சகர்களின் மேற்கோள்களை எவ்விதப் பொருத்தமின்றி தங்கள் எழுத்துகளில் கையாண்டு, தங்கள் ஆங்கிலப் புலமையையும் வெளிப்படுத்திக் கொள்வர். மு.வ.வின் இலக்கிய மரபு, அ.சா. ஞானசம்பந்தனின் இலக்கியக் கலை போன்ற நூல்கள் ஹட்சனின் ஆங்கில நூலின் தழுவல்கள். ஹட்சன் ஆங்கில மரபில் விமர்சன சிகரமாக ஒருபோதும் ஏற்கப்பட்டதில்லை. சிற்றிதழில் இயங்கிய விமர்சகர்கள் சமகால ஆங்கில விமர்சன மரபைத் தமிழுக்கு அறிமுகம் செய்ய முனைந்துகொண்டிருந்தபோது,

கல்வியாளர்கள் சென்ற நூற்றாண்டின் ஆரம்ப நிலை இலக்கிய மாணவர்களுக்கு விமர்சனம் கற்பித்தவர்களின் மேற்கோள்களைக் கையாண்டு கொண்டிருந்தனர். இலக்கியப் புலமையாளர்களைப் போலவே எண்ணற்ற நூற்களை இவர்கள் இலக்கியம் தொடர்பாக வெளியிட்டுள்ளனர். 1955இல் 'பற்றி இலக்கியமும் இலக்கிய விமர்சனமும்' என இவர்களை விமர்சகர்களாக க.நா. சுப்ரமணியம் அங்கீகரிக்க மறுத்தபோது, 2005இல் பேராசிரியர் மருதநாயகம் 'படைப்பிலக்கியம் பற்றி எழுதப்பட்ட எத்தகைய நூலையும் விமர்சன நூலாக அங்கீகரிக்க வேண்டும்' என்கிறார். ஆனால், பேராசிரியர் மருதநாயகம், 'அரைத்த மாவையே அரைப்பார் போல் பழந்தமிழ் இலக்கியங்களைப் பற்றி ஏற்கனவே சொல்லப்பட்டுவிட்ட கருத்துக்களையே மீண்டும் மீண்டும் சொல்லி வந்தனர். அவர்தம் அணுகுமுறைகளில் புரட்சியோ புதுமையோ ஏதுமில்லை, மறுமதிப்பீடு களில் அவர் ஈடுபட்டாரிலர், பொருளுள்ள புதிய இலக்கிய சர்ச்சை களுக்கு வழிவகுத்தாரிலர்; புதிய உள்ளொளிகளை அவர்கள் நூல்களில் காண்பதும் அரிதாம்' என எதிர்மறையாக மதிப்பிடவும் செய்கின்றார்.

தமிழ் விமர்சன மரபில் தமிழ்க்கல்வியாளர்களின் பங்கு மிகக் குறைவானது. எனினும், தெளிவான விமர்சனப் பார்வைகொண்ட கல்வியாளர்களும் இல்லாமலில்லை. வையாபுரிப்பிள்ளை, ஏ.வி. சுப்பிரமணிய ஐயர், தெ.பொ.மீ, ஜேசுதாசன் போன்றவர்களின் பங்களிப்பினை ஒருபோதும் மறுக்க இயலாது. தமிழ்க் கல்வியாளர் களுள் விமர்சகர்களாக இயங்கியவர்களைத் தேர்ந்துகொண்டு தமிழ் விமர்சன மரபின் வளர்ச்சிக்குக் கல்வியாளர்களின் பங்களிப்பைத் தீர்மானிக்க வேண்டும்.

தமிழ் உயர்கல்வி வட்டம் தன்னுடையதான விமர்சனப் போக்கு ஒன்றை உருவாக்குவதில் தோல்வி கண்டிருந்தாலும், சில இதழ்கள் அந்த இடத்தினை நிரப்ப முயன்றன. குறிப்பாக சக்தி இதழைக் குறிப்பிட வேண்டும். 1939இல் வை. கோவிந்தனால் சக்தி இதழ் தோற்றுவிக்கப்பட்டது. சக்தி இதழ் தமிழ்க் கல்வியாளர்களுக்குத் தாராளமாக இடம் தந்தது. வி.ஆர்.எம். செட்டியார், வையாபுரிப் பிள்ளை, சீனிவாச ராகவன், மு. அருணாசலம், சபரிராஜன், சந்திர சேகரன் போன்ற கல்வியாளர்களின் விமர்சனக் கட்டுரைகள் தொடர்ந்து சக்தி இதழில் வெளிவந்து கொண்டிருந்தன. சுத்தானந்த பாரதி போன்ற இலக்கியப் புலமையாளர்களும் டிகேசியும் சக்தி இதழில் எழுதி வந்தனர். இவர்களுடைய விமர்சனப் போக்கு சிற்றிதழ் விமர்சகர்

களிடமிருந்து முற்றிலும் வேறுபட்டதாக அமைந்தது. கல்வி வட்டத்தின் ஒழுங்கையும் கட்டுப்பாட்டையும் இவர்கள் எழுத்துகளில் இனங்காண முடிகிறது. தமிழ்க் கல்வியாளர்களின் விமர்சனப் பங்களிப்பை இவர்களின் எழுத்துகளைக்கொண்டே தீர்மானிக்க வேண்டும். ஒருவகையில் சக்தி இதழ் ஒரு கல்வி நிலையமாகவே செயல்பட்டது.

விடுதலைக்குப்பின் கோட்பாடு சார்ந்த விமர்சனப் போக்கும் தமிழுக்கு அறிமுகமானது. மார்க்சியர்களை இதற்கு முன்னோடிகளாகச் சுட்ட வேண்டும். விஜயபாஸ்கரனின் சரஸ்வதி இதழ் இதற்குக் களம் அமைத்துத் தந்தது. மார்க்சியக் கோட்பாட்டில் உறுதியான நம்பிக்கைக் கொண்டிருந்த விஜயபாஸ்கரன் சக்தி இதழிலிருந்து இதற்கான உந்துதலைப் பெற்றுக் கொண்டார். 'இலக்கியத்தை வளர்ப்பதற்குப் பரந்த விசாலமான மனப்பான்மையும், சுதந்திரமான, சுயசிந்தனையும், சிருஷ்டி ஆர்வமும் தேவை என்பதில் அவருக்கு உறுதியான நம்பிக்கை இருந்தது. க.நா. சுப்ரமணியம், சி.சு. செல்லப்பா போன்ற சிற்றிதழ் விமர்சகர்களுக்கும் சரஸ்வதி இடம் தந்தது. அதேசமயம் சிதம்பர ரகுநாதன், எஸ். ராமகிருஷ்ணன், கா. சிவத்தம்பி, கைலாசபதி, ஆர்.கே. கண்ணன், தி.க. சிவசங்கரன் போன்ற மார்க்சியக் கோட்பாட்டில் நம்பிக்கைக்கொண்ட படைப்பாளிகளை ஒருங் கிணைத்தது. மார்க்சியப் பார்வையின் அடிப்படையிலமைந்த விமர்சன மரபு சரஸ்வதி மூலமாகத்தான் தமிழில் தோற்றங் கொண்டது. மார்க்சிய அரசியல், இலக்கியத்தையும் கட்டுப்படுத்த முனைந்தபோது சரஸ்வதியின் இயக்கம் தடைப்பட்டது. பிற மொழிகளோடு ஒப்பிடும்போது மார்க்சிய விமர்சன மரபு தமிழில் போதிய வளம் பெறாததற்கு இதுவே காரணமாக அமைந்தது. ஆனால் இலக்கியத்தைத் தத்துவ நோக்கில் அணுகும் அணுகுமுறை இவர் களால்தான் அறிமுகப்படுத்தப்பட்டது. இம்முதல் தலைமுறை மார்க்சிய விமர்சகர்கள் தமிழ் விமர்சன மரபிற்கு ஒரு புதிய பரிமாணத்தைச் சேர்த்தனர்.

எழுத்து இதழில் அறிமுகமான இளம் விமர்சகர்களான வெங்கட் சாமிநாதன். தருமு சிவராமு போன்றவர்கள் மணிக்கொடி முன்னோடிகளை உள்வாங்கிக் கொண்டு மரபை முன்னெடுத்துச் செல்ல முயன்றனர். விடுதலைக்குப் பின் மணிக்கொடி முன்னோடிகள் அரசியலுக்கும் இலக்கியத்திற்குமான தொடர்பினைத் துண்டித்துக் கொண்டனர். அதுபோல் இலக்கியத்திற்கும் பிறகலைகளுக்குமான

தொடர்பினையும் புறக்கணித்தனர். இப்போக்கோடு முரண்பட்ட இளம்விமர்சகர்கள் தங்களுடையதான பாதையைத் தீர்மானித்துக் கொண்டனர். இந்தச் சூழலில் தமிழ்ச்சிற்றிதழ் இயக்கம் வேகம் பெறத் தொடங்கியது.

சிற்றிதழ் விமர்சகர்கள் இலக்கியத்தின் மகிழ்வூட்டல் பண்பை வெறுத்தனர். தேர்ந்த வாசகர்களை முன்னிறுத்தி, படைப்பாளி இயங்க வேண்டியதின் அவசியத்தைத் தங்கள் விமர்சனங்களில் வலியுறுத்தினர். சிற்றிதழ் விமர்சனப் போக்கு அதற்கான அடையாளங்களோடு வளர்ச்சிக் கண்டது. இப்போக்கை சிறுவட்டத்திற்கான இலக்கியமாக மார்க்சிய முதல் தலைமுறை விமர்சகர்கள் தவறாக இனங்கண்டதால் விமர்சன மோதல்களும், அதன் அடிப்படையிலான இலக்கிய அரசியலும் தமிழில் வேர் கொண்டன. மார்க்சிய விமர்சகரான கைலாசபதி கடுமையான மொழியில் விமர்சிக்கப்பட்டார். கைலாசபதி மணிக்கொடி முன்னோடிகளின் இலக்கியப் பங்களிப்பை மறுதலித்தார். சிற்றிதழின் இலக்கிய அரசியல் மணிக் கொடியிலேயே தோற்றம் கொண்டிருந்தாலும் இக்காலக் கட்டத்தில்தான் அது வேகம் பெற்றது.

ஒத்த சிந்தனையாளர்கள் தங்களுடையதான இதழைத் தோற்று வித்துக் கொண்டனர். சிந்தனைகளில் கருத்து வேறுபாடு தோற்றங் கொண்டபோது, வேறு இதழைத் தோற்றுவித்தனர். இந்தச் சூழலில் சிற்றிதழ்கள் தோன்றி மறைந்து கொண்டிருந்தன. எழுத்து இதழிலிருந்து தோற்றம் கொண்ட இளம் படைப்பாளிகளின் இதழான நடை, எழுத்து இதழின் ஆயுளுக்கு நிகரான ஆயுளைப் பெறவில்லை. இலக்கியச் சிற்றிதழ்கள் நிலையற்ற ஆயுளைக் கொண்டிருந்தாலும் விமர்சன மரபில் தங்களுடையதான பதிவை நிகழ்த்தியுள்ளன. தமிழ்ச் சிற்றிதழ்ச் சூழலில் தோற்றங்கொண்ட இரு முக்கிய விமர்சகர்களாக வெங்கட் சாமிநாதனையும், தருமு சிவராமையும் குறிப்பிட வேண்டும். வெங்கட் சாமிநாதன் தன்னுடையதான தனித்த பார்வையினைக் கொண்டுள்ளார். தன் பார்வைக்கு நேர்மையாக இயங்கவும் செய்தார். இலக்கியத்தைக் கலையின் ஒரு உட்பிரிவாக இனங்கண்ட சாமிநாதன் கலையின் ஒட்டுமொத்த எழுச்சியே இலக்கிய வளர்ச்சியைத் தோற்றுவிக்கும் என்றார். தமிழ்ச் சூழலில் கலை வளர்ச்சிக்கான உந்து சக்தியின் வீழ்ச்சியே இலக்கியத்திலும் பின்னடைவிற்குக் காரணம் என்றார். தமிழ்விமர்சன மரபு வெங்கட் சாமிநாதனின் விமர்சனப் பதிவுகளினூடாக விரிவான தளத்தினைப் பெற்றுக் கொண்டது. வெங்கட் சாமிநாதனின் சமகால விமர்சகரான

தருமு சிவராம் இலக்கியப் படைப்புகளின் ஆழங்களைத் துலக்குவதையே தன் விமர்சன செயல்பாடாகக் கொண்டியங்கினார். கலையின் பிற வடிவங்களைச் சார்ந்திராத இலக்கியத்தின் தனித்த இருப்பின் மீது நம்பிக்கைக் கொண்டிருந்தார். இந்த இரு விமர்சகர் களுக்கிடையில் சிந்தனை ரீதியாகத் தோற்றங்கொண்ட விவாதம் ஆளுமைகளின் மோதலாகச் சிற்றிதழ்ச் சூழலில் நிகழ்ந்து கொண்டிருந்தது.

அறுபதுகளில் நவீனத்துவம் ஓர் இலக்கியப் போக்காக வலுப்பெற்ற போது கசடதபற சிற்றிதழ் வரிசையில் தன்னையும் சேர்த்துக் கொண்டது. படிமம், குறிப்புணர்த்தும் பாங்கு, துல்லியமான மொழி ஆகியன விமர்சன மதிப்பீடுகளின் அடிப்படைகளாக அமைந்தன. சிற்றிதழ் இயக்கம் யாத்ரா, கொல்லிப்பாவை என விரிவு கண்டபோது சுந்தர ராமசாமி போன்ற விமர்சன உணர்வு கொண்ட படைப்பாளி களும் விமர்சனத்தில் ஈடுபாடு கொண்டனர். தமிழ் இலக்கிய விமர்சன மரபின் வளர்ச்சியில் விமர்சன உணர்வு கொண்ட படைப்பாளிகளின் பங்களிப்பு மகத்தானது. இலக்கியம் குறித்ததான தங்கள் எண்ணங் களை அவ்வப்போது வெளியிட்டுக் கொண்டிராமல் தீவிரமான திறனாய்வுச் செயல்பாடுகளில் தொடர்ந்து ஈடுபட்டு வந்தனர். சுந்தர ராமசாமி விமர்சனத்திற்கென்றே காலச்சுவடு இதழையும் தோற்றுவித்தார். ஆரம்ப நாள்களில் சிற்றிதழாக இயங்கிய காலச்சுவடு பிறகு நடுநிலை இதழாக உருமாறியது. இது தமிழ்ச் சிற்றிதழ் மரபின் வீழ்ச்சியை அடையாளப்படுத்தியது.

தமிழ்ச் சிற்றிதழ் மரபையும் விமர்சன மரபையும் இணையாகவே காணவேண்டும். ஒன்றில்லாமல் இன்னொன்றின் வளர்ச்சியை மதிப்பிடவும் இயலாது. அறுபதுகளின் பிற்பகுதியில் மார்க்சிய விமர்சகரின் இரண்டாம் தலைமுறையினர் சிற்றிதழ் இயக்கத்தில் தங்களையும் இணைத்துக் கொண்டனர். படிகள், பரிணாமம், பிரக்ஞை, இலக்கு, நிகழ் போன்ற இதழ்களை இவ்வகையில் குறிப்பிட வேண்டும். கோ. கேசவன், எஸ்.வி. ராஜதுரை, ஞானி போன்ற இரண்டாம் தலைமுறையினர் மார்க்சியத்தை ஒரு மெய்யியலாக இனங்கண்டு அதன் அடிப்படையில் இயங்கினர். மார்க்சிய விமர்சன மரபு புதுப்பரிமாணம் பெற்றது.

எண்பதுகளில் அமைப்பியல் தமிழிற்கு அறிமுகமானது. அமைப்பியல் குறித்த தமிழவனின் நூல் இந்திய மொழிகளுள் முன்னோடியானது. பூரணச்சந்திரன், நோயல் இருதயராஜ்

போன்றவர்கள் தமிழ் விமர்சன மரபின் இப்புதிய வளர்ச்சியில் பங்கு கொண்டனர். 90-களில் பின்னமைப்பியலும், பின் நவீனத்துவமும் புதிய வரவாக அமைந்தன. ரமேஷ்-பிரேம், அ. மார்க்ஸ் போன்ற விமர்சகர்களை இதில் குறிப்பிட வேண்டும். அமைப்பியல், பின்அமைப்பியல், பின்நவீனத்துவம் ஆகிய இலக்கியப் போக்கைச் சார்ந்த படைப்புகள் பெருவாரியாக வெளிவராத காரணத்தால் இப்போக்கில் அமைந்த விமர்சனம் தமிழில் போதுமான அளவிற்கு வேர் கொள்ளவில்லை என்பதையும் குறிப்பிடவேண்டும்.

90-களில் இலக்கிய விமர்சன உணர்வு கொண்ட படைப்பாளியான ஜெயமோகன் தமிழ் விமர்சன மரபைப் புதிய வளர்ச்சிக்கு இட்டுச் சென்றுள்ளார். புதிய திறனாய்வுக் கோட்பாடுகளை முழுமையாகச் சார்ந்திராது அனைத்து இலக்கியப் போக்குகளின் நற்கூறுகளைத் தன்னகத்தே கொண்டு தன்னுடையதான பாதையை வகுத்துக்கொண்ட விமர்சகர் ஜெயமோகன்.

சமகாலத்தில் விமர்சன மரபில் இயங்கும் தமிழவன், வேதசகாய குமார், ராஜ்கௌதமன், அரசு போன்றோர் பேராசிரியர்களாகப் பணிபுரிபவர்களே. ஆனால் இவர்களுடைய விமர்சன செயல்பாடு சிற்றிதழ் சார்ந்ததாகவே அமைகின்றது.

ஈழத்தில் தமிழ்நாட்டினைச் சார்ந்திராத தனித்தன்மைக் கொண்ட ஒரு விமர்சன மரபு வளர்ந்து வளம் பெற்றுள்ளது. 19ஆம் நூற்றாண்டில் ஈழத்தில் இலக்கியப் புலமையாளர்களே செல்வாக்குப் பெற்றிருந்தனர். 20ஆம் நூற்றாண்டின் துவக்கத்தில் சைவச் சார்புடைய தமிழ்க் கல்வியாளர்களே இலக்கியச் சூழலைத் தீர்மானித்திருந்தனர். ஆனால் உயர்கல்வி விரிவடைந்தபோது கல்வி வட்டம் சார்ந்த விமர்சன மரபு தோற்றங் கொண்டது. கைலாசபதி, கனகரத்தினா, கா. சிவத்தம்பி போன்ற விமர்சகர்களைக் குறிப்பிட வேண்டும். இவர்கள் அனைவரும் மார்க்சிய சிந்தனைச் சார்புடையவர்களே. இவர்கள் தோற்றுவித்த இலக்கிய அரசியலைக் கேள்விக்குள்ளாக்கி மு. தளையசிங்கம் விமர்சனக் குரலை எழுப்பியபோது ஈழத்தமிழ் விமர்சன மரபு ஒரு புதிய பரிமாணத்தை அடைந்தது. தளையசிங்கத்தின் ஏழாண்டு இலக்கிய வளர்ச்சி தமிழில் மிகச்சிறந்த இலக்கிய விமர்சன நூலாக அமைகிறது. நுஃமான் போன்ற அடுத்த தலைமுறை விமர்சகர்கள் மார்க்சிய விமர்சன மரபை அடுத்த காலக்கட்டத்திற்குச் செலுத்துவதில் வெற்றியும் கண்டுள்ளனர். ஈழத்தமிழர்கள் உள்நாட்டுக் கலகத்தின் காரணமாக ஐரோப்பாவில் புகலிடம் தேடியபோது

ஐரோப்பிய நகரங்களிலிருந்தும் இலக்கிய இதழ்கள் வெளிவரத் துவங்கியுள்ளன. தமிழ் இலக்கியமும், விமர்சனமும் உலகளாவிய பார்வையைப் பெறத் துவங்கியுள்ளன. சமகாலத்தில் இணைய தளத்தின் ஊடாகவும் இலக்கிய விமர்சனம் இயங்கிவருகிறது.

தமிழ் விமர்சனத்தின் வரலாற்றினை எழுதும் முயற்சிகள் தமிழில் நிகழ்ந்துள்ளன. ஆனால் இம்முயற்சிகள் போதிய ஆவணங்களைத் திரட்டியிராததின் காரணத்தினால் இடைவெளிகள் கொண்டனவாகவே அமைகின்றன. திரட்டப்பட்ட ஆவணங்களின் அடிப்படையில் தமிழ் விமர்சன வரலாற்றினை மறுவரைவு செய்வதின் கட்டாயம் இங்கு எழுகிறது.

1

அகத்தூண்டுதல் (inspiration). அகத்தூண்டுதல் என்பது, படைப்பு இயக்கத்தில் படைப்பாளி தன்னினும் மேலான சக்தியின் தூண்டுதலின் காரணமாக இயங்குகிறான் என்னும் நம்பிக்கை. உலகளாவிய நிலையில் இந்த நம்பிக்கை இருந்துள்ளது. பிளேட்டோ காலம்தொட்டு இந்த நம்பிக்கை தொடர்ந்துள்ளது. அகத்தூண்டுதல் திறமையற்ற கவிஞனையும் கவிபாடச் செய்யும் வல்லமை கொண்டது. தூண்டுதல் இல்லாத நிலையில் திறமையான கவிஞன் நல்ல கவிதைபாட இயலாது. இதன் காரணமாகவே நூலில் இறைவனை வேண்டும் மரபு எழுந்தது. கவி பாடுவது இச்சைக்கு உட்பட்டதல்ல என்னும் கருத்து இதன் அடிப்படையில்தான் எழுந்தது.

தமிழிலும் இப்போக்கு நெடுங்காலமாக இருந்து வந்துள்ளது. சங்க இலக்கியத்தில் கடவுள் வாழ்த்துப்பாடும் மரபு இல்லை. மதுரைக் காஞ்சியின் துவக்க வரிகள் கடவுள் வாழ்த்தாக அமையாததையும் குறிப்பிட வேண்டும். தொகை நூற்களில் கடவுள் வாழ்த்து பின்னால் தொகுக்கும்போது இணைக்கப்பட்டிருக்க வேண்டும். புறநானூறுக்கு பெருந்தேவனார் பாடிய கடவுள் வாழ்த்தைக் குறிப்பிட வேண்டும். இப்பாடல் பிற்காலத்தைச் சார்ந்தது. சிலப்பதிகாரத்தின் ஆரம்ப வரிகள் கடவுள் வாழ்த்தாக ஏற்கும் நிலையில் உள்ளன. ஆனால் பிற்கால நூற்களைப் போல் கடவுளை வேண்டுவதாக அமைய வில்லை. பதினென்கீழ்க்கணக்கு நூற்களின் காலம்தொட்டு கடவுள்வாழ்த்து மரபாக நிலைபெற்றுள்ளது. வடமொழி மரபில் துவக்ககாலம் முதல் இந்த நம்பிக்கை இருந்துள்ளது. பக்தி இலக்கியக் காலகட்டத்தில் இறைத்தூண்டுதல் குறித்த நம்பிக்கை உச்சத்தில் இருந்துள்ளது. இறையடியார்களை, இறைவனே பாடத் தூண்டுகிறார். காப்பியங்களிலும் கடவுள் வாழ்த்து இடம் பெற்றுள்ளது. இருபதாம் நூற்றாண்டில் இந்த நம்பிக்கை படிப்படியாக மறைந்துள்ளது. குயில்பாட்டில் பாரதி கடவுள் வாழ்த்து பாடவில்லை. ஆனால் பாஞ்சாலி சபதத்தில் சரஸ்வதி வணக்கத்தை இணைத்துள்ளார். சமகாலப் படைப்பாளிகள் இந்த நம்பிக்கையை முழுமையாக இழந்துவிட்டுள்ளனர்.

உளவியல் அடிப்படையில் அகத்தூண்டுதல் மனித நினைவிலி மனதில் தோன்றுவதாக நம்பப்படுகிறது. அடக்கிவைக்கப்பட்ட உணர்வுகள் நினைவிலி மனதில் நிலைகொண்டுள்ளன. இவை படைப்பிற்கு ஊற்றாக அமைகின்றன.

அகத்தூண்டுதல் குறித்ததான நம்பிக்கை, உளவியல் வளர்ச்சிக் காரணமாக இறை சக்தியிடமிருந்து விடுதலை பெற்றுள்ளது.

2

அகவயமான - புறவயமான (subjectivity - objectivity). இலக்கியத்தின் தோற்றத்தினை விளக்கும் திறனாய்வுக் கலைச்சொற்கள் இவை. படைப்பாளி, படைப்பு இயக்கத்தில் தன் சொந்த அனுபவத்தை முழுமையாகச் சார்ந்து இயங்குவதை 'அகவயமான' என்னும் சொல் குறிக்கிறது. 'புறவயமான' என்னும் சொல், படைப்பாளி படைப்பு இயக்கத்தில் தனக்கு வெளியே இயங்கும் புறஉலகின் மீதான அக்கறையின் காரணமாகப் படைப்புத்தோற்றம் கொள்வதை விளக்குகிறது. இங்கு படைப்பாளி தன்னிலிருந்து இலக்கியப் படைப்பை முழுமையாக விடுவித்துக்கொள்கிறான். படைப்பில் தன்னை வெளிப்படுத்த முனைப்புகொள்வதில்லை. படைப்புலகிற்கும், படைப்பாளிக்குமிடையே ஓர் இடைவெளி வற்புறுத்தப்படுகிறது. புறவயமான என்னும் சொல்லிற்கு எதிரிடையாக அகவயமான என்னும் சொல் அமைகிறது. அனுபவம் முழுமையாகக் கலைஞனின் அகவுலகம் தொடர்பானது. அனுபவம் இன்னதென்று முடிவு செய்யப்பட்டு அதற்கு இசைவான வடிவம் தரப்படுவது இல்லை. படைப்பு இயக்கத்தில் திட்டமிட்ட செயல்பாடும் நிறுவப்பட்ட வழிமுறைகளும் கையாளப்படுவதில்லை. அனுபவம் இன்னதென்று உணரும் போதே கலைவடிவம் தீர்மானிக்கப்பட்டு விடுகிறது. கலைஞனின் மனம், அனுபவம், இலக்கியப்படைப்பு இம்மூன்றும் நெருக்கமான பிணைப்பினைக் கொண்டவை. அனுபவம் கலைஞனின் அகவுலகம் தொடர்பானது என்பதால் அது தனித்துவமானது. கலைப் படைப்பில் கலைஞனின் அகவுலகின் வெளிப்பாடான அனுபவத்தையும் உருவத்தையும் பிரித்தறிய இயலாது.

இலக்கியத்தின் தோற்றம் குறித்ததான இந்தச் சிந்தனை 18ஆம் நூற்றாண்டின் இறுதியில் ஜெர்மன் மொழியில் தோற்றம்

கொண்டது. காண்ட் 'தத்துவம்' நிகழ்த்திய தாக்கத்தின் விளைவாக இந்த சிந்தனை உருப்பெற்றது. 19ஆம் நூற்றாண்டில் ஆங்கிலத்தை வந்தடைந்தது.

தமிழில் முப்பதுகளில் மணிக்கொடி காலகட்டத்திலேயே இந்தச் சிந்தனை வேரூன்றியுள்ளது. புதுமைப்பித்தன் அகவயமான பார்வையை வற்புறுத்தியுள்ளார். நவீனத்துவக் காலகட்டத்தில் அகவயமான நிலைப்பாடு ஏற்பினைப் பெற்றது. மார்க்சிய விமர்சகர்கள் புறவயமான நிலைப்பாட்டினை வற்புறுத்தியுள்ளனர். தன்வரலாறு, தன்வரலாற்று நாவல்கள் போன்றவற்றை அகவய நிலைப்பாட்டிற்கு எடுத்துக்காட்டுகளாகச் சுட்ட வேண்டும். முற்போக்கு நாவல்கள் புறவயமான நிலைப்பாட்டிற்குச் சான்றாக விளங்குகின்றன. படைப்பு இயக்கத்தில் அகவயமான, புறவயமான இயக்கங்கள் ஒருங்கே செயல்படவும்கூடும். தனித்த அவன் பார்வை முழுமையாக அகவயமான இயக்கத்தின் வெளிப்பாடாக அமையும் போது, வடிவ ஒழுங்கமைப்பு போன்றவற்றில் புறவயமான இயக்கம் தவிர்க்க இயலாது இடம்பெறுகிறது. தற்காலத்திய இலக்கியக் கோட்பாடுகள் புறத்திலிருந்து துண்டிக்கப் பட்ட அகத்தைக் கேள்விக்குள்ளாக்குகின்றன. அகம் என்பது, தனி மனிதனுக்கு வெளியே இயங்கும் புறவுலகால் கட்டமைக்கப் பட்டதாக அமைகிறது. இது படைப்பு இயக்கத்தில் தனிமனித அகத்தைக் கேள்விக் குள்ளாக்குகிறது.

3

அங்கதம் (satire). மனித குறைபாடுகளை எள்ளி நகைப்பதே அங்கதம். அங்கதத்தில் தாக்குதலும் நகையும் இணைந்தே இருக்கும்.

அங்கதம் உலகளாவிய மொழிகளில் அனைத்துக் காலகட்டத்திலும் அழகியல் கூறாக நிலைத்துள்ளது. ஆங்கிலத்தில் Satire என்னும் சொல்லுக்கு இணையாகத் தமிழில் அங்கதம் குறிப்பிடப்படுகிறது. தொல்காப்பியர் குறிப்பிடும் இலக்கிய விமர்சனக் கலைச்சொல்லாக அங்கதம் அமைகிறது. 'வசையொடும் நகையொடும் பொருந்தி வரும்' என்னும் தொல்காப்பிய உரையாசிரியர் இளம்பூரணரின் விளக்கம் எக்காலத்திற்கும் உகந்த விளக்கமாகவே அமைந்துள்ளது.

அங்கதம் குறித்த செய்திகள் தொல்காப்பிய செய்யுளியலில் இடம் பெற்றுள்ளன. தொல்காப்பியம் அங்கதச் செய்யுள் நிகழும்

சூழலையும் குறிப்பிட்டுள்ளது. 'அகத்திணையுள் கைக்கிளை, பெருந்திணை பற்றியும், பிரிவுக் காலத்தில் தோழி இயற்பழித்தலும் பரத்தையர் கூற்றும் ஆகியவை பற்றியும் வரும், புறத்திணையுள் 'காஞ்சித்திணைப் பொருள்' பற்றியும், 'கொடுப்போர் ஏத்திக் கொடாஅர்ப்பழித்தல்', 'வஞ்சினம் கூறல்' முதலியவை பற்றியும் வரும்.' அங்கதப் பாட்டின் அடிவரையறையையும் தொல்காப்பியம் குறித்துள்ளது. 'அங்கதப்பாட்டிற்கு ஈரடிச் சிறுமையும் பன்னீரடிப் பெருமையும் கொள்ளப்படும். வசைப்பாட்டாகிய அங்கதப் பாட்டின் அளவு குறுவெண்பாட்டுப்போல ஈரடிச் சிறுமையும் நெடு வெண்பாட்டுப் போலப் பன்னீரடிப் பெருமையும் ஆம்.' தொல்காப்பியம் செம்பொருள் அங்கதம், பழிகரப்பு அங்கதம் என்னும் அங்கதத்தின் இருவகைகளையும் சுட்டியுள்ளது. வசைபோன்று புகழ்தல் செம்பொருள் அங்கதம்.

இவ்வே, பீலி அணிந்து, மாலை சூட்டி,
கண் திரள் நோன் காழ் திருத்தி, நெய் அணிந்து,
கடியுடை வியல் நகரவ்வே; அவ்வே,
பகைவர்க் குத்தி, கோடு, நுதி, சிதைந்து,
கொல் துறைக் குற்றிலமாதோ என்றும்
உண்டாயின் பதம் கொடுத்து,
இல்லாயின் உடன் உண்ணும்
இல்லோர் ஒக்கல் தலைவன்
அண்ணல் எம் கோமான், வைந் நுதி வேலே (புறம் 95)

இந்தப் பாடல் ஔவை அதிகமானைப் பழிப்பதுபோல் புகழ்கின்றது. இது செம்பொருள் அங்கதம். புகழ்வதுபோல் பழித்தல் பழிகரப்பு அங்கதமாகிறது. 'நூற்றுவர் தலைவனைக், குறங்கறுத்திடுவான் போல்.' இப்பாடல் வரியில் இடைக்குக்கீழ் தாக்கிக் கொல்லுதல் மேம்பட்ட மறத்திற்கு இழுக்கு. எனவே புகழ்வதுபோல் பழிக்கின்றது. தமிழ் தொகை நூல்களில் அங்கதச் சுவைகொண்ட பல பாடல்களைக் காணமுடிகிறது. காளமேகம் போன்ற பிற்காலக் கவிஞர்களும் அங்கதத்தைக் கையாண்டுள்ளனர். எனினும் வடமொழியில் மத்தவிலாசபிரகசனம் போன்று முழுவதும் அங்கதச் சுவைகொண்ட தனி இலக்கியப் படைப்புகள் தமிழில் இல்லாததைக் குறிப்பிடவேண்டும்.

இருபதாம் நூற்றாண்டு ஆங்கில இலக்கியத்தில் அங்கதம் சிறந்த அழகியல் கூறாக அமைந்துள்ளது. மதியின்மையையும்

கொடுமையையும் கண்டிக்கிற கவிதை வடிவமாக அங்கதக் கவிதைகள் இனங்காட்டப்படுகின்றன. போலித்தனங்களையும் பொறாமையையும் நீக்கும் அருமருந்தாக அங்கதம் மதிப்பிடப் படுகிறது. ஐரோப்பியச் சூழலில் அங்கதம் கிரேக்க காலந்தொட்டு அழகியற் கூறாக மதிப்பிடப்பட்டுள்ளது. 17ஆம் நூற்றாண்டின் பிற்பகுதியில் ஆங்கில இலக்கியத்தில் முக்கிய இடத்தை வகித்துள்ளது. சமகாலத் தமிழ் இலக்கியத்தில் கவிமணியின் மருமக்கள்வழி மான்மியம் சிறந்த அங்கதக் கவிதையாக மதிப்பிடப் படுகிறது.

புதுக்கவிதையில் அங்கதம் மறுஉயிர்ப்புக் கண்டுள்ளது. ஞான கூத்தன், பசுவய்யா போன்ற கவிஞர்களின் கவிதைகளைக் குறிப்பிடவேண்டும். புனைகதையில் புதுமைப்பித்தன் கதைகளில் அங்கதம் அழகியல் கூறாகப் படிந்துள்ளது.

தொல்காப்பியர் காலந்தொட்டு சமகாலம்வரை அங்கதம் அழகியல் கூறாக அமைந்துள்ளது.

விரிவான வாசிப்பிற்கு. வையாபுரிப்பிள்ளை, முகவுரை, மருமக்கள்வழி மான்மியம், காலச்சுவடு பதிப்பகம் (2009).

4

அணி. அணி என்பது வடமொழி அலங்காரத்தின் தமிழ் மொழிபெயர்ப்பு.

தொல்காப்பியம், உவமையைக் கவிதையின் பொருள் புலப்படுத்தும் கருவியாகக் காண்கின்றது. தொல்காப்பிய உரையாசிரியரான இளம்பூரணரோ 'அலங்காரமாகி கேட்டார்க்கு இன்பம் பயப்பது' என உவமையை விளக்குகின்றார். தொல்காப்பியத்தின் பொருளதிகாரத்தில் உணர்த்தப்பட்ட பாடல் குறித்ததான செய்திகள் பிற்காலத்தில் தனித்தனி நூல்களாக வளர்ச்சியடைந்துள்ளன. அகப்பொருள், புறப்பொருள் நூல்களும், யாப்பு குறித்த நூல்களும் எழுந்துள்ளன. எழுத்து, சொல், பொருள் என்னும் இலக்கணத்தின் உட்பிரிவுகள் எழுத்து, சொல், பொருள், யாப்பு, அணி என ஐந்தாக வளர்ச்சியடைந்தன. 11ஆம் நூற்றாண்டில் எழுந்த வீரசோழியம், வடமொழி தாக்கத்தை வெளிப்படையாகவே முன்வைத்தது. வடமொழி யாப்பினைத் தமிழ் யாப்பினோடு இணைத்தது. வடமொழி அலங்காரத்தை அணி எனும் ஐந்தாவது பிரிவாகக் கொண்டது. வீர சோழியத்தைத் தொடர்ந்து அணியிலக்கணம் தமிழில்

வளர்ச்சியடைந்தது. தொடர்ந்து அணியிலக்கணத்திற்கென தனி நூல்களும் தோற்றம் கொண்டன. பன்னிரெண்டாம் நூற்றாண்டில் முதல் நூலான தண்டியலங்காரம் தோற்றம் கொண்டது. தண்டியலங்காரம், வடமொழி தண்டியால் எழுதப்பட்ட காவிய தர்ஷம் என்ற 'அலங்கார சாஸ்திரத்தை' முதல் நூலாகக்கொண்டு எழுந்த வழிநூல். வடமொழி தண்டி ஏழாம் நூற்றாண்டைச் சார்ந்தவர். காஞ்சியில் பல்லவர் காலத்தில் வாழ்ந்தவர். தமிழ் அறிந்தவர் என்று கருதவும் இடம் உண்டு. வீரசோழியமும் அணியிலக்கணத்திற்கு இதனையே முதல் நூலாகக் கொண்டுள்ளது. தண்டியலங்காரத்திற்கு முன்பாகவே எட்டாம் நூற்றாண்டில் அணியியல் எனும் நூல் இருந்ததாக உரை நூல்களில் தரப்பட்டுள்ள மேற்கோள்களை வைத்து சிலர் முடிவு செய்கின்றனர். ஆனால் மாறனலங்காரம் சுட்டும் அணியியல் தண்டியலங்காரமே என்று கூறமுடியும்.

தண்டியலங்காரத்தினைத் தொடர்ந்து பதினாறாம் நூற்றாண்டில் மாறனலங்காரம் எழுந்துள்ளது. அதனைத் தொடர்ந்து குவலையானந்தம் என்னும் நூல் எழுந்தது. பத்தொன்பதாம் நூற்றாண்டில் வடமொழி அலங்கார சாஸ்திர நூலான சந்திராலோகம் மொழிபெயர்க்கப்பட்டது. பத்தொன்பதாம் நூற்றாண்டில் மேலும் நூல்கள் எழுந்துள்ளன. தண்டியலங்காரம் 35 அணிகளைச் கூறும்பொழுது, மாறனலங்காரம் 84 அணிகளைச் சுட்டியுள்ளது. குவலையானந்தம் 100 அணிகளைக் குறித்துப் பேசுகிறது. அணிகளின் எண்ணிக்கை காலந்தோறும் பெருக்கப்பட்டுள்ளது.

அணியிலக்கணங்கள் அணிகளைப் பொருளணி, சொல்லணி என இரு பிரிவாகத் தந்துள்ளன. பொருளுக்கு முக்கியத்துவம் தருவன பொருளணிகள். சொல்லுக்கும், ஓசைக்கும் முக்கியத்துவம் தருவன சொல்லணிகள். குறிப்பிட்ட சில அணிகள் சொல்லணியா பொருளணியா என்ற கருத்துவேறுபாடும் உண்டு. பொருள் புலப்படுத்துதலில் எழும் நுட்பமான வேறுபாடுகளே புதுப்புது அணி பிறப்பிற்குக் காரணமாக அமைகின்றன. குறிப்பிட்ட அணிக்கு ஒவ்வொரு நூலாசிரியரும் வெவ்வேறு பெயரையும் சூட்டியுள்ளனர்.

வடமொழியிலும் உவமையே அணிகளின் தாயாகக் கருதப் படுகிறது. தொல்காப்பியத்தின் உவமையியலிலிருந்தும், அகத் திணையியலிலிருந்தும் பிற்கால அணியிலக்கணங்கள் கூறும் செய்திகளைச் செறிவாக உணர முடியும். மடக்கணிகளும், சித்திரக்

கவிகளும் சொல்லணிகளாக இனம் காணப்படுகின்றன. குறிப்பிட்ட சித்திரத்திற்குள் பாடலை மறைவாக அமைப்பதும் சித்திரத்திலிருந்து பாடலை விடுவிப்பதும் சித்திரக் கவியாகிறது. 41 வகை சித்திரக் கவிகளை அணியிலக்கண நூல்கள் உணர்த்துகின்றன.

அணியிலக்கண நூற்களுள் தண்டியலங்காரமே சமகாலத்தில் முக்கியத்துவம் பெற்றுள்ளது.

5

அந்தாதி. அந்தாதி, பிரபந்த இலக்கிய வடிவங்களுள் ஒன்று. பிரபந்த இலக்கிய வடிவங்களுள் காலத்தால் பழமையானதாக அந்தாதியைக் குறிப்பிட வேண்டும்.

பக்தி இலக்கிய காலகட்டத்தில் அந்தாதி தோற்றம் கண்டுள்ளது. காரைக்கால் அம்மையாரின் அற்புதத் திருவந்தாதி காலத்தால் பழைமை யானதாக அமைகிறது. ஆறாம் நூற்றாண்டைச் சார்ந்ததாக இதனைக் குறிப்பிட வேண்டும். இருபதாம் நூற்றாண்டுவரை தொடர்ந்து இவ்வடிவம் கவிஞர்களின் கவனத்தை ஈர்த்துள்ளது.

முதற்பாட்டின் இறுதி எழுத்து, அசை, சீர் ஆகியவற்றில் ஒன்றைத் தொடர்ந்துவரும் பாட்டின் ஆதியாகத் தொடுப்பது அந்தாதி. அந்தாதி யாப்பின் ஒரு வடிவமாக அமைகிறது. சங்கப்பாடல்கள் மிகப்பெரும் பான்மையும் தனிப்பாடல்களாகவே அமைகின்றன. ஆனால் பதிற்றுப்பத்தும் ஐங்குறுநூறும் பத்துப்பத்து பாடல்கள் கொண்ட தொகையாக அமைகின்றன. தனிப்பாடல்களில் அந்தாதியாப்பிற்கு இடமில்லை. தொகைப்பாடல்களில் சங்க இலக்கியத்திலேயே அந்தாதியாப்பு இடம் பெற்றுள்ளது. பதிற்றுப் பத்தின் நான்காம் பத்தும், ஐங்குறுநூறில் தொண்டிப்பத்தும் அந்தாதி யாப்பில் அமைந்துள்ளன. ஆனால் இவற்றை அந்தாதிப் பிரபந்த மாகக் கொள்ளமுடியாது. தொடர்ந்து திருவாசகம், நாலாயிரத் திவ்ய பிரபந்தம், திருமந்திரம் ஆகியவற்றிலும் அந்தாதி யாப்பு பாடற்பொருளை வாசக மனதிற்கு எளிதாக உணர்த்தும் தன்மை உள்ளது. பின்னால் அந்தாதி என்னும் பிரபந்தம் அமைய இதுவே காரணமாக அமைந்தது. அந்தாதி பெரும்பான்மையும் சமயத்துறை சார்ந்த பாடற்பொருளைக் கொண்டுள்ளது.

பன்னிருபாட்டியல் முதலாக எல்லாப் பாட்டியல் நூற்களும் அந்தாதியின் இலக்கணத்தைக் கூறியுள்ளன. பன்னிருபாட்டியல்

'அந்தாதித்தொகை' எனக் குறிப்பிட்டுள்ளது. வெண்பா யாப்பினை இதற்கு உரியதாகச் சுட்டுகிறது. எப்பொருளைக் குறித்தும் அந்தாதி பாடலாம் என்கிறது. பெரும்பான்மையான அந்தாதிப் பிரபந்தங்கள் 100 பாடல்களைக் கொண்டனவாக அமைகின்றன.

பாட்டியல் நூற்கள் அந்தாதியை ஒலி அந்தாதி, பதிற்றந்தாதி, நூற்றந்தாதி, கலியந்தாதி என நான்காக வகை செய்துள்ளன. ஒலி அந்தாதி ஒலியின் அடிப்படையில் பெயர்பெறுகிறது. ஒவ்வொரு அடிக்கும் 16 கலை வைப்பாக நான்கு அடிகளில் 64 கலை வைப்புகள் அமைய பாடப்படுவது ஒலி அந்தாதி. வெண்பா, கலித்துறை, அகவல் போன்றன இதற்குரிய யாப்புகளாக அமைகின்றன. 100 பாடல்களைக் கொண்ட அந்தாதி நூற்றந்தாதி. வெண்பா அல்லது கலித்துறை இதற்குரிய யாப்பாக அமைகிறது. ஒவ்வொரு பத்துப் பாடலும் தனித்தனிச் சந்தங்களில் அமையுமானால் அது பதிற்றுப் பத்தந்தாதி எனப் பெயர் பெறும். பெரும்பான்மையான அந்தாதி இலக்கியங்கள், இவ்விரு வகையையும் சார்ந்தனவாக அமைகின்றன. கலை வைப்பு 32ஆகக் குறையுமானால் அது கலியந்தாதியாகிறது.

இயமக அந்தாதி, திரிபு அந்தாதி, நீரோட்டக யமக அந்தாதி, சிலேடை அந்தாதி ஆகியனவும் அந்தாதியின் வகைகளாகச் சுட்டப் படுகின்றன. பாட்டின் நான்கு அடிகளிலும் முதற்சீரில் வந்த எழுத்துகளே திரும்ப வந்து, பிரித்துப் பொருள் காணும் போது நான்கு முதற்சீரும் நான்கு வேறு பொருள்களைச் சுட்டக்கூடுமானால் இது இயமக அந்தாதியாகிறது. இயமகம் ஐந்து எழுத்திற்கு மேலானதாக அமைவது சிறப்பு. நான்கு முதற்சீர்களிலும் முதல் எழுத்துகள் மட்டும் மாறுபட்டு, பொருள் வேறுபட்டு அமையுமானால் அது திரிபந்தாதி ஆகிறது. இங்கும் முதல்சீர் ஐந்து எழுத்துகளுக்கு மிக்கு அமைவது சிறப்பாகக் கருதப்படுகிறது. இதழ்கள் ஒன்றோடொன்று ஒட்டாத எழுத்துகளைக் கொண்டு பாடுவது நீரோட்டக யமக அந்தாதி. சிலேடைப் பாடல்களைக் கொண்டமையும் அந்தாதி சிலேடை அந்தாதி. 18, 19ஆம் நூற்றாண்டுகளில் மேலும் எண்ணற்ற வகைகள் தோற்றம் கொண்டன.

அந்தாதியில் சொற்புணர்ச்சி கடினமானதாக அமைகிறது. இரட்டுற மொழிதல், மூன்றுற மொழிதல், நான்குற மொழிதல் எனக் கவிதையின் சொல்லாட்சி தொழில்திறன் சார்ந்ததாக அமைந்ததனால் பிற்கால அந்தாதிகள் வாசிப்பினை இழந்தன. முதற்கால அந்தாதிகள் வெண்பாவை யாப்பாகக் கொண்டபோது, பிற்கால அந்தாதிகள்

பாவினங்களைப் பயன்படுத்திக் கொண்டன. ஏறத்தாழ 850 அந்தாதிகள் தமிழில் உள்ளன. இவற்றுள் பெரும்பான்மையும் இலக்கியத்தரம் கொண்டவை அல்ல. எனினும் அற்புதத் திருவந்தாதி, சடகோபரந்தாதி முதலிய இலக்கியத்தரமான அந்தாதிகளும் உள்ளன.

விரிவான வாசிப்பிற்கு. சண்முகப்பிள்ளை, சிற்றிலக்கிய வகைகள், மணிவாசகர் நூலகம் (1982).

6

அபத்த இலக்கியம். ஒழுங்கோ, இலக்கோ அற்ற வாழ்வில் இவ்விரண்டையும் குறித்து தேடுதல் நிகழ்த்தும் போது, தோற்றம் கொள்ளும் முரண்நகையைச் சித்திரிக்கும் இலக்கியம் அபத்த இலக்கியம். வாழ்வின் அர்த்த மின்மையை உணர்வு பூர்வமாக அறிய வரும்போது அபத்தநிலை தோற்றம் கொள்கிறது. கலைஞன், வாழ்வின் அர்த்தமற்ற நிகழ்வுகளின் ஊடாக வாழ்வின் அர்த்தத்தைத் தேடமுனையும் போது, அபத்தநிலை தவிர்க்க இயலாததாகிறது. பகுத்தறிவிற்கும், வாழ்வின் அர்த்த மின்மைக்கும் இடையே உள்ள முரண்பாடே இதற்குக் காரணமாகிறது. சர்தார் போன்ற கலைஞர்கள் அபத்தநிலையை உண்மைநிலையாகவே காண்கின்றனர். காம்யூவின் அந்நியன் நாவல் அபத்த இலக்கியத்திற்கு முன்னோடியாக அமைகிறது. ஃபெர்கெட், நாடக அரங்கிற்கு இதை எடுத்துச் சென்றார். இலக்கியத்தைவிட நாடகத்தில் இது அழுத்தமான செல்வாக்கைச் செலுத்தியது.

அபத்தநிலை, விடுதலைக்குப்பின் வந்த தமிழ் இலக்கியத்திலும், நாடகத்திலும் பாதிப்பைச் செலுத்தியுள்ளது. ந. முத்துசாமியின் நாற்காலிக்காரர் போன்ற நாடகங்களை இதற்குச் சிறந்த எடுத்துக் காட்டாகக் குறிப்பிட வேண்டும். பதவியை இலக்காகக் கொண்ட சமகால அரசியலின் அர்த்தமின்மையை முரண்நகைத் துலங்க இந்நாடகம் முன்வைத்துள்ளது. இலக்கியத்தில் சுந்தர ராமசாமி, நகுலன் படைப்புகளில் இதன் தாக்கத்தை இனம் காண இயலும். சுந்தர ராமசாமியின் 'பல்லக்குத் தூக்கிகள்' கதையினைச் சிறந்த எடுத்துக்காட்டாகக் குறிப்பிட வேண்டும். அவசர நிலைக்கால அடக்குமுறையை முரண்நகைத்துலங்க இந்தச் சிறுகதை சித்திரித்துள்ளது. மலை மீதிருக்கும் கோவிலுக்கு அதிகார பீடத்திலிருக்கும் பெரியவரைச் சுமந்து செல்ல பயிற்சி பெறும் உழைப்பாளிகளின் பயிற்சியைச் சிறுகதை அபத்த மொழியில்

சித்திரித்துள்ளது. அதிகாரம்; அதற்குக் கீழடங்கும் மனிதனின் அடிமைத்தனத்தினை முரண்நகைத் துலங்க கேலிக்குள்ளாக்குகிறது.

அபத்த இலக்கியம் வாழ்வின் அபத்தத்தை, அபத்த மொழியில் அனுபவமாக்குகின்றது. ஜெயமோகனின் பின்தொடரும் நிழலின் குரல் நாவலிலும் இதன் தாக்கத்தை உணரமுடியும். விடுதலைக்குப் பின்னரான தமிழ்ப் புனைகதை மற்றும் நாடகத்தில் குறிப்பிடத்தக்க போக்காக இதனைக் குறிப்பிட வேண்டும்.

விரிவான வாசிப்பிற்கு. ஆல்பர் காம்யூ, அந்நியன், மொ.பெ. ஸ்ரீராம், க்ரியா (1980).

7

அமைப்புமையவாதம் (structuralism). இது சசூரின் மொழியியல் சிந்தனையிலிருந்து தோற்றம் கொள்கிறது. படைப்பிற்கும் படைப்பாளிக்குமான உறவு, இலக்கிய வாசிப்பின் அகவயத்தன்மை ஆகியவற்றை முழுமையாக மறுக்கும் இலக்கியக் கோட்பாடு. பொதுபுத்தி சார்ந்த அனைத்து இலக்கியக் கோட்பாடுகளையும் அமைப்புமையவாதம் கேள்விக் குள்ளாக்குகிறது. அமைப்புமைய வாதம் இலக்கியம், மானுடவியல், சமூகவியல், உளவியல் என அனைத்துத் துறைகளிலும் தாக்கத்தைச் செலுத்துகிறது.

சசூர் மொழியைக் குறிகளின் ஒழுங்கமைவாகக் கண்டார். இந்த ஒழுங்கமைவு உறவுகளின் அமைப்பின் மூலம் செயல்படுகிறது. உறவுகளின் ஒழுங்கமைவு தன்னிச்சையானது. மொழியின் ஒழுங்கமைவு 'லாங்' என்னும் சொல்லில் குறிக்கப்படுகிறது. தனி மனிதனின் பேச்சுமொழி அல்லது உரை 'பரோல்' எனப்படுகிறது. 'லாங்' அருவமான ஒழுங்கமைவு. 'பரோல்' பேசுபவனின் உரிமைக்கு உட்பட்டது. ஆனால் லாங்கின் அமைப்பே பரோலின் அமைப்பைத் தீர்மானிக்கிறது. மொழியில் குறியும் குறிப்பானும் ஒரே அலகாகச் செயல்படும். குறிக்கு இயல்பான பொருள் ஒன்று கிடையாது. மாறாக உறவுகளின் காரணமாகவே குறி பொருள் பெறுகிறது. மொழிக்கு முன்பாகவோ, மொழிக்குப் புறம்போ பொருள் என்பதில்லை. மொழியின் ஒழுங்கமைவின்படியே பொருள் தீர்மானிக்கப்படுகிறது. எனவே பொருள் அமைப்பின்படி நிச்சயிக்கப்படுகிறது. மொழியின் பல்வேறு கூறுகளுக்கிடையிலான உறவுகளின் நெறிமுறையே அமைப்பு எனப்படுகிறது. மொழி

பேசப்படுவதும் புரிந்துகொள்ளப்படுவதும் இந்த அமைப்பின் அடிப்படையில்தான்.

சசூரின் மொழியியல் சிந்தனையை லெவிஸ்ட்ராஸ் மானுடவியலில் கையாண்டார். ப்ராப் ரஷ்ய நாட்டார் கதைகளின் மீதான ஆய்வில் பயன்படுத்தி வெற்றி கண்டார். இலக்கிய விமர்சனத்தில் பண்பாட்டுப் பின்னணியில் படைப்பைப் பகுத்தாராயும் போது பல அடுக்குகளால் ஆன துணை அமைப்பில் மறைந்துள்ள தத்துவம் வெளிப்படுமாறு உள்ளமைப்பைத் திறந்து காட்டுவதையே அமைப்புமையவாதம் இலக்காகக் கொள்கிறது. மொழியில் இலக்கியம் குறித்ததான தத்துவம் லாங்கிற்கு நிகராகிறது. தனியொருபடைப்பு, தனிப்பட்ட பேச்சுமொழியான பரோலை ஒத்திருக்கிறது. ஆகவே லாங்கிற்கும், பரோலிற்கும் இடையிலான உறவைப் பண்பாட்டின் முழுமையான கருதுகோளுக்கும் தனியொரு இலக்கியப் படைப்பிற்குமிடையே காண்கிறது.

அமைப்புமையவாதம் எதார்த்தத்தைப் படைப்பிற்கு வெளியே காண மறுக்கிறது. மொழி ஒழுங்கமைவைக்கொண்டு எந்த அளவிற்கு எதார்த்தத்தை உருவகப்படுத்த இயலுமோ அந்த அளவிற்கே எதார்த்தத்தின் இருப்பு நிலை உள்ளது. படைப்பாளி புதியதொரு இலக்கியப் படைப்பைப் படைக்கின்றான் என்பதல்ல. ஏற்கனவே மொழியிலுள்ள இலக்கியங்களை ஆராய்ந்து, ஏற்கவோ மறுக்கவோ செய்து முன்பிருந்த மரபிற்குப் புதிய உருவத்தைக் கொடுக்கிறான். எனவே தனக்கு முன்புள்ள மரபைப் பயன்படுத்திக் கொள்கிறான். அர்த்தம் ஒருபோதும் உருவாக்கப்படுவதில்லை. மாறாக, அதைத் தெரிந்துகொண்டு அதற்குப் புதிய உருவம் தரப்படுகிறது. படைப்பின் சுயத்தன்மை கேள்விக்குள்ளாக்கப் படுகிறது. அமைப்புமையவாதம் நவீனத்துவத்தின் விமர்சனப் பாங்கான நவீன விமர்சனத்தை மறுதலிக்கிறது. நவீன விமர்சனம் இலக்கியப் படைப்பாளியின் தனித்துவத்தின் வெளிப்பாடு என்பதை வலியுறுத்துகிறது. அமைப்பு மையவாத விமர்சகர்கள் படைப்பில் அமைந்துள்ள கண்ணுக்குப் புலனாகாத இலக்கணத்தை, இலக்கியக் கோட்பாட்டைக் கண்டுபிடிப்பதையே இலக்காகக் கொண்டனர். ஒருவகையில் இலக்கியத்தில் லாங் அதாவது யாப்பிலக்கணத்தை உருவாக்க முயன்றனர். லாங்கின் அடிப்படையில் இலக்கியப் படைப்பைப் புறவயமாகப் புரிந்துகொள்ள இயலும். ஜோனத்தன் கூலர் இதில் பெரும் தாக்கத்தை நிகழ்த்தினார்.

அமைப்புமையவாதம் இலக்கிய விமர்சனம், மொழியியல் சிந்தனை. இவற்றில் உள்ளார்ந்த இணக்கத்தைத் தோற்றுவிக்கிறது.

தமிழில் 1979இல் வெளியான அமைப்பியல்வாதத்தைக் குறித்ததான ஸ்டரக்சுரலிசம் முதல் நூலாக அமைகிறது. பூரணச்சந்திரன், நோயல் இருதயராஜ், எம்.டி. முத்துக்குமாரசாமி ஆகியோரை அமைப்பு மையவாதத்தைக் கையாண்ட இலக்கிய விமர்சகர்களாகக் குறிப்பிட வேண்டும். தமிழவன் மார்க்சிய சார்புநிலை கொண்ட விமர்சகராகத் திகழ்ந்தவர். அறுபதுகளிலும் எழுபதுகளிலும் நவீனத்துவம் சார்ந்த புதிய விமர்சனத்தின் நெருக்குதலை எதிர் கொள்ள நேரிட்டபோது தமிழவன் அமைப்புமையவாதத்தைத் தேர்ந்துகொண்டார். பூரணச்சந்திரன், நோயல் இருதயராஜ் போன்றவர்கள் தமிழவனைப் போல் மார்க்சிய சார்புநிலை கொண்டவர்கள் அல்ல. அமைப்பு மையவாதம் தமிழ் இலக்கிய விமர்சன மரபில் பெரும் கிளையாக அமையவில்லை. அமைப்பு மையவாதத்தைத் தொடர்ந்து, பின்னமைப்பு மையவாதம், தகர்ப்பமைப்பு வாதம் ஆகியன தமிழ்ச்சூழலில் அறிமுகமாயின.

விரிவான வாசிப்பிற்கு

1. தமிழவன், *அமைப்பியலும் அதன் பிறகும்* (ஸ்ரக்சுரலிசம் நூலின் இரண்டாம் பதிப்பு), அடையாளம், புத்தாநத்தம்.
2. பூரணச்சந்திரன், *அமைப்பியமும் பின் அமைப்பியமும்*, அடையாளாம் புத்தாநத்தம்.
3. கோபிசந்த்நாரவ், *அமைப்புமையவாதம் பின்அமைப்பியல் மற்றும் கீழைக்காவிய இயல்*, சாகித்திய அகாதெமி (2005).
3. நோயல் ஜோசப் இருதயராஜ், *கோட்பாட்டு விமர்சன யுகம் விமர்சன கோட்பாட்டு யுகம்*, அடையாளம், புத்தாநத்தம்.

பார்க்க: *பின்அமைப்பியல், தகர்ப்பமைப்புவாதம், பின்நவீனத்துவம்.*

8

அருவம் (abstract). திண்மை அல்லது பருண்மைக்கு எதிரிடை யானது என்னும் பொருள் பெறுகிறது. பொதுப்படையானவற்றைச் சுட்டுவது அருவமாகக் கருதப்படுகிறது.

இலக்கிய விமர்சனத்தில் 'அருவமான' என்பது படிமத்துடன் தொடர்புடையதாகிறது. திண்மை அல்லது பருப்பொருளான

படிமமே உயர்வானது. உணர்ச்சிமைய காலகட்டத்திற்கு முன் ஐரோப்பிய கவிதை பொதுப்படையானவற்றை ஏற்றுக்கொண்டதாக அமைந்தது. ஆனால் வொர்ட்ஸ்வொர்த், கால்ரிட்ஜ் காலகட்டத்தில் பருப் பொருளான படிமம் முக்கியத்துவம் பெற்றது. கவிஞன் வெளிப்படுத்த முனைகிற உணர்ச்சிகளுக்கும் அதற்கு அவன் பயன்படுத்துகிற படிமங்களுக்குமிடையே இசைவான பொருத்தம் இருத்தல் வேண்டும். உணர்வுகளும், அதை வெளிப்படுத்தும் படிமங்களும் சமமாக அமைதல்வேண்டும். இருபதாம் நூற்றாண்டில் பருண்மையான படிமம் மீண்டும் முக்கியத்துவம் பெற்றது. டி.எஸ். எலியட்டின் உள்ளுணர்வுகளின் எதிரிணை இந்த அடிப்படையிலானது. குறிப்பிட்ட உணர்ச்சியின் வெளிப்பாடாக விளங்குகின்ற பொருள்கள், சூழ்நிலைகள், நிகழ்ச்சிகள் ஆகியவற்றின் தொகுப்பே உள்ளுணர்வின் எதிரிணை என டி.எஸ். எலியட் விளக்குகின்றார். கவிதை திண்மையின் மொழியாகவே விளங்குகிறது. சங்க இலக்கியத்தில் படிமங்கள் மிகப் பெரும்பான்மையும் திண்மை அல்லது பருப் பொருள்களின் வடிவில்தான் அமைந்துள்ளன. பிற்காலக் கவிதைகள் அருவத்தை ஏற்பதாக அமைந்தாலும், இருபதாம் நூற்றாண்டில் மீண்டும் திண்மையான படிமங்களே கவிதையில் ஏற்பைப் பெற்றுள்ளன.

9

அழகியல் (aesthetics). இலக்கியம் உட்பட கலைப்படைப்புகள் அதை அனுபவிப்பவர் மனதில் எழுப்பும் இன்ப உணர்வை அழகியல் என்னும் சொல் குறிக்கின்றது.

aesthetics என்னும் ஆங்கில விமர்சன கலைச்சொல்லின் தமிழ்மொழி பெயர்ப்பாக அழகியல் அமைகிறது. முருகியல் என்றும் மொழிபெயர்க்கப்பட்டுள்ளது. முருகு என்பது அழகைக் குறிக்கும் இலக்கிய வழக்குச்சொல். அழகியல் என்பது தமிழ் இலக்கிய விமர்சனத்தில் பெருவழக்காக அமைந்துள்ளது. இலக்கிய இன்பம், கலை இன்பம் என்னும் சொற்களும் சிறுபான்மையாகப் பயன்படுத் தப்பட்டுள்ளன. அழகியல் என்பதே ஏற்கத்தக்க மொழிபெயர்ப்பாக அமைகிறது.

aesthetics என்னும் ஆங்கில கலைச்சொல் *aistheta* என்னும் கிரேக்கச் சொல்லிலிருந்து தோற்றம் கொண்டுள்ளது. புலன்களால்

உணரத்தக்கவற்றை இந்தச் சொல் குறிக்கின்றது. அழகியல் குறித்ததான மேலைத்தத்துவ ஞானியான காண்ட் அளித்த விளக்கம் பரவலான ஏற்பினைப் பெற்றுள்ளது. அழகியல் கலைப்படைப்பை அனுபவிக்கும் வழியாக அல்லாது அதுவே இறுதி இலக்காக அமைகிறது. அழகியல் பயன்விளைவிப்பதில்லை. அணிகலன் களாகிறது. சாதனைகளை விளைவிக்கும் கருவி அல்ல; அதுவே சாதனையாகிறது. அது இன்ப உணர்வைத் தோற்றுவிக்கின்றது. ஒழுக்கம் கருதியோ பயன்பாடு கருதியோ அல்லாமல் இன்ப உணர்வு என்ற ஒன்றுக்காக மட்டுமே அது அணுகப்படுகிறது.

ஒரு கலைப்படைப்பின் அனைத்துக் கூறுகளும் இசைந்து ஒருமை உணர்வைக் தோற்றுவிக்கும்போது அழகியல் இன்பத்தை உணர முடிகிறது. கலைப்படைப்பு உண்மையை ஏற்பதோ மறுப்பதோ இல்லை. எனவே, அழகியல் கலைப்படைப்பிற்கும் அதை அனுபவிப்பவனுக்கும் இடையில் ஒரு இடைவெளியை வற்புறுத்துகிறது. மன உணர்வுகளின் சமநிலை அழகியலை உணர அவசியமானது. அழகியல் கலைப்படைப்பின் மீது ஆர்வத்தை எழுப்புகிறது. இந்த ஆர்வம் கலைப்படைப்பின் மீது ரசனையைத் தோற்றுவிக்கிறது. ஒரு கலைப்படைப்பு அல்லது இலக்கிய படைப்புத் தோற்றுவிக்கும் எத்தகைய உணர்வும் அழகியல் உணர்வாகவே கலையை ரசிப்பவனை, வாசகனை வந்தடைகிறது. அழகுணர்வே இலக்கியத்தை இலக்கிய மல்லாத பிறவற்றிலிருந்து வேறுபடுத்துகிறது. இலக்கியம் எதற்காகப் படைக்கப்பட்டதோ, அதற்காக அதை வாசிப்பதே அழகியலின் அடிப்படையாகிறது. படைப்பின் அழகுணர்ச்சி குறித்ததான மதிப்பீடு படைப்பைப் பகுத்தாய்வதன் மூலமாகவே உணரப்படுகிறது.

அழகியல் கோட்பாடு 19ஆம் நூற்றாண்டின் பிற்பகுதியில் ஆங்கில இலக்கிய உலகில் தோற்றம் கொண்டது. காண்டின் கொள்கையே இதற்கு அடிப்படையாகியது. கலைப்படைப்பின் உண்மையைக் குறித்தோ, பயன்பாடு குறித்தோ இது அக்கறை கொள்ளவில்லை. கலைப்படைப்பு எழுப்பும் அழகுணர்வே இலக்காகக் கொள்ளப் பட்டது. அழகியல் கோட்பாடு இலக்கியத்தின் பயன்பாடு குறித்த கோட்பாட்டிற்கு எதிரிடையாக அமைந்தது. கலை கலைக்காக எனும் சிந்தனை இங்கு எழுந்தது.

தமிழில் முப்பதுகளில் அழகியல் கோட்பாடு வேர்கொண்டது. டிகேசி தமிழ்க்கவிதையை அழகியல் நோக்கோடு எதிர்கொண்டார்.

மணிக்கொடி படைப்பாளிகள் இதனோடு உடன்பாடு கொண்டிருந்தனர். புதுமைப்பித்தன் அழகியல் கோட்பாட்டின் மீது நம்பிக்கை கொண்டவராக இருந்தார். அழகியல் கோட்பாட்டின் மீது நம்பிக்கை கொண்டவர்களின் மரபு இன்றும் தொடர்கிறது.

10

அறிவியல் புனைகதைகள் (science fiction). மனிதன், அவன் வாழும் இந்த உலகம் இவற்றின் அடிப்படை இயல்பினை மீறிய செயல்கள் நிகழும்போது தோற்றம் கொள்ளும் அற்புத உணர்வைச் சித்திரிக்கும் புனைகதை வடிவம் இது.

அறிவியல் புனைகதைகளை அறிவியல் கண்டுபிடிப்புகளை மட்டுமே உள்ளடக்கமாகக் கொண்ட புனைகதைகள் எனக் கூறிவிட இயலாது. அறிவியல் புனைகதைகள் புதிய தொழில்நுட்ப வளர்ச்சியின் விளைவான கண்டுபிடிப்புகளை ஆதாரமாகக்கொள்ள வேண்டு மென்பதில்லை. அறிவியல் ஊகங்களை அடிப்படையாகக் கொண்டோ, இப்பிரபஞ்சத்திற்கு வெளியில் உயிரினங்கள் போன்ற உறுதிப்படுத்த இயலாத அறிவியல் கற்பனைகளைக் கொண்டோ, சுற்றுச்சூழலில் நிகழும் பேரிடர்களினால் அழியும் மனித இனம் போன்ற அறிவியல் வளர்ச்சி சமகால வாழ்வில் தோற்றுவிக்கும் அச்ச உணர்வைக் கொண்டோ உருவாக்கப்படும் புனைகதைகளே அறிவியல் புனைகதைகள். இருபதாம் நூற்றாண்டின் துவக்கத்தில் தான் அறிவியல் புனைகதைகள் என்னும் சொல் ஏற்பைப் பெற்றது. உணர்ச்சிமைய காலகட்டத்தில் (romantic period) அறிவியல் உணர்ச்சிக்கதைகள் என இவை இனங்காணப்பட்டன. மேரி ஷெல்லியின் பிராங்கென்ஸ்டீன் சிறந்த எடுத்துக்காட்டாக அமைகிறது. புதுமைப்பித்தனால் இந்தக் கதை தமிழில் மொழிபெயர்க்கப் பட்டுள்ளது. ஹெச். ஜி. வெல்ஸின் கால இயந்திரம் மற்றொரு சிறந்த முன்னோடிப் படைப்பாக அமைகிறது. இருபதாம் நூற்றாண்டின் பிற்பகுதியில் மீண்டும் ஐரோப்பாவில் அறிவியல் புனைகதைகள் செல்வாக்குப் பெற்றன.

தமிழில் அறிவியல் புனைகதைகள் அறிமுக நிலையிலேயே உள்ளன. எண்ணிக்கையில் அதிகமாக அறிவியல் புனைகதைகளை எழுதியவராக சுஜாதாவைக் குறிப்பிட வேண்டும். விஞ்ஞானச் சிறுகதைகள் என்னும் முழுத்தொகுப்பு வெளிவந்துள்ளது. சுஜாதா

வணிக இதழ்களில் பெருவாரியான வாசகர்களை முன்நிறுத்தி எழுதும் போக்கினைக் கொண்டவர். வாசகர் எளிதில் புரிந்து கொள்ளும் படியான, வாழ்வின் மேலோட்டமான உணர்வுகளையே அவர் கதைகள் கொண்டிருக்கும். எனவே சுஜாதா கதைகள் இலக்கியக் கதைகளாக ஏற்பினைப் பெறுவதில்லை. ஆனால் அறிவியல் புனைகதைகளின் சாகசம், அற்புதம் ஆகியன சுஜாதா கதைகளில் இயல்பாக அமைந்திருக்கும்.

இலக்கியத்தரமான அறிவியல் சிறுகதைகளை எழுதியவராக ஜெயமோகனைக் குறிப்பிட வேண்டும். ஜெயமோகனின் 'பார்த்தீனியம்' கதை சிறந்த எடுத்துக்காட்டாக அமைகிறது. புதிதாக அறிமுகம் செய்யப்பட்ட புதிய தாவரம் ஒன்றின் காரணமாகச் சுற்றுச்சூழலில் நிகழும் பேரிடர்களை இக்கதை முன்வைத்துள்ளது. கதை முழுவதிலும் அற்புத உணர்வையும், மேலான சக்தியை நேரிடும் மனித சாகசத்தையும் உணர்ந்து கொள்ளமுடியும். ஆழத்தில் சமகால வாழ்வின் பண்பாட்டு நெருக்கடிகளை இந்தக் கதை உணர்த்திவிடுகிறது. இலக்கியக் கதையாக ஏற்பைப் பெறுகிறது. இரா. முருகன் போன்ற இளம்படைப்பாளிகள் சிலர் ஒன்றோ இரண்டோ அறிவியல் புனைகதைகளை எழுத முயன்றுள்ளனர்.

தமிழில் அறிவியல் புனைகதைகள் மரபாக வளர்ச்சி கண்டுள்ளது எனக் கூறிவிட இயலாது.

11

ஆசிரியப்பா. தொல்காப்பியம் சுட்டும் நால்வகைப் பாக்களுள் முதன்மையானது ஆசிரியப்பா. ஆசிரியப்பா, வஞ்சிப்பா என்னும் இரண்டும் ஒத்த நடையினைக் கொண்டது என்பது தொல்காப்பியர் கருத்து. இவ்விருப்பாக்களும் ஒரு மூலத்திலிருந்து கிளைத்தன எனக் கருத இடமுண்டு. நேர் நேர்பு, நிரை நேர்பு, நிரைபு நிரைபு, நேர்பு நிரை, நிரைபு நிரை என்னும் ஆறுவகையான ஆசிரியவுரிச்சீரைப் பெற்று வரும். இனிய ஓசை பொருந்தி வருவதாக இருந்தால் நேரீற்று மூவசைச்சீர் நான்கும் ஆசிரியப்பாவில் வரக்கூடும். அதுபோல் ஓசை பொருந்திவருவதாக இருந்தால் வஞ்சி உரிச்சீரும் வரலாம். ஆசிரியத்தளையும், இயற்சீர் வெண்டளையும் ஆசிரியப்பாவில் இடம்பெறும். வஞ்சி உரிச்சீர் சிறுபான்மையாக இடம்பெறுவதால் வஞ்சித்தளையும் ஆசிரியப்பாவில் அனுமதிக்கப்படும் எனக்

கருத இடமுள்ளது. எனினும் பெரும்பான்மையாக ஆசிரியத்தளையும் இயற்சீர்வெண்டளையுமே மிகுதியாக வரும். தொல்காப்பியர் எழுத்து எண்ணி வகுக்கப்படும் கட்டளை அடியையும், சீர் அடியையும் ஒருங்கே ஏற்கும் போக்குடையவர். எழுத்து எண்ணி வகுக்கப்படும் குறளடி முதல் கழிநெடிலடி இறுதியாக உள்ள ஐந்தடிகளும் ஆசிரியப்பாவிற்கு உரியவை என தொல்காப்பியர் உணர்த்துகிறார். நாற்சீரடிகளும், ஐஞ்சீரடிகளும் ஆசிரியப்பாவிற்கு உரியன என்பது அவர் பார்வை. தொல்காப்பிய உரையாசிரியரான இளம்பூரணர் அறுசீரடியும் அவருக்கு ஏற்புடையதே என்கிறார். ஆய்வாளர்கள் இதில் கருத்துமுரண்பாடு கொண்டுள்ளனர். எனினும் ஆசிரியப்பா அகவலோசை உடையது என்பதில் ஒத்தக் கருத்தினை அனைவரும் கொண்டுள்ளனர்.

ஆசிரியப்பாவின் வகைகளைக் குறித்து தொல்காப்பியர் ஒன்றும் குறிப்பிடவில்லை. தன் காலத்தில் வழக்கிலிருந்த பாக்களை முன்வைத்தே இலக்கணம் செய்திருக்கக்கூடும். அவர் காலத்துப் பாக்களைக் குறித்த அறிவு இன்றில்லை. தற்காலத்தில் சங்கப் பாடல்களாகக் கருதப்படுபவற்றில் ஒரு பகுதியேனும் தொல்காப்பியர் காலத்தில் இருந்திருக்கக்கூடும் என நம்பிக்கை கொள்ளலாம். தொல்காப்பிய உரையாசிரியர்களும் பிற்கால யாப்பு நூலாசிரியர்களும் பெரும்பாலும் ஆசிரியப்பாக்களாலான சங்கப்பாடல்களை முன்வைத்து ஆசிரியப்பாவை விளங்கிக்கொள்ள முற்பட்டுள்ளனர். நேரிசை ஆசிரியம், இணைக்குறளாசிரியம், நிலை மண்டில ஆசிரியம், அடிமறி மண்டில ஆசிரியம் என்னும் நான்கு வகைகளைத் தொல்காப்பியருக்குப் பின்வந்தவர்கள் சுட்டுகின்றனர். முதல் மூன்றும் அடிகளின் வகைகளை அடிப்படையாகக் கொண்டும், நான்காவது பொருள்கோள் முறையை அடிப்படையாகக் கொண்டும் இனம் காணப்பட்டுள்ளன. தொல்காப்பியர் ஆசிரியப்பாவின் ஈற்றயல் அடி முச்சீரடியாக அமையும் என்கிறார். இடையிலும் முச்சீரடி வருவதற்கு அனுமதிக்கின்றார். உரையாசிரியர்கள் இந்நூற்பா நேரிசை ஆசிரியம், இணைக்குறள் ஆசிரியம் என்னும் வகைகளைச் சுட்டுவதாகக் கொள்கின்றனர். குறிப்பிட்ட இந்த நூற்பாக்கள் காலப்போக்கில் வடிவத்தில் நிகழ்ந்துகொண்டிருந்த மாறுதல்களைக் குறிக்கின்றன எனக் கொள்ளவேண்டும். வரையறைகளை மீறிச் செல்லுதலே படைப்பியக்கத்தின் இயல்பு. இம்மீறல்கள் புதிய வரையறைகளாக ஏற்பினைப் பெறுகின்றன. எனவே உரையாசிரியர்களும் பிற்கால யாப்பு நூலாசிரியர்களும்

அவர்கள் காலத்தில் பார்வைக்குக் கிடைக்கும் பாக்களை முன்வைத்து முடிவிற்கு வந்துள்ளனர். தொல்காப்பியம் சுட்டாத இரு சீரடிகளை இளம்பூரணர் ஆசிரியப்பாவிற்குச் சுட்டுவதைக் குறிப்பிட வேண்டும். சங்கப் பாடல்களில் குறைந்த எண்ணிக்கையில் இவை இடம்பெற்றுள்ளன. தொல்காப்பியர் குறிப்பிடும் மண்டில யாப்பு எதைக் குறிக்கின்றது என்பதிலும் உரையாசிரியர்கள் கருத்துமுரண் பட்டுள்ளனர். தொல்காப்பியருக்குப் பின்வந்த யாப்பு நூலாசிரியர்கள் ஆசிரியப்பாவின் வகைகளைத் தெளிவாகச் சுட்டியுள்ளனர்.

தொல்காப்பியம் அகவலோசை என்ற ஒன்றினை மட்டுமே ஆசிரியப்பாவிற்குச் சுட்டும்போது ஏந்திசை, தூங்கிசை, ஒழுகிசை என்னும் இதன் மூன்று வகைகளை யாப்பருங்கல உரையாசிரியர் சுட்டுகின்றார். வீரசோழியம் நேரிசை, இணைக்குறள், நிலை மண்டிலம், அடிமறிமண்டிலம் எனும் நான்கு வகைகளையே சுட்டியுள்ளது. ஆசிரியப்பா சங்க செவ்வியல் இலக்கியத்தில் பெரும்பான்மையாகப் பயின்றுவரும் பா வடிவமாக அமைந்துள்ளது.

விரிவான வாசிப்பிற்கு

1. கந்தசாமி சோ.ந., தமிழ்யாப்பியலின் தோற்றமும் வளர்ச்சியும், தமிழ்ப்பல்கலைக்கழகம் தஞ்சாவூர் *(1989)*.
2. சீனிவாசராகவன் ரா, யாப்பொலி, திருப்பதி திருவேங்கடவன் கீழ்த்திசைக்கலை ஆராய்ச்சிக்கழகம் *(1957)*.
3. செயராமன் ந.வீ, சிலப்பதிகார யாப்பமைதி, அண்ணாமலை நகர், அண்ணாமலைப் பல்கலைக்கழகம்.

12

ஆசிரியரும் ஆசிரியரின் மரணமும். ஓர் இலக்கியப் படைப்பைப் புரிந்துகொள்ள அதன் ஆசிரியரைக் குறித்த அறிவு அவசியம் என்னும் சிந்தனை எதார்த்த கால கட்டத் திலும், அதற்கு முன்பும் செல்வாக்குப் பெற்றிருந்தது. நவீனத்துவக் காலகட்டத்தில் ஆசிரியரிலிருந்து படைப்பு வேறுபடுத்தப்பட்டு வாசிக்கப்பட வேண்டிய அவசியம் வற்புறுத்தப்பட்டது. பின்நவீனத்துவம், படைப்பில் ஆசிரியர் மையப்படுத்தப்படுவதைச் சிதறடித்தது. படைப்பு உருவாக்கப்பட்ட பின் படைப்பாளிக்கும், அதற்கும் இடையிலான தொடர்பு துண்டிக்கப்படுகிறது. பிறகு வாசகனுக்கு

மட்டுமே தொடர்புடையதாக அமைகிறது. படைப்பில் ஆசிரியரின் நிலை இலக்கியப் போக்கிற்கு ஏற்ப மாறிவந்துள்ளது.

ஆசிரியரின் வாழ்வு குறித்ததான அறிவு குறிப்பிட்ட ஆசிரியரின் படைப்பைப் புரிந்துகொள்ள உதவும் என்னும் கருத்து எல்லா மொழியிலும் ஒரு காலகட்டத்தில் இருந்துள்ளது. மில்டனின் கவிதைகள் அவர் வாழ்க்கை வரலாற்றின் அடிப்படையில் வாசிக்கப் பட்டிருப்பது குறிப்பிடத்தக்கது. தமிழிலும் பாரதியின் பாடல்கள் அவர் வாழ்க்கை நிகழ்வுகளின் அடிப்படையிலேயே வாசிக்கப் பட்டுள்ளன. கவிஞர்களின் வாழ்க்கை வரலாறுகள் இந்தக் காரணத் தினால்தான் எழுதப்பட்டுள்ளன. சில சமயங்களில் ஆசிரியரின் வாழ்க்கை வரலாறு குறித்த அறிவு தவறான பொருள் கொள்ளுதலுக்கும் இட்டுச் செல்லக்கூடும். கவிதை அவன் உளவியலின் வெளிப்பாடாகவும் அமையும். படைப்புகளிலிருந்து போலியாக வாழ்க்கை வரலாறுகள் உருவாக்கப்படுவதும் உண்டு. ஷேக்ஸ்பியரின் நாடகங்களிலிருந்து அவர் வாழ்வு குறித்ததானப் புனைவுகள் உருவாக்கப்பட்டன. தமிழ்ச் செவ்வியல் இலக்கியக் கவிஞர்களின் வாழ்வு இவ்வாறு போலியாக உருவாக்கப்பட்டுள்ளது. ஆசிரியருக்கும், படைப்பிற்குமான இத்தகைய தொடர்பு இலக்கியப் படைப்பின் மையமாக ஆசிரியரே திகழ்கிறார் என்னும் அடிப்படையில் எழுகிறது.

நவீனத்துவ காலகட்டத்தில் டி.எஸ். எலியட் போன்ற விமர்சகர்கள் இத்தொடர்பினைக் கேள்விக்குள்ளாக்கினர். புறவாழ்வில் இயங்கும் ஆசிரியரையும், படைப்பின் உருவாக்கத்திற்குக் காரணமான மனதையும் வேறுபடுத்தினர். இலக்கியப் படைப்பின் சுதந்திரம் வற்புறுத்தப்பட்டது. படைப்பாளியின் மனம் கிரியா ஊக்கியாகச் செயல்பட்டு படைப்பில் தடமின்றி மறைந்துவிடுகிறது. இங்கு ஆசிரியரின் வாழ்க்கையைக் குறித்த அறிவு முற்றிலும் அவசிய மற்றதாகிவிடுகிறது. பிரதியின் மீதான வாசகனின் வாசிப்பே உறுதியானது. தமிழில் நவீனத்துவ விமர்சகர்களில் ஒருவரான சுந்தர ராமசாமி இலக்கிய இயக்கத்தில் முன்முடிவுகள் கொண்டிராத வாசகனின் வாசிப்பே முதன்மையானது என வலியுறுத்தியுள்ளார். நவீனத்துவ விமர்சகர்கள் ஆசிரியர்களின் வாழ்க்கையைக் குறித்தச் செய்திகளைப் பொருட்படுத்துவதில்லை.

1968இல் ரோலண் பார்த் ஆசிரியரின் மரணம் என்ற கட்டுரையை வெளியிட்டு, புதிய காலகட்டத்தின் வருகையை உறுதிப்படுத்தினார்.

ஆசிரியர் படைப்பில் எங்கும் பரவி நின்று படைப்பைப் பொருள் கொள்ளச் செய்கிறார் என்னும் நிலைப்பாடு மறுக்கப்படுகிறது. ஆசிரியரின் மரணத்திலிருந்து வாசகனின் பிறப்புத் தோன்றுகிறது. வாசிப்பில் வாசகனின் சுதந்திரத்தை ஆசிரியரின் வாழ்வு குறித்தச் செய்திகள் எவ்வகையிலும் கட்டுப்படுத்துவதில்லை. ஆசிரியர் என்பவன் படைப்பிலிருந்து விமர்சகர்களால் வெளிப்படுத்தப் படுபவனாகவே அமைகிறான். வாசகனுக்கோ எவ்வகையிலும் பொருள் கொள்ளும் சுதந்திரம் உள்ளது. இலக்கியப் படைப்பில் ஆசிரியரின் நிலைப்பாடு இலக்கியக் கோட்பாடுகளுக்கேற்ப வேறுபட்டுள்ளது.

13

இசைப்பாடல். ஆங்கில இலக்கியத் தொடர்பின் காரணமாக இருபதாம் நூற்றாண்டில் தமிழில் தோற்றம் கொண்ட வடிவம், இசைப்பாடல்.

Lyric என்னும் பெயர் கிரேக்க மொழியில் முதலில் தோற்றம் கொண்டது. *Lyra* என்னும் இசைக்கருவியை இசைத்துப் பாடத்தக்க வடிவம். குறைந்த அளவிலான வரிகளைக்கொண்டது. ஒரு மனிதனின் உணர்வையோ, சிந்தனையையோ முன்வைப்பது. உலகின் எல்லாப் பழம் பெருநாகரிகங்களிலும் இதுபோன்ற வடிவைக் காணமுடிகிறது. எகிப்திய, ஹீப்ரு, லத்தீன் முதலிய மொழிகளில் பழைமையான இசைப் பாடல் வடிவங்களைக் காணலாம். ஐரோப்பிய மறுமலர்ச்சிக் காலத்தை இசைப்பாடலின் காலமாகக்குறிப்பிட வேண்டும். பத்தொன்பதாம் நூற்றாண்டில் உணர்ச்சிமையவாதக் கவிஞர்கள் இந்த வடிவத்தையே பெரும்பாலும் கையாண்டனர். ஷெல்லி, கீட்ஸ், பைரன் முதலியவர்களின் இசைப் பாடல்கள் புகழ்பெற்றவை.

உணர்ச்சி மையவாதக் கவிஞர்கள் செலுத்திய தாக்கத்தின் காரணமாக இருபதாம் நூற்றாண்டில் தமிழிலும் இவ்வடிவம் செல்வாக்குப் பெற்றது. ஆனால், சங்கச்செவ்வியல் இலக்கியத்தில் சில பாடல்கள் இதன் சாயலைக்கொண்டுள்ளன. பாரதியின் பாடல்களைச் சிறந்த எடுத்துக்காட்டுளாகக் குறிப்பிட வேண்டும். பாரதி தன் பாடல் களைப் பாடுவதிலேயே விருப்பம் கொண்டிருந்தார். அவர் பாடல்கள் குறிப்பிட்ட ஒரு மனநிலையை உணர்த்துவதை

நோக்கமாகக் கொண்டவை. பாரதியின் தேசபக்திப் பாடல்களை எடுத்துக்காட்டுகளாகக் குறிப்பிட வேண்டும். பாரதிதாசன் மற்றும் கவிமணியை இசைப்பாடல் வடிவைக் கையாண்ட பாரதியின் சமகாலத்தவர்களாகக் குறிப்பிட வேண்டும். புதுக்கவிதை வடிவம் செல்வாக்குப்பெற்றபோது இசைப்பாடல் வடிவம் பின்னடைவை நேரிட்டது. திரைப்படப்பாடல் ஆசிரியர்களே இவ்வடிவைக் கையாளுவதில் முனைப்புக் காட்டினார். பட்டுக்கோட்டை கல்யாண சுந்தரம், கண்ணதாசன் போன்றோர்களை இவ்வகையில் குறிப்பிட வேண்டும். கண்ணதாசன் பாடல்களை இலக்கியத் தரமானவைகளாக ஏற்பதில் விமர்சகர்களுக்கிடையில் கருத்துவேறுபாடு உண்டு. கண்ணதாசனுக்குப் பிறகு இசைப்பாடல்களின் இலக்கியத்தரம் கேள்விக்குள்ளாகிறது.

தமிழ்ச் செவ்வியல் இசைப்பாடல் வடிவங்களை இவ்வடிவமாகக் கொள்ள இயலாது. செவ்வியல் இசை வடிவங்கள் நீண்ட மரபினைக் கொண்டவை.

14

இயல்புவாதம் (naturalism). இயல்புவாதம், மனித இயற்கைக்கு முக்கியத்துவம் தரும் இலக்கியப் போக்கு, எதார்த்த வாதத்தினின்றும் கிளைத்தது.

எதையும் இயற்கைக்கு அப்பாற்பட்டதாக காண மறுத்து, அனைத்தையும் இயற்கையின் பகுதியாகக்கண்டு, இயற்கையின் விதிகளால் அனைத்தையும் விளக்க இயலும் என்னும் சிந்தனையின் அடிப்படையில் தோற்றம் கொண்ட இலக்கியப் போக்கு. இயற்கை அழகைச் சித்திரிக்கும் இலக்கியப் போக்காகத் தவறாகப் பொருள் கொள்ளுவதும் உண்டு.

ஐரோப்பாவில் எதார்த்தவாதத்துடன் தொடர்புடையதாகவே இயல்புவாதம் தோற்றம் கொண்டது. டார்வினின் உயிரியல் பரிணாமக் கோட்பாட்டின் தாக்கத்தினால் தோற்றம் கொண்ட இலக்கியப் போக்காக இயல்புவாதப் போக்கைக் கொள்ள வேண்டும். மனிதன் மிருகங்களில் ஓர் இனமாகவே அமைகிறான். அவன் இயல்பு பாரம்பர்யக் கூறுகளினாலும், சூழலினாலுமே தீர்மானிக்கப்படுகிறது. படைப்பாளி, அறிவியல் அறிஞனின் புறவயமானப் பார்வையில் வாழ்வைப் பதிவு செய்யவேண்டும்.

உடல்சார்ந்த இயக்கங்களை வெளிப்படையாக சித்திரிப்பது அவசியம். மனிதச் செயல்பாடுகளை, மனித இயற்கையே தீர்மானிக்கிறது. மனிதக் குறைபாடுகளுக்கே இயல்புவாதம் முதன்மையளிக்கிறது.

எமிலி ஸோலாவே இயல்புவாதத்தின் முன்னோடியாகக் கருதப் படுகிறார். தன்னை ஓர் இயல்புவாதப் படைப்பாளியாக அடையாளப்படுத்தவும் செய்துள்ளார். அவருடையப் பார்வையில் மனிதவாழ்வும், செயல்பாடுகளும் சூழலினாலும் பாரம்பரிய குணங்களினாலும் தீர்மானிக்கப்படுகின்றன. நாவலாசிரியன் வாழ்விலிருந்து இதை இனம்கண்டு வெளிப்படுத்தியாக வேண்டும். பத்தொன்பதாம் நூற்றாண்டு ஐரோப்பிய நாவலாசிரியர்களிடம் எமிலி ஸோலாவின் தாக்கத்தைத் தெளிவாகவே இனங்காண முடிகிறது. ஜெர்மன் மொழியில் பெரும் தாக்கத்தை விளைவித்தது. செக்காவ், டால்ஸ்டாய், கோர்க்கி போன்ற ரஷ்ய மொழிப் படைப்பாளிகளின் படைப்புகளிலும் இயல்புவாதத்தின் தாக்கத்தை இனங்காண முடிகிறது. நாடக அரங்கிலும் இயல்புவாதம் செல்வாக்குப் பெற்றுத் திகழ்ந்தது.

தமிழில் எதார்த்தவாதத்தைப் போல் தனித்த இலக்கியப் போக்காக இயல்புவாதம் காலூன்றவில்லை. எனினும் எதார்த்தப்போக்கைச் சார்ந்த படைப்பாளிகளிடம் இயல்புவாதத்தின் தாக்கத்தினைத் தெளிவாகவே இனம் காணமுடிகிறது. பசி, பாலுணர்வு என்னும் அடிப்படை உணர்வுகளுக்கு முதன்மையளிக்கும் படைப்பாளிகளை இயல்புவாதத்தின் தாக்கம் பெற்றவர்களாகக் குறிப்பிட வேண்டும். புதுமைப்பித்தனின் ஞானக்குகை சிறுகதையை இயல்பு வாதத்திற்குச் சிறந்த எடுத்துக்காட்டாகக் கூறவேண்டும். பசி என்னும் அடிப்படைத்தேவை நிறைவு செய்யப்பட்டவுடன் பாலியல் தேவை எழுகிறது. இவ்விரு தேவைகளுமே மனிதனை வழிநடத்துகின்றன. அறுபதுகளில் நீல. பத்மநாபனின் தலைமுறைகள் நாவலில் இயல்புவாதத்தின் தாக்கத்தை இனம் காண முடிகிறது. கண்மணி குணசேகரனின் அஞ்சலை நாவலை இயல்புவாதத்தின் முழுமையான தாக்கம் பெற்ற படைப்பாகக் குறிப்பிட வேண்டும். இந்த நாவலில் வரும் மனிதர்களின் வாழ்வைப் பசி, பாலியல் என்னும் அடிப்படை உணர்வுகளே தீர்மானிக்கின்றன.

பிற இலக்கியப் போக்குகளைப் போல் இயல்புவாதம் குறிப்பிட்ட காலகட்டத்தின் இலக்கியப் போக்காகத் தமிழில் திகழவில்லை

எனினும் இயல்புவாதத்தின் தாக்கம் கொண்ட படைப்புகளைத் தொடர்ந்து இனம் காணலாம்.

விரிவான வாசிப்பிற்கு. ஜெயமோகன், நவீனத் தமிழிலக்கிய *அறிமுகம்*, கிழக்கு பதிப்பகம் (2007), சென்னை.

15

இருத்தலியம் (existentialism). இருத்தலியம் நவீனத்துவத்தின் பின்புலமான தத்துவம்.

இரு உலகப்போர்களுக்கிடையில் இருத்தலியம் தத்துவமாக நிலைபேறு கண்டது. ழான் பால்சர்தார், கஃப்கா, சாமுவேல் பெக்கட், டி.எஸ். எலியட், ஆல்பர் காம்யூ போன்ற எழுத்தாளர்களின் படைப்புகள் ஊடாக இருத்தலியம் தத்துவமாக வளர்ச்சி கண்டது. இதன் இலக்கிய வெளிப்பாடாக நவீனத்துவத்தைக் குறிப்பிட வேண்டும். எனவே இலக்கியப் படைப்புகளிலிருந்து தத்துவமாக வளர்ச்சி பெற்ற இருத்தலியம் நவீனத்துவம் என்ற இலக்கியக் கோட்பாட்டின் தோற்றத்திற்குக் காரணமாகி இலக்கிய வளர்ச்சி யினைத் தோற்றுவித்தது.

உலகப்போர்கள் நம்பிக்கையின்மையையும், அச்சத்தையும், வறட்சியையும், மனித மனங்களில் தோற்றுவித்தன. இந்நிலையில் மனிதன் தனக்குள்ளாகச் சுருங்கிக்கொள்வது தவிர்க்க இயலாததாகி விடுகிறது. தனிமனிதனின் அகம் மறுக்கப்படும்போது கிளர்ச்சி எழுகிறது. இதுவே இருத்தலியத்தின் அடிப்படையாகிறது. பதற்றம், தடை, அச்சம், முரண் போன்ற எதிர்மறை அனுபவங்களே முக்கியத்துவம் பெறுகின்றன. இந்த நிலையில் அந்நியமாதல் தவிர்க்க இயலாததாகிறது. ‘வறுமையும் நெருக்கடியும் போர்களும் அழிவும் பெருநாசமும் ஒரு சமுதாயத்தில் ஊடுருவும்போது மனிதன் இயற்கையிடமிருந்தும், தன் உழைப்பிலிருந்தும், தன்னிடமிருந்தும், தன் இனத்திடமிருந்தும் அயலானாகிவிட்டபோது, உலகம் முழுவதும் அவனுக்கு எதிரானதாக, வாழ்க்கை பொருளிழந்து போனதாகத் தோன்றுவதில் வியப்பில்லை’ என இருத்தலியத்தின் தோற்றத்திற்கான காரணங்கள் விளக்கப்படுகின்றன. ஆல்பர் காம்யூ சமுதாயத்தையும் மனிதனையும் மாற்றி அமைக்க விரும்பும் தத்துவங்களும் இயக்கங்களும் சமயக் கருத்துகளைப்போல் பயனற்றவை என்கிறார். ழான்பால் சர்த்தர் தேர்வுசெய்தல் என்பதே

சுதந்திரம், பொருள்கள் பொருள்களாகவும், மனிதர்கள் மனிதர்களாகவும் உருவாகி எழுவதே சுதந்திரம். எனக்குறிப்பிட்டு இந்தச் சுதந்திரம் மறுக்கப்படுவதின் விளைவே இருத்தலியத்தின் தோற்றத்திற்கான காரணம் என்கிறார்.

இருத்தலியம் தனிமனிதனுக்குத் தரும் முக்கியத்துவம் நவீனத்துவத்தில் தனிமனிதப் பிரக்ஞைக்குத் தரும் முக்கியத்துவம் என்றாகிறது. இருத்தலியத்தில் எதிர்மறை அனுபவங்கள் பெறும் கவனிப்பு நவீனத்துவப் படைப்புகளில் முரண் இருண்மை என வெளிப்படுகிறது. சமுதாயத்தை மாற்றியமைக்கும் தத்துவங்கள் மீதான அவநம்பிக்கை நவீனத்துவத்தில் எழுத்தின் மூலம் சமூக மாற்றம் என்பதின் மீதான அவநம்பிக்கையாக வெளிப்படுகிறது. வாழ்வைப் பொருளற்றதாகக் காணும் இருத்தலியச் சிந்தனையே இலக்கியத்தில் அபத்த மொழியின் பயன்பாட்டிற்குக் காரணமாகிறது. இருத்தலியத்தால் இலக்கியமும் இலக்கியத்தால் இருத்தலியமும் வளம் கண்டுள்ளன.

தமிழ் இலக்கியத்தை ஜி. நாகராஜனின் நாளை மற்றுமொரு நாளே நாவல் மூலமாக இருத்தலியம் வந்தடைந்துள்ளது. நாளை மற்றொரு நாள் என்பது இருத்தலியச் சிந்தனையாளரான ஆல்பர் காம்யூவின் மொழி. ஜி. நாகராஜன் இதையே தன் நாவலுக்குத் தலைப்பாகக் கொண்டு தன் இருத்தலியச் சாய்வை வெளிப்படையாகவே முன்வைத்துள்ளார். சுந்தர ராமசாமியின் ஜே.ஜே. சில குறிப்புகள் நாவலை இருத்தலியத் தாக்கம் பெற்ற மற்றொரு நாவலாகக் குறிப்பிட வேண்டும். அசோகமித்திரன் சிறுகதைகளிலும் இருத்தலியத்தின் அழுத்தமான பாதிப்பை இனங்காணலாம். நாஞ்சில் நாடனின் சதுரங்கக் குதிரை, எட்டுத்திக்கும் மதயானை நாவல்களும் இருத்தலியத்தின் இருப்பை வெளிப்படுத்துகின்றன. 70, 80களிலும் தமிழ்ப் படைப்புலகில் இயங்கிய பெரும்பான்மையான படைப்பாளிகளின் எழுத்தில் இருத்தலியத்தின் தாக்கத்தை ஏதோ ஒரு அளவில் இனங்காண முடிகிறது. இருத்தலியம், அதன் இலக்கிய வெளிப்பாடான நவீனத்துவம் உலக இலக்கியத்தை வளப்படுத்தியது போலவே தமிழ் இலக்கியத்தையும் வளப்படுத்தியுள்ளன.

விரிவான வாசிப்பிற்கு

1. ராஜதுரை எஸ்.வி, எக்சிஸ் டென்ஷியலிசம், க்ரியா (1975).

2. சஜன் அ, நவீனத்துவம் சுந்தர ராமசாமியை முன்வைத்து, காலசகம் பதிப்பகம் (2006).

பார்க்க: நவீனத்துவம்.

16

இலக்கிய அரசியல் (literary polimics). உடன்பாட்டிற்கு வர இயலாத இலக்கியம் குறித்ததான தீவிர கருத்து மோதலை 'இலக்கிய அரசியல்' என்னும் சொல் குறிக்கிறது.

இலக்கிய அரசியல் என்னும் கலைச்சொல் literary politics அல்லது literary polimics என்னும் ஆங்கில கலைச்சொற்களின் தமிழ் மொழிபெயர்ப்பாக அமைகிறது. இலக்கிய அரசியலுக்கு இணையான ஆங்கில கலைச்சொல்லாக literary polimics என்பதையே க.நா. சுப்ரமணியம் தேர்வு செய்துள்ளார். ஆங்கில விமர்சன கலைச் சொல்லகராதிகள் சமயம் அல்லது அரசியல் துறையிலிருந்து இலக்கியத்தை வந்தடைந்த கலைச்சொல்லாக இதனை மதிப்பிடு கின்றன. ஆனால் 20ஆம் நூற்றாண்டு தமிழ் விமர்சனத்தில் இலக்கிய அரசியல் தவிர்க்க இயலாத ஒன்றாக அமைகிறது.

இலக்கிய விமர்சனத்தில் ஒத்த நிலைப்பாட்டை எட்ட இயலாத ஒருபொருள் குறித்ததான தீவிர கருத்துமோதல்களையே இலக்கிய அரசியல் என்னும் சொல் குறிக்கின்றது. இலக்கியத்தில் குழு சார்ந்த செயல்பாடு அல்லது இலக்கிய ஆளுமைகளுக்கிடையிலான மோதல்கள் என்பவற்றை இலக்கிய அரசியல் என்னும் சொல் குறிப்பதான கருத்தும் நிலவுகிறது. க.நா. சுப்ரமணியம் இலக்கியத்தைக் குறித்த 'பரஸ்பர கருத்து வேற்றுமைப் பரிமாறல்' என இலக்கிய அரசியலை விளக்குகிறார். விவாதங்களின் வடிவில் வெளியீடு காணும் இலக்கிய அரசியல்கள் பெரும்பாலும் இரு விமர்சகர் களுக்கிடையிலான ஆளுமை மோதல்களாக வடிவெடுக்கிறது. ஒத்த கருத்தினைக் கொண்ட இருவேறு குழுக்களுக்கிடையிலான கருத்து மோதலாகவும் இலக்கிய அரசியல் வளர்வதுண்டு. இதன் காரணமாகவே இலக்கிய அரசியல் எதிர்மறைப் பொருளில் சிலரால் இனங்காணப்படுகிறது. ஆனால் இலக்கிய அரசியல் ஏற்றுக் கொள்ளுகிற கருத்துகளுக்கு அப்பாலும் கருத்துகள் இலக்கியத்தில் உண்டு என்பதை உணர்த்துகிறது. இலக்கிய விமர்சனத்தின் வளர்ச்சிக்கு இது அவசியமானதுகூட.

1938-39இல் மணிக்கொடி இதழில் புதுமைப்பித்தன், கு.ப. ராஜகோபாலன் என்னும் இருபடைப்பாளிகளுக்கிடையே நிகழ்ந்த விவாதத்தில் இலக்கிய அரசியலை முதன்முதலாகத் தமிழ்ச் சூழலில் இனங்காண முடிகிறது. தமிழ் இலக்கிய விமர்சனத்தின் அடிப்படைகள் இக்காலக்கட்டத்தில்தான் வகுக்கப்பட்டன. இலக்கிய வளர்ச்சிக்கு உகந்தது தழுவலா, மொழிபெயர்ப்பா என்னும் பொருள் குறித்த தீவிர கருத்து மோதல்கள் இந்த விவாதத்தின் மூலம் வெளிப்பட்டது. இலக்கிய விமர்சனத்தை முதன்மையான நோக்கமாகக் கொண்டு எழுத்து இதழ் இலக்கியச் சிற்றிதழாக வெளிவந்தபோது அலசல்முறை விமர்சனம் குறித்து சி.சு. செல்லப்பாவும் க.நா. சுப்ரமணியமும் கருத்து மோதல்களை நிகழ்த்தியுள்ளனர். இதுவும் இலக்கிய அரசியலைச் சார்ந்ததாக மதிப்பிடப்படுகிறது. அறுபதுகளில் கசடதபற இலக்கிய அரசியலுக்கு முக்கியத்துவம் தந்தது. இலக்கிய அரசியல் சார்ந்த எழுத்துகள் இலக்கிய சிற்றிதழ்களில் தவறாது இடம்பெற்றன. இலக்கிய வளர்ச்சியில் சூழலின் பங்கு குறித்து வெங்கட்சாமிநாதன், தருமு சிவராம் என்னும் இரு விமர்சகர்களுக்கிடையில் நிகழ்ந்த கருத்து மோதல் ஆளுமை மோதலாக உருமாறி பழிச்சொற்களைப் பயன் படுத்தும் அளவிற்கு நீடித்தது.

கவிதையில் ஓசையின் பங்கு குறித்து ஞானக்கூத்தன், சுந்தர ராமசாமி ஆகியோருக்கிடையில் நடந்த விவாதம் இலக்கிய அரசியலைச் சார்ந்ததாக இனங்காணப்பட்டாலும் விமர்சன அடிப்படைகுறித்துப் புதிய தெளிவைத் தந்தது. எண்பதுகளில் இலக்கிய அரசியலே தமிழ் இலக்கியச் சிற்றிதழ் இயக்கத்தின் பின்னடைவிற்குக் காரணமாக அமைந்தது. நடுநிலை இதழ்கள் இலக்கிய அரசியலைப் பெரும்பாலும் தவிர்த்துள்ளன. ஆனால் வாசகக் கவர்ச்சிக்காக இதனைப் பயன்படுத்திக் கொள்வதும் உண்டு. இலக்கிய அரசியல் தமிழ் இலக்கிய விமர்சனத்தின் வளர்ச்சியில் குறிப்பிடத்தகுந்த பங்கினை ஆற்றியுள்ளது.

விரிவான வாசிப்பிற்கு. க.நா. சுப்ரமணியம், இலக்கிய அரசியல், கசடதபற, டிசம்பர் 72, ஜனவரி 73.

17

இலக்கியச் சிற்றிதழ்கள் (little magazines). கவிதைகள், புனைகதைகள், விமர்சனக் கட்டுரைகள் முதலியவற்றை உள்ளடக்கமாகக் கொண்டு குறைந்த எண்ணிக்கையிலான பிரதிகளை வெளியிடும் இதழ்கள் இலக்கியச் சிற்றிதழ்கள் நீடித்த ஆயுளைக் கொண்டிராதவை கூட.

ஐரோப்பாவில் பத்தொன்பதாம் நூற்றாண்டின் இறுதியிலிருந்து சிறுபத்திரிகைகள் இயங்கத் துவங்கின. 1914இல் வெளியான அமெரிக்கச் சிற்றிதழான த லிட்டில் ரிவ்யூ என்னும் இதழிலிருந்து சிறு என்னும் அடைமொழியைப் பெற்றிருக்க வேண்டும். இருபதாம் நூற்றாண்டிலும் இலக்கியச் சிற்றிதழ்கள் மரபாகத் தொடர்ந்துள்ளன.

தமிழில் 1959இல் தோற்றம் கொண்ட எழுத்து முதல் இலக்கியச் சிற்றிதழாக அமைகிறது. முப்பதுகளில் தேர்ந்த வாசகர்களுக்கான இதழ்கள் தோற்றம் கொள்ள ஆரம்பித்தன. ஊழியன், காந்தி, சுதந்திரச் சங்கு, மணிக்கொடி ஆகிய இதழ்கள் இவ்வகையில் குறிப்பிடத்தக்கன. இவை அரசியலுக்கு முதன்மையளித்தன. கூடவே இலக்கியத்திற்கும் இடம் தந்தன. வணிக அடிப்படையில் இயங்காத காரணத்தால் பெருவாரியான வாசகர்களைப் பெறவில்லை. இவற்றை இலக்கியச் சிற்றிதழ்களாகக் கொள்ள இயலாவிடினும் சிற்றிதழ்களின் சில பண்புகளைக் கொண்டிருந்தன. இலக்கியத்தில் தரத்திற்கு முக்கியத்துவம் அளித்தன. நாற்பதுகளில் கலாமோகினி, கிராமஊழியன், தேனீ ஆகிய இதழ்கள் இவ்வகையில் பயணம் செய்தன. ஐம்பதுகளில் சரஸ்வதியும் இணைந்துகொண்டது. பிற்காலத்தில் இலக்கியச் சிற்றிதழ்கள் தோற்றம் கொள்ள இவ்விதழ்கள் காரணமாக அமைந்தன.

எழுத்து இதழ் தோற்றம் கொள்ள ஆங்கில இலக்கியச் சிற்றிதழ்கள் வழிகாட்டியிருக்க வேண்டும். விடுதலைக்குப்பின் வணிக இதழ்கள் முழுமையான மேலாதிக்கம் பெற்றன. பொழுதுபோக்கு எழுத்துகளுக்கு முன்னுரிமை தந்தன. இலக்கியத்தின் தரம் வாசக எண்ணிக்கையை அடிப்படையாகக் கொண்டு தீர்மானிக்கப்பட்டது. பொருளாதார அடிப்படையில் இவற்றோடு போட்டிப்போட இயலாத தரமான இதழ்கள் மறையத்துவங்கி இல்லாமலாகின. இந்நிலையில் படைப்பின் விமர்சன அங்கீகாரத்தை நிலை நிறுத்தும் பொருட்டு இதழ்களைத் தோற்றுவிப்பது தவிர்க்க

இயலாததாகியது. இலக்கியச் சிற்றிதழ்கள் நிர்வாக அமைப்பைக் கொண்டிருப்பதில்லை. தனி ஒரு படைப்பாளியோ அல்லது சில படைப்பாளிகள் அடங்கிய ஒரு சிறு குழுவோ இதழின் இயக்கத்தை முன்னெடுத்துச் சென்றனர். இவ்விதழ்கள் இலக்கியத்தரம் என்னும் ஒரே கண்ணோட்டத்துடன் இயங்கின. பிரதிகளின் விற்பனை எண்ணிக்கையின் மீது இவை ஒருபோதும் கவலை கொள்வதில்லை. குழுக்களிடையே கருத்து மோதல் தோற்றம் கொள்ளும்போது புதிய இதழின் தோற்றம் நிகழ்ந்தது. சி.சு. செல்லப்பாவுடன் நிகழ்ந்த கருத்து மோதல் காரணமாக க.நா. சுப்ரமணியத்தின் இலக்கிய வட்டம் தோற்றம் கொண்டது. பின் இது தொடர் நிகழ்வாகியது.

எழுத்து இலக்கியத்திற்கு மட்டுமே முக்கியத்துவம் அளித்தது. பிற கலை வடிவங்கள் மீதும் ஒருசேர அக்கறை செலுத்த வேண்டும் என்னும் காரணத்தை முன்னிறுத்தி அறுபதுகளின் இறுதியில் நடை தோற்றம் கொண்டது. தொடர்ந்து கசடதபற, யாத்ரா, புதியபார்வை, வைகை, கொல்லிப்பாவை என இதழ்கள் ஒன்றின்பின் ஒன்றாகத் தோன்றி மறைந்தன.

படைப்பாளிகளுக்கிடையே இலக்கிய அரசியல் ஆளுமை மோதலாக வடிவெடுத்த போது இலக்கியச் சிற்றிதழ்கள் நலிவடையத் துவங்கின. உள்ளடக்கத்தின் பெரும்பகுதி இலக்கிய அரசியல் சார்ந்ததாக அமையத் தொடங்கியது. இருபதாம் நூற்றாண்டின் இறுதியில் மின்னணு ஊடகத்தின் வளர்ச்சி காரணமாக வணிக இதழ்கள் பெரும் பின்னடைவை எதிர்கொண்டன. சில ஆயிரம் பிரதிகள் விற்பனையை மட்டுமே இலக்காகக் கொண்ட நடுநிலை இதழ்கள் தோற்றம் கொண்டன. இவை தரமான இலக்கியத்திற்கும் இடமளித்தன. நூற்றாண்டின் இறுதியில் சிற்றிதழ் இயக்கம் பின்னடைவைச் சந்திக்க இவை காரணங்களாக அமைந்தன.

தமிழில் அரைநூற்றாண்டு இலக்கிய வளர்ச்சிக்கு இலக்கியச் சிற்றிதழ்களே காரணமாக அமைந்தன.

விரிவான வாசிப்பிற்கு. வல்லிக்கண்ணன், தமிழில் சிறுபத்திரிகைகள்.
பார்க்க: எழுத்து, இலக்கிய வட்டம், நடை, கசடதபற, யாத்ரா, சொல்புதிது.

18

இலக்கியம் (literature). கவிதை, நாடகம், புனைகதைகள் இவற்றைப் பொதுவாகக் குறிக்கப் பயன்படுத்தப்படும் சொல் இலக்கியம். இலக்கியத்தைத் தெளிவாக இனம் காண முடியும். ஆனால் எளிதாக விளக்கிவிட முடியாது.

இலக்கியத்தை வரையறுக்க பிளேட்டோ காலம் முதல் முயற்சிக்கப் பட்டுள்ளது. ஆனால் அனைவரும் ஏற்கத்தக்க ஒரு விளக்கத்தை இன்னமும் கண்டடையவில்லை என்றே கூறவேண்டும். எனினும் இலக்கியத்தின் சில தன்மைகள் பொதுவான ஏற்குபினைப் பெற்றுள்ளன. இலக்கியத்தைக் குறிக்கும் ஆங்கிலச் சொல் 'எழுத்து' என்னும் சொல்லின் அடிப்படையில் பிறந்துள்ளது. எனவே எழுத்தினால் ஆக்கப்பட்டவை எல்லாம் இலக்கியம் என்றாவதும் உண்டு. இயந்திரங்களின் செயல்விளக்கத்தைத் தரும் அச்சு வடிவிலான வெளியீடு (Literature) இலக்கியம் என்றே அழைக்கப் படுகிறது. பத்தொன்பதாம் நூற்றாண்டிலிருந்து ஐரோப்பிய மொழிகளில் பொதுவாக நாடகம், கவிதை, உரைநடை இலக்கிய வடிவங்களைக் குறிக்கப் பயன்படுத்தப்படுகிறது. தரத்தில் உயர்ந்த இலக்கியப் படைப்பையும், தரத்தில் குறைந்த மற்றொரு இலக்கியப் படைப்பையும் வேறுபடுத்தி இனம் காண்பதில் சிக்கல் எழலாம். ஆனால் இலக்கியம் அல்லாதவற்றிலிருந்து இலக்கியத்தை வேறுபடுத்தி இனம்காண்பதில் சிக்கல்கள் தோன்றுவதில்லை. ஒரு குறிப்பிட்ட பண்பாட்டினைச் சார்ந்தவர்கள் அப்பண்பாட்டினைச் சார்ந்த இலக்கியத்தை எளிமையாகவே இனம் கண்டுவிடுவர். கம்பராமாயணத்திற்கும் மொழி வரலாற்றுக்கும் இடையிலான வேறுபாட்டைக் கண்டடைவதில் எவ்விதச் சிக்கலும் இல்லை. ஒரு சமூகத்தின் மதிப்பீடுகள் அச்சமூகத்தின் இலக்கியத்தில் பதிந்திருக்கும்.

காலம்தோறும் மதிப்பீடுகள் மாறுவதினால் இலக்கியத்திலும் மாறுதல்கள் நிகழ்ந்த வண்ணம் இருக்கும். இலக்கியம் அதைப் படைத்த படைப்பாளியை உணர்த்தும். அதன் வாசகர்கள் அதிலிருந்து அழகியல் உணர்வைப் பெறக்கூடும். இலக்கியம் வாசகர்கள் மீது செலுத்தும் தாக்கம் குறித்தக் கோட்பாடுகளும் உள்ளன. ஐ.ஏ. ரிச்சர்ட்ஸ் தேர்ந்த வாசகனின் உணர்வு நிலையில்

தோற்றுவிக்கும் சமநிலையை வலியுறுத்துகிறார். இலக்கியம் அனுபவ உணர்த்தலை இலக்காகக் கொள்கிறது. இதனால் அறிவியல், வரலாறு, தத்துவத்திலிருந்து வேறுபடுகிறது.

இலக்கியத்தைக் குறிக்கும் தமிழ்ச்சொல் ஆங்கிலச் சொல்லைவிட பொருளுடையதாக அமைகிறது. இலக்கு (நோக்கம்) என்பதை அடிப்படையாகக் கொண்டு உருபெற்றுள்ளது. ஏதோ ஒரு வகையில் படைப்பாளி தன் இலக்கை மொழியில் அடைந்துவிட்டிருக்கிறான். அதுபோல் வாசகன் வாசிப்பதின் மூலம் படைப்பாளியின் இலக்கை உணர்ந்து கொள்கிறான். தொல்காப்பியருக்கு சூத்திரமும், பாட்டும் வெவ்வேறானவை என்னும் உணர்வு இருந்துள்ளது. இரண்டும் அவற்றிற்கான யாப்பினைக் கொண்டுள்ளன. ஆனால் பாட்டு ஓசையைக் கொண்டுள்ளது. ஓசை இலக்கியத்திற்கு மட்டுமே உரிமையானது. தொல்காப்பியத்திற்குப் பிறகு விரிவான சிந்தனை ஏதும் நிகழவில்லை. ஆனால் தொல்காப்பியர் தோற்றுவித்த மரபுகளே சிற்சில மாற்றங்களுடன் தொடர்ந்துள்ளது. கம்பர் சான்றோர் கவிதையைக் 'கோதாவரி'க்கு இணையாகக் கூறுவதும் குறிப்பிடத்தக்கது. இலக்கியத்தின் விரிவையும், ஆழத்தையும் குறித்த சிந்தனை அவருக்கு இருந்துள்ளது செய்யுள் வடிவில் தத்துவ நூற்களும் இருந்தாலும் இலக்கியப் படைப்புகளே உரைகளை மிகுதியாகப் பெற்றுள்ளன.

தமிழர்கள் தங்கள் சிந்தனைகளை மொழிப்படுத்திராவிடினும் இலக்கியம் குறித்ததான தெளிவான புரிதலைக் கொண்டிருந்தனர். இருபதாம் நூற்றாண்டில் புனைகதை இலக்கியத்தில் இலக்கியம் அல்லாதவற்றிலிருந்து இலக்கியத்தை வேறுபடுத்தி இனம் காண்பதில் சில சிக்கல்கள் இருந்தாலும் நூற்றாண்டின் இறுதியில் இதில் தெளிவும் பிறந்துள்ளது.

19

இலக்கியத்தரமான படைப்பாளி/வாசக ரஞ்சக எழுத்தாளர் (ecrivain/ecrivant). ரோலண் பார்த் 1960இல் இந்தக் கலைச் சொற்களைக் கட்டமைத்துள்ளார். இந்தக் கலைச் சொற்கள் இரு வகைகளான எழுத்தாளர்களை அவர்கள் எழுத்துகளின் அடிப்படையில் வகை செய்கின்றது. இலக்கியத் தரமான படைப்பாளி மொழிக்கு அப்பாலான பொருளை, உண்மையைப்

படைப்பின் மூலம் உணர்த்த முனைகின்றான். வாசக ரஞ்சக எழுத்தாளர் வாசகனை எழுத்திற்கு அப்பால் பயணம் செய்ய அனுமதிக்காது எழுத்தின் மீதே கவனப்படுத்த முனைகிறார். ஜாய்ஸ், சாமுவேல் பக்கட் போன்ற படைப்பாளிகளை முதல் வகையைச் சார்ந்தவர்களாகவும் ஜோலா, ஹெமிங்வே போன்ற படைப்பாளிகளை இரண்டாவது வகையைச் சார்ந்தவர்களாகவும் குறிப்பிட வேண்டும். பார்த்தின் இந்த வகைப்பாடு வாசகப் பிரதி, எழுத்தாளர் பிரதி என்பதோடு தொடர்புடையது.

தமிழில் க.நா. சுப்ரமணியத்தின் பொய்த்தேவு போன்ற நாவல்களை ஜனரஞ்சகப் பிரதிக்கு எடுத்துக்காட்டாகக் குறிக்க வேண்டும். ஜெயமோகனின் பின்தொடரும் நிழலின் குரல் போன்ற படைப்பு களை இலக்கியத்தரமான படைப்பிற்கு எடுத்துக்காட்டாகக் குறிப்பிட வேண்டும்.

20

இலக்கியத்திருட்டு. பிறிதொரு படைப்பாளியின் படைப்பைச் சார்ந்து படைப்பாளி தன் படைப்பை உருவாக்குவது, இலக்கியத் திருட்டு.

ஒரு படைப்பை முழுமையாகவோ அல்லது அதன் ஒரு பகுதியையோ இன்னொரு ஆசிரியரின் படைப்பிலிருந்து எவ்வித மாற்றமுமின்றி அதன் கதைக்கூறு, தொடர்கள் படிமங்கள் நிகழ்வுகள் ஆகியவற்றைக் கையாண்டு உருவாக்குவது இலக்கியத்திருட்டாகிறது. இத்தகைய படைப்புகள் அசல் எழுத்துகளாகக் கொள்ளப்படுவதில்லை. பிற படைப்பாளிகளைக் கொள்ளையிட்டுப் படைக்கப்பட்டவை யாகவே கருதப்படுகிறது. எலிசபெத் காலகட்டத்தில் நாடகங்கள் திருடப்பட்டு தங்களுடையதாக அரங்கேற்றப்பட்டன. பிற படைப்பாளிகளிடமிருந்து அறிந்தோ, அறியாமலோ படைப்புக் கூறுகளைக் கடன்வாங்கிப் படைப்பில் பயன்படுத்திக் கொள்வதும் இலக்கியத் திருட்டையே சாரும். மேதைகளின் படைப்பை எதிர் கொள்ளும் போது எது அவர்களை மேதையாக இனம் காட்டுகிறது என்பதை அறிந்துகொள்ள ஆர்வம் எழுகிறது. (அரிஸ்டாட்டில் இக்கூறுகளை நகல் செய்வதை ஏற்கத்தக்கதாகவே கருதுகிறார்.) மூல நூலிலிருந்து கடன் வாங்குவதும் இலக்கியத்திருட்டின் ஒருவகை யாகவே கருதப்படுகிறது. ஷேக்ஸ்பியர் நாடகங்கள் அவர் காலத்தில்

புகழ்பெற்றிருந்த கதைகளிலிருந்து உருவாக்கப்பட்டவை. கடன்வாங்குதல் எல்லாக் காலகட்டத்திலும் தவிர்க்க இயலாததாக இருந்துள்ளது. ஏற்கத்தகாத கடன் வாங்குதலை இலக்கியத் திருட்டாக அடையாளப்படுத்த வேண்டும். பதினெட்டாம் நூற்றாண்டில் மில்ட்டனும், வேர்ட்ஸ்வொர்த்தும் பல கவிஞர்களால் திருடப்பட்டனர். வெளிப்படையாக இலக்கியத் திருட்டை நிகழ்த்துபவர்கள் எண்ணிக்கையில் குறைவானவர்களே. கண்டு பிடிக்கப்படும் ஆபத்து எப்போதும் அவர்கள்முன் உள்ளது.

தமிழில் தொடர்ந்து பல படைப்பாளிகள் இலக்கியத்திருட்டுக் குற்றச்சாட்டிற்கு உள்ளாகியுள்ளனர். கல்கி, ஸ்காட் நாவல்களை இலக்கியத் திருட்டாகப் பயன்படுத்தியுள்ளார் என்னும் குற்றச்சாட்டு புதுமைப்பித்தனால் ‘ரசமட்டம்’ என்னும் நூலில் முன்வைக்கப் பட்டுள்ளது.

புதுமைப்பித்தன், மாப்பசான் படைப்புகளை பயன்படுத்திக் கொண்டுள்ளார் என்னும் குற்றச்சாட்டு சிட்டி, அகிலன் முதலியவர்களால் முன்வைக்கப்பட்டுள்ளது. தருமு சிவராம் ரஷ்யக் கவிஞர்களுக்குக் கடன்பட்டுள்ளதாகத் தமிழவன் குற்றம் சுமத்தியுள்ளார். கலாமோகினி, அக்கால இலக்கியத் திருட்டுகளைத் தொடர்ந்து வெளிப்படுத்தியுள்ளது. பல படைப்பாளிகள் இந்தக் குற்றச்சாட்டிற்குள்ளாகியுள்ளனர். தமிழில் இலக்கியத் திருட்டு இலக்கியத் தாக்கம், தழுவல் முதலியன விமர்சகர்களால் ஒன்றாகவே கருதப்படுகின்றன.

இலக்கியத்திருட்டு எவ்வகையிலும் ஏற்கத்தக்கதல்ல.

21

இலக்கிய மோசடிகள் (literary forgery). காலத்தால் முந்திய படைப்பாளியின் பெயரில் பிற்காலத்தைச் சார்ந்த ஒருவர் எழுதி மோசடியாக வெளியிடுவது, இலக்கிய மோசடி.

ஐரோப்பிய இலக்கிய மரபில் மிகப் பழங்காலம் தொட்டே இலக்கிய மோசடிகள் இருந்துவந்துள்ளன. கி.மு. 4-ஆம் நூற்றாண்டைச் சார்ந்த ஹெராக்ளிடிஸ் பொன்டிகஸ் தன் அவல நாடகத்தை அத்தீனியன் கவிஞரான தெஸ்பிஸ் பெயரில் வெளியிட்டுள்ளார். மறுமலர்ச்சிக் காலம்வரை புகழ்பெற்ற பல மோசடிகள்

நிகழ்ந்துள்ளன. பதினெட்டாம் நூற்றாண்டிலும் இலக்கிய மோசடிகள் தொடர்ந்துள்ளன. ஷேக்ஸ்பியர் பெயரிலும் இலக்கிய மோசடிகள் காணக்கிடைக்கின்றன.

தமிழிலும் இத்தகைய இலக்கிய மோசடிகளுக்குக் குறைவில்லை. சித்தர் பாடல்களில் பல, மோசடியால் இணைக்கப்பட்டவை. இக்காரணத்தினாலேயே வையாபுரிப் பிள்ளை இவற்றை ஏற்க மறுத்தார். சித்தர் பாடல்கள் மலிவுவிலை பிரசுரங்களாக அவ்வப் போது வெளிவந்துக்கொண்டிருந்தன. பாடல்களின் எண்ணிக்கை முக்கியமாகக் கருதப்பட்டது. எனவே சித்தர்கள் பெயரில் புதிதாக எழுதிச் சேர்க்கப்பட்டன. ச.து.சு. யோகியார் என்னும் விடுதலைக்கு முன்னரான காலகட்டத்தைச் சார்ந்த கவிஞர் உலகாயுதச் சித்தர் என்னும் பெயரில் சித்தர் பாடல்களை எழுதி ஒரு பதிப்பில் இணைத்தார். கோமல் சுவாமிநாதன் பறந்துபோன பக்கங்கள் என்னும் சுயசரிதையில் இந்நிகழ்வைக் குறிப்பிட்டுள்ளார். 1984இல் புகழ்பெற்ற விமர்சகரான கா. சிவத்தம்பி தமிழ் இலக்கியத்தில் மானுடம் என்னும் நூலில் உலகாயுதச் சித்தர் பாடல்களை மேற்கோளாகக் காட்டியுள்ளார். ச.து.சு. யோகியார் பாடல்கள் இலக்கிய மோசடிக்குத் தமிழில் சிறந்த எடுத்துக்காட்டுகளாக விளங்குகின்றன.

கவிமணி மருமக்கள்வழி மான்மியத்தை எழுதினாலும் பழஞ் சுவடியிலிருந்து கண்டெடுக்கப்பட்டதாகவே வெளியிட்டார். புதுமைப்பித்தன் நாரத இராமாயணத்தை பழஞ்சுவடியிலிருந்து கண்டெடுத்ததாகக் குறிப்பிட்டுள்ளார். இவற்றை இலக்கிய மோசடியாகக் கொள்ள இயலாது. ஆர்வத்தை எழுப்பும் உத்தி யாகவே பயன்படுத்தியுள்ளனர். அவர்கள் வாழும் காலத்திலேயே இப்படைப்புகள் அவர்கள் பெயரில் வெளிவந்துள்ளன.

22

இலக்கிய வட்டம். இது, 1963 நவம்பர் மாதம் முதல் 1965 வரை இயங்கிய இலக்கியச் சிற்றிதழ்.

இலக்கிய வட்டத்தை, எழுத்து இதழ் தோற்றுவித்த சிற்றிதழ் மரபில் எழுத்துவைத் தொடர்ந்து வந்த முதல் சிற்றிதழாகக் குறிப்பிட வேண்டும். இலக்கிய வட்டம், க.நா. சுப்ரமணியத்தை ஆசிரியராகக் கொண்டு இயங்கியது. எழுத்து இதழின் ஆரம்ப நாட்களில்

சி.சு. செல்லப்பா, க.நா. சுப்ரமணியம் என்னும் இரு விமர்சகர்களின் கூட்டுத்தலைமையை அதில் இனங்காண இயலும். சி.சு. செல்லப்பா அதன் ஆசிரியராகவும், உரிமையாளராகவும் இருந்தாலும், க.நா. சுப்ரமணியத்தின் ஆளுமையும் அதில் துலங்கியது. விமர்சன அணுகுமுறையைக் குறித்து இவ்விரு விமர்சகர்களுக்கு இடையே கருத்துவேறுபாடு வலுப்பெற்றபோது, புதிய இதழ் ஒன்றின் தோற்றம் நிகழ்ந்தது. சி.சு. செல்லப்பாவின் ஆய்வுமுறை விமர்சனத்தோடு முரண்பட்ட க.நா. சுப்ரமணியம் அனுபவப் பதிவுமுறை விமர்சனத்திற்கு அழுத்தம் தந்தார். இதுவே புதிய இதழின் தோற்றத்திற்குக் காரணமாக அமைந்தது. தொடர்ந்து சிற்றிதழ் மரபில் கருத்து வேறுபாடுகளின் நிமித்தமாகப் புதிய இதழ்களின் தோற்றம் தொடர்நிகழ்வாக அமைந்தது.

இரு இதழ்களுமே 'விமர்சன அங்கீகாரம்' என்பதில் ஒருமித்தக் கருத்துகளைக் கொண்டு இயங்கின. இலக்கிய வட்டத்திலும், இலக்கிய விமர்சனமே முன்னுரிமை பெற்றது. புதுக்கவிதையும் இலக்கிய வட்டத்தின் கவனிப்பைப் பெற்றது. இலக்கிய வட்டம், எழுத்து இதழைப் போலவே முற்றிலும் அரசியல் சாராத நிலைப்பாட்டை மேற்கொண்டது.

க.நா. சுப்ரமணியம் இதன் ஆசிரியராகவும் உரிமையாளராகவும் திகழ்ந்தார். மணிக்கொடியின் இரண்டாவது காலகட்டத்தில் தமிழ்ப் படைப்புலகிற்கு அறிமுகமான க.நா.சு. என்ற க.நா. சுப்ரமணியம் 1988இல் இறப்பது வரை தமிழ்ப் படைப்புலகில் தொடர்ந்து இயங்கியுள்ளார். இலக்கிய வட்டத்திற்கு முன்பாகவே இதழ்களை வெளிக்கொணர்ந்த அனுபவம் அவருக்கு இருந்தது. 1939 ஏப்ரல் முதல் 1939 அக்டோபர்வரை சூறாவளி அவரின் ஆசிரியர் பொறுப்பில் வெளிவந்தது.

சூறாவளி பன்னோக்குகள் கொண்ட தரமான இதழாக இயங்கியது. அரசியல், பிற கலைவடிவங்கள் குறித்ததான கட்டுரைகளும் அதன் உள்ளடக்கத்தில் இடம்பெற்றன. மணிக்கொடிப் படைப்பாளிகள் பலரும் இதில் பங்கு பெற்றுள்ளனர். 1945 ஜூன் முதல் 1946 வரை சந்திரோதயம் என்னும் இதழை வெளிக்கொணர்ந்தார். சூறாவளி யைப் போலவே இதுவும் பன்னோக்குக் கொண்ட இதழாக அமைந்தது. மூன்றாவது இதழான இலக்கிய வட்டம், இந்தப் பாதையிலிருந்து விலகி, இலக்கியச் சிற்றிதழாகத் தோற்றம் கொண்டது.

இலக்கிய வட்டம் தமிழ் வாசகனுக்கு ஓர் உலகளாவியப் பார்வையைத் தோற்றுவிப்பதையே நோக்கமாகக் கொண்டது. உலகத்தரம் வாய்ந்த ஐம்பத்துநாலு படைப்பாளிகளைக் குறித்த சிறு குறிப்புகளை அது வெளியிட்டுள்ளது. இது அதன் நோக்கத்தை உணர்த்துகிறது. அதுபோல் மொழிபெயர்ப்பு விமர்சனக் கட்டுரைகளை அதிக அளவில் வெளியிட்ட பெருமையும் இலக்கிய வட்டத்திற்கே உரித்தானது. உலகளாவியப் பார்வை என்னும் அதன் நோக்கம் இங்கே உறுதிப்படுகிறது.

எழுத்து இதழில் இயங்கிய படைப்பாளிகள் இலக்கிய வட்டம் இதழிலும் இயங்கினர். இலக்கிய வட்டத்தின் பெரும்பான்மையான பக்கங்களை க.நா.சு.வின் படைப்புகளே நிரப்பின. மணிக்கொடி படைப்பாளிகளில் எம்.வி. வெங்கட்ராம் படைப்புகள் மட்டுமே இலக்கிய வட்டத்தில் இடம்பெற்றன. சி.சு. செல்லப்பா, பி.ஸ்ரீ. ஆகியோருடைய படைப்புகளும் சிறுபான்மையாக வெளிவந்தன.

தி. ஜானகிராமனின் எழுத்துகளும் இலக்கிய வட்டத்தில் வெளியாகியுள்ளன. அக்காலச் சூழலில் இளம் தலைமுறைப் படைப்பாளிகளான நகுலன், சுந்தர ராமசாமி, கிருஷ்ணன் நம்பி ஆகியோரின் படைப்புகளுக்கும் இலக்கிய வட்டம் தன் பக்கங்களில் இடம் தந்தது. இலக்கிய வட்டம், கல்விவட்ட அறிஞர்களைத் தன்னிலிருந்து ஒதுக்கியே வைத்தது. தெ.பொ. மீனாட்சிசுந்தரம், சாலை இளந்திரையன், மா. இளைய பெருமாள் ஆகியோரின் எழுத்துகள் ஒரே ஒருமுறை இலக்கிய வட்டத்தில் இடம்பெற்றுள்ளன. கல்வி வட்ட விமர்சகர்களை இலக்கிய வட்டம் முழுமையாகப் புறக்கணித்துள்ளது.

இலக்கிய வட்டம் இலக்கிய விமர்சனத்திற்கே முன்னுரிமை தந்துள்ளது. எனினும் புதுக்கவிதை அதன் கவனத்தை ஈர்த்தது. 'மயன்' என்னும் புனைபெயரில் க.நா. சுப்ரமணியம் தன் கவிதைகளைப் படைத்துள்ளார். ஷண்முக சுப்பையா கவிதைகள் இலக்கிய வட்டத்தின் பக்கங்களில் முக்கியத்துவம் பெற்றுள்ளன. சுந்தர ராமசாமி, நகுலன் (ஜி.ரி. துரைசுவாமி) கவிதைகளும் வெளியாகியுள்ளன. சிறுகதைகளும் இலக்கிய வட்டத்தில் இடம் பெற்றுள்ளன. க.நா. சுப்ரமணியம், நகுலன், சுந்தர ராமசாமி, கிருஷ்ணன் நம்பி ஆகியோரின் சிறுகதைகளும் அதில் வெளியாகி உள்ளன.

இலக்கிய வட்டத்தின் ஒவ்வொரு இதழும் ஒரு தலையங்கத்தைப் பெற்றுள்ளது. தலையங்கத்தில் இலக்கியம் தொடர்பான சிக்கல்கள் ஆராயப்பட்டுள்ளன. இலக்கிய விமர்சன அடிப்படைகள் இதில் விளக்கப்பட்டுள்ளன. மதிப்புரைகளும் இலக்கிய வட்டத்தில் இடம்பெற்றன. மதிப்புரைகளை க.நா. சுப்ரமணியமே எழுதியுள்ளார். விதிவிலக்காக ரதுலன், ஜேதா ஆகியோர் ஒரு நூலுக்கு மதிப்புரை எழுதியுள்ளனர். க.நா.சு.வின் மதிப்புரைகள் கறாரான மதிப்பீட்டினை முன்வைத்துள்ளன. இலக்கிய வட்டம் மொழிபெயர்ப்புகளுக்கும் முக்கியத்துவம் தந்துள்ளது. பிறமொழி கவிதைகளும், சிறுகதைகளும் தமிழுக்கு மொழிபெயர்க்கப் பட்டுள்ளன. கூடவே விமர்சனக் கட்டுரைகளும் மொழிபெயர்க்கப் பட்டுள்ளன.

தமிழ் இலக்கிய விமர்சனத்தின் வளர்ச்சியில் இலக்கிய வட்டத்தின் பங்களிப்பு குறிப்பிடத்தக்கது. இலக்கியப் படைப்புகள் விரிவான விமர்சனத்திற்கு உள்ளாக்கப்பட்டுள்ளன. கூடவே இலக்கிய விமர்சனத்தின் அடிப்படைகள் குறித்தும் இலக்கிய வட்டம் சிந்தித்துள்ளது. தமிழ் விமர்சனப்போக்குகளை மதிப்பீட்டிற் குள்ளாக்கியுள்ளது. தமிழில் விமர்சனத்திற்கான மொழி, இலக்கிய வட்டத்தின் பக்கங்களில்தான் முதிர்ச்சிபெற்றது.

விரிவான வாசிப்பிற்கு

1. இலக்கிய வட்டம் (தொ.ஆ) கி. அ. சச்சிதானந்தம் சந்தியா பதிப்பகம், சென்னை.
2. வல்லிக்கண்ணன், *தமிழில் சிறுபத்திரிகைகள்.*

23

இலக்கிய வடிவம். இலக்கியம் என்னும் சொல் மிகவும் தெளிவான பொருளைக் கொண்டது. தேர்ந்த வாசிப்புத்திறன் கொண்ட வாசகனுக்கு இலக்கியத்தை இனம் காண்பதில் சிக்கல் ஏதும் இல்லை. என்றாலும் இலக்கியம் அருவமானது. கவிதை, நாவல், சிறுகதை, தன்வரலாறு என ஏதேனும் ஒரு வடிவத்தை முன்வைத்தே இலக்கியத்தைக் குறித்து சிந்திக்க முடியும். இலக்கிய வடிவங்கள் உலகளாவியவை. பழங்காலம் தொட்டே ஒவ்வொரு மொழியிலும் தொடர்ந்து வருபவையும்கூட. படைப்பாளி, வடிவத்தின் மீது ஆதிக்கம் செலுத்தி வந்துள்ளதைப் போல் வடிவமும் படைப்பாளியின்

மீது ஆதிக்கம் செலுத்திவந்துள்ளது. வடிவங்கள் குறித்த அறிவு, மரபாகப் படைப்பாளியை வந்தடைகிறது. பிளேட்டோ, அரிஸ்டாடில் காலம்தொட்டு வடிவங்கள் குறித்ததான சிந்தனை தொடர்ந்து வந்துள்ளது. காப்பியமே, மிகப் பழைமையான இலக்கிய வடிவம். ஒவ்வொரு மொழியிலும் காப்பிய மரபு இருந்து வந்துள்ளது. உலகமொழிகளிலுள்ள காப்பியங்கள் பொதுத் தன்மைகளையும், குறிப்பிட்ட மொழி மரபிற்கான தனித்தன்மை களையும் கொண்டு விளங்குகின்றன. உலக மொழிகளில் காப்பியமே மரபைத் துவக்கி வைக்கிறது. விதிவிலக்காகத் தமிழில் காப்பியங்கள் மரபின் வளர்ச்சி நிலையிலேயே தோற்றம் கொண்டுள்ளன. இலக்கிய வடிவங்கள் படைப்பிற்கான வாழ்க்கைத் தூண்டுதல், படைப்பின் உள்ளடக்கம் இவற்றின் கூட்டுறவால் பிறக்கின்றன.

வடிவங்களின் தூய்மை வற்புறுத்தப்பட்ட ஒரு காலகட்டமும் இருந்து வந்துள்ளது. ஆனால் இலக்கிய வடிவங்கள் காலம்தோறும் மாறுதல்களுக்கு உள்ளாகி வந்துள்ளன. தமிழிலும், ஒவ்வொரு காலகட்டத்திலும் அக்கால கட்டத்திற்கே உரிய வடிவங்கள் தோற்றம் கொண்டுள்ளன. பரணி, பிள்ளைத் தமிழ் போன்ற வடிவங்களைக் குறிப்பிட வேண்டும். வடிவங்கள் கலந்து புதிய வடிவங்கள் தோற்றம் கொள்கின்றன. அதுபோல் ஒரு வடிவத்தின் தோற்றத்திற்கு மற்றொரு வடிவம் காரணமாக அமைகிறது. நாவல், சிறுகதை போன்ற வடிவங்கள் உலகமொழிகள் அனைத்திலும் சமகால இலக்கிய வடிவங்களாகத் திகழ்கின்றன. வடிவங்கள் குறித்ததான தற்காலக் கொள்கை விதிமுறைகளை அமைக்கவில்லை. வடிவங்களில் பொது இயல்புகள் மட்டுமே சுட்டப்படுகின்றன. ஒரு வடிவத்திற்கும், மற்றொரு வடிவத்திற்குமான தொடர்பு ஏற்பைப் பெற்றுள்ளது. வடிவங்கள் ஒன்றோடொன்று கலந்து புதியவடிவம் தோற்றம் கொள்வதையும் காலம் அனுமதித்துள்ளது. தன்வரலாறு, நாவல் என்னும் இரு வடிவங்களின் கலப்பின் காரணமாக தன்வரலாற்று நாவல் என்னும் புதிய வடிவத்தின் தோற்றம் சென்ற நூற்றாண்டின் இறுதியில் தமிழில் நிகழ்ந்துள்ளது. அழகிய நாயகி அம்மாளின் கவலை, பாரததேவியின் நிலவோடு தூரதூரமாய் ஆகியன தன்வரலாற்று நாவல்கள் என்றே இனம் காணப்படுகின்றன. இந்த நூற்றாண்டின் துவக்கத்தில் வெளிவந்த ஜெயமோகனின் கொற்றவை உரைநடைக் காப்பியம் என்றே அடையாளப் படுத்தப்படுகிறது. பழங்கால வடிவங்களிலிருந்து புதிய வடிவம் பிறப்பதை இது குறிக்கிறது.

24

இறைச்சி. சங்கக் கவிதைகளில் பயின்றுவரும் அழகியல் கூறுகளில் ஒன்று இது.

இறைச்சி குறித்ததான சிந்தனை முதன்முதலாகத் தொல்காப்பியத்தில் முன்வைக்கப்பட்டுள்ளது. வீரசோழியம், மாறன் அகப்பொருள் போன்ற பிற்கால நூற்களும் இறைச்சி குறித்ததான சிந்தனைகளை முன்வைத்துள்ளன.

தொல்காப்பியத்தில் கற்பியல், பொருளியல் ஆகிய இயல்களில் இறைச்சி குறித்ததான சிந்தனைகள் இடம்பெற்றுள்ளன. கற்பியலில் தலைவிகூற்று நிகழும் இடத்தில் இறைச்சி என்னும் சொல்லைத் தொல்காப்பியர் பயன்படுத்தியுள்ளார். இங்கு இறைச்சி என்பது கருப்பொருட்களின் தொழிலைக் குறிக்கின்றது. தொல்காப்பிய உரையாசிரியர்களான இளம்பூரணரும், நச்சினார்க்கினியரும் இதில் கருத்து உடன்பாடு கொண்டுள்ளனர். இறைச்சி என்பது கருப் பொருட்களுள் செயல்படும் தன்மையுள்ள உயிர்ப்பொருட்களைக் குறிப்பதாகந் கொள்ளலாம்.

> புணர்ந்துடன் போகிய கிழவோள் மனையிலிருந்து
> இடைச்சுரத்திறைச்சியும் வினையும் சுட்டி

களவில் உடன்போக்கு நிகழ்த்திய தலைவி கற்புக் காலத்து களவின்போது இடைச்சுரத்தில் தாம் கண்ட கருப்பொருட்களின் செயலைக் குறித்துத் தலைவனிடம் பேசி இன்புறுதலை இந்தச் சூத்திரம் குறிக்கின்றது. இங்கு, தொல்காப்பியர் இறைச்சி என்பதைக் கருப்பொருட்களுள் உயிர் உள்ளவைகளைக் குறிப்பதற்குப் பயன்படுத்தியுள்ளார். ஆனால் பொருளியலில் இச்சொல்லிற்கு வேறு பரிமாணங்களைச் சுட்டுகிறார்.

இறைச்சி என்னும் சொல்லிற்கு விளக்கத்தை முன்வைக்கும் தொல்காப்பியச் சூத்திரத்திற்கு இளம்பூரணரும், நச்சினார்க்கினியரும் இருவேறு பாடங்களை முன்வைத்துள்ளனர். இளம்பூரணர் பொருளியலைப் பொருள் இயல்பு உணர்த்தும் இயலாகக் கொள்கிறார். நச்சினார்க்கினியர் வழுவமைதி கூறும் இயலாகக் காண்கிறார். உரையாசிரியர்கள் தாங்கள் வகுத்துக்கொண்ட அடிப்படை இயல்புக்கேற்ப பொருள் கொள்கின்றனர். இளம்பூரணர் 'இறைச்சி தானே உரிப்புறத்ததுவே' என்னும் பாடத்தை ஏற்கின்றார்.

இறைச்சியை உரிப்பொருளுக்குப் புறத்தாகத் தோன்றும் பொருள் என விளக்குகின்றார். உரிப்பொருள் மானுட ஒழுக்கம் சார்ந்தது. இறைச்சியோ கருப்பொருட்களின் ஒழுக்கத்தைச் சுட்டி உரிப் பொருளுக்குப் புதிய பரிணாமத்தைத் தோன்றுவிக்கின்றது.

நிலத்தினும் பெரிதே வானினும் உயர்ந்தன்று
நீரினும் ஆரளவின்றே சாரற்
கருங்கோற் குறிஞ்சிப் பூக்கொண்டு
பெருந்தேன் இழைக்கும் நாடனொடு நட்பே (குறுந். 3)

பாடலின் முதல் இருவரிகளும் மானுட ஒழுக்கத்தைக் கூறுகின்றன. தலைவனுடனான அவள் நட்பு நிலத்தைவிட பெரிதானது; வானத்தைவிட உயர்வானது; நீரைவிட அளவற்றது என்கிறாள் தலைவி. மூன்றாவது வரியில் குறிஞ்சிப் பூவிலிருந்து தேனைப் பெற்றுப் பெரிய தேன் கூட்டினைக் கட்டும் தேனீக்களின் செயல் சுட்டப்படுகிறது. குறிஞ்சிப்பூ வருடங்களுக்கு ஒருமுறை மலர்கிறது. குறிஞ்சிப்பூவிலிருந்து பெறும் தேன் அபூர்வமானது. இங்கு குறிஞ்சியின் உரிப்பொருள் கருப்பொருளின் செயலால் புதுப் பொருள் பரிமாணம் பெறுகிறது.

நச்சினார்க்கினியர் 'இறைச்சிதானே பொருள் புறத்ததுவே' என்னும் பாடத்தைக் கொள்கிறார். கூறவேண்டுவதொன்று பொருளின் புறத்தே புலப்பட்டு அதற்கு உபகாரப்படும் பொருள் தன்மை யுடையதாக இறைச்சியைச் சுட்டுகிறார்.

கன்றுதன் பயமுலை மாந்த முன்றில்
தினைபிடி யுண்ணும் பெருங்கல் நாட

கன்று முலை அருந்த, முற்றத்தில் உணரும் தினையை உண்ணும் யானையின் செயலை இந்தப் பாடலில் இறைச்சியாகக்கொள்ள வேண்டும். தன் கன்றுக்குப் பால் கொடுக்கும் யானை, முற்றத்தில் உணரும் தினையை உண்டு அநீதி இழைக்கிறது. தலைவன் தன் கடமையைச் செய்யும் போது தலைவிக்கு அநீதி இழைப்பதைப் பாடல் சுட்டுகிறது. இங்கும் உரிப்பொருள் புதுப் பரிமாணம் பெறுகிறது. உரிப்பொருளுக்கு வலுசேர்க்கும் மற்றொரு பொருளைக் கூறுகிறது.

இறைச்சி உரிப்பொருளுக்கு வலுசேர்ப்பது மட்டுமின்றி பிறிதொரு பொருளை உணர்த்தவும் கூடும். கருப்பொருளைக் கொண்டு வெளிப்படையாக ஒன்றை உணர்த்திய பின் உள்ளார்ந்த செய்திகளை

உய்த்துணரத் தூண்டுகிறது. கருப்பொருள் உணர்த்தும் தொனிப் பொருள் உள்ளுறை உவமத்தைப்போல் தோற்றம் கொண்டாலும், உள்ளுறை உவமம் அன்று என்கிறார் நச்சினார்க்கினியர். இவற்றிற் கிடையேயான வேறுபாட்டை உணர்ந்துகொள்ளலாம் என்கிறார். உள்ளுறை உவமம் இதற்கு இது என, குறிப்பிட்ட பொருளை உணர்த்துகிறது. இறைச்சியோ தொனிப்பொருளாக அமைகிறது. ஒன்றுக்கு மேற்பட்ட பொருளுக்கு இடம் தருகிறது. இங்கு இறைச்சி குறிப்புப் பொருளை உணர்த்துகிறது.

குறியியல் அடிப்படையிலும் இறைச்சி சமகாலத்தில் விளக்கப் படுகிறது.

விரிவான வாசிப்பிற்கு

1. தமிழண்ணல், இறைச்சி, மீனாட்சி புத்தக நிலையம், மதுரை (1986).
2. ஜெயராமன். நா, தமிழ் இலக்கிய நெறிகள், குமரன் பதிப்பகம், மதுரை (1979).
3. மீனாட்சி சுந்தரனார் தெ.பொ., காவ்யா, சென்னை (2005).

பார்க்க: உள்ளுறை உவமம், படிமம்.

25

உணர்ச்சிக் கதைகள் (romance). உணர்ச்சிக் கதைகளைப் பொழுது போக்கு வடிவமாகக் கொள்ளவேண்டும்.

உணர்ச்சிக் கதைகள் அரேபிய இரவுகள் நிகழ்த்திய தாக்கத்தின் காரணமாக ஐரோப்பிய மொழிகளில் தோற்றம் கொண்டதாக மதிப்பிடுவர். வாழ்வில் நடைபெறவியலாத விசித்திர நிகழ்வுகளின் மிகையான சித்திரிப்பாக அமையும் காதல், வீரம் போன்ற உள்ளடக்கங்களைக் கொண்டிருக்கும்.

மத்திய காலகட்டத்தில் அலெக்ஸாண்டர் குறித்த கதைகள் டிராய் போர், பிரபுக்களின் காதல் வாழ்க்கை போன்றவைகளை உள்ளடக்கமாகக் கொண்டிருந்தன. மறுமலர்ச்சிக் காலகட்டத்தில் முல்லைநில வாழ்வைக் குறிக்கும் உணர்ச்சிக் கதைகள் எழுந்தன. பதினெட்டாம் நூற்றாண்டில் டான் குயிக்ஸோட் போன்ற சாகசங்கள் நிறைந்த உணர்ச்சிக் கதைகள் தோன்றின. பத்தொன்பதாம் நூற்றாண்டில் எழுந்த பல நாவல்களை உணர்ச்சிக் கதைகளாகக்

குறிப்பிட இயலும். ஸ்காட்டின் நாவல்களை இவ்வகையில் குறிப்பிடவேண்டும்.

தமிழில் உணர்ச்சிக் கதைவடிவங்கள் பத்தொன்பதாம் நூற்றாண்டின் இறுதியில் வெளிவரத்துவங்கின. இதழ்கள் பொழுதுபோக்கு ஊடகங்களாக மாற்றப்பட்ட போது உணர்ச்சிக் கதைகள் பொழுது போக்கு எழுத்து வடிவங்களாக அறிமுகமாயின. இருபதாம் நூற்றாண்டின் துவக்கத்தில் கல்கி இவ்வடிவில் சாதனைகளை நிகழ்த்தினார். பெரும்பான்மையான உணர்ச்சிக் கதைகள் ஐரோப்பிய உணர்ச்சிக் கதைகளின் தாக்கத்தால் எழுந்தன. பெரும்பாலும் தழுவல்களாகவும் அமைந்தன. கல்கியின் உணர்ச்சிக் கதைகள் ஸ்காட்டின் வரலாற்று உணர்ச்சிக் கதைகளின் தழுவல் களாகவே அமைகின்றன.

ஐம்பதுகளில் வணிக இதழ்களின் வளர்ச்சியின் காரணமாக உணர்ச்சிக் கதைகள் பெருவளர்ச்சியடைந்தன. சமூகச் சிக்கல்களை முன்னிலைப்படுத்தினாலும் காதலே அடிச்சரடாக அமைந்தது. பெரும்பாலும் முக்கோண காதல் கதைகளாக அமைந்துள்ளன. அகிலனின் உணர்ச்சிக் கதைகளைக் குறிப்பிடவேண்டும். காதல், வீரம் செறிந்த வரலாற்று உணர்ச்சிக் கதைகள் சாண்டில்யன் போன்றவர்களால் எழுதப்பட்டன. லக்ஷ்மி, எண்ணற்ற காதல் கதைகளை எழுதிய எழுத்தாளராகத் திகழ்கிறார்.

உணர்ச்சிக் கதைகள் விமர்சகர்களால் எதிரிடையாக எதிர்கொள்ளப் பட்டன. உணர்ச்சிக் கதைகளுக்கு இலக்கியத் தரத்தை மறுப்பதை க.நா. சுப்ரமணியம் இயக்கமாகவே கொண்டிருந்தார். உணர்ச்சிக் கதையாசிரியர்கள் தங்கள் புனைகதைகளை நாவல்களாக அடையாளப்படுத்தி அவற்றின் இலக்கியத் தரத்தை வற்புறுத்தினர். அகிலன் தன் உணர்ச்சிக் கதைக்காக ஞானபீட பரிசினைப் பெற்றதைக் குறிப்பிட வேண்டும்.

இருபதாம் நூற்றாண்டின் இறுதியில் மின்னணு ஊடகம் முன்னணி பொழுதுபோக்கு ஊடகமாக மாறியது. இதழ்கள் உணர்ச்சிக் கதைகளைத் தொடராக வெளியிடும் வழக்கத்தைக் கைவிட்டன. சுஜாதா போன்ற உணர்ச்சிக் கதையாசிரியர்கள் சாகசக் கதைகள் போன்ற உத்திகளைக் கையாளத் துவங்கினர்.

சமகாலத்தில் உணர்ச்சிக் கதைகளுக்கு இலக்கியத் தரத்தை அளிப்பதில்லை.

26

உணர்ச்சிமையவாதம் (romanticism). படைப்பாளியின் உணர்ச்சிக்கு முதன்மையளிக்கும் இலக்கியப் போக்கு, உணர்ச்சிமையவாதம். ஐரோப்பியமொழிகள் ஒவ்வொன்றிலும் வெவ்வேறு விதமான விளக்கங்கள் இதற்கு அளிக்கப்பட்டுள்ளன. வேர்ட்ஸ்வொர்த், ஷெல்லி, கீட்ஸ், பைரன், கால்ட்ரிச் போன்ற ஆங்கிலக் கவிதை உலகின் மேதைகளை இப்போக்கைச் சார்ந்தவர்களாக மதிப்பிடு கின்றனர். இம்மேதைகளின் கவிதைகளும், உணர்ச்சிமையவாத இலக்கியப்போக்கும் இந்திய மொழிகள் அனைத்திலும் தாக்கத்தைச் செலுத்தின. தமிழ் உள்பட இந்திய மொழிகள் அனைத்திலும் இலக்கிய மறுமலர்ச்சி இயக்கம் உணர்ச்சிமையவாத கவிதைகளின் ஊடாகத்தான் தோற்றம் கொண்டது. வேர்ட்ஸ்வொர்த், ஷெல்லி போன்ற கவிஞர்கள் வாழ்ந்த காலத்தில் 'ரொமாண்டிசிஸம்' என்னும் சொல் இவர்களைக் குறிக்க பயன்படுத்தப்படவில்லை. விமர்சகர்கள் பதினெட்டாம் நூற்றாண்டின் இறுதியிலிருந்து ஆங்கிலக் கவிதை புதிய வேகம் பெற்றது என மதிப்பிட்டாலும் அதை 'ரொமான்டிசிஸம்' என அடையாளப்படுத்தவில்லை. 19ஆம் நூற்றாண்டின் தொடக்கத்தில்தான் உணர்ச்சிமையவாதம் (ரொமான்டிசிஸம்) இலக்கியப் போக்காக ஏற்பைப் பெற்றது.

அமெரிக்க விடுதலைப் போரும், பிரெஞ்சுப் புரட்சியும் ஐரோப்பாவில் பெரும் தாக்கத்தைத் தோற்றுவித்தன. தேசிய உணர்ச்சி ஐரோப்பாவில் வேரூன்ற ஆரம்பித்தது. புறத்திலிருந்ததான நெருக்குதலின்றி ஒரு தேசத்தவர்கள் அவர்களுடைய பொருளாதார, சமூக, அரசியல், கலாச்சார அமைப்பினை எழுப்பும் உரிமை குறித்ததான சிந்தனை எழுந்தது. முடியாட்சிக்கு எதிரான எதிர்ப்பும் தோற்றம் கொண்டது. காலனி ஆதிக்கமும், அடிமை வணிகமும் கவனிப்பைப் பெற்றன. மனித நேயம் முக்கியத்துவம் பெற்றது. வரலாற்றின் இந்தப் பின்னணியில் தான் உணர்ச்சிமையவாதம் தோற்றம் கொண்டது.

உணர்ச்சிமையவாதத்தை ஒரு சிந்தனைப் போக்காகக் கருதாது, வரலாற்றை மையமாகக் கொண்ட போக்காகக் கருதுவதும் உண்டு. உணர்ச்சிமையவாதம் உளவியல் தளத்திலும் விளக்கப்படுகிறது. உணர்ச்சிமையவாதம் தொடர்பான நிகழ்வுகள், மனிதனின் சிந்தனை, உணர்ச்சி இவற்றின் உள்ளாகத்தான் நிகழ்ந்தன.

உணர்ச்சிமையவாத இலக்கியங்கள், படைப்பாளியின் அகத்தை, தான் என்னும் உணர்வையே மையப்படுத்தின. உணர்ச்சி மையவாதம் ஆங்கிலம், ஜெர்மன், பிரெஞ்சு மொழிகளில் வெவ்வேறு கால அளவில் வேகம் பெற்றது. வெவ்வேறு விதமாகவும் விளக்கப்பட்டது. ஆங்கில மொழியில் கோல்ரிட்ஜின் 'லிரிக்கல் பாலட்' 1798இல் வெளியானதின் ஊடாக உணர்ச்சிமையவாதம் தோற்றம் கொண்டதாக மதிப்பிடப்படுகிறது. செவ்வியல் இலக்கியப்போக்கின் மறைவை உணர்ச்சிமையவாதம் குறித்தது. இருபதாம் நூற்றாண்டின் துவக்கத்தில் ஆங்கில மொழியில் உணர்ச்சிமையவாதத்தைக் குறித்த கேள்விகள் எழுப்பப்பட்டன.

தமிழ்ச் சூழலில் உணர்ச்சிமையவாத இலக்கியப்போக்கு இருபதாம் நூற்றாண்டின் துவக்கத்தில் தோற்றம் கொண்டது. இருபதாம் நூற்றாண்டின் துவக்கம் இந்திய வரலாற்றின் மிக முக்கியமான காலகட்டம். ஐரோப்பாவில் உணர்ச்சிமையவாதம் தோற்றம் கொண்டபோது இருந்த காலச்சூழலுக்கு நிகரான சூழல், இந்தக் காலகட்டத்தில் இந்தியாவிலும் இருந்தது. விடுதலை என்ற உணர்வு பத்தொன்பதாம் நூற்றாண்டின் பிற்பகுதியில் அறிஞர்கள் ஒரு சிலரிடம் மட்டுமே இருந்தது. இருபதாம் நூற்றாண்டில் சாதாரண மக்களையும் வந்தடைந்தது. தேசிய உணர்வு உணர்ச்சிமைய வாதத்திற்கு உகந்தது. இந்தியத் துணைக் கண்டத்திலுள்ள அனைத்து தேசிய இனத்தைச் சார்ந்த மக்களும் தங்கள் பண்பாட்டைக் குறித்த தன்னுணர்வு பெறத் துவங்கினர். அனைவருக்கும் கல்வி என்ற 'காலனி' அரசின் செயல்திட்டத்தின் காரணமாக எழுத்தறிவு பெற்றவர் எண்ணிக்கை பெருகியது. மாற்றங்கள் வேகமாக நிகழத் துவங்கின. பத்தொன்பதாம் நூற்றாண்டின் இறுகலான யாப்பு வடிவங்கள் செல்வாக்கு இழந்தன. கவிதை சாதாரண மனிதர்களை வந்தடையத் துவங்கியது. இளம் கவிஞர்கள் ஷெல்லி, கீட்ஸ், வெர்ட்ஸ்வோர்த் போன்ற உணர்ச்சி மையவாதக் கவிஞர்களின் தாக்கத்தைப் பெற்றனர். பாரதி தன்னை 'ஷெல்லிதாசன்' என அழைத்துக்கொண்டது குறிப்பிடத்தக்கது. புரட்சியின் மீது ஆங்கில உணர்ச்சிமையவாத கவிஞர்கள் கொண்ட ஈடுபாடு இவர்களைக் கவர்ந்திருக்க வேண்டும். இவர்களும் புரட்சியை வரவேற்றனர்.

தேசீய உணர்வு, இயற்கையின் மீதான ஈர்ப்பு, சாதாரண மக்கள் வாழ்வின் மீதான ஈடுபாடு, சமூக மரபுகள் மீதான எதிர்ப்புணர்வு, தனிமனிதனின் இறைஉணர்வு ஆகியன தமிழ் உணர்ச்சிமையவாதக்

கவிதைகளின் உள்ளடக்கமாக அமைந்தன. பாரதி, கவிமணி, பாரதிதாசன் ஆகிய மூவரையும் உணர்ச்சிமையவாதக் கவிஞர்களுள் முக்கியமானவர்களாகக் குறிப்பிடவேண்டும். பாரதியின் 'குயில் பாட்டு', 'பாஞ்சாலி சபதம்' ஆகியன ஆங்கில உணர்ச்சி மையவாதக் கவிதை வடிவமான 'பாலட்'ஐ நினைவுப்படுத்துகின்றன. பாரதிதாசனின் அழகின் சிரிப்பு இயற்கைக்கும் மனிதனுக்குமான தொடர்பை முன்னிலைப்படுத்துகிறது. இயற்கையின் அழகு மனிதனுக்குள்ளாக மலர்ச்சி அடைகிறது.

புனைகதையில் தேசிய விடுதலை உணர்வுகொண்ட உணர்ச்சிக் கதைகள் இக்கால கட்டத்தில் எழுந்தன. சங்கரராமின் *மண்ணாசை*, கா.சு. வேங்கட ரமணியின் *முருகன் ஓர் உழவன்*, வ.ரா.வின் *சுந்தரி* ஆகியன குறிப்பிடத்தக்கன வரலாற்று நாவல்களும் எழுந்தன.

தமிழில் உணர்ச்சிமையவாதம், முப்பது ஆண்டுகளே செல்வாக்கில் இருந்தது. முப்பதுகளில் அறிமுகமான எதார்த்தப்போக்கு இதனை இடம் பெயரச்செய்தது.

இருபதாம் நூற்றாண்டின் முதல் முப்பது வருடங்களிலும் தமிழில் இலக்கிய விமர்சனம் ஓர் இயக்கமாக வளர்ச்சி காணவில்லை. பாரதி, வ.வே.சு. ஐயர் ஆகியோர் சில விமர்சனக் கருத்துகளை முன் வைத்துள்ளனர். இருபதாம் நூற்றாண்டில் ஐம்பதுகளில்தான் இலக்கிய விமர்சனம் இயக்கம் கொண்டது. எதார்த்தம், நவீனத்துவப் போக்கினைச் சார்ந்த விமர்சகர்கள் உணர்ச்சி மையவாதத்தின் மீது தாக்குதல்களைத் தொடுத்தனர். பாரதியை மட்டுமே இவர்களால் கவிஞனாக ஏற்க முடிந்தது. இருபதாம் நூற்றாண்டில் தோற்றம் கொண்ட பெரும்பான்மையான உணர்ச்சிக் கதைகள், மிகுவுணர்ச்சித் தன்மை கொண்டனவாக, வணிக எழுத்துகளாக இயங்கின. இதனால், விமர்சனப் புறக்கணிப்பினைப் பெற்றன.

ஐரோப்பிய உணர்ச்சிமையவாத காலகட்டத்தோடு ஒப்பிடும்போது, தமிழ் உணர்ச்சிமையவாதக் காலகட்டம் குறுகியதும், சாதனைக் குன்றியதுமாகவே அமைகிறது.

விரிவான வாசிப்பிற்கு. சஜன், *நவீனத்துவம் (சுந்தர ராமசாமியை முன்வைத்து)*, காலசகம் பதிப்பகம் (2006)

27

உத்தி (technique). உத்தி, படைப்பு இயக்கத்தில் படைப்பாளியின் செய்நுட்பத்தின் கருவியாக அமைவது. ஒருவகையில் கலைஞனின் தன்னுணர்வு கொண்ட இயக்கத்தைச் சார்ந்தது. உத்தி, உருவத்தோடு தொடர்புடையது. உள்ளடக்கத்தோடும் படைப்பு உணர்த்தும் மதிப்பீடுகளோடும் உத்திக்கு எவ்விதத் தொடர்பினையும் கற்பிக்க இயலாது. படைப்பு இயக்கம் படைப்பாளியின் உள்உணர்வோடு தொடர்புடையதாகக் கருதப்பட்ட காலகட்டமும் இருந்துள்ளது. இங்கு, படைப்பாளி தன்னுணர்வற்ற இயக்கத்தினைக் கொண்டு இயங்குகிறான். உத்தியின் இடம் இங்கு இல்லாததாகிறது. எனவே உத்தி உள்ளுணர்வு கொண்ட படைப்பு இயக்கத்திற்கு எதிரிடையானது. சமகால இலக்கியக் கோட்பாடுகள் படைப்பாளியின் தன்னுணர்வு கொண்ட இயக்கத்தினையே முன்மொழிகின்றன. பாரதி போன்ற உணர்ச்சிமையவாத கலைஞர்களின் படைப்புகளில் உத்தி செயல்பட்டுள்ளதை உணர இயலாது. என்றாலும், படைப்பாளி தன் படைப்பிற்கேற்ற உத்திகளைக் கையாண்டிருக்கக் கூடும். நவீனத்துவக் காலகட்டத்தில் படைப்பாளி அறிவியல் அறிஞனாகச் செயல்படுகிறான். எலியட், படைப்பாளி அறிவியல் அறிஞனாகவே செயல்படுவதாகக் குறிப்பிட்டுள்ளார். தமிழில் நவீனத்துவப் படைப்பாளியான சுந்தர ராமசாமியின் ஜே.ஜே: சில குறிப்புகள் நாவலைக் குறிப்பிட வேண்டும். நாவலின் முதற்பகுதி ஜே.ஜே. என்ற எழுத்தாளனின் வாழ்வைப் பற்றிய சில குறிப்புகளாகவும், பிற்பகுதி அவன் நாட்குறிப்புகளின் சில பக்கங்களாகவும் அமைகிறது. ஆசிரியர் கையாண்டுள்ள இவ்வுத்தி ஜே.ஜே.யின் வாழ்வையும் அவன் சிந்தனைகளையும் இணைத்து நாவலுக்குப் புதிய பரிமாணத்தைத் தோற்றுவிக்கிறது. உத்தியின் வெற்றியாக இதனைக் குறிப்பிட வேண்டும். படைப்பு இயக்கத்தில் உத்தி பெறும் வெற்றி, அது கையாளப்பட்டுள்ளதை உணர இயலாதவாறு படைப்போடு கலந்துவிடுவதில்தான் அமைந்துள்ளது.

28

உருவக்கதை (allegory). இருபொருள் கொள்ளும்படியான கவிதை நடையில் அல்லது உரைநடையில் அமைந்த கதையைக் குறிப்பது. கதை ஒரு மேல்நிலை பொருளைக்கொண்டிருக்கும். அதேசமயம்

ஓர் ஆழ்நிலைப் பொருளும் வாசிப்பில் துலங்கும். இத்தகைய கதைகளை இருநிலைகளிலும் புரிந்துகொள்ளமுடியும். இரண்டுக்கும் மேற்பட்ட நிலைகளில் பொருள் கொள்ளும்படியாகவும் அமைதல் உண்டு. உருவகக்கதை காலத்தால் பழமையானது. உலகளாவியதும் கூட. ஒவ்வொரு மொழியிலும் உருவகக்கதையை இனங்காண முடியும். பஞ்சதந்திரக் கதைகள் போன்ற நீதிக்கதைகளை உருவகக் கதைகளாகக் குறிப்பிட இயலாது. இந்தக் கதைகளில் பொதுநீதிகளே உணர்த்தப்பட்டிருக்கும். தனித்த அனுபவங்களையே உருவகக் கதைகள் உணர்த்தக்கூடும்.

ஆங்கில இலக்கியத்தில் பரதேசியின் மோட்சப் பயணத்தை உருவகக் கதைகளுக்குச் சிறந்த எடுத்துக்காட்டாகக் குறிப்பிட வேண்டும். இந்தக் கதை கிறிஸ்தவர்களின் ஆன்மிக விடுதலையை மறை பொருளாகக் கொண்டுள்ளது. தமிழில் ஜெயகாந்தனின் 'விதியும் விபத்தும்' சிறுகதையை உருவகக் கதைக்கு எடுத்துக்காட்டாகக் குறிப்பிடலாம். இருமாங்கொட்டைகள் சாக்கடை நீரில் வீழ்கின்றன. ஒன்று பழத்தை சுவைத்த சிறுவனால் எறியப்படுவது. சாக்கடை ஓரத்தில் பழம்தரும் மரமாக அது வளர்ந்தது. மற்றொன்று ஒரு மரத்திலிருந்து வீழ்ந்த வெம்பிய பழத்தின் கொட்டை. சாக்கடைப் புழு அதன் மௌனத்தைக் குலைத்து அதனுள் நுழைந்தது. அதன் விழிப்பே அதற்கு மரணமாயிற்று. இது மாங்கொட்டைக்கு நேர்ந்த விபத்து. இக்கதை ஒரு மறைபொருளையும் கொண்டுள்ளது. வணிக இதழ்களில் ஒருபடைப்பாளி எழுத நேர்ந்தாலும் இதழ்களின் பொதுக்குணத்தோடு ஒட்டாமல் உயர்ந்த கலைப்படைப்புகளை எழுத முடியும். இதழ்களில் நெருக்குதல்களினால் அதன் போக்கோடு சமரசம் செய்து கொள்வதால் படைப்பாளியும் வணிக எழுத்துகளை எழுதவும் கூடும். இக்கதை பெரும்பாலும் வணிக இதழ்களில் தன் படைப்புகளை வெளியிட்ட ஜெயகாந்தன் மீது சுமத்தப்பட்ட விமர்சனக் கணிப்புகளுக்கு அவருடைய பதிலாகவும் அமைகிறது.

சமகாலத்தில் உருவகக் கதைகள் பெரும்பாலும் செல்வாக்கை இழந்துவிட்டுள்ளன.

29

உருவம் (form). ஒரு கலைப்படைப்பின் கூறுகள் அனைத்தும் ஒருங்கிணைவதன் மூலம் உணர முடிகிற முழுமை உணர்வே

உருவம். உருவம் அருவமானது. ஆனால் உணர்ந்துகொள்ளலாம். அதேசமயம் அறிவு அடிப்படையில் அதை விளக்கிவிடவும் முடியாது.

உருவம் என்ற சொல்லுக்கு வெவ்வேறான பொருள்கள் முன்வைக்கப்பட்டுள்ளன. இலக்கிய வடிவத்தைக் குறிக்கவும் இச்சொல் பயன்படுத்தப்படுகிறது. அதேசமயம் இலக்கியப் படைப்பிற்கு முன், முடிவு செய்யப்பட்ட உருவத்தைக் குறிக்கவும் இச்சொல் பயன்படுத்தப்படுகிறது. தலித் இலக்கியம், பெண்ணிய இலக்கியம் என்று அடையாளப்படுத்தப்படும் போதே அதன் உருவம் தீர்மானிக்கப்பட்டுவிடுகிறது. ஆனால் உருவம் அதன் நேர்மையான பொருளில் இலக்கியப் படைப்பின் உள்ளிருந்தே எழுகிறது. விமர்சனத்தில் உருவம், உள்ளடக்கத்தினின்றும் வேறான ஒன்றை விரிவான பொருளில் உணர்த்த பயன்படுகிறது.

க.நா. சுப்ரமண்யம் போன்ற தமிழ் இலக்கிய விமர்சன முன்னோடிகள் உருவம், வடிவம் என்னும் இருசொல்லையும் ஒரே பொருளிலேயே கையாண்டுள்ளனர். இலக்கிய விமர்சனத்தில் உருவகத்திற்குத் தரும் முக்கியத்துவத்தை எதிரிடையாகக் கருதும் விமர்சகர்களும் இருந்துள்ளனர். உள்ளடக்கத்திற்கு எதிர்நிலையில் உருவத்தை நகர்த்தியுள்ளனர். ஆனால் உருவ உள்ளடக்கங்களுக்கு இடையிலான வேறுபாடு செயற்கையானது. உருவத்தின் முழுமையை உணரும் போதுதான் படைப்பின் வெளிப்படுத்துதல்களை உணர்ந்து கொள்ள இயலும். இங்கு, இலக்கியப் படைப்புப் பெறும் உருவமே அதன் வெளிப்படுத்துதல்களை நிகழ்வடிவமாக்குகிறது.

அனுபவப் பதிவு விமர்சனம் உருவத்தை விளக்க முனைப்புக் கொள்ளவில்லை. உருவ நிறைவு, உருவச்சிதைவு போன்ற மதிப்பீடு களையே முன்வைத்தது. பகுப்பாய்வு விமர்சனம் உருவத்தின் கூறுகளை விளக்கி அதன் முழுமையை விளக்க முயல்கிறது.

30

உரைநடை (prose). உரைநடை, கவிதையிலிருந்து வேறானது. யாப்பு விதிகளுக்குக் கட்டுப்படாதது.

ஆங்கிலத்தில் *Prose* என்னும் சொல் *Prosa* என்னும் லத்தீன் மூலத் திலிருந்து தோற்றம் கொண்டுள்ளது. நேரடியாகப் பொருளை உணர்த்துவது என்னும் பொருளை இந்தச் சொல் பெறுகிறது.

தமிழில் உரைநடை என்னும் சொல் வீரமாமுனிவர் காலத்திலிருந்து வழக்கில் இருந்து வருகிறது. உரை என்பது விளக்கம் எனப் பொருள் பெறுகிறது. கவிதைக்கு விளக்கமளிக்கும் உரை நூல்களிலிருந்து இந்தச் சொல் தோன்றியிருக்க வேண்டும். வீரமாமுனிவர் உரையாசிரியர்கள் நடையினையே பின்பற்றினார். எனவே உரையாசிரியர்கள் நடை என்பதிலிருந்து உரைநடை என்றும் சொல் தோற்றம் கொண்டது எனக்கருத இயலும். உரைநடையைக் குறிக்க வசனம், வாசகம் என்னும் சொற்களும் தமிழில் பயன்படுத்தப் பட்டுள்ளன.

கவிதையைப் போல் உரைநடைக்கு வரையறைகள் ஏதுமில்லை. கவிதையின் புறத்தோற்றமே அது உருவாக்கப்பட்ட ஒன்று என்னும் எண்ணத்தைத் தருகிறது. யாப்பு, எதுகை மோனை, சொல்லோசை, வரிகளின் அமைப்பு, வரிகளில் சீர்களின் அமைப்பு அனைத்துமே ஒருவித ஒழுங்குணர்வை உணர்த்துகிறது. உரைநடை இவை அனைத்தையும் கொண்டிருக்க வேண்டுமென்பதில்லை என்பதே கவிதையையும் உரைநடையையும் வேறுபடுத்திக் காட்டுகிறது. கவிதைக்கான கோட்பாடுகள் உலகமொழிகள் அனைத்திலும் உரைநடைக்கான கோட்பாடுகளைவிட எண்ணிக்கையில் அதிக மானவை. உரைநடை, குறைவான மதிப்பினைப் பெறுவதற்கும் இதுவே காரணமாகிறது. புனைகதை வடிவங்கள் உரைநடையில் தோற்றம் கொள்வதற்கு உரைநடையின் இவ்வியல்பே காரணமாக அமைந்தது.

தமிழில் உரைநடையின் தோற்றம் குறித்துப் பல்வேறு கருத்துகள் உள்ளன. தமிழில் இலக்கியம் முதல் தத்துவம் வரை அனைத்தும் செய்யுள் வடிவிலேயே இருந்தன. ஆனால் எல்லாச் செய்யுளும் கவிதையாக வேண்டும் என்பதில்லை. இலக்கண நூற்களின் சூத்திரங்களுக்கும் கவிதைக்குமான வேறுபாட்டைத் தொல்காப்பியர் காலம் முதல் தமிழர்கள் அறிந்திருந்தனர். கல்வெட்டுகளிலும், செப்பேடுகளிலும் உரைநடை இருந்தது. இலக்கியத் துறையில் உரையாசிரியர்கள் இலக்கியத்தை விளக்க உரைநடையைப் பயன்படுத்தியுள்ளனர். ஆனால் கிரேக்க எபிரேய சமஸ்கிருத மொழிகளைப்போல் மிகப் பழங்காலத்திலேயே உரைநடையில் அமைந்த இலக்கியங்கள் தமிழில் இருந்தன எனக்கூறுவதற்கில்லை. தொல்காப்பியர் குறிப்பிடும் 'உரைவகை நடை' உரைநடையையே குறிக்கின்றது எனக் கொள்ள சான்றுகள் இல்லை. யாப்பருங்கல

விருத்தி சில உரைநடை நூற்களின் பெயரைச் சுட்டியுள்ளது. அதுபோலவே உரையாசிரியர்களும் சிலபெயர்களைச் சுட்டி யுள்ளனர். இந்த நூற்களைக் குறித்து ஏதும் அறிதற்கில்லை.

கி.பி.3-ஆம் நூற்றாண்டிலிருந்து 7ஆம் நூற்றாண்டு வரை சமணம் தமிழ்நாட்டில் செல்வாக்குப் பெற்றிருந்தது. சாதாரண மக்களை நோக்கி உரையாடும் தேவை அவர்களுக்கிருந்தது. உரைநடை மொழி மக்களை நோக்கி இயங்கும் போதுதான் முக்கியத்துவம் பெறுகிறது. சமணர்கள் தங்கள் சமயக் கொள்கைகளைப் பாமரமக்களுக்கு எடுத்துக்கூற பிராகிருதம் கலந்த தமிழ்நடையை உருவாக்கி இருக்க வேண்டும். பின்னால் வைணவர்கள் வடமொழி கலந்த உரை நடையைக் கையாண்டது குறிப்பிடத்தக்கது. உரையாசிரியர்கள் 14ஆம் நூற்றாண்டு முதல் இலக்கிய இலக்கணங்களுக்கு உரைகள் எழுத முற்பட்டனர். பேராசிரியர், அடியார்க்குநல்லார், நச்சினார்க்கினியர், இளம்பூரணர் போன்றவர்களைக் குறிப்பிட வேண்டும். உரைநூற்களின் மொழிநடை கற்றவர்கள் மட்டுமே புரிந்து கொள்ளும்படி இருந்தது. உரையாசிரியர்கள் மொழி நடைக்கும் மக்களின் பேச்சுமொழிக்கும் இடையில் பெரும் வேறுபாடு இருந்திருக்க வேண்டும். கல்வெட்டின் மொழிநடை, பேச்சு மொழியின் நடையை ஒட்டிய நிலையில் அமைந்துள்ளது.

தற்காலத் தமிழ் உரைநடை கிறிஸ்தவர்களின் சமயப்பரப்புதலின் விளைவாகவே எழுந்தது. பெரும்பாலும் சமயநூற்களின் மொழிபெயர்ப்பாக அமைந்தது. 1586இல் அன்டிரீக்ஸ் போர்த்துக்கீசிய நூல் ஒன்றினைத் தமிழில் மொழிபெயர்த்து அச்சு வடிவில் வெளியிட்டார். முத்துக்குளிக்கடற்கரை மக்கள் பேசிய மொழியை ஒட்டித் தன் மொழிநடையை அமைத்துக்கொண்டார். எளிய மொழியில் மொழிபெயர்ப்பை நிகழ்த்தியுள்ளார். சமயக் கோட்பாடு தொடர்பான போர்த்துக்கீசியச் சொற்களை ஒலி அமைப்புச் சிதையாமல் தமிழில் எழுதியுள்ளார். பதினேழாம் நூற்றாண்டின் துவக்கத்தில் டி-நோபிலி தமிழில் உரைநடை நூற்களை எழுதத் துவங்கினார். டி-நோபிலி சமஸ்கிருதச் சொற்களைக் கலந்த தமிழில் எழுதினார். சமயக் கோட்பாடுகளை விளக்க இந்து சமயச் சொற்களைப் பயன்படுத்திக்கொண்டார். பதினெட்டாம் நூற்றாண்டு முதல் சீகன் பால்கு பப்ரிஷியஸ், டி. மெலொ, இரேனியஸ் முதலிய சீர்திருத்தக் கிறிஸ்தவ சமயப் பணியாளர்கள் வேத நூலினைத் தமிழில் மொழிபெயர்க்கத்

தொடங்கினர். இவர்கள் மொழிபெயர்ப்பு பெரும்பாலும் சொல்லுக்குச் சொல்மொழிபெயர்ப்பாக அமைந்தது. பின்னால் கிறிஸ்தவத் தமிழ் நடை அமைய இது காரணமாகியது. இரேனியஸ் இதிலிருந்து வேறான போக்கைக் கொண்டிருந்தார். சமூகத்தின் அடித்தள மக்களை நோக்கி அவர் இயங்கியதால் மொழிநடையின் எளிமை, தெளிவு ஆகியவற்றில் கவனம் செலுத்தினார். சொற்களைச் சந்தி பிரித்து எழுதும் முறை அவரால் தோற்றுவிக்கப்பட்டது. சொற்களுக்கிடையில் இடைவெளியும், நிறுத்தற் குறியும் அவரால் புகுத்தப்பட்டது. சமகால மொழிநடை அவருக்கு மிகவும் கடன்பட்டுள்ளது. பதினெட்டாம் நூற்றாண்டில் வீரமாமுனிவர் உரையாசிரியர்களின் கடினநடையையொட்டித் தன் நடையை அமைத்துக்கொண்டார். உரைநடை என்னும் சொல் இந்தக் காரணத்தால் தான் தோற்றம் கொண்டது. செந்தமிழ், கொடுந்தமிழ் என்னும் வேறுபாடும் அவரால் புகுத்தப்பட்டது. செந்தமிழ் உரையாசிரியர் மொழிநடையை ஒட்டியது; உயர்வானது. பெஸ்கியின் பெரும்பான்மையான நூற்கள் செந்தமிழில் அமைந்தது. கொடுந்தமிழ் கீழானது; பேச்சுமொழியை ஒட்டியது. பரமார்த்த குரு கதை மட்டுமே கொடுந்தமிழில் எழுதப்பட்டது.

பத்தொன்பதாம் நூற்றாண்டில் இந்துசமயத்தைச் சார்ந்தவர்களும் உரைநடையைப் படைக்க முற்பட்டனர். சமூகத்தில் உயர்நிலையில் இருந்தவர்களை நோக்கியே இவர்கள் மொழி செயல்பட்டது. உரையாசிரியர் மொழிநடையையே கையாண்டனர். பேச்சு மொழியிலிருந்து மிகவும் விலகிய இலக்கிய மொழிநடை இவர்களால் தோற்றுவிக்கப்பட்டது. பெருகிவந்த இதழ்களின் எண்ணிக்கை உரைநடையின் பயன்பாட்டை அதிகரிக்கச் செய்தது.

பத்தொன்பதாம் நூற்றாண்டின் இறுதியில் அரசியல் எழுச்சித் தோற்றம் கொண்டது. சாதாரண மக்களையும் விழிப்படையச் செய்ய வேண்டியத் தேவை ஏற்பட்டது. மொழி எளிமையாக்கப்பட வேண்டிய கட்டாயத்தை எதிர்கொண்டது. பேச்சுமொழியை இலக்கண வரம்பிற்கு உட்படுத்தி இதழியல் தமிழ்நடையை உருவாக்கினர். உரைநடையில் இலக்கியங்களும் தோற்றம்கொள்ள ஆரம்பித்தன. செந்தமிழ் நடையைத் தமிழ்ப் பேராசிரியர்கள் மட்டுமே கையாண்டு கேலிக்குள்ளானார்கள்.

இருபதாம் நூற்றாண்டுத் தமிழ் உரைநடையின் காலமாக அமைந்தது. மக்களாட்சியில் சாதாரண மக்கள் பெற்ற செல்வாக்கு உரை

நடையின் வளர்ச்சியை ஊக்குவித்தது. இலக்கியம் முதல் தத்துவம் வரை அனைத்தும் உரைநடையிலேயே அமைந்தது. அனைத்துத் துறைகளின் மாற்றங்களுக்கேற்ப மொழி மாற்றங்களை எதிர் கொண்டது. புனைகதை வடிவங்கள் எழுத்து மொழிக்கும் பேச்சு மொழிக்கும் இடையிலான வேறுபாட்டை இல்லாமலாக்கியது.

தமிழில் உரைநடை காலத்தால் பிற்பட்டது எனினும் சமகாலத்தில் கவிதைக்கு நிகரான வளர்ச்சியை அடைந்துள்ளது.

விரிவான வாசிப்பிற்கு. செல்வநாயகம், தமிழ் உரைநடை வரலாறு, அடையாளம், புத்தாந்தம்.

31

உரையாரியர்கள். தேர்ந்தெடுக்கப்பட்ட இலக்கண இலக்கியங்களுக்கு உரை வகுத்தவர்கள், உரையாசிரியர்கள்.

உரையாசிரியர்கள் பெரும்பாலும் பத்தாம் நூற்றாண்டிற்குப் பிற்பட்டவர்கள். சமகால இலக்கியங்களுக்கு இவர்கள் உரை வகுக்கவில்லை. காலத்தால் முற்பட்ட இலக்கிய இலக்கணங்களுக்கு மட்டுமே உரை வகுத்துள்ளனர்.

உரையாசிரியர்களை விமர்சகர்களாக ஏற்கும் மரபு உள்ளது. கல்வி வட்டத்தைச் சார்ந்தவர்களும், தமிழ் சமகாலப் படைப்பாளிகளுள் ஜெயமோகனும் தமிழ் விமர்சன மரபின் துவக்கப் புள்ளியாக உரையாசிரியர்களைக் காண்கின்றனர். சிற்றிதழ் சூழலைச் சார்ந்த படைப்பாளிகளும் விமர்சகர்களும் இதற்கு முரணான கருத்தினைக் கொண்டுள்ளனர். உரையாசிரியர்கள் நூற்களைப் போற்றும் மரபைக் கொண்டவர்கள். தேர்வு இவர்களுக்கில்லை என்பது சுந்தர ராமசாமி, வெங்கட் சாமிநாதன் போன்ற விமர்சகர்களின் நிலைப்பாடு. இந்தக் காரணத்தால் விமர்சகர்களாக இவர்களை ஏற்க மறுக்கின்றனர். பேராசிரிய மரபின் முன்னோடிகளாகக் கருதுகின்றனர்.

ஜெயமோகன், இவர்கள் உரைவகுத்த நூற்களின் தெரிவு ஒருவகையிலான மதிப்பீடு குறித்த உணர்வு இவர்களிடம் இயங்கி உள்ளதற்குச் சான்றுகளாக அமைவதைச் சுட்டுகிறார். தமிழ்ச் சூழலில் உரையாசிரியர்கள் மீதான புறக்கணிப்பு, உரைகளின் மீதான வாசிப்பின் அடிப்படையில் நிகழ்ந்திராததையும் குறிப்பிடுகிறார்.

உரையாசிரியர்கள் மிகப்பெரிய அறிஞர்கள் என்பதில் முரண்பாடான கருத்துகளுக்கு இடமில்லை. உரையாசிரியர்களின் தனித் தன்மைகளை அவர்கள் உரைகளிலிருந்து உணரமுடிவதைக் குறிப்பிட வேண்டும். உரையாசிரியர்களின் நூலறிவு வியப்பிற்கு உரியது. எண்ணற்ற நூற்களை மேற்கோள்களாகச் சுட்டிச் சென்றுள்ளனர். சொற்களுக்குப் பொருளளிப்பது மட்டுமே அவர்கள் நோக்கமல்ல; கவிதையின் ஆழ்நிலைப் பொருளை உணர வைப்பதையே இலக்காகக் கொண்டுள்ளனர். இலக்கண உரைகள் தங்கள் நிலைப்பாடுகளை உணர்த்துவதோடு, பிற நிலைப்பாடுகள் மீது தாக்குதலையும் நிகழ்த்துகின்றன. இலக்கிய உரைகளில் தங்களுக்கு முரணான பார்வையைக் குறித்து அக்கறை கொள்வதில்லை. எனினும் நச்சினார்க்கினியர் புறநானூற்றின் பாடல்களில் வரலாற்றுக் கொளுக்கள் காலத்தால் பிற்பட்டவையாக மதிப்பிடுவதைக் குறிப்பிட வேண்டும்.

எல்லா நூற்களும் உரைபெறவில்லை. சிலப்பதிகாரம் இரு உரைகளைப் பெற்றபோது மணிமேகலை உரையாசிரியர்களின் கவனிப்பைப் பெறவில்லை. உரைகூறுவதற்கான நூற்களைச் சமய அடிப்படையில் தேர்வு செய்ததற்கான சான்றுகள் இல்லை. சைவரான நச்சினார்க்கினியர் சமணக்காப்பியமான சிந்தாமணிக்கு உரை செய்துள்ளதைக் குறிப்பிட வேண்டும். சிந்தாமணியில் துலங்கும் சமணக் கோட்பாடுகளைச் சுட்டத் தயங்கவும் இல்லை. உரையாசிரியர்கள் தொடர்ந்து வாசிக்கப்பட்டு வந்த நூற்களைச் சமகால வாசகர்களுக்கு அறிமுகம் செய்கின்றனர். ஒருவகையில் இலக்கியக் கல்வி, தமிழ்ச்சூழலில் இயங்கி வந்துள்ளதை உணர முடிகிறது. அதில் கற்பிக்கப்பட்ட நூல்களுக்குக் காலம் சார்ந்த பொருளை உரையாசிரியர்கள் தருகின்றனர். இலக்கண உரை களிலிருந்துதான் புதிய இலக்கண நூற்கள் தோற்றம் கொண்டுள்ளன. உரைகளின் உதவியோடுதான் மூலநூற்களை அழிவிலிருந்து மீட்க முடிந்துள்ளது.

இளம்பூரணர், பேராசிரியர், பரிமேலழகர், நச்சினார்க்கினியர், சேனாவரையர் முதலியவர்களைப் புகழ்பெற்ற உரையாசிரியர் களாகக் குறிப்பிடவேண்டும். இளம்பூரணர் தொல்காப்பியத்திற்கு உரை வகுத்தவர்களுள் முன்னோடியாகத் திகழ்கிறார். பதினோராம் நூற்றாண்டைச் சார்ந்த இவர் சமண சமயத்தினர். அடியார்க்கு நல்லார் சிலப்பதிகாரத்திற்கு உரைவகுத்தவர். இசைத்துறையைப் பற்றிய

இவரது அறிவு குறிப்பிடத்தக்கது. பதின்மூன்றாம் நூற்றாண்டைச் சார்ந்த நச்சினார்க்கினியர் இலக்கண இலக்கியங்களுக்கு உரைவகுத்தவர். தொல்காப்பியம், சிந்தாமணி, கலித்தொகை, குறுந்தொகை என இவர் உரையின் பரப்பு மிக விரிவானது. தன் உரை நூல்களில் எண்பத்தி இரண்டு நூற்களிலிருந்து மேற்கோள்கள் சுட்டியுள்ளார்.

தொல்காப்பியத்திற்கு உரைவகுத்த சேனாவரையர் வடமொழி வல்லுநரும்கூட. பரிமேலழகர் திருக்குறளுக்கும், பரிபாடலுக்கும் உரைவகுத்துள்ளார். தெய்வச்சிலையார், கல்லாடர், சங்கர நமச்சிவாயர், மயிலைநாதர் முதலிய உரையாசிரியர்களையும் குறப்பிட வேண்டும். ஆசிரியர் பெயர் தெரியாத உரைகளும் உண்டு. அகநானூற்றின் முதல் 90 பாடல்களுக்கும் ஆசிரியர் பெயர் கண்டறியப்படாத உரை உள்ளது.

திருக்குறள் பன்னிரு உரைகளைப் பெற்றுள்ளது. வேறுபட்ட சமயத்தைச் சார்ந்தவர்களால் உரைகள் வகுக்கப்பட்டுள்ளன. சமய நூற்களுக்குக் குறிப்பிட்ட அச்சமயத்தவர்களால் உரை வகுக்கப் பட்டுள்ளன. நாலாயிர திவ்யபிரபந்த உரைகள் குறிப்பிடத்தக்கன. மணிப்பிரவாள நடை சமகால வாசிப்பிற்கு இடையூறாக அமைகிறது.

உரையாசிரியர்கள் தங்களுக்கென்று ஒரு நடையை வகுத்துள்ளனர். செந்தமிழ் நடையாக இதனைக் குறிப்பிட வேண்டும். வீரமா முனிவர் சமகாலத்திற்கு இதனைக் கொணர்ந்தார். உரையாசிரியர் களின் நடையிலிருந்தே உரைநடை தோன்றியது.

உரையாசிரியர்களால் உரைவகுக்கப்பட்ட நூற்கள் இருபதாம் நூற்றாண்டில் புதிய உரைகளைப் பெற்றுள்ளன. ஆனால், இவ்வுரைகள் உரையாசிரியர்களின் உரைகளை மலினப்படுத்தி எழுதப்பட்டுள்ளன.

உரையாசிரியர்களை விமர்சகர்களாகக் கொள்ளவேண்டும் என்ப தில்லை. ஆனால் தலைசிறந்த ஆசிரியர்களாகக் கொள்ள வேண்டும்.

விரிவான வாசிப்பிற்கு

1. அ. தாமோதரன், *சங்கரநமச்சிவாயர்,* உலகத்தமிழ் ஆராய்ச்சி நிறுவனம்.
2. சத்தீஸ், *சங்கஇலக்கிய உரைகள்,* அடையாளம் (2008).

32

உரையாடல் (dialogue). புனைகதையில் இரு பாத்திரங்களுக்கு இடையிலான உரையாடலைக் குறிக்கின்றது. உரையாடல் தனி இலக்கிய வகையாகவும் நிலைபேறு கண்டுள்ளது.

உரையாடல் புனைகதையின் தவிர்க்க இயலாத கூறாக அமைகிறது. சங்கச் செவ்வியல் இலக்கியத்தில் வாழ்க்கைப் பகுதி சற்று விரிவாக இடம்பெற்றபோது உரையாடலும் இடம் பெறத் துவங்கியது. கலித்தொகைப் பாடல்களில் இடம்பெறும் இரு பாத்திரங்களுக்கு இடையிலான சிறு உரையாடல்கள் தமிழின் முதல் உரையாடல் பகுதிகளாக அமைகின்றன. காப்பியங்களிலும் உரையாடல்கள் இடம் பெறுகின்றன. தேர்ந்த கவிஞனின் கைகளில் கவிதை வடிவில் கூர்மையான உரையாடலை இனம்காண முடிகிறது. கம்ப இராமாயணத்தில் இடம்பெறும் உரையாடல்களைக் குறிப்பிட வேண்டும்.

உரைநடைப் புனைகதைகள் உரையாடலுக்கு அதிக முக்கியத்துவம் தந்தன. துவக்ககாலப் புனைகதைகளில் உரையாடல் பகுதிகள் அதில் பங்கு பெறும் பாத்திரங்களின் பெயர் சுட்டி இடம்பெற்றன. வளர்ச்சிப் போக்கில் பெயர் சுட்டப்பெறாமல், ஆனால் புரிந்து கொள்ளும் விதத்தில் உரையாடல்கள் அமைக்கப்பட்டன. நடைமுறை வாழ்வில் மனிதர்கள் உரையாடும்போது தேவையற்ற சொற்கள் இடம் பெறக்கூடும். ஆனால் புனைகதை உரையாடலில் தேவையற்ற சொற்கள் ஒருபோதும் இடம் பெறுவதில்லை. உரையாடல் எப்போதும் அதற்கான இலக்கைக் கொண்டிருக்கும்.

புனைகதைகளைத் தவிர்த்து வேறு இலக்கிய வகைகளையும் உரையாடல் வடிவில் அமைப்பதுண்டு. க.நா. சுப்பிரமணியத்தின் இலக்கிய விசாரம் இதற்குச் சிறந்த எடுத்துக்காட்டாக அமைகிறது. இலக்கிய விமர்சனம் இரு பாத்திரங்களுக்கிடையிலான உரையாடலாக அமைகிறது. கு.ப. ராஜகோபாலனின் 'இரண்டாவது மறுமலர்ச்சி' எனும் விமர்சனக் கட்டுரை முழுவதும் உரையாடலாகவே அமைந்துள்ளது.

33

உலா. உலா, எட்டாம் நூற்றாண்டில் பக்தி இலக்கியக் காலகட்டத்தில் தோற்றம் கொண்ட பிரபந்த இலக்கிய வடிவம். இறைவன் அல்லது தலைவன் ஏதேனும் ஓர் ஊர்தியில் ஏறி இசை முழங்க வீதி உலா வரும்போது, ஏழு பருவங்களைச் சார்ந்த பெண்களும் அவன்மீது காதல்கொண்டு வாடும் நிலையைச் சித்திரிக்கும் இலக்கிய வடிவம்.

பன்னிருபாட்டியல், வெண்பாப் பாட்டியல், சிதம்பரப்பாட்டியல் போன்ற பாட்டியல் நூல்கள் உலாவின் இலக்கணத்தைக் கூறுகின்றன. பன்னிருபாட்டியல் பாட்டுடைத்தலைவன் உலாவரும் இயற்கை யையும், அவன் மீது ஒத்த காமத்து இளையார் கொள்ளும் வேட்கையையும் கலிவெண்பாவில் பாடுவது என உலாவிற்கு இலக்கணம் வகுக்கிறது. பேதை, பெதும்பை, மங்கை, மடந்தை, அரிவை, தெரிவை, பேரிளம்பெண் என்னும் ஏழு பருவப் பெண்களும், உலாவரும் தலைவன் அல்லது இறைவன்மீது கொள்ளும் காதலை உலா நூற்கள் சித்திரிக்கின்றன. காப்பியங்களில் காப்பியத் தலைவன் உலா வருதலையும், அவன்மீது பெண்கள் மையல் கொள்ளுவதையும் விரிவாகப் பாடப்பட்டுள்ளதை இனம் காண முடிகிறது. திருத்தக்கத்தேவர் சீவகசிந்தாமணியில் சீவகன் வீதி உலாவரும்போது அவன்மீது காமம் கொண்ட மகளிர் நிலையைப் பாடியுள்ளார். ராமன் மிதிலையில் வீதிஉலா வரும்போது, அவன்மீது பெண்கள் காதல் கொள்வதை, கம்பர் பாலகாண்டத்தில் பாடியுள்ளார். பெருங் கதையிலும் உலா இடம்பெற்றுள்ளது. பிற்காலத்தில் உலா, தனி இலக்கிய வடிவமாக வளர்ச்சி கண்டுள்ளது. 'ஊரோடு தோற்றமும் உரித்தென மொழி' என்னும் தொல்காப்பியச் சூத்திரத்திற்கு உரைகூறும் இளம்பூரணரும், நச்சினார்க்கினியரும் உலாவை மனதில் கொண்டு சூத்திரத்தை விளக்க முற்பட்டுள்ளனர். உரையாசிரியர்கள் காலகட்டத்திற்கு முன்பாகவே உலா தனி இலக்கிய வடிவமாக நிலைபேறு கண்டுவிட்டதைக் குறிப்பிட வேண்டும்.

உலா, முதன்முதலாக பக்தி இலக்கிய காலகட்டத்தில் தனி இலக்கிய வடிவமாக உருக்கொண்டுள்ளது. சேரமான்பெருமாள் நாயனார் பாடிய திருக்கைலாய ஞான உலா ஆதி உலாவாக அமைகிறது. முதலில் தோன்றிய காரணத்தால் இது ஆதிஉலா என்னும் பெயர் பெற்றுள்ளது. நாயக-நாயகி பாவத்தில் ஆன்மாக்களாகிய நாயகி இறைவனாகிய நாயகன்மீது கொள்ளும் ஈர்ப்பினைப் பாடல்கள்

உணர்த்துகின்றன. பரணி அரசன் போர்க்களத்தில் பெற்ற வெற்றியைப் புகழ்ந்து பாடும் நிலையிலிருந்து இறைவனைப் பாடும் நிலைக்கு உருமாறியது. வீரம் பக்தியாக மாறுபாடு அடைந்துள்ளது. உலா, பக்தியின் பாதையிலிருந்து வீரத்தினை நோக்கி நகர்ந்துள்ளது. பிற்காலச் சோழர் காலகட்டத்தில் ஒட்டக் கூத்தரால் மூவருலா பாடப்பட்டுள்ளது. விக்கிரமச் சோழன், குலோத்துங்கச்சோழன், இராசராசசோழன் ஆகிய மூன்று சோழ மன்னர்கள் மீதும் தனித்தனி உலாவாக மூவருலா அமைகிறது. சோழர்களின் குலப்பெருமையும், மூன்று மன்னர்களின் வீரச் செயல்களும் பாடுபொருளாக அமைகின்றன. மன்னர்களின் வீதி உலாவைக் கண்டு, ஏழு பருவப் பெண்களின் காதல் புலம்பல்களும் இடம்பெற்றுள்ளன. தொடர்ந்து உலாக்கள் இறைவன்மீதும், மன்னர்கள் மீதும் பாடப்பட்டுள்ளன. தமிழில் அறுபத்திஎட்டு உலா நூல்கள் உள்ளன.

பதினாறு முதல் நாற்பத்திஎட்டு வயது வரையிலான ஆண்களைக் குறித்தே உலா பாடப்பெறும். ஆனால் எல்லா வயதினைச் சார்ந்த பெண்களும் இதில் இடம் பெறலாம். உலாவின் முதல் பகுதியான முதல் நிலையில் பாட்டுடைத் தலைவனின் சிறப்புகள் பாடப்படும். பின்னெழு நிலையில் ஏழு பருவப்பெண்களின் இயல்புகளும், சிற்றில், பாவை, கழங்கு, அம்மானை, ஊசல் போன்ற பெண் தொடர்பான தகவல்களும் இடம்பெறும். பாட்டுடைத் தலைவனின் பெயர் வெளிப்படையாகக் கூறப்பட்டாலும் அவன்மீது காதல் கொள்ளும் பெண்கள் பெயரின்றியே சுட்டப்படுவர். அதுபோல் பாட்டுடைத் தலைவன் பெண்கள் மீது காதல்கொள்வதாகவும் பாடப் பெறுவதில்லை. உலாக்கள் பாட்டுடைத்தலைவன் பெயரிலோ அவனோடு தொடர்புடைய ஊர் பெயரிலோ பெயர் பெற்றுள்ளன.

உலாவின் நோக்கம், பாட்டுடைத்தலைவன் இறைவனானாலும், மனிதனானாலும் அவர் பெருமையை விளக்குவது மட்டுமே. இலக்கிய நோக்கம் இவற்றிற்கில்லை.

விரிவான வாசிப்பிற்கு

1. சண்முகம்பிள்ளை, *சிற்றிலக்கிய வகைகள்*, மணிவாசகர் நூலகம் (1982).
2. வையாபுரிப்பிள்ளை, *இராஜராஜதேவர் உலா*, செந்தமிழ் பிரசுரம், மதுரை (1934).

34

உவமை. தொல்காப்பியம் சுட்டும் கவிதையின் பொருள் புலப் படுத்தும் கருவிகளில் ஒன்று உவமை.

பொருள் புலப்படுத்தும் மற்றொரு உறுப்பான மெய்ப்பாட்டினைக் குறித்து விளக்கும் மெய்ப்பாட்டியலினைத் தொடர்ந்தாற்போல் உவமையியல் தொல்காப்பியத்தில் அமைக்கப்பட்டுள்ளது. தொல்காப்பிய உரையாசிரியரான இளம்பூரணர், உவமையின் பயனாகப் பொருள் புலப்படுத்தலையும், அலங்காரமாகி கேட்டார்க்கு இன்பம் பயத்தலையும் சுட்டுகிறார். மற்றொரு உரையாசிரியரான பேராசிரியர், பொருளைப் புலப்படுத்தும் கருவிகளுள் ஒன்று என்றே உவமையைச் சுட்டுகிறார். தொல்காப்பியருக்குப்பின் வடமொழி அலங்காரத்தோடு தொடர்புடைய 'அணி' தமிழில் நிலைபேறு கண்டுள்ளது. தண்டியலங்காரம், மாறனலங்காரம் போன்ற அணியிலக்கண நூற்கள் தோற்றம் கொண்டுள்ளன. இவை சுட்டும் பல்வேறு அணிகள் தொல்காப்பியர் உணர்த்தும் உவமையோடு தொடர்புடையதாகவே அமைந்துள்ளன. உவமை, அணிகளின் தாய் எனப்படுகிறது. இளம்பூரணர், பிற்கால நிலையைக் கணக்கில் கொண்டு, தொல்காப்பியர் சுட்டும் உவமையை எதிர் கொண்டுள்ளார்.

தொல்காப்பியர் வினை, பயன், மெய், உரு என்னும் நான்கின் அடிப் படையில் உவமை அமையும் என்கிறார். இந்த நான்கும் விரவியும் வரலாம். ஆனால் உவமம் புணர்த்தப்படும் பொருளைவிட உயர்ந்ததாக அமைய வேண்டும். அதுபோல் சிறப்பு, நலன், காதல், வலி, கிழக்கிடுபொருள் என்ற ஐந்தும் உவமையின் நிலைக் களன்களாக அமையும். சிறப்பு என்பது தத்தம் செயல்களால் தேடிக்கொண்ட பெருமையைச் சுட்டுகிறது. நலன் அழகைக் குறிக்கின்றது. காதல் அன்பினால் சிறப்பும் நலனும் உள்ளது போல் கொண்டிருப்பது. வலி ஆற்றலைக் குறிக்கின்றது. கிழக்கிடுபொருள் என்பதற்கு, இழிந்த பொருளை உவமமாகக் கூறுவது என்று பொருள் உரைக்கின்றனர் உரையாசிரியர்கள். உவமமும் பொருளும் தம்முள் ஒத்திருக்க வேண்டும் என்கின்றார் தொல்காப்பியர். தொல்காப்பியர் உவம உருபுகளை வினை, பயன், மெய், உரு என்னும் நான்கின் அடிப்படையில் பகுத்துக் கூறுகின்றார். வினை, உவம உருபுகளை உவமப்பொருளின்றி வேறுபொருள் உணர்த்தாதவை, சிறப்பாகிய

வேறு பொருளையும் உணர்த்துபவை என இரண்டாக வகை செய்கிறார். உவமத்தொகை நான்கு, உவமவிரி நான்கு என எட்டாகவும் பகுக்க இடமுண்டு என வலியுறுத்துகிறார். தொல்காப்பியர் சுட்டும் இவ்வகைகள் சங்கப்பாடல்களிலேயே பொருந்தாதுள்ளன. வரையறை கடக்கப்பட்டுள்ளதை உணர முடிகிறது. எனவே வீரசோழியம், தண்டியலங்காரம், மாறனலங்காரம் போன்ற பிற்கால நூற்கள் வரையறையை ஒதுக்கிவிட்டு உவம உருபுகளைப் பொதுவாக நிறுத்துகின்றன. இன்ன உவமத்திற்கு இன்ன உருபே சிறந்தது என்பது மரபால் அறியப்படுகிறது. 'புலி பாய்ந்தாங்கு பாய்ந்தான்' என வினை உவமத்திற்கு வரும் ஆங்கு என்னும் உருபு 'தளிராங்கு சிவந்த மேனி' என உரு உவமத்திற்குக் கூறினால் பொருந்தாது என விளக்குகிறார் பேராசிரியர்.

தொல்காப்பியர், உவமத்திற்கான பல மரபுகளையும் சுட்டுகிறார். உவமிக்கப்படும் பொருளோடு உவமத்தைப் பொருத்திக் கூறாமல் உவமத்தின் தன்மையைப் பொருத்திக் கூறுதல் வேண்டும்.

பாரி ஒருவனும் அல்லன்
மாரியும் உண்(டு) ஈண்டு உலகு புரப்பதுவே (புறம். 107)

இப்பாடல் வரிகளில் பாரியோடு மாரியைப் பொருத்திக் கூறாமல் மாரியின் உலகு புரக்கும் தன்மையைப் பொருத்திக் கூறுதல் வேண்டும் என விளக்குகிறார் இளம்பூரணர். உவமத்திற்கல்லாமல் உவமத்திற்குத் தொடர்புடைய பொருள்களுக்கு அடைகள் கூறி அவ்வடைகளால் உவமிக்கும் பொருளைச் சிறப்பித்தலும் கூடும்.

நெடுந்தோட்(டு) இரும்பனை நீர்நிழல் புரையக்
குறும்பல முரிந்த குன்றுசேர் சிறுநெறி

இந்தப் பாடல் வரிகள் நீரில் விழுந்த பனையின் பலவாக வளைந்த நிழல், மலைப்பக்கத்துச் சிறுவழியின் முடிவில் அமைந்த சிற்றூருக்கு உவமிக்கப் படுகிறது. பனை, நெடுந்தோடு இருமை எனும் இரு அடைகளைப் பெறுகிறது. ஆனால் உவமேயத்திற்கு அடைகள் கூறப்படவில்லை. எனினும் நீரில் விழும் பனை நிழலை ஒத்த குன்றுசேர் சிறுநெறி பொருளைத் துல்லியமாக உணர்த்துகிறது. பிற்கால ஆசிரியர்கள் மறுபொருள் உவமை அணியில் அடக்குகின்றனர்.

உவமேயத்தைக் கூறாமல் உவமானத்தை மட்டும் கூறி, உவமேயத்தை உய்த்துணருமாறு கூறுவது உவமப்போலி எனப்படும். இளம்பூரணர், உவமப்போலி என்பன உவமையைப்

போல் வருவன என்று விளக்குகிறார். பேராசிரியரோ உவமப் போலியை உள்ளுறை உவமமாகக்கொள்கிறார். வினை உவமப் போலி, பயன் உவமப்போலி, மெய் உவமப்போலி, உரு உவமப்போலி, பிறப்பு உவமப்போலி என உவமப்போலியின் ஐந்து வகைகளைத் தொல்காப்பியர் சுட்டுகிறார்.

தொல்காப்பியர் தலைவி, தோழி, செவிலி, தலைவன் இவர்கள் உவமை கூறுவதற்கான இடங்களையும் சுட்டியுள்ளார். தொல்காப்பியர் உவமையைப் பொருள் புலப்படுத்துவதற்கான கருவி என்ற கோணத்தில் மட்டுமே அணுகியுள்ளார். ஆனால் பிற்காலத்தில் உவமை அணியாக மாறுதல் அடைந்துள்ளது.

விரிவான வாசிப்பிற்கு

1. சீனிவாசன். ரா., சங்க இலக்கியத்தில் உவமைகள், அணியகம், சென்னை.

2. மீனாட்சி சுந்தரனார் தெ.பொ., தமிழ் இலக்கிய வரலாறு, காவியா, சென்னை (2005).

35

உள்ளப்பதிப்பு (impressionism). உள்ளப்பதிப்பு என்பது பல்வேறு பொருட்களைக் குறிக்கும் சொல். முதலில் ஓவியத் துறையில் தோற்றம் கொண்டது. பொருள் அகவயமாக எழுப்பும் மனப்பதிவை ஓவியத்தில் சித்திரிக்கும் போக்கைக் குறிக்கின்றது. இலக்கிய விமர்சனத்திலும் இந்தச் சொல் கையாளப்படுகிறது. இலக்கிய விமர்சனத்தில் இதன் பொருள் நெகிழ்வானது. நாவலில் படைப்புலக மனிதனின் புறஉலக எதார்த்தத்தைவிட ஆழ்மன உணர்வுகளுக்கு முக்கியத்துவம் தருவதை உள்ளப்பதிப்புச் சுட்டுகிறது. சுந்தர ராமசாமி மனிதனின் அகவாழ்விற்கே முக்கியத்துவம் தரும் படைப்பாளி. ஆங்கிலத்தில் ஜேம்ஸ் ஜாய்ஸைக் குறிப்பிடுவர். இலக்கிய வாசிப்பில் படைப்பாளி வாசகனைத் தன் பார்வையை ஏற்கச்செய்வதும் இச்சொல்லால் குறிக்கப்படுவதுண்டு. இலக்கிய விமர்சனத்தில் ஒரு நெறியையும் இது குறிக்கும். விமர்சகன் வாசிப்பில் தான்பெற்ற அனுபவத்தைமட்டும் சார்ந்து படைப்பை எதிர்கொள்வது உள்ளப் பதிப்பு விமர்சனமாகிறது. இவ்விமர்சன நெறியில் இயங்குபவர் படைப்பாளியின் வாழ்க்கை, கலை இலக்கியக் கோட்பாடுகள், பகுத்தாய்வு இவற்றின்மீது அக்கறை கொள்வதில்லை.

தமிழில் க.நா. சுப்ரமணியத்தை உள்ளப்பதிப்பு நெறியைச் சார்ந்த விமர்சகராகக் கொள்ளவேண்டும். வாசகனாகப் படைப்புத் தனக்களித்த அனுபவத்தை மட்டுமே சார்ந்து தன்விமர்சன மதிப்பீடுகளை முன்வைத்தார். உள்ளப்பதிப்பு விமர்சனம் முழுமையாக அகவயமானது. இதன் காரணமாக விமர்சகனின் விமர்சன நேர்மை தொடர்ந்து கேள்விக்குள்ளாக்கப்படும் நிலை உள்ளது. க.நா. சுப்ரமணியத்தைக் குறித்தும் இக்கேள்வி எழுந்தது. தன் அனுபவத்தைப் பதிவு செய்வதாக அவர் பதிலளித்துக் கொண்டிருந்தார். க.நா சுப்ரமணியத்திற்குப் பின் தமிழ் விமர்சனத்தில் இப்போக்கு நலிவடைந்தது.

36

உள்ளுணர்வுகளின் எதிரிணை (objective correlative). டி.எஸ். எலியட் கையாண்ட விமர்சன கலைச்சொல் தொடர் இது.

உள்ளுணர்வுகளின் எதிரிணை படைப்பு உணர்த்தும் உணர்ச்சிக்கும், அவ்வுணர்ச்சியை வெளிப்படுத்தும் பொருட்கள், நிகழ்வுகள், சூழ்நிலைகள் ஆகியவற்றிற்குமிடையிலான உறவே உள்ளுணர்வின் எதிரிணை என எலியட் விளக்குகின்றார். எலியட்டின் பார்வையில் கவிதை உணர்ச்சிகளும், எண்ணங்களும் இரண்டறக் கலந்த கலவை. ஆனால் கவிதையின் அடிப்படை நோக்கம் உணர்ச்சி பூர்வமாகவே இருத்தல் வேண்டும். கவிதையின் வெளிப்பாடு எவ்வகையிலும் அறிவுபூர்வமானது அல்ல. அவன் வெளிப்படுத்த அவன் பயன் படுத்தும் பொருட்கள், நிகழ்வுகள், சூழ்நிலைகள் ஆகியவற்றிற்கு இடையே பொருத்தம் இருந்தாக வேண்டும். எனவே எலியட் உணர்ச்சியையும், உணர்ச்சியை வெளிப்படுத்தக் கவிஞன் பயன் படுத்தும் பொருள்களையும் சமமாகவே காண்கிறார். கேம்லட் மீதான தன் விமர்சனக் கட்டுரையில் உள்ளுணர்வுகளின் எதிரிணையை டி.எஸ். எலியட் அறிமுகம் செய்துள்ளார். எலியட்டின் இந்தச் சிந்தனையை விமர்சகர்கள் ஏற்கவும் மறுக்கவும் செய்கின்றனர்.

37

உள்ளுறை உவமம். சங்க இலக்கியத்தில், குறிப்பாக அகத்திணை பாடல் களில் பயின்றுவரும் அழகியல் கூறுகளுள் ஒன்று உள்ளுறை உவமம்.

தொல்காப்பியம் இது குறித்ததான சிந்தனையை முதன் முதலாக முன்வைத்துள்ளது. மாறன் அகப்பொருள் போன்ற பிற்கால அகப்பொருள் இலக்கண நூற்களும் இது குறித்துக் குறிப்பிட்டுள்ளன.

தொல்காப்பியத்தில் அகத்திணையியல் மற்றும் பொருளியலில் உள்ளுறை உவமம் குறித்ததான செய்திகள் சிதறிக்கிடக்கின்றன. உவமை என்னும் கவிதையின் அழகியல் கூறை ஆராய்கின்ற உவமையியலில் உள்ளுறை உவமம் குறித்ததானச் செய்திகளைத் தொல்காப்பியம் உள்ளடக்கவில்லை. மாறாக அகத்திணையியல், பொருளியல் என்னும் இருவேறு இயல்களில் வேறுபட்ட நிலை களில் உள்ளுறை உவமத்தை அவர் விளக்க முற்படுகிறார். உள்ளுறை உவமம் தொடர்பான அவர் பார்வையைக் குறித்த கேள்விகளை இது எழுப்புகிறது.

அகத்திணையியலில் பாடல்களில் பயின்று வரும் திணையை அறிந்து கொள்வதற்கானக் கருவிகளில் ஒன்றாக உள்ளுறையைத் தொல்காப்பியர் முன்வைத்துள்ளார். 'உள்ளுறுத்து கருதியப் பொருள் இதனோடு ஒத்து முடிக என உள்ளுறுத்துக் கூறுவது உள்ளுறை உவமம்' என விளக்கும் தொல்காப்பியர் இது தெய்வம் ஒழிந்த ஏனைய கருப்பொருளை நிலமாகக் கொண்டுவரும் என்கிறார்.

அகத்திணைப் பாடலில் வெளிப்படையாக கூறப்படும் உவமத்துடன் வெளிப்படையாகக் கூறப்பட்டிராத உவமிக்கப்படும் பொருள் ஒத்துப்போகும் படியாக கவிதை வரிகளில் அமைப்பதே உள்ளுறை உவமம் என புரிந்துகொள்ள வேண்டும்.

கழனிமா அத்து விளைந்த உகுதீம்பழம்
பழ வாளை கதூஉம் ஊரன்
எம்இல் பெருமொழி கூறி, தம்இல்
கையும் காலும் தூக்கத் தூக்கும்
ஆடிப்பாவை போல்
மேவன செய்யும் தன் புதல்வன் தாய்க்கே (குறு. 8)

வயல் அருகில் நின்ற மாமரத்தின் முற்றிப் பழுத்த இனியபழம், பொய்கையில் விழ வாளைமீன்கள் அதனைக் கவ்வி எடுக்கின்றது என்னும் இருஉவமைகள் பாடல்வரிகளில் முன்வைக்கப்பட்டுள்ளன. இவ்வுவமைகள் உணர்த்தும் உவமிக்கப்படும் பொருள்கள் குறித்ததான குறிப்புகள் பாடல் வரிகளில் தரப்படவில்லை. ஆனால்

வாசக நிலையில் மாம்பழம் தலைவனால் விளையும் நலன்களையும், எவ்வித முயற்சியும் இன்றி, பரத்தை அதனைப் பெறுவதையும் உவமிக்கப்படும் பொருள்களாக உணர்ந்து கொள்ளமுடியும். மாமரம், பொய்கையில் உள்ள வாளைமீன் என்பன மருத நிலத்தின் கருப் பொருளாகின்றன. பரத்தையுடனான தொடர்பும் மருத நிலத்தையே குறிக்கின்றது. எனவே உள்ளுறை உவமம் இங்கு, பாடலில் பயின்றுவரும் திணையை உணர்த்து கின்றது. உள்ளுறை உவமம் குறித்ததான தொல்காப்பியரின் விளக்கம் இதனையே குறிக்கின்றது. 'இதற்கு இது என்று கணிதப் பாங்கில் அமையும் உவமையே உள்ளுறை உவமம்' என துரை. சீனிசாமியும், 'குறிக்கப்படுகின்ற ஒவ்வொன்றிற்கும் ஒவ்வொரு உவமேயப் பொருள் கூறுதல் வேண்டும். அல்ஜிப்ரா இயல் கணக்கில் X, Y, Z என்ற ஒவ்வொன்றிற்கும் விடை கண்டுபிடிப்பது போலாம்' என, தெ.பொ. மீனாட்சி சுந்தரனாரும் உள்ளுறை உவமத்தை விளக்குவது இங்குக் குறிப்பிடத்தக்கது.

தொல்காப்பியர் பொருளியலில் உடனுறை உவமம், சுட்டு, நகை, சிறப்பு என்னும் உள்ளுறை உவமத்தின் ஐந்து வகைகளைக் குறிப்பிடுகிறார் இவை ஒவ்வொன்றையும் தனித்தனியாக விளக்கி யிராத நிலையில், தொல்காப்பிய உரையாசிரியர்கள் அவரவர் பார்வையில் விளக்க முற்பட்டுள்ளனர். இளம்பூரணர், உடனுறைவது ஒன்றைச் சொல்ல அதனால் பிறிதொரு பொருள் விளங்குவது என உடனுறையை விளக்குகின்றார். 'நான்கு நிலத்துள் உளவாய் அந்நிலத்துடன் உறையும் கருப்பொருளால் பிறிதொன்று பயப்ப மறைத்துக் கூறும் இறைச்சியின்' என நச்சினார்க்கினியர் விளக்க முற்படுகின்றார். இவர் பார்வையில் உள்ளுறை உவமத்தின் ஒருவகையான உடனுறையும் சங்கப்பாடலின் மற்றொரு அழகியல் கூறான இறைச்சியும் ஒன்றாகின்றன.

தொல்காப்பியர் பொருளியலில் தான் இறைச்சியையும் விளக்குகிறார் என்பதும் குறிப்பிடத்தக்கது. சமகால ஆய்வாளர்கள் இதனோடு உடன்பாடும், மறுப்பும் கொண்டுள்ளனர். இறைச்சி என்பது கருப்பொருள்களுள் உயிர் உள்ளதையும் குறிக்கும். உவம உள்ளுறையை உவமையைச் சொல்ல உவமிக்கப்படும் பொருள் தோன்றுவது என இளம் பூரணரும், 'அக்கருவால் கொள்ளும் உள்ளுறை உவமம், ஏனை உவமம்' என நச்சினார்க்கினியரும் விளக்குகின்றனர்.

சுட்டு என்பதை ஒரு பொருளைச் சுட்ட பிறிதொரு பொருள்படுதல் என இளம்பூரணரும், 'உடனுறை உவமமும் அன்றி நகையும், சிறப்பும் பற்றாது வாழாது ஒன்று நினைந்து ஒன்று சொல்வனவும் அன்புறு தகுன இறைச்சியும் சுட்டி வருவனவும் என நச்சினார்க் கினியரும் விளக்குகின்றனர். இங்கும் இரு உரையாசிரியர்களும் கருத்து முரண்பாடு கொள்கின்றனர். நகை என்னும் வகையை நகையினால் பிறிதொரு பொருள் உணர நிற்றல் என விளக்கும் இளம் பூரணத்தோடு நச்சினார்க்கினியரும் உடன்பாடு கொள்கிறார். சிறப்பு என்பதனை இதற்குச் சிறந்தது இஃது என கூறுவதனானே பிறிதொரு பொருள் கொள்ளக் கிடப்பது என இளம்பூரணரும், 'ஏனை உவமம் நின்று உள்ளுறை உவமத்தைத் தத்தம் கருப் பொருளுக்குச் சிறப்புக் கொடுத்து நிற்றலும்' என நச்சினார்க்கினியரும் விளக்குகின்றனர்.

இரு உரையாசிரியர்களும் தங்கள் விளக்கத்திற்கு ஏற்றதான எடுத்துக்காட்டுகளையும் முன்வைக்கின்றனர். இளம்பூரணர் சுட்டும் எடுத்துக்காட்டுகளைவிட நச்சினார்க்கினியர் சுட்டும் எடுத்துக் காட்டுகள் பொருத்தமுள்ளதாக விளங்குகின்றன. சுட்டு என்னும் வகைக்கு இளம்பூரணரால் எடுத்துக்காட்டு சுட்ட இயலாததையும் குறிப்பிட வேண்டும்.

தொல்காப்பியர் உள்ளுறை உவமத்தால் முடிவில்லாத சிறப்பை உடைய அகத்திணை ஒழுக்கத்திலுள்ள இன்பம் உணர்த்தப் படுகின்றது என சிறப்பிக்கின்றார். மங்கலமொழி, அவையல் மொழி, ஆகியனவும் சொல்லால் பொருள்படாத காரணத்தினால் உள்ளுறையில் அடங்கக் கூடும் என்கிறார்.

தொல்காப்பிய உரையாசிரியர்களுள் மற்றொருவரான பேராசிரியர், உவமையியலில் உவமப்போலியை உள்ளுறையாக இனம் காண்கின்றார். இதனடிப்படையில் கூற்றிற்கு உரியவர்களையும் விரிவாகச் சுட்டுகின்றார். நச்சினார்க்கினியரும், இளம்பூரணரும் இதனோடு ஒத்தக் கருத்தினைக்கொள்ளவில்லை. மாறன் அகப்பொருள் உள்ளுறை உவமத்தையும், ஒட்டணியையும் தனித்தனி அணியாகக் கொள்ளும்போது, தண்டியலங்கார ஆசிரியர் ஒட்டணியுள் உள்ளுறையை அடக்கிவிடுகின்றார்.

சமகால ஐரோப்பிய இலக்கிய விமர்சனத்தில் குறியியல் அடிப்படையில் உள்ளுறை உவமத்தை விளக்க சிலர் முற்பட்டு

உள்ளனர். உள்ளுறை உவமத்தைக் குறியாகக்கொண்டு அதன் ஐந்து வகைகளையும் குறியியல் அடிப்படையில் விளக்கியுள்ளனர்.

உள்ளுறை உவமம் சங்க இலக்கியத்திற்குப் பிறகு அதன் முக்கியத்துவத்தைப் படிப்படியாக இழந்துள்ளது. உரையாசிரியர்களும், பிற்கால அணியிலக்கண ஆசிரியர்களும் அவரவர் காலச் சூழலுக்கு ஏற்ப புரிந்துகொள்ள முற்பட்டுள்ளனர்.

விரிவான வாசிப்பிற்கு

1. செயராமன்.நா, தமிழ் இலக்கிய நெறிகள், குமரன் பதிப்பகம், மதுரை (1979).
2. தமிழண்ணல், உள்ளுறை, மீனாட்சி புத்தக நிலையம், மதுரை (1986).
3. இளம்பரிதி.மொ, குறியியல் ஒரு சங்கப்பார்வை, காவ்யா. சென்னை (2006).

பார்க்க: இறைச்சி, படிமம்.

38

உன்னதம் (sublime). கவிதை எழுப்பும் உணர்வின் உயர்நிலையைக் குறிக்கும் விமர்சனக் கலைச்சொல் உன்னதம். கிரேக்க செவ்வியல் இலக்கிய காலம்தொட்டு வருவது.

உன்னதம் குறித்த சிந்தனை கிரேக்க இலக்கியத்தில் பிறந்தது. கி.பி. 300-இல் லான்ஜைன்ஸ் என்னும் கிரேக்க ஆசிரியர் 'உன்னதத்தைப் பற்றி' என்னும் தன்னுடைய நூலில் விரிவான விளக்கங்களை முன்வைத்துள்ளார். உன்னதம், சொற்களில் இயல்பாக அமையும் மேன்மை என அவர் விளக்கம் தந்துள்ளார். லான்ஜைன்ஸ்க்கு முன்னால் உன்னதம் மூவகைப் பேச்சு வழக்குகளோடு தொடர்புடையதாகப் பயன்படுத்தப்பட்டது. உயர், நடுத்தர, தாழ்ந்த என்ற மூவகைப் பேச்சு வழக்கினை மதிப்பிடும்படியாக இச்சொல் பயன்படுத்தப்பட்டு வந்தது. லான்ஜைன்ஸ் இதைக் கவிதையை மதிப்பிடப் பயன்படுத்தினார். உன்னதம், படைப்பாளியின் ஆன்மாவிலிருந்து கவிதையின் ஊடாக வாசகனை அடைகிற படைப்பாளியின் ஆன்ம ஒளி. கவிதையின் ஓர் அழகியல் கூறாக அமையாமல் கவிதை முழுவதும் ஊடுருவி நிற்பது. தன்னிகரற்ற சாதனையாக, சாதனையின் சிகரமாக, உயர்வெண்ணங்களில், புனித உணர்வுகளில், படிம மொழியில், சொல்லாட்சியில் அமைப்பின்

ஒழுங்கில் பரந்து நிற்பது. உன்னதம், உணர்வுபூர்வமாக அமைவதால் அதை உணர்ந்து கொள்ளவே முடியும். உன்னதம், ஒரு கலைஞனிடம் இயல்பாக அமைவது. தன் திறமையால் தேடிக் கொள்வதல்ல. உன்னதக் கலைஞனின் குறைபாடுகளை உடைய படைப்பு, சாதாரணக் கலைஞனின் வடிவச் சிறப்பினைக் கொண்ட படைப்பை விட உயர்ந்தது.

உன்னதம், 17ஆம் நூற்றாண்டில் ஆங்கில இலக்கியத்தை அடைந்தது. பின் பிற கலைகளுக்கும் பரந்தது. 18ஆம் நூற்றாண்டில் உணர்ச்சி மையவாதக் கவிஞர்களிடம் பெருந்தாக்கத்தைச் செலுத்தியது. இயற்கை அழகினின்றும் வேறுபடுத்தி, அதைவிட உயர்ந்ததாகச் சித்திரிக்கப்பட்டது. கவிதையைத் தனி மனிதனின் அனுபவ உணர்த்தலாகக் காணும் உணர்ச்சி மையக் கவிஞர்கள் இதனைப் பெரிதும் வரவேற்றது இயல்பானதே. படைப்பாளியின் தனித் தன்மை குறித்த சிந்தனைக்கு இது வித்திட்டது.

கான்ட் உன்னதத்தை அழகியல் தத்துவ நிலைக்கு உயர்த்தினார்.

தமிழில் உன்னதத்தை கம்பன் கவிதைகளில் இனங்காண இயலும். கவிதையின் கூறுகள் அனைத்திலும் முழுமையாகப் பரந்து நிற்கும் உன்னதத்தை உணர்ந்து கொள்ள முடியும். பேராசிரியர் ஜேசுதாசன் கம்பன் கவிதைகளில் உணரமுடிகிற உன்னத உணர்வை முன்னிட்டே கம்பனைத் தமிழ்க் கவிதை மரபின் சிகரமாக இனங்காண்கிறார். சமகால இலக்கியத்தில் க.நா. சுப்ரமண்யம், புதுமைப்பித்தனை மேதை என இனங்காட்டினார். புதுமைப்பித்தன் சிறுகதைகளின் வடிவக்குறைபாடு களைச் சுட்டிய அவர் புதுமைப்பித்தன் மேதை என்னும் காரணத்தால் தமிழின் சிகரம் என்றார்.

'உன்னதம்' இலக்கிய மதிப்பின் உயர்நிலையைக் குறிக்கின்றது.

39

எதார்த்தவாதம் (realism). எதார்த்தவாதம், இலக்கியத்தில் உணர்த்தப்படும் சமூக உண்மைக்கு முதன்மை அளிக்கும் இலக்கியக் கோட்பாடு. ஐரோப்பாவில் பத்தொன்பதாம் நூற்றாண்டின் பிற்பகுதியில் செல்வாக்குப் பெறத் துவங்கியது. எதார்த்தவாதம் உணர்ச்சிமைய, செவ்வியல் இலக்கியக் கோட்பாடுகளை நிராகரித்தது. எதார்த்தவாதத்தை, பௌதீகவாதத்தின் கலை

வெளிப்பாடாகக் குறிப்பிடவேண்டும். எனவே, எதார்த்தவாதம் தர்க்க அடிப்படையிலான வாழ்வின் ஒழுங்கமைவை வற்புறுத்துகிறது. எதார்த்தவாதம் நெகிழ்வான வரையறைகளைக்கொண்டதாக மதிப்பிடப்படுகிறது. எனவே எதார்த்த வாதத்திற்கு எண்ணற்ற விளக்கங்கள் முன்வைக்கப்பட்டுள்ளன. இந்த விளக்கங்கள் ஒன்றிற்கொன்று முரண்பாடாகவும் அமைகின்றன. எதார்த்தவாதம் படைப்பில் 'சமூக உண்மையின் புறவயமான பிரதிநிதித்துவம்' என விளக்கப்படுகிறது. சமூக உண்மை என்பது வாழ்வின் சிக்கல்களைக் குறிப்பதல்ல; மாறாக, சிக்கல்களுக்குக் காரணமான மதிப்பீடுகளில் தோற்றம்கொண்ட மாற்றங்களைக் குறிப்பது; ஒரு வகையில் காலம் தொடர்பானது. படைப்பாளி, சமூக உண்மையைப் புறவயமாக உணர்த்துபவனாக இயங்க வேண்டும்.

மொழியில் முன்வைக்கப்படும் வாழ்வின் உண்மைத் தோற்றத்தை எதார்த்தவாதம் என்னும் கலைச்சொல் குறிப்பதில்லை. இலக்கியம் வாழ்வை ஒருபோதும் நகல் செய்வதில்லை. வாழ்வின் உண்மையை மனிதன் புலன்களால் அறிய இயலும் என்னும் அடிப்படையில்தான் எதார்த்தவாதம் இயங்குகிறது. எனவே புலன்வழியாக உலகை அறிந்து கொள்வது என்றும் எதார்த்தவாதம் விளக்கப்படுகிறது. எதார்த்தவாதம் மதிப்பீடுகளின் புனிதத்தை ஏற்பதில்லை. எனவே மதிப்பீடுகளின் சரிவினையே எதார்த்தவாதம் கவனத்தில் கொள்கிறது.

எதார்த்தவாதம் குறித்ததான சிந்தனைகள் புறவயமான இயக்கத்தை வற்புறுத்துகின்றன. எதார்த்தவாதத்தைப் பொறுத்தவரையில் வாழ்வு, படைப்பாளிக்குப் புறத்தானது; காலத்தோடு தொடர் புடையது. எனவே உணர்ச்சிமைய இலக்கியக் கோட்பாட்டில் படைப்பாளியின் 'தான்' பெறும் முக்கியத்துவத்தை எதார்த்தப் போக்கில் வாழ்வு பெறுகிறது.

எதார்த்தப்போக்கு குறித்ததான வரையறைகளில் பொதுவாக இடம்பெறும் சமூக உண்மை, புறவயம் என்னும் இரு சொற்களும் காலப்போக்கில் பலவித விளக்கங்களுக்கு உள்ளாயின. இது எதார்த்தவாதம் பல அடைமொழிகளைப் பெறுவதற்குக் காரணமாக அமைந்தது. படைப்பாளி நிறமற்ற ஊடகமாகச் செயல்பட ஒருபோதும் முடியாது. வாழ்வின் மீதான தன்னுடைய விமர்சனங் களையும் சேர்த்தே படைப்பில் முன்வைக்கிறான். சமூக உண்மை தனக்கு உடன்பாடானதாக அமையாதபோது, தன்னுடைய

விமர்சனங்களையும் முன்வைக்கும் படியாகிறது. இங்கு எதார்த்த வாதம், விமர்சன எதார்த்தவாதமாக அமைகிறது.

மார்க்சியம், சமூகத்தைக் கட்டுப்படுத்தும் கூறாகப் பொருளா தாரத்தைக் காண்கிறது. சமூகப் பொருளாதார எதார்த்தத்தைக் கணக்கில் கொள்ளும்போது, சோசலிச எதார்த்தவாதம் விளக்கம் பெறுகிறது. சோசலிச எதார்த்தவாதம் சமூக உண்மை எவ்வாறாக அமைந்தாக வேண்டும் என்பதற்கு முக்கியத்துவம் தருகிறது. இங்கு படைப்பாளி வரலாற்று உணர்வுடையவனாக இருந்தாக வேண்டும். மிகை எதார்த்தம் (surrealism) மாந்திரிக எதார்த்தம் (magical realism) ஆகியன எதார்த்தம் என்ற சொல்லோடு அடைமொழி களைக் கொண்டதாக அமைந்தாலும், எதார்த்தத்துடன் நேரடி தொடர்புடையன அல்ல. மனித மனதின் உள்இயக்கத்தைப் படைப்பில் துலக்குவது, உளவியல் எதார்த்தம் என்றாகிறது. நனவோடை உத்தி உளவியல் எதார்த்தத்தைத் துலக்கப் பயன்படுத்தப் படுகிறது.

தமிழ்ச் சூழலில் எதார்த்தப் போக்கின் கால்தடத்தை 1934-லிருந்து தெளிவாக இனம் காணமுடிகிறது. பாரதியின் கதை ஒன்றின் பின் தொடர்ச்சியாகப் புதுமைப்பித்தன் எழுதிய கோபாலய்யங்கார் மனைவி என்னும் சிறுகதை முதல் எதார்த்தக் கதையாக அமைகிறது. இருபதாம் நூற்றாண்டின் துவக்கத்தில் தமிழ் இலக்கிய மறுமலர்ச்சி உணர்ச்சி மையவாத போக்கினைக் கொண்டதாக அமைந்தது. மணிக்கொடியில் புதுமைப்பித்தனின் சமகாலப் படைப்பாளிகள் எதார்த்தம், உணர்ச்சி மையவாதம் என்னும் இருபோக்கினையும் சார்ந்த படைப்புகளையும் படைத்துள்ளனர். க.நா. சுப்ரமணியத்தின் பொய்த்தேவு, ஆர். சண்முகசுந்தரத்தின் நாகம்மாள் ஆகியன முதல் தமிழ் எதார்த்த நாவல்களாக அமைகின்றன. இவற்றிற்கு முற்பட்ட தமிழ் நாவல்கள் உணர்ச்சிக் கதைகளுக்கும் நாவலுக்கும் இடைப்பட்ட வடிவங்களாகவே அமைந்தன. உணர்ச்சிமையவாதப் போக்கின் இயல்பான கனவை இவை துறக்கவில்லை.

விடுதலைக்குப்பின் வணிக எழுத்துகள் மட்டுமே உணர்ச்சி மையவாத சாயலைக் கொண்டிருந்தன. எதார்த்தம் முக்கிய இலக்கியப் போக்காகத் தன்னை நிறுவிக்கொண்டது. இதன் மேலாதிக்கம் அறுபதுகளின் இறுதியில் நவீனத்துவம் தோற்றம் கொள்வது வரை நீடித்தது. அதற்குப் பின்னும் எதார்த்தப்போக்கின் இருப்பைத் தமிழ் இலக்கிய உலகில் புறக்கணிக்க முடியாது.

கு. அழகிரிசாமி, தி. ஜானகிராமன், ராஜநாராயணன், நீல. பத்மநாபன் போன்றோர்களை எதார்த்தப் போக்கின் சாதனையாளர்களாகக் குறிப்பிடவேண்டும்.

தொ.மு.சி. ரகுநாதனின் பஞ்சும் பசியும், செல்வராஜின் மலரும் சருகும், பொன்னீலனின் கரிசல் ஆகியன சோசலிச எதார்த்த நாவல்களாக அமைகின்றன. அறுபதுகளில் தோற்றம்கொண்ட நவீனத்துவம் சோசலிச எதார்த்தத்திற்குப் பெரும் பின்னடைவைத் தோற்றுவித்தது. சோசலிச எதார்த்தவாதம் எதிர்காலத்தை இழந்தது. ஜெயகாந்தனின் நாவல்கள், விமர்சன எதார்த்தத்திற்கு எடுத்துக்காட்டுகளாக அமைகின்றன. நாஞ்சில் நாடனின் *தலைகீழ் விகிதங்கள், மாமிசப்படைப்பு, என்பிலதனை வெயில்காயும்* ஆகிய நாவல்களும் எதார்த்தப்போக்கின் சாதனைகளை உணர்த்துவனவாக அமைகின்றன.

முப்பதுகளின் துவக்கத்திலிருந்து 60-களின் இறுதிவரையிலான காலகட்டத்தில் தமிழில் எதார்த்தப்போக்கு மட்டுமே ஆதிக்கம் செலுத்தியது. 60-களுக்குப் பிறகு பிற இலக்கியப் போக்குகளோடு எதார்த்தமும் தமிழ் இலக்கிய மரபின் இயக்கத்தைத் தீர்மானிக்கிறது.

விரிவான வாசிப்பிற்கு

1. பூர்ணசந்திரன். க, எதார்த்தமும் தமிழ் நாவல்களும், காவ்யா, பெங்களூர் *(1984).*
2. பிச்சைமுத்து. ந, திறனாய்வும் தமிழ் இலக்கியக் கொள்கைகளும், சக்திவெளியீடு, சென்னை *(1998).*
3. ஜெயமோகன், நாவல், மடல், சென்னை *(1995).*

40

எதிர் நாவல். மரபான கதைக்கூறும் நாவல் வடிவத்திற்கு எதிரிடையான சோதனை அடிப்படையிலான வடிவம், எதிர்நாவல் எனப்படும்.

எதார்த்தம் அல்லது இயல்புவாதத்தின் தோற்றத்தினை இத்தகைய நாவல்கள் எழுப்புவதில்லை. குறிப்பிட்ட படைப்புலக மனிதனோடு வாசகன் தன்னை அடையாளப்படுத்துவதை நாவல் தடைசெய்து விடுகிறது. வாசகப் பங்களிப்பின்றி இத்தகைய நாவல்களை வாசிக்க

இயலாது. நிகழ்வுகள், அதன் தொடர்ச்சியான வாழ்க்கைத் தோற்றம் படிப்படியான வளர்ச்சி, மனிதர்களின் குணநலன்கள், நிகழ்வுகளின் இயங்குதளமான பின்னணி இவற்றுள் எதையும் எதிர்நாவல்கள் கொண்டிருக்க வேண்டும் என்பதில்லை. கதைத்திட்டமின்மை, தொடர்பற்ற நிகழ்வுகள், மனிதர்களின் குணநல வளர்ச்சியின்மை, திரும்பத் திரும்பக் கூறுதல், சொல்லாட்சியின் சோதனைகள், கால முரண்பாடுகள், தொடக்கம், முடிவுமின்மை முதலியன எதிர் நாவல்களின் பொதுக் குணங்களாக அமையும்.

தமிழில் நகுலனின் நினைவுப்பாதை, வாக்குமூலம் ஆகிய நாவல்களை எதிர்நாவல்களாகக் குறிப்பிட வேண்டும். இவ்விரு நாவல்களுமே நாவல்கள் வாழ்வின் தோற்றத்தை மொழியில் எழுப்புகின்றன என்னும் நம்பிக்கையைச் சிதறடிக்கின்றன. நிகழ்வுகள் தம்முள் தொடர்பின்றிக் கதைக் கூறுதல் நாவல் குறித்ததான மரபான நிலைப்பாடுகளைத் தலைகீழ் மாற்றத்திற்கு உள்ளாக்குகின்றன.

எதிர் நாவல்கள் தமிழில் ஒரு மரபாக வளர்ச்சி கண்டுள்ளன எனக் கூறிவிட முடியாது.

41

எழுத்து. தமிழில் இலக்கியச் சிற்றிதழ் மரபு, அதன் முழுமையான பொருளில் எழுத்து இதழிலிருந்துதான் தோற்றம் கொண்டுள்ளது. 1959 ஜனவரிமாதம் எழுத்து இதழ் தன் பயணத்தைத் துவக்கியது. பல இடையூறுகளை எதிர்கொண்டு 1968 வரை தன் பயணத்தைத் தொடர்ந்துள்ளது. இறுதிவரை சி.சு. செல்லப்பாவை ஆசிரியராகக் கொண்டு வெளிவந்தது.

விடுதலைப் போராட்டக் காலகட்டத்தில் படைப்பாளிகள், தெளிவான அரசியல் பார்வையைக் கொண்டிருந்தனர். பெரும் பான்மையான படைப்பாளிகள் நேரடி அரசியலில் ஈடுபாடு கொண்டவர்களாகவும் இருந்தனர். இவர்களின் படைப்புகளைத் தாங்கி வந்த காந்தி, ஊழியன், மணிக்கொடி போன்ற இதழ்கள் இலக்கியத்துடன் அரசியலையும் உள்ளடக்கத்தில் கொண்டிருந்தன. இலக்கியத்தைப் போலவே அரசியலும் அவற்றின் முதன்மையான நோக்கங்களுள் ஒன்றாக அமைந்தது. கலைமகள் போன்ற அரசியல் சாராத இதழ்களும் அக்காலகட்டத்தில் வெளிவந்துகொண்டிருந்தன.

ஆனால், படைப்பாளிகள் விடுதலைப் போராட்ட அரசியல் உணர்வுகொண்ட இதழ்களோடுதான் இயல்பான உறதிவைக் கொண்டிருந்தனர். விடுதலைக்குப் பின்னரான சூழலில் இப்படைப்பாளிகளுக்கு அரசியல் முழுமையும் அந்நியமாகத் தோற்றமளித்தது. தாங்கள் பங்குபெறுவதற்கு அரசியலில் எதுவுமில்லை என உணர்ந்தனர். அரசியலை முழுமையாகத் துறந்த இலக்கிய மரபினை உருவாக்குவதில் முனைப்புக் கொண்டனர். இக்காலகட்டத்தில் தமிழ் இதழியல் சூழலில் வணிகநோக்கு வேரூன்றியது. விடுதலைக்குப்பின் இதழ்கள் வணிக நிறுவனங்களாக உருமாறி விற்பனைப் பெருக்கத்தையே முதன்மையான நோக்கமாகக் கொண்டன. 'பொழுதுபோக்கு கதைமரபு' புதுவளர்ச்சி பெற்றது. வாசக எண்ணிக்கையே, கதையின் தரத்தின் அளவுகோலாக ஏற்கப்பட்டது. மணிக்கொடி மரபினைச் சார்ந்த படைப்பாளிகள் இதற்கு மாற்றாக விமர்சன அங்கீகாரம் என்னும் கருத்தாக்கத்தை முன்வைத்தனர். வாசக எண்ணிக்கையைவிட வாசகனின் ஞானமே உயர்வாக மதிக்கப்பட்டது. எனவே வாசக ஞானம் கொண்ட வாசகர்களுக்கான இலக்கியம் என்னும் புது கருத்தாக்கம் முன்வைக்கப்பட்டது. இதற்குத் தளமாக முற்றிலும் வணிகநோக்கம் கொண்டிராத இதழ்கள் தோற்றம் கொண்டன. இவ்விதழ்கள் பெரும் வாசக எண்ணிக்கையைக் குறித்த கனவுகளைக் கொண்டிருக்கவில்லை. முறையான நிறுவனம் இவற்றிற்கில்லை. நீண்ட ஆயுளைக் குறித்த சிந்தனையும் இருக்கவில்லை. எழுத்து இதழ்தான் முழுமையான இந்தப் பொருளில் வந்த முதல் இதழ்.

மணிக்கொடி படைப்பாளிகளுள் ஒருவரான சி.சு. செல்லப்பாவின் முயற்சியில்நான் எழுத்து வெளிவந்து கொண்டிருந்தது. இதழ் பொருளாதார பின்புலத்தைக் கொண்டிருக்கவில்லை என்றாலும், படைப்பாளிகளின் பேராதரவைக் கொண்டிருந்தது. இலக்கிய சிற்றிதழ்களிலேயே நீண்டகாலம் வெளிவந்த இதழ் என்ற பெருமையைப் பெற்றது.

எழுத்து இதழ், மணிக்கொடி மரபினைச் சார்ந்த படைப்பாளர்களை மீண்டும் ஒருங்கிணைத்தது. ந. பிச்சமூர்த்தி, க.நா. சுப்ரமண்யம், ந. சிதம்பர சுப்ரமண்யம், சுந்தரராஜன் போன்ற மணிக்கொடி படைப்பாளிகள் எழுத்து இதழைப் படைப்புத்தளமாகக் கொண்டனர். மற்றொரு மணிக்கொடி படைப்பாளியான மௌனி நீண்ட இடைவெளிக்குப்பின் எழுத்து இதழில் தன் பயணத்தைத்

தொடங்கியுள்ளார். மணிக்கொடி மரபினரைப் பின் தொடர்ந்த ரகுநாதன், ஜானகிராமன், அழகிரிசாமி போன்றவர்களை எழுத்து இதழ் ஈர்த்திருக்கவில்லை. எழுத்து இதழ், மணிக்கொடியின் போக்கிலிருந்து விலக மறுத்தது இதற்குக் காரணமாகலாம்.

ஐம்பதுகளில் அறிமுகமான ஜெயகாந்தன், சுந்தர ராமசாமி போன்றவர்களும் ஓரிரு கதைகளையே எழுத்து இதழில் எழுதி யுள்ளனர். ஆனால், சுந்தர ராமசாமி 'பசுவய்யா' எனும் புனைபெயரில் புதுக்கவிதைகளை எழுதியுள்ளார். நகுலன் (டி.கே. துரைசுவாமி) தி.சோ. வேணுகோபாலன், தருமு. சிவராம் போன்ற இளம் கவிஞர்களும் எழுத்து இதழின் மூலம் கவிஞர்களாகத் தமிழ்ச் சூழலுக்கு அறிமுகமாகியுள்ளனர்.

எழுத்து இதழின் விமர்சனப் பதிவுகளை சி.சு. செல்லப்பாவும் க.நா. சுப்ரமண்யமும் தீர்மானித்தாலும், வெங்கட் சாமிநாதன், தருமு. சிவராம் போன்ற இளம் விமர்சகர்களும் எழுத்தின் மூலமாகவே தங்கள் விமர்சன ஆளுமையை வளர்த்துக் கொண்டுள்ளனர். சி. கனகசபாபதி, முருகையன் போன்றவர்களும் தங்கள் விமர்சனங் களைப் பதிவுசெய்துள்ளனர். எழுத்து, இலக்கிய விமர்சனத்தையே முதன்மை நோக்கமாகக் கொண்டது என்றாலும், புதுக்கவிதை, தனது தற்போதைய வளர்ச்சியை எழுத்து இதழின் பக்கங்களில்தான் பெற்றது. சிறுகதையில் எழுத்து மணிக்கொடியைப் போல் கவனம் கொள்ள வில்லை. மௌனியின் கதைகள் எழுத்து இதழில் வெளியாகியுள்ளன என்பது மட்டுமே குறிப்பிடத்தகுந்தது. எழுத்து இதழின் பெரும்பான்மையான பக்கங்களில் கட்டுரைகள் இடம் பெற்றுள்ளன.

எழுத்து, விமர்சன அங்கீகாரம் என்னும் கருத்தாக்கத்தை வளர்த்தெடுக்க முயன்றது. மணிக்கொடி சாதனையாளர்களான புதுமைப்பித்தன், கு.ப. ராஜகோபாலன், மௌனி போன்றவர்களின் சிறுகதைகள் தொடர்ந்து விமர்சனங்களுக்கு உள்ளாக்கப்பட்டுள்ளன. சி.சு. செல்லப்பா ஆய்வுமுறை விமர்சனத்தின் மூலம் இதை நிகழ்த்தும்போது, க.நா. சுப்ரமண்யம் அனுபவப்பதிவுமுறை விமர்சனத்தின் மூலம் இதனையே தொடர்ந்து நிகழ்த்தியுள்ளார். வெங்கட் சாமிநாதன், தருமு. சிவராம் போன்ற இளம் விமர்சகர் களும் மணிக்கொடிப் படைப்பாளிகளின் படைப்புகளை ஆழமான விமர்சனங்களுக்கு உள்ளாக்கியுள்ளனர். அக்காலகட்டத்தில் வளர்ந்து வந்த புதுக்கவிதையும் விமர்சனப் பார்வைக்கு உள்ளாகியுள்ளது.

இலக்கியத்தின் அடிப்படை குறித்த கட்டுரைகளும் விவாதங்களும் எழுத்தில் இடம்பெற்றன. ஐரோப்பியக் கலைஞர்கள் குறித்ததான அறிமுகமும், ஐரோப்பிய விமர்சனக் கட்டுரைகளின் மொழி பெயர்ப்புகளும் எழுத்து இதழில் முக்கியத்துவம் பெற்றுள்ளன. சி.சு. செல்லப்பா, க.நா. சுப்ரமண்யம், வெங்கட்சாமிநாதன், தருமு. சிவராம் என்னும் வெவ்வேறு போக்கினைச் சார்ந்த நான்கு விமர்சகர்கள் எழுத்து இதழில் ஒருங்கிணைந்து இயங்கினார்கள் என்பது விமர்சனத்துறையில் எழுத்துவின் சாதனைக்கு அளவுகோலாக அமைகிறது.

விரிவான வாசிப்பிற்கு

1. செ. ரவீந்திரன், 'எழுத்தும் விமர்சனமும்', யாத்ரா 54.
2. வல்லிக்கண்ணன், தமிழில் சிறுபத்திரிகைகள்..

42

ஏற்புடைய வழக்கம் (convention). படைப்பிலக்கியத்தில் சில கூறுகள் எல்லோருடைய ஏற்பினையும் பெற்று வாசகர்களாலும் படைப்பாளிகளாலும் கடைப்பிடிக்கப்பட்டு வருகின்றன.

ஒவ்வொரு காலகட்டத்திற்கும் அந்தக் காலகட்டத்திற்கே உரிய ஏற்புடைய வழக்கங்கள் இருந்துள்ளன. ஏற்புடைய வழக்கங்கள் இலக்கியத்தின் மொழிநிலையைச் சார்ந்ததாகவோ, வடிவம் சார்ந்ததாகவோ அமையக்கூடும். சங்க இலக்கியத்தில் அகத் திணையில் தலைவன், தலைவி பெயர்சுட்டிப் பாடப்படுவது இல்லை. திணை நிலைப் பெயர்களால் மட்டுமே சுட்டப்படுவர். புலவர்கள், அன்றைய வாசகர்கள் ஆகியோரின் பொது ஏற்பைப் பெற்ற வழக்கமாக இதைச் சுட்டவேண்டும். தலைவி உடன்போக்கு நிகழ்த்திய போது, நற்றாய் இடைச்சுரத்தில் சென்று தலைவியைத் தேடுவதில்லை. ஆனால் செவிலித்தாய் இடைச்சுரத்திலும் சென்று தலைவியைத் தேடக்கூடும். இதனையும் ஏற்புடைய வழக்கமாகக் கருதலாம். ஏற்புடைய வழக்கம் அதனை மீறுவதற்கான சுதந்திரத்தையும் உள்ளடக்கியுள்ளது. 'நெடுநல்வாடை' அகத்திணை சார்ந்ததாக இருந்தாலும், தலைவன் யார் என்பது குறிப்பாகச் சுட்டப்பட்டுள்ளது. காப்பியங்களில் காப்பியப்புலவன் ஒரு பாத்திரமாக இடம்பெறுவதும் ஏற்புடைய வழக்கமே. வால்மீகியின் ராமாயணத்தில் வால்மீகியும், மகாபாரதத்தில் வியாசனும்,

சிலப்பதிகாரத்தில் இளங்கோவும் பாத்திரங்களாகக் காப்பியத்தில் வந்துபோகின்றனர். இவ்வழக்கம் பிற்காலக் காப்பியங்களில் தொடர்ச்சி பெறவில்லை.

ஏற்புடைய வழக்கங்கள் காலப்போக்கில் விதியாகவும் மாறலாம். சங்கச் செவ்வியல் இலக்கியத்தில் ஆசிரியப்பாவின் அடிகளில் இடம்பெறும் சீர்களின் எண்ணிக்கை சிலபாக்களில் வேறு பட்டுள்ளது. பிற்காலத்தில் ஆசிரியப்பாவின் வகைகளாக இவை ஏற்பினைப் பெற்றுள்ளது. ஏற்புடைய வழக்கம் மீறப்பட்டபோது, விதி தளர்த்தப்பட்டு விதியினுள் உள்ளடக்கப்பட்டுள்ளது.

ஏற்புடைய வழக்கம் தற்காலத்திலும் தொடர்கிறது. சுவடிகளாலான நூல்களில் கடவுள் வாழ்த்தும், பாயிரமும் இணைக்கப்பட்டன. இதில் பாயிரம் சற்றுப் பின்னால் தோற்றம் கொண்ட ஒன்று. பாயிரம் தோற்றம் கொண்ட பின் பழைய நூல்களுக்குப் புதிதாகப் பாயிரம் எழுதிச் சேர்க்கப்பட்டது. நூல்கள் அச்சு வடிவில் தோற்றம் கொண்ட போது முன்னுரை எழுதும் வழக்கம் ஏற்பினைப் பெற்றது. கடவுள் வணக்கம் விடைபெற்றுக் கொண்டது. நூலை ஒரு தனிமனிதனுக்கு 'அர்ப்பணம்' செய்யும் வழக்கம் புதிதாகத் தோற்றம் கொண்டுள்ளது. சமகாலப் புனைகதைகளில் புனைகதை ஆசிரியர் தன் வாழ்வில் நடந்த ஒன்றாகப் புனைகதையை முன்வைப்பதுண்டு. புனைகதை வாசகர்களுக்கு இதைப் பொருட்படுத்த அவசியம் இல்லை என்பதும் தெரியும். ஒருவகையில் புனைகதை ஆசிரியருக்கும் வாசகர்களுக்கும் இடையிலான உடன்படிக்கை. கதையை முன் நகர்த்திச் செல்ல இந்தப் பாவனை அவசியமாகிறது. இதையும் ஏற்புடைய வழக்கமாகவே சுட்டவேண்டும்.

படைப்பு இயக்கத்தில் ஏற்புடைய வழக்கங்கள் எக்காலத்திலும் இன்றியமையாதன.

43

வ.வே.சு. ஐயர் (1881-1925). வ.வே.சு. ஐயர், தமிழ் விமர்சன மரபின் முன்னோடி விமர்சகர்களுள் ஒருவர். தற்காலத்தமிழ் விமர்சன மரபின் துவக்கப் புள்ளியாகவும் சிலர் கருதுகின்றனர்.

சி.சு. செல்லப்பா, வ.வே.சு. ஐயரையே தமிழ் இலக்கிய விமர்சன மரபைத் தோற்றுவித்தவராகக் குறிப்பிட்டுள்ளார். 'வ.வே.சு. ஐயர்

தமிழில் நவீன இலக்கியத் திறனாய்வுக்கான அடிப்படைகளை அமைத்தவர். பாரதி கவிதைகளுக்கு அவர் எழுதிய புகழ்பெற்ற முன்னுரை தமிழ்த் திறனாய்வின் சிறந்த தொடக்கப்புள்ளி எனலாம். கம்பனைப் பற்றியும் அவர் எழுதியுள்ளார். கூல்ரிட்ஜ் போன்றவர்களின் திறனாய்வு முறையை வ.வே.சு. ஐயர் பின்பற்றினார்.' இளம் விமர்சகரான ஜெயமோகனும் செல்லப்பாவிற்கு இணையான நிலைப்பாட்டினையே கொண்டுள்ளார். வ.வே.சு. ஐயரின் புகழ்பெற்ற ஆங்கில நூலான கம்பன் ஓர் ஆய்வு மற்றும் பாரதியின் கண்ணன் பாடல் தொகுப்பிற்கு அவர் எழுதிய முன்னுரையை வைத்து இந்த முடிவிற்கு வருகின்றனர். வ.வே.சு. ஐயர் மறுமலர்ச்சிக் காலகட்டத் தினைச் சார்ந்தவர். பாரதியைப் போல விடுதலைப் போராட்டத்தில் ஈடுபட்டவரும்கூட. ஐரோப்பியர்களின் இலக்கிய வளத்திற்கு நிகரான இலக்கியவளம் இந்தியர்களுக்கு உண்டு என ஐரோப்பியர்களுக்கு உணர்த்துவதில் விடுதலைப்போராட்ட வீரர்கள் ஆர்வம்கொண்டிருந்தனர். அதே சமயம் சமகால இலக்கியத்தில் ஐரோப்பியர்களை முன்மாதிரியாகக் கொள்ளவேண்டும் எனும் எண்ணத்தையும் கொண்டிருந்தனர். 'கம்பன் ஓர் ஆய்வு' இந்தியர்களின் இலக்கிய வளத்தை ஐரோப்பியர் களுக்கு உணர்த்தும் விதமாக ஆங்கில மொழியில் எழுதப்பட்டது. வ.வே.சு. ஐயர் இங்கிலாந்தில் கல்வி பயின்றவர் என்பதையும் நினைவில் கொள்ளவேண்டும். இந்தியத் தேசியமும், தமிழ்த் தேசியமும் மறுமலர்ச்சிப் படைப்பாளிகளுக்கு முரணானவை அல்ல. வ.வே.சு. ஐயரின் சிறுகதை முயற்சிகள் சமகால ஐரோப்பிய இலக்கிய வளத்தைத் தமிழில் தோற்றுவிக்க வேண்டும் என்னும் ஆர்வத்தின் வெளிப்பாடு.

வ.வே.சு. ஐயர் உலகளாவிய இலக்கியப் பார்வையைக் கொண்டவர். ஆங்கில விமர்சன மரபை அவர் அறிந்திருந்தார் எனக் கருத இடமுள்ளது. அதே சமயம் இந்திய அழகியல் மரபு குறித்த சிந்தனையும் அவருக்கு இருந்தது. பாரதியின் கண்ணன் பாட்டின் இரண்டாவது பதிப்பு வெளியானபோது வ.வே.சு. ஐயர் அதற்குச் சுருக்கமான முன்னுரையை எழுதியுள்ளார். 'நாயக நாயகி பாவ'த்தில் இறைவனை வழிபடுவதை உலகளாவிய மரபாக அவர் குறிப்பிடுகிறார். 'ரோமன் கத்தோலிக்க மதத்தில்கூட அடியார் வர்க்கத்தை நாயகியாகவும் கிறிஸ்துவை நாயகனாகவும் பாவித்து எழுதிய ஸ்தோத்திரங்கள் பல உள.

நமது பாகவதத்தில் கோபிகைகளின் உபாக்கியானங்களெல்லாம் இந்தப் பாவத்தைத் தழுவி எழுதப் பட்டுள்ளனவே.' இலக்கியத்தில் நாயக, நாயகி பாவத்தைக் கையாளும் போது கலை, வெற்றியைப் பெறுவது கடினம் எனக் கூறும் வ.வே.சு. ஐயர், ஆண்டாள், பெரியாழ்வார் பாசுரங்களில் இதன் வெற்றியை இனம் காண்கிறார். 'செயிரின்றி இந்தப் பாவத்தைப் பாடுவது அநேகமாய் அசாத்யம்' என மதிப்பீடும் அவர், பாகவதம்கூட தோல்வியையே அடைந்து உள்ளது என்கிறார். 'நமது கவியும் இப்பாவத்தை விவரிக்கையில் பரபக்தியைவிடச் சாரீரமான காதலையே அதிகமாக வர்ணித் திருக்கிறார். ஆனால், சுகப்பிரம்மமே நிறுத்த முடியாததான தராசு முனையை நம் ஆசிரியர் நிறுத்தவில்லை என்று நாம் குறை கூறலாமா?' பாரதியின் எல்லையைக் குறிப்பாகச் சுட்டிவிடுகிறார். பேரிலக்கியமாகக் கொள்ளாவிடினும், சுவையான கவிதைகள் என மதிப்பிடுகிறார். இலக்கியத் தரத்தை மொழி என்னும் எல்லைக்குள் அடக்கிவிடாமல் உலகளாவிய நிலைக்கு அவர் எடுத்துச்செல்வது குறிப்பிடத்தக்கது. பின்னால் க.நா. சுப்ரமண்யமும் இதனை வற்புறுத்தினார். வால்மீகி, வியாசர், கம்பர், ஹோமர், தாந்தே, ஷேக்ஸ்பியர், மோலியேர், மில்டன், கந்தே, ஷில்லர் ஆகிய இந்த பதின்மர்தான் இதுவரையில் உலகத்துக்குத் தெரிந்த கவிச்சக்ர வர்த்திகள் என மதிப்பிடும் வ.வே.சு. ஐயர் காளிதாசனை இவ்வரிசையில் இணைக்கவில்லை.

'எது கவிதை?' என்னும் கட்டுரையில் கவிதையைக் குறித்ததான அவர் பார்வையை விளக்கமாக முன்வைத்துள்ளார். 'பிரகிருதியின் தோற்றங்களோடு மனித உணர்ச்சிகளைச் சம்மேளனப்படுத்திக் கவிதை இயற்றுவதைச் சுவையுடன் செய்ய வேண்டும்.' உணர்ச்சி களின் சமநிலை அவருக்கு முக்கியமானது. நல்ல கவிதையின் முதன்மையான பண்பு இது. 'நல்ல கவிதையின் அடிநாதம் அறமாக இருத்தல் வேண்டும். ஆனால் இந்த அறமார்க்கத்தைச் சாதாரணமாக வெள்ளையாகச் சொல்லிவிட்டால் அது கவிதையாகாது. கேவலம் போதனை நூலாகத்தான் ஆகும்.' கவிதையின் குறிப்புணர்த்தும் போக்கு அவருக்கு முக்கியமானது.

சமகால ஐரோப்பியக் கவிதை களிலிருந்து இம்மதிப்பீட்டை அவர் பெற்றிருக்க வேண்டும். ஆனால் அவர் முன்வைத்தது கவிதையின் செவ்வியல் வடிவமே. 'கவிதையானது தர்மத்தை அடிநாதமாகக் கொண்டு அறிவின் பகுதியாகிற கற்பனாசக்திக்கு நல்லுணர்வைத்

தந்து, இயற்கையின் அழகுகளையும், மனித வாழ்க்கையின் சுகதுக்கங்களையும் உன்னதமான பாவங்களையும் சுவையோடு கோத்து, மனிதனுடைய இதயத்தில் பேருணர்ச்சிகளை எழுப்ப வேண்டும்.' வ.வே.சு. ஐயர் முன்வைத்துள்ள இப்பண்பு செவ்வியல் கவிதைக்கே உரியது. இதன் அடிப்படையில் தமிழ்க் கவிதை மரபின் மறுமலர்ச்சிக்கு முன்னதான நிலையை மதிப்பிட்டுள்ளார். 'சென்ற முந்நூறு வருஷங்களில் நமதுநாட்டில் முதல்தரமான கவிதை என்று சொல்லத் தகுந்ததாக ஓர் அடிகூட எழுதப்படவில்லை.' முந்நூறு வருடங்களில் முதல் தரமான கவிதை ஓர் அடிகூட எழுதப் படவில்லை என்பது மிகையான தோற்றத்தைத் தரலாம். ஆனால் இதற்கிணையான கருத்தை, வ.வே.சு. ஐயரின் சமகாலத்தவரான மாதவைய்யரும் முன்வைத்துள்ளார் என்பது குறிப்பிடத்தக்கது.

வ.வே.சு. ஐயரின் கவிதை குறித்த நிலைப்பாடு இத்தகைய நிலைப்பாட்டிற்கே கொண்டு செல்லும். சமகாலத்துப் பண்டிதர் களைக் கவிஞனாக ஏற்க மறுக்கிறார். 'கவிதை ஒன்றுதான் உலகத்தில் பண்டிதனால் எழுதத்தக்கது என்பது இல்லை. கடைத்தரமான கவியாக இருப்பதைவிட நல்ல உரையாசிரியனாக இருத்தல் எவ்வளவோ மேல்.' தமிழ்க் கவிதை மரபின் மீதான வ.வே.சு. ஐயர் அறிவும் குறிப்பிடத்தக்கது. 'நம் பெண்கள்' கட்டுரையில் சங்க இலக்கியம் மீதுள்ள தன் ஈடுபாட்டைப் பதிவு செய்துள்ளார். 'கலித்தொகை குறுந்தொகைகளையும் மற்றுமுள்ள அகப் பாட்டுகளையும் படிக்கையில் பண்டைய நாள்களில் தமிழ்ப் பெண்கள் விவாக விஷயத்திலும் மற்ற விஷயங்களிலும் எத்தனை சுதந்திரம் அனுபவித்தார்கள் என்பது நன்கு புலனாகும். மற்றெந்த பாஷையிலும் எழுதியுள்ள பெண் கவிகளை விட தமிழ் பாஷையில் பாடிய பெண் கவிகளின் தொகை மிகவும் அதிகம்.' சங்க இலக்கியத்தை அவர் அறிந்திருந்தார் என்பதல்ல, அவருடையதான புரிதலும் இருந்துள்ளது. தமிழ் இலக்கிய மரபுபினைக் குறித்ததான இப்புரிதல், ஐரோப்பிய இலக்கியச் சிந்தனை குறித்த அறிவு, இவை இரண்டும் வ.வே.சு. ஐயரிடம் இணைந்து செயல்பட்டுள்ளன.

தமிழ் இலக்கியங்களின் கால ஆராய்ச்சியில் அறிவுசார்ந்த நிலைப் பாட்டினையே கொண்டுள்ளார். கம்பன் தொடர்பான கர்ண பரம்பரைக் கதைகள் அனைத்தையும் முழுமையாகப் புறக்கணிக்கிறார். கல்வெட்டுச் சான்றுகளைக்கொண்டு கம்பனின் காலத்தைக் கண்டறிய முயல்கிறார். கால்டுவெல்லுக்குப் பிறகு இவ்வாய்வு

முறையைக் கையாண்ட முன்னோடியாக வ.வே.சு. ஐயரைக் குறிப்பிட வேண்டும்.

வ.வே.சு. ஐயரின் பாலகாண்டப் பதிப்பும் குறிப்பிடத்தக்கது. தேர்ந்தெடுக்கப்பட்ட பாடல்களைக் கொண்ட சுருக்கமான பதிப்பாக அமைகிறது. பொருள் உணர்தலுக்காகச் சந்திபிரித்து ஆய்வுக் குறிப்புகளையும் அரும்சொல் விளக்க அகராதியும் இணைத்துப் பதிப்பிக்கப்பட்டுள்ளது. முன்னுரையில் கம்பனையும் வால்மீகி யையும் ஒப்பிட்டு, கம்பனின் பெருமையை நிலைநாட்டியுள்ளார்.

பாரதியின் கவிதைகள் தொகுக்கப்பட்டதுபோல் வ.வே.சு. ஐயரின் விமர்சனக் கட்டுரைகள் தொகுக்கப்படாதது குறிப்பிடத்தக்கது. இவர் கட்டுரைகள் மறுவாசிப்பிற்கு உட்படும்போது மரபின் விமர்சகராக அவர்பெறும் இடம் இன்னும் உயரக்கூடும்.

ஐரோப்பிய விமர்சன அறிவும், தமிழ் மரபு குறித்ததான விரிவான புரிதலையும் கொண்ட மறுமலர்ச்சிக்கால விமர்சகராக வ.வே.சு. ஐயரைக் குறிப்பிட வேண்டும்.

விரிவான வாசிப்பிற்கு. சி.சு. செல்லப்பா, தமிழில் இலக்கிய விமர்சனம், எழுத்து பிரசுரம்.

44

ஒருமை (unity). ஒருமை, கலைப்படைப்பின் முழுமையைக் குறிக்கின்றது. பிளேட்டோ காலம்தொட்டு இலக்கியத்தின் அழகியல் கூறுகளில் ஒன்றாக மதிக்கப்பட்டு வருகிறது. பிளேட்டோவும் பின்னர் அரிஸ்டாடிலும் கலை ஒருமையை இலக்கியக் கொள்கை யாகவே முன்வைத்துள்ளனர். காப்பியத்தில் இடம்பெறும் நிகழ்வுகள் பலவாக அமைந்தாலும் அவை அனைத்தும் காப்பியத் தலைவனின் சிறப்பை உணர்த்துவதில் ஒருமை பெறுகின்றன. கோரஸ், உயிர்வாழ்பொருளின் உறுப்புகள் பலவாக அமைந்தாலும் அவை இணைந்து முழுமை பெறுவதைப் போல் கலை ஒருமை இலக்கியப் படைப்பில் உருக்கொள்வதை விளக்கியுள்ளார்.

கவிதை, நாவல், சிறுகதை போன்ற இலக்கிய வடிவங்கள் ஒவ்வொன்றும் பல கூறுகளைக் கொண்டனவாக அமைகின்றன. கவிதையில் சொல்லாட்சி, ஓசை போன்ற பல கூறுகளைச் சுட்ட முடியும். அதுபோல் நாவல், சிறுகதை போன்ற புனைகதை

வடிவங்கள் கதைத்திட்டம், படைப்புலக மனிதர்கள், நடை, பின்னணி போன்ற கூறுகளை உட்கொண்டுள்ளன. ஒவ்வொரு கூறும் தன்னளவில் சுதந்திரமானது. ஒவ்வொரு கூறின் சிறப்பையும் தனியாகச் சுட்டலாம். ஆனால் இவை அனைத்தும் ஒரு முழுமையின் பாகங்களாக அமைகின்றன. வடிவத்திற்கு ஊறு நிகழாத வண்ணம் இக்கூறுகளுள் எதனையும் முழுமையிலிருந்து வேறுபடுத்திட முடியாது. ஒருமையின் சிறப்பே எந்தக் கூற்றையும் படைப்பின் முழுமையிலிருந்து வேறுபடுத்திட முடியாது என்பதுதான். அதுபோல் படைப்பின் முழுமை புதிதாக எதனையும் ஏற்பதும் இல்லை. கூறுகளின் சிறப்பு என்பது முழுமைக்கு அது தரும் பங்களிப்பில்தான் அமைந்துள்ளது. நல்லநடை, சிறப்பான கதைத்திட்டம் என்பவையெல்லாம் முழுமைக்கு அவை ஆற்றிய பங்கை வைத்தே மதிப்பிடப்படுகிறது.

ஒருமை எக்காலத்திலும் இலக்கியப் படைப்பின் அழகியலைத் தீர்மானிப்பவைகளுள் ஒன்றாக அமைகிறது.

45

கசடதபற. கசடதபற, 'ஒரு வல்லின மாத ஏடு' என்னும் முழக்கத்துடன் 1970 அக்டோபர் முதல் மூன்றாண்டுகள் வெளிவந்த இலக்கியச் சிற்றிதழ்.

நா. கிருஷ்ணமூர்த்தியை ஆசிரியராகக் கொண்டு இயங்கியது. எழுத்து, நடை என்று தொடர்ந்த இலக்கியச் சிற்றிதழ் மரபில் மூன்றாவது வெளிவந்த இதழ் கசடதபற. நடை இதழ் நின்று ஒரு சில மாதங்களுக்குள்ளாக கசடதபற வெளிவரத் துவங்கியது. எழுத்து இதழ்மூலம் தமிழ்ப் படைப்புலகிற்கு அறிமுகமான வெங்கட் சாமிநாதன், தருமு. சிவராம் ந. முத்துசாமி ஆகியோரும் நடை இதழின் மூலம் படைப்புலகிற்கு அறிமுகமான ஞானக்கூத்தனும் கசடதபற இதழில் இயங்கினர். ஆனால் கசடதபற அதுவரை தமிழ் படைப்புலகிற்கு அறிமுகமாகாத சினம் மிகுந்த இளைஞர்களின் மேலாண்மையில் இயங்கியது. வல்லின மாத ஏடு என்னும் முழக்கம் அதன் நோக்கத்தைத் தெளிவுப்படுத்துவதாக அமைகிறது. இன்றைய படைப்புகளிலும் அவற்றைத் தாங்கி வருகிற பத்திரிகைகளிலும் தீவிர அதிருப்தியும் அதனால் கோபமும் உடைய பல இளம் எழுத்தாளர்கள், கவிஞர்கள், ஓவியர்கள் விமர்சகர்களின் பொது

மேடைதான் கசடதபற என தன் முதல் இதழிலேயே தன்னை அது இனம்காட்டிக் கொண்டுள்ளது. எழுத்து வகுத்துக்கொண்ட அரசியல் சார்பற்ற இலக்கியம் என்னும் நிலைப்பாட்டோடு கசடதபறவும் உடன்பாடு கொண்டுள்ளது. அதேசமயம் மணிக்கொடிப் படைப்பாளிகள் என்ற முன்மாதிரியைக் கசடதபற முழுமையாக விலக்கிக் கொண்டது. இலக்கியத்தைக் கலையின் ஓர் உட்பிரிவாகக் காணும் நடையின் பாதையில் தான் கசடதபறவும் இயங்கியுள்ளது. ஆனால் இதன் இயக்கம் நடையைவிட வேகம் மிகுந்தது. நவீன ஓவியங் களுக்கு மிகுந்த முக்கியத்துவம் அளித்தது. அதுபோல் புதிய நாடகங்களை முழுமனதுடன் வரவேற்றது.

கசடதபற நவீனத்துவத்தை முன்னெடுத்துச் சென்றது. எக்ஸிஸ்டன் ஷியலிஸம், அந்நியமாதல் போன்ற நவீனத்துவக் கலைச் சொற்கள் கசடதபறவில் தான் தமிழில் முதன் முதலாகப் பயிலத் துவங்குகின்றன. இளம்தலைமுறையின் விமர்சகராக வெங்கட் சாமிநாதனைக் கசடதபற வரிந்து கொண்டது. படைப்புகளிலும் படைப்பு குறித்ததான விமர்சனங்களிலும் மரபுமீறல் முன்தூக்கம் பெற்றது. தமிழ்ப் புதுக்கவிதை எழுத்து வகுத்துக் கொண்ட பாதையிலிருந்து விலகி முற்றிலும் வேறான பாதையில் பயணம் மேற்கொண்டுள்ளது. சிறுகதைகள் மணிக்கொடி முன்னோடிகளின் பாதையிலிருந்து வேறுபட்டு நவீனத்துவக் கூறுகளைக் கொண்டனவாக அமைந்துள்ளன. தமிழ் இலக்கிய மரபில் நவீனத்துவத்தின் காலகட்டத்தை கசடதபற உறுதிப்படுத்தியது. நவீனத்துவம் உலக அளவில் மார்க்சிய இலக்கியக் கோட்பாட்டைக் கேள்விக்குள்ளாக்கியது. தமிழில் கசடதபற மார்க்சியர்களின் இலக்கிய நிலைப்பாட்டின் மீது தீவிர விமர்சனத்தை முன்வைத்துள்ளது. ஸோல்ஸனிட்ஸனின் நோபல்பரிசு உரையை முழுமையாக மொழிபெயர்த்து வெளியிட்டு, தமிழ்ச் சூழலில் விவாதத்தை எழுப்பியது. மார்க்சியர்கள் கசடதபறவின் மீது எதிர்நிலைப் பாட்டைக் கொள்ள இது காரணமாக அமைந்தது.

நடை இதழில் தோற்றம் கொண்ட இலக்கிய அரசியல் கசடதபறவில் புதுவேகம் பெற்றது. இலக்கியம் குறித்ததான கருத்து மோதல்களுக்கு கசடதபற தயங்காமல் களம் அமைத்துத் தந்தது. முதல் தலைமுறை விமர்சகரான க.நா. சுப்ரமண்யம் இலக்கிய அரசியல் குறித்து கசடதபறவில் எழுதியுள்ளது, கசடதபற இதழ் இலக்கிய அரசியலைத் திட்டமிட்டு நிகழ்த்தியுள்ளதை உணர்த்துகிறது.

கசடதபற ஆசிரியர் நா. கிருஷ்ணமூர்த்தி ஓர் இளம் தலைமுறையைச் சார்ந்த படைப்பாளி. எழுத்து ஆசிரியர் சி.சு. செல்லப்பாவைப் போலவோ, நடை ஆசிரியர் சி. மணியைப் போலவோ மரபின் அழுத்தத்தில் கிருஷ்ண மூர்த்தி திணறவில்லை. பெருவாரியான வாசகர் எண்ணிக்கை என்னும் கற்பனை அவரிடம் அறவே இருந்திருக்கவில்லை. 'ஜேம்ஸ் ஜாய்ஸின் யுலிஸிஸ் நாவல் வெளியான தி லிட்டில் ரெவ்யூ பொதுமக்களின் ரசனையோடு சமரசம் செய்து கொள்ளாத இரண்டாயிரம் சந்தாதாரர்களைக் கொண்ட பத்திரிகை' என அவர் குறிப்பிடுவது பத்திரிகையாசிரியராக அவர் கொண்டிருந்த நோக்கத்தைத் தெளிவுப்படுத்துகிறது. கசடதபற இதழில் நா. கிருஷ்ணமூர்த்தியின் சிறுகதைகள் வெளியாகி யுள்ளன. சி.சு. செல்லப்பாவைப் போன்று படைப்புலக சாதனை என்ற சுமையும் பத்திரிகையாசிரியரான அவரிடம் இருந்திருக்க வில்லை. தன்னை ஒத்த இளம் படைப்பாளிகளோடு இணைந்து இதழை ஓர் இயக்கமாக முன்னெடுத்துச் செல்ல அவரால் முடிந்துள்ளது.

எழுத்து இதழ்மூலம் அறிமுகமான கவிஞர்களுள் பசுவய்யா, நகுலன், க.நா. சுப்ரமண்யம் போன்றவர்கள் கசடதபற இதழிலும் கவிஞர்களாக இயங்கியுள்ளனர். ஞானக்கூத்தன், கலாப்பிரியா, கல்யாண்ஜி, ஆத்மாநாம், மஹாகணபதி போன்ற இளம் கவிஞர்களும் இவ்விதழில் எழுதியுள்ளனர். விடுதலைக்குப் பின்னரான சமூக, அரசியல்வாதிகளின் போலித்தனங்களைக் கூர்மையான மொழியில் கேலிக்குள்ளாக்கும் இவர்கள் கவிதைகள் தமிழ்ப்புதுக்கவிதை மரபைப் புதிய திசையில் இயங்கச் செய்துள்ளன. ச. கந்தசாமி, அசோகமித்திரன், நகுலன், க.நா. சுப்ரமண்யம் போன்ற சிறுகதை மரபிற்கு ஏற்கனவே அறிமுகமான படைப்பாளிகளோடு ஆர். இராஜேந்திர சோழன், கிருஷ்ணமூர்த்தி, அம்பை, கல்யாண்ஜி போன்ற இளம் தலைமுறைப் படைப்பாளி களும் இவ்விதழில் சிறுகதைகளைப் படைத்துள்ளனர். தமிழ்ச் சிறுகதை மரபில் நவீனத்துவம் கசடதபற இதழ் மூலமாகவே வேர் கொண்டது.

எழுத்து இதழைப் போலவே கசடதபற இதழும் இலக்கிய விமர் சனத்திற்கு மிகுந்த முக்கியத்துவம் தந்தது. ஸோல்ஸனிட்ஸின் நோபல் பரிசு உரை, ழீன்பால் சார்த்தரின் பேட்டி ஆகியவற்றின் தமிழ்மொழி பெயர்ப்புகள் இலக்கியத்தின் உலகளாவிய நிலையைத்

தமிழ் வாசகர் களுக்கு அறிமுகம் செய்கின்றன. அதுபோல் ஹோர்ஹ் லூயிஸ், போர்ஹே எழுத்துகளையும் தமிழுக்குக் கசடதபற அறிமுகம் செய்துள்ளது. வெங்கட் சாமிநாதன், சா. கந்தசாமி, இந்திரா பார்த்தசாரதி ஆகியோரின் விமர்சனக் கட்டுரைகள் தமிழ் இலக்கிய விமர்சனத்தின் படிநிலை வளர்ச்சியை இனம் காட்டுவனவாக அமைகின்றன. ஓவியம், நாடகம் குறித்ததான விமர்சனக் கட்டுரைகள் கசடதபற இதழில் முக்கியத்துவம் பெற்றுள்ளன. நூல் மதிப்புரைகள் கசடதபற இதழில் மிகுந்த கவனிப்பைப் பெற்றுள்ளன. நூலை அறிமுகம் செய்வதோடு நின்றுவிடாமல் அவற்றைக் கூர்மையான விமர்சனங்களுக்கு உட்படுத்துகின்றன. தமிழ்ச் சிற்றிதழ் மரபில் இலக்கிய அரசியல் கசடதபற மூலமாகவே வேகம் பெற்றது. இலக்கியம் தொடர்பான பல சிக்கல்களை வாசகப் பார்வைக்கு இலக்கிய அரசியல் எடுத்து வந்தாலும் தனிமனித ஆளுமை மோதல்களுக்கும் இடம் தந்தது.

கசடதபற தமிழ் இலக்கிய மரபின் ஒரு புதிய காலகட்டத்தை அறிமுகம் செய்யும் இதழாகத் திகழ்ந்தது.

விரிவான வாசிப்பிற்கு. சா. கந்தசாமி, கசடதபற இதழ் தொகுப்பு.

46

கட்டுரை (essay). கட்டுரை மிக நெகிழ்வான வரையறைகொண்ட இலக்கிய வடிவம்.

மொந்தான் (Montaigne) என்ற பிரெஞ்சு அறிஞர் முடிக்கப்பெற வேண்டிய முயற்சி என்னும் பொருளில் முதன்முதலாகக் கட்டுரை (essay) என்னும் சொல்லைக் கையாண்டார். பதினாறாம் நூற்றாண்டில் ஆங்கிலத்தில் பேகன் கட்டுரை வடிவத்தை அறிமுகம் செய்தார். கட்டுரை நேரடியாக எடுத்துக்கொண்ட பொருளை வாசகர்களோடு பகிர்ந்துகொள்கிறது. கட்டுரையின் அளவு, கட்டுரையாசிரியர் எடுத்துக்கொண்ட பொருளை முழுமையாக உணர்த்திவிட்ட மனநிறைவைப் பொறுத்து அமைகிறது. கட்டுரையில் மொழி எளிமையும், தெளிவும் கொண்டதாக அமைதல் வேண்டும். புனைகதைகளைப் போலன்றி பொருளை நேரடியாக உணர்த்துவதாக இருத்தல் வேண்டும். கட்டுரை இதழ்களோடு நெருக்கமான உறவுகொண்ட வடிவம். பத்தொன்பதாம் நூற்றாண்டிற்குப் பிறகு இதழ்கள் பெற்ற வளர்ச்சி, கட்டுரை

வளர்ச்சிக்குக் காரணமாக அமைந்தது. கட்டுரை குறிப்பிட்ட பொருள் குறித்த மேடைப் பேச்சாக அமையாமல், கற்பனை வாசகரோடு உரையாடலாக அமைவது சிறப்பானது. சால்ஸ் லேம்ப், இர்வின் எமர்சன் போன்ற சாதனையாளர்களை ஆங்கிலக் கட்டுரை மரபில் காணலாம். கட்டுரை, முறைக்கட்டுரைகள், முறைசாராச் கட்டுரைகள் எனும் இரு வகைகளைக்கொண்டுள்ளது. முறைக்கட்டுரைகள் சான்றுகளை முன்வைத்து கட்டுரையாசிரியர் தன் சிந்தனையை நிறுவும் விதமாக அமைவது. சமகாலத்தில் முறைக் கட்டுரைகளே பெரும்பாலும் வெளிவருகின்றன. முறைசாராக் கட்டுரைகள் வாழ்க்கை வரலாற்றுப் போக்குக் கொண்டவை. வாசகரோடு ஒருவித நெருக்கத்தைக் கொண்டிருக்கும். முறைசாராக் கட்டுரைகள் நகை உணர்வைத் தன் இயல்பாகக்கொண்டிருக்கும். உரையாடல் வடிவில்கூட முறைசாராக் கட்டுரைகள் அமைவதுண்டு. முறைசாராக் கட்டுரைகளில் கட்டுரையாசிரியர் எடுத்துக் கொண்டபொருள் குறித்த தன் உணர்வைத் துலக்குவதிலேயே முனைப்புக் கொள்வார்.

தமிழில் உரையாசிரியர்களின் உரைகளைக் கட்டுரையாகக் கருதும் போக்கு உண்டு. தமிழில் இதழ்களின் தோற்றத்தோடு கட்டுரை என்னும் வடிவின் தோற்றமும் நிகழ்ந்தது. தமிழில் கட்டுரைகள் இதழ்களை ஊடகமாகக்கொண்டே வெளிவந்தன; இன்றும் வெளிவருகின்றன. இருபதாம் நூற்றாண்டின் துவக்கத்தில் விடுதலைப் போராட்டம் வேகம் பெற்றபோது, கட்டுரை வடிவமும் செல்வாக்குப் பெறத்துவங்கியது. பாரதி, வ.வே.சு. ஐயர், திருவிக முதலியவர்கள் இக்கால கட்டத்தினைச் சார்ந்தவர்களே. ராஜாஜியையும் கட்டுரையாசிரியராகக் குறிப்பிட வேண்டும். இவர்களுடைய கட்டுரைகள் பொருளை மட்டுமல்லாது இவர்களின் ஆளுமையையும் உணர்த்தின. முப்பதுகளில் வ.ரா, புதுமைப் பித்தன், கு.ப. ராஜகோபாலன் முதலிய படைப்பாளிகள் கட்டுரை வடிவில் கவனம் செலுத்தினர். ராஜாஜி, பாரதி, புதுமைப்பித்தன் போன்றவர்கள் முறைசாராக் கட்டுரை வடிவையும் கையாண்டனர். கல்கியும் இவ்வடிவைக் கையாண்டுள்ளார். எனினும், முறைசாராக் கட்டுரையின் அடிப்படைப் பண்பான நகையுணர்வு கல்கியின் கட்டுரைகளில் இயல்பாக அமையாமல் வலிந்து புகுத்தப்பட்ட ஒன்றாக அமைந்துள்ளது. ஐம்பதுகளில் இலக்கிய விமர்சனம் தமிழில் வளரத் துவங்கியபோது கட்டுரை புதிய வளர்ச்சியைப் பெற்றது. க.நா. சுப்பிரமணியம்,

சி.சு. செல்லப்பா, வெங்கட் சாமிநாதன் முதலியவர்களின் கட்டுரை களைக் குறிப்பிட வேண்டும். கட்டுரையின் முறைசாரா வடிவம் இந்தக் காலகட்டத்தில் வழக்கிழந்தது.

இலக்கியச் சிற்றிதழ்கள் மறைந்து, நடுநிலை இதழ்கள் தோற்றம் கொண்டபோது கட்டுரையின் பக்க அளவு குறைந்தது. எடுத்துக் கொண்ட பொருளைச் சுருக்கமாக விறுவிறுப்பான மொழியில் கூறும்போக்கு வலுவடைந்தது. நாஞ்சில் நாடன், ஜெயமோகன் போன்ற படைப்பாளிகளைச் சிறந்த கட்டுரையாசிரியர்களாகவும் குறிப்பிட வேண்டும்.

தமிழ்க் கல்வி வட்டத்தைச் சார்ந்தவர்களால் எண்ணற்ற கட்டுரை நூல்கள் எழுதப்பட்டுள்ளன; எழுதப்பட்டும் வருகின்றன. இவற்றை இலக்கியக் கட்டுரையாகக் கொள்வதற்கில்லை. இலக்கியக் கட்டுரைகள் எடுத்துக்கொண்ட பொருளை மட்டுமல்ல, பொருளுக்கும் கட்டுரை யாசிரியருக்குமான உறவையும் துலக்கும். பொருளை உணர்த்துவதோடு நின்றுவிடும் பொழுது அவை இலக்கியத் தகுதியை இழந்துவிடுகின்றன.

47

கண்ணன் ஆர்.கே. கண்ணன் ஆர்.கே. சரஸ்வதி இதழில் இயங்கிய ஆரம்பக்கால மார்க்சிய விமர்சகர்களுள் ஒருவர்.

சரஸ்வதி, இலக்கியத்தில் கட்சியின் மேலாண்மையை ஏற்கவில்லை. சமகாலத்தில் ப. ஜீவானந்தம் கட்சியின் வழிகாட்டுதலில் இயங்கும் இலக்கிய இயக்கத்தை முன்மொழிந்தார். சரஸ்வதி, பரந்த மனப் பான்மை, சுயசிந்தனை ஆகியவற்றிற்கும் இலக்கியத்திற்குமான உறவை வற்புறுத்தியது. இலக்கியப் படைப்பு தன் நிலைப்பாட்டிற்கு எதையும் சார்ந்தியங்க வேண்டிய அவசியமில்லை என்றது. இலக்கியத்தில் வேறுபாடுகள் கொண்ட பல்வேறு கருத்துகளுக்கு இடமுண்டு என்பதனோடு உடன்பாடு கொண்டது. சரஸ்வதியின் இப்பார்வை இதனோடு உடன்பாடு கொண்ட படைப்பாளிகளால் முன்னெடுத்துச் செல்லப்பட்டது. கண்ணன் இப்பார்வை கொண்ட விமர்சகராகத் திகழ்ந்தார்.

மார்க்சிய இலக்கியப் பார்வையின் அடிப்படையான வரலாற்றுணர்வை வற்புறுத்தினார். அதே சமயம் புதுமைப்பித்தன் போன்ற மணிக்கொடி

படைப்பாளிகளின் கலைச் சாதனையை ஏற்கவும் செய்தார். மார்க்சியப் பார்வைக் கொண்டிராதவர்கள் என்னும் காரணத்தால் இவர்கள்மீது எதிர்மறையான மதிப்பீடுகளை முன்வைக்கவில்லை. வரலாற்று உணர்வின்மை இவர்களின் படைப்புலகப் பயணத்தைக் குறுக்கிவிட்டுள்ளது என்னும் மதிப்பீட்டையே முன்வைத்தார். புதுமைப்பித்தனை ஒரு கால கட்டத்தின் சாதனையாளராகக் கருதி மணிக்கொடி மரபில் வந்த விமர்சகர்களோடு கருத்து உடன்பாடு கொண்டிருந்தார்.

இலக்கியம் சமூக மாற்றத்திற்கான கருவி என்னும் நிலைப் பாட்டோடு அவர் உடன்பாடு கொள்ளவில்லை. மார்க்சியக் கொள்கை குறித்ததான பிரச்சார எழுத்துகள் மீது அவர் கவனம் பதியவில்லை. பாரதியை விடுதலைப் போராட்டப் பிரச்சாரக் கவியாக அவர் மதிப்பிடவில்லை. பாரதி கவிதையில் உண்மையைப் 'பச்சையாக' வர்ணிக்கும் விமர்சனப் பார்வைக் கொண்டவராக மதிப்பிடுகிறார். பாரதியின் மேதைமைக்குக் காரணம் இது என்கிறார். பாரதியின் வேதாந்த தத்துவம் அவர் கவிதைப் பண்பிற்குப் பின்புலமாக அமைவதைச் சுட்ட அவர் தயங்கவில்லை.

அத்வைத வேதாந்த தத்துவப்போக்கே மார்க்சியத்தின் வருகைக்கு முன்னர் விடுதலைப்போரை முன்னெடுத்துச் சென்றது என்னும் நிலைப்பாட்டோடு உடன்பாடு கொள்ளும் கண்ணன், மேலை நாடுகளில் நிகழ்ந்த தத்துவப் போரோடு இங்கு நிகழ்ந்த தத்துவப் போரை ஒப்பிடமுடியாது என்கிறார். இந்தப் பின்னணியில் பாரதியின் பாடல்களை வாசிக்க வேண்டும் என்பது அவருடைய நிலைப்பாடு. பாரதியின் கவிதைகள் குறித்ததான கண்ணனின் இப்பார்வைத் தனித்துவமானது. சமூக மாற்றத்திற்கான கருவிகளாகப் பாரதியின் பாடல்களை மதிப்பிடும் பெரும்பான்மையான மார்க்சிய விமர்சகர்களின் பார்வைக்கு எதிரிடையானது. பாரதியின் பாடல்களை முன்னிலைப்படுத்திய ஜீவானந்தம் இந்தப் பார்வையையே கொண்டிருந்தார். பாரதி, புதுமைப்பித்தன், ஜெயகாந்தன் ஆகியோர் மீதான கண்ணனின் விமர்சனக் கட்டுரைகள் அவர் விமர்சன ஆளுமையைத் துலக்குவனவாக அமைகின்றன.

புதுமைப்பித்தன் சிறுகதைகள் குறித்ததான அவருடைய கட்டுரைகள் அவர் பார்வையின் வளர்ச்சிநிலைகளைத் துலக்குவனவாக அமைகின்றன. புதுமைப்பித்தன் சிறுகதைகள் மீதான அவர் முதல் கட்டுரை டிசம்பர் 1955 சரஸ்வதி இதழில் வெளியானது. கட்டுரையின்

முகப்பில் தரப்பட்டுள்ள வரிகள் அக்கால மார்க்சிய விமர்சகர்களின் எதிர்பார்ப்பினைச் சுட்டுவனவாக அமைகின்றன.

நெஞ்சு பொறுக்குதிலையே—இதை
நினைந்து நினைந்தினும் வெறுக்குதிலையே

என்று மனிதகுலத்தின் மீது ஆழ்ந்த நம்பிக்கை வைத்து, மக்களின் இயக்கத்தை முன்னிருத்தி, இலக்கியப் பணி புரிந்தான் பாரதி. பாரதியின் இந்த இலக்கிய மரபுக்கும் புதுமைப்பித்தனுக்கும் என்ன சம்பந்தம்? புதுமைப்பித்தனின் இலக்கியம் மக்களுக்குக் காட்டும் இலட்சியச் சித்திரங்கள் எவை?' இவ்வரிகளை கண்ணனின் வரிகளாகக் கொள்ளவேண்டும் என்பதில்லை. கட்டுரையை இனம் காட்டும் விதமாக இதழ் ஆசிரியரால் தரப்பட்டிருக்கலாம்.

ஆனால் இந்தக் காலகட்டத்தில் கண்ணனுக்கு இக்கருத்தோடு உடன்பாடு இருந்திருக்க வேண்டும். கட்டுரையில் புலனாகும் அவர் பார்வை இதை உறுதிப்படுத்துகிறது. புதுமைப்பித்தன்கால வரலாற்று இயக்கத்தை மொழியில் முன்வைக்கும் கண்ணன் அவ்வரலாற்றோடு இணையாத புதுமைப்பித்தன் பார்வையை விமர்சனத்திற்கு உள்ளாக்குகிறார். 'புதுமைப்பித்தனின் தத்துவம்—சமுதாயத்தைப் பார்க்கும் பார்வை—இப்படி அதாவது, அராஜகவாதப் பார்வை. சமுதாயத்தை, மக்களை மறுத்து ஒட்டு உறவு அறுத்து வெளியேறிய மனிதப் பார்வை. சமுதாயத்துக்கு அப்பால், காலநிலைக்கு எல்லாம் அப்பால், மனிதமுயற்சிக்கு எல்லாம் அப்பால், மனித அறிவுக்கு எல்லாம் அப்பால், மனித முன்னேற்றத்துக்கு எல்லாம் அப்பால், நின்றுகொண்டு ஒரு நிரீஸ்வரனைப்போல் சஞ்சரித்து, சமுதாயத்தின் காட்சிகளைக் காட்டுபவர்.' புதுமைப்பித்தனின் தனிமனிதப் பார்வையை அவர் கலை சாதனைக்குக் கேடு விளைவிப்பதாகக் காண்கிறார். 'புதுமைப்பித்தனின் இலக்கியம் இயற்கை வாதத்தில் துவங்கி, பின்பு பின்நோக்கிச் சென்று ஒரு சீரழிவையே குறிக்கின்றது.' புதுமைப்பித்தனைக் குறித்ததான கண்ணனின் இந்தக் கால மதிப்பீடாக இதனைக் கொள்ளவேண்டும்.

மார்ச் 1956 சரஸ்வதி இதழில் புதுமைப்பித்தன் தொடர்பான அவருடைய இரண்டாவது கட்டுரை வெளியாகி உள்ளது. இந்தக் கட்டுரையில் புதுமைப்பித்தன் கதைகளை ஆராய்ந்த அவரை ஒரு கலகக்காரராக மதிப்பிடுகிறார். நாசகராக்கும்பல் கதையை விரிவாக ஆராய்ந்து, படைப்பாளியில் பெரும் மாறுதல் நிகழ்ந்துள்ளது.

‘புதுமைப்பித்தன் கலகக்காரர் தான், ஆனால் புரட்சிக்காரர் இல்லை. நிலப்பிரபுத்துவப் பண்புகளை எதிர்த்துப் போரிடும் கலைஞர். ஆனால் அவற்றை ஒழிப்பதில் நம்பிக்கையில்லை.’ புதுமைப்பித்தனின் பார்வையைத் தனிமனிதப் பார்வையாக மட்டுமே இனம் காணாமல், சமூக அவலங்களுக்கு எதிராகக் கலகக்குரல் எழுப்பும் ஒரு படைப்பாளியின் பார்வையாக இனம் காண்கிறார். புதுமைப் பித்தன் புரட்சிக்காரராக இல்லாதது ஒருபெரும் குறைபாடாக இப்போது அவருக்குத் தெரியவில்லை.

புதுமைப்பித்தன் தொடர்பான அவருடைய மூன்றாவது கட்டுரையான ‘சாமியாரும், குழந்தையும், சீடையும் அதில் என்ன இருக்கிறது?’ ஜூலை 1957 சரஸ்வதி இதழில் வெளியாகியுள்ளது. குறிப்பிட்ட இக்கதையை அவர் தேர்வுசெய்துள்ளது கவனிக்கத் தக்கது. இக்கதையில் சமூகச் சிக்கல் ஏதுமில்லை. அதுமட்டுமின்றி, தனிமனிதப் பார்வைத் தொடர்பானது. கதையின் வடிவத்திற்குத் துவக்கம் முதலே முக்கியத்துவம் தருகிறார். ‘கதையின் முதல் பாராவையும், கடைசிப் பாராவையும் ஒரு தடவைப் படித்துப் பாருங்கள். பின் அவற்றிற்கிடையே பித்தன் வாரிவாரி அடுக்கும் சித்திரங்களையும் கவனியுங்கள் இவற்றிற்கெல்லாம் என்ன அர்த்தம்?’ வடிவம் தரும் வசதிகளைப் பயன்படுத்திக் கதைக் குள்ளாகப் பயணம் செய்கிறார். இப்போது படைப்பாளியின் படைப்புத்திறன் மீது அவர் கவனம் படிகிறது. ‘புதுமைப்பித்தன் தனது சிறுகதைகளில் வாசகனைத் தனது கற்பனைத்தேரில் வைத்து வானத்தில் ஏற்றிச்சென்று, நடுவே திடீரென்று கீழே தள்ளி விடுகிறார். அந்தரத்தில் விடப்பட்ட வாசகன் தனது சொந்தக் கற்பனைச் சிறகுகளுக்கு வேலை கொடுத்து மேலேறிப் பறந்து வரும்படிச் செய்கிறார்’ கண்ணனின் இப்பார்வை சமகாலத்தில் முக்கியத்துவம் பெறுவது. உயர்ந்த கலைப்படைப்பை அடையாளம் காட்டும் கூறாக மதிக்கப்பெறுகிறது. கண்ணன் படைப்பின் உள்ளடக்கத்தை மட்டும் கொண்டல்ல; படைப்பின் முழுமையைக் கணக்கில் கொண்டு படைப்பை மதிப்பீடு செய்கிறார். படைப்புத் திறன் இங்கு முதன்மை பெறுகிறது. கண்ணனின் பார்வையில் சீரான வளர்ச்சியை இனம் காணமுடிகிறது.

மார்க்சிய இலக்கியப் பார்வையை ஆழமான விவாதத்திற்கு உள்ளாக்கிய முதல் மார்க்சிய விமர்சகராகக் கண்ணனைக் குறிப்பிட வேண்டும்.

விரிவான வாசிப்பிற்கு. விஜயபாஸ்கரன். வ., *சரஸ்வதி களஞ்சியம், கலைஞன் பதிப்பகம், சென்னை (2001).*

பார்க்க: 'மார்க்சிய இலக்கிய அணுகுமுறை', *சரஸ்வதி.*

48

கதைகூறும் கவிதை (narrative verse). கவிதை வடிவில் சொல்லப் படும் கதைகளைக் குறிக்கின்றது.

கதைகூறும் கவிதைகளை எல்லா மொழி இலக்கியத்திலும் காணமுடியும். காப்பியங்களும், கதைப்பாடல்களும் கவிதையில் சொல்லப்பட்ட கதை வடிவங்களே. ஆனால் பெரும்பான்மையான கதைகூறும் பாடல்கள் இவ்விரு வடிவிலும் பொருந்தி வருவதில்லை. கிரேக்க லத்தீன் செவ்வியல் இலக்கிய மரபிலும் இத்தகையக் கவிதைகள் உள்ளன. மத்தியகால ஆங்கிலத்தில் கதையைக் கூறுவதற்கு கவிதைவடிவம் பரவலாகக் கையாளப்பட்டது. பதினைந்து, பதினாறாம் நூற்றாண்டுகளில் கதைகூறும் கவிதைகள் பெருவளர்ச்சி கண்டன. பதினேழு, பதினெட்டாம் நூற்றாண்டில் அங்கத வடிவில் கதைகள் கவிதையில் சொல்லப்பட்டன. பதினெட்டு, பத்தொன்பதாம் நூற்றாண்டுகளில் ஆங்கிலத்தில் தொடர்ச்சியாக இவ்வடிவம் வெளிவந்துள்ளது. உணர்ச்சிமையவாதக் கவிஞர்களும் இவ்வடிவைப் பயன்படுத்தியுள்ளனர். பத்தொன்பது, இருபதாம் நூற்றாண்டுகளிலும் இவ்வடிவம் வரவேற்பினைப் பெற்றுள்ளது.

சங்க இலக்கியங்களில் வாழ்வின் சிறுநிகழ்வு கவிதையில் சித்திரிக்கப் பட்டுள்ளது. பத்துப்பாட்டுப் பாடல்கள் சிறு நிகழ்வுகளை விரிவானத் தளத்தில் விவரிக்கின்றன. கதைகூறும் கவிதைகளாக இவற்றைக்கொள்ள இயலாது. சங்க இலக்கியத்தைத் தொடர்ந்து முதற்காப்பியங்கள் பிறந்துள்ளன. சங்கச் செவ்வியல் பாடல் களுக்கும், காப்பியங்களுக்கும் இடைப்பட்ட வடிவைக்காண இயலாததைக் குறிப்பிடவேண்டும். 'நீலகேசி', 'குண்டலகேசி', 'பெருங்கதை' முதலியவற்றைக் காப்பியங்களல்லாத கதைகூறும் கவிதைகளாகக் குறிப்பிடவேண்டும். காப்பியக் காலத்தில் 'நரிவிருத்தம்' போன்ற கதைகூறும் கவிதைகளும் இருந்துள்ளன. பிற்காலத்தில் தோற்றம் கொண்ட குறவஞ்சி, தூது, நொண்டிச் சிந்து போன்ற வடிவங்கள் கதைகூறும் கவிதைகளாக அமைகின்றன.

பதினெட்டாம் நூற்றாண்டில் ஆவுடை அக்காளின் சூடாலைக் கும்மி இவ்வடிவிற்கு மிகச்சிறந்த எடுத்துக்காட்டாக அமைகிறது. இருபதாம் நூற்றாண்டில்தான் இந்த வடிவம் பெருவளர்ச்சிக் கண்டுள்ளது. பாரதியின் குயில் பாட்டு, பாஞ்சாலி சபதம், பாரதிதாசனின் பாண்டியன் பரிசு முதலியன புகழ்பெற்றக் கதைகூறும் கவிதைகளாக அமைகின்றன. மாதவைய்யர், லக்ஷ்மணப்பிள்ளை ஆகியோர் புத்தர் வாழ்வை கதையாகக் கூறுகின்றனர். கவிமணியின் மருமக்கள் வழி மான்மியத்தை இவ்வகையில் குறிப்பிடத்தக்கக் கவிதையாகக் கூறவேண்டும். இருபதாம் நூற்றாண்டின் முப்பதுகளில் தோற்றம் கொண்ட உரைநடைப் புனைகதைகளின் மறுமலர்ச்சிக் கவிதை வடிவிலான கதைகூறுதலை முடிவிற்குக் கொண்டுவந்துள்ளது.

49

கதைத்திட்டம் (plot). புனைகதை, நாடகம், கதையை எடுத்துரைக்கும் கவிதை முதலான இலக்கிய வடிவங்களில் இடம்பெறும் நிகழ்வு களின் தேர்வும், அவை ஒழுங்குபடுத்தப்படும் விதமும் கதைத் திட்டம் எனக்குறிப்பிடப்படும்.

கதைத்திட்டமே குறிப்பிட்ட நிகழ்வின் முக்கியத்துவத்தை உணர்த்தி, வாசகக் கவனத்தை அதன்மீது ஈர்க்கச் செய்கிறது. நிகழ்வின் காரணகாரியங்களை உணர்த்தி அடுத்து நிகழப்போவதைக் குறித்து வாசக ஆர்வத்தைத் தூண்டுகிறது. கதையும் கதைத்திட்டமும் வேறானவை. தமிழ் இலக்கிய மாணவர்கள் கதைச் சுருக்கத்தைக் கதைத்திட்டமாகத் தவறுதலாகப் புரிந்துகொண்டுள்ளதைப் பெரும்பாலான ஆய்வேடுகளிலிருந்து உணர்ந்துகொள்ள முடிகிறது. கதைத்திட்டத்தின் உதவியுடனேயே வாசகன் தன்னுடையதான கதையை உணர்ந்துகொள்கிறான். எதனால் நிகழ்ந்தது, எதனால் நிகழ்கிறது, எதனால் எது நிகழப்போகிறது என்னும் கேள்விகளைக் கதைத்திட்டமே எழுப்புகிறது. வாசகன் இதற்கான விடைகளைத் தேடும்போது, கதை அவனுள் உருவாகின்றது. கதை, பெரும்பாலும் கால அடிப்படையிலான நிகழ்வுகளின் கோர்வையாக அமைகிறது. ஆனால் கதைத்திட்டம் நிகழ்வுகளின் முக்கியத்துவத்தை மற்றும் தேவையை மட்டுமே கவனத்தில் கொள்கிறது. நிகழ்வுகள் தோற்றுவிக்கும் விளைவுகளைத் துலக்குவதே அதன் இலக்கு.

தோற்றம், உச்சம், முடிவு என்ற வரிசையிலமைந்த கதைத்திட்டமே துவக்கத்தில் வற்புறுத்தப்பட்டது. காலப்போக்கில் வெவ்வேறு விதங்களில் அமைந்த கதைத்திட்டங்கள் தோற்றம்கொண்டன. நெகிழ்வான இறுக்கமான கதைத்திட்டங்களும் உள்ளன. நாவல், சிறுகதை என்ற புனைகதை வடிவங்கள் கதைத்திட்டத்தை எவ்வித வரையறைகளுக்கும் உள்ளடங்காத வகையில் மாற்றியுள்ளன.

ஐரோப்பிய இலக்கியச் சிந்தனை மரபில், பிளேட்டோ, அரிஸ்டாட்டில் காலம்தொட்டு கதைத்திட்டம் குறித்ததான சிந்தனை வளர்ந்து வந்துள்ளது. இ. எம். ஃபாஸ்ட்டர் போன்ற சென்ற நூற்றாண்டு விமர்சகர்கள் கூர்மையான விளக்கங்களை முன் வைத்துள்ளனர். தமிழ் இலக்கியச் சிந்தனை மரபில் கதைத்திட்டம் அல்லது அதற்கிணையான மற்றொன்று குறித்து சிந்தனை இருந்துள்ளது எனக் குறிப்பிட இயலாது. தொல்காப்பியர் சுட்டும் 'கூற்று' நிகழ்வுகளில் கதை மாந்தர்களின் செயல்பாட்டினை வரையறைப்படுத்துகிறது. எனினும் நெடுநல்வாடை, முல்லைப் பாட்டு ஆகியவற்றில் நிகழ்வுகளின் தேர்வும், அவை ஒழுங்கு படுத்தப்பட்டுள்ள விதமும் தமிழ்க் கவிஞர்களிடமும் கதைத்திட்டம் குறித்ததான உணர்வு இருந்துள்ளதை உணர்த்துகின்றன. தமிழில் எழுத்து வடிவிலான நாடக மரபு இல்லாமை கதைத்திட்டம் குறித்ததான சிந்தனை எழாமைக்குக் காரணமாகலாம். புனைகதை களைவிட நாடகங்களில்தான் கதைத்திட்டம் அதிக முக்கியத்துவத்தைப் பெறுகின்றது. சுந்தரம் பிள்ளையின் மனோன்மணீயம் ஷேக்ஸ்பியர் நாடகங்களின் கதைத்திட்டத்தைப் பின்பற்றியுள்ளது.

சமகாலத் தமிழ் விமர்சகர்களுள் முன்னோடியான க.நா. சுப்ரமணியம் கதைத்திட்டம் குறித்ததான சிந்தனைகளை முன் வைக்கவில்லை. அதற்கான வாய்ப்பும் அவர் பின்பற்றிய விமர்சன முறையில் இல்லை. பகுப்பாய்வை முன்வைத்து இயங்கிய சி.சு. செல்லப்பா கதைத்திட்டத்தை விளக்கியுள்ளார். வ.வே.சு. ஐயரின் சிறுகதை களுக்கு அவர் தந்த முக்கியத்துவம் கதைத்திட்டம் அடிப்படை யிலானது. மு. வரததாசன், அ.ச. ஞானசம்பந்தம் ஆகியோர் கதைத்திட்டத்தைக் குறித்து தமிழில் விளக்க முயன்றுள்ளனர். ஹார்ட்ஸன் போன்ற ஆங்கில விமர்சகர்களின் சிந்தனைகளைத் தமிழில் மொழிபெயர்த்துத் தந்துள்ளனர். ஆனால் தமிழ்ப்புனை கதைகளில் எழுந்துள்ள கதைத்திட்டங்களை முன்வைத்து சிந்தித்துள்ளதாகக் குறிப்பிட இயலாது.

துவக்ககாலப் புனைகதை ஆசிரியர்களுக்குக் கதைத்திட்டம் குறித்த கவனம் இருந்துள்ளது. வேதநாயகம் பிள்ளை தன்னுடைய நாவலான பிரதாபமுதலியார் சரித்திரத்தில் நிகழ்வுகளை ஒழுங்கு படுத்தாது கோர்வையாக அமைத்துள்ளார். இந்த நாவல் பல துணுக்குகளின் கோர்வையாகத் தோற்றம் தருவதற்குப் பலவீனமான கதைத்திட்டமே காரணமாக அமைகிறது. மாதவையரின் பத்மாவதி சரித்திரத்தில் தெளிவான கதைத்திட்டத்தை உணரலாம். சிறுகதையில் முன்னோடிகள் துவக்கம் உச்சம் முடிவு என்ற கதைத்திட்ட ஒழுங்கை உறுதியாகப் பின்பற்றியுள்ளனர். கு.ப. ராஜகோபாலனின் 'விடியுமா' சிறுகதை சிறந்த கதைத்திட்டம் கொண்ட கதைக்கு எடுத்துக் காட்டாகத் திகழ்கிறது. புதுமைப் பித்தனின் சிறுகதைகள் கதைத் திட்டத்திற்கான முக்கியத்துவத்தைப் பெருமளவு தகர்த்தன. அவருடைய கதைகள் பெரும்பாலும் குறிப்பிட்ட பாத்திரத்தை மையப்படுத்தியே இயங்கின. பிற்காலத் தமிழ்ப் புனைகதைகள் புதுமைப்பித்தன் பாதையினையே தேர்ந்துள்ளன.

சமகாலத் தமிழ்ச் சிறுகதைகளை முன்வைத்து, கதைத்திட்டத்திற்கான ஒரு வரையறையை அல்லது வரையறைகளைத் தமிழ் விமர்சகர் களால் ஒருபோதும் தோற்றுவிக்க இயலாது.

50

கதைப்பாடல். கதையைப் பாட்டாகச் சொல்லும் வடிவம் கதைப் பாடல். காப்பியங்களும் கதையைப் பாட்டாகவே சொல்கின்றன. எனினும் வாய்மொழிக் கதைப்பாடல் களையே கதைப்பாடல் என்னும் வடிவம் குறிக்கின்றது. ஆங்கிலத்தில் வரிகளின் எண்ணிக்கை கதைப்பாடலையும், வாய்மொழிக் காப்பியத்தையும் வேறு படுத்துகின்றது. தமிழிற்கு இது பொருந்தாது. மிகச்சிறிய கதைப் பாடல்களே 2000 வரிகளைக் கொண்டுள்ளன.

கதைப்பாடல் எடுத்துரைக்கப்படுவது; பாட்டாகப் பாடப்படுவது; உள்ளடக்கத்தாலும், பொருளாலும், நடையாலும், பெயராலும் மக்களுக்குரியது; தனி நிகழ்வு ஒன்றைக் கூறுவது; தற்சார்பற்றது; கதையின் நிகழ்ச்சிப்போக்கு உரையாடலாலும், நிகழ்வுகளாலும் முடிவை நோக்கி விரைவாக நகரும் போக்குடையது என எட்வர்டு லிச் கதைப்பாடல்களின் இயல்புகளைக் குறிப்பிடுகின்றார். இந்த இயல்புகள் எல்லா மொழிக் கதைப்பாடல்களுக்கும் பொதுவானவை.

கதைப்பாடல்கள் குறிப்பிட்ட ஒரு பண்பாட்டில் குறிப்பிட்ட சில சூழல்களில் வாய்மொழியாக ஒரு பாடகனோ அல்லது குழுவினரோ சேர்ந்து நாட்டார் முன்னர் எடுத்துரைத்து இசையுடன் நிகழ்த்திய கதை தழுவியபாடல் எனத் தமிழில் வரையறுக்கப்படுகின்றன.

தமிழ்க் கதைப்பாடல்கள் பல்வேறு பாடுபொருள் கொண்டதாக அமைகின்றன. வரலாற்று மனிதர்களின் வீரதீரச் செயல்கள், பிறன்மனை நயத்தலால் விளைந்த கொலைகள், சாதிவேறுபாடுகள் கொண்டவர்களிடையே காதலால் நிகழும் கொலைகள், உடைமைச் சிக்கலால் தோன்றும் கொலைகள், முற்பிறவியில் நிகழ்ந்த கொலைக்குப் பழிவாங்குதல், புராண—இதிகாச மனிதர்களைக் கொண்டு உருவாக்கப்பட்ட கதைகள், கொள்ளைக்காரர்களின் கதைகள் எனப் பல்வேறு பாடுபொருள்களைக் கொண்டனவாக அமைகின்றன. கும்மி, அம்மானை, குறம், சிந்து முதலிய வடிவங்களில் கதைப்பாடல்கள் பாடப்படுகின்றன. உள்ளடக்க அடிப்படையில் வரலாற்றுக் கதைப்பாடல்கள், புராண கதைப் பாடல்கள், கொலைப் பாடல்கள் என வகைப்படுத்த முடியும்.

கதைப்பாடல்கள் கோவில் விழாக்களில் வில்லுப்பாடல்களாக நிகழ்த்தப்படுகின்றன. அகால மரணமடைந்து பின் தெய்வநிலையை அடைந்த சிறுதெய்வங்களின் கதை, பாடல்களாகப் பாடப் படுகின்றன.

ஐவர் ராசாக்கள் கதை, உலகுடைய பெருமாள் கதை, இரவிக் குட்டிப்பிள்ளை போர், கான்சாகியு சண்டை, கட்டபொம்மன் கதைப்பாடல், அல்லி அரசாணிமாலை, பவளக்கொடிமாலை, ஆரவல்ளி சூரவல்லிகதை, பழையனூர் நீலி கதை, காத்தவராயன் கதை, ஈனமுத்துப்பாண்டியன் கதை, பிச்சைக்காலன் கதை, சின்னணஞ்சி கதை முதலியன தமிழில் குறிப்பிடத்தகுந்த கதைப் பாடல்களாக அமைகின்றன.

கதைப்பாடல்கள் சமூக வரலாற்றை அறிந்துகொள்ள பெரிதும் பயன்படுகின்றன.

51

கதைமாந்தர். உரைநடை, புனைகதை, நாடகம், கதையை எடுத்துரைக்கும் கவிதை ஆக்கங்கள் இவற்றில் இடம்பெறும்

மாந்தர்களைக் குறிப்பது. கதையில் இடம்பெறும் மனிதர்களின் செயல்களைவிட அச்செயல்களுக்கு மூலகாரணமான குணநலன்களே கதைமாந்தர் சித்திரிப்பில் கவனம் பெறுகிறது. கதைமாந்தரின் குணநலன்கள் படைப்பாளியால் நேரடியாகக் கூறப்படலாம் அல்லது வாசக உணர்தலுக்கு விட்டுச் செல்லவும் படலாம். முன்னதைவிட பின்னதே இலக்கியத்தரம் சார்ந்ததாக மதிப்பிடப்படுகிறது. தமிழ்ப் புனைகதைகளில் ஆர். சண்முகசுந்தரத்தின் நாகம்மாள் நாவலைக் கதைமாந்தர் சித்திரிப்பிற்கு எடுத்துக்காட்டாகக் குறிப்பிடலாம். நாவலாசிரியர் நாகம்மாளைக் குறித்து வெளிப்படையாக எதையும் குறிப்பிடவில்லை என்றாலும் நாவலின் நிகழ்வுகள், நாகம்மாவின் குணநலன்களைக் குறித்த விரிவானப் புரிதலை வாசக மனதில் தோற்றுவிக்கிறது. மனிதர்களின் குணநலன்களைக் குறித்த படைப்பாளியின் நேரடி கூற்று இலக்கியத் தரத்திற்கு எதிரிடை யானதாகவே சமகாலத்தில் மதிப்பிடப்படுகிறது.

ஆங்கில இலக்கிய விமர்சகரான இ.எம். ஃபாஸ்டர் படைப்புலக மனிதர்களைத் தட்டையானவர்கள் என்றும், பரிமாணம் கொண்டவர்கள் என்றும் வகைசெய்கின்றார். மாறுதல்களுக்கு உட்படாத, மனஉணர்வுகளைப் புரிந்துகொள்வதற்கு வாய்ப்பினை முன்வைக்காத கதைமாந்தர்களைத் தட்டையானவர்களாகக் குறிப்பிட வேண்டும். வளர்ச்சி நிலைகளைத் துலக்குகின்ற மன உணர்வுகளை உணர்ந்துகொள்ள வாய்ப்பளிக்கின்ற சிக்கலான மன நிலையைக் கொண்ட படைப்புலக மனிதர்களைப் பரிமாணம்கொண்ட கதை மாந்தர்களாகக் குறிப்பிட வேண்டும். பரிமாணம் கொண்ட கதை மாந்தர்களையே இலக்கியத் தரத்தோடு தொடர்புபடுத்தலாம்.

கதைமாந்தர்களை மாதிரிகள் என்றும், எதார்த்த மனிதர்களின் மறுபதிப்புகள் என்றும் வகை செய்ய இயலும். பெருங்காப்பியங் களில் உலாவரும் மனிதர்களை மாதிரிகள் என்றே குறிப்பிட வேண்டும் நல்லவர்கள், தீயவர்கள், அவலவீரர்கள் என குணநலன்களின் அடிப்படையில் இவர்களை வகை செய்ய இயலும். இராமாயணத்தில் கும்பகர்ணன், மகாபாரதத்தில் கர்ணன் ஆகியோர்களை ஒரே மாதிரியைச் சார்ந்தவர்களாகக் குறிப்பிடலாம். இவர்கள் அனைவரும் மிகப்பெரிய வீரர்கள், மேலான குணநலன் களையும் கொண்டவர்கள். ஆனால் தீயவர்களோடு சேர்ந்து அழிவை நேரிடுகின்றனர். ஷேக்ஸ்பியரின் நாடகங்களில் இடம் பெறும் கதைமாந்தர்களும் மாதிரிகளே. கதைமாந்தர்கள்

மாதிரிகளாக இருப்பதால் காப்பியங்களின் இலக்கியத் தரத்தை எவ்வகையிலும் குறைவாக மதிப்பிட இயலாது. ஆனால் சமகால இலக்கிய வடிவங்களில் மாதிரிகள் இலக்கியத் தரத்திற்கு எதிரிடையானவைகளாகவே மதிப்பிடப்படுகின்றன. உளவியல் துறையின் வளர்ச்சி உள்ளும் புறமுமாக மனிதனைக் குறித்த அறிவை விரிவடையச் செய்துள்ளது. எனவே மனிதனின் செயல்களுக்கான உளவியல் காரணங்களைக் குறித்த தேடல் வலுப்பெற்றுள்ளது. சமகால இலக்கியத்தைப் பொறுத்தவரையில் சோசலிச யதார்த்த நாவல்களில் மனிதர்கள் வகைமாதிரிகளாகவே படைக்கப்பெறுவர். 'தீயமுதலாளி, நல்ல தொழிலாளி' என்பது போல்.

நாவலில் கதை மனிதர்களின் வளர்ச்சி நிலையை அவர்களுக்குள்ளாக இயங்கும் முரண்பாடுகளை விரிவாக முன்வைத்து விடமுடியும். ஆனால் புனைகதையின் மற்றொரு வடிவமான சிறுகதையில் இதற்கான வாய்ப்பு இல்லை. சிறுகதை ஆசிரியர் நுணுக்கமான மன அசைவுகளைத் துல்லியமாகச் சித்திரிப்பதின் மூலம் பரிமாணம் கொண்ட மனிதர்களைப் படைத்துவிட இயலும். புதுமைப்பித்தனின் 'சாபவிமோசனம்' கதையில் வரும் இராமனை எடுத்துக்காட்டாகக் குறிப்பிட வேண்டும்.

எதார்த்த நாவல்களில் விரிவான, வெளிப்படையான நிகழ்வுகளை எதிர்கொள்ள முடியும். கதைமனிதர்களின் மனநிலைகளை, அதில் உள்ள முரண்பாடுகளை விரிவாக முன்வைக்க நாவலாசிரியனுக்கு வாய்ப்புள்ளது. நவீனத்துவ நாவல்களில் குறிப்புணர்த்தல் அதிக முக்கியத்துவம் பெறுகிறது. இங்கு, கதை மனிதர்களின் நுண்ணிய மன அசைவுகள் குறிப்பாகச் சுட்டப்படுவதின் மூலம் கதைமனிதர்களைக் குறித்த சித்திரிப்பு வடிவம் பெறுகிறது.

கதைமாந்தர்களின் சித்திரிப்பு, படைப்பின் கலை வெற்றிக்கு முக்கிய காரணமாக அமைகிறது.

52

கலம்பகம். கலம்பகம், பிரபந்த இலக்கிய வடிவங்களுள் ஒன்று. ஒன்பதாம் நூற்றாண்டில் கலம்பகம் என்ற வடிவம் தோற்றம் கொண்டுள்ளது. இருபதாம் நூற்றாண்டு வரை இவ்வடிவம் தமிழ்ப் புலவர்களால் விரும்பிக் கையாளப்பட்டு வந்துள்ளது.

கலம்பகம் என்னும் சொல், பல்வகை மலர்களால் தொடுக்கப்பட்ட மாலையைக் குறிக்கின்றது. வடமொழியில் கதம்பம் எனவும், பாலிமொழியில் கலம்ப, கலம்பகம் என்றும் வழங்கப் பெறுகிறது. நச்சினார்க்கினியரும் இந்தப் பொருளிலேயே கையாண்டுள்ளார். பல்வேறு வகையிலான நிறம், மணம், வடிவம் கொண்ட மலர்களால் தொடுக்கப்படும் மாலையைப் போன்று கலம்பகம் என்னும் இலக்கிய வடிவம் பல்வேறு வகையிலான பா, பாவினங்களைக் கொண்டு பல்வேறு வகையிலான பாடுபொருள்களைப் பாடிய பாடல்களின் தொகுப்பாக அமைகிறது.

பாட்டியல் நூல்கள் கலம்பகத்தின் இலக்கணத்தை விரிவாக முன்வைத்துள்ளன. தற்போது பார்வைக்குக் கிடைக்கும் பாட்டியல் நூல்களுள் பழைமையான பன்னிரு பாட்டியல் கலம்பகத்தின் இலக்கணத்தை முன்வைத்துள்ளது. இந்த நூல் எழுவதற்கு முன்பாகவே முதல் கலம்பகமான நந்திக்கலம்பகம் தோற்றம் கொண்டுள்ளது. பாட்டியல் நூல்கள் ஒவ்வொரு இலக்கிய வடிவத்திற்கும் பொருத்தமான பா, பாவினங்களை முன்மொழிந்துள்ளன. ஒருபோகு, வெண்பா, கலித்துறை, யமகம், வெண்துறை, வஞ்சித் துறை, இன்னிசை வெண்பா, அகவல், விருத்தம் என, கலம்பகத்திற்கான யாப்பமைதி பாட்டியல் நூல்களில் சுட்டப் பட்டுள்ளன. வேறு பா, பாவினங்களும் கலம்பகங்களுக்குரியதாகக் காலப் போக்கில் ஏற்பினைப் பெற்றுள்ளன. ஒருபோகு கொச்சகக் கலிப்பாவில் தொடங்கி, அந்தாதியாக மண்டலித்து வருவதை கலம்பகங்கள் தங்கள் இயல்பாகக் கொண்டுள்ளன.

பிற்காலப் பாட்டியல் நூல்கள் கலம்பகத்தின் உறுப்புகளைப் பதினெட்டாக வரையறை செய்கின்றன. நவநீதப் பாட்டியல் கலம்பக உறுப்புகளைப் பதிமூன்றாகக் கூறுகிறது. காலப்போக்கில் கலம்பகங்களில் வேறு சில உறுப்புகளும் இணைந்துள்ளன. கவிஞனின் புலமையை உயர்த்திக்காட்ட உறுப்புகளின் எண்ணிக்கை பயன்பட்டுள்ளது.

முதல் கலம்பகமான நந்திக்கலம்பகம், தூது, புயவகுப்பு, மடல், ஆற்றுப்படை, காலம், சம்பிரதம், மறம் பாண் போன்ற உறுப்புகளையே கொண்டுள்ளது. கலம்பகங்களின் பாடல் எண்ணிக்கையினையும் பாட்டியல் நூல்கள் வரையறுத்துள்ளன. கடவுளுக்கு 100, முனிவர்க்கு 95, அரசருக்கு 90, வணிகருக்கு 50, வேளாளருக்கு 30 என்ற அளவில் பாடல்கள் இடம்பெற வேண்டும்.

எனினும் காலப்போக்கில் புலவர்களால் இந்த எண்ணிக்கை மீறப்பட்டுள்ளது.

பரணியைப் போன்று கலம்பகமும் தனி ஒரு வீரனின் புகழைப் பாடுவதை நோக்கமாகக் கொண்டு தோற்றம் கொண்டுள்ளது. முதல் கலம்பகமான நந்திக்கலம்பகம் நந்திவர்மன் என்னும் பல்லவ மன்னனின் புகழைப் பாடுபொருளாகக் கொண்டது. எனினும் கலம்பகம் சமயத்துறையைத் தொடர்ந்து அரவணைத்துக் கொண்டு இருக்கிறது. ஏனைய கலம்பகங்கள் அனைத்தும் கடவுளர்களை அல்லது சமயத்துறை சார்ந்த பெரியோர்களைப் பாட்டுடைத் தலைவர்களாக வரிந்துகொண்டுள்ளன.

கலம்பக இலக்கியத்தில் முதற்கலம்பகமான நந்திக்கலம்பகம் மட்டுமே இலக்கியத்தரம் வாய்ந்ததாக விளங்குகிறது. இதன் பாட்டுடைத் தலைவனான நந்திவர்மன் தெள்ளாறெறிந்த பல்லவ மல்லன் நந்தி போத்தரையன் என, கல்வெட்டுகளிலிருந்து இனம் காணப்படுபவன். கி.பி. 825-850 வரை பல்லவ நாட்டை ஆண்டவன். தமிழ்ப்புலவர்களை ஆதரித்தவனும்கூட. கல்வெட்டு களில் இடம்பெற்றுள்ள வடமொழியிலமைந்த இவன் அடைமொழிகள் நந்திக்கலம்பகத்தில் தமிழ்வடிவில் இடம் பெற்றுள்ளதையும் குறிப்பிடவேண்டும்.

இந்நூலின் தோற்றம் குறித்துப் புனைவுகள் எழுந்துள்ளன. நூலை முதன் முறையாக அச்சேற்றியவர்கள் சமகாலத்திற்கு இதனை எடுத்து வந்துள்ளனர். நந்திக்கலம்பகம் நந்திவர்மனை அழிப்பதற்காக அறம் வைத்துப் பாடப்பட்டதாக நம்பப்படுகிறது. சிதையில் வீற்றிருந்து கலம்பகத்தைக் கேட்டு மாண்டதாகக் கதை சுட்டுகிறது.

புலவர்கள் அறம்வைத்துப் பாடி ஒருவரை அழித்துவிட இயலும் என்பது, தமிழ்நாட்டில் 18-19ஆம் நூற்றாண்டுகளிலிருந்த பரவலான நம்பிக்கை. இதை வரலாறாகக்கொள்ள இயலாது.

நந்திக்கலம்பகத்தின் பாடல் எண்ணிக்கை குறித்து கருத்து முரண்பாடுகள் உள்ளன. சில பாடல்கள் மிகைப் பாடல்களாகவும் சுட்டப் படுகின்றன. பொதுவாக, பாடல்கள் இனிய ஓசை நயத்தையும் வளமான கற்பனைப் போக்கினையும் கொண்டவை. ஒன்பது சுவைகளையும் துலக்குபவை. இதன் அகத்துறைப் பாடல்கள் குறிப்பிடும்படியானவை. நந்திக்கலம்பகத்தின் ஆசிரியர் பெயரினை அறிவதற்கில்லை.

தமிழில் எண்ணற்ற கலம்பகங்கள் வெளியாகி உள்ளன. இவை பாடியவர்களின் புலமைத்திறனை மட்டுமே துலக்குபவை. தற்போது பெரும்பாலும் சமகால வாசிப்பில் இல்லை என்றே குறிப்பிட வேண்டும். நந்திக்கலம்பகம் மட்டுமே காலத்தின் ஏற்பைப் பெற்றுள்ளது.

விரிவான வாசிப்பிற்கு. அருணாச்சலம்.மு, தமிழ் இலக்கிய வரலாறு - ஒன்பதாம் நூற்றாண்டு (முதற் பாகம்).

53

கலாமோகினி. மணிக்கொடி மரபின் பின்தொடர்ச்சியாக, 1942-க்கும் 1946-க்கும் இடையில் ஒழுங்கற்ற காலஇடைவெளிகளில் திருச்சியிலிருந்து வெளிவந்த இலக்கிய நடுநிலை இதழ், கலாமோகினி.

இருபதாம் நூற்றாண்டின் நாற்பதுகளில் இரண்டாம் உலகப்போர் வலுவடைந்தபோது, படைப்பாளிகளும், புத்தக வெளியீட்டு நிறுவனங்களும் போர்க்காலப் பொருளாதர நெருக்கடியை எதிர்கொள்ள இயலாமல் சென்னையைவிட்டு வெளியேறின. வணிக அடிப்படையில் இயங்காத இதழ்கள் தங்கள் உயிரை மாய்த்துக் கொண்டன. 1944இல் 'இதுவரை உபயோகித்து வந்த காகித அளவில் முப்பது சதவிகிதம் தான் இனிமேல் உபயோகிக்க வேண்டும்' என, சட்டம் இயற்றப்பட்ட போது, நவயுகப் பிரசுராலயம் உட்பட பெரும்பான்மையான புத்தக வெளியீட்டு நிறுவனங்கள் இக்கட்டுப்பாடு நடைமுறைப்படுத்தப்படாத காரைக்குடிக்கு இடம் மாறின. வெளியீட்டு ஊடகங்களை இழந்த படைப்பாளிகள் தங்கள் சொந்த ஊர்களுக்குத் திரும்பினர்.

இரட்டையர்களாக மதிக்கப் பெற்ற ந. பிச்சமூர்த்தியும் கு.ப. ராஜகோபாலனும் காவிரிக்கரைக்குத் திரும்பினர். மணிக்கொடியில் இரண்டாம் தலைமுறை படைப்பாளியாக அறிமுகமான எம்.வி. வெங்கட்ராமனும் இங்கிருந்தார். இந்தச் சூழலில் மணிக்கொடி தோற்றுவித்த எழுச்சியின் தூண்டுதல் காரணமாக வி.ரா. ராஜகோபாலன் என்னும் மாணவர் கலாமோகினி இதழைத் தோற்றுவித்தார். மணிக்கொடியில் இயங்கிய படைப்பாளிகள் மீண்டும் ஒருங்கிணைந்தனர். படைப்புச்சூழல் வலுவடைந்த போது, வேறுபாதையில் இயங்கிக்கொண்டிருந்த கிராம ஊழியன்

என்னும் இதழும் இலக்கியப் பாதையைத் தேர்ந்துகொண்டது. கு.ப. ராஜகோபாலன் மேற்பார்வையில் இயங்கத் துவங்கியது.

கலாமோகினி இலக்கிய நடுநிலை இதழாக இயங்கியதுவரை வி.ரா. ராஜகோபாலனே அதன் ஆசிரியராகத் திகழ்ந்தார். சாலிவாகனன் என்னும் புனைபெயரில் கவிதைகளும் எழுதி வந்தார். கலா மோகினியின் பொருளாதாரத்தை அவர் மட்டுமே பொறுக்கும் படியானது. அவருடைய வறுமைக்கும், இதழின் கால ஒழுங் கின்மைக்கும் அதுவே காரணமாக அமைந்தது. சிற்றிதழ் மரபில் செல்வாக்குப் பெற்றிருந்த அரசியல்சாரா இலக்கியம் கலாமோகினி யிலிருந்தே தோற்றம் கொண்டது. புதுமைப்பித்தன் உட்பட மணிக்கொடி படைப்பாளிகள் கலாமோகினியில் ஒழுங்கிணைந்தனர். ஆனால் கு.ப.ராவின் வழிகாட்டுதலில்தான் அது இயங்கியது. தி. ஜானகிராமன், கரிச்சான் குஞ்சு போன்ற இளம் படைப்பாளிகள் கலாமோகினி மூலம் தமிழ்ச் சூழலுக்கு அறிமுகம் ஆனார்கள். அப்புலிங்கம் என்ற கலைவாணன், வல்லிக்கண்ணன் ஆகியோரும் கலாமோகினியில் இயங்கினர். உ.வே. சாமிநாதையர் மகன் கல்யாண சுந்தரய்யரும் கலாமோகினியோடு தொடர்பு கொண்டிருந்தார்.

கலாமோகினி இலக்கியத்திற்கே முன்னுரிமை தந்தது. மணிக்கொடியில் அறிமுகமான யாப்பைத் துறந்த கவிதை வடிவம் கலாமோகினியில் பின் தொடர்ச்சி பெற்றது. வசன கவிதை என்னும் சொல்லாட்சி கலாமோகினியில்தான் பிறந்தது. 1944 செப்டம்பர் 15ஆம் தியதி இதழில் வெளியான ந. பிச்சமூர்த்தியின் 'பாரதியின் வசன கவிதை' கட்டுரையைக் குறிப்பிட வேண்டும்.

வசன கவிதையின் வடிவ இயல்பு இந்தக் கட்டுரையில் விளக்கம் கண்டுள்ளது. வசனகவிதை மரபின் முன்னோடியாக அது பாரதியை முன்னிறுத்தியது. ந. பிச்சமூர்த்தி, கு.ப. ராஜகோபாலன் ஆகியோரின் வசன கவிதைகளைக் கலாமோகினி தொடர்ந்து வெளியிட்டுள்ளது. கூடவே புதுமைப்பித்தனின் 'இணையற்ற இந்தியா' என்னும் கவிதையும் கலாமோகினியில் வெளியானது. புதுமைப்பித்தன் வசனகவிதை வடிவினோடு உடன்பாடுகொள்ள வில்லை. கலாமோகினி கவிதையை விரிந்த தளத்தில் எதிர் கொண்டது.

கலாமோகினி சிறுகதை வடிவத்திற்கும் இடம் தந்தது. கு.ப. ராஜ கோபாலன், ந. பிச்சமூர்த்தி, க.நா. சுப்ரமணியம், கு.ப. சேது அம்மாள் போன்ற மணிக்கொடி படைப்பாளிகளின் கதைகள்

தொடர்ந்து கலாமோகினியில் வெளிவந்துள்ளன. கூடவே, தி. ஜானகிராமன், ஸ்வாமிநாத ஆத்ரேயன், கரிச்சான் குஞ்சு போன்ற அன்றைய இளம் படைப்பாளிகளுக்கும் அது ஊக்கமளித்துள்ளது. கரிச்சான் குஞ்சுவின் ஒரு நாடகமும் அதில் வெளிவந்துள்ளது.

கலாமோகினி இலக்கிய விமர்சனத்திற்கும் தன் பக்கங்களில் இடம்தந்தது. கு.ப. ராஜகோபாலனின் இரண்டாவது மறுமலர்ச்சி என்னும் கோட்பாடு கலாமோகினியில் அழுத்தம் பெற்றது. 'மறுமலர்ச்சிக்காரர்கள் இலக்கணத்தைக் க்ண்டு அஞ்சவேண்டியது மில்லை. புலவர்களும் எளிமையை வெறுக்க வேண்டியதுமில்லை. எளிமையிலேயே இனிமையையும், பொருளுணர்ச்சியையும் இலக்கண அமைதியையும் நிரப்பமுடியாதா என்ன?' புலவர்கள் மறுமலர்ச்சிக்கு எதிரானவர்கள் என்னும் நிலைப்பாடு கலாமோகினியில் அழுத்தம் பெற்றது. பின்னால் இலக்கியச் சிற்றிதழ்களில் இப்போக்கு தொடர்ந்துள்ளது. ஆங்கில விமர்சனக் கட்டுரைகள் தமிழில் மொழிபெயர்க்கப்பட்டுள்ளன.

எமர்ஸனின் 'கவிஞன் யார்' கட்டுரையை வி.ஆர்.எம். செட்டியார் மொழி பெயர்த்துள்ளார். கறாரான இலக்கிய மதிப்புரைகளும் கலாமோகினி யில் வெளிவந்துள்ளன. இலக்கிய விவாதங்களையும் அது முன்னெடுத்துச் சென்றுள்ளது. ந. பிச்சமூர்த்தி, கு.ப. ராஜ கோபாலன் போன்ற மணிக்கொடி படைப்பாளிகளின் விமர்சனக் கட்டுரைகள் தொடர்ந்து வெளிவந்துள்ளன. கு.ப.ரா. மறைவின் போது கலாமோகினி வெளியிட்ட நினைவுமலர் குறிப்பிடத்தக்கது. தி.ஜ.ரா, வ.ரா., சங்கு சுப்ரமண்யம் போன்ற முதல்தலைமுறை படைப்பாளிகளின் புகைப்படத்தை மேல் அட்டையில் வெளியிட்டு அவர்கள் படைப்புலக சாதனைகளுக்குப் பாராட்டு தெரிவித்துள்ளது.

'கலாமோகினி லிமிடெட்' வி.ரா. ராஜகோபாலனிடமிருந்து கைமாறிய பிறகு வெளிவந்த முதல் இதழ் 'சில நூறு எழுத்தாளர் களுக்கு மட்டும் திருப்தியளிக்கக்கூடிய எழுத்துகளை எழுதி தமிழ் மக்களுடைய ஹ்ருதயத்தைத் தொட்டுவிடலாம் என்று நினைக்கும் பத்திரிகைகள் வெற்றிபெறுவது ஏதோ அதிருஷ்ட வசத்தால்தான் ஒழிய, தர்க்க ரீதியான விளைவு அல்ல' என்னும் குறிப்பை முன்வைத்துள்ளது. ஆனால் சில நூறு எழுத்தாளர் களுக்கான இதழ் மரபு ஒன்று தமிழில் பெரும் சாதனைகளைப் பின்னால் நிகழ்த்தியுள்ளது.

வி.ரா. ராஜகோபாலன் ஆசிரியர் பதவியைத் துறந்த பிறகு வணிக இதழாக வெளிவரத் துவங்கிய கலாமோகினி தன் இறுதியைச் சந்தித்தது. ஆனால் சிற்றிதழ் மரபு தோற்றம் கொள்ள கலாமோகினி வழிவகுத்தது.

விரிவான வாசிப்பிற்கு

1. வல்லிக்கண்ணன், தமிழில் சிறு பத்திரிகைகள்.
2. சிட்டி, ப. முத்துக்குமாரசுவாமி, கலாமோகினி இதழ் தொகுப்பு.

54

கவிதையில் சொல்லாட்சி. கவிதையின் அழகியல் கூறுகளுள் கவிஞனின் சொற்தேர்வைக் குறிப்பது. கவிதையில் இடம்பெறும் ஒரு சொல்லுக்குப் பதிலாக, பிறிதொரு சொல் இடம்பெற இயலாது என்னும் வகையில் கவிஞனின் சொற்கள் குறித்ததான தேர்வினைச் 'சொல்லாட்சி' எனும் சொல் சுட்டுகிறது.

ஐரோப்பாவில் சொல்லாட்சி குறித்த சிந்தனை பதினெட்டாவது நூற்றாண்டில் எழுந்தது. அரிஸ்டாடில் சொல்லாட்சிக்கு முக்கியத்துவம் அளிக்கவில்லை. அவர் குறிப்பிடும் இலக்கியத்தின் ஆறு கூறுகளுள் பொருத்தமான மொழி ஆறாவது கூறாகவே அமைகிறது. இதன் முக்கியத்துவமின்மை மொழி சிந்தனையின் ஆடை எனும் கருத்து நிலையிலிருந்து பிறக்கிறது. பதினெட்டாம் நூற்றாண்டில் கவிதையின் மொழியைப் பொதுமொழியிலிருந்து வேறுபடுத்திப் பார்க்கும் பார்வை தோற்றம் கொண்டது. உணர்ச்சி மையவாதக் காலகட்டத்தில் கவிதையின் பொதுமொழியிலிருந்து வேறான செயற்கை மொழி எதிரிடையாக எதிர்கொள்ளப்பட்டது. வேர்ட்ஸ்வொர்த் உரை நடையிலிருந்து வேறான கவிதையின் மொழியை மறுத்துரைத்தார். ஐ.ஏ. ரிச்சர்ட்ஸ்' கவிதையின் மொழிக்கும் அறிவியல் மொழிக்கும் இடையிலான வேறுபாட்டை எடுத்துரைத்தார். கவிதையில் மொழி உணர்ச்சியை இலக்காகக் கொள்கிறது. எனினும், கவிதைக்கும் பிற இலக்கிய வடிவங் களுக்கும் மொழிநடையில் வேறுபாடில்லை எனும் கருத்தே நிலவுகிறது. ஐ.ஏ. ரிச்சர்ட்ஸின் சொல்லாட்சியின் தத்துவம், வில்லியம் எம்ஸனின் 'ஏழுவகை இருண்மைகள்' ஆகியன கவிதையில் சொல்லாட்சிக்குப் புதிய முக்கியத்துவத்தைத்

தோற்றுவித்தன. சொற்களின் தேர்வே பொருள் உற்பத்தியின் அடிப்படையாக அமைகிறது. சொல்லாட்சி, கவிஞனின் ஆளுமையைத் துலக்குகிறது. கவிஞனின் குரலைக் கேட்கச் செய்கிறது.

தமிழில் கவிதையின் சொல்லாட்சி குறித்த விரிவான சிந்தனையைத் தொல்காப்பியர் முன்வைக்கவில்லை. ஆனால் சங்க இலக்கியப் பாடல்கள் சொல்லாட்சி குறித்த உணர்வு சங்கக் கவிஞர்களுக்கு இருந்துள்ளது என்பதைத் துலக்குகின்றன. ஆண்டாள், கம்பன் கவிதைகளிலும் சொல்லாட்சியின் சிறப்பினை உணரலாம். பிற்காலத்தில் பத்தொன்பதாம் நூற்றாண்டுவரை கவிதையின் சொற்கள் எளிதில் பொருள் புலப்படாதவாறு அமையவேண்டும் எனும் சிந்தனை இருந்துள்ளது. எந்த அளவிற்குப் பொருள் புரிதலில் சிக்கல் தோன்றுகிறதோ, அந்த அளவிற்குக் கவிஞனின் திறமை மதிப்பிடப்பட்டது.

உ.வே.சா.வின் ஆசிரியர் மீனாட்சிசுந்தரம் பிள்ளையின் கவிதைகளை இதற்கு எடுத்துக்காட்டாகக் கூற வேண்டும். பிற்காலத்தில் அவர் மாணவர்களே அவருடைய இந்தப் போக்கை ஏற்க மறுத்தனர். இருபதாம் நூற்றாண்டில் பாரதி, 'சொல்புதிது, பொருள்புதிது, சுவைபுதிது' என, சொல்லுக்கு முதன்மையளித்ததோடு எளிமை, பொருள்விளக்கும் பாங்கு ஆகியவற்றில் புதிய நூற்றாண்டின் போக்கைப் பதிவுசெய்துள்ளார். புதுக்கவிதை, அன்றாடப் பேச்சு வழக்கிலுள்ள சொற்களையே கவிதையின் சொற்களாகக் கொண்டது. 'நகத்தைவெட்டி எறி, அழுக்குச்சேரும்' என கைநகத்தைக் குறித்துக்கூட கவிதை எழுதலாம் என்ற போக்கு தோற்றம் கொண்டது. பொருத்தமான சொல் என்பது, அன்றாட வழக்கில் கையாளப்படாத சொல் என்ற பொருளைச் சமகாலத்தில் தருவதில்லை.

கவிதைக்கு மட்டுமின்றி எல்லா இலக்கிய வடிவங்களிலும் சொல்லாட்சி முக்கிய பங்கினை வகிக்கிறது.

55

கற்பனை (imagination). கலையோடு தொடர்புப்படுத்தும்போது கற்பனை என்னும் சொல் மிக உயர்வான பொருளைக் கொண்டது. கலையின் அனைத்து வடிவங்களுக்கும் அடிப்படையானது.

கற்பனை என்னும் சொல் நடைமுறை வாழ்வில் முற்றிலும் வேறான பொருளில் கையாளப்படுவதும் உண்டு. 'எல்லாம் உன் கற்பனை' எனச் சொல்லும்போது உண்மைக்கு எதிரிடையானது என்னும் பொருளைத் தருகிறது. ஐரோப்பிய மறுமலர்ச்சிக் கால கட்டத்தில் காரணகாரியத் தொடர்பும் கற்பனையும் எதிரிணையாகக் கருதப் பட்டது. இதில் காரணகாரியத் தொடர்பு உயர்வானது. கற்பனைப் புலன்களோடு தொடர்புடையது. ஆனால் காரணகாரியத் தொடர்பு மனித உடலுக்கு அப்பாலானது. பதினெட்டாம் நூற்றாண்டில் இம்மதிப்பீட்டில் மாற்றம் நிகழ்ந்தது.

கற்பனை உயர் மதிப்பைப் பெறத்துவங்கியது. மேதைமையின் கூறாக மதிக்கப் பெற்றது. கோல்ரிட்ஜ் கற்பனையை மனித மனதின் அக ஒருமைக்கும் புறவுலகில் சிதறிக் கிடக்கும் பொருட்களுக்குமிடையிலானத் தொடர்பாக இனம் கண்டார். கற்பனை, காரணகாரியத் தொடர்போடு குறுகிய உறவையே கொண்டுள்ளது. ஆனால் படைப்புச் சக்தியோடு நெருங்கியத் தொடர்புகொண்டது. மனம் புறஉலகப் பொருட்களைப் பதிவு செய்கிறது. இப்பதிவு நிகழாதவரை புறஉலகில் பொருட்கள் இல்லையென்றே குறிப்பிடவேண்டும். இவ்வடிப்படையில் அனைத்தும் கற்பனையின் பாற்பட்டதே. கற்பனை மனித அகத்தின் படைப்புச் சக்தியோடு தொடர்புடையது. கோல்ரிட்ஜ் கற்பனையையும் காரணகாரியத் தொடர்பையும் ஒன்றிலிருந்து மற்றொன்றைக் குறைவுப்படுத்தாமல் கண்டார். எல்லாவிதமான அறிவிற்கும் கற்பனை அடிப்படையானது. கவிதையும் அறிவின் ஒரு வடிவம்தான். டி.எஸ். எலியட் கலையில் உணர்ச்சிப் பொருட்களின் மூலமாகவே உணர்த்தப்படும்; உணர்த்தப்படும் உணர்ச்சிக்கும் பொருளுக்குமிடையில் இசைவும் இருந்தாக வேண்டும் என்றார். ஈட்ஸ் கற்பனைக்கும் காரணகாரியத் தொடர்பிற்கும் இடையிலான முரணை வரவேற்றார். பலனளிக்கும் ஒன்றாகவும் கண்டார்.

கற்பனையை முதல்நிலைக் கற்பனை, இரண்டாம் நிலைக் கற்பனை என இருவகையாகக் காண இயலும். முதல்நிலைக் கற்பனை உணர்வையும், புலன் உணர்வையும் தொடர்புப்படுத்துகிறது. மனிதனின் புலனுணர்வுக்கு அடிப்படையானதும்கூட. கவிதைக் கற்பனை இரண்டாம் நிலைக் கற்பனையாக அமைகிறது. முதல் நிலைக் கற்பனையின் எதிரொலியாக, தன்னுணர்வு கொண்ட தன் விருப்பத்தினைச் சார்ந்ததாக அமைகிறது. முதல்நிலைக் கற்பனைக்கு

இணையானதே இதுவும். ஆனால், ஆழத்தில் வேறுபடலாம். அதுபோலவே செயல்படும் விதத்திலும் மறுபடைப்பாக்கத்திற்காக மாறுதல்களையும் எதிர்கொள்ளக்கூடும். கற்பனையே அனுபவத்தைச் சாத்தியமாக்குகிறது. எனவே படைப்பாக்கத்தில் முக்கிய சக்தியாக விளங்குகிறது.

56

ஏ.ஜெ. கனகரட்னா. ஏ.ஜெ. கனகரட்னா கைலாசபதியின் சமகாலத்தவர். 1956இல் தோற்றம் கொண்ட ஈழத்தமிழ் இலக்கியத்தின் மார்க்சிய எழுச்சியை வரவேற்றவர்கூட. எனினும், இலக்கியத்தின் அழகியல் கூறைப் புறக்கணிக்காதவர். மார்க்சிய இலக்கியச் சிந்தனையின் வளர்ச்சி நிலைகளைத் தமிழிற்கு அறிமுகம் செய்தவர்கூட. தளையசிங்கம் இவரை இலக்கியம் பற்றிய தரமான கருத்துடையவர் என்றே மதிப்பிடுகிறார். கைலாசபதிக்கும் கனகரத்தினாவுக்கும் இடையிலான முரண்பாடுகளை இயந்திரத்தனமான மார்க்சிய இலக்கியச் சிந்தனைக்கும், மார்க்சிய அழகியலுக்கும் இடையிலான முரண்பாடாகவே கொள்ள வேண்டும். கனகரட்னா ஆங்கில இலக்கியம் பயின்றவர். ரெஜி ஸ்ரீவர்த்தனா போன்ற சிங்கள மார்க்சியச் சிந்தனையாளர்களின் தொடர்பும் அவருக்கு இருந்தது. கூடவே ஐரோப்பிய இலக்கியப் படைப்புகள் மீதான வாசக அனுபவத்தையும் பெற்றிருந்தார். கலை இலக்கியத்தை, அடிக் கட்டுமானத்தின் பிரதிபலிப்பாக மட்டுமே காணும் மார்க்சியப் பழைமைவாதத்தை எளிதாகக் கடந்து செல்ல அவருக்கு முடிந்துள்ளது.

தமிழகச் சூழலுக்கு 1961 சரஸ்வதி இதழில் வெளியான ‘மௌனி வழிபாடு’ கட்டுரையின் மூலம் அறிமுகமானார். கைலாசபதியின் தமிழ் நாவல் இலக்கியம் போன்று எதிரிடையான எதிர்வினை களைச் சிற்றிதழ்ச் சூழலில் இது எழுப்பவில்லை. தமிழ்ச் சிற்றிதழ்ச் சூழல் குறிப்பாக எழுத்து இதழ் மௌனியின் படைப்புலகம் மீது மிகையான மதிப்பீடுகளை முன்வைத்துக் கொண்டிருந்தது. மௌனியின் கதை உள்ளடக்கங்களை முன்வைத்து சமூகப் பார்வைக் கொண்டிராதவராக மார்க்சிய விமர்சகர்கள் மதிப்பீடுகளை முன்வைத்துக் கொண்டிருந்தனர். கனகரட்னா கூர்மையான வாசிப்பில் தன் வாசக அனுபவத்தைச் சார்ந்து நின்று மௌனியை

எதிர்கொள்கிறார். கனகரட்னா, மௌனியின் அழியாச்சுடர் தொகுப்பில் அடங்கிய கதைகள் மீதான தன் வாசிப்பு அனுபவம் தோற்றுவித்த தன்னுடையதான மதிப்பீடு இது என்பதைக் கட்டுரையின் துவக்கத்திலேயே முன்வைத்துள்ளார். 'மௌனி வழிபாட்டின் பிரதிபலிப்பை—மௌனியையும், ஹென்றி ஜேம்ஸையும் ஒப்புநோக்குவதிலும், ஒருமித்தலிலும் காணலாம். ஹென்றி ஜேம்ஸின் சிக்கலான நடைக்கும், மௌனியின் அவலட்சணமான, ஓட்டமில்லாத, கட்டுக்கடங்காத 'குடைநிழலின்' நடைக்கும் அதிக வேறுபாடுகளுண்டு. மௌனியின் எழுத்துலக இடைக்காலச் சன்னியாசத்தினால், எழுத்துப்பரிச்சயம் மிகவும் குறைவாகக் காணப்படுகிறது. 'குடைநிழலில்' எத்தனை வசனங்கள் 'போலும்' 'போலும்' என்று முடிவடைகின்றன என்பதைக் கவனித்தால் இது உள்ளங்கை நெல்லிக்கனிபோல் தெளிவாகும்.

'ஹென்றி ஜேம்சுடன் மௌனியை ஒப்பிடுவதிலுள்ள தவற்றை உணர்த்தும் கனகரட்னா, மௌனியின் மொழியை அவர் படைப்புலகின் அழகியல் கூறாக அல்ல; குறைபாடாகவே கருதுகிறார். மௌனியின் கதைகள் மீதான பிற்கால விமர்சனம் இம்முடிவோடு உடன்பாடு கொள்கிறது. மௌனியின் நடையின் சிறப்புக் கூறுகளையும் அவர் குறிப்பிடத் தவறவில்லை. கட்டுரை முழுவதும் கதைகளின் அழகியல் கூறுகளையே கவனத்தில் கொள்கிறது. 'மௌனியினுடைய தெளிவற்ற பாத்திரங்கள் கதையின் கட்டுக்கோப்புக்கு பலவீனத்தை ஏற்படுத்துகின்றது.' மார்க்சிய விமர்சகர்கள் தொடர்ந்து முன்வைக்கும் விதிகளுக்கு முரணானது இது. அழகியல் கூறுகளையே முதன்மைப்படுத்துகிறது. புதுமைப் பித்தன் படைப்புலகோடு ஒப்பிட்டு, புதுமைப்பித்தன் கதைகள் 'எல்லாக் கோணங்களையும் தொட்டு மிகவும் பரந்துகிடப்பது மாத்திரமல்ல, பூரணத்துவமும் அடைந்திருக்கிறது' என்ற மதிப்பீட்டிற்கும் வருகிறார். கனகரட்னா மிகக் குறைவாகவே எழுதியுள்ளார். தொடர்ந்து இத்தகைய கட்டுரைகளை அவர் எழுதியிருந்தால், மார்க்சியப் பார்வையிலமைந்த விமர்சனம் அதன் வளர்ச்சியின் பரிமாணத்தை அறுபதுகளிலேயே அடைந்திருக்கலாம்.

கனகரட்னா, மார்க்சிய இலக்கியச் சிந்தனையின் வளர்ச்சி நிலைகளை உணர்த்தியவரும்கூட. மார்க்சியமும், இலக்கியமும் கனகரட்னாவின் குறிப்பிடத்தகுந்த மற்றொரு கட்டுரை. கைலாசபதியின் கோட்பாட்டின் காலப்பொருத்தமின்மையை இந்தக் கட்டுரை

தெளிவாகவே முன்வைத்துவிடுகிறது. ஈழத்தில் இலக்கியச் சிற்றிதழான அலை மார்க்சிய இலக்கியச் சிந்தனையை கைலாசபதியின் மேலாண்மையிலிருந்து விடுதலை செய்து, முன்னெடுத்துச் செல்ல விரும்பியபோது கனகரட்னா அதன் முன்னணியில் இயங்கினார். கனகரட்னா சிறந்த இதழியலாளரும்கூட. ஆங்கில இதழ்களில் அவர் எழுதிய மதிப்புரைகள் குறிப்பிடத்தக்கன. ஆங்கிலம் மூலம் தமிழ்ப்படைப்புகளை வெளி உலகிற்கு அறிமுகம் செய்தவர்களில் க.நா.விற்கு நிகராக கனகரட்னாவைக் குறிப்பிட வேண்டும்.

மார்க்சியமும் இலக்கியமும்-சில நோக்குகள், மத்து, செங்காவலர் தலைவர் ஜேசுநாதர் ஆகியன கனகரட்னாவின் நூல்களாக அமைகின்றன. மார்க்சியமும் இலக்கியமும்—சில நோக்குகள் மொழிபெயர்ப்புக் கட்டுரைகளையும், சொந்தக் கட்டுரைகளையும் உள்ளடக்கியது. 1966இல் வெளியான இந்நூல் புதியதலைமுறை மார்க்சிய இலக்கிய விமர்சகர்கள் உருவாகக் காரணமாக அமைந்தது.

மார்க்சிய இலக்கியச் சிந்தனையாளர்களில் ஏ.ஜெ. கனகரட்னா குறிப்பிடத்தக்கவர்.

விரிவான வாசிப்பிற்கு. Chelvakanaganayakam (Ed), *AJ : The Rooted Cosmopolitan*, Tamiliyal, London (2008).

பார்க்க: கைலாசபதி

57

காப்பியம். காப்பியம் உலக மொழிகள் அனைத்திலும் உள்ள பழைமையான இலக்கிய வடிவம். காப்பியம் அம்மொழி பேசும் மக்களின் பண்பாட்டு அடையாளமாகத் திகழ்கிறது.

காப்பியம் எனும் தமிழ்ச்சொல்லும் காவியம் என்னும் வடமொழிச் சொல்லும் ஒரே பொருளையே குறிக்கின்றன. காப்பியம், ஒரு மகத்தான வீரன் அல்லது தலைவனின் மகத்தான வாழ்வைத் தொடர்நிலைச் செய்யுள்களில் விரிவாக எடுத்துரைப்பது. தமிழில் 12-ஆம் நூற்றாண்டில் தோற்றம் கொண்ட தண்டியலங்காரம் காப்பிய இலக்கணத்தை விரிவாகச் சுட்டுகிறது. தொல்காப்பியம் தொன்மை, தோல், உரை என்ற கதைகூறும் தொடர்நிலைச் செய்யுள்களைக் குறிப்பிட்டுள்ளது. இவற்றிலிருந்து காப்பிய இலக்கணத்தை

அறிந்துகொள்ள இயலாது. தண்டியலங்காரம் கூறும் காப்பிய இலக்கணம் தொல்காப்பியர் மரபிலிருந்து தோற்றம் கொண்டதல்ல. 7ஆம் நூற்றாண்டில் வடமொழியில் தண்டி எழுதிய அலங்கார இலக்கண நூலை ஒட்டியே தமிழில் தண்டியலங்காரம் அமைந்துள்ளது. வடமொழியில் தண்டிக்கு முன்பாகவே பாமகர் கிபி 5ஆம் நூற்றாண்டில் காப்பியத்தின் இலக்கணத்தை வகுத்துள்ளார். 9ஆம் நூற்றாண்டில் ருத்திரரும், 11ஆம் நூற்றாண்டில் போசரும் வடமொழியில் காப்பிய இலக்கணத்தைக் குறித்து எழுதியுள்ளனர். தமிழில் 10ஆம் நூற்றாண்டில் பன்னிரு பாட்டியலும், 11ஆம் நூற்றாண்டில் வெண்பாப் பாட்டியலும், 16ஆம் நூற்றாண்டில் மாறனலங்காரமும் காப்பிய இலக்கணம் கூறியுள்ளன. இவை அனைத்தும் வடமொழி மரபை ஒட்டியே இலக்கணம் கூறுகின்றன.

காப்பியம் வீரன் அல்லது தலைவனின் வாழ்வை அற-மற நிகழ்ச்சிகளை முன்வைத்து முழுமையான கதையாக ஒரு தத்துவத்தை உணர்த்தும் வகையில் பாடல் வடிவில் கூறுகிறது. தலைவன், தன்னிகரில்லாத் தலைவனாக இருத்தல் வேண்டும். வாழ்த்து, வணக்கம், வருபொருளுரைத்தல் ஆகியன முன்னுரை போல் அமைதல் வேண்டும். மலை, கடல், நாடு, வளநகர் குறித்ததான வர்ணனைப் பகுதிகள் இடம்பெறும். நன்மணம் புரிதல், பொன்முடி கவித்தல், பூம்பொழில் நுகர்தல், புனல் விளையாடல், சிறுவரைப் பெறுதல், புலத்தல், கலத்தல் ஆகியன தலைவனின் வாழ்க்கைச் சூழல் தொடர்பானதாக அமைதல் வேண்டும். மந்திரம், தூது, செலவு, போர், வெற்றி ஆகியன அரசியல் சூழலுக்கு ஏற்ப இடம்பெறும். சருக்கம், இலம்பகம், பரிச்சேதம் (படலம், காண்டம்) என்ற அமைப்பினைக் கொண்டிருத்தல் வேண்டும். காப்பியம் அறம், பொருள், இன்பம், வீடு என்ற நாற்பொருளையும் உணர்த்தல் வேண்டும். பாவிகம் என்ற காப்பிய ஒருமை காப்பியத்துக்கு இன்றியமையாததாகும். இவ்விலக்கணம் வடமொழி காப்பிய மரபை ஒட்டியதாகவே அமைகிறது.

ஐரோப்பிய விமர்சகர்கள் காப்பியங்களை முதனிலைக் காப்பியங்கள் அல்லது வாய்மொழிக் காப்பியங்கள், இரண்டாம் நிலைக் காப்பியங்கள் அல்லது இலக்கியக் காப்பியங்கள் என இரண்டாக வகைசெய்கின்றனர். முதனிலைக் காப்பியங்கள் பழைமையானவை, வாய்மொழி மரபைச் சார்ந்தவை. வாய்மொழியாகத் தோற்றம்

கொண்டு வெகுகாலத்திற்குப் பின்னரே எழுத்து வடிவம் பெற்றன. கில்காமிஸ், இலியட், ஒடிசி ஆகியவற்றை முதனிலைக் காப்பியங் களாகக் குறிப்பிட வேண்டும். இரண்டாம் நிலைக் காப்பியங்கள் துவக்கத்திலேயே எழுத்து வடிவம் பெற்றவை. மில்டனின் இழந்த சொர்க்கத்தை இவ்வகையில் குறிப்பிட வேண்டும். முதனிலைக் காப்பியங்கள் காலப்போக்கில் புதிய பகுதிகள் சேர்க்கப்பட்டு முழுமையாக வளர்ச்சி பெற்றவை. இலக்கியக் காப்பியங்கள் குறிப்பிட்ட படைப்பாளிகளால் எழுதப்பட்டவை. வடமொழியில் மகாபாரதத்தை முதனிலைக் காப்பியமாகச் சுட்ட வேண்டும். வடமொழி ராமாயணம் இரண்டும் சேர்ந்த கலவையாக அமைகிறது. இப்பாகுபாடு தமிழுக்குப் பொருந்துவது அல்ல.

தமிழ்க் காப்பியங்கள் இரு மரபைச் சார்ந்தவைகளாக அமைகின்றன. சிலப்பதிகாரமும் மணிமேகலையும் தமிழ் மரபைச் சார்ந்தவை. தமிழில் காப்பிய இலக்கணத்தை வகுத்த தண்டியும் பிறரும் இவ்விரு காப்பியங்களையும் கணக்கில் எடுத்துக் கொள்ளவில்லை என்றே கூறவேண்டும். இவர்கள் வகுத்துள்ள காப்பிய இலக்கணம் இவற்றுக்குப் பொருந்துவதும் அல்ல. இவ்விரு காப்பியங்களும் காப்பியத் தலைவர்களை அல்ல, தலைவிகளையே சார்ந்து இயங்குகின்றன. சிலப்பதிகாரம், காப்பியத் தலைவியான கண்ணகியின் வாழ்வையே இறுதிவரை எடுத்துரைக்கின்றது. மணிமேகலையும் காப்பியத் தலைவிக்கே முன்னுரிமை அளிக்கிறது. சிலப்பதிகாரம், சாதாரண குடிமக்களைச் சார்ந்தவர்களையே தலைவன், தலைவியாகக் கொண்டுள்ளது. தெ.பொ. மீனாட்சி சுந்தரனார் 'குடிமக்கள் காப்பியம்' என்றே இதனைக் குறிப்பிடு கின்றார். காதை, காண்டம் என்னும் அமைப்பை இந்தக் காப்பியங்கள் கொண்டுள்ளன. ஒவ்வொரு காதையும் தன்னளவில் முழுமை பெற்ற வடிவங்களாக அமைந்துள்ளன. தண்டி வகுத்துள்ள காப்பிய இலக்கணம் எவ்வகையிலும் இவற்றுக்குப் பொருந்துவதாக இல்லை. சிலப்பதிகாரம் சமணக் கொள்கையை உணர்த்தும் போது, மணிமேகலை பௌத்தக் கொள்கையை உணர்த்துகிறது.

பிற்காலத் தமிழ்க் காப்பியங்கள் வடமொழி மரபைத் தழுவிக் கொண்டுள்ளன. வடமொழி காப்பியக் கதையோ கிளைக் கதைகளில் ஒன்றோ இக்காப்பியங்களுக்குப் பாடுபொருட்களாக அமைகின்றன. சிலப்பதிகாரமும் மணிமேகலையும் 7ஆம் நூற்றாண்டிலோ அதற்குச் சற்று முன்னதான காலப்பகுதியிலோ தோற்றம் கொண்டிருக்க

வேண்டும். 8ஆம் நூற்றாண்டிலிருந்து 12ஆம் நூற்றாண்டு வரையிலான காலப்பகுதியைப் பிற்காலக் காப்பியங்களின் காலப் பகுதிகளாகச் சுட்டவேண்டும். 8ஆம் நூற்றாண்டில் கொங்குவேளிரின் பெருங்கதை சமணக் காப்பியமாகத் தோற்றம் கொண்டுள்ளது. 9ஆவது நூற்றாண்டில் திருத்தக்கத் தேவரின் சீவக சிந்தாமணி, தோலாமொழித் தேவரின் சூளாமணி, கம்பரின் ராமாயணம், பெருந்தேவனாரின் பாரத வெண்பா ஆகியன தோற்றம் கொண்டுள்ளன. சீவக சிந்தாமணியும் ராமாயணமும் தமிழ்க் காப்பிய மரபின் சிகரங்களாக அமைகின்றன. இரு காப்பியங்களும் விருத்தப் பாக்களால் அமைந்தவை. பிற்காலத் தமிழ்க் காப்பியங்கள் சமண, பௌத்த, வைணவ சமய சார்புடையனவாக விளங்குகின்றன.

மு. அருணாசலம் போன்ற சைவச் சார்புடைய விமர்சகர்கள் சேக்கிழாரின் பெரிய புராணத்தைக் காப்பியமாகக் குறிப்பிடுவதுண்டு. பெரிய புராணம் சைவச் சார்புடையது. பிற்காலக் காப்பியங்கள் தண்டியின் காப்பிய இலக்கணத்துக்கு ஏறத்தாழ ஒத்துப்போகின்றன. 'சான்றோர் கவிதையைப் போல் கிடந்த கோதாவரி' என்ற கம்பனின் வரி காப்பியப் புலவனான கம்பன் தற்கால விமர்சகர்கள் குறிப்பிடும் 'காப்பிய மேன்மை' (Epic grand) என்பதைப் பற்றிய உணர்வைக் கொண்டிருந்தார் என்பதை உணர்த்துகிறது.

தமிழ்க் காப்பியங்களை ஒட்டுமொத்தமாக கணக்கில் எடுத்துக் கொண்டு காப்பிய இலக்கணம் வகுக்கப்படவில்லை. துரை. சீனிசாமி போன்ற சமகால விமர்சகர்கள் இவ்வகையில் முயற்சி செய்துள்ளனர்.

ஐம்பெரும் காப்பியங்கள், ஐஞ்சிறு காப்பியங்கள் என்ற வகைப் பாடும் தமிழிலுண்டு. ஐம்பெருங் காப்பியங்கள் என்ற சொற்றொடரை நன்னூல் உரையாசிரியரான மயிலைநாதர் முதலில் கையாண்டுள்ளார். காலத்தால் பிற்பட்ட இவ்வகைப்பாடு பஞ்ச காவியங்கள் என்ற வடமொழி வகைப்பாட்டினைத் தழுவி தமிழில் செய்யப்பட்டுள்ளது. ஐஞ்சிறு காப்பியங்கள் என்ற வகைப்பாடு அச்செழுத்துகளின் காலகட்டத்தில் தோற்றம் கொண்டுள்ளது. எவ்வகையாலும் தமிழுக்குப் பொருந்துவதும் அல்ல.

அதிவீரராமபாண்டியனின் நைடதம், வீரமா முனிவரின் தேம்பாவணி, உமறுப்புலவரின் சீறாப்புராணம், கிருஷ்ண பிள்ளையின் இரட்சணிய யாத்திரிகம் ஆகியன காப்பிய மரபின் பிற்காலத் தொடர்ச்சியாக

அமைகின்றன. கம்பனின் ராமாயணம் பிற்கால முயற்சிகளுக்கு வடிவ முன்மாதிரியாக அமைந்துள்ளது. ஆனால் கம்பனின் இலக்கியச் சாதனையை பிற்காலத்தவர்களால் எட்ட இயலவில்லை.

சிலப்பதிகாரம், சீவக சிந்தாமணி, இராமாயணம் ஆகிய காப்பியங்களையே தமிழ்க் காப்பிய மரபின் செழுமைக்கு எடுத்துக் காட்டுகளாகக் குறிப்பிட வேண்டும்.

விரிவான வாசிப்பிற்கு

1. *சீனிச்சாமி. துரை, தமிழில் காப்பியக் கொள்கை I.*
2. *சீனிச்சாமி. துரை, தமிழில் காப்பியக் கொள்கை II.*
3. *வையாபுரி பிள்ளை, காவிய காலம், (1957).*

58

கால்டுவெல் *(1814-1891).* விமர்சன கண்ணோட்டத்தில் தமிழ் இலக்கிய மரபை எதிர்கொண்ட முதல் ஐரோப்பியராகக் கால்டுவெல்லைக் குறிப்பிட வேண்டும்.

தமிழ் இலக்கிய மரபை ஒட்டுமொத்தமாக விமர்சனக் கண்ணோட்டத்தில் மதிப்பீட்டிற்கு உள்ளாக்கியதும் கால்டுவெல்லே. கால்டுவெல்லிற்கு முன்பாக இத்தகைய மதிப்பீட்டை முன்வைத்த தமிழ் விமர்சகர்களை இனம்காண இயலாது. தமிழ் இலக்கிய வரலாற்றின் சட்டகத்தை உருவாக்கியதும் கால்டுவெல்லே. கால்டுவெல் எழுதிய திராவிட மொழிகளின் ஒப்பிலக்கணத்தில் முன்னுரையின் முப்பது பக்கங்கள் தமிழ் இலக்கிய மரபின் மீதான கால்டுவெல்லின் ஒட்டுமொத்த மதிப்பீட்டை முன்வைத்துள்ளன. குறிப்பிட்ட இப்பகுதி 1875இல் வெளியான திராவிட மொழிகளின் ஒப்பிலக்கணத்தின் இரண்டாம் பதிப்பில் இடம்பெற்றிருந்தாலும், கால்டுவெல்லின் மரணத்திற்குப் பிறகு 1913இல் வயட், ராம கிருஷ்ணபிள்ளை ஆகியோரைத் தொகுப்பாசிரியராகக் கொண்டு வெளிவந்த திராவிட மொழிகளின் ஒப்பிலக்கணத்தின் மூன்றாம் பதிப்பில் முற்றிலுமாக நீக்கப்பட்டது. இதன் விளைவாக சமகால வாசிப்பிற்கு இப்பகுதி உட்படவில்லை. கால்டுவெல் கட்டுரைகள், திருநெல்வேலி மிஷன் வெளியீடாக வந்த நற்போதகம் இதழ்களில் வெளிவந்தன. கால்டுவெல்லின்

மரணத்திற்குப் பின் பரதகண்டபுராதனம் என்னும் சிறு வெளியீடாக கட்டுரைகளில் ஒருபகுதி தொகுக்கப்பட்டது. அவர் கட்டுரைகள் இந்தியன் ஆன்டிகூரி இதழ்களிலும் வெளிவந்தன. கால்டுவெல் கட்டுரைகள் இன்னமும் முறையாகத் தொகுக்கப்படவில்லை. திராவிடமொழிகளின் ஒப்பிலக்கணத்தின் முன்னுரையில் தமிழ் இலக்கியம் குறித்த பகுதியே ஒரு விமர்சகராக அவரை இனம் காணத் துணைபுரிகின்றது.

கால்டுவெல்லுக்கு முன் ஒட்டுமொத்த தமிழ் இலக்கிய மரபின் மீதான விமர்சன மதிப்பீடு முன்வைக்கப்பட்டிருக்கவில்லை என்றே கூற வேண்டும். உரையாசிரியர்கள் தாங்கள் தேர்ந்து கொண்ட இலக்கியத்தை ஆழ்ந்த வாசிப்பிற்கு உள்ளாக்கி அதன் ஆழ்நிலைப் பொருளைத் துலக்குவதையே நோக்கமாகக் கொண்டனர். ஆனால் கால்டுவெல் தன்னுடையதான பார்வையில் மதிப்பீடுகளை முன்வைத்துள்ளார்.

தொல்காப்பிய உரைகளில் குறிப்பிடப்படும் மேற்கோள் பாடல்களே தமிழ்க்கவிதை மரபில் பழைமையான பதிவுகளாக அமைதல் கூடும் என்னும் முடிவிற்கு வந்துள்ளார். விதிகள் ஏற்கப்பட்ட வழக்கங் களின் அடிப்படையிலேயே அமைகின்றன என்னும் கருத்தினை முன்வைக்கும் கால்டுவெல், விதிகளை வகுக்கும் தொல்காப்பியத் திற்கு முன்பாகவே தமிழில் வளமான கவிதைமரபு இருந்திருக்க வேண்டும் என்ற முடிவிற்கு வருகிறார். ஆனால் திருக்குறளையும் சீவக சிந்தாமணியையுமே தமிழ் இலக்கிய மரபின் முதல் சிகரங்களாகக் கணிக்கிறார். தமிழ் இராமாயணத்தை எவ்வித ஐயமுமின்றி மிகச் சிறந்த இலக்கியப் படைப்பாக முன்னிறுத்து கின்றார். கால்டுவெல் பார்வையில் சீவக சிந்தாமணியை மட்டுமே கம்பராமாயணத்திற்கு இணையாகக் குறிப்பிட முடியும். ஆழ்வார்களும், நாயன்மார்களும் சமகாலத்தில் வாழ்ந்தாலும் பொதுமைக் கூறுகளைக் கொண்டிராமல் அவர்களுக்கே உரித்தான தனி உலகில் இயங்கினர் என்கிறார். இலக்கிய மதிப்பீட்டில் நாயன்மார்களின் பாடல்களை விட ஆழ்வார்களின் பாடல்கள் உயர்படியில் அமைவதைக் குறிப்பிட்டுள்ளார். கால்டுவெல் சித்தர்கள் பாடல்களை மக்கள் இலக்கியமாக மதிப்பிடுகின்றார். தற்கால இலக்கியத்தைப் பொறுத்தவரையில் வங்காள இலக்கியங் களைவிட தமிழ் இலக்கியம் எண்ணிக்கையில் உயர்ந்துள்ளதைக் குறிப்பிடும் கால்டுவெல், இலக்கியத் தரத்தில் குறைந்துள்ளதையும்

தவறாது குறிப்பிடுகிறார். தமிழ் இலக்கிய மரபின் மீதான ஒட்டுமொத்த விமர்சன மதிப்பீடு கால்டுவெல்லால்தான் முதன் முதலில் முன் வைக்கப்பட்டது.

தமிழ் இலக்கிய வரலாற்றின் சட்டகத்தை உருவாக்கியவராகக் கால்டுவெல்லையே குறிப்பிட வேண்டும். பிற திராவிட மொழிகளோடு ஒப்பிடும் போது தமிழ் மட்டுமே வடமொழியிலிருந்து மாறுபட்ட இலக்கிய மரபைக் கொண்டுள்ளதைக் கால்டுவெல் தவறாது குறிப்பிடுகிறார். தமிழ் இலக்கிய வரலாற்றிற்கு வட்டகோட்பாட்டை முன்வைத்துள்ளார். தமிழ் இலக்கிய வரலாறு, சமண இலக்கிய வட்டம், சைவ வட்டம், வைணவ வட்டம், இலக்கிய மறுமலர்ச்சி வட்டம், எதிர் பார்ப்பனீய வட்டம், தற்கால இலக்கியம் என ஏழு வட்டங்களை உட்கொண்டதாகக் கட்டமைத்துள்ளார். கால ஆராய்ச்சிக்கு முக்கியத்துவம் அளிக்காது மரபின் ஏற்ற இறக்கங்களைத் துலக்குவதையே இலக்கிய வரலாற்றின் நோக்கமாகக் கொண்டுள்ளார். சித்தர் பாடல்களுக்கு அவர் தந்துள்ள முக்கியத்துவம் குறிப்பிடத் தகுந்தது.

விமர்சன அடிப்படையில் தமிழ் இலக்கிய மரபை எதிர்கொண்ட முதல் விமர்சகராகக் கால்டுவெல்லைக் குறிப்பிட வேண்டும்.

விரிவான வாசிப்பிற்கு. வேதசகாயகுமார், கால்டுவெல் என்னும் சிக்கல், மாற்றுவெளி, கால்டுவெல் சிறப்பிதழ், நவம்பர் (2008).

59

காலச்சுவடு. காலச்சுவடு நாகர்கோவிலிலிருந்து 1988 ஜனவரி முதல் இலக்கியச் சிற்றிதழாகத் தன் பயணத்தைத் தொடங்கி, 'நடுநிலை' இதழாக உருமாற்றம் கொண்டு இன்றளவும் தொடர்ந்து இயங்கி வரும் இதழ்.

தமிழ்நாட்டின் தென் மூலையான நாகர்கோவிலில் ஓர் இலக்கிய இயக்கம் தொடர்ந்து இயங்கிவந்துள்ளது. ஓர் இலக்கிய இதழுக்கான தேவை வலுத்தபோது, சுந்தர ராமசாமி ஓர் இலக்கிய இதழை வெளிக்கொணர முன்வந்தார். இலக்கியச் சிற்றிதழ்கள் பெரும்பாலும் ஒரு சிறு குழுவின் பொருளாதாரத் தாங்கலோடுதான் வெளிவருவது மரபு. ஆனால் காலச்சுவடு சுந்தர ராமசாமியின் பொறுப்பில் தான் வெளிவந்தது. காலச்சுவடு காலாண்டிதழாக இயங்கியது.

சுந்தர ராமசாமி மார்க்சிய சார்புநிலை கொண்ட படைப்பாளியாக முதலில் தமிழிற்கு அறிமுகமானார். பின் அதில் அதிருப்தியினைக் கொண்டு அரசியல் சார்புநிலை கொண்டிராத படைப்பாளியாக இயங்கினார். சி.சு. செல்லப்பா எழுத்து இதழைத் தோற்றுவித்த போது பசுவய்யா எனும் புனைபெயரில் புதுக்கவிதைகளை எழுதி வந்தார். எனவே இலக்கியச் சிற்றிதழ் மரபின் தோற்றம் முதல் சுந்தர ராமசாமி அம்மரபோடு உறவு கொண்டிருந்தார். கசடதபற இதழ் தோற்றம் கொண்டபோது, சுந்தர ராமசாமி அதில் தன் இலக்கியப் பங்களிப்பைத் தொடர்ந்தார். எழுபதுகளின் பிற்பகுதியில் இலக்கிய விமர்சனத்தில் ஈடுபாடு கொண்டார். தொடர்ந்து ஒத்த சிந்தனை கொண்டவர்களோடு இணைந்து ஏதோ ஒரு வகையில் சிற்றிதழ் இயக்கத்தில் இயங்கிவந்தார்.

இலக்கியச் சிற்றிதழ் இயக்கம் எண்பதுகளில் பின்னடைவை எதிர்கொண்டபோது மரபின் தொடர்ச்சியை விரும்பி காலச்சுவடு இதழைத் தோற்றுவித்தார். எழுத்து தோற்றுவித்த அரசியல் சாரா இலக்கியம் என்பதில் காலச்சுவடு நம்பிக்கைக் கொண்டிருந்தது. எஸ்.வி. ராஜதுரை எழுத்துகளை வெளியிட்ட காலச்சுவடு ஜி.எஸ்.ஆர். கிருஷ்ணன் கட்டுரைகளையும் வெளியிட்டது. ராஜதுரை மார்க்சிய மெய்யியலைச் சார்ந்து இயங்கியபோது கிருஷ்ணன் அதன் எதிர்நிலையில் இயங்கியுள்ளார். இவ்விரு துருவங்களின் எழுத்து களையும் வெளியிடுவதின் மூலம் காலச்சுவடு தன் அரசியல் சார்பற்ற நிலையை உறுதிப்படுத்திக் கொண்டது.

காலச்சுவடு, நடை தோற்றுவித்த மரபிற்கேற்ப இலக்கியத்தைக் கலையின் ஓர் உட்பிரிவாகக் கண்டது. எனினும் இலக்கியச் சிற்றிதழாக இயங்கிய நிலையில் அது இலக்கியத்திற்கு முன்னுரிமை தந்தது. அதே சமயம் வாழ்வின் அனைத்துப் பரிமாணங்கள் மீதும் அது அக்கறை செலுத்தியது. இந்தப் புதிய பரிமாணம் காலச்சுவடு மூலமாகவே தமிழ்ச் சிற்றிதழ்ச் சூழலுக்கு அறிமுகமானது. கோசாம்பியின் சிந்தனைகள் முதல் அன்றாட ஜப்பானிய வாழ்வில் அழகுணர்வின் வெளிப்பாடுவரை காலச்சுவடு இதழின் கவனிப்பைப் பெற்றது. காலச்சுவடு இதழுக்கு முன் எந்த இலக்கியச் சிற்றிதழும் இந்த அளவிற்கு விரிந்த பரப்பில் வாழ்வை எதிர் கொண்டதில்லை.

காலச்சுவடு இலக்கியச் சிற்றிதழ் அமைப்பிலிருந்து வேறான அமைப்பைக் கொண்டிருந்தது. ஒவ்வொரு இதழும் செழுமையான

கட்டமைப்பையும் முன்வைத்தது. 1991ல் 295 பக்க அளவிலான ஆண்டு மலரையும் வெளியிட்டது. தமிழ் இலக்கியச் சிற்றிதழ் மரபில் இது முற்றிலும் புதுமையானது.

காலச்சுவடை, நவீனத்துவப் போக்கினைச் சார்ந்த இதழாகவே மதிப்பிடவேண்டும். ஆனால் வேறுபட்ட இலக்கியப் போக்குகளைச் சார்ந்த படைப்பாளிகளுக்கும் அது இடம் தந்தது. இலக்கியச் சிற்றிதழாக அது இயங்கிய காலத்தில் அதில் வெளிவந்துள்ள பெரும்பான்மையான இலக்கியப் படைப்புகளும் நவீனத்துவப் போக்கினையே இனம் காட்டுகின்றன.

காலச்சுவடு இதழில் முதல் எட்டு இதழ்களுக்கும், 1991இல் வெளியான காலச்சுவடு ஆண்டு மலருக்கும் சுந்தர ராமசாமியே ஆசிரியராகத் திகழ்ந்தார். இந்தக் காலகட்டத்துக் காலச்சுவடு இதழ்கள் அவர் ஆளுமையின் வெளிப்பாடாகவே அமைந்தன. ஆனால் வேறுபட்ட பார்வைகளுக்கும் காலச்சுவடு இடம் தந்தது. காலச்சுவடு 9ஆவது இதழ் முதல் முற்றிலும் வேறான நிர்வாக அமைப்பில் வெளிவரத் துவங்கியது. கண்ணன், லக்ஷ்மி மணிவண்ணன், மனுஷ்யபுத்திரன் ஆகிய மூவரும் உள்ளடங்கிய ஆசிரியர் குழு காலச்சுவடு இதழை இயக்கியது. காலப்போக்கில் கண்ணன் எனும் ஒரு பெயரைத் தவிர ஏனைய பெயர்கள் மாறிக்கொண்டிருக்கின்றன. காலச்சுவடு குறித்த சுந்தர ராமசாமியின் கனவும், அவர் மகனான கண்ணனின் கனவும் வெவ்வேறு விதமாக அமைந்தது. இலக்கியச் சிற்றிதழ்கள் தேர்ந்த வாசகர்களையே இலக்காகக் கொண்டது. நடுநிலை இதழ்கள் வாசகர்கள் பார்வைக்குத் தேர்ந்த உள்ளடக்கத்தைக் கொண்டுவரும் நோக்கத்தினை உடையன. இலக்கியச் சிற்றிதழ்கள் சற்றும் கவனம் செலுத்தாத தகவல் தொடர்பு நடுநிலை இதழ்களுக்கு உயிர்நாடியானது. எனவே இலக்கியச் சோதனைகளும், ஆழ்ந்த இலக்கியச் சிந்தனைகளும் நடுநிலை இதழ்களுக்கு அந்நியமானவை. காலச்சுவடு படிப்படியாக நடுநிலை இதழ்களின் பாதையில் இயங்கத் துவங்கியது. இலக்கியச் சிற்றிதழான காலச்சுவடு இலக்கிய அரசியலைத் தன்னிலிருந்து முழுவதுமாக விலக்கியது. நடுநிலை இதழான காலச்சுவடு வாசக ஆர்வம் என்னும் மதிப்பின் பொருட்டு மீண்டும் இலக்கிய அரசியலை அரவணைத்துக் கொண்டது.

இலக்கியச் சிற்றிதழான காலச்சுவடு வெவ்வேறு போக்கினைச் சார்ந்த படைப்பாளிகளுக்கும் இடம் தந்தது. வண்ணதாசனின் சிறுகதைகளும் தமிழ்ச்செல்வன் சிறுகதைகளும் காலச்சுவடு இதழில்

வெளிவந்துள்ளன. என்றாலும் ஜெயமோகன் என்னும் இளம் படைப்பாளி இதழின் கவனிப்பை அதிகம் பெற்று வந்துள்ளார். காலச்சுவடு இளம் கவிஞர்களையும் அரவணைத்துக் கொண்டது. தேவதேவன், யுவன், சேரன் போன்ற இளம் கவிஞர்கள் முக்கியத்துவம் பெற்றுள்ளனர். எழுத்துத் தலைமுறைக் கவிஞர்களுள் பசுவய்யா மட்டுமே காலச்சுவடு இதழில் தொடர்ந்துள்ளார். சுந்தர ராமசாமி, செ. ரவீந்திரன், பூர்ணசந்திரன், நுஃமான், ராஜ மார்த்தாண்டன், வேதசகாயகுமார், சி. மோகன் போன்றவர்களின் விமர்சனப் பங்களிப்புகளையும் காலச்சுவடு பெற்றுள்ளது.

இலக்கியச் சிற்றிதழான காலச்சுவடு எல்லா இலக்கிய வடிவங் களுக்கும் சம முக்கியத்துவம் தந்துள்ளது. யாத்ரா, கொல்லிப்பாவை இதழ்களைப் போல் இலக்கிய விமர்சனத்திற்கு முன்னுரிமை தந்த இதழ் என இதனைக் குறிப்பிட இயலாது. எனினும் ஆழமான விமர்சனக் கட்டுரைகளும், விரிவான நூல் மதிப்புரைகளும் காலச்சுவடு இதழ்களில் வெளிவந்துள்ளன. 'நடுநிலை' இதழாக உருமாறியபோது இப்போக்கில் மாறுதல்கள் நிகழ்ந்துள்ளன.

காலச்சுவடு இதழ் இலக்கிய விமர்சனத்தின் வெவ்வேறு பார்வை களுக்கு இடம் தந்தாலும், சுந்தர ராமசாமி முன்வைத்த சிந்தனைகளே அழுத்தம் பெற்றுள்ளன. தமிழ் விமர்சன உலகில் சுந்தர ராமாசாமிக் குழு என்னும் உணர்வைக் காலச்சுவடு தோற்றுவித்தது. 'நடுநிலை' இதழான காலச்சுவடு இதையே ஒரு முத்திரையாக அணிந்து கொண்டுள்ளது.

60

கீழைத்தேசவியல் (orientalism). கீழைநாடுகள், கீழைநாடுகளின் பண்பாடு ஆகியவற்றின் மீதான ஐரோப்பியச் சிந்தனையைக் குறிப்பது கீழைத் தேசவியல்.

கீழைத்தேசவியல் கீழைநாடுகளை மேலைநாடுகள் புதிதாகக் கண்டுபிடித்தன என்னும் பொருளில் எழுகிறது. இலக்கியத்தைப் பொறுத்தவரையில் கீழைநாடுகள் குறித்ததான ஐரோப்பியப் படைப்பாளிகளின் உரைகளைக் குறிக்கின்றது. பதினெட்டாம் நூற்றாண்டு முதல் கீழை நாடுகளின் இலக்கியம், சமூகம், அறிவியல், வரலாறு, மானுடவியல் தொடர்பான நூல்கள் ஐரோப்பிய மொழிகளில் வெளிவரத் துவங்கின. இந்த நூல்கள் கீழைநாடுகள்

மீதான ஐரோப்பியப் பார்வையை உணர்த்தின. கிழக்கும் மேற்கும் சந்திக்கும் புள்ளிகளைக் குறித்த சிந்தனை எழுந்தது. கீழைநாடுகள் மீதான மேற்கின் ஆதிக்கத்தில் இந்தக் கருத்தாக்கம் நிலை கொண்டது. மத்திய தரைக்கடல் பகுதியைச் சார்ந்த கிறிஸ்தவர் அல்லாதப் பண்பாடுகள் விலங்காண்டி நிலையைச் சார்ந்ததாகவே மதிப்பிடப்பட்டன.

இந்தச் சமூகங்களின் ஆட்சியாளர்களும், சமயத் தலைவர்களும் மேற்கத்திய முற்போக்குச் சிந்தனைகளைக் கொண்டிராதவர்கள் என்றே மதிப்பிடப்பட்டனர். பதினெட்டாவது நூற்றாண்டுவரை மத்திய கிழக்குப் பகுதியைச் சார்ந்த இஸ்லாமிய நாடுகள் ஐரோப்பியப் பயணிகளாலும், வணிகர்களாலும் தொடர்ந்து பார்வையிடப்பட்டன. பதினெட்டாம் நூற்றாண்டில் ஆசியாவில் ஐரோப்பியக் காலனிகள் விரிவடைந்தன. கிழக்கிந்தியக் கம்பெனி தொடக்கத்தில் பாரசீக மொழியை ஆட்சிமொழியாகக் கொண்டதால் பாரசீக மொழிக் கவிதைகள் ஐரோப்பாவைச் சென்றடைந்தன. எகிப்தின் மீதான நெப்போலியனின் படையெடுப்பும் கீழைத்தேசப் பண்பாடுகளின் மீதான ஐரோப்பியக் கவனத்தை ஈர்த்தன. சீன, அரேபிய, பாரசீக, இந்தியப் பண்பாடுகள் மீது ஐரோப்பிய எழுத்தாளர்கள் நாட்டம் கொண்டனர். பதினெட்டாம் நூற்றாண்டில் கீழைநாடுகளின் கவிதைகள் மொழிபெயர்ப்பின் மூலம் ஐரோப்பாவைச் சென்றடைந்தன. வடமொழிக்கும், ஐரோப்பிய மொழிகளுக்கும் இடையிலான தொடர்பு ஆராயப்பட்டது. இந்துக் கடவுளர்களுக்கும், கிரேக்கக் கடவுளர்களுக்குமான ஒற்றுமை கற்பிக்கப்பட்டது.

ஐரோப்பாவில் குறிப்பாக, ஜெர்மனியில் தேசீயம் வளர்ச்சியடைய கீழைநாடுகளுடனான பண்பாட்டுத் தொடர்பு காரணமாக அமைந்தது. இந்தோ-ஐரோப்பிய ஆரியக் குடும்பம் ஜெர்மானியர் களுக்குப் பழைமையான பண்பாட்டு மரபை உணர்த்தியது. ஆங்கிலத்தில் இந்தியா தொடர்பான நாவல்கள் வெளிவரத் துவங்கின. ஆய்வுகளும் இக்காலகட்டத்தில் நிகழ்ந்தன. இந்தியப் புராணங்களும் ஐரோப்பியப் படைப்பாளிகளைக் கவர்ந்தன. கீழைத் தேசவியல் கீழைநாடுகள் மீதான ஐரோப்பிய அறிவைக் குறிக்கின்றது. கீழை நாடுகளின் கலைப்பண்பாட்டில் ஐரோப்பா ஆதிக்கம் செலுத்தியது போல் ஐரோப்பியக் கலைப் பண்பாட்டில் கீழைநாடுகளும் தாக்கம் செலுத்தியுள்ளன.

விரிவான வாசிப்பிற்கு. *பீர் முஹம்மது, கீழைச் சிந்தனையாளர்கள்: ஓர் அறிமுகம், அடையாளம், புத்தாநத்தம்.*

61

குழந்தை இலக்கியம். குழந்தைகளுக்கான இலக்கியம் 18ஆவது நூற்றாண்டில் ஆங்கிலத்தில் எழுந்தது. தொடர்ந்து வளமான குழந்தை இலக்கிய மரபு ஐரோப்பிய மொழிகளில் எழுந்துள்ளது. குழந்தை இலக்கியம் குழந்தைகளை வாசகர்களாக முன்னிலைப் படுத்துகிறது. எனவே குழந்தைகள் உட்கொள்ளத்தக்க அனுபவங் களைக் கொண்டிருக்க வேண்டும். குழந்தைகளின் மனநிலையைக் கருத்தில் கொண்டதாக அமைதல் வேண்டும்.

தமிழில் குழந்தைகளுக்கு அறிவுரை கூறும் மரபே உள்ளது. *ஆத்திச்சூடி, கொன்றைவேந்தன்* போன்றவை குழந்தைகளை முன்னிறுத்தி, பெரியவர்களுக்கான நீதியைக் கூறுகின்றன. 19ஆம் நூற்றாண்டில் *பாலியர்நேசன்* போன்ற சிறுவர் இதழ்கள் வெளி வந்துள்ளன. இவை சிறுவர்களுக்குக் கிறிஸ்தவ சமயத்தைப் போதனை செய்யும் நோக்கத்தைக் கொண்டவை. குழந்தைகளை மகிழ்வூட்டல் இவற்றின் நோக்கம் அல்ல. 20ஆம் நூற்றாண்டில் பாரதியும் பாரதிதாசனும் தமிழ்மரபை ஒட்டியே குழந்தைகளை முன்னிலைப்படுத்தி நீதிகளைக் கூறுகின்றனர். ஆனால் மகிழ் வூட்டலே குழந்தை இலக்கியத்தின் அடிப்படையாக அமைதல் வேண்டும்.

20ஆம் நூற்றாண்டின் இரண்டாவது பத்தில் மாதவைய்யர் நாட்டார் வழக்காற்று மரபிலுள்ள சிறுவர்களுக்கான கதைகளைப் *பால விநோத கதைகள்* என்னும் பெயரில் தொகுத்தார். முப்பத்துகளில் *கலைமகள்* இதழில் நாட்டார் வழக்காற்றியல் மரபிலுள்ள குழந்தைப் பாடல்கள் தொகுக்கப்பட்டன. தமிழ் நாட்டார் வழக்காற்றியல் மரபில் குழந்தைகளுக்கான கதைகளும் பாடல்களும் விளையாட்டுகளும் நிறையவே உள்ளன. இவை எழுத்து மொழியில் தொகுக்கப்பட்ட போது, தாக்கத்தை நிகழ்த்தின.

முப்பதுகளில் கவிமணி நாட்டார் வழக்காற்றியல் மரபை ஒட்டி குழந்தைப் பாடல்களை இயற்றத் துவங்கினார். *பாட்டி வீட்டு பழம்பானை, சைக்கிள்* போன்ற அவருடைய கவிதைகள் குழந்தைப் பாடல்களுக்குச் சிறந்த எடுத்துக்காட்டுகளாக அமைகின்றன.

இவை இனிய ஓசை கொண்ட பாடல்களில் சுவையான கதைகளைக் கூறுகின்றன. கூடவே வாழ்விற்கான நீதியையும் உணர்த்துகின்றன. இந்த நீதியைப் புறக்கணித்துவிட்டாலும் குழந்தைகளின் கற்பனைக்கு உகந்த ஒரு கதையைக் கொண்டிருக்கும். சைக்கிளின் இரு சக்கரங்களையும் அக்கா தங்கைக்காக உவமிக்கும் போது வாழ்வின் இயக்கத்தில் ஒற்றுமையின் அவசியம் உணர்த்தப் படுகிறது. கவிமணியின் மரபில் அழ. வள்ளியப்பா குழந்தைகளுக் கான பாடலை எழுதியுள்ளார். அழ. வள்ளியப்பா தாள ஓசைக்கு மட்டுமே முக்கியத்துவம் தரும் ஐரோப்பிய மரபினை ஒட்டியும் கவிதைகள் எழுதியுள்ளார். கிருஷ்ணன் நம்பியின் யானை என்ன யானை தமிழ்க் குழந்தை இலக்கியத்தில் சாதனையாகத் திகழ்கின்றது.

ராஜநாராயணனின் பிஞ்சுகள், ஜெயமோகனின் பனிமனிதன் ஆகியன குழந்தைகளுக்கான நாவல்களாக அமைகின்றன. குழந்தைகள் விரும்பும் சாகச உணர்வைத் துலக்குவனவாக அமைகின்றன.

சென்ற நூற்றாண்டிலும் இந்நூற்றாண்டிலும் வணிக இதழ்கள் ஒரு சில பக்கங்களையாவது குழந்தை இலக்கியத்திற்காக ஒதுக்கியுள்ளன. எஸ். ஆசீரின் தேனருவி குமரி மாவட்டத்தின் முதல் குழந்தை இலக்கிய இதழ் (மாதமிருமுறை) 1950-களில் வெளிவந்தது.

நாளிதழ்கள் குழந்தைகளுக்காக வாரப் பதிப்பை இலவசமாக இணைத்துள்ளன. ஆனால் இவ்விதழ்களில் குழந்தைகளுக்காக எழுதுபவர்கள் குழந்தை இலக்கியம் குறித்த புரிதலைக் கொண்டுள்ளார்களா என்பது ஐயத்திற்கு இடமானது.

தமிழ்க் குழந்தை இலக்கிய மரபு போதுமான வளர்ச்சியை அடைய வில்லை என்றே குறிப்பிட வேண்டும்.

62

குறவஞ்சி. 17ஆம் நூற்றாண்டில் தோற்றம் கொண்ட இலக்கிய நாடக வடிவம் குறவஞ்சி.

குறத்திப்பாட்டு, குறம், குறவஞ்சி என்னும் மூன்றும் தம்முள் தொடர்புகொண்ட வடிவங்களாகும். குறத்திப்பாட்டின் இலக்கணத்தைப் பன்னிரு பாட்டியல் வரையறுத்துள்ளது. 'இறப்பு

நிகழ்வெதிர் வென்னும் முக்காலமும் திறம்படவுரைப்பது குறத்திப் பாட்டே' என முக்காலத்தையும் உரைப்பது குறத்திப்பாட்டு என்கின்றது. உழத்திப்பாட்டினைப் போலவே இதுவும் பத்துப் பாடல்களாலானது. குறத்திப்பாட்டு வடிவத்தைச் சமகாலத்தில் காண்பதற்கில்லை.

குறத்திப்பாட்டினோடு தொடர்புடைய குறம் என்னும் வடிவத்தை 17ஆம் நூற்றாண்டிலிருந்து இனம்காணலாம். சங்க இலக்கியத்தில் கட்டுவைத்தும், கழங்குவைத்தும், வெறியாட்டு நிகழ்த்தியும் தலைவியின் நோய்க்கான காரணத்தை ஆராய்ந்த நிகழ்வை எதிர்கொள்ள முடிகிறது. கலம்பகங்களில் குறம் ஓர் உறுப்பாக அமைகிறது. குறத்தி குறிச்சிறப்பு, குடிச்சிறப்பு, குறிகூறும் முறை ஆகியவற்றை எடுத்துச் சொல்லி தலைவன் விரைவில் வந்து சேர்வான் எனக் குறி சொல்வதாக இவ்வுறுப்பு அமைகிறது. குறம் முழுமையும் குறத்தியின் கூற்றாகவே உள்ளது.

17ஆவது நூற்றாண்டில் குறம் தனி இலக்கிய வடிவமாக வளர்ந்துள்ளது. மதுரை மீனாட்சியம்மை குறம் இந்த வகையில் முதல் நூலாக அமைகிறது. தஞ்சை வெள்ளைப்பிள்ளையார் குறம், திருக்குருகூர் மகிழமாறன் பவனிக் குறம், தர்மாம்பாள் குறம், வேதாந்தக் குறம், ஞானக் குறம், பிசுமில் குறம் முதலிய 18 குறம் நூல்கள் தமிழில் இனம் காணப்பட்டுள்ளன. பாட்டியல் நூல்கள் குறத்தின் இலக்கணத்தைக் கூறாததையும் குறிப்பிடவேண்டும். குறம் நூல்கள் பெரும்பான்மையும் பாட்டுடைத் தலைவன் அல்லது தலைவியின் பெயரைக்கொண்டு பெயர்பெறுகின்றன. குறம் நூலின் காப்புச் செய்யுள் அது சார்ந்துள்ள சமயத்தின் தெய்வம் குறித்ததாக அமைந்துள்ளது.

பிற்காலக் குறம் நூல்களில் குறத்தி, புதிய பொருள் பரிமாணம் பெற்றுவிட்டிருக்கிறாள். மீனாட்சியம்மை குறத்தில் பொதிகைமலை குறத்தியே குறி கூறுகிறாள். ஆனால் தருமாம்பாள் குறம், அகன்றாவளி குறம் ஆகியவற்றில் பார்வதிதேவியும், வேதாந்த குறத்தில் பரமாத்மாவும் குறத்திவேடத்தில் வந்து குறிகூறுவதாக அமைந்துள்ளது. பன்னிருபாட்டியல் குறத்திப் பாட்டிற்குக் கூறிய முக்காலமும் உணர்த்தல் என்னும் இலக்கணம் குறத்திற்குப் பொருந்துகிறது. மருத்துவம், வரலாறு, தத்துவம் போன்ற பல்வேறு துறை தொடர்பான செய்திகளை எடுத்துக்கூற குறம் வடிவத்தைப் பிற்காலப் புலவர்கள் பயன்படுத்தியுள்ளனர்.

மூன்றாவது வடிவமான குறவஞ்சி, குறத்தோடு மிக நெருக்கமான தொடர்புடையது. நாடகத்தன்மை கொண்ட வடிவமாக குறவஞ்சி அமைகிறது. 'குறவஞ்சி நாடகம்' என்றும் கூறப்படுகிறது. குறம் குறத்தியின் கூற்றாக மட்டுமே அமையும்போது, குறவஞ்சி பலர் கூற்றாக அமைகிறது. அரசர்களையும் தெய்வங்களையும் பாட்டுடைத் தலைவர்களாகக் கொண்டு குறவஞ்சி இயற்றப்பட்டுள்ளது. குறவஞ்சி அமைப்பில் முற்பகுதி பாயிரமாக அமைகிறது. கடவுள் வணக்கம், நூற்பயன், அவையடக்கம், நூற்காரணம் போன்றவை இதில் இடம்பெறுகின்றன. குறம் சார்ந்துள்ள சமயக்கடவுள் மீது காப்புச் செய்யுட்கள் பாடப்பட்டுள்ளன. குறத்தைப் போலவே குறவஞ்சியும் பல சமயம் தொடர்புடையதாக அமைந்துள்ளது. பாயிரத்தைத் தொடர்ந்து தோடயம் அமைகிறது. இதன் நோக்கமும் கடவுள் வாழ்த்தே. இதனைத் தொடர்ந்து மங்களம், சபாபதி வருகை, கட்டியக்காரன் வருகை ஆகிய பகுதிகள் இடம் பெறுகின்றன. கட்டியக்காரன் பாட்டுடைத் தலைவனை அறிமுகப் படுத்துகிறான்.

பாட்டுடைத் தலைவன் உலா வர, தலைவியும் பிற பொருள்களும் அவன்மீது காதல் கொள்வது சித்திரிக்கப்படுகிறது. தலைவி குறித்ததான 'கேசாதிபாத வருணனை' இங்கு இடம் பெறுகிறது.

தலைவன் உலா வருவகையின் போது தலைவி பந்து அடித்தல், ஊசலாடுதல் போன்ற ஏதேனும் ஒன்றில் ஈடுபட்டுக் கொண்டிருப்பாள். தலைவனைக் கண்டதும் அவன்மீது காதல் கொண்டு வாடுவாள். இந்தக் கட்டத்தில் குறத்தியின் வருகை நிகழ்கிறது. அவள், தலைவனின் புகழைப்பாடி வருவாள். தலைவியிடம் அவள் மலைவளம், ஊர்ச் சிறப்பு, சாதி, குலப்பெருமை போன்றவைகளை எடுத்துரைப்பாள். குறிசொல்வதில் தானும் தன்முன்னோரும் பெற்ற சிறப்புகளை எடுத்துக்கூறி முன்னர் தான்பெற்ற பரிசுகளைக் குறித்தும் எடுத்துக் கூறுவாள். தரைமெழுகி, கோலமிட்டு எல்லாச் சடங்குகளையும் செய்து, குறத்தி தலைவிக்குக் குறி கூறுவாள். தலைவியும் பரிசில்கள் வழங்குவாள். இக்கட்டத்தில் குறத்தியின் கணவன் சிங்கன் குறத்தியைத் தேடிவருவான். குறத்தியைத் தேடி அலைந்த அவன் அவள்மீது ஐயம்கொள்வான். இறுதியில் ஒன்றுசேர்வார்கள். மங்களமும் வாழ்த்தும் இறுதிப் பகுதியாக அமைகின்றன. பள்ளு நாடக வடிவங்களைப் போல் எல்லாக் குறவஞ்சி நாடகங்களும் ஒரே அமைப்பினையே கொண்டுள்ளன.

திருக்குற்றாலக் குறவஞ்சி, குறவஞ்சி இலக்கியத்தில் தலைசிறந்ததாக அமைகிறது. திரிகூடராசப்ப கவிராயர் இதன் ஆசிரியர். பாட்டுடைத் தலைவன் திருக்குற்றாலநாதர். குற்றாலக் குறவஞ்சியின் பாடல்கள் சாதாரண மக்களையும் ஈர்க்கும் எளிய கற்பனையையும் ஓசை நயத்தையும் கொண்டவை. எல்லாச் சமயத்தைச் சார்ந்த குறவஞ்சி நூற்களும் உள்ளன.

இலக்கியம் சாதாரண மக்களை நோக்கி இயக்கம் கொள்வதைப் பள்ளு வடிவத்தினைப்போல் குறவஞ்சி வடிவமும் உணர்த்துகிறது.

விரிவான வாசிப்பிற்கு. மு. சண்முகம்பிள்ளை, சிற்றிலக்கிய வகைகள், மணிவாசகர் நூலகம் (1982).

63

குறுநாவல். சிறுகதைக்கும் நாவலுக்கும் இடைப்பட்ட வடிவம் குறுநாவல்.

சிறுகதை என்ற வரம்பிற்குள் அடங்காதவற்றையும் நாவலின் பரிமாணத்தை எட்டாதவற்றையும் குறிக்கப் பயன்படும் சொல் குறுநாவல். டால்ஸ்டாய், தாமஸ் மென், ஆல்டஸ் ஹக்ஸ்லி, ஆல்பர்டோ மொராவியோ, ஹெமிங்வே, எச்.ஈ. யேட்ஸ் போன்றோர் படைப்புகளில் ஐரோப்பிய விமர்சகர்கள் குறுநாவலை இனங் கண்டுள்ளனர். ஹெமிங்வேயின் கடலும் கிழவனும் நாவல் குறுநாவலாகவே மதிப்பிடப்படுகிறது.

சிறுகதை ஒருமையை இலக்காகக்கொண்ட வடிவம். எனவே மையத்தில் குவிதல் தவிர்க்க இயலாததாகிறது. நாவல் குவிதலுக்கு எதிரிடையான வடிவம். மையத்திலிருந்து எல்லையற்ற விரிதலை இலக்காகக் கொண்டுள்ளது. சிறுகதை பெரும்பாலும் தனியொரு நிகழ்வைச் சூழ்ந்து அமைகிறது. ஒன்றுக்கு மேற்பட்ட நிகழ்வுகள் தொடராக அமையும்போது சிறுகதையில் மையம் நோக்கிய குவிதல் பிறழ்கிறது. அதேசமயம் நாவலின் அடிப்படை இயல்பான வாழ்வின் முழுமையை உணர்த்துவதை இலக்காகக் கொள்ளாத போது, எல்லையற்ற விரிதல் நிகழாததாகிறது. இந்த நிலையில் நாவல், சிறுகதை என்னும் இரண்டின் வடிவ வரம்பிற்குள் உள்ளடங்காத வடிவம் தோற்றம்கொள்கிறது. இத்தகைய வடிவங்கள் குறுநாவல்களாக இனம் காணப்படுகின்றன.

தமிழில் குறுநாவல்கள் 1950-1970-க்கும் இடைப்பட்ட கால கட்டத்தில் தோற்றம் கொண்டுள்ளன. இக்காலகட்டத்தில் வணிக இதழ்களில் வெளியான புனைகதைகளின் பக்க அளவை இதழ்களே தீர்மானம் செய்தன. வணிக இதழ்களில் தொடர்ந்து இயங்கிய ஜெயகாந்தனால்தான் தமிழில் அதிக எண்ணிக்கையில் குறுநாவல்கள் எழுதப்பட்டுள்ளன. ஜெயகாந்தனின் *ஒரு நடிகை நாடகம் பார்க்கிறாள், பாரீசுக்குப் போ* போன்ற நாவல்களும் குறுநாவல் களாகவே மதிப்பிடப்படுகின்றன. *கருணையினால் அல்ல, யாருக்காக அழுதான், கோகிலா என்ன செய்துவிட்டாள், பிரம்மோபதேசம், கைவிலங்கு, ரிஷிமூலம்* போன்ற ஜெயகாந்தனின் நீள்கதைகளையும் குறுநாவல்களாகவே மதிப்பிடவேண்டும்.

சுந்தர ராமசாமியின் *திரைகள் ஆயிரம்* கதையும் குறுநாவலாகவே மதிப்பிடப்படுகிறது. ராஜநாராயணனின் *கிடை*, நாகராஜனின் *குறத்தி முடுக்கு* போன்ற படைப்புகளும் குறுநாவல்களாக இனங்காணப்பட வேண்டும். பெரும்பாலும் இந்தக் குறுநாவல்கள் இதழ்களின் சிறப்பு மலர்களில் வெளியானவை என்பதும் குறிப்பிடத்தக்கது. *கணையாழி* இதழ் தி. ஜானகிராமன் நினைவு குறுநாவல் போட்டியை நிகழ்த்தியதின் மூலம் குறுநாவல் வடிவின் வளர்ச்சிக்குக் களம் அமைத்தது. இளம் படைப்பாளிகளைக் குறுநாவல் வடிவினைக் கையாளத் தூண்டியது.

நாவல், சிறுகதையோடு ஒப்பிடும்போது குறுநாவல்களைத் தமிழில் சீரான வளர்ச்சிபெற்ற மரபினைக் கொண்ட வடிவமாகக் குறிப்பிட முடியாது. குறுநாவல்கள் குறித்ததான விமர்சனங்களும் தமிழில் இல்லாததைக் குறிப்பிட வேண்டும்.

இந்த நூற்றாண்டின் தொடக்கத்தில் ஜெயமோகனின் சிறுகதைகள் சிலவும் குறுநாவல் களாகத் தனியாகத் தொகுக்கப்பட்டுள்ளன. குறிப்பிட்ட இந்தக் கதைகள் அவர் சிறுகதைத் தொகுப்பிலும் இடம்பெற்றுள்ளன என்பதும் கவனிக்கத் தக்கது.

சிறுகதை என்னும் எல்லையை மீறிய நாவல் என்னும் வடிவ எல்லையை வந்தடையாத கதைகளைக் குறிக்கும் வடிவமாகவே குறுநாவல் தமிழில் அடையாளப்படுத்தப்பட்டுள்ளது.

விரிவான வாசிப்பிற்கு

1. ஜெயமோகன், *ஜெயமோகன் குறுநாவல்கள்*, உயிர்மை, சென்னை (2004).

64

கோ. கேசவன். மார்க்சிய சார்புநிலை கொண்ட விமர்சகர். கோ. கேசவனை, இரண்டாம் தலைமுறை மார்ச்சீய விமர்சகராகக் குறிப்பிட வேண்டும்.

மார்க்சியக் கோட்பாடு அடிப்படையிலான இலக்கிய விமர்சனம், தமிழ்ச்சூழலில் ஐம்பதுகளில் தோற்றம் கொண்டது. தொ.மு.சி. ரகுநாதனை முன்னோடியாகக் குறிப்பிடவேண்டும். இருபதாம் நூற்றாண்டின் ஐம்பதுகளின் பிற்பகுதியில் சரஸ்வதி இதழ் தோற்றம் கொள்வதுவரை மார்க்சியர்கள் இலக்கியத்தில் கவனம்கொள்ள வில்லை என்றே கூற வேண்டும்.

சரஸ்வதி, மார்க்சியப் பார்வையில் அமைந்த படைப்புகளையும், மார்க்சிய இலக்கிய விமர்சனத்தையும் முன்னெடுத்துச் செல்ல முயன்றது. எனினும், இலக்கியத்தின் மீதான கட்சியின் மேலாதிக்கத்தை அது மறுத்தது. 'சரஸ்வதி, அரசியல் பத்திரிகையல்ல; இலக்கியப் பத்திரிகை, இலக்கிய வழிகாட்டுதல்கள் என்று கட்சி ஏதும் வகுக்கவில்லை.' சரஸ்வதி, இலக்கியத்தை நிறுவனச் செயல்பாடாகக் கொள்ளவில்லை. அதே சமயம் இலக்கியத்தை முன்னதாக வகுத்துக்கொண்ட விதிகளின் அடிப்படையில் இயங்கச் செய்யும் நிலைப்பாட்டை மார்க்சியக் கட்சி கொண்டிருந்தது. புதுமை எழுத்தாளர், முற்போக்கு எழுத்தாளர் என்னும் அடையாளங்களும் தரப்பட்டன. 'சிறந்த கருத்துகளைச் சிறந்த கலையழகோடு பிரதிபலிப்பதுதான் இலக்கியம். அத்தகைய இலக்கியத்தைச் சிருஷ்டிப்பதும் வளர்ப்பதும் புதுமை எழுத்தாளர்களான நமது கடமையாகும்.' தொ.மு.சி. ரகுநாதனின் இந்தக் கூற்று நிறுவனச் சார்புடைய நிலைப்பாட்டைத் தெளிவாக்குகிறது. சிறந்த கருத்து என்பது, மார்க்சியப் பார்வைக்கு முரண்படாததாகத்தான் இருக்கும்.

சரஸ்வதி இதழில், புதுமைப்பித்தன் தொடர்பான விவாதங்களில் இவ்விரு நிலைப்பாடுகளையும் காணஇயலும். அறுபதுகளில் ஈழத்தைச் சார்ந்த கைலாசபதியின் சிந்தனைகள் மார்க்சிய இலக்கியச் சிந்தனையில் பெரும் தாக்கத்தை நிகழ்த்தின. 'முற்போக்கு இலக்கியத்தில் அழகியல் பிரச்சினைகள்' என்னும் கட்டுரையில் கைலாசபதி கலை இலக்கியத்தில் அழகியலை வலியுறுத்துவது முற்போக்கு விரோதம் என வெளிப்படையாகவே முன்வைத்தார்.

அவருடைய தமிழ்நாவல் இலக்கியம், இலக்கியத்தின் அழகியலை முழுமையாகப் புறக்கணித்தது. 'மாறுஞ் சமுதாயத்தில் வேகமாகப் பலம் பெற்றுவரும் முற்போக்குச் சக்திகளை எதிர்ப்பதற்கும் கீழே அடக்கி அமுக்கி வைத்திருப்பதற்கும் 'இலக்கியத்தரம்' என்ற குண்டாந்தடி பிரயோகிக்கப்படுகிறது. இதுபோன்ற விஷயம் எமது சமுதாயத்தில் வர்க்க முரண்பாடு கூர்மையடைவதையே நிரூபிக்கின்றது.'

கைலாசபதியின் இந்த நிலைப்பாட்டிற்கு எதிராக வெங்கட் சாமிநாதனின் 'மார்க்சின் கல்லறைக்குள்ளிலிருந்து ஒரு குரல்' என்னும் கட்டுரை வெளியானது. மார்க்சிய இலக்கியச் சிந்தனை மீது, கடுமையான தாக்குதலை இந்தக் கட்டுரை நிகழ்த்தியது. புதுமைப்பித்தனைத் தவிர்த்து பிற மணிக்கொடி சாதனையாளர் களை, மார்க்சிய விமர்சகர்கள் ஏற்க மறுத்தனர். புதுமைப் பித்தனையும் தனிமனிதப் பார்வையின் காரணமாக நசிவு இலக்கியத்தைப் படைத்தவர் என இனம் கண்டனர். கோ. கேசவன் என்ற மார்க்சியத்தில் நம்பிக்கைக்கொண்ட இளம் விமர்சகர் இந்தச் சூழலை எதிர்கொள்ள நேர்ந்தது.

கேசவன், இலக்கியம் குறித்ததான மார்க்சிய நிலைப்பாட்டை ஒரு விதியாக நேரிடாமல் சிந்தனைக்குரிய ஒன்றாக எதிர்கொண்டுள்ளது குறிப்பிடத்தக்கது. இலக்கிய விமர்சனம் ஒரு மார்க்சியப் பார்வை 1984இல் கேசவனின் நூலாக வெளிவந்தது. இந்த நூல் மீதான எதிர்வினைகளை எதிர்கொண்டு மார்க்சியத் திறனாய்வுச் சிக்கல் 1986இல் வெளியானது. முதல்நூல் கலையின் சமூகத்தன்மைக்கு முக்கியத்துவம் தருகிறது. அதன் அழகியலைக் குறித்துக் கேசவன் விரிவான அக்கறை கொள்ளவில்லை. கலையின் தோற்றம், கலையில் ஏற்படும் மாற்றங்களுக்கான காரணம், கலையின் வர்க்கத்தன்மை, சமூக மாற்றத்தில் கலையின் பங்கு போன்றவற்றிற்கு அதிக முக்கியத்துவம் தந்துள்ளார். படைப்பாளியின் சார்புநிலையை வற்புறுத்துகிறார். கலையில் ஏதாவது ஒரு வகையில் பிரச்சாரம் இருந்தே தீரும் என்ற நிலைப்பாட்டை முன்வைக்கிறார். அதே சமயம் கருத்துகளை வெளிப்படையாகச் சொல்லாது, உள்பொதிந்து பூடகமாகச் சொல்வதே உயர்ந்த கலை என்னும் கருத்தையும் வலியுறுத்துகிறார். தமிழ்ச் சூழலில் கலையை வணிகமய பிற்போக்குக் கலை, வணிகமயத்தை எதிர்க்கும் தனிமனிதக் கலை, மக்கள் கலை என மூன்றாக வகை செய்கிறார்.

இந்த நூலுக்கான எதிர்வினைகளை எதிர்கொள்ளும் விதத்தில் இரண்டாவது நூலை எழுதினார். இந்நூலில் மார்க்சிய சார்பு நிலையைக் கொண்ட விமர்சகர்கள் குறிப்பிட்ட இலக்கியப் படைப்பைக் குறித்து மார்க்சியச் சிந்தனை அடிப்படையில் ஒரே முடிவிற்கு வரவேண்டியதில்லை என்கிறார். அகநிலைத்தன்மை காரணமாக மாறுபடக்கூடும் என்பதை முன்வைக்கிறார். கேசவனை மார்க்சிய இலக்கியச் சிந்தனையை ஆராய்ந்து ஏற்கும் விமர்சகராகக் கொள்ள வேண்டும். நிறுவனத்தின் முடிவிற்கேற்ப செயல்படும் விமர்சகரல்ல கேசவன்.

1988இல் தமிழ்ச் சிறுகதைகளில் உருவம் நூலில் கேசவன் முன்னோடி களின் சிறுகதைகளை விரிவான ஆய்விற்கு உட்படுத்தி யுள்ளார். விமர்சகராக கேசவனின் பார்வையை இந்நூலே துலக்குகிறது. ‘சிறுகதையின் உள்ளடக்கத்தைத் தேர்ந்தபின் எழுத்தாளனுக்கு வடிவமே முதன்மையாகி விடுகின்றது.

உள்ளடக்கத்தோடு வடிவம் பிரிக்க இயலாதவகையில் முழுமையான இணைப்புக் கொண்டுள்ள தெனினும், சில கருத்துகளை உணர்வு களைப் பிரச்சினைகளை எழுத முடிவு செய்த பின்னர் அவற்றை வெளிப்படுத்தும் முறையே முதன்மை ஆகின்றது.’ உள்ளடக்கத் தோடு வடிவம் பிரிக்க இயலாத வகையில் முழுமையான இணைப்புக் கொண்டுள்ளது என்பது மார்க்சிய சார்புநிலை கொண்டிராத விமர்சகர்களோடு கேசவன் நிகழ்த்திய உரையாடலைக் குறிக்கின்றது.

கேசவன் சிற்றிதழ் இலக்கிய விமர்சகர்களாலும் முன்னிலைப் படுத்தப்பட்ட படைப்பாளி களையே தேர்வு செய்துள்ளார். இவ்வகையில் மௌனியின் கதைகளைக் குறித்த கேசவனின் பதிவுகளைக் குறிப்பிட வேண்டும். ‘இவரது உருவ அம்சங்களுக்கு முன்மாதிரி எதுவும் இல்லை. முற்றிலும் புறவுலகிலிருந்து பிடுங்கி எறியப்பட்ட மனிதர்களின் மனவுலக வெளிப்பாடுகளை முதன் முதலில் தமிழ்க்கதைக்குள் கொணர்ந்தார். சம்பவங்கள், கதைத்தளம், பாத்திரத்தேர்வு ஆகிய இவற்றில் எவ்விதக் கனமுமுற்ற ஆனால் அழுத்தமான உணர்வு நிலைகளை வாசகன் மனதில் பதியவைக்கும் நோக்கமுள்ள அம்சங்கள், அன்றைய 1930 காலகட்டத்தில் தமிழுக்கு முற்றிலும் புதியவை ஆகும்.’ ஓர் இலக்கியப் படைப்பை எதிர்கொள்ளும் இந்த அணுகுமுறை சமகால மார்க்சிய சார்பு நிலை கொண்ட விமர்சகரிடமிருந்து கேசவனை வேறுபடுத்திக்

காட்டுகின்றது. கேசவனுக்கு முன்னால் ஆர்.கே. கண்ணனிடம் இதனை எதிர்கொள்ள முடிந்தது. கேசவனுக்குப் பின்னால் ஞானி இந்தப் பார்வையை வளப்படுத்தியுள்ளார்.

கேசவன் பாரதியின் அரசியல் பின்னணியைக் குறித்து ஆராய்ந்து பட்டம் பெற்றவர். மண்ணும் மனித உறவுகளும், பள்ளு இலக்கியம் ஒரு சமூகவியல் பார்வை, இலக்கிய விமர்சனம் ஒரு மார்க்சியப் பார்வை, மார்க்சியத் திறனாய்வுச் சிக்கல், தமிழ்ச் சிறுகதைகளில் உருவம் ஆகிய நூல்களை எழுதியுள்ளார்.

மார்க்சிய இலக்கியச் சிந்தனையாளர்களில் கோ. கேசவன் குறிப்பிடத் தகுந்தவராக அமைகிறார்.

விரிவான வாசிப்பிற்கு. எம்.ஏ. நுஃமான், *மார்க்சியமும் இலக்கியத் திறனாய்வும் (1987).*

65

கையறுநிலைப் பாடல்கள்/இரங்கல் பாடல்கள் (elegy). குறிப்பிட்ட ஒருவரின் மறைவிற்காக இரங்கிக் கையறுநிலையில் பாடப்படும் பாடல், கையறுநிலை.

ஆங்கில இலக்கியத்தில் பதினாறாம் நூற்றாண்டிலிருந்து கையறு நிலைப் பாடல்களை இனம்காணமுடிகிறது. ஆனால் செவ்வியல் காலகட்டத்திலேயே இதற்கு இணையான வடிவம் உள்ளது. மரணம், போர், காதல் போன்ற உள்ளடக்கங்களை அவை கொண்டிருந்தன. சோக உணர்வு இந்தப் பாடல்களில் பரந்திருக்கும். படிப்படியாக இரங்கல் பாடல்கள் குறிப்பிட்ட ஆளுமையின் மரணத்தின்போது அவரைக் குறித்துப் பாடப்படுவதாக நிலை பெற்றது. மில்ட்டன், எட்வர்ட் அரசனின் மரணத்தின்போது பாடிய 'லூசிதஸ்', உணர்ச்சி மையவாதக் கவிஞனான கீட்ஸ் மரணத்தின் போது ஷெல்லி பாடிய 'அடோனிஸ்', ஆர்தர் ஹாலன் நினைவாக டென்னிஸன் பாடிய இரங்கற்பா முதலியன தலைசிறந்த இரங்கல் பாடல்களாக விளங்குகின்றன. மரணத்தோடு தொடர்பற்ற இரங்கல் பாக்களும் பதினெட்டாம் நூற்றாண்டில் எழுந்துள்ளன. தாமஸ் கிரே எழுதிய கிராமத்து கல்லறைத் தோட்டத்தில் எழுதிய இரங்கல்பா குறிப்பிடத்தகுந்த குறிப்பிட்ட ஆளுமையின் மரணத்தை முன்னிட்டுப் பாடப்படாத இரங்கல் பாவாக அமைகிறது.

இருபதாம் நூற்றாண்டில் மரணத்தின்போது இரங்கல்பா எழுதுவது ஒருவிதச் சடங்காகத் தமிழில் நிலைபேறு கொண்டது. கு.ப. ராஜகோபாலன் மரணத்தின் போதுகூட இரங்கல்பா எழுதப் பட்டுள்ளது. திரு.வி.க. போன்ற ஆளுமைகள் பலருடைய மரணத்தின் போதும் இரங்கல் பாக்களை எழுதியுள்ளனர். இவை எதுவும் இலக்கியத் தகுதியைப் பெறவில்லை என்பது குறிப்பிடத் தக்கது. மரணத்தின்போது நிகழ்த்தப்படும் சடங்குகளுள் ஒன்றாகவே அமைகிறது.

தமிழ்ச்செவ்வியல் இலக்கியத்தில் இதற்கு இணையாகக் கையறு நிலைப் பாடல்கள் என்னும் வடிவம் உள்ளது. கையறுநிலைப் பாடல்கள் புரவலன் இறக்க, புலவன் தன் ஆற்றாமையை வெளிப் படுத்திப் பாடுவது. வள்ளல்களைப் புகழ்ந்து பாடப்பட்ட பாடல் களோடு ஒப்பிடும்போது, கையறுநிலைப் பாடல்கள் உண்மையும் உணர்ச்சியும் கொண்டனவாக விளங்குகின்றன. புரவலனின் இறப்பு தோற்றுவித்தப் புலவனின் உள்ளக் குமுறல்களை உணர்வு பூர்வமான மொழியில் முன்வைத்துள்ளன. கையறுநிலைப் பாடல்கள் இறந்த வள்ளலின் புகழைக் கூறுவதை நோக்கமாகக் கொண்டவை அல்ல. வள்ளலோடு கொண்டிருந்த நட்பையே முன்னிலைப்படுத்துகின்றன. ஔவையார், வெள்ளெருக் கிலையார் போன்ற புலவர்கள் பாடிய கையறுநிலைப் பாடல்கள் குறிப்பிடத் தக்கன.

> சிறிய கட்பெறினே, எமக்கு ஈயும்; மன்னே!
> பெரிய கட் பெறினே,
> யாம்பாட, தான் மகிழ்ந்து உண்ணும்; மன்னே!
> சிறு சோற்றானும் நனிபல கலத்தன்; மன்னே!
> பெருஞ்சோற்றானும் நனிபல கலத்தன்; மன்னே!

இந்தப் பாடல் வரிகளில் ஔவை அதிகனோடு இணைந்து கள்ளுண்ட நாட்களை நினைவு கூர்கிறாள். ஆனால் அதிகன் ஆளுமையின் சிறப்பான பகுதி எவ்வித மிகைப்படுத்தலுமின்றி வெளிப்படுகிறது.

> நோகோ யானே? தேய்கமா காலை!
> பிடி அடி அன்ன சிறு வழி மெழுகி
> தன் அமர் காதலி புல்மேல் வைத்த
> இன் சிறு பிண்டம் யாங்கு உண்டனன்கொல்
> உலகுபுகத் திறந்த வாயில்
> பலரொடு உண்டல் மரீஇயோனே?

எவ்வி மரணமடைய வெள்ளெருக்கிலையார் தானும் இறக்க விரும்புகிறார். பலரோடு உண்ணும் இயல்பினையுடைய எவ்வி யானையின் அடி போன்ற சிறிய இடத்தில் தர்ப்பைப்புல்லைப் பரப்பி அவன் மனைவி சிறிய பிண்டத்தை வைக்க, தான்மட்டும் அதனை உண்ணக்கூடுமோ என்ற வினாவை எழுப்புகிறார். எவ்வியின் மரணம் அவள் உள்ளத்தில் எழுப்பிய சோக உணர்வைப் பாடல் வரிகள் இயல்பாக வெளிப்படுத்துகின்றன.

பிற்கால இரங்கல் பாடல்கள் கையறுநிலைப்பாடல் மரபின் தொடர்ச்சியாக அமையவில்லை. மரணமடைந்த ஆளுமையைப் புகழ ஒரு வாய்ப்பாக இரங்கல் பாக்கள் பயன்பட்டுள்ளன. பாடியவரின் உணர்வை இவை ஒருபோதும் துலக்குவதில்லை. இக்காரணத்தினால் இலக்கியத் தகுதியை இழந்துவிடுகின்றன.

66

கைலாசபதி (1933-1981). மார்க்சிய இலக்கியக்கோட்பாடு சார்ந்த ஈழத்தமிழ் விமர்சகர் கைலாசபதி.

கைலாசபதி, கல்வி வட்டத்தைச் சார்ந்த விமர்சகர். தமிழகத்தில் விடுதலைக்கு முன்னர் எழுந்த இலக்கியச் சூழலுக்கு நிகரான சூழலை ஈழம் எதிர்கொண்டிருக்கவில்லை. வணிக எழுத்துகளுக்கு எதிரான இயக்கம் இந்திய மண்ணில் நிலைகொண்டதைப் போல், ஈழத்தில் நிலைகொள்ளவில்லை. இங்குள்ள வணிக எழுத்துகளே பெருமளவு அங்கும் வாசிக்கப்பட்டன. ‘காந்தி படங்களும், நேரு படங்களும் இன வேலியைத்தாண்டி இந்தியாவில் எல்லா வீடுகளிலும் தொங்கியதைப்போல் இங்கு ஒரு ராமநாதனும், ஜயதிலகாவும், அருணாசலமும், சேனநாயகாவும் தொங்கவில்லை. தமிழர்களின் வீடுகளில்கூட ராமநாதனின் படம் தொங்கவில்லை. ராஜாஜி, காந்தி, நேரு, சுபாஷ் போன்றவர்கள்தான் தொங்கினார்கள்.’ தளையசிங்கத்தின் இந்தக் கூற்று ஈழம், தன் அடையாளங்களை உணராத நிலையையே குறிக்கின்றது. விடுதலைக்குப் பின்னரே மு. பொன்னம்பலம் போன்ற தலைவர்கள் தோற்றம் கொண்டனர். இலங்கையர்கோன் மணிக்கொடியில் எழுதியிருந்தாலும், மணிக் கொடியின் பொதுப்போக்கிற்கு இசைந்த எழுத்துகளாக அவர் எழுத்துகளைக் குறிப்பிட இயலாது. 1956 காலஅளவில் ஈழத் தமிழ்ச் சமூகம் அரசியலில் பெரும் சிக்கல்களை எதிர் கொண்டது.

ஈழகேசரி, வீரகேசரி போன்ற இதழ்கள் இலக்கியப் படைப்புகளை ஊக்குவித்தன. கல்லூரிப் படிப்பை முடித்த இளைஞர்களை மார்க்சியச் சிந்தனை கவர்ந்தது. ஐம்பதுகளின் பிற்பகுதியில் தமிழகத்திலும் இலக்கியத்தில் மார்க்சியச் சிந்தனை எழுச்சி பெற்றது. ஈழத்தில் படைப்பாளிகளைவிட, கல்லூரியில் பட்டம் பெற்றவர்களையே மார்க்சிய இலக்கியச் சிந்தனைக் கவர்ந்தது. கைலாசபதி இந்தச் சூழலில்தான் மார்க்சியச் சிந்தனையாளராக அறிமுகமானார். ஈழத்தமிழ் இதழான தினகரனின் ஆசிரியரானார். சமகாலத்தில் ஆங்கிலத்தில் பட்டம் பெற்ற ஏ.ஜெ. கனகரட்னா, சிவத்தம்பி போன்றவர்களும் மார்க்சிய இலக்கியச் சிந்தனை கொண்டு இயங்கினர். தினகரன், பல்கலைக்கழக மாணவர்களைக் கவர்ந்தது. தமிழகத்தின் படைப்பாளிகளே விமர்சகர்களாகத் திகழ்ந்தனர். ஈழத்தில் விமர்சகர்கள் என்னும் தனிமரபு உருவாகியது. இந்த மரபு இலக்கியப் படைப்பாளிகளை வழிநடத்தத் தொடங்கியது. தளைய சிங்கம், எஸ். பொன்னுதுரை போன்ற படைப்பாளிகள் விமர்சகர்களின் மேலாண்மையை எதிர்த்தாலும், ஊடக வசதியின் காரணமாகக் கைலாசபதியை முன்னிலைப்படுத்தும் போக்கு வலு வடைந்தது. ரசனை உணர்வுகொண்ட கனகரட்னா முரண் பட்டாலும், கைலாசபதி, சிவத்தம்பி கூட்டு, ஈழத்தமிழ் இலக்கியத்தை வழிநடத்தியது.

கைலாசபதி ஐரோப்பாவில் முனைவர் பட்டம் பெற்றவர். பிரதிபலிப்புக் கோட்பாடு அவர் சிந்தனையில் ஆதிக்கம் செலுத்தியது. கலை, இலக்கியம் பொருளாதரத்தின் பிரதிபலிப்பாகவே இனம் காணப்பட்டன. கைலாசபதி இதன் தாக்கத்தை, ஈழத்தமிழ் இலக்கியத்திற்குக் கொணர்ந்தார். சோசலிச எதார்த்தமே ஏற்கத்தக்க இலக்கியச் சிந்தனையாக முன்வைக்கப்பட்டது. கணேசலிங்கத்தின் இலக்கியத்தரம் சற்றும் கொண்டிராத செவ்வானம் போன்ற நாவல்கள் முதன்மைப்படுத்தப்பட்டன. வணிக எழுத்து இல்லாத நிலையில் மார்க்சியக்கொள்கைப் பிடிப்புக் கொண்ட நாவல்கள் வணிக வெற்றியைப் பெற்றன. தமிழ் இலக்கியச் சிற்றிதழ் விமர்சகர்கள் ஈழத்தமிழ் நாவல்களுக்கு விமர்சன ஏற்பைத் தரவில்லை. ஈழத்திலும் தளையசிங்கம், பொன்னம்பலம், பொன்னுத்துரை போன்ற படைப்பாளிகள் தனி மரபாக உருக் கொண்டுள்ளனர். ஏ.ஜெ. கனகரட்னா போன்றவர்கள் கைலாசபதியின் இயந்திரத்தனமான மார்க்சிய விமர்சனத்தை எதிரிடையாக நேரிட்டனர். எனினும், ஈழத்தமிழ் இலக்கியத்தின் பெரும்பான்மையான படைப்புகளும்

கைலாசபதியின் தாக்கத்தின் காரணமாக அழகியல் உணர்வற்ற இயந்திரத்தனமான கோட்பாட்டைப் பிரதிபலிக்கும் எழுத்துகளாக ஒரு மரபாக உருக்கொண்டன.

கைலாசபதி, தமிழகப் படைப்புகளையும் இதே கண்ணோட்டத்தில் எதிர்கொண்டபோது, கடுமையான எதிர்வினை சிற்றிதழ் விமர்சகர்களால் முன்வைக்கப்பட்டது. வெங்கட்சாமிநாதனின் மார்க்சின் கல்லறைக்குள்ளிருந்து ஒருகுரல் எனும் கட்டுரை குறிப்பிடத் தக்கது. கைலாசபதியின் சிந்தனையோடு உடன்பாடு கொண்டவர்கள்கூட அவர் போகிறபோக்கில் சொல்லும் மதிப்பீடு களை ஏற்றுக்கொண்டது இல்லை.

கைலாசபதி, ஒப்பியல் இலக்கியத்தை ஈழத்தில் அறிமுகம் செய்தவரும்கூட ஈழப்பல்கலைக்கழகங்களில் வளமான இலக்கிய விமர்சனக் கல்வியைத் தோற்றுவித்தவரும் அவரே. தமிழகத்தில் கைலாசபதியின் இலக்கியச் சிந்தனை பெரும் தாக்கத்தைச் செலுத்தியது எனக் குறிப்பிட முடியாது. ஐம்பதுகளில் ஆர்.கே. கண்ணன், எழுபதுகளில் கோ. கேசவன், எண்பதுகளில் ஞானி போன்றவர்கள் அழகியல் உணர்வுகொண்ட மார்க்சியச் சிந்தனை சார்புநிலையுடைய விமர்சகர்களாகக் கைலாசபதிக்கு முரணான பார்வையை முன்வைத்துள்ளனர். ஈழத்திலும் கனகரட்னா, எம்.ஏ. நுஃமான் போன்றவர்கள் மார்க்சியச் சிந்தனை மரபின் உலகளாவிய வளர்ச்சி நிலைகளை முன்வைத்துள்ளனர்.

கைசாசபதியின் தமிழ் நாவல் இலக்கியம் (1968) தமிழ்நாவல் மரபை மார்க்சியச் சிந்தனையில் எதிர்கொள்கிறது. கைலாசபதியின் ரசனை உணர்வின்மை மற்றும் இயந்திரத்தனமான மார்க்சிய இலக்கியச் சிந்தனை இந்த நூலின் மீது, சிற்றிதழ் விமர்சகர்களின் எதிர்வினை யைத் தூண்டியது. எதிர்வினை காரணமாகவே இந்த நூல் முக்கியத்துவம் பெற்றது. இலக்கியமும் திறனாய்வும் (1972) இலக்கியக் கல்வியை அறிமுகம் செய்யும் நூலாக அமைகிறது. க.நா.சு. குழு ஒரு விமர்சனம் இலக்கிய அரசியல் சார்ந்த நூலாக அமைகிறது. சமூகவியலும் இலக்கியமும், இலக்கியச் சிந்தனைகள், இரு மகாகவிகள், பாரதி ஆய்வுகள் ஆகியன கைலாசபதியின் பிற நூல்களாக அமைகின்றன.

ஈழத்தமிழ் இலக்கியத்தில் கைலாசபதியின் பங்களிப்பு குறிப்பிடத் தக்கது. கல்விவட்டச் சூழலில் இலக்கிய விமர்சனத்தை

முன்னெடுத்துச் சென்ற முன்னோடிகளில் ஒருவராக அவரைக் குறிப்பிட வேண்டும்.

விரிவான வாசிப்பிற்கு

1. எம்.ஏ. நுஃமான், மார்க்சியமும் இலக்கியத்திறனாய்வும், அன்னம் (1996).
2. வெங்கட் சாமிநாதன், மார்க்சின் கல்லறைக்குள்ளிலிருந்து ஒருகுரல், நடை.

பார்க்க: தளையசிங்கம்.

67

கொல்லிப்பாவை. கொல்லிப்பாவை இலக்கியச் சிற்றிதழ் மரபில் 1976 அக்டோபர் முதல் 1988 ஜூன்வரை நாகர்கோவிலிலிருந்து வெளியான காலாண்டு இதழ்.

முதலில் ராஜமார்த்தாண்டனையும் தொடர்ந்து இராஜகோபாலையும் ஆசிரியராகக் கொண்டு இயங்கியது. ஒழுங்கற்ற கால இடைவெளி களில் இருபது இதழ்கள் வெளியாகியுள்ளன. நடை, கசடதபற இதழ்களைப்போல் இலக்கியத்தைக் கலையின் ஓர் உட்பிரிவாகவே கண்டது. எனினும் இலக்கியத்திற்கு முன்னுரிமை தந்தது. இலக்கியச் சிற்றிதழ்கள் தமிழ்க் கல்விவட்டத்தை, குறிப்பாகப் பல்கலைக்கழகத் தமிழ்த் துறைகளைக் கடுமையான விமர்சனக் கண்ணோட்டத்துடன் தான் அணுகியுள்ளன. எனினும் பல்கலைக்கழகச் சூழலிலிருந்து இலக்கியப் பங்களிப்புகள் தொடர்ந்து நிகழ்ந்துள்ளன. எழுத்து இதழில் சி. கனகசபாபதியின் கட்டுரைகள் வெளியாயின. ஆனால் அவர் பங்களிப்புகள் கல்வி வட்டத்திற்கு வெளியில் இயங்கிய படைப்பாளிகளின் இலக்கியப் பங்களிப்புகளுக்கு இணையாகக் கருதப்பட்ட தில்லை. யாத்ரா இதழில் கல்விவட்டத்தைச் சார்ந்த செ. ரவீந்திரனின் விமர்சனக் கட்டுரைகள் வெளிவந்தன. இந்திரா பார்த்தசாரதி போன்ற இலக்கியப் படைப்பாளிகளும் கல்வி வட்டத்தைச் சார்ந்தவர்களாக அமைந்தனர். செ. ரவீந்திரனும், இந்திரா பார்த்தசாரதியும் தில்லி சூழலில் வாழ்ந்தவர்கள். எழுபதுகளில் இப்போக்கில் மாறுதல்கள் நிகழ்ந்தன. பல்கலைக்கழகச் சூழலிலிருந்து இலக்கியச் சிற்றிதழ்கள் வெளிவரத் துவங்கின. இவ்விதழ்கள் பல்கலைக்கழக ஆய்வு

மாணவர்களால் நடத்தப்பட்டன. இவ்வகையில் கொல்லிப்பாவை யைக் குறிப்பிட வேண்டும்.

கொல்லிப்பாவை யாத்ராவின் சமகாலத்தில் வெளிவந்தது. எழுத்து தோற்றுவித்த சிற்றிதழ் மரபில் கொல்லிப்பாவையும் தன்னை இணைத்துக் கொண்டது. அரசியலைத் தனக்கு அந்நியமாகக் கொண்டிருந்தது. நடை, யாத்ரா இதழ்களைப் போல் மார்க்சிய எதிர்நிலையைக் கொல்லிப்பாவை மேற்கொள்ளவில்லை. அதே சமயம் மார்க்சிய இலக்கியக் கோட்பாட்டையும் அது ஏற்கவில்லை. மார்க்சிய இலக்கியப் போக்கை அது பொருட்படுத்தவில்லை என்றே கூற வேண்டும். ஈழத்தில் இலக்கிய விமர்சனம் கல்வி வட்டச் சூழலில் தோற்றம் கொண்ட போது அது மார்க்சிய இலக்கிய விமர்சனமாக அமைந்தது என்பதனை இதனோடு ஒப்பிட்டுக் காணவேண்டும். தமிழ்ச் சூழலில் அரசியல் சாரா இலக்கியமே கல்வி வட்டத்தில் வேர்கண்டது. கசடதபற இதழில் வலுப்பெற்ற நவீனத்துவப் போக்கை கொல்லிப்பாவை இதழ் தொடர்ந்துள்ளது. அது இலக்கிய அரசியலில் ஆர்வம் கொண்டிருந்தது. இலக்கிய அரசியல் சார்ந்த கட்டுரைகள் கொல்லிப்பாவையில் தொடர்ந்து வெளிவந்துள்ளன.

கொல்லிப்பாவை, கேரளப் பல்கலைக்கழகத்தைச் சார்ந்த ஆய்வு மாணவர்களால் தோற்றுவிக்கப்பட்டது. இதன் ஆசிரியரான அ. ராஜமார்த்தாண்டன் கேரளப் பல்கலைக் கழக ஆய்வு மாணவர். சக ஆய்வு மாணவர்களான அ. திருமால் இந்திரசிங், வேதசகாயகுமார் ஆகியோரின் ஒத்துழைப்புடன் கொல்லிப்பாவை வெளிவந்தது. ராஜமார்த்தாண்டன், வேதசகாயகுமார், அ.கா. பெருமாள் ஆகியோர் முதுபெரும் பேராசிரியர் செ. ஜேசுதாசனின் மாணவர்கள். பல்கலைக் கழகக் கல்வியில் தற்கால இலக்கியத்திற்குப் பாதை வகுத்த முன்னோடிகளில் ஒருவர் பேராசிரியர் ஜேசுதாசன்.

கொல்லிப்பாவையின் இறுதி எட்டு இதழ்களுக்கும் ராஜகோபாலன் ஆசிரியராகத் திகழ்ந்தார். எல்லாச் சிற்றிதழ்களையும் போல் கொல்லிப்பாவை முதலீட்டினையோ, நிர்வாக அமைப்பினையோ கொண்டிருக்கவில்லை. கொல்லிப்பாவைக்கான முயற்சிகளில் பெரும்பங்கு அதன் ஆசிரியர் அ. ராஜமார்த்தாண்டனைச் சாரும். ராஜமார்த்தாண்டன் பணியின் நிமித்தம் மதுரைக்குச் செல்ல நேர்ந்தபோது கொல்லிப்பாவை பின்னடைவைக் கண்டது. இதன் முயற்சிகளில் பங்குபெற்ற சகஆய்வு மாணவர்கள் பணியின்

நிமித்தம் வெவ்வேறு திசைகளுக்குச் சென்றபோது, கொல்லிப்பாவை அதன் தொடர்ச்சியை இழந்தது.

கொல்லிப்பாவை தருமு. சிவராமின் எழுத்துகளுக்கு முக்கியத்துவம் தந்துள்ளது. வெங்கட் சாமிநாதனின் ஆளுமையின் வெளிப்பாடாக யாத்ரா இதழ் அமைந்தது போல், தருமு. சிவராமனின் ஆளுமையின் வெளிப்பாடாக கொல்லிப்பாவை அமையாவிடினும், அவர் எழுத்துகள் மிகுந்த முக்கியத்துவம் பெற்றுள்ளன. கொல்லிப்பாவை என்னும் இதழின் பெயரும், அதன் ஓவியச் சின்னமும் தருமு. சிவராமுவால் உருவாக்கப்பட்டது.

கொல்லிப்பாவை சுந்தர ராமசாமியின் பங்களிப்பினையும் பெற்று வெளிவந்தது. சுந்தர ராமசாமியின் கவிதைகளும், 'உடல்' என்னும் நாடகமும் கொல்லிப்பாவையில் வெளிவந்தன. உலகின் தலைசிறந்த நாவலாசிரியர்களைத் தமிழுக்கு அறிமுகம் செய்து அவர் எழுதிய கட்டுரைகள் குறிப்பிடத்தக்கன. அனைத்துத் தலைமுறை கவிஞர்களின் கவிதைகளும் கொல்லிப்பாவையில் வெளிவந்துள்ளன. நகுலன், பசுவய்யா, வைதீஸ்வரன் போன்ற முதல் தலைமுறைக் கவிஞர்களின் கவிதைகளும், கலாப்பிரியா, வண்ணநிலவன் போன்ற இரண்டாம் தலைமுறைக் கவிஞர்களின் கவிதைகளும் ஜெயமோகன், விக்கிரமாதித்தியன் போன்ற இளம் கவிஞர்களின் கவிதைகளும் கொல்லிப்பாவையில் வெளிவந்துள்ளன.

கொல்லிப்பாவை, எல்லா இலக்கிய வடிவங்களுக்கும் சம முக்கியத்துவம் தந்துள்ளது. மொழிபெயர்ப்பிலும் அது கவனம் செலுத்தியுள்ளது. சுந்தர ராமசாமியின் மொழிபெயர்ப்புக் கவிதைகள் குறிப்பிடத்தக்கன. கொல்லிப்பாவை மறுவெளியீட்டிற்கும் முக்கியத்துவம் தந்தது. இளம் வாசகர்களின் பார்வைக்குக் கிடைத்திராத முன்னோடிக் கலைஞர்களின் படைப்புகள் தேடிக் கண்டுபிடிக்கப்பட்டு மறுவெளியீடு பெற்றுள்ளன. அதுவரை வெளிவந்திராத புதுமைப்பித்தனின் சிறுகதைகள், வேதசகாய குமாரால் தேடிக் கண்டுபிடிக்கப்பட்டு, கொல்லிப்பாவையில் முதன்முதலாக மறுவெளியீடு பெற்றுள்ளது. கொல்லிப்பாவை சார்ந்திருந்த கல்வி வட்டப் பண்பாக இதனைக் குறிப்பிட வேண்டும்.

கொல்லிப்பாவை இலக்கிய விமர்சனத்திற்கும் முக்கியத்துவம் தந்தது. தருமு. சிவராமனின் விமர்சனக் கட்டுரைகள் கொல்லிப்பாவையில் தொடர்ந்து வெளிவந்துள்ளன. அதே சமயம் வேதசகாயகுமார்

போன்ற இளம் விமர்சகர்களையும் அது அறிமுகம் செய்துள்ளது. இந்தக் காலகட்ட சிற்றிதழ் பண்பான இலக்கிய அரசியலும் கொல்லிப் பாவையில் இடம்பெற்றது. வெங்கட் சாமிநாதன், தருமு. சிவராம், மோகன் ராஜாராம், வேதசகாயகுமார் ஆகியவர்களுக்கிடையில் நிகழ்ந்த விவாதம் இலக்கிய அரசியலைச் சார்ந்ததாக அமைந்தாலும், இலக்கியத்தின் அடிப்படைகள் குறித்த புரிதலுக்கும் வழிவகுக்கின்றன.

தெருக்கூத்தும் சமகாலநாடகமும் கொல்லிப்பாவையின் கவனத்தைப் பெற்றுள்ளன. தமிழ்க் கல்வி வட்டத்திலிருந்து சமகால இலக்கியத்தை அரவணைத்துக் கொண்ட ஓர் இளம் தலைமுறையின் கனவாகக் கொல்லிப்பாவையைக் குறிப்பிட வேண்டும்.

விரிவான வாசிப்பிற்கு. அ. ராஜமார்த்தாண்டன், கொல்லிப்பாவை இதழ் தொகுப்பு, மருதா, சென்னை (2004).

68

கோவை: பிரபந்த இலக்கிய வடிவங்களுள் காலத்தால் பழைமையான வடிவம் கோவை. முதல் கோவை ஏழாம் நூற்றாண்டில் தோற்றம் கொண்டுள்ளது.

கோவை அகப்பொருள் சார்ந்த வடிவம். இவ்வகையில் கோவை அகப்பாட்டு மரபின், சங்க இலக்கியத்தின் பின்தொடர்ச்சி யாகவும் அமைகிறது. கோவை என்னும் சொல் கோர்த்தல் என்னும் பொருளைப் பெறுகிறது. பல பாடல்களைத் தம்முள் தொடர்பு டையனவாகக் கோர்த்து கோவை பாடப்பெறுகிறது. இது, தலைவன் தலைவி காதல் வாழ்வை வரலாறாகச் சித்திரிக்கின்றது.

பன்னிருபாட்டியல், கோவைக்கான இலக்கணத்தை முன் வைத்துள்ளது. அகப்பொருள் தழுவி களவு, கற்பு என்னும் இரு கைக்கோளிலும் ஐந்திணை திரியாது பாடப்பெறுவது என இலக்கணம் வகுக்கிறது. கட்டளை கலித்துறையைக் கோவை பாடுவதற்குரிய யாப்பாகப் பாட்டியல் நூற்கள் கூறுகின்றன. தலைவன், தலைவி, தோழி ஆகியோர் இன்றியமையாத கதை மாந்தர்களாகவும் பாணன், செவிலி, கண்டோர், பாங்கன் ஆகியோர் அவ்வப்போது வந்துபோகும் கதை மாந்தர்களாகவும் கோவை நூற்களில் இடம்பெறுகின்றனர்.

அரசனைப் புகழ்வதை நோக்கமாகக் கொண்டே கோவை இலக்கியமும் எழுந்துள்ளது. ஏழாம் நூற்றாண்டில் பாண்டியன் நின்றசீர்நெடுமாறன் மீது பாண்டிக்கோவை பாடப்பெற்றுள்ளது. ஆனால் 9ஆம் நூற்றாண்டில் மாணிக்கவாசகர் இறைவனைப்பாட கோவை வடிவத்தைப் பயன்படுத்தி வெற்றியும் கண்டுள்ளார். பரணி போலல்லாது கோவை இவ்விரு மரபுகளிலும் தொடர்ந்துள்ளது. கோவை இலக்கியங்கள் பாட்டுடைத் தலைவன் பெயராலும், பாடுபொருளாக அமைந்த இறைவன் பெயராலும், இறைவன் எழுந்தருளியுள்ள ஊரின் பெயராலும் பெயர் பெற்றுள்ளன.

கோவை ஒரு பாட்டுடைத்தலைவனையும், கிளவித்தலைவனையும் கொண்டிருக்கும். பாட்டுடைத்தலைவன் அரசனாகவோ, புலவரை ஆதரித்த வள்ளலாகவோ, இறைவனாகவோ அமையக்கூடும். கிளவித்தலைவன் அகத்திணை மரபிற்கேற்ப பெயர் பெறுவதில்லை. திணை நிலைப் பெயரிலேயே சுட்டப்பெறுவான். அம்பிகாபதிக் கோவை மட்டுமே பாட்டுடைத் தலைவனைக் கொண்டிருக்கவில்லை.

ஐந்திணைக்குரிய நானூறு துறைகளையும் அமைத்து கோவை நூல்கள் பாடப்பெறும். ஏதேனும் ஒரு துறையை மட்டுமே சார்ந்து பாடல்கள் அமையக்கூடுமானால் அது ஒரு துறைக் கோவையாகிறது. மொழிக்கு முதலாக வரக்கூடிய எழுத்துகள் ஒவ்வொன்றிற்கும் ஒரு பாடல் வீதம் இயற்றப்பெறுவது வருக்கக் கோவையாகிறது.

7ஆம் நூற்றாண்டில் எழுந்த பாண்டிக்கோவை, 9ஆம் நூற்றாண்டில் எழுந்த மாணிக்க வாசகரால் பாடப்பெற்ற திருக்கோவை, 12ஆம் நூற்றாண்டில் எழுந்த அம்பிகாபதிக்கோவை 13ஆம் நூற்றாண்டில் எழுந்த குலோத்துங்கச்சோழன் கோவை, தஞ்சைவாணன் கோவை ஆகியன கோவை இலக்கியங்களில் இலக்கியத்தரம் வாய்ந்தனவாக விளங்குகின்றன. முதலிரு கோவைகளையும் தவிர, ஏனைய மூன்று கோவைகளும் பிற்காலச்சோழர் காலத்தினைச் சார்ந்தவை. தஞ்சைவாணன் கோவை, பொய்யாமொழிப்புலவரால் பாடப் பெற்றது. கற்பனை நயமும் ஓசைநயமும் கொண்ட பாடல்களை உடையது. பாடலின் ஓசை நயத்திற்குத் தஞ்சைவாணன் கோவைப் பாடல்களை இருபதாம் நூற்றாண்டு விமர்சகர் புதுமைப்பித்தன் எடுத்துக்காட்டாகச் சுட்டுவது குறிப்பிடத்தக்கது.

85-க்கும் மேற்பட்ட கோவை நூல்கள் தமிழில் உள்ளன. பெரும்பாலும் புலமைத்திறத்தினை வெளிப்படுத்தும் நோக்கம் கொண்டவை. தற்காலத்தில் வாசிப்பினின்றும் பெரும்பாலும் அகன்றுள்ளன.

இறையனார் களவியல், நம்பி அகப்பொருள் ஆகியன இக்கோவை நூல்களைக் கணக்கிலெடுத்துக்கொண்டே அகப்பொருள் இலக்கணம் கூறியுள்ளன. நம்பி அகப்பொருளுக்கு இலக்கியமாக அமைகிறது தஞ்சைவாணன் கோவை என்னும் கூற்று கவனிக்கத் தக்கது.

கோவை இலக்கியங்கள் திணைக்கோட்பாட்டைப் பின்வந்த நூற்றாண்டுகளுக்கு எடுத்து வந்துள்ளன.

விரிவான வாசிப்பிற்கு

1. மு. சண்முகம்பிள்ளை, *சிற்றிலக்கிய வகைகள்,* மணிவாசகர் நூலகம் (1982).
2. வையாபுரிப்பிள்ளை, *மதுரைக்கோவை* (1938).

69

சக்தி. விடுதலைப் போராட்டக் காலகட்டத்தில் வெளிவந்த இலக்கிய உணர்வு கொண்ட பன்நோக்கிதழ் சக்தி.

சக்தியின் நிறுவனரும் அதன் ஆசிரியருமான வை. கோவிந்தன் அரசியல் உணர்வு கொண்டவராக வாழ்ந்திருந்தாலும் சக்தி இதழ் நேரடி அரசியலுக்குச் சற்றும் தொடர்பற்றதாகவே இயங்கியது. 1939இல் தோற்றம் கொண்ட சக்தி இதழ் 1954 வரைத் தொடர்ச்சியாகவும், இடைவெளி விட்டும் வந்துகொண்டிருந்தது. மணிக்கொடியைப் போல் சோதனை முயற்சிகளுக்கு இடம் தந்து, இலக்கியத்திலும் அரசியலிலும் தீவிர நிலைப்பாட்டை அது கொள்ளவில்லை. ஆனால் செவ்வியல் இலக்கியங்களிலும், சமகால இலக்கியத்திலும் அது ஒருசேர அக்கறை கொண்டிருந்தது. சுத்தானந்த பாரதி, வையாபுரிப் பிள்ளை, சேதுபிள்ளை, மு. அருணாச்சலம் போன்ற முன்னோடிகள் மற்றும் தமிழ்ப் பேராசிரியர்களின் ஆய்வுநோக்கில் அமைந்த கட்டுரைகளை வெளியிட்டு, தமிழ்ச் செவ்வியல் இலக்கியங்களை விமர்சனக் கண்ணோட்டத்துடன் எதிர்கொண்டது. ஒருவகையில் தமிழ்க் கல்வி வட்டத்தின் மீதான காலத்தின் எதிர்பார்ப்பினைக் கல்வி வட்டத்திற்கு வெளியே சக்தி நிறைவேற்றியுள்ளது.

முதல் இதழிலிருந்து அதன் இறுதி இதழ்வரை வை. கோவிந்தனே ஆசிரியர் பொறுப்பிலிருந்தார். என்றாலும், அதன் ஆரம்ப இதழ்கள் சுத்தானந்த பாரதியின் மேற்பார்வையில் வெளிவந்தன. ஆன்மிக நோக்கம் கொண்டனவாகவும் அமைந்தன. தி.ஜ.ர. துணையாசிரியராகப் பொறுப்பேற்றதும் சக்தியின் உள்ளடக்கமும், வடிவமும் மாறுதல்களை அடைந்தன. தி.ஜ.ர. விற்குப்பின் சுப. நாராயணன் துணைஆசிரியராகப் பொறுப்பேற்றுள்ளார். பிறகு அழகிரிசாமியும் தொ.மு.சி. ரகுநாதனும் துணையாசிரியர்களாகப் பொறுப்பேற்று சக்தியை அடுத்த காலகட்டத்திற்கு அழைத்துச் சென்றனர். தொடர்ந்து விஜயபாஸ்கரன் சக்தியின் துணை ஆசிரியராகப் பணியாற்றியுள்ளார். இத்துணை ஆசிரியர்களும், ஆசிரியக்குழுவில் பணியாற்றிய தமிழ்வாணன், வலம்புரி சோமநாதன், ம.ர.பொ. குருசாமி, அழ. வள்ளியப்பா போன்றோர் களும் தமிழ் இதழியல் துறையில் சாதனைகள் புரிந்துள்ளனர்.

பேராசிரியர்களும், புதுமைப்பித்தன் போன்ற சமகாலப் படைப்பாளி களும் சக்தி இதழுக்குப் பங்களிப்பு செய்துள்ளனர். கவிமணி தேசிகவிநாயகம்பிள்ளை, பாரதிதாசன், நாமக்கல் வெ. ராமலிங்கம் பிள்ளை, சுத்தானந்த பாரதியார் போன்ற மறுமலர்ச்சியின் முதல் தலைமுறைக் கவிஞர்களின் கவிதைகளும் புதுமைப்பித்தன், பிச்சமூர்த்தி, நாணல் போன்ற சமகாலப் படைப்பாளிகளின் கவிதைகளும் சக்தியில் இடம் பெற்றுள்ளன. உ.வே. சாமிநாதையர், மு. இராகவய்யங்கார், எஸ். வையாபுரிப்பிள்ளை, ரா.பி. சேது பிள்ளை, டி.கே. சிதம்பரநாத முதலியார் பி.ஸ்ரீ, மு. அருணாச்சலம், வி.ஆர். எம். செட்டியார், ஸ்ரீனிவாச ராகவன், ஏ.கே. செட்டியார், எம்.எல். சபரிராஜன் போன்ற தமிழ் அறிஞர்களின் கட்டுரைகள் தொடர்ச்சியாக சக்தி இதழில் வெளி வந்துள்ளன. மு. அருணாச் சலமும், எஸ். வையாபுரிப்பிள்ளையும் தொடர்ச்சியாக சக்தி இதழில் இயங்கியுள்ளனர்.

சக்தி செவ்வியல் இலக்கியங்களுக்கே முக்கியத்துவம் தந்தது. ஒரு வகையில் மணிக்கொடியில் உருப்பெற்றுக்கொண்டிருந்த தீவிர திறனாய்வு செயல்பாட்டின் மீது அது அதிருப்தி கொண்டிருந்தது. சுத்தானந்த பாரதி 'நாம் இன்னும் ஆழ்ந்து பயிலாத மற்றொரு கவியை அதென்ன கவி என்று செருக்குடன் ஒதுக்கக்கூடாது. இது நம் விமர்சகர்கள் அறியவேண்டிய விஷயமாகும்' எனக் கூறுவது இலக்கியத்தில் தரம் என்ற மதிப்பீட்டிற்கு எதிரிடையானதுதான்.

எம்.எல். சபரிராஜன் இதையே சக்தி இதழில் அழுத்தமாக வெளிப்படுத்தியுள்ளார்.

இலக்கியத்தில் வணிகநோக்கு என்பதனோடு உடன்பாடு கொள்ளாத சபரிராஜன் மணிக்கொடி ஏற்க மறுத்த வணிக எழுத்தின் இருப்பிற்கான நியாயங்களையும் முன்வைக்கின்றார். 'தற்காலிக இலக்கியத்தை மதிப்பிடும்போது, விமர்சகன் தன்னுடைய ஞானத்தையும், மேதைமையுமே அளவாகக் கொள்ளக்கூடாது. அவன்முன் நிற்கும் கேள்விகள் இரண்டு. ஒன்று இந்தப் புத்தகம் எனக்குப் பிடித்திருக்கிறதா? இரண்டாவதாக இது பொதுஜனங் களுக்குப் பிடிக்குமா?' ஆனால் சபரிராஜன் 'குப்பைக்கூளங்'களுக்கு மத்தியில் அற்புதக் கதாசிரியனைக் கண்டு பிடிப்பது தான் விமர்சனத்தின் பணி என்கிறார். இந்தப் பார்வையே சக்தி இதழின் பார்வையாகக் கொள்ள வேண்டும்.

தமிழ்ச் செவ்வியல் இலக்கியங்களின் மேன்மையை வேறுபட்ட கோணங்களில் எதிர்கொள்ளும் கட்டுரைகளை அது வெளி யிட்டுள்ளது. இக்கட்டுரைகள் இலக்கியம் குறித்ததான தகவல்களின் சேகரிப்பாக அமையவில்லை. டி.கே.சியின் ரசனை அடிப்படை யிலான கட்டுரைகளும், மு. அருணாச்சலம், வையாபுரிப் பிள்ளை போன்றோர்களின் ஆய்வுக் கட்டுரைகளும் ஒருங்கே வெளியாகி யுள்ளன. இலக்கியத்தின் அடிப்படை குறித்த வையாபுரிப் பிள்ளையின் கட்டுரையைத் தொடராக வெளியிட்டுள்ளது. டி.கே.சியின் விமர்சனப் பார்வையை மு. அருணாச்சலம் விமர்சித்துள்ளார். அதேசமயம் பாரதியார், பாரதிதாசன் கவிதைகளும் விமர்சிக்கப்பட்டுள்ளன. சக்தியின் விமர்சன அணுகுமுறையைக் கல்விச்சூழலிலிருந்து எழுந்த ஒன்றாகக் குறிப்பிட வேண்டும்.

மொழிபெயர்ப்புக் கதைகளுக்குச் சக்தி அதிக முக்கியத்துவம் தந்துள்ளது. பிற மொழி இலக்கிய வளங்களையும் தமிழிற்கு அறிமுகம் செய்ய முயன்றுள்ளது.

கல்விச் சூழலிலிருந்து எழத்தக்கதான விமர்சன அணுகுமுறையைச் சக்தி இதழிலிருந்துதான் உணர்ந்துகொள்ளலாம்.

விரிவான வாசிப்பிற்கு

1. தொ. ஆ. விஜய பாஸ்கரன், *சக்தி களஞ்சியம் பாகம் 1*, கலைஞன் பதிப்பகம், சென்னை (2002).

2. சக்தி களஞ்சியம் பாகம் 2, வை.கோ. அழகப்பன், கலைஞன் பதிப்பகம், சென்னை (2002).

70

சரஸ்வதி. சரஸ்வதி இதழ் 1955 முதல் 1962 வரை ஏழாண்டுக் காலம் இயங்கிய மார்க்சிய சாய்வு கொண்ட இலக்கியச் சிற்றிதழ்.

விஜயபாஸ்கரனை ஆசிரியராகக் கொண்டது. இந்தக் காலகட்டத்தில் தமிழ்ச் சூழலில் மார்க்சியக் கோட்பாட்டின் மீது நம்பிக்கை கொண்ட படைப்பாளிகளின் முக்கிய படைப்புத் தளமாக சரஸ்வதி திகழ்ந்தது. விடுதலையை ஒட்டிய காலகட்டத்தில் தமிழ் இதழ்களில் வணிக நோக்கம் செல்வாக்குப் பெறத்துவங்கியது. தமிழ் இதழ்கள், பெரும்வணிக நிறுவனங்களாக இயங்கத் துவங்கின. வணிக நோக்கத்தினைக் கொண்டிராத சக்தி போன்ற நேர்மையான இதழ்கள் வணிக அடிப்படையில் தோல்வி கண்டன. இந்திய அரசியலில் விடுதலைக்குப்பின் இந்திய தேசிய காங்கிரசுக்கு மாற்றாக மார்க்சிய அரசியல் வேர்கொண்டது. விடுதலைக்குப் பின்னரான பொருளாதாரச் சூழல் இதற்கு அனுகூலமாக அமைந்தது. சிந்தனையாளர்களை இது ஈர்த்தது. மார்க்சிய அரசியல் இயக்கம் தடைசெய்யப்பட்டபோது, கலை இலக்கியத்தின் மீது சிந்தனையாளர் களின் பார்வை பதிந்தது.

மார்க்சியக் கோட்பாட்டின் மீது நம்பிக்கை கொண்ட படைப்பாளிகள் தங்களுடையதான இலக்கியப் பார்வையை முற்போக்கு இலக்கியம் என இனம்கண்டனர். மார்க்சிய அரசியல் தளத்தில் இயங்கியவர் களுக்கும் சிந்தனைத்தளத்தில் இயங்கியவர்களுக்குமிடையே முரண்பாடும் தோற்றம் கொண்டது. இலக்கியப் படைப்புகள் அரசியல் தலைமையின் முன்அனுமதி பெற்றே வெளிவர வேண்டும் என்னும் எதிர்பார்ப்பு அரசியல் தலைமையிடம் இருந்தது. இதற்கு உடன்பட மறுத்த இலக்கியப் படைப்பாளிகள் மார்க்சிய சாய்வு கொண்டு, அதே சமயம் சுதந்திர உணர்வுடன் இயங்க விரும்பினர். இப்படைப்பாளிகளின் படைப்புத் தளமாக சரஸ்வதி விளங்கியது. 'சரஸ்வதி அரசியல் பத்திரிகையல்ல, இலக்கியப் பத்திரிகை. இலக்கிய வழிகாட்டுதல் என்று கட்சி ஏதும் வகுக்க வில்லை' என சரஸ்வதி அரசியலுக்குக் கட்டுப்படாத தன் பாதையை வகுத்துக்கொண்டது.

விஜயபாஸ்கரன் சரஸ்வதி இதழின் உரிமையாளராகவும், ஆசிரியராகவும் திகழ்ந்தார். இறுதி இதழ்வரை அவரே ஆசிரியர் பொறுப்பில் இருந்துள்ளார். சக்தி இதழின் உதவி ஆசிரியர்களுள் ஒருவராக விஜயபாஸ்கரன் இதழியல் வாழ்வைத் துவங்கினார். விடிவெள்ளி என்னும் கலைஇலக்கிய வாரஇதழை வெளிக் கொணர்ந்த அனுபவமும் அவருக்கு இருந்தது. மார்க்சியக் கோட்பாட்டில் உறுதியான நம்பிக்கை கொண்ட விஜயபாஸ்கரன் துவக்கம் முதலே அரசியலைத் தன் இயங்குத்தளமாகக் கொள்ள வில்லை. படைப்பாளிகளின் படைப்புச் சுதந்திரம் குறித்த உணர்வும் அவருக்கு இருந்தது. 'இத்தகைய இலக்கியத்தை வளர்ப்பதற்குப் பரந்த விசாலமான மனப்பான்மையும், சுதந்திரமான சுய சிந்தனையும், சிருஷ்டி ஆர்வமும் தேவை என்பதையும் நாம் உணர்கிறோம். எனவே சரஸ்வதி இந்த நோக்கத்தோடு பல்வேறு இலக்கியப் பரிசோதனைகளுக்கும் இடம் தந்து வளர்க்கும். அத்துடன் அதே நோக்கையே அடிச்சரடாகக் கொண்ட இலக்கிய ஆராய்ச்சி களிலும் விமர்சனத்திலும் ஈடுபடும். சரஸ்வதியில் வெளிவரும் விமர்சனம், ஆராய்ச்சி முதலியவற்றில் வேறுபாடுகள் கொண்ட பல்வேறு கருத்துகள் காணப்படும்.' விஜயபாஸ்கரன் தன் நோக்கத்தைத் தெளிவாக வரையறுத்துக்கொண்டு அதன்படியே இயங்கியும் உள்ளார்.

சரஸ்வதி மார்க்சிய சிந்தனைமீது நம்பிக்கை கொண்டிராதவர்களின் எழுத்துகளுக்கும் இடம் தந்தது. மணிக்கொடி மரபினைச் சார்ந்த க.நா. சுப்ரமண்யம், சி.சு. செல்லப்பா, மஞ்சேரி ஈஸ்வரன், ந. பிச்சமூர்த்தி போன்ற படைப்பாளிகளின் படைப்புகளையும் வெளியிட்டது. இவர்கள் மார்க்சிய சாய்வு கொண்டவர்கள் அல்லர் எனத் தெளிவாகக் கூறிவிடலாம். அதேசமயம் சரஸ்வதியின் மூலம் அறிமுகமான அல்லது நிலைபேறு கொண்ட ஜெயகாந்தன், சுந்தர ராமசாமி, எஸ். ராமகிருஷ்ணன், கு. சின்னப்பபாரதி, ஜி. நாகராஜன் போன்ற படைப்பாளிகள் அக்காலச் சூழலில் மார்க்சிய சாய்வு கொண்டவர்களாக விளங்கியவர்கள். இவர்கள் இளம் மார்க்சியப் படைப்பாளிகளாகவே இனம் காணப்பட்டனர்.

கிருஷ்ணன் நம்பி போன்ற விதிவிலக்குகளின் படைப்புகளும் சரஸ்வதியில் வெளிவந்து கொண்டிருந்தன. ஆர்.கே. கண்ணன், ரகுநாதன், தி.க. சிவசங்கரன் போன்ற இலக்கிய விமர்சகர்கள் சரஸ்வதியில் மார்க்சிய ஒளியில் தங்கள் விமர்சனப் பார்வையை

வகுத்துக்கொண்டுள்ளனர். நா. வானமாமலை, கைலாசபதி, கமில் ஸ்வெலபில் போன்ற மார்க்சிய சாய்வு கொண்ட பேராசிரியர்களும் சரஸ்வதியில் பங்குபெற்றனர். அதே சமயம் சரஸ்வதி வையாபுரிப் பிள்ளையின் எழுத்துகளுக்கும் இடம்தந்துள்ளது. அ. முத்துலிங்கம், எஸ். பொன்னுத்துரை, கே. டானியல், வ.அ. ராசரெத்தினம், கணேஷலிங்கம், இளங்கையர்கோன் போன்ற ஈழத்துப் படைப்பாளிகளின் எழுத்துகளும் சரஸ்வதியில் வெளிவந்துள்ளன என்பது குறிப்பிடத்தக்கது.

சரஸ்வதி முன்வைத்த படைப்புச் சுதந்திரம் தமிழ்ச் சூழலில் பலராலும் குறிப்பிடப்பட்டுள்ளது. சரஸ்வதியில் வெளிவந்த கதைகளின் ஊடாகத் தங்கள் கலை ஆளுமையை வளர்த்துக்கொண்ட ஜெயகாந்தன், சுந்தர ராமசாமி ஆகியோர் சரஸ்வதி தமக்களித்த படைப்புச் சுதந்திரத்தைக் குறித்துப் பதிவு செய்துள்ளனர். இது சரஸ்வதி அதன் நோக்கத்தில் பெற்ற வெற்றியை உணர்த்தத் தவறவில்லை. சரஸ்வதியுடன் நெருங்கியத் தொடர்பைக் கொண்டிருந்த வல்லிக்கண்ணன், சரஸ்வதி குறித்ததான தன் அனுபவங்களை நூல் வடிவில் முன்வைத்திருப்பதும் குறிப்பிடத் தக்கது.

சரஸ்வதி இலக்கிய விமர்சனத்திற்கும் முக்கியத்துவம் தந்துள்ளது. மார்க்சியப் பார்வையில் அமைந்த இலக்கிய விமர்சனத்தை முன்னெடுத்துச் சென்றபோது முரணான பார்வைகொண்ட விமர்சகர்களின் பார்வைகளையும் நேர்மையாகப் பதிவு செய்துள்ளது. கவிதைக் குறித்ததான க.நா. சுப்ரமண்யத்தின் விமர்சனப் பார்வை சரஸ்வதியில் பொதுப் பார்வைக்கு உடன்பாடானதாக இருக்க இயலாது. 'இலக்கியச் சோதனைகளில் எப்போதுமே வெற்றி, தோல்விகள் பூரணமானவை. என் புதுக்கவிதை முயற்சி வெற்றி பெறும் என்றே நான் எண்ணிச் செய்கின்றேன். சோதனைகளின் தன்மையே இதுதானே! செய்து, செய்து பார்க்கவேண்டும் அவ்வளவுதான்.' இலக்கியத்தில் சோதனைக்கு முக்கியத்துவம் தரும் போக்கு, சரஸ்வதி நம்பிக்கைக்கொண்ட மார்க்சிய இலக்கியப் பார்வைக்கு எதிரிடையானது. க.நா.சுவின் இப்பார்வையை 'இலக்கியமும், பிரச்சாரமும்' என்னும் கட்டுரையில் ரகுநாதன் எதிர்கொள்கிறார். சரஸ்வதி ரகுநாதனுக்கு தன் பார்வையை முன்வைக்கக் களம் அமைத்துத் தந்துள்ளது. தமிழில் குறிப்பிட்ட காலச்சூழலில் இயங்கிய அனைத்து விமர்சகர்களின் பார்வையையும் சரஸ்வதி பதிவுசெய்துள்ளது. கைலாசபதி, கனகரட்னா, சிவத்தம்பி

போன்ற ஈழத்து விமர்சகர்களுக்கும் அது இடம் தந்துள்ளது. தமிழ் இலக்கிய விமர்சனத்தின் அக்கால நிலையைக் குறித்தும் சரஸ்வதி விமர்சனங்களை முன்வைத்துள்ளது. தமிழ் இலக்கிய விமர்சனத்தின் வளர்ச்சியில் சரஸ்வதியின் பங்களிப்பு குறிப்பிடத்தக்கது.

விரிவான வாசிப்பிற்கு

1. வல்லிக்கண்ணன், *சரஸ்வதி காலம்.*
2. வ. விஜயபாஸ்கரன், *சரஸ்வதி களஞ்சியம்*, கலைஞன் பதிப்பகம், சென்னை (2001).

71

சித்திரக் கவி. கவிஞனின் சொற்களைக் கையாளும் திறனுக்கு முதன்மையளிக்கும் செய்யுள் வடிவம் சித்திரக்கவி.

சித்திரக்கவியில் செய்யுளின் பொருள் வாசகக் கவனிப்பைப் பெறுவதில்லை. சித்திரக்கவி எனும் சொற்றொடர் சித்திரங்களில் செய்யுளைப் பொருத்தி இயற்றுவது என்னும் பொருள் பெறுகிறது. நாகபந்தம், முரசபந்தம், பதுமபந்தம், இரதபந்தம் போன்ற சித்திரக்கவி வடிவங்கள் இதனை நியாயப்படுத்தும் விதத்தில் அமைந்துள்ளன. எனினும் எல்லாச் சித்திரக்கவி வடிவங்களும் சித்திரத்தில் பொருந்தும் விதமாக அமையவேண்டும் என்பதில்லை. பெரும்பான்மையான சித்திரக்கவி வடிவங்கள் எழுத்து மடக்கி லிருந்து தோற்றம் கொண்டனவாகவே அமைகின்றன. சித்திரக் கவிகள் மிறைக் கவிகள் என்னும் பெயரையும் பெறுகின்றன. இலக்கண நூற்கள் சொல்லணி களாக இவற்றைச் சுட்டியுள்ளன.

தமிழ் இலக்கிய மரபில் பக்தி இலக்கியங்களில் இவை முதன் முதலாகக் கால்தடம் பதித்துள்ளன. எழுகூற்றிருக்கை, மாலைமாற்று என்னும் இரு சித்திரக்கவி வடிவங்கள் திருஞானசம்பந்தர் தேவாரத்தில் இடம்பெற்றுள்ளன. நக்கீர தேவநாயனார் 11ஆம் திருமறைப் பதிகமாகிய திருஎழுகூற்றிருக்கையை சித்திரக் கவியாகப் பாடியுள்ளார். சங்க இலக்கியத்தில் கவிதையின் அனுபவ உணர்த்தலே முதன்மை பெற்றுள்ளது. கவிஞனின் தொழில் திறனைச் சார்ந்திருக்கும் அந்தாதி என்ற வடிவம் சங்க இலக்கியத் திலேயே தோற்றம் கொண்டிருப்பினும், கவிதை உணர்த்தும் அனுபவமே கவிஞனுக்கு இலக்காக அமைந்துள்ளது. தமிழ்க் கவிதை

மரபின் சிகரங்களாக மதிக்கப்பெறும் கவிஞர்கள் எவரும் சித்திரக்கவி வடிவங்களைக் கையாண்டிருக்க வில்லை என்பது குறிப்பிடத்தக்கது. பக்தி இலக்கிய காலகட்டத்தில் தன்னை, தன் தொழில் திறனை வாசகனின் பார்வைக்குக் கொண்டு வரும் தேவை கவிஞர்களுக்கு இருந்திருக்க வேண்டும். பொதுவாகக் கவிதையை முன்வைத்துவிட்டு, கவிஞன் மறைந்து நிற்பதுதான் தமிழ்மரபின் இயல்பு. எனினும் சித்திரக்கவிகளை எழுதுவது புலமையின் வெளிப்பாடாக 19ஆம் நூற்றாண்டுவரை ஏற்கப்பட்டது. அதுபோல் சித்திரக்கவிகளை வாசிப்பதற்கும் புலமை வேண்டும் என்ற நிலைப்பாடு இருந்தது. 20ஆம் நூற்றாண்டில் சித்திரக்கவிகள் முழுமையான புறக்கணிப்பைப் பெற்றன.

தண்டியலங்காரம், மாறன் அலங்காரம், வீரசோழியம் போன்ற இலக்கணங்கள் சித்திரக்கவிகளைக் குறித்து விரிவாகப் பேசுகின்றன. சித்திரக்கவிகளின் எண்ணிக்கையைப் பொறுத்தவரையில் இவை தம்முள் கருத்து வேறுபாடுகளைக் கொண்டுள்ளன. தண்டியலங்காரம் சொல்லணியியலில் மடக்கு அலங்காரங்களைக் குறித்து விரிவாகப் பேசுகின்றது. கூடவே மடக்கு அலங்காரத்தினுள் படும் கோமூத்திரி கூடசதுக்கம், மாலைமாற்று, எழுத்துவர்த்தனம், நாகபந்தம், வினாவுத்தரம், காதைக்கரப்பு, கரந்துறைச் செய்யுள், சக்கரம், சுழிகுளம், சருப்பதோபத்திரம், அக்கரச்சுதகம் என்னும் பன்னிரண்டு சித்திரக்கவிகளைச் சுட்டியுள்ளது. அக்கரச்சுதகம் என்பது ஒரு பொருளைத் தரும் சொல் ஒன்றினைச் சொல்லி அதன் ஒவ்வொரு எழுத்தையும் நீக்க வேறுவேறு பொருள் தரும் சொற்கள் உருவாகுமாறு பாடுவது. இதன் அடிப்படையில் தண்டியலங்கார உரை, நீரோட்டகம், ஒற்றுப் பெயர்த்தல், மாத்திரைச் சுருக்கம், மாத்திரை வர்த்தனை, முரசபந்தம், திரிபாதி, திரிபங்கி, பிறிதுபாட்டு ஆகியவற்றையும் சித்திரக்கவிகளாகக் குறிப்பிடுகின்றது. மாறன் அலங்காரம் 32 வகைச் சித்திரக்கவிகளைச் சுட்டியுள்ளது. அது சுட்டும் எழு கூற்றிருக்கையைச் சித்திரக்கவியாகத் தண்டி சுட்ட வில்லை.

ஆனால் தண்டியில் காணமுடியாத பெயர்களை மாறன் அலங்காரத்தில் காணமுடியும். முத்துவீரியம் 14 சித்திரக்கவிகளை இனங்காட்டியுள்ள போது, வீரசோழியம் பத்து சித்திரக்கவிகளை இனங்காட்டியுள்ளது. யாப்பருங்கலம், காரிகை ஆகியனவும் சித்திரக்கவிகளைச் சுட்டியுள்ளன. சித்திரக்கவிகளை விளக்குவதில் இலக்கண

நூற்கள் கொண்டுள்ள முனைப்பு, ஒரு காலகட்டத்தில் அவை பெற்றிருந்த செல்வாக்கை உணர்த்துகின்றது.

நாகபந்தம், முரசபந்தம், பதுமபந்தம், இரதபந்தம், கடகபந்தம் ஆகியன குறிப்பிட்ட சித்திரத்தினுள் பொருந்தும்படியாகச் செய்யுளை அமைத்துக்காட்டுவதை இலக்காகக் கொள்கின்றன. நாகபந்தத்தைத் தண்டியலங்காரம் சித்திரக்கவியாகச் சுட்டுகிறது. அதன் உரை இரட்டை நாகபந்தத்தை விளக்கியுள்ளது.

இரண்டு பாம்புகள் தம்முள் இணைவதாகப் படம் வரைந்து, ஒரு நேரிசை வெண்பாவினையும் ஓர் இன்னிசை வெண்பாவினையும் அதனுள் அமைப்பது நாகபந்தமாகும். சந்திகளில் நின்ற எழுத்தே பிற இடங்களிலும் உறுப்பாக நிற்கும்.

சக்கரம் போன்ற அமைப்பில் செய்யுள் அமைப்பது சக்கரக்கவி. சக்கரத்தின் ஆரங்களின் எண்ணிக்கையின் அடிப்படையில் நான்கரைச் சக்கரம், ஆறரைச் சக்கரம், எட்டரைச் சக்கரம் எனப் பெயர் பெறும். நான்கரைச் சக்கரத்தில் ஓர் எழுத்து நடுவிலும், ஆரங்களின்மேல் ஒவ்வொரு எழுத்தும் வெளிவட்டத்தில் பன்னிரண்டு எழுத்தும் நிற்கும்படிச் செய்யுள் சக்கரத்தில் அடைக்கப் படுகிறது. ஆறரைச் சக்கர அமைப்பில் நடுவில் நின்ற ஒற்றை எழுத்தைச் சுற்றிச்சுற்றிக் குறடு என்னும் அமைப்பு கூடுதலாக அமைகிறது. ஆரங்களில் ஏழு எழுத்துகள் நிற்க வெளிவட்டமாகிய சூட்டில் பன்னிரண்டு எழுத்துகள் அமைய செய்யுள் பொருத்திக் காட்டப்படுகிறது. குறிப்பிட்ட அமைப்பில்தான் செய்யுளை வாசிக்கவும் இயலும்.

பல சித்திரக் கவிகள் எழுத்து மடக்கிலிருந்து தோற்றம் கொண்டுள்ளன. பசுவின் நீர்த்தாரை நிலத்தில் படும்போது தோற்றம் கொள்ளும் தடம் நெளிந்த வடிவில் காணப்படுவது போல் வரிவடிவம் கொண்ட செய்யுள் கோமூத்திரிகை என்றாகிறது. இரண்டு அடியாக ஒரு செய்யுளை எழுதி, மேலும் கீழுமாக அமைந்த அவ்விரு வரிகளிலும் எழுத்துகளை ஒன்றிடையிட்டு வாசித்தாலும் அந்தச் செய்யுளே தோன்றுமாறு எழுதுவதே கோமூத்திரிகை.

எட்டு எட்டு எழுத்துகளாக நான்கடி எழுதி, மேலிருந்து கீழாகவும், கீழிருந்து மேலாகவும் படிக்கும்போது அந்நான்கடியே அமையும்படி பாடுவது சுழிகுளம் என்னும் சித்திரக்கவி. அதுபோல், நாற்புறமும் தலைப்பாக வைத்து வரிசையாகப் படித்தாலும் நான்கடியும்

மேலிருந்து கீழிறக்கியும், கீழிருந்து மேலே ஏற்றியும் படித்தாலும், உருவம் கெடாமலேயே மாலைமாற்றாய் அமையுமாறு செய்யுளை அமைப்பது சருப்பதோபத்திரம் என்னும் சித்திரக்கவியாகிறது. ஒரு பொருள் தரும் சொல்லைக் கூறி அதன் எழுத்துகள் ஒவ்வொன்றாய் நீக்கும்போது வெவ்வேறு சொற்களாக உருமாறி வெவ்வேறு பொருள் தரும்படிப் பாடுவது அச்சுரச்சுதகம் என்னும் சித்திரக்கவியாகக் குறிப்பிடப்படுகிறது.

சித்திரக்கவியில் பொருள் சிறப்பு எதிர்பார்க்கப்படுவதில்லை. சொல்லமைப்பு மட்டுமே இலக்காகக் கொள்ளப்படுகிறது. ஒருவகையில் இயற்றுவதும் வாசிப்பதும் சொல் விளையாட்டாகவே அமைகிறது.

20ஆம் நூற்றாண்டில் சித்திரக்கவி மதிப்பை இழந்தது.

72

டி.கே. சிதம்பரநாத முதலியார் (1882-1954). இவர் ஓர் இலக்கிய ரசிகர். கவிதை மீதான தன் ரசனையை மொழிப் படுத்துவதிலும் வல்லவர்.

தமிழ்க்கல்வி வட்டம் சார்ந்த புலமையாளர்கள் கவிதையைப் புலமையின் நிலைக்களனாக மட்டுமே கண்டனர். பத்தொன்பதாம் நூற்றாண்டில் புலவர்களும் தங்கள் மொழிஅறிவை விளம்பரப்படுத் தவே கவிதையைப் பயன்படுத்தினர். எளிதில் பொருள் துலங்காத சொற்களைப் பயன்படுத்தி செய்யுளை எழுதுவதில் பெருமை கொண்டனர். இலக்கியப் புலமையாளர்கள் கவிதையில் சொற் களுக்குப் பலவாறு விரித்து பொருள் கூறி, தங்கள் புலமையை வெளிப்படுத்தினர். இருபதாம் நூற்றாண்டில், பார்ப்பனர், பார்ப்பனர் அல்லாதார் அரசியல் முரண் தோற்றம் கொண்டபோது சங்கச் செவ்வியல் இலக்கியக் கவிதைகளின் உள்ளடக்கங்களைத் தொகுத்து தமிழனின் பழம் பெருமையை மிகைப்படுத்திக் கூறுவதைப் புலமையாளர்கள் நோக்கமாகக் கொண்டனர். இவர்கள் இலக்கியத்தரம் என்பதைப் புறக்கணித்ததோடு, அதை மறுக்கவும் செய்தனர். கவிதை அளிக்கும் அழகியல் இன்பத்தை இவர்கள் கணக்கில் கொள்வதில்லை. எனவே அழகியல் கூறுகளைப் புறக்கணித்துவிட்டு கவிதையை வாசித்தனர். இந்த நிலையில்

படைப்பிலக்கியத்தைச் சார்ந்தவர்கள் இலக்கியப் புலமையாளர்கள் மீது ஒருவித வெறுப்பினைக்கொண்டிருந்தனர். பாரதி முதல் புதுமைப்பித்தன் வரை இதனைப் பதிவு செய்துள்ளனர். இருபதாம் நூற்றாண்டின் முப்பதுகளில் 'பெருவாழ்வின் மிதப்பை'ப் போற்றும் போக்கு தமிழ்ச் சூழலில் தோற்றம் கொண்டது. இவர்கள் இலக்கியத்தைப் பொழுதுபோக்கிற்குரியதாகக் கண்டனர்.

சமூகத்தின் மேல்தட்டைச் சார்ந்த இவர்களுக்கு இலக்கியம் மகிழ்வூட்ட மட்டுமே. டி.கே. சிதம்பரநாத முதலியார் இந்தப் போக்கைச் சார்ந்தவர். அவர் ஒருங்கிணைத்த வட்டத்தொட்டி என்னும் இலக்கியச் சுவைஞர் குழு குறிப்பிடத்தக்கது. ராஜாஜி, கல்கி, சீனிவாசராகவன், பாஸ்கர தொண்டைமான் முதலியோர் இக்குழுவில் இடம்பெற்றிருந்தனர். டிகேசி கவிதை மீதான தன் ரசனையை இவர்களோடு பகிர்ந்து கொண்டார். இலக்கியத்தரம் என்பது அவருடைய ரசனையைச் சார்ந்ததாக அமைந்தது.

டிகேசி இலக்கியப் புலமையாளர்கள் மீது கடுமையான விமர்சனங்களை முன்வைத்தார். 'சமீபத்தில் நாற்பது, ஐம்பது வருஷமாகத்தான் இலக்கியம் சம்பந்தமாக வேண்டாத சில கொள்கை கள் வந்து நமக்குள் புகுந்து கஷ்டப்படுத்திக் கொண்டிருக்கின்றன. எவ்வளவுக்கெவ்வளவு வார்த்தையும் இலக்கணமும் வழக்கொழிந் திருக்கின்றனவோ, அவ்வளவுக்கவ்வளவு உயர்ந்த இலக்கியம் என்று மதிப்பேறிவிட்டது. அப்பேர்ப்பட்ட நூல்களையோ பகுதிகளையோ பாடமாக வைத்து, வியாக்கியானம் விமர்சனம் எல்லாம் சொல்லிப் பிரம்மாதப்படுத்திவிடுகிறார்கள்' ('கவிதையும் உருவமும்'– இதய ஒலி) பழைமை என்னும் காரணத்தால் எல்லாவற்றையும் ஏற்க வேண்டுமென்பதில்லை. இலக்கியத்தரமானவற்றையே மரபில் தொடர அனுமதிக்க வேண்டும் என்றார். எளிமை, சந்தம், வேகம் கொண்ட கவிதைகளையே இலக்கியத்தரமானவையாக மதிப்பீடு செய்தார். எளிமை சந்தம் இவற்றை அறவே கொண்டிராத சங்கச் செவ்வியல் இலக்கியங்கள் இலக்கியத் தரமானவைகளாக அவருக்குப் படவில்லை.

புறநானூற்றுப் பாடல் ஒன்றைக் கம்ப இராமாயணப் பாடலோடு ஒப்பிட்டு, கம்பனின் பாடலையே இலக்கியத் தரமானதாக மதிப்பிட்டார். சந்தம் சங்கப்பாடலில் அறவே காணக்கிடைக்காத ஒன்று. ஆனால் சங்கச் செவ்வியல் இலக்கியத்தின் படிமங்கள் அவரைக் கவரவில்லை.

டி.கே.சியை இலக்கியத்தில் ரசனையை முக்கியத்துவப்படுத்தும் அனுபவமுறை விமர்சகராகக் குறிப்பிட முடியாது. அனுபவமுறை விமர்சகன், தன் வாசக அனுபவத்தைச் சார்ந்து சிறந்த இலக்கியப் படைப்பை அடையாளம் காட்டுகிறான். தன்னிலிருந்து வேறான வாசக அனுபவத்திற்கு இடமுண்டு என்னும் உண்மையை உணர்ந்தே செயல்படுகிறான். டி.கே. சிதம்பரநாத முதலியாரைப் பொறுத்த வரையில் அவர் விரும்பாத கவிதைகள் ஒருபோதும் இலக்கியத் தரமானவையாக இருக்க இயலாது. சமகாலப் படைப்பிலக்கியத்தை இலக்கியமாக அவரால் ஏற்க இயலாததையும் குறிப்பிட வேண்டும்.

டி.கே. சிதம்பரநாத முதலியார் கவிதையிலிருந்து தான் அடைந்த ரசனை உணர்வை, மொழியில் நிகழ்த்திக் காட்டினார். முத்தொள்ளாயிரம் என்னும் கட்டுரையில் முத்தொள்ளாயிரம் செய்யுள் ஒன்று அவர் மனதில் எழுப்பிய ரசனை உணர்வை, தான் ரசித்த விதத்தைப் பார்வையாளர்களின் பார்வைக்கு மொழியில் முன்வைத்துள்ளார். 'சில மாதங்களுக்குமுன் கன்னியாகுமரி யிலிருந்து திருவனந்தபுரம் போகும்பாதை வழியாகக் காலை நேரத்தில் பயணம் போக நேர்ந்தது. இருபக்கங்களிலும் ஏரிகளும், குளங்களும் வயல்களுந்தான். வயல்கள் எல்லாம் பயிராகி ஒரே பச்சையாய் இருந்தன. ஆனாலும் இடையிடையே இரண்டொரு வயல்கள் பயிராகாமல் கிடந்தன. அந்த வயல்களில் தண்ணீர் கட்டி நிறைந்திருந்ததால் செந்தாமரைகளும் வெண்தாமரைகளும் பூத்து அலங்காரமாய்க் கிடந்தன.' இங்கு மொழியில் ஒரு காட்சியைச் சித்திரமாக எழுப்பிவிடுகிறார். தொடர்ந்து இதற்கு இணையான கவிதை தரும் காட்சியை முன்வைக்கின்றார்.

அள்ளல் பழனத்(து) அரக்காம்பல் வாயவிழ கவிதையின் கடின சொற்களுக்கு மட்டுமே பொருள்தருகிறார் 'அள்ளல் என்றால் செழித்த சேறு; பழனம் என்றால் வயல்.' தொடர்ந்து கவிதை எழுப்பும் உணர்வு நிலையைச் சுட்டுகிறார். 'மெள்ளச் சப்தம் யாதொன்றும் இல்லாமல் ஆம்பல் மலர்ந்தது என்ற பாவத்தை வாயவிழ என்ற இதமான வார்த்தைகளைக் கொண்டு வெளிப் படுத்துகிறார் புலவர்.' தொடர்ந்து முழுக் கவிதையையும் முன்வைக்கிறார். தான் ரசித்தது போலவே பிறரையும் ரசிக்கத் தூண்டுகிறார். டிகேசி கவிதையின் ஆழத்தைப் பொருட்படுத்தியது இல்லை.

டி.கே. சி. தமிழ்ச் சூழலில் மிகப்பெரிய தாக்கத்தைச் செலுத்தினார். புதுமைப்பித்தனின் தமிழ் இலக்கியம் தொடர்பான விமர்சனக் கட்டுரைகளில்கூட அவர் தாக்கத்தை இனங்காணமுடிகிறது. கு. அழகிரிசாமி, டிகேசி பார்வையிலேயே தமிழ் இலக்கியத்தை எதிர்கொண்டுள்ளார். க.நா. சுப்ரமணியம் அவர் மீது பெரும் மதிப்புக்கொண்டிருந்தார். வெங்கட் சாமிநாதன் டிகேசியை விமர்சகராக ஏற்கவில்லை. டி.கே. சிதம்பரநாத முதலியார் இலக்கியத் தரத்திற்கு எடுத்துக்காட்டாக முன்வைத்த முத்தொள்ளாயிரம், அவர் குறிப்பிட்ட அதன் பாடல் எதுவுமே சமகால விமர்சகர் களின் ஏற்பினைப் பெறவில்லை. ஆனால் ஜெயமோகன் போன்ற இளம் விமர்சகர்கள் சங்கச் செவ்வியல் கவிதைகளையே இலக்கியத்தரத்திற்கு அளவுகோல்களாகக் கொள்கின்றனர்.

டி.கே. சி. தன் ரசனைக்கு ஏற்றவிதத்தில் கவிஞர்களைச் செதுக்கவும் முற்பட்டார். தன் ரசனைக்கு ஒவ்வாத கம்ப இராமயணப் பாடல்களைக் கம்ப இராமாயணத்திலிருந்து நீக்க முற்பட்டார். வ.வே.சு. ஐயரும் கம்ப இராமாயணத்தில் இலக்கியத்தரம் கொண்டிராத செய்யுள்களைச் சுட்டியுள்ளார். ஆனால் கம்பரை உலகக்கவிஞர்கள் வரிசையில் இணைக்க இது தடையாகவில்லை. சமகால இலக்கியத்தில் கல்கியின் கதைகளையே இலக்கியத் தரமானவைகளாக இனங்கண்டார்.

டி.கே. சிதம்பரநாத முதலியாரின் இப்போக்கு, தமிழில் பின் தொடர்ச்சி பெறவில்லை.

விரிவான வாசிப்பிற்கு

1. க.நா. சுப்ரமணியம் 'டிகேசி என்று ஒருபண்பாடு' இலக்கிய விமர்சனங்கள், க.நா.சு. கட்டுரைகள் (2005).
2. க.நா.சுப்ரமணியம், டிகேசியின் இலக்கியப்பணி, மேலது.

73

சிந்தனை-உணர்ச்சிப் பிரிப்பு (dissociation of sensibility). சிந்தனை- உணர்ச்சிப் பிரிப்பு என்பது, ஆங்கில விமர்சகரான டி.எஸ். எலியட் கையாண்ட விமர்சனத் தொடர்.

பதினேழாம் நூற்றாண்டிற்கு முற்பட்ட ஆங்கிலக் கவிஞர்கள் சிந்தனை, உணர்ச்சி இவற்றிற்கிடையே பிரிவினையைக் கொண்டிருக்கவில்லை.

சிந்தனையை அனுபவமாகக் கொண்டனர். அனுபவம் அவர்கள் உணர்வை மாற்றியமைத்தது. கவிதையில் சிந்தனை, உணர்ச்சி இவற்றிற்கிடையிலான இணைவு இயல்பாக நிகழ்ந்தது. டி.எஸ். எலியட் உணர்ச்சியை உணர்ச்சியாக எதிர்கொள்ளாமல் சிந்தனையின் தாக்கமாகவே எதிர்கொண்டார். சிந்தனை, உணர்ச்சிப் பிரிவினை தோற்றம் கொண்டபின், கவிஞனின் உள்ளுணர்வில் சிந்தனையும் உணர்ச்சியும் வேறுபட்டன. டி.எஸ். எலியட் இது ஒரு குறைபாடாகவே ஆங்கிலக் கவிதையில் நீடித்தது என்கின்றார். கவிஞன் பூவின் மணத்தைப்போல, தன் சிந்தனையை உணர வேண்டும். டி.எஸ். எலியட் மீண்டும் சிந்தனை, உணர்ச்சி இவற்றின் ஒன்றுபட்ட நிலையினை வலியுறுத்தினார்.

தமிழ்ப் புதுக்கவிதை துவக்கம் முதலே டி.எஸ். எலியட்டின் தாக்கத்தைக் கொண்டிருந்தது. தமிழ்ப் புதுக்கவிஞர்கள் பாரதி, பாரதிதாசனைப்போல் தங்கள் சிந்தனையை உணர்ச்சியோடு பாடுவதில் முனைப்புக் கொள்ளவில்லை. தங்கள் சிந்தனை இன்னதென்று உணரவே முறபட்டுள்ளனர். சிந்தனை வேறு; உணர்ச்சி வேறு என்னும் நிலை புதுக்கவிதையில் அழகியல் கூறுக்கு எதிரிடையாகவே மதிப்பிடப்படுகிறது. எனவே புதுக்கவிதை அறிவுறுத்தலை ஒருபோதும் நிகழ்த்துவதில்லை.

74

சிந்து. சிந்து, 19ஆம் நூற்றாண்டில் செல்வாக்குப் பெற்றிருந்த இசைப்பாடல் வடிவம்.

சிலப்பதிகாரத்தின் அடியார்க்குநல்லார் உரை, சிந்தை இசைப் பாவகைகளுள் ஒன்றாகவும், கூத்து வகைகளுள் ஒன்றாகவும் சுட்டுகிறது. 'பண்' என்னும் பொருளிலும் சிந்து என்னும் சொல் இலக்கிய வழக்காற்றில் உள்ளது. பாட்டியல் நூற்கள் சிந்து வடிவின் இலக்கணத்தைக் குறிப்பிடவில்லை. ஆனால் 19ஆம் நூற்றாண்டில் சாதாரண மக்கள் விரும்பிப் பாடும் வடிவமாகச் சிந்து இருந்தது. சிந்து இலக்கியத்தில் பாடலின் இசைத்தன்மையே முக்கியத்துவம் பெறுகிறது. முச்சீர் அடிகளே மிகுதியாக வரும் எனக் குறிப்பிடப் பட்டாலும், நாற்சீரடிகளும் தாராளமாகவே இடம்பெற்றுள்ளன. சிந்துப்பாடல்களில் பலவகைகளைக் காணமுடிகிறது. நொண்டிச் சிந்து, காவடிச்சிந்து, வழிநடைச்சிந்து, கொலைச்சிந்து, விபத்துச்சிந்து

என்னும் வகைகளை முக்கியமானவைகளாகக் குறிப்பிட வேண்டும்.

நொண்டிச்சிந்து, நொண்டி நாடகத்தோடு தொடர்புடையது. யாப்பின் அடிப்படையில் இது பெயர் பெறுகிறது. முதலடியில் மூன்று சீரும் தனிச்சொல்லும், இரண்டாமடியில் நான்கு சீருமாக அமைவது. சீர் அடிப்படையில் நொண்டி போல் அமைவதால் நொண்டிச் சிந்து எனப் பெயர் பெறுகிறது. மேடையில் இப்பாடலைப்பாடி நடிப்பவனும் நொண்டியாக நடிப்பது குறிப்பிடத்தக்கது. சிற்றின்பச் சேர்க்கையில் பொருளை இழந்து, பின் தவறுகளுக்காக வருந்தி இறைவனிடம் முறையிட்டுப் பாடுவது நொண்டி நாடகமாகிறது. 17, 18ஆம் நூற்றாண்டுகளில் சாதாரண மக்களால் விரும்பப்படும் வடிவமாக இருந்தது. இது நாட்டார் வழக்காற்றியல் கூறுகள் மிகுதியாகக் கலந்த எழுத்துமொழி இலக்கிய வடிவமாக அமைகிறது.

நொண்டிச்சிந்தின் முற்பகுதி கடவுள் வாழ்த்தாக அமைகிறது. இறுதிப் பகுதி கேட்டவர்களையும், ஆதரிப்பவர்களையும் வாழ்த்துவதாக அமைவது. திருச்செந்தூர் நொண்டிநாடகம், இப்பொழுது கிடைக்கும் நொண்டி நாடகங்களில் காலத்தில் பழைமையானதாகக் கருதப்படுகிறது. 1709-1711-க்கும் இடையில் இது எழுதப் பெற்றிருக்க வேண்டும். எட்டுக்குடி சுவாமி நொண்டிச் சிந்து, குன்றக்குடி குமரன் நொண்டிச் சிந்து ஆகியன குறிப்பிடத் தக்கன. இஸ்லாமிய, கிறிஸ்தவ நொண்டிச் சிந்துகளும் உள்ளன. 20ஆம் நூற்றாண்டில் பாரதியின் பாடல்களில் பலவும் நொண்டிச் சிந்து வடிவத்தில் அமைவது குறிப்பிடத்தக்கது. அச்செழுத்துகள் பரவலாக்கப்படுவதற்கு முன் தமிழ்ச் சூழலில் இசைப்பாடலாகிய நொண்டிச்சிந்து பெற்றிருந்த முக்கியத்துவத்தையே இதன் காரணமாகக் குறிப்பிட வேண்டும். விடுதலைப்போர் குறித்த செய்திகளைச் சாதாரண மக்களிடம் இவ்வடிவம் எடுத்துச்செல்லும் என்னும் நம்பிக்கை அந்தக் காலத்தில் இருந்திருக்க வேண்டும்.

காவடிச்சிந்து, சிந்துவடிவில் இரண்டாவது வகையாக அமைகிறது. காவடிச்சிந்து கண்ணிகளால் அமைவது. அண்ணாமலை ரெட்டியாரின் காவடிச்சிந்து இவ்வடிவில் முதல் நூலாக அமைகிறது. இது 19ஆவது நூற்றாண்டில் எழுந்தது. திருநெல்வேலி மாவட்டம் கழுகு மலையில் எழுந்தருளியிருக்கும் முருகன்மீது பாடப்பட்டது. காவடிச்சிந்து வடிவம் அண்ணாமலை ரெட்டியாரால்தான்

தோற்றுவிக்கப்பட்டது என்ற கருத்தும் உண்டு. சிந்துப்பாடல் வடிவம் சாதாரண மக்களால் விரும்பிப் பாடப்படுவது. அண்ணாமலை ரெட்டியார் இந்த வடிவத்தைச் செம்மைப்படுத்தியிருக்க வேண்டும். அண்ணாமலை ரெட்டியாரின் காவடிச்சிந்து 24 இசைப் பாடல்களைக் கொண்டது. முதல்பகுதி விநாயகர், முருகன் மீதான வணக்கமாக அமைவது. தொடர்ந்து கழுகுமலை நகர்வலம், வாவிளம் சித்திரிக்கப் படுகிறது. நாயகன், நாயகி பாவத்திலும் சில பாடல்கள் அமைகின்றன. முருகன் வணக்கமாகவும் சில பாடல்கள் தோற்றமளிக்கின்றன. சீனி ஆச்சாரி, உத்தண்டம் பிள்ளை, பாண்டித்துரைதேவர் ஆகியோரும் காவடிச்சிந்துகள் பாடியுள்ளனர். அண்ணாமலை ரெட்டியாரின் காவடிச்சிந்து தோற்றுவித்த தாக்கம் இதன் காரணமாகலாம்.

சாதாரண மக்களை நொண்டிச் சிந்துவைப் போலவே காவடிச் சிந்துவும் கவர்ந்தது. எனவே 20ஆம் நூற்றாண்டில் பாரதி, பாரதிதாசன் போன்ற கவிஞர்கள் விடுதலை வேட்கையையும் முற்போக்குக் கொள்கைகளையும் சாதாரண மக்களிடம் எடுத்துச் செல்லப் பயன்படுத்தியுள்ளனர். பிற்காலத்தில் முருகன் வழிபாட்டின் ஒரு பகுதியாகத் தோன்றிய காவடிச்சிந்து, வேறு உள்ளடக்கங்களையும் கொள்ளத் துவங்கியது. இந்த வகையில் தேவடிச்சிந்து, கூவடிச்சிந்து என்பவைகளையும் குறிப்பிட வேண்டும். அசன்அலி புலவர் முஸ்லிம் பெரியார் வாழ்வையும் காவடிச்சிந்தாகப் பாடியுள்ளார். அண்ணாமலை ரெட்டியாரின் காவடிச்சிந்தை மட்டுமே இலக்கியத்தரம் வாய்ந்ததாகக் குறிப்பிட வேண்டும்.

வழிநடைச் சிந்து, சிந்து வடிவில் மூன்றாவது வகையாக அமைகிறது. திருக்கோவில்களுக்குக் கால்நடையாகப் பயணம் செய்யும்போது பாடுவதற்கென்றே இயற்றப்பட்ட சிந்துகளாகும். ஊற்றுமலை ஜமீன்தார், இருதயாலய மருதப்பதேவர் கழுகுமலை முருகனுக்குக் காவடி எடுத்தபோது, வழியில் பாடுவதற்கென்று எழுதப்பட்ட வழிநடைச் சிந்துவே அண்ணாமலை ரெட்டியாரின் காவடிச்சிந்து என்ற கருத்தும் உண்டு. வழிநடைச் சிந்து திருக்கோவிலில் உறையும் தெய்வம் குறித்ததாக அமையும். பாடலின் ஓசை நயமே முக்கியத்துவம் பெறுகிறது. போக்குவரத்து வசதிகள் பெருகியதன் காரணமாகக் கால்நடைப் பயணங்கள் குறைந்ததனால் வழிநடைச் சிந்துகள் முக்கியத்துவத்தை இழந்தன.

கொலைச்சிந்து, சிந்துவடிவின் நான்காவது வகையாக அமைகிறது. கொலைச் சிந்துகள், நிகழ்ந்த கொலைகளைக் குறிப்பனவாக அமையும். எனினும் அச்சுவடிவம் பெற்ற கொலைச் சிந்துகளின் இறுதியில் 'கற்பனைச் சிந்து' என்ற தொடர் ஆங்கிலமொழியில் இடம் பெற்றிருக்கும். உண்மையில் நிகழ்ந்த நிகழ்வுகளையே கற்பனையில் புனைந்து பாடுவது மரபு. கொலைச் சிந்துகளில் கதைமாந்தர்களின் பிறப்பு, வளர்ப்பு பாடப்படுவதில்லை. கடவுள் வாழ்த்திற்குப் பின் கொலை நிகழ்விற்கான சூழலே நேரடியாகப் பாடப்பெறும். கொலை நடந்த ஊர், கொலையோடு தொடர்புடைய குடும்ப உறுப்பினர்களின் பெயர்கள், கொலை நிகழ்வு, அதன் காரணம், இறந்தவர்களின் எண்ணிக்கை, குற்றவாளிகளுக்கு அளிக்கப்பட்ட தண்டனை, சிந்துவின் ஆசிரியர் பெயர், நூல் விலை முதலிய செய்திகள் கொலைச் சிந்துகளில் இடம்பெற்றிருக்கும். சில சிந்துகளின் தெய்வங்களின் இடையீடுகளும் குறிப்பிடப் பட்டிருக்கும். ஆனால் இறந்தவர்கள் மீண்டும் உயிர்பெற்று எழுவதாகப் பாடப்பெறுவதில்லை.

மக்கள் கூடும் இடங்களில் டேப் அல்லது உடுக்கு அடித்து பாடப்படும். பாடுபவருக்குத் துணையாக டேப் தாளம் அடிப்பவர் இடம்பெறுவார். பிற்காலத்தில் இவர் பாடகராக உயர்வடையக் கூடும். கொலைச்சிந்தின் அச்சடிக்கப்பட்ட பிரதியும் விற்பனை செய்யப்படும். தெம்மாங்கு, இலாவணி, கும்மி, காமக்களஞ்சியமே, அண்ணாவே ஆகிய மெட்டுக்களில் பாடல்கள் பாடப்பெறும். அச்சுப் பிரதிகளில் பாடப்படவேண்டிய மெட்டும் குறிப்பிடப் பட்டிருக்கும்.

தகாப்புணர்ச்சி, கள்ளக்காதல், கற்பழிப்பு, பரத்தமை முதலியன கொலைக்கான காரணங்களாக அமையும். கொலைக்கான காரணங் களைக் குறித்து அறிய மக்களிடம் எழும் இயல்பான ஆர்வமே சிந்துப் பாடல்களின் தோற்றத்திற்குக் காரணமாக அமைகிறது. தற்கொலை களும், குடும்பத் தகராறுகளால் ஏற்படும் கொலைகளும், திருட்டு, கலவரம் தொடர்பான கொலைகளும் சிந்து வடிவில் பாடப்பட்டன. அரசியல் தலைவர்களின் மரணமும் சிந்துப்பாடல் களின் உள்ளடக்கமாக அமைந்தன. கொலைச்சிந்துகள் மக்களிடம் செய்திகளை எடுத்துச் செல்லும் ஊடகமாகத் திகழ்ந்தன. குறிப்பிட்ட கொலைகள் மீதான சமூகமனதின் எதிர்வினையும் கொலைச் சிந்துவில் பதிவு பெறுகிறது. கொலைச்சிந்துகள் வாய்மொழிப்

பாடல்களாகவே துவக்கத்தில் இருந்திருக்க வேண்டும். அச்சு இயந்திரம் பரவலாக்கப்பட்ட போது நாட்டார் கதைப்பாடல்களைப் போல் இதுவும் அச்சுவடிவம் பெற்றன. கொலைச்சிந்துகள் தமிழகத்தின் வடபகுதியில் செல்வாக்குப் பெற்றிருந்தன. கொலைச் சிந்துகளைக் குறித்து நா. வானமாமலை விரிவான ஆய்வை நிகழ்த்தியுள்ளார். கொலைச் சிந்துகள் தொகுக்கவும் பட்டுள்ளன.

மழை, புயல் போன்ற இயற்கைச் சீற்றங்களின் போது, உயிர்ச் சேதமும், பொருள்தேசமும் பெருமளவில் நிகழ்ந்தபோது அவையும் சிந்துவடிவில் பாடப்பட்டன. விபத்துச்சிந்து ஐந்தாவது வகையாக அமைகிறது. செய்திப் பத்திரிகைகள் வளர்ச்சி கொண்ட போது விபத்துச்சிந்துகள் வழக்கொழிந்தன.

சிந்துப் பாடல்களில் காவடிச்சிந்து மட்டுமே இலக்கியம் சார்ந்ததாக அமைகிறது. அதிலும் அண்ணாமலை ரெட்டியாரின் காவடிச்சிந்தை மட்டுமே இலக்கியத்தரம் வாய்ந்ததாகக் குறிப்பிட இயலும்.

விரிவான வாசிப்பிற்கு

1. இரவிச்சந்திரன் சி.மா, சுபாஷ்போஸ்.பா, தமிழகக் கொலைச் சிந்து, மஞ்சு பதிப்பகம், கோவை.
2. கு. அழகிரிசாமி, சென்னிகுளம் அண்ணாமலை ரெட்டியார் பாடிய காவடிச்சிந்து, சக்தி காரியாலயம், ஆயிரம் விளக்கு, சென்னை (1960).
3. மு. சண்முகம்பிள்ளை, சிற்றிலக்கிய வகைகள், மணிவாசகர் நூலகம், சென்னை (1982).
4. யோகி சுத்தானந்த பாரதியார் (ப.ஆ) அண்ணாமலை ரெட்டியார் காவடிச் சிந்து, அன்பு நிலையம், இராமச்சந்திரபுரம், திருச்சி (1943).

75

கா. சிவத்தம்பி. மார்க்சிய இலக்கியக்கோட்பாடு சார்ந்த ஈழத்தமிழ் விமர்சகர் கா. சிவத்தம்பி.

தமிழகச் சூழலில் இலக்கிய விமர்சகர்களாகப் படைப்பாளிகளே திகழ்ந்தனர். முன்னோடிகளான புதுமைப்பித்தனும், கு. ப. ராஜ கோபாலனும் படைப்பாளிகளே. சிற்றிதழ் இலக்கிய விமர்சகர்களில்

பெரும்பான்மையோரும் படைப்புலகைச் சார்ந்தவர்களே. படைப்பாளிகளை வழி நடத்துபவர்களாக இவர்கள் ஒருபோதும் செயல்பட்டதில்லை. ஈழத்தில் இதற்கு எதிரிடையான சூழல் நிலவியது. 1956இல் தான் அரசியல் நிலை காரணமாக ஈழத்தில் இலக்கிய எழுச்சி தோற்றம் கொண்டது. தமிழகத்தில் இருந்தது போல், வணிக எழுத்து என்னும் பொதுப்பகை அங்கில்லை. கல்லூரியில் இருந்து பட்டம் பெற்று வெளிவந்தவர்கள் படைப்பாளி களை வழிநடத்திச் செல்பவர்களாக இயங்கத் துவங்கினர். மார்க்சிய இலக்கியக் கோட்பாட்டை ஈழத்தில் அறிமுகம் செய்ததும் இவர்களே. கைலாசபதி, தினகரன் ஆசிரியரான பிறகு ஊடக மேலாண்மை இவர்களுடையதானது. கோட்பாட்டின் சார்புநிலை மட்டுமே இலக்கியத் தகுதியாக எதிர்கொள்ளப்பட்டது. கணேசலிங்கன் போன்ற அழகியல் உணர்வற்ற புனைகதை ஆசிரியர்கள் முன்னிலைப் படுத்தப்பட்டனர். இவர்கள் விமர்சகர்களின் மேலாண்மையை மனமுவந்து ஏற்றுக்கொண்டனர். இச்சூழலில் கைலாசபதிக்கு இணையாக சிவத்தம்பியும் இயந்திரத்தனமான அணுகுமுறை கொண்ட விமர்சகராக அறிமுகமானார்.

தினகரனில் மார்க்சிய இலக்கிய எழுச்சியைத் தோற்றுவித்ததில் கைலாசபதியைப் போல் சிவத்தம்பிக்கும் பங்குண்டு. ‘வெறும் புதினத்தாளாக இயங்கி வந்த ஒரு முதலாளி வர்க்கப் பத்திரிகைக்குள் இலக்கியத்தைப் பற்றிய ஓரளவுக்குத் தரமான பொதுவுடமைக் கருத்துகளை மட்டும் புகுத்தவில்லை. கூடவே, அதே வண்டியில் கா. சிவத்தம்பி, ஏ.ஜெ. கனகரட்னா போன்ற இலக்கியம் பற்றிய தரமான கருத்துகளையுடைய வேறு பலரின் செல்வாக்கையும், பக்க பலத்தையும் சேர்த்துக் கொண்டும் வந்தார். தளையசிங்கம், சிவத்தம்பியின் பங்களிப்பினை இங்கு உறுதிப்படுத்தியுள்ளார். ஆனால் அக்காலத்தில் சிவத்தம்பியைத் தளையசிங்கம் மார்க்சியச் சிந்தனையாளராக இனம் காணவில்லை. ‘சிவத்தம்பிகூட அடிப்படையில் ஒரு தமிழ்ப் பற்றுடைய தேசியவாதியே ஒழிய, அகில உலகப்புரட்சியை விரும்பும் ஒரு பொதுவுடைமைவாதி யல்ல.’ இந்தியத் தமிழ்ச் சூழலுக்கு சரஸ்வதி 1962 ஜனவரி இதழில் வெளியான ‘திருமணச்சடங்குகள்’ கட்டுரை மூலம் சிவத்தம்பி அறிமுகமாகியுள்ளார். இந்தக் கட்டுரை மானுடவியலில் ஆர்வம் கொண்டவராகவே சிவத்தம்பியை அறிமுகம் செய்கிறது. ஏதோ ஒரு வகையில் இலக்கியத்தினூடாக உணரமுடிகிற தமிழர் வாழ்வின் தொடர்ச்சியாகவே சமகால வாழ்வைக் காண்கின்றது.

ஒரு மார்க்சியராக சிவத்தம்பியை இனம் காணும் வகையில் இந்தக் கட்டுரையில் ஏதும் இடம் பெற்றிராதது குறிப்பிடத்தக்கது.

1967இல் சிவத்தம்பியின் *தமிழில் சிறுகதையின் தோற்றமும் வளர்ச்சியும்* பாரி நிலைய வெளியீடாக வெளியிடப்பட்டது. 1968இல் வெளியான கைலாசபதியின் *தமிழ் நாவல் இலக்கியம்* எதிர்கொண்ட எதிரிடையான எதிர்வினைகளை சிவத்தம்பியின் நூல் பெறாதது குறிப்பிடத்தக்கது. சிவத்தம்பியின் பிற்கால நூல்கள் இதற்கு எதிரிடையான உணர்வையே தோற்றுவித்துள்ளன. *தமிழ் இலக்கியத்தில் மதமும் மானுடமும்* நூலில் உலகாயுத சித்தர் பாடலை ஆய்விற்கு எடுத்துக் கொள்கிறார். குறிப்பிட்ட இந்தப் பாடல் ச.து. யோகியாரால் புனையப்பட்டது என்பது பலரும் அறிந்த உண்மை. சித்தர் பாடல்களின் பல தொகுப்புகளில் யோகியார் புனைந்த பாடல்கள் விலக்கப்பட்டிருப்பதைக் காணலாம். இந்தப் பாடலின் மொழிநடை இந்தப் பாடல் பிற்காலத்தைச் சார்ந்தது என்பதையும் உணர்த்தலாம். எனினும், கைலாசபதியின் எதிலும் மார்க்சியத்தைத் தேடும் இயந்திரத்தனமான பார்வையின் தாக்கம் உலகாயுத சித்தரை ஏற்கச் செய்துள்ளது.

சிவத்தம்பியிடம் கல்விவட்டம் சார்ந்த ஒழுங்கமைவை இனம் காண முடிவது குறிப்பிடத்தக்கது. தரவுகளை வகைசெய்து, பொதுமைக் கூறுகளை இனம்கண்டு, தொகுத்து அதிலிருந்து கருத்து முடிவு களைப் பெறுவது சிவத்தம்பியின் ஆய்வுப்பாங்காக அமைகிறது. தமிழகச் சூழலில் சிவத்தம்பிக்கு இணையான விமர்சகரைக் காண இயலாததைக் குறிப்பிட வேண்டும். சிவத்தம்பி வரலாற்று வாதத்தில் உறுதியான நம்பிக்கைக் கொண்ட விமர்சகர். அவருடைய எல்லா ஆய்வுகளிலும் இப்பண்பே மேலோங்கி நிற்கிறது. படைப்பின் மீதான வாசிப்பிலிருந்தே சிவத்தம்பி முடிவுகளுக்கு வருகிறார். ஆனால் படைப்பின் கருத்துநிலையில் மட்டுமே கவனம்கொள்கிறார். சிவத்தம்பியின் கலைச்சொல்லாக்க முயற்சிகள் குறிப்பிடத்தக்கன.

இலக்கிய அரசியலில் கைலாசபதியைப் போல் சிவத்தம்பி ஈடுபடாததையும் குறிப்பிட வேண்டும்.

சிவத்தம்பியைக் கல்விவட்ட விமர்சகர்களின் சிறந்த பிரதிநிதியாகக் கொள்ளவேண்டும்.

விரிவான வாசிப்பிற்கு. ஜெயமோகன், *ஈழ இலக்கியம், ஒரு விமர்சனப் பார்வை (2008).*

76

சிறுகதை. சிறுகதை, புனைகதை வடிவங்களுள் ஒன்று. வாழ்வின் ஒரு கூறை மட்டும் வேறுபடுத்தி இனங்கண்டு, அதில் மட்டுமே கவனம் கொள்கிறது. ஒருமையே இதன் உயிர் மையம்.

சிறு என்ற அடைமொழி அதன் பக்க அளவை மட்டுமே குறிப்பதன்று. கதை வடிவத்திலிருந்து அதன் வேறான தன்மையை வலியுறுத்துகிறது. நாவலைவிட சிறுகதை அளவில் சுருங்கியதுதான் எனினும் பக்க வரையறையை அதன் மீது சுமத்திவிட முடியாது. சிறுகதையின் அனைத்துக் கூறுகளும் ஒரு மையத்தில் குவிகின்றன. இம் மையத்தோடு தொடர்புகொண்டிராத எதுவும் சிறுகதையில் இடம்பெற்றுவிட முடியாது. துவக்கம், உச்சம், முடிவு என்னும் அமைப்பினை ஆரம்பகாலச் சிறுகதைகள் கொண்டிருந்தன. உச்சத்தில் கதை முடிவடைய வேண்டும். சிறுகதையின் வளர்ச்சிப் பாதையில் குறிப்பிட்ட பாத்திரத்தை மையமாகக்கொண்ட கதைவடிவமே செல்வாக்குப் பெற்றது.

சிறுகதை கவிதையுடன் நெருங்கிய உறவுகொண்ட வடிவம். குறிப்புணர்த்துதல் இவ்விரு வடிவங்களுக்கும் பொதுவானதாக அமைகிறது. சிறுகதையில் சொல்வதைவிட சொல்லாமல் உணர்தலுக்கு விட்டுச் செல்பவைகளே அதிகம் இருத்தல் கூடும். கதையின் முடிவு ஒரு வெடிப்பினை நிகழ்த்துகின்றது. உணர்தலின் விரிவிற்கு இவ்வெடிப்பு இட்டுச்செல்கின்றது. சிறுகதையின் அடிப்படைப் பண்பு சிக்கனமே. நிகழ்வுகளில், அதில் பங்கு பெறும் மனிதர்களில், அவர்களின் உரையாடலில் என அனைத்திலும் சிக்கனப்பண்பு இழையோடவேண்டும். சிறுகதையில் நாவலைப்போல் பாத்திரங்களின் வளர்ச்சி நிலைகளைச் சித்திரிக்க இடமில்லை. ஆனால் நுண்ணிய மன உணர்வுகளைத் துலக்குவதன் மூலம் பாத்திரங்கள் உயிர்பெற்று எழும்படிச் செய்யப்படுகின்றன.

18ஆம் நூற்றாண்டின் மத்தியில் ஆங்கில மொழியில் சிறுகதை அறிமுகமானது. எட்கர் ஆலன் போ, நத்தானியல் ஹாத்தோன், கிப்ளிங் ஆகியோருடைய கதைகள் ஆங்கிலச் சிறுகதைகளின் வடிவைத் தீர்மானித்தன. 19ஆம் நூற்றாண்டில் பிரெஞ்சு மாப்பஸான், ரஷிய செக்காவ் ஆகியோரின் கதைகள் சிறுகதையின் வடிவை விரிவடையச் செய்தன.

20ஆம் நூற்றாண்டின் தொடக்கத்தில் சிறுகதை தமிழுக்கு அறிமுகமானது. பாரதி, வ.வே.சு. ஐயர், மாதவையர் ஆகிய மூவரும் சிறுகதை மரபின் முதல் மூன்று படைப்பாளிகளாகக் குறிப்பிடப் படுகின்றனர். பாரதி, நாட்டார் கதை சொல்லும் மரபிலிருந்து தன் சிறுகதைக்கான வடிவைத் துலக்க முயன்றுள்ளார். ஆனால் கவிதையைப் போன்று தெளிவான இலக்கை அவர் கதைகள் கொண்டிருக்கவில்லை. மகிழ்விப்பதையே முதல் நோக்கமாகக் கதைகள் கொண்டிருக்க வேண்டும் என்ற எண்ணம் அவருக்கு இருந்துள்ளது. அவருடைய 'ஆறில் ஒருபங்கு' வங்காளக் கதை வடிவைத் தமிழிற்குக் கொண்டுவர முயன்றுள்ளது. கதைக்களமும் வங்காளமாக அமைவது குறிப்பிடத்தக்கது. வ.வே.சு. ஐயரும் வங்காளக் கதைவடிவைத் தமிழிற்குக் கொண்டுவர முயன்றுள்ளார். அவருடைய 'குளத்தங்கரை அரசமரம்' கதை மட்டுமே சமகால வாழ்வை உணர்த்த முயன்றுள்ளது. ஏனைய கதைகள் அனைத்தும் காப்பியங்களிலிருந்து திரட்டப்பட்ட கதைத் துணுக்குகளாக அமைகின்றன.

குளத்தங்கரை அரசமரம் தாகூர் கதை ஒன்றின் தழுவலாக அமைகிறது. இல்லையெனில் அதன் தாக்கத்தைப் பெற்றுள்ளது. எனினும் வ.வே.சு. ஐயருக்கு சிறுகதை குறித்ததான வடிவ உணர்வு இருந்துள்ளது. மாதவையரின் ஆரம்பக்காலக் கதைகள் தெளிவான பிரச்சார நோக்குக் கொண்ட கதைகளாக அமைகின்றன. ஆனால் தமிழ்வாழ்வு என்னும் தளத்தில் நின்று அவர் கதைகள் இயங்கு கின்றன. தமிழ்ச் சிறுகதை மரபில் பிற்காலக் கலைஞர்களிடம் அவர் தாக்கத்தைத் தெளிவாகவே இனங்காணமுடிகிறது. தன் கதைகளுக்குக் குட்டிக்கதைகள் என அவர் பெயர் சூட்டியுள்ளது அவர் வடிவ உணர்வைத் துலக்குகிறது. 1924இல் அவர் எழுதிய 'கண்ணன் பெருந்தூது' தமிழின் முதல் வடிவ முழுமைபெற்ற சிறுகதையாக அமைகிறது.

20ஆம் நூற்றாண்டின் முதல் முப்பதுகளில் தமிழ்ச்சிறுகதை மரபு வளர் பருவநிலையை அடைந்தது. காந்திய அரசியல் சூழலில் இயங்கிய புதுமைப்பித்தன், கு.ப. ராஜகோபாலன், ந. பிச்சமூர்த்தி, சி.சு. செல்லப்பா, மௌனி, பி.எஸ். இராமையா ஆகிய படைப்பாளி களின் கரங்களில் தமிழ்ச்சிறுகதை தன்னுடையதான வடிவத்தை அடைந்தது. விடுதலைப் போர் தொடர்பான இதழ்கள் தன் பக்கங்களில் சிறுகதைக்கே இடம் தந்தன. பிரச்சாரநோக்கு,

பொழுதுபோக்கு நோக்குக் கொண்ட கதைகளுக்கு வணிக இதழ்கள் முக்கியத்துவமளித்தபோது, காந்தி, ஊழியன், சுதந்திரச்சங்கு போன்ற தேசிய இதழ்கள் கலைநோக்குக்கொண்ட கதைகளை வெளியிட்டன. மணிக்கொடி இந்த இதழ்களின் வரிசையில் முக்கியத்துவம் பெறுகிறது. மணிக்கொடி இடையில் சிலகாலம் சிறுகதைகளுக்கென்ற இதழாகவே வெளிவந்தது. சோதனை முயற்சிகளுக்கு இடம் தந்தது. தமிழ்ச் சிறுகதையின் வளர்ச்சிக்கு மணிக்கொடி ஆற்றிய பங்கு மிகவும் பெரியது. பிற்காலத்தில் 'மணிக்கொடி குழு' என்னும் சொற்றொடர் தமிழில் நிலைபேறு அடைந்தது. புதுமைப்பித்தன், கு.ப. ராஜகோபாலன், ந. பிச்சமூர்த்தி, மௌனி ஆகிய நால்வரும் தமிழ்ச்சிறுகதை மரபின் எதிர்காலப் போக்கைத் தீர்மானித்தனர்.

வணிக இதழ்கள் வாசக எண்ணிக்கைக்கு முக்கியத்துவம் தந்த போது, 40-களில் தோற்றம் கொண்ட சக்தி, தேனீ போன்ற இதழ்கள் தேர்ந்த வாசகர்களை முன்னிறுத்தி இயங்கின. தி. ஜானகிராமன், கு. அழகிரிசாமி, லா.ச. ராமாமிர்தம், ரகுநாதன் ஆகியோர் இந்த இதழ்களில் தமிழ்ச் சிறுகதை மரபினை அடுத்த காலகட்டத்திற்கு நகர்த்தினர்.

50-களில் விடுதலைக்குப் பின்னரான மதக்கலவரங்களும், வறுமையும் நிறைந்த காலக்கட்டத்தில் மார்க்சியக் கோட்பாட்டின் ஊடாக வாழ்வை எதிர்கொள்ளும் படைப்பாளிகளின் மரபு தமிழில் தோற்றம் கொண்டது. சுந்தர ராமசாமி, ஜெயகாந்தன், கிருஷ்ணன் நம்பி போன்ற படைப்பாளிகள் தமிழ்ச் சிறுகதைக்குப் புதிய வடிவத்தைக் கொணர்ந்தனர். சாந்தி, சரஸ்வதி போன்ற இதழ்கள் படைப்புகளுக்கு ஊடகமாகத் திகழ்ந்தன.

இருபதாம் நூற்றாண்டின் ஐம்பதுகளில் தமிழில் சிற்றிதழ் இயக்கம் தோற்றம் கொண்டது. இதழ்களின் வணிக நோக்கத்திற்கெதிராக இவை கலகக்குரல் எழுப்பின. எவ்வகையிலும் வாசகரை முன்னிலைப் படுத்தாத படைப்பியக்கம் வற்புறுத்தப்பட்டது. தமிழில் விமர்சன அங்கீகாரம் முன்னிலைப்படுத்தப்பட்டது. மணிக்கொடி படைப்பாளி களின் இலக்கியச் சாதனைகள் மதிப்பிடப் பட்டன. படைப்பாளிகளின் அரசியல் சார்பு நிலை எதிர்மறையாக எதிர்கொள்ளப்பட்டது. எழுத்து இதழ் மணிக்கொடி படைப்பாளி களை மீண்டும் இயங்கச் செய்தது. ஆனால் சிற்றிதழ் இயக்கம் நடை, கசடதபற, யாத்ரா என விரிவடைந்தபோது, இளம் படைப்பாளிகளின்

வருகையால் தமிழ்ச் சிறுகதை புதிய வடிவத்தைப் பெறத் தொடங்கியது.

எழுபதுகளில் நவீனத்துவம் தமிழ்ச்சூழலில் வலுபெற்றபோது, தமிழ்ச் சிறுகதை மற்றுமொரு வடிவ மாற்றத்தினை எதிர்கொண்டது. சிறுகதையில் குறிப்புணர்த்தும் போக்கு, கால ஏற்பினைப் பெற்றது. படிமங்களும், செறிவான மொழிநடையும், சிறுகதையைக் கவிதையின் வடிவை நெருங்கச் செய்தன. சுந்தர ராமசாமி போன்ற சென்ற தலைமுறை படைப்பாளிகளும் இவ்வடிவ மாற்றத்தில் கவனம் செலுத்தினர். ஆ. மாதவனின் சிறுகதைகளும் நவீனத்துவ மரபை வளப்படுத்தின. வண்ணதாசன், வண்ணநிலவன் போன்ற இளம் படைப்பாளிகளும் இம்மரபையே தேர்ந்துகொண்டனர். எனினும் ராஜநாராயணன் போன்றவர்களின் சிறுகதைகள் எதார்த்தத்தின் இருப்பை வலியுறுத்தின.

சிற்றிதழ் இயக்கம் வாசகப் புரிதலை முழுமையாகப் புறக்கணித்தது. அதே சமயம் படிமம், இருண்மை போன்ற நவீனத்துவ உத்திகள் தமிழ்ச் சிறுகதை வடிவத்தில் பெரும் மாறுதல்களைத் தோற்றுவித்தன.

இருபதாம் நூற்றாண்டின் இறுதியில் தமிழ் நவீனத்துவத்தின் தேக்கநிலைக்குப் பின் தோற்றம் கொண்ட இளம் படைப்பாளிகள் தமிழ்ச்சிறுகதை வடிவிற்கு மாறுதல்களைக் கொண்டுவந்தனர். கோணங்கி, ஜெயமோகன் படைப்புகளைக் குறிப்பிட்டுச் சொல்ல வேண்டும். கோணங்கியின் கதைகளில் நேர்கோட்டுக் கதை சொல்லல் முறை முற்றிலுமாகத் தகர்க்கப்பட்டது.

ஜெயமோகன் கதைகள் புதுச்செவ்வியல், மீ பொருண்மையியல் கதைகளை மரபிற்கு அறிமுகம் செய்தன. விளிம்பு நிலை மக்களின் இலக்கிய எழுச்சி, தலித் இலக்கியமாக வலுப்பெற்றபோது தமிழ்ச்சிறுகதை வடிவ மாற்றத்தினை எதிர்கொண்டது.

எஸ். ராமகிருஷ்ணன் போன்ற படைப்பாளிகள் பின்நவீனத்துவக் கதைகளை மரபிற்கு அறிமுகம் செய்தனர். சு. வேணுகோபால் போன்ற இளம் படைப்பாளிகள் மரபின் எதிர்காலம் குறித்ததான நம்பிக்கையை ஊட்டுகின்றனர். தமிழ்ச் சிறுகதைகள் உலகத் தரத்தைத் தீர்மானிப்பவையாக உள்ளன.

விரிவான வாசிப்பிற்கு

1. வேதசகாயகுமார், தமிழ்ச்சிறுகதை வரலாறு (1979).

2. சிட்டி, சிவபாத சுந்தரம், தமிழில் சிறுகதை: வரலாறும் வளர்ச்சியும், க்ரியா (1989).

3. சிவத்தம்பி கா., தமிழில் சிறுகதையின் தோற்றமும் வளர்ச்சியும், பாரி நிலையம் (1967).

77

சுந்தர ராமசாமி (1931-2005). சுந்தர ராமசாமி, தமிழில் நவீனத்துவ இலக்கியக் கோட்பாட்டினை முன்னிலைப்படுத்திய விமர்சன உணர்வு கொண்ட படைப்பாளி. புனைகதைகளிலும், நாவலிலும் சாதனைகளை நிகழ்த்திய சுந்தர ராமசாமி 70-களின் இறுதி முதல் விமர்சகராகவும் இயங்கினார். வாழ்வின் இறுதிநாட்களில் இலக்கிய விமர்சனத்தில் தீவிர ஈடுபாடு கொண்டிருந்தார். விமர்சகர் தன் மதிப்பீட்டிற்கான காரணங்களை வெளிப்படையாக முன்வைத்தாக வேண்டும் என்ற புதிய போக்கினை தமிழ் விமர்சன மரபில் தோற்றுவித்த பெருமை அவருடையது.

சுந்தர ராமசாமி, ஐம்பதுகளின் பிற்பகுதியில் தமிழ் இலக்கிய மரபிற்கு அறிமுகமானார். அவருடைய ஆரம்பகால எழுத்துகள் மார்க்சிய இலக்கியச் சிந்தனையோடு உடன்பாடு கொண்டவைகளாக அமைந்தன. ஐம்பதுகளின் இறுதியில் உலகளாவிய நிலையில் படைப்பாளிகள் மார்க்சிய இலக்கியச் சிந்தனையோடு அதிருப்தி கொண்டபோது, சுந்தர ராமசாமியும் அதனோடு உடன்பாடு கொண்டார். அறுபதுகளின் துவக்கத்தில் வெளிவந்த அவருடைய படைப்புகள் மார்க்சிய இலக்கியக் கோட்பாட்டிலிருந்ததான விலகலைக் குறிக்கின்றன. அறுபதுகளில் இலக்கியச் சிற்றிதழ் இயக்கம் வேகம் பெற்றபோது அதனோடு இணைந்தார். சுந்தர ராமசாமி, 'பசுவையா' எனும் புனைபெயரில் கவிதைகளை எழுதிவந்தார். சிறுகதை என்னும் இலக்கிய வடிவை எழுத்து இதழில் அவர் கையாண்டிராதது குறிப்பிடத்தக்கது. சி.சு. செல்லப்பாவின் மணிக்கொடி நீட்சிப் பார்வையோடு அவர் உடன்பாடு கொள்ள வில்லை. நவீனத்துவ இலக்கியப்போக்கு தமிழுக்கு அறிமுகமான போது, அப்போக்கின் முன்னோடி படைப்பாளியாகத் திகழ்ந்தார்.

தமிழ் நவீனத்துவம் இரு கிளைகளைக் கொண்டதாக அமைந்தது. யாத்ரா, கசடதபற இதழ்களின் ஊடாக தமிழ்ச் சூழலுக்கு

அறிமுகமான இளைஞர்கள், இருத்தலிய தத்துவ சாய்புடையவர்களாக விளங்கினர். நவீனத்துவம் இருத்தலியத்தின் இலக்கிய வெளிப்பாடாக அமைந்தது. மார்க்சிய இலக்கியச் சிந்தனைமீது அதிருப்தி கொண்டு அதிலிருந்து விலகிய ஜி. நாகராஜன், சுந்தர ராமசாமி ஆகியோர் நவீனத்துவத்தின் மற்றொரு கிளையாக அமைந்தனர். தமிழ் நவீனத்துவத்தின் கோட்பாட்டாளர்களாக இவர்களே விளங்கினர். இலக்கியத்தின் சுதந்திரம் வற்புறுத்தப்பட்டது. சமூக மாற்றத்திற்கான இலக்கியம் என்பது புறக்கணிக்கப்பட்டு, படைப்பின் துல்லியமே இலக்கியத்தின் இறுதி இலக்காக முன்வைக்கப்பட்டது வாழ்வின் நுண்ணிய அசைவுகளின் ஊடாக வாழ்வின் ஆழத்திற்குள் பயணம் செய்வதே படைப்பின் வெற்றியாகக் கருதப்பட்டது. சுந்தர ராமசாமி எழுபதுகளின் பிற்பகுதியில் இந்நோக்கத்தை விமர்சன மொழியில் முன்வைக்கத் துவங்கினார். மணிக்கொடி படைப்பாளிகளை மறுவாசிப்பிற்கு உட்படுத்தினார்.

ஒரு விமர்சகராக சுந்தர ராமசாமி வாசிப்பின் நுட்பத்திற்கு அழுத்தம் தந்தார். பிரதியின் அனைத்துக் கூறுகள் மீதும் கவனம் கொண்ட வாசிப்பை முழுமையான வாசிப்பு என்றார். முழுமையான வாசிப்பிலிருந்தே மதிப்பீடுகளை அடைய இயலும். விமர்சகன் தன் முடிவிற்கான காரணங்களையும் முன்வைத்தாக வேண்டும். மதிப்பீடுகளல்ல, மதிப்பீட்டிற்கு வருவதற்கான காரணங்களே முக்கியம். மதிப்பீடுகள் படைப்பாளியை மட்டுமல்ல, விமர்சகனையும் உணர்த்துகின்றன. க.நா. சுப்ரமணியம் படைப்புகள் மீதான தன் அபிப்ராயங்களையே மதிப்பீடுகளாக முன்வைத்துக் கொண்டிருந்த போது, சுந்தர ராமசாமி அதைக் கேள்விக்குள்ளாக்கினார். அவர் பார்வையின் முரண்பாடுகளைச் சுட்டினார். ஆனால் க.நா.சு. அடையாளம் காட்டிய இலக்கியப் படைப்புகளின் கலைத் தன்மையின் மீது உடன்பாடு கொண்டிருந்தார். புதுமைப்பித்தன் கதைகளில் காலத்தின் கலைவண்ணம், சண்முக சுந்தரத்தின் கிராமங்கள் ஆகிய இரு கட்டுரைகள் மூலமாக புனைகதை வாசிப்பின் நுட்பங்களைத் தமிழிற்கு அறிமுகம் செய்துள்ளார்.

சுந்தர ராமசாமி புதுக்கவிதை என்ற வடிவம் குறித்துத் தனித்த பார்வையைக் கொண்டிருந்தார். கவிதையில் ஓசை வகிக்கும் இடத்தைக் குறித்த கேள்விகளை எழுப்பினார். கவிதைக்கும் உரைநடைக்குமான வேறுபாட்டினை ஓசையல்ல, அனுபவத்தின்

செழுமையே எழுப்புகின்றது என்ற முடிவை முன்வைத்தார். இக்காரணத்தினால் ஞானக்கூத்தனின் கவிதைகளை மதிப்பீடுகளின் உயர்விடத்தில் வைக்கவில்லை. பிச்சமூர்த்தியின் கவிதைகளை முழுமையான விமர்சனத்திற்குள்ளாக்கினார். இளம் கவிஞர்களை இனம்கண்டு அறிமுகப்படுத்த அவர் தவறவில்லை. புதுமைப்பித்தன் கதைகள் மீதான மறுவாசிப்பை நிகழ்த்தி காலத்தின் கவனத்திற்குக் கொண்டு வந்தார். மௌனி, லா.ச.ரா. கதைகள்மீது உயர் மதிப்பீடுகளைக் கொண்டிருந்தாலும் அவர்கள் பார்வையின் பழைமையைச் சுட்டவும் தவறவில்லை.

சுந்தர ராமசாமி எழுத்து காலம்தொட்டு இலக்கியச் சிற்றிதழ் களோடு நெருக்கமான உறவைக்கொண்டிருந்தார். காலச்சுவடு தொடக்கத்தில் அவரை ஆசிரியராகக்கொண்டு இலக்கியச் சிற்றிதழாக வெளிவந்தது. இலக்கியங்களில் சமரசங்களுக்கு இடமில்லை என்பதைத் தொடர்ந்து கூறிவந்துள்ளார். துவக்கத்தில் தமிழ் மரபிலக்கியங்களைக் குறித்து அக்கறைகொள்ளவில்லை.

வாழ்வின் இறுதி நாட்களில் அவருடைய அமெரிக்க வாழ்வின் போது மரபிலக்கியங்கள் மீதான தன் அக்கறையைப் பதிவு செய்துள்ளார். இலக்கிய அரசியலில் சுந்தர ராமசாமியும் பங்கு வகித்தார். ஆனால் வசைமொழிகளை அவர் பயன்படுத்தியது இல்லை. அதுபோல் ஆளுமைக் கொலை அவர் நோக்கமாகவும் அமையவில்லை. அவரோடு ஒத்த சிந்தனை உடையவர்களுடன் எழுபதுகளின் பிற்பகுதியிலும், எண்பதுகளிலும் காகங்கள் இலக்கிய இயக்கத்தை முன்னெடுத்துச் சென்றார்.

அவ்வப்போது அவர்களைத் தனிஇடத்தில் ஒருங்கிணைத்து இலக்கியம் குறித்ததான பார்வையை வளப்படுத்தினார். சுந்தர ராமசாமி பார்வைக்குழு இயங்க இவை காரணங்களாக அமைந்தன.

சுந்தர ராமசாமி என்னும் படைப்பாளி புனைகதை, கவிதை ஆகிய துறைகளில் நிகழ்த்திய சாதனைகளுக்கு நிகரான சாதனைகளை இலக்கிய விமர்சனத்திலும் நிகழ்த்தியுள்ளார். வேதசகாயகுமார், ஜெயமோகன் போன்ற விமர்சகர்கள் பிற்காலத்தில் அவரோடு முரண்பாடு கொண்டு இயங்கினார்கள் என்றாலும் தாங்கள் சுந்தர ராமசாமி பார்வைக் குழுவைச் சார்ந்தவர்கள் என்றே பதிவு செய்துவந்துள்ளனர்.

விரிவான வாசிப்பிற்கு

1. சஜன், நவீனத்துவம் -சுந்தர ராமசாமியை முன்வைத்து (2006).

2. ராஜ்கௌதமன், சுந்தர ராமசாமி: கருத்தும் கலையும், அடையாளம், புத்தாநத்தம்.

78

ஏ.வி. சுப்பிரமணிய அய்யர் (1900-1976). இவர் தமிழ்ப் படைப்பிலக்கியச் சூழலுக்கு வெளியே இயங்கிய, கல்விப் புலத்தின் ஒழுங்கமைவு கொண்ட, தமிழ்க் கல்வி வட்டம் சாராத இலக்கிய விமர்சகர், ஆய்வாளர்.

தமிழில் இலக்கிய விமர்சனம் பெரும்பாலும் படைப்புச்சூழல் சார்ந்தே இயங்கியுள்ளது. வ.வே.சு. ஐயர் காலம்தொட்டு தற்காலம் வரை பெரும்பான்மையான விமர்சகர்கள் படைப்பாளிகளாகவும் திகழ்கின்றனர். தமிழ்க் கல்விவட்டம் சார்ந்தவர்கள் இலக்கியப் புலமையாளர்களாக மட்டுமே விளங்கினர். இலக்கியத்தரம் குறித்த உணர்வை இவர்கள் கொண்டிருக்கவில்லை. மரபின் எல்லா இலக்கியப் படைப்புகளையும் தரத்தில் ஒன்றாகக் கருதினர். கூடவே தமிழ்க் கல்விவட்டத்தைச் சார்ந்தவர்கள், சமகால இலக்கியப் படைப்புகளை இலக்கியங்களாக ஏற்பதில்லை. அவ்வாறு ஏற்பின் இலக்கியத்தரமான படைப்புகளையும் பொழுதுபோக்கு எழுத்து களையும் ஒரே தளத்தில்தான் எதிர்கொண்டனர். தமிழ்ப் படைப்புச் சூழல் இவர்களுக்கு எதிரிடையாக இயங்கியதற்கு இதுவே முக்கிய காரணமாக அமைந்தது. வ.வே.சு. ஐயர், மாதவைய்யர், புதுமைப் பித்தன் போன்றவர்களைத் தவிர பிற படைப்பாளிகள் தமிழ் இலக்கிய மரபு குறித்துப் போதுமான அறிவைக் கொண்டிருக்க வில்லை. தமிழ் மரபிலக்கியம் குறித்த அறிவையும், தற்காலத்தமிழ் இலக்கியம் மீது ஆர்வத்தையும் கொண்டவர்களாக ஒரு சிலரை மட்டுமே இனங்காண முடிகிறது. ஏ.வி. சுப்பிரமணிய அய்யரை இவர்களுள் ஒருவராகக் குறிப்பிட வேண்டும்.

ஏ.வி. சுப்பிரமணிய அய்யர் இலக்கிய வரலாற்றுத் தளத்தில் இயங்கினார். ஆனால் இலக்கியப் படைப்புகளை இலக்கியத்தர அடிப்படையில் வேறுபடுத்தி இனம் கண்டதோடு, இலக்கிய மரபு படைப்பிலக்கியங்களின் தொடர்ச்சியையே குறிக்கின்றது என்னும் தெளிவினையும் கொண்டிருந்தார். கல்கியின் கள்வனின் காதலி,

தியாகபூமி முதலியவைகளை இலக்கியப் படைப்புகளாக ஏ. வி. சுப்பிரமணிய அய்யர் கருதவில்லை. வாசிப்பதற்குச் சுவையானவை என்றே குறிப்பிடுகிறார். பிரதாபமுதலியார் சரித்திரத்தை இலக்கியத் தன்மை கொண்டதாக இனம் கண்டாலும், நாவல் வடிவைக் கொண்டதாக ஏற்க மறுக்கிறார். பாரதியின் கவிதைகளையும், உரைநடைகளையும் குறித்து விரிவான விமர்சனங்களையும் முன்வைத்துள்ளார். அதேசமயம் பாரதிதாசனின் பாடல்களில் அவருடைய பிரச்சாரப்போக்கு இலக்கியத் தரத்திற்கு ஊறு நிகழ்த்துகிறது என்னும் விமர்சனத்தையும் பதிவு செய்துள்ளார். இத்தகைய நிலைப்பாடுகள் இலக்கியப் புலமையாளர்களிடமிருந்து அவரைத் தெளிவாக வேறுபடுத்தி விடுகின்றன.

இலக்கியப் புலமையாளராக இயங்காவிடிலும், கல்விப் புலத்தைச் சார்ந்த ஒழுங்கமைவு அவர் விமர்சனங்களில் இயல்பாகக் காணக் கிடைக்கின்றது. தரவுகளைத் திரட்டுவதிலும், அதைத் தன் பார்வைக்கு உட்படுத்திப் புரிந்து கொள்வதிலும் ஏ.வி. சுப்பிரமணிய அய்யர் மிகக் கவனமாகச் செயல்பட்டுள்ளதை அவர் நூல்களிலிருந்து உணர்ந்து கொள்ள முடிகிறது. 'முதல் தலைமுறையில் தனிநாயகமாய் விளங்கும் ஆராய்ச்சியாளர் கால்டுவெல்தான். அவர் காலத்தில் ஆராய்ச்சி சாதனங்கள் மிகவும் குறைவாக இருந்ததால் தமிழ் இலக்கியம் சம்பந்தமாக அவர் கொண்ட கருத்துகள் பல தவறுதலாய் இருக்கின்றன. இருந்த போதிலும் அவருடைய தமிழ்ப்பற்றும் மொழி நூலறியும் ஆராய்ச்சித்திறனும் போற்றத்தக்கவை. தற்காலத் தமிழ் ஆராய்ச்சியின் முதற் காலப்பகுதியின் தனிப்பெரும் நூலாக அவருடைய ஒப்பிலக்கணத்தைச் சொல்ல வேண்டும். இன்னும் படித்துத் தெரிந்துகொள்ள வேண்டிய அரிய மொழிநூல் விஷயங்கள் பல அதில் பொதிந்து கிடக்கின்றன.' கால்டுவெல் குறித்ததான இப்பதிவுகள் குறிப்பிடத்தக்கவை. தற்காலத் தமிழ் ஆராய்ச்சியை அவர் கால்டுவெல்லில் இருந்துதான் துவங்குகிறார்.

கால்டுவெல் சில தமிழ் நூல்களின் காலத்தைப் பின் தள்ளியதால் தமிழ் இலக்கியப் புலமை யாளர்கள் அவரை முழுமையாகப் புறக்கணித்தனர். திராவிட மொழிகளின் ஒப்பிலக்கணம் நூலின் முன்னுரையாக அவர் எழுதிய தமிழ் இலக்கியத்தின் சிறப்புக் குறித்த பகுதி முழுமையாக நீக்கவும் பட்டது. ஏ.வி. சுப்பிரமணிய அய்யர் கால்டுவெல்லின் முடிவுகள் சரியானவை எனக் குறிப்பிடவில்லை. தவறுகளுக்குக் காரணம் அவர்கால ஆராய்ச்சி சாதனங்களின்

குறைபாடு என்கிறார். ஆராய்ச்சி சாதனம் என அவர் குறிப்பிடுவது கல்வெட்டு ஆராய்ச்சியையே. கல்வெட்டைப் படிப்பதற்கான ஆய்வு நுணுக்கங்கள் கால்டுவெல் காலத்தில் கண்டறியப்படவில்லை. ஆனால் கால்டுவெல்தான் காலத்தை முடிவுசெய்யக் கல்வெட்டைப் பயன்படுத்தலாம் என்றார். 'இன்னும் படித்துத் தெரிந்துகொள்ள வேண்டிய அரிய மொழிநூல் விஷயங்கள் பல அதில் பொதிந்து கிடக்கின்றன' என அவர் கூறுவது சமகால இலக்கியப் புலமையாளர்களை முன்னிலைப்படுத்தியே.

வையாபுரிப் பிள்ளையைப் போல் ஏ.வி. சுப்பிரமணிய அய்யரும் வடமொழிச் சார்புடையவராக இனங்காணப்பட்டார். இலக்கியப் புலமையாளர்கள் அவரைப் புறக்கணிப்பதற்கு இதுவும் காரணமாகலாம். பார்ப்பனர், வெள்ளாளர் ஆதிக்கப்போட்டியின் ஒரு பகுதியாகவே வடமொழி - தமிழ் முரண் முன்வைக்கப்பட்டது. இலக்கியப் புலமையாளர்கள் தொல்காப்பியம் மற்றும் சங்க இலக்கியத்தின் காலத்தை முன் நகர்த்துவதில் குறியாக இருந்தனர். ஏ.வி. சுப்பிரமணிய அய்யர் ஆராய்ச்சிக் கண்கொண்டு மட்டுமே சிக்கலை எதிர்கொள்கிறார். இதன் காரணமாகவே கனகசபைப் பிள்ளையின் ஆயிரத்து எண்ணூறு ஆண்டுகளுக்கு முன் தமிழ் நூலை முன்னிலைப்படுத்துகிறார். இந்நூல் ஆய்வு அடிப்படையில் எழுதப்பட்ட நூல் என்பது குறிப்பிடத்தக்கது. 'தற்காலத் தமிழ் ஆராய்ச்சியின் இரண்டாம் காலப்பகுதியில் இவருடைய நூல்தான் முதன்மையானது' என ஏ.வி. சுப்பிரமணிய அய்யர் இந்த நூலைச் சிறப்பிக்கத் தவறவில்லை.

அகப்பொருள் இலக்கியம் தமிழிற்கு மட்டுமே உரியது என்பதை ஏ.வி. சுப்பிரமணிய அய்யர் மறுத்தார் என்னும் விமர்சனமும் அவர்மீது முன்வைக்கப்பட்டது. 'வடமொழியைச் சார்ந்த சில அகப்பாட்டுகள் தமிழ் இலக்கணத்தைப் பின்பற்றியே இயற்றப் பட்டிருக்கலாம் என்று ஊகிப்பது தவறாகாது' எனக் குறிப்பிடும் ஏ.வி. சுப்பிரமணிய அய்யர் 'வடமொழி இலக்கண நூல்களில் பொருள் இலக்கணத்தைப் போல் ஒருபகுதி இருப்பதாகத் தெரியவில்லை' என தன் ஊகத்திற்கான காரணத்தையும் சுட்டுகிறார். கூடவே திணை, துறை பாகுபாட்டிற்கும் வடமொழி சிருங்கார ரஸ இலக்கணத்திற்கு மிடையிலான ஒப்புமையையும் முன்வைக்கிறார். 'கௌடில்யரின் அர்த்தசாஸ்திரத்தில் கூறப்பெற்றிருக்கும் ஷத் குணங்களை அனுஷ்டிக்கும் மன்னர் ஆளும் நாடுகளின் சமுதாய

நிலைக்கும் தமிழ் இலக்கணத்திலுள்ள புறப்பொருள்களின் துறைகளாகிய வெட்சி, வஞ்சி, உழிஞை, தும்பை, வாகை, காஞ்சி, பாடாண் ஆகியவை பிரதிபலிக்கும் சமுதாய நிலைக்கும் வேறுபாடுகள் இருக்கின்றன.' இருமொழி இலக்கிய இலக்கணங் களை நேர்மையாக ஒப்பிடும் ஓர் ஆய்வாளரை இங்கு இனங் காணலாம். அதுபோல் சங்கப் பாடல்களை வரலாற்றுப் பதிவுகளாக ஏற்க மறுக்கிறார். அரசருடைய பெருமைகளைக் கவிதா ரீதியாகப் புகழ்ந்து இலக்கியம் செய்வதையே நோக்கமாகக் கொண்டனர் என அதற்கான காரணங்களையும் முன்வைக்கிறார். ஏ.வி. சுப்பிரமணிய அய்யரின் ஆய்வுகள், கல்விப்புலத்திற்கு இன்றியமையாததாக விளங்கும் ஒழுங்கமைவைக்கொண்டுள்ளன. தமிழ் இலக்கியப் படைப்புகளின் கால ஆராய்ச்சியில் வையாபுரிப் பிள்ளையின் நிலைப்பாடுகளை ஏ.வி. சுப்ரமண்ய அய்யர் பொருட்படுத்தினார் என்பதும் குறிப்பிடத்தக்கது. வையாபுரிப் பிள்ளையின் ஆய்வு களையும் தமிழ் இலக்கியப் புலமையாளர்கள் ஏற்பதில்லை.

தற்காலத்தமிழ் இலக்கியம் (1933), தமிழ் ஆராய்ச்சியின் வளர்ச்சி (1959) ஆகியன ஏ.வி. சுப்பிரமணிய அய்யரின் முக்கிய நூல்களாக அமைகின்றன. தமிழ் இலக்கியத்தை ஆங்கிலமூலம் உலகிற்கு அறிமுகம் செய்ததிலும் இவருக்கு முக்கியப் பங்கு உண்டு. *Convention and Creativity, Epic Poetry and Modern Mind* போன்ற ஆங்கில நூல்களையும் படைத்துள்ளார்.

ஏ.வி. சுப்பிரமணிய அய்யர் கல்விப் புல ஒழுங்கமைவைக் கொண்ட இலக்கிய விமர்சகர். வையாபுரிப் பிள்ளை, தெ.பொ. மீனாட்சி சுந்தரனார், பேராசிரியர் ஜேசுதாசன் என இம்மரபு தொடர்ந்தாலும் இலக்கியப் புலமையாளர்களோடு ஒப்பிடும்போது எண்ணிக்கையில் மிகவும் குறைவானவர்களைக் கொண்டதாகவே இந்த மரபு அமைந்துள்ளது. ஆனால் ஈழத்தில் இம்மரபே முதன்மையான விமர்சன மரபாக அமைகிறது.

விரிவான வாசிப்பிற்கு. மதியழகன். ம., ஏ.வி. சுப்பிரமணிய அய்யர், இருபதாம் நூற்றாண்டுத் தமிழ்த் திறனாய்வாளர்கள் (2005).

79

க.நா. சுப்ரமணியம் (1912-1988). சமகால படைப்பாளிகள் மீது மிகவும் கறாரான மதிப்பீடுகளை முன்வைத்த விமர்சகர். க.நா. சுப்ரமணியத்தை இலக்கியச் சிற்றிதழ்களில் இயங்கிய விமர்சகர் களுள் முன்னோடியாகக் குறிப்பிட வேண்டும்.

மணிக்கொடி இதழில் முன்னோடிகளைத் தொடர்ந்து இரண்டாம் தலைமுறை படைப்பாளியாகத் தன் படைப்புலக வாழ்வைத் துவங்கிய க.நா. சுப்ரமணியம் வாழ்வின் இறுதிவரைத் தொடர்ந்து இயங்கினார். இடையில் சிலகாலம் வாழ்விற்கான பொருளைத்தேட ஆங்கில இதழ்களில் எழுதினாலும் வாழ்வின் பிற்பகுதியில் தமிழில் தொடர்ந்து இயங்கினார். சிறுகதை, நாவல் என்னும் புனை கதையின் இரு வடிவங்களிலும் பங்களிப்பு செய்தாலும், நாவலில் அவர் நிகழ்த்திய சாதனை குறிப்பிடத்தக்கது. அவருடைய பொய்த்தேவு வடிவச்சிறப்பு பெற்ற முதல் தமிழ் நாவலாக அமைகிறது. மயன் என்னும் புனைபெயரில் புதுக்கவிதைகளையும் எழுதியுள்ளார். சூறாவளி, சந்திரோதயம், இலக்கிய வட்டம் என்னும் இதழ்களையும் வெளிக்கொணர்ந்தார். இலக்கிய வட்டம் இலக்கிய விமர்சனத்தை முன்னிலைப்படுத்திய இதழாக அமைகிறது.

இருபதாம் நூற்றாண்டின் ஐம்பதுகளில்தான் க.நா. சுப்ரமணியம் விமர்சகராக இயங்கத் துவங்கினார். எனினும் 1948 தேனீ இதழில் மௌனியின் மனக்கோலம் வெளியானபோது, மௌனியைக் குறித்து அவர் எழுதிய அறிமுக உரை அவருடைய எதிர்கால விமர்சனப் பயணத்தை அறிமுகம் செய்வதாக அமைந்துள்ளது. 'மௌனியின் கதைகளில் எல்லாச் சிறுகதை நயங்களும் அமைந்துவிடுகின்றன. கதாபாத்திரங்கள் வேண்டிய அளவுக்கு உருவமாகி விடுகின்றன. பின்னணி சரியாக அமைந்துவிடுகிறது. ஒரு மனோபாவம் பலமாக உருவம் பெற்றுவிடுகிறது. சிறுகதையில் வேறு என்ன வேண்டும்?' (சர்வதாரி ஆனி 15) க.நா. சுப்ரமணியம் தொடர்ந்து இலக்கியப் படைப்புகள் மீதான தன் கவனிப்பை இதுபோல்தான் பதிவு செய்துள்ளார். படைப்புடனான வாசக உறவில் விமர்சகனாகத் தான் குறிக்கிடாமல் தனக்குச் சிறப்பு என்று பட்டதைத் தொட்டுக் காட்டுவதையே தன் விமர்சனப் பாணியாகக் கொண்டுள்ளார்.

ஐம்பதுகளில் வாசக எண்ணிக்கை இலக்கியத் தரத்தின் அடையாள மாகப் பொழுதுபோக்கு எழுத்தாளர்களால் முன் வைக்கப்பட்டது. கல்வி வட்டத்தினர் இலக்கியப் படைப்புகளின் உள்ளடக்கங்களைச் சமூகச் சிக்கல்கள் அடிப்படை யில் தொகுத்து வகைசெய்து பொழுது போக்கு எழுத்தாளர்களைப் படைப்பாளிகளாக முன்னிலைப் படுத்தினர். மார்க்சிய சார்புகொண்ட விமர்சகர்கள் சமூக மாறுதலுக்கான இலக்கியத்தின் பங்களிப்பினை முன்னிலைப் படுத்தினர். இச்சூழலில் இலக்கியத்தரம் குறித்ததான தேடலை க.நா. சுப்ரமணியம் இலக்காகக் கொண்டார்.

1955இல் சுதேசமித்திரன் வாரப்பதிப்பில் சிறுகதையின் வளர்ச்சி குறித்ததான கட்டுரையை எழுதிய க.நா. சுப்ரமணியம் தொடர்ந்து விமர்சகராக இயங்கத் தொடங்கினார். சமகாலத்தில் சி.சு. செல்லப்பாவும் தன் விமர்சனப் பயணத்தைத் துவங்கினார். இருவரும் துவக்கத்தில் இணைந்தே செயல்பட்டனர். ஆனால் சரஸ்வதி இதழிலேயே க.நா. சுப்ரமணியத்தின் முறையான விமர்சனப் பயணம் துவங்கிவிட்டது. என்றே கூறவேண்டும். ஆகஸ்டு 1958 சரஸ்வதி இதழில் அவர் எழுதிய இலக்கிய விமர்சனம் விமர்சனம் குறித்ததான அவர் பார்வையை உணர்த்துவதாக அமைகிறது. realism, romanticism வரையில் பல வார்த்தைகள் இன்று நம்மிடையே அடிபடுகின்றன (ஒரு தமிழ் விமர்சகர்?). Mysticism என்பதைக்கூட ஓர் இலக்கிய ரீதியாகச் சொல்லிவிட்டார்.

இந்த வார்த்தைகள் எல்லாம் ஒரு குறிப்பிட்ட காரியத்துக்காக மேல்நாட்டு இலக்கிய விமர்சகர்கள் உபயோகப்படுத்துகிற வார்த்தைகள். அவற்றின் அர்த்தமே அப்படி ஒன்றும் பூரணமாகத் தெளிவான விஷயம் அல்ல என்றுதான் சொல்லவேண்டும். நாம் இந்த வார்த்தைகளை உபயோகிக்கும் போது எந்த அர்த்தத்தில் உபயோகப்படுத்துகிறோம் என்று நமக்கும் தெரிவதில்லை; நாம் எழுதுவது வாசிப்பவர்களுக்கும் தெரிவதில்லை என்றுதான் சொல்லவேண்டும்.' இறுதிவரை க.நா. சுப்ரமணியம் கோட்பாடு சார்ந்த விமர்சனம் மீது நம்பிக்கையற்றவராகவே இருந்தார். அவரைப் பொறுத்த வரையில் விமர்சகன், படைப்பிலிருந்து தான் அடைந்த அனுபவத்தை வாசகனோடு பகிர்ந்து கொள்ளவேண்டும். விமர்சகன் தன் தகுதியை வளர்த்துக்கொள்ள வேண்டும். தன்னிடம் இயல்பாக இருக்கும் 'ருசி'யைத் தேர்ந்தெடுத்த இலக்கிய சிகரங்களை வாசிப்பதின் மூலம் வளப்படுத்திக் கொள்ளவேண்டும்.

இலக்கியவட்டத்தில் தொடர்ந்து உலக இலக்கிய சிகரங்களை அறிமுகம் செய்து வந்தார். மார்ச் 1959 சரஸ்வதி இதழில் பற்றி இலக்கியமும், இலக்கிய விமர்சனமும் கட்டுரையில் மரபிலக்கியம் தொடர்பான கல்விவட்ட அறிஞர்களின் நூல்களைக் கடுமையான விமர்சனத்திற்கு உள்ளாக்கினார். அவர்களைப் 'பற்றி இலக்கியக்காரர்' எனப் பெயர்சூட்டி அழைத்தார். 'முதல் நூலுக்கு முக்கியத்துவம் தந்து, இலக்கியக் கண்ணோடு அதைப் பார்ப்பது விமர்சனமுறை. முதல்நூலில் உள்ளதையெல்லாம் எடுத்துச் சொல்லி, அதில் இல்லாததையும் சேர்த்து என் கெட்டிக்காரத்தனத்தைப்பார் என்று இரண்டு வரிக் கவிதைக்கு இருபது பக்கம் வியாக்கியானம் எழுதுவதுதான் பற்றி இலக்கிய முறை.' தமிழ்க் கல்வி வட்டத்தில் தழைத்து வந்த இலக்கியக் கல்வியின் பலவீனத்தை க.நா. சுப்ரமணியம் அன்றே இனங்காட்டியுள்ளார்.

ஜனவரி 1959 சரஸ்வதி இதழில் தமிழ்க்கவிதை மரபை உலகக் கவிதை மரபோடு ஒப்பிட்டு, வசன கவிதையின் வருகையை வரவேற்றார். இந்தக் கட்டுரைக்கு அவர் தந்த 'புதுக்கவிதை' என்னும் தலைப்பே பின்னால் யாப்பினைத் துறந்த கவிதை வடிவிற்குப் பெயராக நிலைபேறு கண்டது. சரஸ்வதி இதழிலேயே க.நா. சுப்ரமணியத்தின் விமர்சன ஆளுமை துவங்கிவிட்டது என்றே கூறவேண்டும். சரஸ்வதி மார்க்சிய சார்புநிலை கொண்ட இதழ் எனினும் தன் கவிதைகளை சரஸ்வதியில் வெளியிட அவர் தயங்க வில்லை. க.நா. சுப்ரமணியம் எக்கோட்பாட்டையும் பொருட்படுத்த வில்லை. இலக்கியத்தை அவர் அதற்கும் அப்பாலானதாகக் கண்டார்.

க.நா. சுப்ரமணியம் மார்க்சிய சிந்தனைக்கு எதிரிடையானவராகத் தொடர்ந்து இனங்காணப்பட்டார். படைப்பாளிகளின் தத்துவ சார்பு நிலைகளை அவர் ஒருபோதும் கேள்விக்குள்ளாக்கியதில்லை. ஆனால் குறிப்பிட்ட தத்துவம் பிரச்சாரமாக வெளிப்பட்டு, இலக்கியத்தரத்திற்கு எதிரிடையாக அமைவதையே கண்டனத்திற்கு உள்ளாக்கினார். மார்க்சியர்கள் அன்று நம்பிக்கை கொண்டிருந்த 'சோசலிச எதார்த்தம்' இலக்கியத்தைப் பிரச்சாரக் கருவியாகக் கீழிறக்கியது. மார்க்சியர்களுடனான மோதலின் தொடக்கப் புள்ளியாக இந்து நாளிதழில் தொ.மு.சி. ரகுநாதனின் பஞ்சும் பசியும் நாவலுக்கு அவர் எழுதிய மதிப்புரையைக் குறிப்பிடவேண்டும். 'நாவலாக வேடமணிந்த கட்சியின் பிரச்சார ஏடாக' அதனைச் சுட்டினார். 1956 டிசம்பர் சரஸ்வதி இதழில் தொ.மு.சி. ரகுநாதன்

தன் எதிர்வினையைப் பதிவுசெய்தார். முத்துமோகன், கைலாசபதி போன்ற மார்க்சிய விமர்சகர்கள் தொடர்ந்து க.நா. சுப்ரமணியத்தைக் கடுமையான சொற்களில் தாக்கியுள்ளனர். கைலாசபதி அவர்மீது பெரும் அவதூறுகளையே நூலாக முன்வைத்துள்ளார். க.நா. சுப்ரமணியம் பொழுதுபோக்கு எழுத்துகளையும், பிரச்சார எழுத்துகளையும் இலக்கியமாக ஏற்கவில்லை. இலக்கிய வளர்ச்சிக்கு எதிரான இடையூறுகளாக இனங்கண்டார்.

1959இல் எழுத்து இதழ் தோற்றம்கொண்ட போது க.நா. சுப்ரமணியத்தின் விமர்சன இயக்கம் தீவிரமடைந்தது. சி.சு. செல்லப்பாவைப் போல் மணிக்கொடியின் தொடர்ச்சி என்னும் நிலைப்பாட்டை க.நா. சுப்ரமணியம் மேற்கொள்ளவில்லை. பி.எஸ். ராமையா, சிட்டி போன்றவர்களைச் 'சந்தர்ப்ப விசேஷத்தால்' மணிக்கொடியில் எழுத நேர்ந்தவர்களாகவே குறிப்பிட்டார். புதுமைப்பித்தன், மௌனி, கு.ப. ராஜகோபாலன், ந. பிச்சமூர்த்தி ஆகியவர்களையே மணிக்கொடியின் சாதனையாளர்களாக இனங் கண்டார். ந. சிதம்பர சுப்ரமணியம், சி.சு. செல்லப்பா ஆகியோரை மற்றொரு தளத்தில் ஏற்றுக்கொண்டார்.

க.நா. சுப்ரமணியம் 'வாசக எண்ணிக்கை' என்பதற்கு எதிராக இலக்கியத்தரம் என்பதை முன்நிறுத்தினார். இலக்கியத்தரம் வாய்ந்த படைப்புகளாகதான் இனங்கண்டவற்றைத் தொடர்ந்து வாசகப் பார்வைக்குக் கொணர்ந்தார். தேர்ந்த சிறுகதை ஆசிரியர்களின் பட்டியலைத் தொடர்ந்து வெளியிட்டார். எல்லாப் பட்டியலிலும் முன்னோடிகளின் பெயர்கள் தொடர்ந்து இடம் பெற்று வந்தபோது, சமகாலப் படைப்பாளிகள் பெயர்கள் தொடர்ந்து இடம்பெறுவது இல்லை. அதற்கான காரணங்களையும் அவர் முன்வைத்ததில்லை. குறிப்பிட்ட இலக்கியப் படைப்பைக் குறித்து வேறான மதிப்பீடுகளுக்கும் இடமுண்டு என்பதை ஏற்றுக்கொண்ட க.நா. சுப்ரமணியம் விமர்சகனாகத் தன் மதிப்பீட்டை முன்வைப்ப தாகக் கூறினார். தன்னுடைய விரிந்த வாசக அனுபவத்தின் அடிப்படையில் கூறுவதாகச் சொன்னார்.

மதிப்பீடுகள் பொதுவான தளத்தில் எடுக்கப்படுவதின் அவசியத்தை முன்நிறுத்தி 'அலசல்' விமர்சனத்தை சி.சு. செல்லப்பா முன்னிலைப் படுத்தினார். க.நா. சுப்ரமணியத்தின் எழுத்து இதழுடனான உறவு ஒரு முடிவிற்கு வந்தது.

1963இல் க.நா. சுப்ரமணியம் இலக்கிய வட்டம் இதழைத் தோற்றுவித்தார். 'அலசல்' விமர்சனத்தை இலக்கியவட்டம் தலையங்கங்கள் மூலமாகத் தொடர்ந்து கண்டனத்திற்கு உள்ளாக்கினார். அலசல் விமர்சனம் படைப்பை அல்ல விமர்சகனின் அறிவுக்கூர்மையையே வெளிப்படுத்துகிறது என்றார். 'விமரிசனம் இலக்கிய ரஸனையைத் தூண்டுவதாக இருக்க வேண்டும்; கவிதையைப் பற்றிச் சொல்வதைவிட கவிதையைப் படிக்கத் தூண்டுவதாக இருக்க வேண்டும்' என்பதே அவர் நிலைப்பாடாக அமைந்தது. 'விமரிசனத்தில் ஒரு நோக்குதான் உண்டு என்பதில்லை. பல தரப்பட்ட, பலவிதமான, அடிப்படைகளில் வித்தியாசப்பட்ட நோக்குகள் பலவும் உண்டு' என்பதை அழுத்தமாகத் தொடர்ந்து பதிவுசெய்து வந்த க.நா. சுப்ரமணியம் இறுதிவரை தன் விமர்சனப் பாதையை விட்டு விலகவுமில்லை.

தமிழில் எண்ணிக்கையில் அதிக இலக்கிய விமர்சனக் கட்டுரைகளை எழுதியவராகக் க.நா. சுப்ரமணியத்தைச் சுட்ட வேண்டும். விமரிசனக் கலை, படித்திருக்கிறீர்களா, உலகத்துச் சிறந்த நாவல்கள், முதல் ஐந்து தமிழ் நாவல்கள், இலக்கிய விசாரம், இந்திய இலக்கியம், சிறந்த பத்து இந்திய நாவல்கள் ஆகிய விமர்சன நூல்கள் வெளிவந்துள்ளன. புதிய நூற்றாண்டில் அவருடைய விமர்சனக் கட்டுரைகள் இரு தொகுப்புகளாகத் தொகுக்கப்பட்டுள்ளன. கு.ப.ராவின் சிறுகதைகள், தமிழில் வசன நடை ஆகிய கட்டுரைகள் அவருடைய விமர்சன ஆளுமை வெளிப்பாட்டிற்கு எடுத்துக் காட்டுகளாக அமைகின்றன.

க.நா. சுப்ரமணியத்தை இலக்கிய சிபாரிசுக்காரர் எனக் குறிப்பிடுவது உண்டு. தமிழின் சிறந்த இலக்கியப் படைப்புகளை மீண்டும் மீண்டும் சொல்லி வாசகப்பார்வைக்குக் கொண்டுவந்த பெருமை அவருடையது. உலக இலக்கியத்தைத் தமிழிற்கு அறிமுகம் செய்து தமிழ் இலக்கியப் படைப்பை உலகத்தரத்தில் மதிப்பீடு செய்ய க.நா. சுப்ரமணியமே வழிவகுத்தார். இலக்கிய விமர்சனம் இலக்கியத்தில் ஒரு துறையாக நிலைபேறு அடைய அவருடைய விமர்சனக் கட்டுரைகள் காரணமாக அமைந்தன. தமிழ் விமர்சகர் களுள் முதன்மையானவராக க.நா. சுப்ரமணியத்தையே மதிப்பிட வேண்டும்.

விரிவான வாசிப்பிற்கு. கிருஷ்ணசாமி. ப., க.நா.சு. இலக்கியத்தடம், காவ்யா.

80

சி.சு. செல்லப்பா (1912-1998). சி.சு. செல்லப்பா, 'அலசல்' விமர்சன அணுகு முறையைக் கைக்கொண்ட முன்னோடி விமர்சகர். பிற்காலக் கல்வியாளர்கள் அலசல்முறை விமர்சனத்தைப் 'பகுப்பாய்வு' எனப் பெயரிட்டு அதிக முக்கியத்துவம் தந்துள்ளனர்.

சி.சு. செல்லப்பா 1934இல் மணிக்கொடி இதழில் சிறுகதை ஆசிரியராக அறிமுகம் ஆனார். மணிக்கொடி காலகட்டத்தில் எழுந்த விமர்சனம் குறித்ததான விவாதங்களில் அவர் பங்கேற்கவில்லை எனினும் இலக்கியத்தில் துலங்கும் வாழ்வின் புதிருக்கு அழுத்தம் தந்த புதுமைப்பித்தன் பார்வையைவிட, படைப்பாளி தன் பார்வைக்கு ஏற்றதான வாழ்வை எழுத்தில் எழுப்புவதே இலக்கியம் என்ற கு.ப. ராஜகோபாலனின் பார்வை அவருக்கு உவப்பானதாக இருந்திருக்கலாம். கு.ப. ராஜகோபாலனின் விமர்சனங் களைச் செல்லப்பா பிற்கால எழுத்துகளில் வரவேற்றுள்ளார். மணிக்கொடி படைப்பாளிகள் கலாமோகினி, கிராம ஊழியன் இதழ்களில் மீண்டும் ஒருங்கிணைந்த போது செல்லப்பா பெரும் பங்காற்றவில்லை. இருபதாம் நூற்றாண்டில் நாற்பதுகளின் இறுதியில் தேனீ இதழோடும் அவர் நெருக்கமான உறவைக் கொண்டிருக்கவில்லை.

ஐம்பதுகளில் தமிழ் இலக்கியச் சூழலில் மாறுதல்கள் நிகழ்ந்தன. மார்க்சிய விமர்சன அணுகுமுறை முன்னிலைப்படுத்தப்பட்டது. 'சமூக மாறுதலுக்கான இலக்கியம்' என்பது வற்புறுத்தப்பட்டது. படைப்பின் உள்ளடக்கத்தைக் கொண்டு அதைத் தரப்படுத்தும் போக்கு எழுந்தது. புதுமைப்பித்தன் ஆரம்பகால சிறுகதைகள் மட்டுமே ஏற்பைப் பெற்றன. பிற மணிக்கொடி படைப்பாளி களின் சிறுகதைகள் சமூக மாறுதலை இலக்காகக் கொண்டிராத காரணத்தால் புறக்கணிக்கப் பட்டன. 1955இல் சரஸ்வதி தோற்றம் கொண்டு, மார்க்சிய விமர்சன அணுகுமுறைக்குக் களம் அமைத்து தந்தது. ஆர்.கே. கண்ணன் போன்ற மார்க்சிய விமர்சகர்கள் இலக்கியத்தில் அழகியலின் இடத்தை ஏற்றுக்கொண்டாலும், பெரும்பான்மையான மார்க்சிய விமர்சகர்கள் உள்ளடக்கத்தின் சமூகச் சிக்கலுக்கே அழுத்தம் தந்தனர். போர்க்காலச் சூழலில் தமிழில் வணிக இதழ்கள் நிலைபேறு கண்டன. கல்கியைத் தொடர்ந்து பொழுது போக்கு எழுத்துகளை உற்பத்தி செய்துகொண்டிருந்த அகிலன்

போன்ற பொழுதுபோக்கு எழுத்தாளர்கள் பரபரப்பான வாழ்க்கைச் சிக்கல்களை உள்ளடக்கமாகத் தேர்ந்துகொண்டனர். தமிழ்க் கல்வியாளர்கள் இவர்களைப் படைப்பாளிகளாகக் கண்டனர் கதைகளின் உள்ளடக்கங்களைத் தொகுத்து வாழ்க்கை சிக்கல்களின் அடிப்படையில் வகைப்படுத்தும் போக்கை, 'சமூகப் பார்வை' என்னும் பெயரில் முன்னிலைப்படுத்தினர். இந்தச் சூழலில் மணிக்கொடி படைப்பாளிகளின் படைப்புலகச் சாதனைகளை இளம் தலைமுறையினருக்கு அறிமுகம் செய்யவும், மீதமிருக்கும் மணிக்கொடி படைப்பாளிகளைத் தொடர்ந்து இயங்கச் செய்யவும் ஓர் இயக்கத்தைத் தோற்றுவிக்கும் கட்டாயம் எழுந்தது. சி.சு. செல்லப்பாவும் க.நா. சுப்ரமணியமும் 'விமர்சன அங்கீகாரத்தை' தமிழில் எழுப்ப முயன்றனர்.

சி.சு. செல்லப்பாவின் விமர்சன இயக்கம் 1955இல் சுதேசமித்திரன் வாரப்பதிப்பில் நிகழ்ந்த சிறுகதை தொடர்பான விவாதத்தின் மூலம் துவங்கியது. க.நா. சுப்ரமணியமும் இந்த விவாதத்தில் பங்கெடுத்துக் கொண்டார். தொடர்ந்து 'நல்ல சிறுகதை எப்படி இருக்கும்' என எழுதத் துவங்கினார். பொழுதுபோக்கு எழுத்து களுடன் முரண்பட்டு இலக்கியப் படைப்புகளை அறிமுகம் செய்வதை நோக்கமாகக்கொண்டது. இவ்விமர்சனம் சி.சு. செல்லப்பாவும் க.நா. சுப்ரமணியமும் இதை ஒரு வாழ்நாள் பணியாகவே தொடர்ந்துள்ளனர். 1958இல் சரஸ்வதி இதழில் தமிழ் நாவலும் பண்பாடும் என்னும் விமர்சனக் கட்டுரையை முன்வைத்துள்ளார். உள்ளடக்கம் சார்ந்த விமர்சனமாக இருந்தாலும் 'கலைத் தன்மை' என்பதற்கு அழுத்தம் தந்துள்ளார். 'நாம் விரல் விட்டு எண்ணக்கூடிய அளவுக்குத்தான் சிலாக்யமான நாவல்கள் சிருஷ்டிக்கப்பட்டுள்ள ஒரு மொழியினர். நாம் ரொம்பவும் சோதனைகள் நடத்திச் சாதிக்க வேண்டி இருக்கிறது என்பதை நினைவில் கொண்டு பார்க்கவேண்டும் என்பதுதான் என் கருத்து.' செல்லப்பாவின் பார்வை இலக்கியத்தரம் என்பதில்தான் படிந்துள்ளது. இதே கால அளவில் வெளியான கட்டுரைகளில் க.நா. சுப்ரமணியமும் இலக்கியத்தரம் என்பதற்கு அழுத்தம் தந்துள்ளார்.

சரஸ்வதி இதழில் மார்க்சிய சார்பு நிலை கொண்ட விமர்சகர்களுள் ஆர்.கே. கண்ணன் நீங்கலாக ஏனைய விமர்சகர்கள் இலக்கியப் படைப்பின் அழகியல் கூறுகளைக் கவனத்தில்கொள்வதில்லை. 'புதுமைப்பித்தனுடைய 'கலை கலைக்காகவே' என்னும்

கருத்தோட்டம், காலத்திற்கு ஒவ்வாத கருத்தோட்டம். பழைமை வாதக் கருத்தோட்டம்–பித்துப்பிடித்த கருத்தோட்டம், இதன் விளைவாக விபரீத ஆசை, கயிற்றரவு ஆகிய பிற்போக்குக் கதைகளை அவர் எழுதியிருக்கிறார்' (சரஸ்வதி 1957). தி.க.சியின் இந்த விமர்சன மதிப்பீட்டினையே அந்தக் கால மார்க்சிய விமர்சனப் போக்கின் பொதுப்போக்காகக் கொள்ளவேண்டும். இந்தச் சூழலில் தான் 1959இல் விமர்சனத்தையே முதல் நோக்கமாகக் கொண்ட எழுத்து இதழ் சி.சு. செல்லப்பாவால் தோற்றுவிக்கப்பட்டது. இலக்கியப் படைப்பின் அழகியல் கூறுகளை முதன்மைப்படுத்தும் விமர்சனப் போக்கினை சி.சு. செல்லப்பா மேற்கொள்ளத் துவங்கினார்.

எழுத்து இதழ் துவக்கத்தில் க.நா. சுப்ரமணியத்தையே விமர்சகராக முன்னிலைப்படுத்தியது. க.நா. சுப்ரமணியம் அனுபவப் பதிவு முறை விமர்சன நெறியைச் சார்ந்தவர். தன் இலக்கிய அனுபவத்தைச் சார்ந்து தனக்கு இலக்கியத் தரமானதாகப்பட்ட இலக்கியப் படைப்புகளைத் தொடர்ந்து சுட்டிக்காட்டினார். தன் முடிவிற்கான காரணங்களை அவர் விளக்குவதில்லை. இலக்கியத்தில் முரண்பட்ட முடிவுகளுக்கு இடமுண்டு என்பதிலும் நம்பிக்கைகொண்டிருந்தார். க.நா. சுப்ரமணியத்தின் தேர்வில் சி.சு. செல்லப்பா முரண்பாடு கொள்ளவில்லை. என்றாலும் இலக்கியத்தரத்தைப் படைப்பின் உருவத்தைத் துலக்கி, பொதுவான தளத்தில் பிறர் ஏற்கும்படிச் செய்வது விமர்சன இயக்கத்தில் காலத்தின் தேவை என்றார். ஐரோப்பிய விமர்சன முறையை உள்வாங்கிக் கொண்டு, இலக்கியப் படைப்பின் வடிவக் கூறுகளை விரிவாக ஆராய்ந்து படைப்பின் இலக்கியத் தரத்தை மதிப்பிடும் விமர்சன நெறியை மேற்கொள்ளத் துவங்கினார். சி.சு. செல்லப்பா இதனை 'அலசல்முறை விமர்சனம்' என்றார்.

அலசல் முறை விமர்சனத்தில் உருவமே முதன்மைப்படுத்தப்படும். மார்க்சிய விமர்சகர்கள் முன்வைத்த உள்ளடக்கம் சார்ந்த விமர்சன நெறிக்கு எதிரிடையானது இது. எனினும் சி.சு. செல்லப்பா படைப்பில் துலங்கும் படைப்பாளியின் தரிசனம் குறித்த அக்கறையும் கொண்டிருந்தார். க.நா. சுப்ரமணியமும் இதே நிலைப்பாட்டினையே கொண்டிருந்தார். படைப்பின் உருவத்தை முதன்மைப்படுத்துவது காலத்தின் கட்டாயமாக அமைந்தது. பிச்சமூர்த்தி கவிதைகளை மதிப்பிடும்போது செல்லப்பா கவிதையில் ஒளிரும் கவியின் தரிசனத்திற்கு முக்கியத்துவம் தந்துள்ளார்.

சி.சு. செல்லப்பாவின் தமிழ்ச் சிறுகதை பிறக்கிறது, தமிழில் இலக்கிய விமர்சனம் என்னும் இரு நூல்களையும் தமிழ் விமர்சன வளர்ச்சியில் அவருடைய பங்களிப்பாகக் குறிப்பிட வேண்டும். தமிழ்ச் சிறுகதை பிறக்கிறது சிறுகதை குறித்ததான கட்டுரைகளின் தொகுப்பாக அமைகிறது. 18 சிறுகதை ஆசிரியர்களை இந்நூலில் சி.சு. செல்லப்பா விமர்சித்துள்ளார். மௌனியின் மனக்கோலம் கட்டுரையைக் குறிப்பாகச் சுட்டவேண்டும். மௌனி மார்க்சியர்களால் எதிரிடையாகவே தொடர்ந்து எதிர்கொள்ளப்பட்டார். மௌனியைச் சமகாலப்பார்வைக்குக் கொண்டுவர எழுத்து தொடர்ந்து முனைப்புக் காட்டியது.

தமிழில் இலக்கிய விமர்சனம் நூலும் எழுத்தில் வெளியான விமர்சனக் கட்டுரைகளின் தொகுப்பே. 'தமிழில் இலக்கிய விமர்சனம்' என்னும் தலைப்புக் கட்டுரையில் எழுத்து இதழ் வரையிலான தமிழ் இலக்கிய விமர்சன வளர்ச்சியைத் துவக்கியுள்ளார். தொடக்கப் புள்ளியாக வ.வே.சு. ஐயரை மதிப்பிடுகிறார். 'ஆய்வுமுறை விமர்சனம்' என்னும் கட்டுரையில் தான்மேற்கொண்ட விமர்சன நெறியை விளக்குகிறார். பொய்த்தேவு, கமலாம்பாள் சரித்திரம் நாவல்களின் பாத்திரப்படைப்பின் சிறப்பையும் மதிப்பிட்டுள்ளார்.

ந. பிச்சமூர்த்தியைப் பாரதிக்குப் பின்னரான தமிழின் முதன்மைக் கவிஞராக நிறுவ முயன்றார். அதுபோல் மார்க்சிய விமர்சகர்களால் முழுமையாகப் புறக்கணிக்கப்பட்ட மௌனியைச் சமகாலத்தின் பார்வைக்குக் கொண்டுவர மிகையான தளத்தில் எதிர்கொண்டார்.

சி.சு. செல்லப்பாவின் அலசல் முறை விமர்சனம் எதிர்ப்பையும் வரவேற்பையும் நேரிட்டது. தமிழ்க்கல்வி வட்டத்தில் பெரும் தாக்கத்தை நிகழ்த்தியது. சி. கனகசபாபதி போன்ற கல்வியாளர்கள் எழுத்து இதழில் விமர்சகர்களாக இயங்க அதுவே காரணமாக அமைந்தது. தமிழில் புதுக்கவிதை ஓர் இலக்கிய வடிவமாக நிலைபேறு கண்டதற்கும், தமிழ்க்கல்வி வட்டத்தின் ஏற்பினைப் பெற்றதற்கும் செல்லப்பாவின் அலசல் முறை விமர்சனம் ஒரு காரணமாக அமைந்தது.

சி.சு. செல்லப்பா எண்பதுகளில் தேசீய இலக்கியம் குறித்ததான மதிப்பீடுகளை மீண்டும் முன்வைத்தார். தேசீயச் சூழலில் இயங்கியவர்கள் என்னும் காரணத்தால் பி.எஸ். இராமையா போன்றவர்களைத் தலைசிறந்த படைப்பாளிகளாக நிறுவமுயன்றார்.

அலசல் முறை விமர்சனத்தில் யாரையும் உயர்ந்த படைப்பாளியாக முன்னிலைப்படுத்த இயலும் என்பதற்கு அவருடைய பிற்கால எழுத்துகள் சான்றுகளாகின்றன. நவீனத்துவ காலகட்டத்தில் சி.சு. செல்லப்பா பழைமைவாதியாக மதிப்பிடப்பட்டார்.

தமிழில் இலக்கிய விமர்சனத்தை ஒரு துறையாக வளர்ச்சியடையச் செய்ததில் சி.சு. செல்லப்பாவிற்குப் பெரும் பங்கு உண்டு.

விரிவான வாசிப்பிற்கு

1. பூரணச்சந்திரன், 'சி.சு. செல்லப்பா', இருபதாம் நூற்றாண்டுத் திறனாய்வாளர்கள் (2005).
2. செ. ரவீந்திரன், 'எழுத்தும் விமர்சனமும்', யாத்ரா 54.

81

செவ்வியல் இலக்கியம் (classic). சமகாலத்தில் செவ்வியல் என்னும் சொல் தமிழில் வெவ்வேறு பொருளில் கையாளப்பட்டு வருகிறது. சங்கச் செவ்வியல் கவிதைகள் என்னுமிடத்து, செவ்வியல் என்பது தொன்மையைக் குறிக்கிறது. ஜானகிராமனின் மோகமுள் தமிழ் நாவலின் செவ்வியல் வடிவைக்கொண்டுள்ளது எனுமிடத்து, தலைசிறந்த, ஒப்பற்ற முன் உதாரணமாகக் கருதத்தக்க வடிவம் என்னும் பொருளைத் தருகின்றது. குறிப்பிட்ட ஓர் இலக்கியப் படைப்பை அது ஒரு செவ்வியல் படைப்பு என்னும்போது மேலோட்டமான விமர்சன மதிப்பீட்டைக் குறிக்கின்றது.

ஐரோப்பாவில் செவ்வியல் இலக்கியம் என்பது பொதுவாக கிரேக்க இலக்கியத்தைக் குறித்தது. ஐரோப்பியர்கள் தங்கள் தொன்மையைக் கிரேக்க இலக்கியத்தில் இனங்கண்டனர். இலக்கியத்தின் செவ்வியல் தகுதியைத் தோற்றுவித்தவர்கள் கிரேக்கர்களே.

ரோமர்கள் கிரேக்கர்களைப் பின்தொடர்ந்து தங்கள் இலக்கியத் திற்கும் செவ்வியல் தகுதியை அளித்தனர். ஐரோப்பியர்கள் கிரேக்க, ரோம இலக்கியங்களுக்குச் செவ்வியல் தகுதியை அளித்தனர். இருபதாம் நூற்றாண்டில் அது விமர்சன அங்கீகாரமாக உருமாற்றம் பெற்றது. இருபதாம் நூற்றாண்டு விமர்சகர்கள் செவ்வியல் இலக்கியத்தின் புறவயநிலையை, உலகளாவிய பண்பை மேன்மையான அழகியல் கூறுகளாக இனம் கண்டனர். உணர்ச்சி மையவாதக் கவிதைகளை எதிரிடையாக எதிர்கொள்ள இந்த

மதிப்பீடுகளைப் பயன்படுத்தினர். டி.எஸ். எலியட் போன்றோர் இதற்கு அதிக முக்கியத்துவம் தந்தனர்.

தமிழிலும் 'செவ்வியல்', விமர்சன மதிப்பீட்டைக் குறிக்கும் சொல்லாக இன்று பயன்படுத்தப்படுகிறது.

82

செவ்வியல் போக்கு (classicism). உணர்ச்சிமையவாத இலக்கியப் போக்கு என்பதைப்போல் இலக்கியப் படைப்பின் தன்மைகளின் அடிப்படையில் இனம் காணப்படும் இலக்கியப் போக்கு, செவ்வியல் போக்கு.

'வாழ்க்கையை ஒட்டுமொத்தமாக அணுகி சாரம் நோக்கிச்செல்லும் முயற்சி, பண்பாட்டின் அடிப்படையாக அமையும் விழுமியங்களை உருவாக்குதல், வாழ்க்கையை எப்போதும் சமநிலையுடன் மிகைப் படுத்தாமல் நோக்கும் அணுகுமுறை, வாழ்க்கையின் எல்லாக் கூறுகளுக்கும் சமமான முக்கியத்துவம் அளிக்கும் நடுநிலை, பிற்காலத்தில் உருவாகும் எல்லாவகை அழகியல் வடிவங்களுக்கும் முன்னுதாரணங்களைத் தன்னுள் கொண்டிருத்தல்' எனச் செவ்வியல் இலக்கியங்களின் பொதுப்பண்புகளை ஜெயமோகன் தொகுத்துக் கூறியுள்ளார். செவ்வியல் இலக்கியப் பண்புகள் அனைத்தும் பழைமையான செவ்வியல் இலக்கியங்களிலிருந்து பெறப் பட்டவையே. இந்தப் பண்புகள் பழைமையான செவ்வியல் படைப்புகள் செலுத்திய தாக்கத்தின் காரணமாகப் பிற்கால இலக்கியப் படைப்புகளை வந்தடைந்தவை. எடுத்துக்காட்டாக ரோமானியர்களின் செவ்வியல் இலக்கியப் பண்புகள் கிரேக்க இலக்கியத் தாக்கத்தின் காரணமாகத் தோற்றம் கொண்டவை. ஐரோப்பியச் செவ்வியல் இலக்கியங்கள் கிரேக்க ரோம செவ்வியல் இலக்கியங்களின் தாக்கத்தின் காரணமாகத் தோற்றம் கொண்டன.

ஐரோப்பியர்கள் கிரேக்க ரோம செவ்வியல் இலக்கியங்களை நகல்செய்யவும் செய்தனர். அரிஸ்டாடில், ஹோராஸ் கவிதைக் கோட்பாடுகள் 15, 16ஆம் நூற்றாண்டு ஆங்கிலக் கவிதைகளில் பெரும் தாக்கத்தை ஏற்படுத்தின. கிரேக்க நாடகங்கள் ஐரோப்பிய நாடகங்களின் பாதையைத் தீர்மானித்தன. டிரேடன், போப்,

ஜான்சன் ஆகியோரிடம் செவ்வியல் இலக்கியத் தாக்கத்தைத் தெளிவாகவே இனம் காணலாம். ஐரோப்பாவில் புதுச் செவ்வியல் இலக்கியப்போக்கும் தோற்றம் கொண்டது. ஆங்கில இலக்கியத்தில் 17, 18ஆம் நூற்றாண்டுகளைப் புதுச்செவ்வியல் இலக்கியப் போக்கின் காலகட்டமாகச் சுட்டவேண்டும். ரோம செவ்வியல் இலக்கியங்கள் ஆங்கில இலக்கியத்தின்மீது இந்தக் காலகட்டத்தில் பெரும் தாக்கத்தைச் செலுத்தின. உணர்ச்சி மையவாதக் கவிஞர்கள் செவ்வியல் இலக்கியத்திற்கு மிகுந்த முக்கியத்துவம் அளித்தனர். ஆங்கில இலக்கிய மரபின் மூலமாக கிரேக்க இலக்கியத்தைக் கொண்டனர். வடமொழிகுறித்த அறிமுகம் ஐரோப்பாவை அடைந்தபோது, செவ்வியல் இலக்கியமாக வடமொழி இலக்கியத்தையும் கொண்டனர்.

செவ்வியல் இலக்கியத்திற்கென வகுக்கப்பட்ட அனைத்துப் பண்புகளையும் உள்ளடக்கிய இலக்கியமாகச் சங்க இலக்கியத்தைக் குறிப்பிட வேண்டும். தமிழ் இலக்கிய மரபின் துவக்கப் புள்ளியாகச் சங்க இலக்கியம் அமைகிறது. சங்க இலக்கியத்தின் அழகியல் கூறுகளே பிற்கால மரபின் வளர்ச்சிக்குக் காரணமாக அமைகின்றன. அதன் அகம், புறம் பாகுபாடு சமகால இலக்கியத்திற்கும் பொருந்துவதாக அமைகிறது. 17, 18ஆம் நூற்றாண்டுகளில் செவ்வியல் இலக்கியங்கள் சமய அடிப்படையிலான புறக்கணிப்பைப் பெற்றன. 'சங்க நூல்கள் எல்லாம் புத்த சமண சமயச் சார்புடையன; அவைகளைப் பயிலுதல் கூடாது என்று எனது இளமைப் பருவத்தில் சில சிவனடியார்கள் கூறியதுண்டு.' 1940இல் வெளியான சங்க இலக்கியங்களின் சமாஜப் பதிப்பின் முன்னுரையில் இடம்பெறும் இவ்வரி முக்கியத்துவம் வாய்ந்தது. ஐரோப்பிய புதுச்செவ்வியல் போக்கிற்கு நிகரான ஒருபோக்குத் தமிழில் எழாததற்கு இது காரணமாக அமைந்தது. திருமுருகாற்றுப்படைக்கு மட்டுமே அதிக எண்ணிக்கையிலான ஏட்டுப் பிரதிகள் கிடைத்துள்ளன. பெரும்பான்மையான சங்க இலக்கிய ஏட்டுப்பிரதிகள் ஒரே மூலத்திலிருந்து நகல் செய்யப்பட்டவை எனக் கருத இடமுண்டு. பத்தொன்பதாம் நூற்றாண்டின் பிற்பகுதியில் சங்க இலக்கியங்கள் அச்சிடப்பட்டு, பரவலான வாசிப்பினைப் பெறத்துவங்கின. இருபதாம் நூற்றாண்டின் முதல் பத்தில் பார்ப்பனர், பார்ப்பனர் அல்லாதார் அரசியல் கிளர்ச்சி வலுப்பெற்றபோது, வடமொழியும் தமிழும் முரண் இணையாக முன்நிறுத்தப்பட்டன. பழைமை காரணமாக சங்கச் செவ்வியல் இலக்கியமும் கவனம் பெற்றது.

ஆனால் சங்க இலக்கியத்திலிருந்து அறியலாகும் பழந்தமிழர் வாழ்வே மிகுதியாகப் பேசப்பட்டது.

மனோன்மணீயம் சுந்தரம் பிள்ளை ஆங்கிலச் செவ்வியல் நாடக வடிவைத் தழுவித் தன் நாடகத்தை எழுதியுள்ளார். ஒருவகையில் இதைச் செவ்வியல் போலியாகக் குறிப்பிட வேண்டும். சமகாலத்தில் இலட்சுமணப்பிள்ளை சொபாக்ளிசின் கிரேக்கச் செவ்வியல் நாடகம் ஒன்றை வீலநாடகம் எனத் தமிழில் மொழிபெயர்த்துள்ளார். சுந்தரம்பிள்ளை உரையாசிரியர் மொழிநடையை அடியொற்றித் தன் நாடகத்திற்கான மொழிநடையை அமைத்துக்கொண்டபோது, இலட்சுமணப்பிள்ளை இருபதாம் நூற்றாண்டின் எளிமையான மொழியில் செவ்வியல் இலக்கியப்பண்பை எழுப்ப முயன்று வெற்றியும் பெற்றுள்ளார். 'அன்னிமிஞிலி' போன்ற நாடகங்கள் சங்க இலக்கியத்திலிருந்து அறியலாகும் கதைகளை நாடக வடிவில் முன்வைத்தாலும், சுந்தரம் பிள்ளையின் நாடக வடிவைத் தழுவி செவ்வியல் போலிகளாக அமைந்துள்ளன.

இருபதாம் நூற்றாண்டின் பிற்பகுதியில் ஆங்கிலப் பேராசிரியரும் மலையாளக் கவிஞருமான ஐயப்ப பணிக்கர் சங்க இலக்கியத்தின் திணைக்கோட்பாட்டினைச் சமகாலத்தின் மாற்று அழகியலாக ஆங்கிலத்தில் முன்வைத்துள்ளார். க.நா. சுப்பிரமணியம் போன்ற தமிழ் விமர்சகர்கள் திணைக்கோட்பாட்டின் அடிப்படையில் சமகால இலக்கியத்தை எதிர்கொள்ள முடியும் எனக் கூறிவந்தாலும், சமகால விமர்சனம் அதைப் புறக்கணித்துள்ளது என்றே கூற வேண்டும்.

தமிழில் நவீனத்துவத்தின் தேக்கநிலைக்குப் பிறகு இளம் படைப்பாளிகள் மரபை மறுபார்வைக்கு உட்படுத்தினர். செவ்வியல் இலக்கியங்கள் புதிய கவனிப்பைப் பெற்றன. சங்கச் செவ்வியல் இலக்கியத்தினுடனான தொப்புள்கொடி உறவை வலுப்படுத்தினர். ஜெயமோகனின் காடு, கொற்றவை எனும் நாவல்கள் இந்த வகையில் குறிப்பிடத்தக்கன.

83

சொல்புதிது. சொல்புதிது நாகர்கோவிலிலிருந்து 1999 ஜூலை முதல் 2003 செப்டம்பர் வரை காலாண்டிதழாக வெளிவந்த இலக்கியச் சிற்றிதழ்.

எழுத்து தோற்றுவித்த இலக்கியச் சிற்றிதழ் மரபின் இறுதி இதழாகச் சொல்புதிது இதழைக் குறிப்பிட வேண்டும். சொல்புதிது இதழும் 'அரசியல்சாரா இலக்கியம்' என்னும் எழுத்து இதழின் மரபைப் பின் தொடர்ந்தது. நடுநிலை இதழ்களைப் போல் ஓரளவு இலக்கிய வாசிப்புப் பழக்கத்தைக் கொண்ட வாசகர்களை முன்னிறுத்தி இயங்கவில்லை. தேர்ந்த வாசகர்களால் மட்டுமே சொல்புதிது இதழின் பக்கங்களைக் கடந்து செல்ல முடியும். சொல்புதிது இதழ் நடை தோற்றுவித்த புதிய மரபிற்கேற்ப இலக்கியத்தைக் கலையின் ஓர் உட்பிரிவாகக் கண்டது. கூடவே சொல்புதிது தத்துவத்திற்கும் முக்கியத்துவம் தந்தது. அறிவுத் துறைகளில் நிகழும் மாற்றங்களைப் பதிவு செய்யும் பேராசையை அது கொண்டிருந்தது. சொல்புதிது இதழைச் சுந்தர ராமசாமி தோற்றுவித்த காலச்சுவடு சிற்றிதழின் தொடர்ச்சியாகக் கருதவேண்டும்.

சொல்புதிது முதல் இதழில் சுந்தர ராமசாமியின் பங்களிப்பு இருந்தாலும், தொடர்ந்து வந்த இதழ்களில் அவருடையதான பங்களிப்பு இருக்கவில்லை. சுந்தர ராமசாமி கவனம் செலுத்திய இலக்கிய விழிப்புணர்வின் அடுத்த வளர்ச்சி நிலையாகச் சொல்புதிது இதழைக் குறிப்பிடவேண்டும். காலச்சுவடு வணிக இயக்கத்தின் தேவையை உணர்ந்து அதற்கு ஏற்றபடி தன்னை மாற்றிக் கொண்டு நடுநிலை இதழாக வெளிவந்தபோது, சொல்புதிது வணிக இயக்கத்தைப் புறக்கணித்து, சிற்றிதழ் மரபின் உயிர்த்துடிப்பை உட்கொண்டு வெளிவரத் துவங்கியது. சிற்றிதழ் மரபில் தோற்றம் கொண்டு பின்னால் அதன் இயக்கத்தையே முடக்கிய இலக்கிய அரசியலை அது தன்னிலிருந்து முற்றிலுமாக விலக்கிக் கொண்டது. சொல்புதிது தமிழ் நவீனத்துவத்தின் இரண்டாவது காலகட்டத்தை முன்னெடுத்துச் சென்றது. நவீனத்துவத்தைக் கடும் விமர்சனங்களுக்கு உள்ளாக்கிய சொல்புதிது, பின்நவீனத்துவத்தைத் தன்பாதையாகத் தேர்வு செய்யவில்லை. மாறாக, நவீனத்துவத்தின் தேக்கநிலைக்கான காரணங்களை இனம்கண்டு அடுத்த கால கட்டத்திற்கு அதை முன்நகர்த்தியது.

சொல்புதிதின் முதல் இதழ் சூத்ரதாரியை ஆசிரியராகக்கொண்டு வெளிவந்தது. 'சூத்ரதாரி' என்னும் புனைபெயரைக் கொண்ட கோபாலகிருஷ்ணன், இளம் புனைகதை ஆசிரியர்களுள் ஒருவர். சொல்புதிதின் ஆசிரியர், ஆசிரியர்குழு, ஆலோசகர்குழு என்பவற்றில் தொடர்ந்து மாற்றங்கள் நிகழ்ந்து வந்துள்ளன. பெரும்பான்மையான

இலக்கியச் சிற்றிதழ்களைப் போல் சொல்புதிதும் ஒத்த சிந்தனை கொண்ட ஒரு சிறுகுழுவால் இயக்கப்பட்டது. முறையான நிர்வாக அமைப்பை அது கொண்டிருக்கவில்லை. ஒருவகையில் சொல்புதிது ஜெயமோகனின் ஆளுமையின் வெளிப்பாடாக அமைந்தது. யாத்ரா—வெங்கட் சாமிநாதன் இணைக்கு நிகராக சொல்புதிது—ஜெயமோகன் இணையைக் குறிப்பிட வேண்டும்.

சொல்புதிதை ஓர் இளம் தலைமுறையின் இதழாகக் கொள்ள வேண்டும். இதில் எழுதிய பெரும்பான்மையான படைப்பாளிகள் இளம்தலைமுறையைச் சார்ந்தவர்கள். மணிக்கொடி, எழுத்து இதழ்களில் அறிமுகமான முதல் தலைமுறையின் எழுத்துகள் பெரும்பாலும் சொல்புதில் இடம் பெறவில்லை. மறு வெளியீடாக மட்டுமே இவர்கள் படைப்புகளுள் சில வெளியாகியுள்ளன. அதுவும் இளம் தலைமுறையினரின் பார்வையில் முக்கியமாகக் கருதப்பட்டனவே வெளியாகியுள்ளன. ஜெயமோகன், தேவதேவன், ரமேஷ்–பிரேம், குட்டி ரேவதி, பாவண்ணன், யுவன் போன்றவர் களின் எழுத்துகள் இவ்விதழில் தொடர்ந்து வெளிவந்துள்ளன. இரா. முருகன், அ. முத்துலிங்கம், கோகுல கண்ணன், அ.கா. பெருமாள், எம். வேதசகாயகுமார் என சற்று விரிந்த வட்டத்தினைச் சார்ந்த படைப்பாளிகளின் பங்களிப்பைச் சொல்புதிது பெற்றுக் கொண்டது. கூடவே எல்லா இலக்கியச் சிற்றிதழ்களைப் போல இளம்படைப்பாளிகளை அறிமுகம் செய்த பெருமையும் அதற்கு உண்டு. சொல்புதிது இதழில் முதிய தலைமுறையினரின் எழுத்துகள் வெளிவராவிடினும் அத்தலை முறைகளைச் சார்ந்த படைப்பாளி களின் படங்களை அட்டையில் வெளியிட்ட பெருமை அதற்குண்டு.

சொல்புதிது இதழின் உள்ளடக்கம் இலக்கியச் சிற்றிதழ்களின் பொதுவான உள்ளடக்கத்திலிருந்து வேறுபட்டிருந்தது. கதை களுக்கும், கவிதைகளுக்கும் அது இடம் தந்தாலும் பெரும் பான்மையான அதன் பக்கங்கள் கட்டுரைகளுக்கே ஒதுக்கப் பட்டிருந்தன. கட்டுரைகள் பக்க வரையறைக்கு உட்படவில்லை. கட்டுரையாளனின் சிந்தனையே பக்க அளவிற்கு அடிப்படையாக அமைந்தது. கட்டுரைகள் வெவ்வேறு துறைகள் சார்ந்தனவாக அமைந்தன. இலக்கியத்தைப் போலவே அறிவியல், தத்துவம், ஆன்மிகம், வரலாறு ஆகியனவும் முக்கியத்துவம் பெற்றுள்ளன. அறிவியல் கட்டுரைகள் ஐரோப்பிய மொழிகளிலிருந்து மொழி பெயர்க்கப்பட்டுள்ளன. தேர்ந்தெடுத்த ஆளுமைகளை முழுமையான

விமர்சனங்களுக்கு உட்படுத்தும் கட்டுரைகளும் சொல்புதிதில் வெளியாகியுள்ளன. இலக்கியத்திற்கு இணையான கவனிப்பைக் கலையின் பிற வடிவங்களும் பெற்றுள்ளன. நா. மம்மது போன்ற இசையியல் அறிஞர்களை இனம் கண்டு தமிழ்ச் சூழலின் கவனத்திற்குக் கொண்டுவந்த பெருமையும் அதற்குண்டு. அதுபோல் இலட்சுமணப்பிள்ளை போன்ற இசைத்துறை கலைஞர்களை விரிவான மதிப்பீட்டிற்கு உள்ளாக்கவும் செய்தது. நாட்டார் கலைகள் மீதும் அது கவனம் செலுத்தியது. சொல்புதிதின் பார்வை ஆன்மிகத் துறையிலும் நிலைத்தது. நாராயண குரு, நடராஜகுரு மரபைச் சார்ந்த நித்யசைதன்ய யதியின் எழுத்துகளை மொழிபெயர்த்து வெளியிட்டது. மேற்கத்திய தருக்கமுறையில் இந்திய ஞானத்தேடலை வாழ்வின் இன்றியமையாத பகுதிகளுள் ஒன்றாகக் கண்டது.

சொல்புதிதின் நேர்காணல்கள் குறிப்பிடத்தக்கன. இலக்கியம், கலை, பண்பாட்டுத் துறைகளைச் சார்ந்த சாதனையாளர்களின் சாதனையின் பரிமாணத்தை விரிவான நேர்காணல் மூலம் மொழியில் பதிவு செய்தபெருமை அதற்குண்டு. தமிழிசை அறிஞர் ஆபிரஹாம் பண்டிதர் நிகழ்த்திய சாதனையின் பரிமாணத்தை நா. மம்மதுடனான நேர்காணல் மூலம் தமிழ்ச் சிற்றிதழ் சூழலுக்கு அது அறிமுகம் செய்தது. பேராசிரியர் ஜேசுதாசனுடனான நேர்காணல் தமிழ்க்கல்விச் சூழலின் சத்தானப் பகுதியைச் சிற்றிதழ்ச் சூழலின் கவனத்திற்குக் கொணர்ந்தது. நேர்காணல்களைச் சொல்புதிதின் சாதனைகளில் ஒன்றாக மதிப்பிட வேண்டும்.

சொல்புதிது இலக்கிய விமர்சனத்திற்கு மிகுந்த முக்கியத்துவம் தந்தது. தமிழ் விமர்சகர்களின் இலக்கியப் பங்களிப்பினை மதிப்பிட முயன்றது. வெங்கட் சாமிநாதனின் விமர்சன இயக்கம் விரிவான மதிப்பீட்டிற்கு உள்ளாக்கப்பட்டது. பிறமொழிப் படைப்பாளர் களின் சாதனைகளும் மதிப்பீட்டிற்குள்ளாக்கப்பட்டன.

குறிப்பிட்ட இலக்கியப் படைப்பைக் குறித்த விரிவான விமர்சனக் கட்டுரை களும் சொல்புதிது இதழில் இடம்பெற்றுள்ளன இதில் வெளியான நூல் மதிப்புரைகள் குறிப்பிடத்தக்கன. நூலை அறிமுகம் செய்ததோடு நின்றுவிடாமல் அதன் இலக்கிய மதிப்பைக் கறாரான மொழியில் முன்வைத்துள்ளது. இலக்கிய விமர்சனங் களுக்கான எதிர்வினைகளும் பதிவு செய்யப்பட்டுள்ளன. ஆனால் விவாதங்கள் இலக்கிய அரசியலின் எல்லைக்குச் சென்றுவிடாதவாறு கவனம் செலுத்தப்பட்டுள்ளன.

சொல்புதிது இதழ்கள் எழுத்து தோற்றுவித்த இலக்கியச் சிற்றிதழ் மரபின் முதிர்ச்சியை இனம்காட்டுவனவாக அமைந்துள்ளன.

84

சொல்லாட்சி (rhetoric). எழுத்திலோ, பேச்சிலோ கலைஞன் தன் சிந்தனையோடு பிறரை இணங்கச் செய்ய மொழியைக் கையாளும் திறனே சொல்லாட்சி.

அரிஸ்டாட்டில் காலம்தொட்டு சொல்லாட்சி இலக்கிய விமர்சனக் கலைச் சொல்லாகக் கவனிப்பைப் பெற்று வந்துள்ளது. எழுத்திற்கும் உரை நிகழ்த்துதலுக்கும் சொல்லாட்சி பொதுவானது.

ஐரோப்பாவில் மத்திய காலகட்டத்திலும் சொல்லாட்சி விமர்சனக் கவனிப்பைப் பெற்றுவந்துள்ளது. சபையினர் கருத்துகளை உணர்வு அடிப்படையில் ஏற்றுக்கொள்ளச் செய்ய பேச்சாளர் கையாளும் உத்திகளே சொல்லாட்சி என அரிஸ்டாட்டில் விளக்குகிறார். ஹோரஸ் கவிதை நோக்கம் அறிவு புகட்டல் அல்லது களிப்புண்டாக்குதல் அல்லது இவ்விரண்டும் எனக்கொண்டு அவ்வடிப்படையில் சொல்லாட்சியை விளக்க முற்பட்டார்.

கவிதையைக் கவிஞனின் ஆளுமையின் வெளிப்பாடாகக் கண்ட பத்தொன்பதாம் நூற்றாண்டு விமர்சனச் சூழலில் சொல்லாட்சி மீண்டும் கவனிப்பைப் பெற்றது. இருபதாம் நூற்றாண்டில் கலைப் படைப்பின் தற்சார்பற்ற நிலை வற்புறுத்தப்பட்டபோது சொல்லாட்சியின் மீதான கவனம் இலக்கிய விமர்சனத்தில் பின்னடைவை நேரிட்டது. வாசகப்பார்வை முக்கியத்துவம் பெறத்துவங்கிய போது சொல்லாட்சி மீண்டும் கவனம் பெறத் தொடங்கியது.

சிந்தனையை ஏற்கும்படிச் செய்ய வினாவடிவில் அதை முன்வைப்பது சொல்லாட்சி வினா என்றாகிறது. அதுபோல் வஞ்சப்புகழ்ச்சியாகத் தான் சொல்ல வந்ததற்கு எதிரிடையானவற்றைக் கூறிச் சொல்ல விரும்பியதற்கு அழுத்தம் தரும்படியாக மொழியைக் கையாள்வது சொல்லாட்சி வஞ்சப்புகழ்ச்சியாகிறது. தொடரில் சொற்களை வரிசைப்படுத்துவது, குறிகளை அமைப்பது மூலமாகவும் சிந்தனைக்கு அழுத்தம் தரும்படியாகக் கலைஞன் சொல்லாட்சியை வெளிப்படுத்த முடியும். தமிழில் சொல்லாட்சித்திறன் கொண்ட

கவிஞனாகத் திருவள்ளுவரைக் குறிப்பிட வேண்டும். சமகால இலக்கியத்தில் புதுமைப்பித்தன், சுந்தர ராமசாமி முதலியவர்களைச் சொல்லாட்சித் திறனுக்குச் சிறந்த எடுத்துக் காட்டுகளாகக் கூறலாம்.

85

சோதனைப் படைப்புகள் (experimental writings). ஒரு குறிப்பிட்ட காலகட்டத்து இலக்கியப் போக்கை மாற்றியமைக்கும் படைப்பைச் சோதனைப் படைப்பாகக் கருதவேண்டும்.

படைப்பாளிகள் ஏற்பினைப் பெற்ற வழக்கங்களைப் பின்பற்றிப் படைப்பை உருவாக்க முனைவார்கள். சோதனைப் படைப்புகள் ஏற்பினைப் பெற்ற வழக்கங்களைப் புறக்கணித்துப் புதிய பாதையை வகுக்க முயல்கின்றன. மனிதனைக் குறித்தும், சமூகத்தைக் குறித்தும் புதுப் பார்வையை உணரும் படைப்பாளிக்குச் சோதனைத் தவிர்க்க இயலாததாகிறது. இலக்கியத்தில் சோதனை தலைகீழ் மாற்றத்தைத் தோற்றுவித்தாலும் அதுவே பின் மரபாக நிலைபேறு காண்கிறது. ஆங்கிலத்தில் ஜேம்ஸ் ஜாய்ஸ் நிகழ்த்திய சோதனைகளே பிறகு ஆங்கில இலக்கியத்தின் பாதையைத் தீர்மானித்துள்ளன. இருபதாம் நூற்றாண்டை ஐரோப்பிய இலக்கியத்தைப் பொறுத்தவரையில் சோதனையின் காலகட்டமாகக் குறிப்பிடவேண்டும். சமூகப் பொருளாதார நிலையில் தோற்றம் கொண்ட மாறுதல்கள் இலக்கியத்தில் மாறுதல்களை ஊக்குவித்தன.

தமிழிற்கு 'இலக்கியச் சோதனை' என்னும் சொற்றொடர் க.நா. சுப்ரமணியம் என்னும் விமர்சகரால் அறிமுகப்படுத்தப்பட்டது. இலக்கிய வளர்ச்சிக்கு, இலக்கியச் சோதனைகள் அவசியம் என்ற கருத்தை அவர் கொண்டிருந்தார். சோதனை முயற்சிகள் அடையும் தோல்விகூட அதை நிகழ்த்திய படைப்பாளியை முக்கியத்துவப் படுத்துகிறது என்றார். 'சோதனைகள் என்றாலே ஓரளவுக்கு வெற்றி பெறாத முயற்சிகள்தானே என்று கேட்கலாம். உண்மைதான். சோதனைகள் வெற்றி பெறுவதென்பது ஆயிரத்தில் ஒன்றுதான்.' படைப்பாளிகள் குறித்ததான மதிப்பீட்டில் சோதனை செய்து பார்க்கும் அவர்கள் பண்பிற்கு முக்கியத்துவம் அளித்தார். 'பழக்கப் பட்டுவிட்ட பாதையில், எல்லோரும் உபயோகித்துத் தேய்ந்துபோன கருத்துகளை எடுத்துக் கையாளாமல், உபயோகித்து நைந்துபோன

உருவங்களை விட்டுவிட்டுப் புதுசுபுதுசாக ஏதாவது செய்து பார்க்கவேண்டும் என்று செய்வதையே சோதனைகள் என்று சொல்கிறோம்' எனச் சோதனைக்கு அவர் விளக்கமும் தந்தார். சோதனையாளர்களின் சாதனைக்கு அப்பாற்பட்ட அளவுக்கு மதிப்புத் தரப்படவேண்டும் என்றும் கூறினார். க.நா. சுப்ரமணியம் சோதனை 'சுயப்பிரக்ஞையுடன்' நிகழ்த்தப்படுவது என்னும் சிந்தனையைக் கொண்டிருந்தார். சமகால விமர்சகர்கள் சோதனையின் முக்கியத்து வத்தை ஏற்றுக்கொண்டாலும்' சோதனைப் படைப் பியக்கத்தில் தன்னுணர்வின்றி நிகழும் ஒன்றாகக் கண்டனர்.

தமிழ் இலக்கிய மரபில் இருபதாம் நூற்றாண்டு முப்பதுகளை இலக்கியச் சோதனையின் காலகட்டமாகக் குறிப்பிட வேண்டும். சிறுகதையில் புதுமைப்பித்தன் குறிப்பிடத்தகுந்த இலக்கியச் சோதனையாளராகத் திகழ்ந்தார். தமிழ்ச் சிறுகதையின் எதிர்கால வடிவம் அவர் செய்து பார்த்த சோதனைகளின் அடிப்படையில்தான் அமைந்தது. புதுமைப்பித்தனின் சோதனைப் பரப்பு மிக விரிவானது. ஆழமானதும்கூட. மௌனி அதுவரை தமிழ்ச் சிறுகதை மரபு கண்டிராத வடிவத்தைத் தன் சோதனையின் மூலம் அறிமுகம் செய்தார். ந. பிச்சமூர்த்தி, கு.ப. ராஜகோபாலன் ஆகியோர் கவிதை வடிவத்தில் நிகழ்த்திய சோதனை தமிழ்க் கவிதை மரபிற்குப் புதிய பாதையை வகுத்தது.

இலக்கியச் சிற்றிதழ்கள் சோதனை முயற்சிகளுக்கு இடம்தந்தன. சோதனை முயற்சிகளை விமர்சித்து வாசக கவனத்திற்குக்கொண்டு வந்தன. வடிவ வளர்ச்சிக்கு இது காரணமாக அமைந்தது. சோதனைப் படைப்பாளிகளுள் ஜெயமோகனைக் குறிப்பிட வேண்டும். அவர் நிகழ்த்திய சோதனைகள் தமிழ் நாவல் வடிவில் மாறுதல்கள் நிகழக் காரணமாக அமைந்தன.

புதுமைப்பித்தன், ஜெயமோகன் போன்ற படைப்பாளிகள் சோதனையாளர்கள் என்ற நிலையில் தமிழில் முக்கியத்துவம் பெறுகின்றனர்.

86

ஞானி. மார்க்சிய இலக்கியச் சிந்தனைப் போக்கினைச் சார்ந்த விமர்சகர், ஞானி.

மார்க்சிய இலக்கியச் சிந்தனை 50களில் தமிழ் இலக்கியத்திற்கு அறிமுகமானது. ஐம்பதுகளில் கட்சியின் மேலாதிக்கத்திற்கு அப்பாற்பட்டதான மார்க்சியச் சிந்தனைப் போக்கிலமைந்த இலக்கியப் போக்கினை எழுப்ப சரஸ்வதி இதழ் முயன்றது. தாமரை இதழ் மார்க்சிய கட்சியின் இலக்கிய இதழாக வெளிவரத் துவங்கியபோது, இலக்கியமும் கட்சியின் மேலாதிக்கத்திற்கு உட்பட்டது. கைலாசபதி காலகட்டத்தில் கலை இலக்கியத்தைப் பொருளாதாரத்தின் மேல்கட்டுமானமாகக் காணும்போக்கு வலுவடைந்தது. சமூக மாற்றத்திற்கான இலக்கியம் என்பது முழக்கமாக முன்வைக்கப்பட்டது. சோசலிச எதார்த்தவாதம் ஏற்கப்பட்ட இலக்கியக் கோட்பாடாக வற்புறுத்தப்பட்டது.

அறுபதுகள் வரை புதுக்கவிதை வடிவத்தை மார்க்சியர்கள் ஏற்க மறுத்தனர். வணிக எழுத்துகளுக்கு எதிரான படைப்பு இயக்கமும் ஏற்பினைப் பெறவில்லை. மார்க்சியச் சிந்தனையைப் பிரச்சாரமாக முன்வைக்கும் இலக்கியப் படைப்புகளே மார்க்சிய விமர்சகர்களால் முன்னிலைப்படுத்தப் பட்டன. அதே சமயம் மார்க்சிய விமர்சகர்களால் முன்னிலைப்படுத்தப்பட்ட இலக்கியப் படைப்புகள் மார்க்சியச் சிந்தனை சாரா விமர்சகர்களால் புறக்கணிக்கவும் பட்டன. புதுமைப்பித்தன் முதலான இலக்கிய சாதனையாளர்களைக்கூட மார்க்சிய விமர்சகர்கள் ஒரு எல்லை வரையிலேயே படைப்பாளிகளாக ஏற்றனர்.

எழுபதுகளில் இந்த நிலையில் மாற்றம் தோற்றம் கொண்டது. மார்க்சியத்தை மெய்யியலாக இனம்காணும் போக்கு தமிழிற்கு அறிமுகமானது. இந்தக் காலகட்டத்தில் உலகளவில் மார்க்சிய இலக்கியச் சிந்தனை புதிதுபுதிதாகத் தோற்றம் கொண்ட இலக்கியக் கோட்பாடுகளுடன் உரையாடிக் கொண்டிருந்தது. மார்க்சிய இலக்கியச் சிந்தனை காலத்திற்கேற்ப தன்னைப் புதுப்பித்துக் கொண்டது. தமிழிலும் புதியபோக்கு வலுவடையத் தொடங்கியது. ஞானி, கோ. கேசவன், எஸ்.வி. ராஜதுரை ஆகியோரை இந்தப் போக்கில் குறிப்பிட வேண்டும்.

எழுபதுகளில் பரிணாமம் மார்க்சியச் சிந்தனையாளர்களின் இதழாக வெளிவந்தது. இந்த இதழ் மார்க்சியத்தை நடைமுறை அரசியலுக்கு அப்பாற்பட்ட மெய்யியலாக எதிர்கொண்டது. 'மார்க்சிய அழகியல்' என்பது சமூக மாற்றத்திற்கான இலக்கியம் என்பதற்குப் பதிலாக முன்வைக்கப்பட்டது. சோசலிச எதார்த்த

வாதம் அதன் முக்கியத்துவத்தை இழந்தது. தமிழ்ப் படைப்புச் சூழல் மறு மதிப்பீட்டிற்கு உள்ளாக்கப்பட்டது. புதுமைப்பித்தன் முதலான இலக்கியப் படைப்பாளிகளின் சாதனைகள் ஏற்கப்பட்டன. பரிணாமத்திற்கு முன்பாகவே வானம்பாடி இதழ் மார்க்சியர்கள் ஏற்க மறுத்த புதுக்கவிதை வடிவத்தை முன்னிலைப்படுத்தியது. ஞானி வானம்பாடியோடு தொடர்புகொண்டிருந்தார். பரிணாமம் இதழில் அவர் பார்வை வலுவடைந்தது.

80களில் ஞானியை ஆசிரியராகக்கொண்டு நிகழ் இலக்கிய இதழாக வெளிவந்தது. இலக்கியச் சிற்றிதழ்ப் போக்கில் தன்னை ஐக்கியப்படுத்திக் கொண்டது. மார்க்சிய இலக்கியச் சிந்தனையோடு உடன்பாடு கொண்டிராத படைப்பாளிகளின் படைப்புகளும் திறந்த மனதுடன் அணுகப்பட்டன.

நிகழ் இலக்கியத்தின் அடிப்படைகள் குறித்த சிந்தனைகளை விரிவாக முன்னெடுத்துச் சென்றது. புதிய இலக்கியக் கோட்பாடுகள் குறித்ததான அறிமுகங்களுக்கும் இடம் தந்தது. மார்க்சிய கோட்பாட்டை ஒரு குறுகிய எல்லைக்குள் குறுகவிடாது, விரிந்த தளத்தில் எதிர் கொண்டது. ஞானி என்ற விமர்சன ஆளுமையின் வெளிப்பாடாக நிகழ் அமைந்தது.

ஞானி மரபிலக்கியத்தில் விரிவான அறிவு கொண்டவராகத் திகழ்ந்தார். அவருடைய விமர்சனப்பார்வையில் இவ்வறிவு பெரும் பங்காற்றியுள்ளது. மார்க்சியக் கோட்பாட்டின் மீது அவருடையதான புரிதல் ஞானிக்கு இருந்தது. இதனால் வறட்டுக் கோட்பாட்டுப் பார்வை அவரிடம் இல்லாதிருந்தது. சமூக மாற்றத்தில் இலக்கியத்தின் பங்கினைக் குறித்த கேள்வியைத் தொடர்ந்து எழுப்பிக் கொண்டிருந்தார். வாசகன் உள்ளத்தில் இலக்கியம் ஏதோ ஒரு வகையான பாதிப்பை மட்டுமே தோற்றுவிக்கிறது என்ற உண்மையையும் அவர் எதிர்கொண்டார். அதேசமயம் கலை இலக்கியம் புறச்சூழலை மாற்றுவதற்கான அகத்தின் ஆற்றலின் முக்கியக் கூறாக உள்ளது என்ற உண்மையையும் முன்வைத்தார். இங்கு இலக்கியம் ஒரு கருவியாகக் கீழிறக்கப்படவில்லை. மனிதன் வரலாற்றில் சேகரித்த ஆற்றல்கள் இலக்கியத்தில் சேகரிக்கப் பட்டுள்ளன. இந்த ஆற்றல் எழுச்சியைத் தோற்றுவிக்கிறது. புனைவியல் இந்த எழுச்சியின் ஒரு பகுதிதான். இலக்கியத்தின் சுதந்திரம் இங்கு ஏற்கப்படுகிறது. இலக்கியம் வரலாற்றோடும் மெய்யியலோடும் இணைத்துப் பார்க்கப்படுவதின் அவசியத்தை

ஞானி வற்புறுத்தியுள்ளார். எல்லா இலக்கியக் கோட்பாடுகளையும் மார்க்சிய அடிப்படையில் நின்று அவரால் எதிர்கொள்ள முடிந்துள்ளது. பெண்ணியம், தலித்தியம் போன்றவற்றோடு அவரால் உரையாட முடிந்துள்ளது.

ஞானியால் மார்க்சியத்துடன் எதிர்நிலைப்பாடு கொண்ட பிரமிள் போன்ற படைப்பாளிகளையும் விமர்சனங்களை முன்வைத்த சுந்தர ராமசாமி போன்ற படைப்பாளிகளையும் அழகியல் நோக்கில் ஏற்க முடிந்துள்ளது.

ஞானி தன் கண்பார்வையை இடையில் இழக்கும்படியானது. வாசகனின் துணையோடு தான் இலக்கியப் படைப்புகளோடு உறவுகொள்ள முடிந்தது. வாசித்துக் கொடுப்பவரின் குறைபாடுகள் அவர் விமர்சனப் பதிவுகளில் இடம்பெறுவது தவிர்க்க இயலாதது.

அதிக எண்ணிக்கையில் விமர்சன நூல்களை வெளியிட்ட விமர்சகர்களுள் ஒருவராக ஞானியைக் குறிப்பிட வேண்டும். தமிழ்ப்படைப்பாளிகள் பெரும்பான்மையோர் மீதான தன் மதிப்பீடுகளை ஞானி முன்வைத்துள்ளார்.

ஞானி மார்க்சிய தமிழ் இலக்கியச் சிந்தனையின் ஒரு கால கட்டத்தைத் தீர்மானித்த விமர்சகராகத் திகழ்கிறார்.

பார்க்க: *மார்க்சிய இலக்கிய அணுகுமுறை.*

87

தகர்ப்பமைப்புவாதம் (deconstruction). தகர்ப்பமைப்புவாதம், பிரதியின் அர்த்த விரிவை முன்னிலைப் படுத்தும் விமர்சனப் போக்கு. அமைப்புமையவாதம், பின் அமைப்பியல் ஆகியவற்றைத் தொடர்ந்தும் விலகியும் வரும் விமர்சனப்போக்கு. பின் அமைப்பியலோடு நெருங்கிய உறவுடையது. மூாக் தெரிதாவின் சிந்தனை இதற்கு அடிப்படையாகிறது.

தெரிதா சொல்லில் பொருளின் இருப்புக் குறித்து கேள்வியை எழுப்புகிறார். அர்த்தத்திற்கு மையம் இல்லை என்பது அவருடைய நிலைப்பாடு. குறி அதற்கும் புறம்பான கூறுகளிலிருந்து பொருளைப் பெறுவதில்லை. மொழியின் உள்ளே பிற குறிப்பான்களுக்கும் அர்த்தங்களுக்கும் இடையிலான வேறுபாட்டிலிருந்துதான்

பெறுகிறது. எனவே பொருள் முரணான உறவுகளைச் சார்ந்திருப்பதால் அதனை ஏற்க இயலாது. முரண்பட்ட உறவுகளின் உதவியுடன் அது தனி இருப்பிற்கான சுவடை மட்டுமே காட்டுகிறது. எனவே சொல்லில் பொருளை அல்ல; அதன் தாக்கம் அல்லது சுவடை மட்டுமே காண இயலும். எனவே பொருள், சொல்லைச் சார்ந்திருப்பதாகக் கூறும் சொல்மையவாதத்திற்குத் தெரிதாவின் சிந்தனை எதிரிடையானது.

சொல்லின் பொருள், பிற பொருள்களிலிருந்ததான அதன் வேறுபாட்டிலிருந்து உருவாகிறது என்பதால், பொருளுக்குத் திடமான ஆதாரம் ஏதும் இல்லை. எனவே பொருளின் ஒத்தி வைத்தல்தான் உறுதியானது. மொழியில் பொருளின் வேறுபடுதலும், ஒத்தி வைத்தலும் இடைவிடாது தொடர்ந்து நிகழ்கிறது. பொருளின் மையம் இல்லாமையே இதற்குக் காரணமாகிறது. இதனால் பிரதி இறுதியின் பொருள்களின் மோதல் மற்றும் விடைகாண முடியாத முரண்பாடுகளுக்கு உள்ளாகிவிடுகிறது. தகர்ப்பமைப்பு விமர்சனம் முரண்பாடுகளையும், பொருளின் நிச்சயமற்ற தன்மையையும் வெளிப்படுத்துகிறது. தெரிதாவின் பார்வையில் தகர்ப்பமைப்பு வாதம் சொல்லைச் சிதைக்கவோ, அழிக்கவோ செய்வதில்லை. மாறாக அதன் அர்த்தத்தின் மையம் இன்மையை மட்டுமே காட்டுகிறது.

தகர்ப்பமைப்பு வாதம், ஆதிக்கசக்திகள் அர்த்தங்களைத் தீர்மானித்து எவ்வாறு சமூகத்தின் மீது வலுக்கட்டாயமாகச் சுமத்துகிறது என்பதனை வெளிப்படுத்துகிறது. குறிப்பான், குறிப்பீடு என்ற இரண்டையும் குறி என்னும் ஓர் அலகாகக் கருதும் சசூரின் நிலைப்பாட்டினோடு தெரிதா முரண்படுகிறார். குறி, குறிப்பான் இவற்றிற்கிடையே ஒருமைப்பாட்டிற்கு வாய்ப்பில்லை என்பதை நிறுவுகிறார். அர்த்தம் திரும்பத் திரும்ப வருவதால் அதை எந்த மையத்திற்குள்ளேயும் கொண்டுவருவது இயலாததாகிறது. எந்த ஒரு அர்த்தமும், அங்கீகரிக்கத் தக்கதாக இல்லாததாகிறது. அர்த்தத்தின் ஒற்றி வைத்தலே நிச்சயமாகிறது. தகர்ப்பமைப்புவாதம் அர்த்தத்தின் ஒற்றிவைத்தல் மீது கவனம் செலுத்துகிறது. எனவே மரபு சார்ந்த அர்த்தத்தைத் தாக்குகிறது. ஒரு பிரதி ஏற்கப்படும் போதே தன்னைத் தகர்ப்பதற்கான விதையையும் தன்னகத்தே கொண்டுள்ளது. பிரதியில் அர்த்த உற்பத்திக்கான சக்திகளை இனம்கண்டு, அவற்றிற்கு இடையிலான முரண்பாடுகளையும்

இணைப்புகளையும் வெளிப்படுத்துவதே தகர்ப்பமைப்பாக அமைகிறது. அது பிரதியின் அர்த்தமாதல் செயல்பாட்டில் தலையிட்டு அர்த்தத்தைத் தலைகீழாக்குகிறது. அர்த்தத்தின் ஒரு வகையின் மீது இன்னொரு வகையின் செல்வாக்கினைத் தகர்க்கிறது. அர்த்தத்தின் ஒரு குறிப்பிட்ட வகை, அறிவின் ஒரு குறிப்பிட்ட வகையின் ஆதிக்கத்தை நிலை நிறுத்தும் பொருட்டு மொழியைப் பயன்படுத்தி வந்துள்ளது. தகர்ப்பமைப்பு இதற்கு எதிராகச் செயல்படுகிறது.

தகர்ப்பமைப்புவாதம் எல்லா அர்த்தமும் ஒரே மாதிரியான முக்கியத்துவத்தைக் கொண்டதாகக் கருதுவதில்லை. முன் உரிமை பெறும் அர்த்தம் தன்னைத்தானே தேர்வு செய்துகொள்கிறது. முன் உரிமைபெறும் அர்த்தங்கள்தான் சரியானவை என்பதல்ல, மாறாக, பிற அர்த்தங்களைக் காட்டிலும் இவை ஆற்றல் மிகுந்தவை.

தகர்ப்பமைப்புவாதம், வாசகச் செயல்பாட்டின் மீது கவனம் செலுத்துகிறது. அர்த்தத்தை வாசகன் தான் உணருகிறான். அர்த்தத்தை உணர்வது வாசகனின் தனிமனிதச் செயல்பாடுதான்.

ஆனால், வாசகன் பல கட்டுப்படுத்திகளின் தாக்குதலுக்கு உள்ளாகிறான். எனவே கட்டுப்படுத்திகளுக்கு இடையிலான மோதலே அர்த்தத்தைத் தீர்மானிப்பதில் செயல்படுகின்றன. இதனால் வாசகனைச் சுதந்திரமானவனாகத் தகர்ப்பமைப்பு வாதம் ஏற்றுக்கொள்வதில்லை. படைப்பாளி, பிரதி, இவற்றின் வரலாற்றுப் பின்னணி, கட்டுப்படுத்திகள் இவை அனைத்தும் வாசக மனதிலிருந்து அர்த்தம் உணர்தல் செயல்பாட்டில் பங்கு வகிக்கின்றன.

தகர்ப்பமைப்புவாத விமர்சனம், விமர்சனத்தைப் படைப்பிற்கு அடுத்த நிலையில் வைப்பதில்லை. இதன் அடிப்படையில் விமர்சனம் கலைப்படைப்பிற்கு நிகராகச் செயல்படுகிறது. தகர்ப்பமைப்புவாதம் பிரெஞ்சு மொழியில் தோற்றம் கொண்டாலும், அமெரிக்காவில்தான் முழுஅளவிலான செல்வாக்கைப் பெற்றது. பால்திமேன், ஜாஃபிரி ஹார்ட்மேன், ஹில்ஸ் மில்லர், பார்பரா ஜான்சன் ஆகிய விமர்சகர்களை உலக அளவில் குறிப்பிட்டுச் சொல்லவேண்டும்.

தமிழில் சென்ற நூற்றாண்டின் இறுதியில் தகர்ப்பமைப்புவாதம் அறிமுகமானது.

விரிவான வாசிப்பிற்கு

1. கோபிசந்த்நாரங்க், *அமைப்புமையவாதம் பின்அமைப்பியல் மற்றும் கீழைக்காவிய இயல், சாகித்தி அகாதெமி (2005).*
2. தமிழவன், *தமிழவன் கட்டுரைகள், காவ்யா (2000).*

88

தமிழவன். கோட்பாடு சார்ந்து இயங்கும் விமர்சகர் ஐம்பது களின் பிற்பகுதியில் மார்க்சிய இலக்கியச் சிந்தனை தமிழில் அறிமுகமானது. படைப்பாளிகளும், விமர்சகர்களும் இப்புதிய போக்கில் இயங்கத் துவங்கினர். சரஸ்வதி போன்ற இதழ்களும் தோற்றம் கொண்டன. ஆர்.கே. கண்ணன், தி.க. சிவசங்கரன், தொ.மு.சி. ரகுநாதன் முதலியோர் விமர்சகர்களாக இயங்கினர். துவக்கத்தில் படைப்பாளிகளும் விமர்சகர்களும் சுதந்திரமாகச் செயல்பட்டாலும், சோசலிச எதார்த்த வாதம் உருவத்தில் கட்சியின் மேலாண்மை படைப்பாளிகள் மீது திணிக்கப்பட்டது. ஜெயகாந்தன், சுந்தர ராமசாமி போன்ற படைப்பாளிகள் மார்க்சியப் பாதை யிலிருந்து விலகவும் நேரிட்டது. தமிழில் புதிதாகத் தோன்றி வளர்ந்துகொண்டிருந்த புதுக்கவிதையை இலக்கிய வடிவமாக ஏற்க மார்க்சிய விமர்சகர்கள் முன்வரவில்லை. அதுபோல் சிற்றிதழ் இயக்கத்தையும் சந்தேகக் கண்கொண்டே பார்த்தனர். அறுபதுகளின் இறுதியில் ஈழத்துப் பழைமைவாத மார்க்சிய விமர்சகரான கைலாசபதியின் தாக்கம் தமிழை வந்தடைந்தது. இது சிற்றிதழ் விமர்சகர்களால் தீவிரமாக எதிர்கொள்ளப்பட்டது. படைப்பாளி களுக்குப் படைப்புச் சுதந்திரம் அளிக்கும் மேற்கத்திய மார்க்சிய விமர்சன நெறி இளைஞர்களைக் கவர்ந்தது. எஸ்.வி. ராஜதுரை போன்ற சிந்தனையாளர்கள் கட்சிசாரா மார்க்சியத்தை அறிமுகம் செய்தனர். மார்க்சியச் சிந்தனைகொண்ட இளம் விமர்சகர்கள் எண்பதுகளில் பொருத்தமான இலக்கிய விமர்சனக் கோட்பாடு களைக் குறித்தத் தேடலை மேற்கத்திய விமர்சன மரபில் நிகழ்த்தினர்.

தமிழவன் தாமரை, நீலக்குயில் போன்ற மார்க்சிய சார்பு கொண்ட இதழ்களில் விமர்சகராக இயங்கியவர். கட்சி சார்ந்த மார்க்சிய இலக்கிய நெறிமீது அதிருப்திகொண்ட முதல் தலைமுறையைச் சார்ந்தவராக தமிழவனைக் குறிப்பிட வேண்டும். 'சோவியத் சார்பான கட்சி சார்ந்த, மார்க்சிய விளக்கத்தைக் கொடுத்தோரின்

மார்க்சியப் பார்வை அகநிலை பற்றிய விளக்கத்தைச் சரியாய்த் தரவில்லை. இதற்கு நேர்மாறாய் இந்திய மரபுடன் இணைத்துத் தரப்படும் மார்க்சிய விளக்கங்களில் அகநிலை என்று இந்திய ஆன்மிக மரபான விளக்கம் தரப்படுகிறது. இவ்விளக்கங்கள் கருத்து முதல் குணம் கொண்ட விளக்கங்களிலிருந்து தம்மை எப்படிப் புறமொதுக்கித் தனியாய் அமைக்கின்றன என்பது தெரியாத பட்சத்தில் இவைகளும் பலவீனமான கருத்தாக்கங்களே. இங்குத் தான் மொழிவயப்பட்ட விளக்கத்துக்குட்பட்ட அகநிலை என்ற கருத்தாக்கம் அமைப்பியல்வாதிகள் துணையுடன் புகுகிறது.'

தமிழவனின் இச்சொற்கள் அவர் நோக்கத்தைத் தெளிவுப்படுத்தி விடுகிறது. 1982இல் ஸ்ட்ரக்சுரலிசம் நூல் வடிவில் தமிழவனால் அறிமுகப்படுத்தப்பட்டது. தமிழில் கோட்பாட்டினைச் சார்ந்த விமர்சனத்தின் துவக்கமாகக் கொள்ளவேண்டும். அமைப்பியலைத் தொடர்ந்து பின்னமைப்பியல், தகர்ப்புமையவாதம், பின் நவீனத்துவம் ஆகியன குறுகியகால அளவில் தமிழை வந்தடைந்தன. இந்த விமர்சனக் கோட்பாடுகள் அனைத்தும் ஒன்றிலிருந்து மற்றொன்றாகத் தொடர்ச்சிப் பெறுவன. எனவே விமர்சகர்களும் தொடர்ந்து வந்த கோட்பாடுகளைச் சார்ந்து இயங்கவேண்டியதானது. அமைப்பியலை அறிமுகம் செய்த தமிழவன் பின்அமைப்பியல் தகர்ப்பமைப்புவாத, பின்நவீனத்துவ விமர்சனக் கோட்பாடுகளைச் சார்ந்தும் இயங்கியுள்ளார்.

1980-க்கு முன் அவர் எழுதிய விமர்சனக்கட்டுரைகள் இலக்கிய அரசியல் சார்ந்தவையாக அமைகின்றன. இலக்கியச் சிற்றிதழ் விமர்சகர்களும் மார்க்சிய இலக்கியச் சார்புநிலை கொண்டவர்களும் எதிரிடையான நிலைப்பாடுகளையே கொண்டிருந்தனர். 'வானம்பாடி' இயக்கம் புதுக்கவிதை வடிவத்தை மார்க்சியர்கள் ஏற்கும்படிச் செய்தது. எழுபதுகளில் பிரக்ஞை போன்ற மார்க்சிய சார்புநிலை கொண்ட இலக்கியச் சிற்றிதழ்களும் தோற்றம் கொண்டன. பழைமைவாதப் போக்கைக் கொண்ட தாமரையைப் போலன்றி, இவை மார்க்சியத்தை மெய்யியலாகக்கண்டு செயல் பட்டன. புதுக்கவிதை குறித்ததான விவாதங்களை முன்னெடுத்துச் சென்றன. தமிழவன் பிரமிள் கவிதைகள் மாயக்கோவ்ஸ்கி, பாப்லோ நெரூடா படைப்புலகிற்கு எவ்வாறு கடன்பட்டுள்ளது என்பதைச் சான்றுகளுடன் முன்வைத்துள்ளார். 'இவ்வித ஆங்கில மொழிபெயர்ப்புகள் ஒரு ரகம். இது மேல் நாட்டுக் கவித்துவத்

தாக்கம் மட்டும்தானா? எல்லோரும் யோசிக்க வேண்டும். முன்பு மேல் நாட்டுக் கவித்துவ உந்துதல் என்றாய். இப்போது வார்த்தைகள் காப்பியடிக்கப்பட்டிருக்கிறது என்கிறாயே? இது முன்னுக்குப்பின் முரண் இல்லையா என்று வே.சா. கேட்டால் 'சாமி எனக்குப் பதில் தெரியவில்லை.' தமிழவனின் இந்தப் பதிவில் இலக்கிய அரசியல் கூறுகள் இழையோடினாலும், அவர் எழுப்பிய வினா முக்கியமானது. தமிழ்ச் சூழலில் உந்துதல், தாக்கம், தழுவல், இலக்கியத் திருட்டு இவை அனைத்தும் ஒன்றாகவே எதிர் கொள்ளப் படுகின்றன. படைப்பாளிக்குச் சாதகமாகவோ எதிரிடையாகவோ விமர்சகர்கள் பயன்படுத்த வாய்ப்புண்டு. புதுமைப்பித்தன் முதற்கொண்டு கலாப்பிரியா வரை பல படைப்பாளிகள் விமர்சகர் களின் குற்றச்சாட்டுகளுக்கு உள்ளாகியுள்ளனர். இந்த நிலையில் இது குறித்து விரிவாக 'யோசிக்க வேண்டும்' எனத் தமிழவன் குறிப்பிடுவது விமர்சகனாக அவர் சமூக பொறுப்புணர்வை உணர்த்துகிறது.

தமிழவன் எண்பதுகளுக்குப் பின் எழுதிய விமர்சனக் கட்டுரைகள் இலக்கியக் கோட்பாடுகள் அடிப்படையிலேயே அமைந்தன எனவும் கூற இயலாது. தமிழ் வரலாற்றில் புதுக்கவிதை போன்ற கட்டுரை களில் கவிதையின் அழகியல் கூறுகளை இனங்காட்டுகிறார். கூடவே வரலாற்றுப் பார்வையினையும் சுட்டுகிறார். 'புதுக்கவிதை இன்றைய தமிழனின் வாழ்க்கையில் ஏற்பட்ட ஒரு புது அம்சத்தை முதன் முதலாகச் சொன்ன வடிவம். அந்த வகையில் புதுக்கவிதை வெறும் வடிவ ரீதியாக மட்டுமின்றி உள்ளடக்க ரீதியாகவும் நவீனயுகத்தில் நெருக்கடிமிக்க வாழ்க்கையை வாழும் தமிழனைக் காட்டுகிறது.' இங்கு அழகியல் கூறுகளுக்கும் வரலாற்று உணர்வுக்கும் சம முக்கியத்துவம் தரும் பார்வையை உணர முடிகிறது. ஸ்டாலின் காலத்தில் ரஷியாவில் நிகழ்ந்த கொடுமை களைச் சுட்டும் தமிழவன், அதனைத் தங்கள் படைப்புகளில் உணர்த்திய பாஸ்டர்நாக், சொனிட்சின் போன்ற படைப்பாளிகளை முன்னிலைப்படுத்தியுள்ளார். பழைமைவாத, கட்சியின் மேலாண்மையை உறுதிப்படுத்திய மார்க்சிய இலக்கியச் சிந்தனையைத் தமிழவன் முழுமையாக உதறிவிட்டுள்ளதை இது உணர்த்துகிறது. 'தமிழ்க் கல்வியியலும், மார்க்சிய இலக்கிய விமர்சன வட்டாரமும் இருவேறு காரணங்களுக்காகக் கலைத்துவ எழுத்துகளையும் ஜனரஞ்சக எழுத்துகளையும் வித்தியாசமின்றிப் பார்த்தன. தமிழ்த் துறையினரிடமிருந்த இலக்கியப் பண்பாடுகளின்

அறியாமை, மரபு மார்க்சியர்களின் முறையியல் கோட்பாட்டுக்கும் (Theory) விமரிசனத்துக்கும் (Criticism) உள்ள வித்தியாசம் பற்றிய சரியான பார்வையின்மை முதலியன இவ்விரு குழுவினரின் சிக்கலுக்குக் காரணமாக அமைந்தன. சூழல் குறித்த உணர்வே கோட்பாடு சார்ந்த விமர்சன நெறியை நோக்கித் தமிழவனை நகரவைத்தது.

தமிழவனின் கோட்பாடு சார்ந்த விமர்சனத்திற்குச் சிறந்த எடுத்துக்காட்டாக அமைகின்றன மௌனியின் சிருஷ்டி மொழி: தகர்ப்பும் உருவமைப்பும், படைப்புப் பிராமணீயம், அசோக மித்திரன் மொழித்தள விரிவு என்னும் கட்டுரைகள். இவ்விரு கட்டுரைகளிலும் பிரதியின் பொருள் உற்பத்தியில் கவனம் செலுத்துகிறார். மௌனி கதைகள் தொடர்ந்து விவாதங்களை எழுப்பியுள்ளன. பெரும்பான்மையான மார்க்சியச் சிந்தனையாளர்கள் மௌனியைச் சமூகப் பார்வையற்றவர் என ஒதுக்கியுள்ளனர். ஏ.ஜெ. கனகரட்னா, நுஃமான் போன்ற பழைமைவாதப் போக்கினைக் கொண்டிராத மார்க்சிய விமர்சகர்கள் கதைகளின் மொழி, அழகியல் கூறுகளைக் கணக்கில் எடுத்துக்கொண்டு தேவைக்கு அதிகமான முக்கியத்துவம் மௌனியின் படைப்புலகிற்குத் தரப்படுவதைக் கேள்விக்கு உள்ளாக்கினர். க.நா. சுப்ரமணியம் மௌனி கதைகளின் ஆழங்களைத் தொட்டுக்காட்டினாலும், அறிவுசார்ந்த மொழியில் விளக்க முற்படவில்லை.

தமிழவன் கோட்பாடு சார்ந்த ஆய்வுகளுக்கு உட்படுத்திக் கதைகளின் ஆழ்நிலைப் பொருளைப் புறவயமாகத் துலக்கியுள்ளார். மௌனி கதைகளில் தகர்ப்புப் பிரதியையும், உருவமைப்புப் பிரதியையும் ஒருங்கே காண்கிறார். தகர்ப்புப் பிரதி பாலியல், குடும்பம், வம்சவிருத்தி, மொழி இவற்றின் தகர்ப்பாய் அமைகிறது. உருவமைப்புப் பிரதி சாதிவேறுபாட்டைக் கட்டமைத்தல் போன்ற பண்புகளுடன் விளங்குகிறது. தமிழவன் இருபிரதிகளாக மட்டுமல்ல, ஒரு பிரதியின் இருநிலைகளாகவும் காண்கிறார். விமர்சகன் தன்னுடைய பிரதியை இனம் கண்டு தரமதிப்பீட்டிற்கு உள்ளாக்குகிறான் என மௌனியின் மீதான விமர்சனங்களின் வேறுபாட்டிற்கான காரணங்களைச் சுட்டுகிறார். சுந்தர ராமசாமி போன்ற நவீனத்துவ விமர்சகர்கள் மௌனியின் எழுத்தில் மரபின் ஓட்டைகள் உள்ளன எனச் சுட்டியிருப்பது இங்கு கவனத்தில் கொள்ளத்தக்கது.

'அமைப்பியலிலிருந்து பின்நவீனத்துவம்வரை' கட்டுரையின் முடிவுரையாகத் தமிழவன் சுட்டும் வரிகள் குறிப்பிடத்தக்கன. 'எல்லா மேற்கத்திய சிந்தனை முறைகளையும் விமர்சித்து, நம் கலாச்சார மயப்படுத்தலுக்கு உட்படுத்தி, நிராகரிக்க வேண்டியவற்றை நிராகரித்து, மாற்ற வேண்டியவற்றை மாற்றி, ஏற்க வேண்டியவற்றை ஏற்கவேண்டும்.' கோட்பாடு சார்ந்த விமர்சனத்தைத் தமிழுக்கு முதன்முதலாக அறிமுகம் செய்த தமிழவன் எதிர்காலத்திற்கு விட்டுச் செல்லும் இச்செய்தி குறிப்பிடத்தக்கது.

தமிழவன் கோட்பாடு சார்ந்த விமர்சனநெறியைத் தமிழுக்கு அறிமுகம் செய்த முன்னோடியாகத் திகழ்கிறார்.

விரிவான வாசிப்பிற்கு. தமிழவன், இருபதில் நவீனத் தமிழ் விமர்சனங்கள், காவ்யா, டிசம்பர் (2000).

89

தலித் இலக்கியம் (dalit literature). ஒடுக்கப்படுதலை அனுபவத் தளமாகக் கொண்டது தலித் இலக்கியம். மராட்டிய மொழியில் தோற்றம் கொண்ட தலித் இலக்கியம் கன்னடம், தெலுங்கு, தமிழ் போன்ற தென்னிந்திய மொழிகளில் இருபதாம் நூற்றாண்டின் இறுதி முதல் செல்வாக்குடன் திகழ்கிறது. அமெரிக்கக் கருப்பர் இலக்கியத்திற்கு இணையானதாகச் சுட்டமுடியும்.

தலித் இலக்கியம் அதற்கே உரித்தான அரசியலைக்கொண்டது. ஒடுக்கப்பட்ட மக்களின் விடுதலைக்குக் குரல் கொடுக்கிறது. பிற இலக்கியப் போக்குகளின் மீது தொடர்ந்து தாக்குதலைத் தொடுக்கிறது. 'தலித்' என்னும் சொல், வடமொழி வேரினைக் கொண்ட மராட்டிய சொல்லாக அமைகிறது. வடமொழியில் 'பிளவுபட்ட' என்னும் பொருளைத் தருகிறது. சமூகத்திலிருந்து வேறுபடுத்தப்பட்ட மக்கள் எனப் பொருள்பெறுகிறது. மராட்டிய மொழியில் வஞ்சிக்கப்பட்ட, ஒடுக்கப்பட்ட, மண்சார்ந்த மக்களைக் குறிக்கின்றது. தலித் இலக்கியம் குறிப்பிட்ட சாதிக்கான இலக்கியம் என்னும் பொருளை ஒருபோதும் தராது. ஒடுக்கப்பட்ட மக்களைக் குறிக்கும் சொல்லாகத் தலித் அமைகிறது. அம்மக்களின் எழுச்சிக்கான புதிய குறியீடாகவும் அமைகிறது. ஒடுக்கப்பட்ட மக்களைக் குறிக்கும் காந்தியச் சொல்லான 'ஹரிஜன்' என்னும் சொல்லை, 'தலித்' என்னும் அம்பேத்கார் சிந்தனை

அடிப்படையிலான சொல் முழுமையாக இடம்பெயரச் செய்து, தன் சக்தியை நிலைநாட்டியுள்ளது.

ஒடுக்கப்பட்ட மக்களுள் தலித் என்னும் பொது அடையாளத்தை ஏற்காத சாதிகளும் உண்டு. மராட்டிய மகர், தமிழ்ப் பள்ளர் போன்ற சாதியினர் தலித் அடையாளத்தை ஏற்க மறுக்கின்றனர். ஒவ்வொரு மனிதருக்குள்ளும் ஒடுக்கப்படுதல் ஏதோ ஒருவகையில் புதையுண்டுள்ளது. தலித் இலக்கியம் இந்த ஒடுக்கப்பட்ட மனிதனைத் தன்னுணர்வு அடையும்படி செய்கிறது. ஒடுக்கப்படுதலுக்கு எதிராக கலகம் செய்யத் தூண்டுகிறது. 'ஆடுகளாக இராதீர்கள், சிங்கக்குட்டி களாக இருங்கள்; ஆடுகளைத்தான் பலியிடுகிறார்கள்' என்ற அம்பேத்கார் சிந்தனை தலித் இலக்கியத்தின் அடிப்படைக் குரலாக அமைகிறது.

தலித் இலக்கியம் தன்னுடையதான அழகியலைக் கொண்டுள்ளது. எதிர்ப்புக்குரலையே முதன்மையானதாகக் கொள்கிறது. கற்பிக்கப் பட்ட எல்லாப் புனிதங்களையும் உடைத்தெறிகிறது. மொழியில் விலக்கப்பட்டவைகளுக்குத் தாராளமாக இடம் தருகிறது. அனைத்தின் மீதும் கலகங்களைத் தூண்டுகிறது. வசையும் நையாண்டியும் தலித் மொழிக்கு இயல்பானதாக அமைகிறது.

உலகளாவிய ஒடுக்கப்பட்டோர் இலக்கியத்தின் இந்திய வடிவமாகத் தலித் இலக்கியத்தைக் கொள்ளவேண்டும். ஒடுக்கப்படுதலே அனுபவமாக உணர்ந்தோர் தலித் இலக்கியத்தைப் படைக்கலாம். கன்னட சித்தலிங்கைய்யா, தமிழ் மார்க்ஸ் போன்ற தலித் இலக்கியப் படைப்பாளிகள் பிறப்பால் தலித் அல்ல. ஆனால் தலித்தாகப் பிறந்தவர்கள் ஒடுக்கப்படுதலை இயல்பான வாழ்க்கைச் சூழலில் எதிர்கொள்வதால் தலித் இலக்கியம் பெரும்பான்மையாகத் தலித்துகளால் படைக்கப்படுகிறது. தலித் இலக்கியம், இலக்கியத்தின் அழகியலை விரிவடையச் செய்கிறது. அழகியலை எதிர்கொள்ள விரும்பும் வாசகமனம் இதில் நிறைவுகொள்கிறது.

தலித் இலக்கியம் அம்பேத்காருக்குப்பின் மராட்டிய மொழியில் தோற்றம் கொண்டது. அம்பேத்காருக்கு முன்னமே மராட்டிய மொழியைச் சார்ந்த மகாத்மா பூலே, தமிழில் அயோத்திதாஸ பண்டிதர் ஆகியோரின் எழுத்துகளில் தலித் இலக்கியத்தின் பண்பை எதிர்கொள்ள முடிகிறது. தயா பவாரை மராட்டிய தலித் இலக்கியத்தின் முன்னோடி படைப்பாளியாகச் சுட்டவேண்டும்.

தன் வரலாறு தயா பவார் மூலமாக அனைத்து மொழிகளிலும் தலித் இலக்கியத்தின் முக்கிய வடிவமாக நிலைகொண்டுள்ளது. கன்னட சித்தலிங்கைய்யா தலித் இலக்கியத்தின் முக்கியக் கோட்பாட்டாளராகத் திகழ்கிறார். இருபதாம் நூற்றாண்டின் இறுதிப் பகுதியில் இடஒதுக்கீடு தொடர்பான 'மண்டல் கமிஷன்' சிபாரிசுகளை நடப்பிலாக்க முற்பட்டபோது, சாதி அடிப்படையிலான எதிர்வினைகள் இந்தியா முழுவதிலும், தமிழகத்திலும் எழுந்தன. ஒடுக்கப்பட்ட மக்கள் ஓரணியில் திரள்வதற்கான சூழலை இது தோற்றுவித்தது. தலித் இயக்கங்கள் வேர்கொண்டன.

அ. மார்க்ஸ் போன்ற கோட்பாட்டாளர்களே முதலில் இயங்கத் தொடங்கினர். ஆனால் படைப்பாளிகள் தோற்றம் கொண்டபோது கோட்பாட்டாளர்கள் சுட்டிய திசையில் இயங்கவில்லை. பிரச்சாரப் பண்பை அறவே கொண்டிராத படைப்புகளே தோற்றம் கொண்டன. பாமா, சிவகாமி ஆகிய இரு பெண் படைப்பாளிகளையும் தமிழ் தலித் இலக்கியத்தில் குறிப்பிட்டுச் சொல்ல வேண்டும். பாமாவின் கருக்கு தன் வரலாற்று நாவலாக அமைகிறது. அவருடைய சங்கதி நாவலும் தலித் இலக்கியத்தில் குறிப்பிடத்தக்கது. சிவகாமியின் பழையன கழிதலும், ஆனந்தத்தாய் என்னும் இரு நாவல்களும் தமிழ் தலித் இலக்கியத்தின் வளர்ச்சியை இனம் காட்டுகின்றன. மார்க்குவின் யாத்திரை, ராஜ்கௌதமனின் சிலுவைராஜ் சரித்திரம் போன்ற நாவல்களும் குறிப்பிடத்தகுந்த படைப்புகளாக அமைகின்றன. இமயத்தின் கோவேறு கழுதைகள் சற்று வேறான போக்கினைக் கொண்ட தலித் நாவலாக அமைகிறது. சிறுகதை, கவிதை போன்ற வடிவங்களையும் தலித் படைப்பாளிகள் கையாண்டு இருப்பினும், நாவலே முதன்மையான வடிவமாக அமைகிறது. தலித் நாடக அரங்கும் தமிழில் தோற்றம் கொண்டுள்ளது. பின்நவீனத்துவக் காலச்சூழல் தலித் இலக்கியத்தின் வளர்ச்சிக்கு அனுகூலமாக அமைகிறது. ராஜ்கௌதமன், ரவிக்குமார் போன்றவர்கள் தலித் இலக்கிய விமர்சகர்களாகத் திகழ்கின்றனர்.

விரிவான வாசிப்பிற்கு

1. *சஜன். எ, தலித்தியம் இயக்கமும் இலக்கியமும், காலச்சகம் (2004).*
2. *ராஜ்கௌதமன், தலித்திய அரசியல், கங்கு (2005).*
3. *ஜானதன் கல்லர், (மொ.பெ) சிவகுமார், இலக்கியக் கோட்பாடு, அடையாளம் (2005).*

90

மு. தளையசிங்கம். ஈழத்தின் இலக்கிய விமர்சன உணர்வு கொண்ட படைப்பாளி மு. தளையசிங்கம்.

தளையசிங்கம் ஈழத்தில் கைலாசபதியின் சமகாலத்தவர். கைலாசபதி, இலக்கியக் கல்வியாளர்களைப் பிரதிநிதித்துவப்படுத்தும்போது, தளையசிங்கம் படைப்பியக்கத்தைப் பிரதிநிதித்துவப்படுத்தும் விமர்சகராகத் திகழ்ந்தார். தளையசிங்கத்தின் பார்வையில் ஈழத்தின் புதிய பின்னணிக்கு முரணான படைப்பு இயக்கம் பல்கலைக்கழகங் களிலிருந்து வெளிவந்த கைலாசபதி போன்றவர்களால் கட்டமைக்கப் பட்டது. ஊடக வசதியை அது கைப்பற்றிக் கொண்டதால் அதனால் படைப்பியக்கத்தின் மீது மேலாண்மை செலுத்த முடிந்தது. இந்தச் சித்திரத்தைத் தளையசிங்கத்தின் ஏழாண்டு இலக்கிய வளர்ச்சி முன்வைத்துள்ளது. இயந்திரத்தனமான மார்க்சியத்தைக் கேள்விக்குள்ளாக்கும் தளையசிங்கம், அதற்கு எதிரிடையாக எழுந்த நற்போக்கு இயக்கத்தையும் விமர்சனத்திற்குள்ளாக்கினார். இந்தச் சூழலில் இதற்கு நேர்எதிரிடையான போக்கினைப் பிரமிள் கொண்டிருந்தார். தளையசிங்கத்தால் இப்போக்கினோடு உடன்பட முடியவில்லை. 'தருமு சிவராமு, ஈழத்து இலக்கிய விவகாரங் களிடமிருந்து தப்பி ஓடிப்போய் இந்திய எழுத்தாளர்களிடம் அடைக்கலம் புகுந்திருக்கிறார் (மு. தளையசிங்கத்தைப் போல் இங்குள்ள நிலையை இங்கிருந்தே எதிர்த்துத்திருத்தும் துணிவும், பொறுமையும் அவரிடமில்லை).'

பிரமிள் படைப்புலகம் உள்ளுணர்வு சார்ந்தது. நவீனத்துவப் போக்கினோடு தொடர்புடையது. தளையசிங்கத்தைப் பொறுத்த வரையில் மானுட விடுதலையே இலக்கியத்தின் இறுதி நோக்காக அமையவேண்டும். மேலும் இலக்கியம் அறிவியல், தத்துவத்தோடு தொடர்பு கொண்டதாகவும் இருத்தல்வேண்டும். தளையசிங்கம் கருத்துமுதல்வாதம், பொருள் முதல்வாதம் இரண்டுமே அர்த்தம் இழந்துவிட்டதாகக் கருதினார்.

நவீன அறிவியல் கருத்தியல் தளத்தில் மாற்றங்களை நிகழ்த்தும் என நம்பினார். நவீனத்துவத்தின் தனிமனிதப் பார்வையும் அவருக்கு உடன்பாடானது அல்ல. தொடர்ந்து தேடலை நிகழ்த்தியுள்ளார்.

1970இல் வெளியான போர்ப்பறை, ஏழாண்டு இலக்கிய வளர்ச்சிக்குப் பிறகு அவர் பார்வையில் நிகழ்ந்த மாற்றங்களைத் துலக்குகிறது. 'கலைஞன் தான் விரும்பினாலும் சரி, விரும்பாவிட்டாலும் சரி சமூகவளர்ச்சிக்கு உதவிக்கொண்டே இருக்கிறான். தன்னைப் பற்றியும் சமூக வளர்ச்சியைப் பற்றியும் திட்டவட்டமான எந்தக் கருத்துகளையும் கொள்கைகளையும் கொண்டிருக்காமல் தன் சுய வீச்சாப் போக்கில் கலை சிருஷ்டிகளைச் சிருஷ்டிக்கும் போதுகூட சமூகத்தின் பொதுமுன்னேற்றத்துக்கு ஏதோஒரு வகையில் உதவவே செய்கிறான்.' தளையசிங்கத்தின் இப்பார்வையே அறுபதுகளின் இறுதியில் வேகம் பெறத் தொடங்கிய நவீனத்துவத் திலிருந்து அவரை அந்நியப்படுத்தியது. புதுமைப்பித்தன், க.நா.சு., மௌனி போன்றவர்களை உள்ளுணர்வின் உந்துதலுக்குக் கலை உருவம் கொடுப்பவர்களாக இனங் காண்கின்றார் தளையசிங்கம். மார்க்சியச் சிந்தாந்தத்தை ஏற்றுக்கொண்டவர்களை விட இவர்கள் சிறப்பாக எழுதக்கூடியவர்களாய் இருக்கின்றனர் என்பதைச் சுட்டுகிறார். ஆனால் இவர்கள் மார்க்சியச் சித்தாந்தத்தை ஏற்றுக்கொண்டிருந்தால், இன்னும் சிறப்பாக எழுதியிருக்கக் கூடும் எனக் கூறியுள்ளார்.

தளையசிங்கம் தன் நூலான ஏழாண்டு இலக்கிய வளர்ச்சியில் மார்க்சிய இலக்கியச் சிந்தனையை எதிர்கொண்டார் என்பதைவிட, கைலாசபதி என்னும் விமர்சகன் ஈழத்தமிழ்ப் படைப்புலகின் மீது மார்க்சியத்தின் பெயரால் நிகழ்த்திய மேலாண்மையை எதிர் கொண்டார் என்பதே பொருத்தமானது. இரண்டாவது கால கட்டத்தில் மார்க்சிய இலக்கியச் சிந்தனையை விமர்சனத்திற்கு உள்ளாக்குகிறார். தமிழ் எழுத்துலகில் இயங்குபவர்களை நான்கு வகையினராக இனம் காண்கிறார். மார்க்சியச் சித்தாந்தத்தை ஏற்றுக்கொள்பவர்கள், அதை மறுத்து உள்ளுணர்வின் உந்துதல் களுக்குக் கலை உருவம் கொடுப்பவர்கள், கட்டுப்பெட்டிகள், போலிகள் மற்றும் வியாபாரிகள். இந்த நான்கு வகைகளைச் சார்ந்தவர்களில் மார்க்சியர்களையே முன்னிலைப்படுத்துகிறார். தமிழில் மார்க்சியச் சித்தாந்தத்தை ஏற்றுக்கொண்டவர்கள் தோல்வியடையக் காரணம் அவர்கள் பார்வை விரிவிற்கேற்ப கலைத்திறமைக் கொண்டிருக்கவில்லை என்பதையே காரணமாகச் சுட்டுகிறார். அகிலன் முதல் பார்த்தசாரதி வரையிலான வணிக இதழ்களின் எழுத்தாளர்களைப் போலிகளாக இனம் காண்கிறார்.

தளையசிங்கம் 1970-லேயே சோசலிச எதார்த்தம் தோல்வியடைந்து விட்டதாகக் கருதினார். அதற்கான காரணங்களையும் முன்வைத்தார். 'மார்க்சிய சித்தாந்தம் இலக்கியத்துறையில் புகுத்திய சோசலிச யதார்த்தம் என்ற கோட்பாடும், அந்தச் சித்தாந்தம் எல்லாவற்றுக்கும் உரிய அடிப்படைக் காரணங்களாகக் கருதும் பொருளாதார சமூக அமைப்பில் ஏற்படுத்திய மாற்றங்களும், அந்த மாற்றங்கள் ஏற்பட்ட நாடுகளின் இலக்கியத்துறையில்கூட அடிப்படையான இலக்கிய உருவ மாற்றங்களைக் கொண்டுவரவில்லை என்பதையும் பொதுப்படையான உள்ளடக்க வளர்ச்சிக்கு ஏற்ற விதத்தில் தனிப் பட்ட உச்சங்கள் முந்தைய காலத்து உச்சங்களுக்குச் சமமாக ஏற்படவில்லை என்பதையும் பார்க்கும்போது சில முடிவுகள் தவிர்க்க முடியாதவையாகிவிடுகின்றன.' தளையசிங்கம் பொருளாதாரம் அல்ல; சிந்தனை மாற்றமே கலை இலக்கியத்தில் மாற்றங்களை நிகழ்த்தும் என்றார். மார்க்சிய சித்தாந்தம் அடிப்படையான சிந்தனை மாற்றத்தைப் பிரதிபலிக்கவில்லை என்ற முடிவிற்கு வருகிறார். மார்க்சியத்தின் நன்மைகளைப் பெற்றுக்கொண்டு அதனைக் கடந்துசெல்ல வேண்டியதன் அவசியத்தை வலியுறுத்துகிறார்.

தளையசிங்கம் கலை இலக்கிய விமர்சனம் குறித்ததான தன்னுடையதான நிலைப்பாட்டினைக்கொண்டிருந்தார். தமிழ் இலக்கியச் சிற்றிதழ்களில் முன்வைக்கப்பட்ட மௌனி கதைகள் மீதான விமர்சனத்தைத் தன்னுடையதான பார்வையில் ஆராய்கிறார்.

தளையசிங்கத்தைப் பொறுத்தவரையில் 'மௌனியின் சிறுகதைகள் கலையைப் பற்றி அறிவுபூர்வமாக விளங்கிக் கொள்ளாத ஒரு கலைஞனின் சிருஷ்டி உந்துதலின் பிரசவங்களாகவே இருக்கின்றன.' மௌனியைத் தன் உள்ளுணர்வின் உந்துதலால் இயங்கும் கலைஞராகத் தளையசிங்கம் சுட்டுகிறார். ஆனால் மௌனியின் சிறுகதைகளின் மீதான விமர்சனம் அறிவு அடிப்படையில் இயங்க வேண்டியதின் அவசியத்தை வற்புறுத்துகிறார். பிரமிளின் விமர்சனத்தை அறிவு அடிப்படையில் இயங்காததாகச் சுட்டுகிறார்.

'மௌனியின் கதைகளை விமர்சனம் செய்யும் ஒருவன் அதை அறிவுரீதியாக விளக்காமல் அதற்குப் பதிலாக ஒரு குருட்டுணர்வின் அடிப்படையில் தன் விமர்சனத்தையும் கலைபற்றிய விளக்கத்தையும் நிறுத்த முயலும்போது விமர்சனத்தின் நோக்கம் கெடுவதுடன் மௌனியின் கதைகளுக்குரிய மதிப்பும் உரிய அளவுக்குக்

கெடுபடாமல் போய்விடுகிறது.' உள்ளுணர்வின் உந்துதலில் படைப்பாளி இயங்கினாலும் விமர்சகன் அறிவின் தளத்தில் தான் செயல்பட்டாக வேண்டும். தளையசிங்கம் அறிவின் தளத்தில்தான் மௌனி கதைகளை எதிர்கொண்டுள்ளார். 'அதேபோல் மௌனியின் கதைகளும் கனவுகளல்ல, விஞ்ஞான அறிவுக்கூர்மை ஏற்றுக்கொள்ளும் மேல்மனத்தளத்தோடும் சமூக, பொருளாதார வாழ்க்கையோடும் ஒத்தோட மறுத்து இன்னும் உள்ளே, அவற்றைவிட ஆழமாகப் போகும் முயற்சியே மௌனியின் கதைகள் காட்டும் செய்தியாகும்.' மௌனி கதைகள் மீதான சமகாலப் புரிதல் இதுவாகவே இருக்கின்றது.

தளையசிங்கம் மௌனிகதைகள் தர்மவளர்ச்சிக்கு ஒத்துழைக்க வில்லை என்னும் கணேசலிங்கத்தின் மதிப்பீட்டையும் மறுக்கிறார். மௌனி கதைகள் குறித்ததான க.நா.சு.வின் புரிதல்களை ஏற்கும் தளையசிங்கம் அவர் அதை விமர்சனரீதியில் விளக்கவில்லை என்ற முடிவிற்கு வருகிறார்.

1974இல் வெளியான மெய்யுளில் தளையசிங்கத்தின் பார்வையின் ஆன்மிகப் பரிமாணம் முழுமையடைகிறது. பூரண இலக்கியம் என்னும் கோட்பாட்டை விளக்க முயல்கிறார். பொருள்முதல் வாதம், கருத்துமுதல்வாதம் இவை இரண்டிற்கும் அப்பாலான மெய்முதல் வாதத்தை முன்வைக்கிறார். மெய்யுள் என்னும் புதிய இலக்கிய வடிவையும் சமகாலத்திற்கான வடிவமாகக் காண்கிறார்.

ஈழத் தமிழ் இலக்கிய விமர்சகர்களுள் தளையசிங்கத்தையே பெரும் சிந்தனையாளராக இனம் காணவேண்டும்.

விரிவான வாசிப்பிற்கு

1. ஜெயமோகன், ஈழ இலக்கியம் ஒரு விமர்சனப்பார்வை (2008).
2. மு. பொன்னம்பலம், திறனாய்வு சார்ந்த சில பார்வைகள், இலங்கைத் தேசிய நூலகம் (2000).

பார்க்க: *கைலாசபதி.*

91

தழுவல் (adaptation). இலக்கியப் படைப்பை ஓர் ஊடகத்திலிருந்து மற்றொரு ஊடகத்திற்குப் பொருந்தும்படி மாற்றுவது தழுவல். எடுத்துக்காட்டாக, நாவலைத் திரைப்படமாக்குதலைக் குறிப்பிட வேண்டும். ஒரு மொழியிலுள்ள இலக்கியப்படைப்பை மற்றொரு மொழியில் மொழிபெயர்க்காமல் வேறுவடிவத்தில் படைப்பதையும் தழுவல் என்று குறிப்பிடலாம். எடுத்துக்காட்டாக, ஹெச். ஏ. கிருஷ்ணப் பிள்ளையின் இரட்சண்ய யாத்ரிகம் காப்பியத்தைக் குறிப்பிட வேண்டும். ஆங்கிலத்தில் ஜாண் பனியன் எழுதிய பரதேசியின் மோட்சப் பயணம் என்னும் உரைநடை வடிவத்தைத் தழுவி கிருஷ்ணபிள்ளை காப்பியமாகப் படைத்துள்ளார்.

சென்ற நூற்றாண்டின் முப்பதுகளில் ஐரோப்பிய இலக்கியப் படைப்புகள் அதே வடிவத்திலும் வேறு வடிவத்திலும் தமிழாக்கப் பட்டன. மொழி பெயர்ப்பிலிருந்து இதனை வேறுபடுத்திக் காட்ட, தழுவல் என்னும் சொல் பயன்படுத்தப்பட்டது. மணிக் கொடியில் தழுவலா, மொழிபெயர்ப்பா? எது தமிழிற்கு உகந்தது எனும் விவாதமும் நிகழ்த்தப்பட்டது. கல்கியின் வரலாற்றுப் புனைகதைகள் வால்டர் ஸ்காட்டின் ஆங்கில வரலாற்றுப் புனைகதைகளின் தழுவல் என இனங்காட்டப்பட்டது. பிரௌனிங்கின் கவிதைகளைப் புதுமைப்பித்தன் சிறுகதைகளாக மறுபடைப்பாக்கம் செய்துள்ளார். மொழிபெயர்ப்பில் மூலமொழி ஆசிரியரின் ஆளுமை மொழிபெயர்க்கப்படும் மொழிக்குக்கொண்டு வரப்படுகிறது. தழுவலில் மூலமொழி ஆசிரியரோடு மொழி பெயர்க்கும் ஆசிரியரும் படைப்பில் துலங்கும் ஆளுமையைப் பங்கு வைத்துக் கொள்கிறனர். மூலமொழி ஆசிரியரின் பெயர் மறைக்கப்படும் நிலையில் தழுவல் இலக்கியங்கள் எதிர்மறையான விமர்சனங்களை எதிர்கொள்ள நேர்டுகின்றன.

92

தன் வரலாற்று நாவல்கள் (autobiographical novel). தன் வரலாற்று நாவல்கள் புனைகதை மொழியில் எழுதப்பட்ட தன்வரலாறுகளாக அமைகின்றன.

எல்லா நாவல்களுமே தன்வரலாற்றுக் கூறுகளை ஏதோ ஓர் அளவில் கொண்டிருக்கும். எனினும் படைப்பாளி தன்னை வெளிப்படுத்தாதவாறு மறைவை நாவலில் ஏற்படுத்தியிருப்பான். சில சமயங்களில் படைப்பாளியே படைப்பிற்கு வெளியில் நின்று தன் நாவலில் அமைந்துள்ள தன்வரலாற்றுக் கூறுகளைச் சுட்டவும் கூடும். குழந்தைகள் பெண்கள் ஆண்கள் நாவலில் அமைந்துள்ள தன்வரலாற்றுக் கூறுகளை அதன் ஆசிரியர் சுந்தர ராமசாமியே வெளிப்படுத்தியுள்ளதைக் குறிப்பிடவேண்டும். தன்வரலாற்று நாவலில் எவ்வித மறைவுமின்றி நாவலாசிரியன் தன் வாழ்வைப் புனைகதை மொழியில் முன்வைத்துள்ளான்.

வாழ்க்கை வரலாறும், தன்வரலாறும் நம்பகத் தன்மையை உயிர்மையமாகக் கொண்டவை. தகுந்த ஆவணங்களின் அடிப்படையில்தான் எழுதப்படவேண்டும். தனிமனிதன் ஒருபோதும் ஆவணங்களைத் திட்டமிட்டுப் பாதுகாத்து வைப்பதில்லை. தன் நினைவுகளைத்தான் சார்ந்திருக்க வேண்டும். வாழ்வில் தான் உணர்ந்த உண்மைகளை மொழியில் உணர்த்த ஆவணமின்மை தடையாக உள்ளது. இத்தடையை எதிர்கொள்ளப் புனைகதை மொழியைக் கையாளும் நிலை இயல்பாக எழுகிறது. புனைகதையின் இலக்கு வாழ்வின் உண்மையைத் துவக்குவதுதான். இதற்கு அது புனைவை எழுப்புவதின் மூலம் உண்மையைக் கண்டடைகிறது. தன்வரலாற்று நாவல்கள் நாவலாசிரியன் எதிர்கொண்ட வாழ்வின் உண்மைகளைப் புனைகதை மொழியில் முன்வைத்துள்ளன.

வளமான வாழ்க்கை வரலாறு, தன்வரலாறு மரபுகளைக் கொண்ட மொழி ஆங்கிலம், அம்மொழியில் 18ஆவது நூற்றாண்டில் தன்வரலாற்று நாவல் வடிவம் தோற்றம் கொண்டது. இருபதாம் நூற்றாண்டில் அது வளர்ச்சியின் உச்சத்தை எட்டியது. ஜாய்ஸின் ஒரு கலைஞனின் இளம்வயது சித்திரம் புகழ்பெற்ற தன்வரலாற்று நாவலாக அமைகிறது.

தமிழில் முதல் தன்வரலாற்று நாவலான கருக்கு 1992இல் வெளியானது. இதன் ஆசிரியரான பாமா முன்னோடி தலித் படைப்பாளிகளுள் ஒருவர். கருக்கு இவருடைய முதல் நாவலும்கூட. மராட்டிய தலித் படைப்பாளியான தயா பவாரின் தன்வரலாறு இந்த வடிவை அறிமுகம் செய்திருக்க வேண்டும். பாமா தன் இளமைக் கால அனுபவங்களையும், மத நிறுவனமொன்றில்

அவர் எதிர்கொண்ட இன்னல்களையும் மொழியில் பதிவு செய்துள்ளார். வாழ்வில் அவரோடு உறவாடிய மனிதர்களைப் பெயர்களாக மட்டும் அல்லாமல் உயிர்த்துடிப்புடன் இயங்குபவர்களாக வாசகர்களின் முன்நிறுத்தியுள்ளார். தான் அனுபவித்த ஒடுக்கப்படுதலை அனுபவமாக வாசகருடன் பகிர்ந்துள்ளார்.

இருபதாம் நூற்றாண்டின் இறுதியில், பிற்படுத்தப்பட்ட வகுப்பைச் சார்ந்த மற்றொரு பெண் படைப்பாளியான அழகியநாயகி அம்மாள் தன் வரலாற்றைக் கவலை என்ற தன்வரலாற்று நாவலாக முன்வைத்துள்ளார்.

புதிய நூற்றாண்டில் பாரத தேவியின் நிலவோடு தூரதூரமாய், முத்தம்மாள் பழனிசாமியின் நாடுவிட்டு நாடு, ராஜ்கௌதமனின் சிலுவைராஜ் சரித்திரம், லண்டனில் சிலுவைராஜ் என தன்வரலாற்று நாவல்கள் ஒரு மரபாக வளர்ச்சி அடைந்துள்ளன. பாரததேவியின் நிலவோடு தூரதூரமாய் கலைச்சாதனையாகத் திகழ்கிறது.

தமிழ் தன்வராற்று நாவல்கள் எவ்வித ஒளிவு மறைவுமின்றி வாழ்வை முன்வைத்துள்ளதால் அதன் விளைவாக எழப்போகும் தங்களைக் குறித்ததான மதிப்பீடுகளை நாவலாசிரியர்கள் பொருட்படுத்துவது இல்லை. தன்வராற்று நாவல்களின் படைப்பாளிகள் பெரும்பான்மையும் பெண்கள் அல்லது தலித் சமூகத்தைச் சார்ந்தவர்கள். என் பெயர் வித்யா ஒரு திருநங்கையால் படைக்கப்பட்டுள்ளது. இவர்கள் அனைவருமே ஒடுக்கப்படுதலை அனுபவமாக வாழ்வில் எதிர்கொண்டவர்கள். அழகிய நாயகி அம்மாள் ஆணாதிக்கம் மிகுந்த ஒரு சமூகத்தைச் சார்ந்தவர். ஒடுக்கப்படும் ஒரு பெண்ணின் மனதை மொழிப்படுத்த கவலையில் முடிந்துள்ளது.

ஒடுக்கப்பட்டவர்களின் கலை வடிவமாகத் தமிழில் தன்வரலாற்று நாவல்கள் திகழ்கின்றன.

93

தன்வரலாறு. இது, ஒரு தனி மனிதன் தன் வாழ்க்கை வரலாற்றைத் தானே சித்திரித்தல்.

ஆங்கில இலக்கியத்தில் 19ஆம் நூற்றாண்டின் துவக்கத்தில் தன்வரலாறு எனும் வடிவம் தோற்றங்கொண்டது. மனித நினைவுகள்

நம்பிக்கைக்குரியன அல்ல. மிகச் சிலரே கடந்துபோன வாழ்வைக் குறித்து விரிவான தகவல்களை நினைவில் கொண்டிருக்கலாம். இல்லாத நிலையில் தன்னோடு தொடர்புடைய பிறர் கொண்டுள்ள தன்னைக் குறித்த பதிவுகளையே சார்ந்திருக்க வேண்டும். நினைவு கொள்ள விரும்புவதையே மனிதன் நினைவில் கொள்வது இயல்பு. இக்காரணங்களால் தன்வரலாறு உண்மைகளின் சிதைவாகவும் இருத்தல் கூடும். துவக்கத்தில் தன்வரலாறு பெரும்பாலும் புனைவாகவே மதிக்கப்பட்டது. உலகப் போர்களின் காலகட்டத்தில் ஆங்கிலத்தில் மிகச் சிறந்த தன்வரலாறுகள் வெளிவந்துள்ளன. இரண்டாவது உலகப் போருக்குப் பிறகு தன்வரலாறுகள் எண்ணிக்கைப் பெருக்கத்தை அடைந்தன. சாதனைகளை நிகழ்த்தியதாக எண்ணிய ஒவ்வொருவரும் தங்கள் வாழ்வைக் குறித்து எழுத முற்பட்டுள்ளனர். அரசியல்வாதிகளும் அதிகாரிகளும் இதில் முன்னணியில் உள்ளனர்.

20ஆம் நூற்றாண்டில் தமிழ் தன்வரலாறுகளை எதிர்கொண்டுள்ளது. காந்தியின் சுயசரிதை இந்திய மொழிகள் அனைத்திலும் மொழிபெயர்க்கப்பட்டுத் தாக்கத்தை நிகழ்த்தியுள்ளது. அறிஞர்களும் அரசியல்வாதிகளும் தங்கள் வாழ்வை மொழிப்படுத்த முயன்றுள்ளனர். உ.வே. சாமிநாதையரின் என் சரித்திரம் இந்த வகையில் முன்னோடியானது. ஒரு காலகட்டம் குறித்ததான நேர்மையான பதிவுகளின் தொகுப்பாக இது மதிப்பிடப்படுகிறது. திரு.வி. கல்யாணசுந்தரனார் வாழ்க்கைக் குறிப்புகள் எனும் தலைப்பில் தன் வரலாற்றை எழுதியுள்ளார். தன் கால அரசியல், தொழிற்சங்கம் குறித்ததான பல பதிவுகளை முன்வைத்துள்ளார். நாமக்கல் கவிஞர் இராமலிங்கம் பிள்ளை என் கதை எனும் தலைப்பில் தன் வரலாற்றை எழுதியுள்ளார்.

பல காவல்துறை உயர் அதிகாரிகளும் தன்வரலாறுகளை எழுதி உள்ளனர். காவல் துறை அதிகாரிகள் தங்கள் நேர்மையான அதிகார வாழ்வைப் பதிவுசெய்ய முனைப்புக் காட்டியுள்ளனர். எந்த அதிகாரியின் தன்வரலாற்றிலும் காவல்துறையின் ஊழல்கள் குறித்ததான பதிவுகள் இருப்பதில்லை.

பாரதி கவிதை வடிவில் தன் வாழ்வின் ஒரு பகுதியின் வரலாற்றை எழுதியுள்ளார். வ.உ. சிதம்பரனாரும் தன் சிறை வாழ்வை வ.உ.சிதம்பரம் பிள்ளை தற்சரிதம் எனும் தலைப்பில் கவிதை வடிவில் படைத்துள்ளார்.

தன் வரலாறுகளின் நம்பகத் தன்மை அதைப் படைத்த ஆளுமையைச் சார்ந்ததாக அமைகிறது. பெரும்பாலும் நம்பகத் தன்மை குறித்த கேள்விகள் எழுதப்படுவதில்லை. சென்ற நூற்றாண்டின் இறுதியில் இச்சிக்கல் உணரப்பட்டு தன் வரலாறுகள் தன்வரலாற்று நாவல்களின் வடிவிலேயே வெளிவந்துள்ளன. அழகியநாயகியம்மாளின் கவலை, முத்தம்மாள் பழனிசாமியின் நாடுவிட்டு நாடு, பாரததேவியின் நிலாக்கள் தூரதூரமாய் முதலியவற்றைக் குறிப்பிட வேண்டும். தன்வரலாற்று நாவல்களில் நம்பகத் தன்மை குறித்த கேள்விகள் எழுவதில்லை.

94

திணைக்கோட்பாடு. திணைக் கோட்பாட்டைத் தொல்காப்பியம் முதன்முதலாக முன்வைத்துள்ளது. நில அடிப்படையில் இலக்கியத்தை எதிர் கொள்கின்றது. இது இவ்வகையில் உலகின் முதல் இலக்கியக் கோட்பாடும் கூட.

திணைக் கோட்பாட்டை உணர்த்தும் இலக்கியப் படைப்புகளாகச் சங்கப்பாடல்கள் அமைந்துள்ளன. சங்கப் பாடல்களின் ஒரு பகுதி தொல்காப்பியத்தின் முன்னதாக எழுந்திருக்கக்கூடும் எனக் கருதுவோமானால், தொல்காப்பியத்திற்கு முன்னமே திணைக் கோட்பாடு தமிழில் செல்வாக்குப் பெற்றிருக்க வேண்டும். திணைக் கோட்பாடு குறித்ததான வேறு சிந்தனைப் பள்ளிகள் தொல்காப்பியரின் சமகாலத்தில் இருந்ததற்கான சான்றுகளையும் தொல்காப்பியத்தில் காண முடிகிறது.

தொல்காப்பியம், இலக்கியப் பரப்பினை அகம், புறம் என இரண்டாகப் பகுக்குகிறது. அக ஒழுக்கம் ‘புறத்தாற்கு இந்தத் தன்மைத் தென்று வெளிப்படையாகக் கூற இயலாது, மனதாலேயே நுகர்ந்து இன்புறுவதாகிய காம ஒழுக்கம்’ என, தொல்காப்பிய உரையாசிரியரான நச்சினார்க்கினியர் விளக்குகிறார். தொல்காப்பியர் அகத்திணையைக் கைக்கிளை முதலாக பெருந்திணை ஈறாக ஏழாக வகைசெய்கின்றார். முல்லை, குறிஞ்சி, பாலை, மருதம், நெய்தல் என்னும் நடுவண் ஐந்திணைகளில் பாலை ஒழிய ஏனைய நான்கும் நிலம் பெறுகின்றன. ஒவ்வொரு திணையும் முதற்பொருள், கருப்பொருள், உரிப்பொருள் எனும் மூன்றினையும் பெறுகின்றன. நிலமும் பொழுதும் முதல்பொருளாக அமைகின்றன.

பொழுது பெரும்பொழுது, சிறுபொழுது என்னும் இருவகை பொழுதுகளையும் கொண்டது. காடுறை உலகமான முல்லைக்கு, கார்ரும் மாலையும் பொழுதுகளாக அமைகின்றன. மைவரை உலகமான குறிஞ்சி, கூதிர், யாமம் என்பவற்றைப் பொழுதுகளாகக் கொள்கின்றன. பனியெதிர் பருவமும் குறிஞ்சிக்குரியது. தீம்புனல் உலகமான மருதம் வைகறையையும் விடியலையும் பொழுதுகளாகக் கொள்கின்றன. எற்பாடு பெருமணல் உலகமான நெய்தலுக்குரிய பொழுது. மருதமும் நெய்தலும் பெரும்பொழுது பெறுவதில்லை. எல்லாப் பருவமும் இவற்றுக்குரியதே. தொல்காப்பியர் பார்வையில் பாலை நிலம் பெறுவதில்லை. ஆனால் நண்பகல் வேனிலோடு இணையும் பொழுது பாலைக்குரியது. பின்பனியும் பாலையின் பொழுதாகக் கொள்ளப்படும். பாலை ஒழிய ஏனைய நான்கு நிலங்களும் அவற்றிற்குரிய தெய்வத்தைப் பெறுகின்றன. மாயோன் காடுறை உலகத்திற்கும், சேயோன் மைவரை உலகத்திற்கும், வேந்தன் தீம்புனல் உலகத்திற்கும், வருணன் பெருமணல் உலகத்திற்கும் தெய்வங்களாகின்றனர். பாலை நிலமில்லாத காரணத்தால் தெய்வமும் பெறுவதில்லை. ஒவ்வொரு நிலமும், ஒவ்வொரு திணையும் அவற்றிற்குரிய கருப்பொருளையும் பெறுகின்றன. முதற் பொருளையும் கருப்பொருளையும்விட உரிப்பொருள் முக்கியத்துவம் பெறுகிறது. புணர்தலும் புணர்தல் நிமித்தமும் குறிஞ்சிக்கும், இருத்தலும் இருத்தல் நிமித்தமும் முல்லைக்கும், ஊடலும் ஊடல் நிமித்தமும் மருதத்திற்கும், இரங்கலும் இரங்கல் நிமித்தமும் நெய்தலுக்கும் உரிப்பொருளா கின்றன. பிரிதல் பாலையின் உரிப் பொருளாகிறது. முதற்பொருளும் கருப்பொருளும் சுட்டப்படா விடினும் உரிப்பொருள் திணையை உணர்த்திவிடும்.

ஒருதிணைக்குரிய கருப்பொருள் மற்றொரு திணையில் மயங்கி வருதலும் உண்டு. எனினும் உரிப்பொருள் மயங்குவதில்லை. தொல்காப்பியர் தெய்வம், உணவு, மா, மரம், புள், பறை, செய்தி, யாழின் பகுதி என்று கருப்பொருளைப் பொதுவாகச் சுட்டினாலும் உரையாசிரியர்கள் விரித்துரைக்கின்றனர். கைக்கிளை, பெருந்திணை என்பவற்றைத் தொல்காப்பியர் ஐந்திணைக்குப் புறம்பானதாக இறுதியில் நிறுத்துகிறார்.

தொல்காப்பியம் அகத்திற்குப் புறம் என்னும் கோட்பாட்டையும் முன்வைக்கின்றது. அகத்திணையை ஐயமின்றி அறிந்துகொண்டால்

தான் புறத்திணையை அறிய இயலும். வெட்சி, வஞ்சி, உழிஞை, தும்பை, வாகை, காஞ்சி, பாடாண் என்னும் ஏழு புறத்திணைகளும் அகத்திற்குப் புறமாக அமைகின்றன. வெட்சி குறிஞ்சிக்குப் புறமாக அமைகிறது. வஞ்சி முல்லைக்கும், உழிஞை மருதத்திற்கும், தும்பை நெய்தலுக்கும், வாகை பாலைக்கும், காஞ்சி பெருந் திணைக்கும் பாடாண் கைக்கிளைக்கும் புறமாக அமைகின்றன. தொல்காப்பியர் கரந்தையை ஒரு திணையாகச் சுட்டாவிடினும் வெட்சியின் துறைகளைக் கரந்தையின் துறைகளிலிருந்து வேறுபடுத்திக் காட்டுகிறார். கரந்தையைத் தனித் திணையாக ஏற்க அகத்திற்குப் புறம் கோட்பாடு இடம் தரவில்லை. தொல்காப்பியர் அகத்திற்குப் புறம் ஆவதின் காரணத்தைச் சுட்டாவிடினும் தொல்காப்பிய உரையாசிரியர்கள் விளக்கமாக ஆராய்ந்துள்ளனர்.

அகத்திணைகள் களவு, கற்பு எனும் இரண்டு கைக்கோள்களிலும் நிகழ்கின்றன. களவு தமிழுக்கே உரித்தான களவு மணத்தையும், கற்பு இல்லற வாழ்வையும் குறிக்கின்றது. யார் யார் எந்த இடத்தில் கூற்று நிகழ்த்த முடியும் என்பதையும் தொல்காப்பியம் விரிவாக எடுத்துக் கூறியுள்ளது. பல்வேறு மரபுகளையும் சுட்டுகிறது. சங்கப் பாடல்களுக்கு முற்றிலுமாகப் பொருந்திச் செல்கின்றன.

திணைக்கோட்பாடு சங்க காலத்திற்குப் பின்னும் சிற்சில மாறுதல் களுடன் தொடர்ந்துள்ளது. 9ஆம் நூற்றாண்டில் புறப்பொருள் வெண்பாமாலையும், 14ஆம் நூற்றாண்டில் நம்பியகப்பொருளும் அகம் புறம் கோட்பாட்டை அக்காலச் சூழலுக்கு ஏற்ப விரித்துள்ளன. தொல்காப்பியரின் அகத்திற்குப் புறம் கோட்பாட்டைப் பிற்காலத்தவர்கள் உதறிவிட்டுள்ளனர். பாலை நிலமும் தெய்வமும் பெறுகின்றது. மானுடக் காதலைவிட குறிப்பிட்ட தெய்வத்தின் மீதான பெண்ணின் காதல் சிறப்பிடம் பெறுகின்றது. இறையனார் களவியல் பாண்டிக்கோவையை முன்னுதாரணமாகச் சுட்டுகிறது. இலக்கியத்தின் மாறுதல்களுக்கேற்ப கோட்பாடும் மாறுதல்களைப் பெற்றுள்ளது.

திணைக்கோட்பாட்டின் பொற்காலமாகச் சங்க இலக்கியங்கள் எழுந்த காலத்தையே சுட்டவேண்டும். 20ஆம் நூற்றாண்டில் திணைக் கோட்பாட்டைச் சமகால இலக்கியத்தில் உணரலாம் என்னும் நம்பிக்கை துளிர்த்துள்ளது

க.நா. சுப்ரமணியம் முதல் தமிழவன் வரையிலான தமிழ் விமர்சகர்கள் திணைக்கோட்பாட்டின் அடிப்படையில் தற்காலத் தமிழ் இலக்கியங்களை எதிர்கொள்ள இயலும் எனக் குறிப்பிட்டு உள்ளனர். ஆனால் விரிவான முயற்சிகள் தமிழில் இல்லை. திணைக் கோட்பாட்டை உலகளாவிய நிலையில் அறிமுகம் செய்த பெருமை மலையாள மொழியைத் தாய்மொழியாகக் கொண்ட கவிஞரும் விமர்சகருமான ஐயப்பப் பணிக்கரையே சாரும்.

விரிவான வாசிப்பிற்கு

1. மீனாட்சி சுந்தரனார் தெ.பொ, தமிழ் இலக்கிய வரலாறு, காவ்யா, சென்னை (2005).
2. ஜெயராமன். நா, தமிழ் இலக்கிய நெறிகள், குமரன் பதிப்பகம், மதுரை (1979).
3. சுப்புரெட்டியார், அகத்திணைக் கொள்கைகள், பாரிநிலையம், சென்னை.

95

தீபம். 1965 ஏப்ரலில் இருந்து 1988-வரை வெளிவந்த நடுநிலை மாத இதழ், தீபம்.

நா. பார்த்தசாரதி இதன் ஆசிரியராக இறுதிவரை இயங்கினார். நா.பார்த்தசாரதியின் புனைகதைகளை இலக்கியத்தரமானவை எனக்கூற முடியாது. ஆனால் இலக்கியத்தரமான எழுத்துகளுக்கு ஊடகமாக 23 ஆண்டுகள் வெளிவந்த இதழை நடத்திய பெருமை அவருடையது. தமிழில் வேறு எந்த இலக்கியத்திற்கு முதன்மை அளித்த நடுநிலை இதழும் இவ்வளவு நீண்டகாலப் பகுதியில் வெளிவந்ததாகக் குறிப்பிட இயலாது.

இருபதாம் நூற்றாண்டில் அறுபதுகளின் பிற்பகுதி தமிழ் இலக்கியச் சூழலில் முரண்பாடுகள் நிறைந்த காலப்பகுதி. சி.சு. செல்லப்பாவும் க.நா. சுப்ரமணியமும் மணிக்கொடியின் தொடர்ச்சியை மீண்டும் தமிழில் கொண்டுவர முயன்றுகொண்டிருந்த காலப்பகுதி. மௌனி மீதான விமர்சன மதிப்பீடு இந்தக் காலப்பகுதியில் தான் மிகைப் படுத்தப்பட்டது. சி.சு. செல்லப்பாவின் பழைமை போக்கின் மீது அதிருப்தி கொண்ட இளம்படைப்பாளிகள் நடை, கசடதபற போன்ற புதிய சிற்றிதழ்களைத் தோற்றுவித்துக்கொண்டிருந்தனர்.

ஐம்பதுகளில் அறிமுகமான மார்க்சிய சார்புகொண்ட படைப்பாளிகள் சூழலில் தீவிரமாக இயங்கிக் கொண்டிருந்தனர். இந்த நிலையில் அனைத்துத் தரப்பு படைப்பாளிகளுக்கும் தீபம் களம் அமைத்துத் தந்தது. சுந்தர ராமசாமியின் கவிதைகளும் புவியரசுக் கவிதைகளும் தீபத்தில் ஒருங்கே வெளிவந்தன. இவ்விரு கவிஞர்களும், கவிதை குறித்து முரணான சிந்தனைகளைக் கொண்டிருந்தனர். ஆனால் இணைந்து செயல்பட இவர்களுக்குத் தடையேதும் இல்லை.

தீபம் தன்னை இலக்கியச் சிற்றிதழாக இனங்காட்டிக் கொள்ள வில்லை. தீபம் அறிமுகம் செய்த படைப்பாளி என யாரையும் குறிப்பிட இயலாது. சோதனை முயற்சிகளுக்கும் தீபம் இடம் தரவில்லை. ஆனால் இலக்கிய ஏற்பினைப் பெற்ற படைப்பாளி களின் படைப்புகளைத் தொடர்ந்து வெளியிட்டுள்ளது. வணிக இதழ்கள் இக்காலகட்டத்தில் இலக்கியத்தரமான எழுத்துகளை முற்றிலுமாகப் புறக்கணித்தன என்பதும் குறிப்பிடத்தக்கது. இலக்கியச் சிற்றிதழ்கள் ஒருபோதும் ஒழுங்காக வெளிவந்ததில்லை. இந்தச் சூழலில் தீபத்தைப் படைப்பாளிகள் சார்ந்திருக்க வேண்டிய கட்டாயம் இருந்தது.

எம்.வி. வெங்கட்ராம், ஆர். சண்முகசுந்தரம், க.நா. சுப்ரமணியம் போன்ற மணிக்கொடி காலப்படைப்பாளிகளின் கதைகள் தீபத்தில் வெளிவந்துள்ளன. கூடவே தி. ஜானகிராமன் போன்ற மணிக்கொடி மரபைப் பின்தொடர்ந்த படைப்பாளிகளும் தங்கள் கதைகளுக்கு ஊடகமாகத் தீபத்தைத் தேர்ந்துள்ளனர். இவர்களுடன் இந்திரா பார்த்தசாரதி, ந. முத்துசாமி, ஆ. மாதவன், வண்ணதாசன், வண்ணநிலவன் போன்ற அக்கால இளம்படைப்பாளிகளும் தீபத்தில் தங்கள் கதைகளை வெளியிட்டுள்ளனர்.

60-களின் பிற்பகுதியில் புதுக்கவிதை ஒரு வடிவமாக அனைவர் ஏற்பினையும் பெற்றுக்கொண்டது. புதுக்கவிதை வடிவத்தை மறுதலித்த மார்க்சிய சார்புகொண்ட படைப்பாளிகளும் அந்த வடிவத்தைக் கையாளத் தொடங்கினர். வானம்பாடி அவர்களுடைய கவிதை இதழாக வெளிவந்தது. தீபம் அனைத்துத்தரப்புக் கவிஞர் களையும் வரவேற்றது. சுந்தர ராமசாமி, வைதீஸ்வரன் போன்ற முதல் தலைமுறை கவிஞர்களின் கவிதைகளையும், ஞானக்கூத்தன் போன்ற இளம்தலைமுறை கவிஞர்களின் கவிதைகளையும் வெளியிட்டது. இவர்கள் அனைவரும் அரசியல் சார்புநிலை

கொண்டிராத கவிஞர்கள். இவர்களுடன் மு. மேத்தா, நா. காமராசன், அக்னிபுத்திரன், சிற்பி, பாலா, புவியரசு போன்ற வானம்பாடிக் கவிஞர்களும் இணைந்து இயங்கினர்.

தீபத்தை இலக்கிய விமர்சனத்திற்கு முன்னுரிமை தந்த இதழாகக் குறிப்பிட இயலாது எனினும் இலக்கிய விமர்சனத்திற்குப் பெரும் பங்காற்றியுள்ளது. இலக்கிய விவாதங்களுக்குக் களம் அமைத்துத் தந்துள்ளது. சிறுகதை, நாடகம், கவிதை, நாவல், விமர்சனம் ஆகிய வடிவங்களின் வளர்ச்சிக் குறித்து விவாதித்துள்ளது. இந்த விவாதத்தில் முக்கிய விமர்சகர்களும் படைப்பாளிகளும் பங்கேற்றுள்ளனர். மணிக்கொடி, சரஸ்வதி போன்ற சாதனைகள் நிகழ்த்திய கடந்தகால இதழ்களின் வரலாற்றைத் தீபம் வரைந்துள்ளது. இந்த இதழ்களில் சாதனை நிகழ்த்தியவர்களைக் கொண்டே இவ்வரலாற்றை எழுதச் செய்துள்ளது குறிப்பிடத்தக்கது. பி.எஸ். ராமய்யா மணிக்கொடியின் வரலாற்றை எழுதியுள்ளார்.

தீபத்தில் படைப்பாளிகள் தங்கள் படைப்புலக வாழ்வின் அனுபவங்களை 'நானும் என் எழுத்தும்' என்னும் தலைப்பில் முன்வைத்துள்ளனர். நகுலன், கி. ராஜநாராயணன், வல்லிக் கண்ணன், ஹெப்சிபா ஜேசுதாசன், இந்திரா பார்த்தசாரதி, அசோகமித்திரன், சுந்தர ராமசாமி ஆகிய படைப்பாளிகள் இதில் பங்குபெற்றுள்ளனர். இப்படைப்பாளிகளின் படைப்புகளையும் அவர்கள் காலச் சூழலையும் புரிந்துகொள்ள இவை பேருதவியாக அமைகின்றன.

இலக்கியச் சாதனையாளர்களை நேர்காணல் கண்டு தொடர்ந்து வெளியிட்டுள்ளது தீபம். பெரும்பான்மையான படைப்பாளி களைப் பேசும்படிச் செய்துள்ளது. இலக்கியச் சந்திப்புகள் என்னும் இப்பகுதியில் மணிக்கொடி ஸ்ரீநிவாசன், டி.எஸ். சொக்கலிங்கம், சாமிநாத சர்மா, பெரியசாமிதூரன், சீனிவாச ராகவன், ஏ.என். சிவராமன் போன்ற முதிய தலைமுறைப் படைப்பாளிகளும் அறிஞர்களும் பங்குபெற்றுள்ளனர். கூடவே தி. ஜானகிராமன், கு. அழகிரிசாமி போன்ற இளம் படைப்பாளிகளும் இடம் பெற்றுள்ளனர். தெ.பொ. மீனாட்சி சுந்தரனார். கைலாசபதி போன்ற பேராசிரியர்களிடமும் சந்திப்பு நிகழ்த்தியுள்ளனர்.

தீபம் இலக்கியத்திற்கு மட்டுமே முன்னுரிமை தந்துள்ளது. நடுநிலை இதழ்கள் இலக்கியத்தை உள்ளடக்கத்தின் ஒரு பகுதியாக மட்டுமே

கொள்ளும் இயல்புடையன. தீபம் அனைத்து இலக்கியப் போக்கைச் சார்ந்த இலக்கியப் படைப்பாளிகளுக்கும் களம் அமைத்துத் தந்து தன் நடுநிலையைப் பேணியுள்ளது.

விரிவான வாசிப்பிற்கு

1. வே. சபாநாயகம், (தொ. ஆ). தீபம் தொகுப்பு 1, கலைஞன் பதிப்பகம் (2004).
2. வே. சபாநாயகம், (தொ. ஆ). தீபம் தொகுப்பு 2, கலைஞன் பதிப்பகம் (2004).

96

துணைநூல் பட்டியல். குறிப்பிட்ட ஒரு பொருள் தொடர்பான நூல்கள் கட்டுரைகள், ஆய்வேடுகள், கையெழுத்துப் பிரதிகள் ஆகியவற்றின் பட்டியலைக் குறிப்பது, துணைநூல் பட்டியல்.

துணைநூல் பட்டியலை ஆய்வுநூல்களில் ஒரு பகுதியாகக் குறிப்பிட வேண்டும். துணைநூல் பட்டியல் குறிப்பிட்ட பொருளைப் பற்றிய அனைத்தையும் முறைப்படுத்தித் தருவதை இலக்காகக் கொண்டது. ஆசிரியர் பெயர், நூலின் பெயர், பதிப்பாளர் பெயர், இடம், பதிப்பித்த ஆண்டு ஆகியவற்றைக் கொண்டிருந்தல் வேண்டும். துணைநூல் பட்டியல் குறிப்பிட்ட பொருள் குறித்த மேலதி அறிவைப் பெற வழிவகுக்கிறது. எனவே ஆய்வு நெறிமுறையில் வற்புறுத்தப்படுகிறது.

97

துப்பறியும் புனைகதைகள் (detective stories). நிகழ்ந்த ஒரு குற்றச்செயல், அது தோற்றுவித்த விளைவுகள் ஆகியவற்றை முன்னிறுத்தி, குற்றச்செயலுக்கான காரணம், குற்றவாளி ஆகியவற்றைக் கண்டடைந்து நீதிக்குமுன் அவனை நிறுத்துவதை விவரிக்கும் புனைகதைகள், துப்பறியும் புனைகதைகள் எனப்படும்.

குற்றவாளி, அவன் குற்றச் செயலை நிகழ்த்துவதற்கான காரணம் ஆகியவை மறைத்து வைக்கப்பட்டு, படிப்படியாக வெளிப்படுத்தப்படும். வாசக மனதில் எண்ணற்ற ஊகங்களை

எழுப்பி, அவை பொய்யாகும்படிச் செய்வதிலேயே துப்பறியும் புனைகதைகளின் வெற்றி அமைந்துள்ளது.

தமிழின் வணிக எழுத்தின் துவக்கம் துப்பறியும் கதைகளாகவே அமைந்தது. பத்தொன்பதாம் நூற்றாண்டின் இறுதியிலும், இருபதாம் நூற்றாண்டின் துவக்கத்திலும் வடுவூர் துரைசாமி அய்யங்கார், ஆரணி குப்புசாமி முதலியார், ஜே.ஆர். ரங்கராஜு முதலியோர் வெற்றிபெற்ற துப்பறியும் கதைகளின் ஆசிரியர்களாக இருந்தனர். ரெய்னால்ட்ஸ், ஜேகப்ஸ் ஆகியோரின் ஆங்கிலத் துப்பறியும் கதைகள் இவர்களால் இலக்கியத் திருட்டாகத் தமிழில் எழுதப் பட்டன. துப்பறியும் கதைகள் இதழ்களிலும் தொடர்கதைகளாக வெளிவந்தன. தமிழில் துப்பறியும் கதைகள், பொழுதுபோக்குக் கதைகளாகவே நிலைபெற்றன.

பத்தொன்பதாம் நூற்றாண்டில் தமிழ்ச் சமூகத்தில் நிகழ்ந்த கொலைகள், கொலைச் சிந்துகளாக வாய்மொழியாகப் பாடப் பட்டன. பிறகு இவ்வாய்மொழிப் பாடல்கள் அச்சுவடிவமும் பெற்றன. எண்ணற்ற கொலைச் சிந்துகள் வெளிவந்துள்ளன. 'பண்ணப்பட்டி ஜமீன்தார் கொலைச்சிந்து' முதலியன குறிப்பிடத் தக்கன. நிகழ்ந்திராத கொலைகளைக் கற்பனையாகப்பாடும் மரபும் உண்டு.

நிகழ்ந்த கொலைகளின் அடிப்படையிலான துப்பறியும் கதைகள் தமிழில் இல்லை. சிந்து வடிவில் முன்மாதிரி இருந்தாலும் துப்பறியும் கதைகள் ஐரோப்பிய மாதிரிகளையே சார்ந்திருந்தன. தமிழ்ப் படைப்பிலக்கியம் துப்பறியும் கதைகளை முழுமையாகப் புறக்கணித்துள்ளது.

தமிழ்வாணன், சுஜாதா, பி.டி. சாமி ஆகியோரை வெற்றிபெற்ற துப்பறியும் கதாசிரியர்களுக்கு எடுத்துக்காட்டாகக் குறிப்பிட வேண்டும்.

துப்பறியும் கதைகள் தமிழில் இலக்கியத் தரம் கொண்டவையாக மதிக்கப்பெறுவதில்லை.

98

தூக்கு. தொல்காப்பியர் குறிப்பிடும் செய்யுள் உறுப்புகளில் ஒன்று, தூக்கு ஆகும்.

தொல்காப்பிய உரையாசிரியரான இளம்பூரணர் தூக்கிற்கு ஓசை என்னும் பொருளைக் கொள்கிறார். பேராசிரியரும், நச்சினார்க்கினியரும் பரந்துபட்ட பாவினை அடிகளால் துணித்துத் தூக்கி ஓசை வேறுபாடு உணர்த்துவதால் தூக்கு எல்லாப் பாவிற்கும் பொதுவாயிற்று என அடிகளில் பயின்றுவரும் ஓசையைக் குறிக்கின்றார்கள். எடுத்துக்காட்டாக.

நரந்தம் நாறும் தன்கையாற் புலவு
நாறும் என்தலை தைவரு மன்னே (புறம். 235)

என்னும் புறநானூற்றுப் பாடல்வரிகளை இரு அளவடிகளாகக் கொள்வதாக இருந்தால் அகவற்பாவிற்குரிய அகவலோசை சிதையக்கூடும்.

நரந்தம் நாறும் தன்கையால்
புலவு நாறும் என்தலை தைவரும் மன்னே

சிந்தடியாகவும், நெடிலடியாகவும் துணிக்கும் போதுதான் அகவலோசை பிறக்கக் கூடும். அதுபோல்,

என

உள்ளார் கொல்லோ தோழி - முள்ளுடை
அலங்குகுலை ஈந்தின் சிலம்பி பொதி செங்காய் (ஐங். மிகைப். 2)

என்னும் ஐங்குறுநூற்று வரிகளை இரண்டு அளவடிகளாகக் கொண்டால்தான் அகவலோசை பிறத்தல்கூடும். இங்கு தூக்கு என்னும் உறுப்பே பாவின் அடிகளைத் தீர்மானிக்கிறது. பேராசிரியரும், நச்சினார்க்கினியரும் இவ்வடிப்படையில் தான் பரந்துபட்ட ஓசையைத் தூக்கி நிறுத்துத் துணித்தலே தூக்கு என்கின்றனர். ஆனால் யாப்பருங்கலக்காரிகை தூக்கை ஒலி என்றே குறிக்கின்றது.

தொல்காப்பியர் ஆசிரியப்பாவின் தூக்காக அகவலைக் குறிக்கின்றார். அகவலைத் தொல்காப்பிய உரையாசிரியர் இளம்பூரணர் ஆசிரியர் இட்டக் குறியாகக் கொள்கின்றார். ஆனால் சங்க இலக்கியத்தின் வரிகளில் இடம்பெறும் 'அகவன் மகளே', 'அகவினம் பாடுவான்' போன்ற சொற்றொடர்கள் காரணம் குறித்தப் பெயராகவே அகவல் ஓசையை உணர்த்துகின்றன. பேராசிரியரும், நச்சினார்க்கினியரும் அகவி கூறுதலான் அகவன் எனக் கூறப்பட்டது என்று பொருள் கொள்கின்றனர். 'களம்பாடு பொருநர் கண்ணும், கட்டும் கழங்கும் இட்டுரைப்பார்க் கண்ணும், தச்சுவினைமாக்கள்

கண்ணும் தம்மின் உறழ்ந்து உரைப்பார்க் கண்ணும், பூசல் இழைப்பார்க் கண்ணும் கேட்கப்படும். வழக்கின்கண் உள்ளதாய், அங்ஙனம் அழைத்துக் கூறும் ஓசை அகவல் ஓசையாம்' என அகவல் ஓசையை விளக்குகின்றனர். அகவல் ஓசையை ஏந்திசை, தூங்கிசை, ஒழுகிசை என யாப்பருங்கலக்காரிகை வகை செய்கின்றது. முறையே நேரொன்றாசிரியத்தளை வருதலானும், நிரையொன்றாசிரியத்தளை வருதலாலும் இவ்விருதளைகளும் கலந்து வருதலானும் இந்த மூன்று வகைகளும் பிறக்கின்றன.

தொல்காப்பியர், வெண்பாவின் ஓசை அகவலோசை அன்று என்கின்றார். செப்பலோசை என்னும் பெயரை அவர் சுட்டவில்லை. தொல்காப்பிய உரையாசிரியரான இளம்பூரணர், மற்றும் பிறநூல் ஆசிரியர்கள் செப்பலோசை என்கின்றனர் எனக் குறிப்பிடுகின்றார். அகவி கூறாது, ஒருவருக்கொருவர் இயல்புவகையால் ஒரு பொருளைக் கட்டுவைக்கும் போது, எழும் ஓசை செப்பலோசை என விளக்குகிறார் பேராசிரியர். யாப்பருங்கலக்காரிகை ஏந்திசை செப்பல், தூங்கிசை செப்பல், ஒழுகிசை செப்பல் என செப்பலோசையை மூன்றாக வகை செய்கின்றது. வெண்சீர் வெண்டளையால் வரும் வெண்பாவின் ஓசை ஏந்திசை செப்பலாகும். இயற்சீர் வெண்டளையால் வரும் ஓசை தூங்கிசை செப்பலாகும். இருதளைகளும் கலந்துவரும் வெண்பாவின் ஓசை ஒழுகிசை செப்பலாகும்.

துள்ளல் ஓசையை, கலிப்பாவிற்கு ஓசையாகத் தொல்காப்பியம் கூறுகின்றது. கன்று துள்ளிற்று என்பது போல, ஒழுகு நடையின்றி இடையிடையே உயர்ந்து வரும் ஓசை துள்ளலோசை என உரையாசிரியர் இளம்பூரணர் விளக்குகிறார். முரற்கைப் படுமாற்றான் துள்ளச் சொல்லும் ஓசை எனப் பேராசிரியர் விளக்குகின்றார். யாப்பருங்கலக்காரிகை ஏந்திசைத் துள்ளல், அகவல் துள்ளல், பிரிந்திசைத் துள்ளல் என்னும் துள்ளலோசையின் மூன்றுவகைகளைச் சுட்டுகின்றது. கலித்தளையால் அமைவது ஏந்திசைத் துள்ளல். கலித்தளையோடு வெண்சீர் வெண்டளையும் கலந்து அமையும் போது எழும் ஓசை அகவல் துள்ளல் பிரிந்திசைத் துள்ளல். கலித்தளையோடு, ஏனைய தளைகளும் கலந்தமையும் போது எழுகின்றது. தொல்காப்பியர், வஞ்சிக்குத் தூங்கலோசையைக் குறிக்கின்றார். 'அடியில் தூங்காது, சீர்தொறும் தூங்கும் ஓசை, தூங்கலோசை' என நச்சினார்க்கினியர் விளக்குகின்றார்.

தொல்காப்பியர், மருட்பாவிற்கு ஓசை இதுவெனக் குறிப்பிட வில்லை. ஆனால், அதற்கு உறுப்பான ஆசிரியப்பாவின் ஓசையையும், வெண்பாவின் ஓசையையும் அது கொண்டிருக்கும். தொல்காப்பியம், தூக்கின்றிப் பாட்டு இல்லை என்கிறது.

தொல்காப்பியர், தூக்கின் வகைகளைச் சுட்டவில்லை. எனினும் பிற்கால யாப்பு நூலாசிரியர்கள், ஓசையின் வகைகளைச் சுட்டுகின்றனர். தூக்கே பாக்களை இனம் காட்டுகின்றது.

விரிவான வாசிப்பிற்கு

1. அடிகளாசிரியர் ப.ஆ, தொல்காப்பியம் பொருளதிகாரம், செய்யுளியல், இளம்பூரணர், தமிழ்ப் பல்கலைக்கழகம், தஞ்சாவூர் (1985).
2. சோ.ந. கந்தசாமி, தமிழ் யாப்பியலின் தோற்றமும் வளர்ச்சியும், தமிழ்ப்பல்கலைக்கழகம், தஞ்சாவூர் (1989).

99

தூது. தூது, 14ஆம் நூற்றாண்டில் தோற்றம்கொண்ட பிரபந்த இலக்கிய வடிவம். பிரபந்தம் என்ற வடமொழிச்சொல், செம்மையாக ஆக்கப்பட்ட யாப்பு எனப் பொருள்படுகிறது. பன்னிருபாட்டியல் முதலான காலத்தில் பழைமையான பாட்டியல் நூல்கள் தூது இலக்கிய வடிவின் இலக்கணத்தைக் கூறியிராததைக் குறிப்பிட வேண்டும். சென்ற நூற்றாண்டில் எழுந்த சிதம்பரப் பாட்டியலிலும் இலக்கண விளக்கத்திலுமே தூது வடிவின் இலக்கணம் கூறப்பட்டுள்ளது. கலிவெண்பாவால் பாடப்படுவது. பாட்டுடைத் தலைவன் மீது காதல் கொண்ட தலைவி தன்னுடன் அவன் கொண்ட காதலுக்கு அடையாளமாக மாலையைப் பெற்றுவருமாறு தூது அனுப்புவது தூது இலக்கிய வடிவமாகும்.

அன்னம், மயில், கிளி, மேகம், குயில், பாங்கி, கூவை, நெஞ்சு, தென்றல், வண்டு ஆகிய பத்துப் பொருள்களும் தூது செல்வதற்கு உரியன என்று இலக்கணங்கள் கூறுகின்றன.

ஆனால் பணம், நெல், துகில், விறலி முதலியவற்றையும் தூது அனுப்பியதாகத் தமிழில் எழுந்துள்ள தூது நூற்கள் சுட்டுகின்றன.

வடமொழியில் காளிதாசன் இயற்றிய மேகசந்தேசம் மிகச் சிறந்த தூது காவியமாகச் சுட்டப்படுகிறது. பக்தி இலக்கியத்தில் நாயக நாயகி பாவத்தைக் கையாளும் கவிஞர்கள் தூதைப் பயன்படுத்தியுள்ளனர். இராமாயணம், பாரதம் போன்ற பெருங்காவியங்களிலும் தூது தனிப்பகுதியாக இடம் பெற்றுள்ளது. சிந்தாமணியில் குணமாலை, சீவகனுக்குத் தூதாகக் கிளியை அனுப்புகிறாள். காலப்போக்கில் தூது தனிப் பிரபந்தமாக வளர்ச்சிக் கண்டுள்ளது.

தூது இலக்கிய வடிவைக் கவிஞர்கள் தனிமனிதன் புகழை எடுத்துக் கூறுவதற்காகவே பயன்படுத்தியுள்ளனர். தமிழின் உமாபதி சிவாச்சாரியார் எழுதிய நெஞ்சுவிடுதூது முதல் தூது இலக்கியமாக அமைகிறது. பாட்டுடைத் தலைவனின் பாரம்பரியத்தைச் சுட்டும் தசாங்கமும் இதில் இடம்பெற்றுள்ளது. உமாபதி சிவாச்சாரியார் தம் குருவாகிய கடந்தை மறைஞான சம்பந்தரிடம் தன் நெஞ்சைத் தூதனுப்பி அவருடைய மாலையை வாங்கி வரும்படிப் பாடியுள்ளார். 16ஆம் நூற்றாண்டில் விறலியைத் தூதனுப்புவதாகத் தூது இலக்கிய வடிவம் புதிய மாறுதலை அடைந்துள்ளது. சங்க இலக்கியத்தில் தலைவியைப் பிரிந்து பரத்தையுடன் கூடிய தலைவன் மீண்டும் தலைவியைச் சேர வாயில்களைத் தூதனுப்பும் மரபு உள்ளது. ஆனால் விறலி விடுதூதுகள் செல்வந்தர்களான சிறுபகுதியின் ஆளுநர்கள் மீது பாடப்பட்டவை. காம உணர்வை எழுப்புவதே இதன் நோக்கமாக அமைகிறது.

விறலிவிடு தூதுகள் பொது அமைப்பினைக் கொண்டவை. ஊடல் காரணமாகக் குடும்பத்தைப் பிரிந்த தலைவன் கைப் பொருளைத் தாசியிடம் இழக்கின்றான். ஏற்கனவே தாசியிடம் பொருளை இழந்த மற்றொருவனின் வழிநடத்துதலினால் தாசியிடம் இருந்து மீண்டு, பாட்டுடைத்தலைவனை அடைகின்றான். அவன் சிறப்புகளைக் கண்டு கேட்டுப் பரிசில் பெற்று மீண்டும் குடும்பத்தோடு சேர முனைகிறான். விறலியைத் தூதாக அனுப்புகிறான். நாட்டார் கதைசொல்லும் மரபிலிருந்து இந்தக் கதைப்போக்கு இலக்கியத்தை வந்தடைந்திருக்க வேண்டும். பிற்கால நொண்டி நாடகங்களை இதனோடு ஒப்பிட்டுக் காணவேண்டும்.

தமிழில் 16ஆவது நூற்றாண்டில் குமாரசாமி அவதானி எழுதிய தெய்வச்சிலையார் விறலிவிடுதூது, 18ஆவது நூற்றாண்டில் சுப்ரதீபக்கவிராயர் எழுதிய கூளப்பநாயக்கன் விறலிவிடுதூது ஆகியன முக்கிய விறலிவிடு தூதுகளாக அமைகின்றன. தெய்வச்

சிலையார் விறலிவிடுதூது, அரியநாயக முதலியாரின் மருமகனும், நாயக்கர் ஆட்சியின் ஓர் அதிகாரியுமான தெய்வச்சிலையார் மீது பாடப்பட்டது. நிலக்கோட்டைப் பகுதிக்கு அதிகாரியாக விளங்கிய கூளப்பநாயக்கன் மீது சுப்ரதீபக்கவிராயரின் விறலிவிடு தூது பாடப்பட்டுள்ளது. சுப்ரதீபக்கவிராயரின் விறலிவிடுதூதே சமகால வாசிப்பினைப் பெற்றுள்ளது.

தூது இலக்கிய வடிவம் பிற்காலப் புலவர்களால் விரும்பிக் கையாளப் பட்டுள்ளது. அழகர் கிள்ளைவிடுதூது, தமிழ்விடுதூது, தென்றல்விடுதூது எனப் பல தூது நூல்கள் எழுந்துள்ளன. தூது நூற்கள் கவிஞனின் புலமைத் திறனை உணர்த்துவனவாகவே அமைந்துள்ளன. இலக்கிய மதிப்பினைப் பெறுவதில்லை. என்றாலும் 85 தூது நூல்கள் தமிழில் எழுந்துள்ளன.

விரிவான வாசிப்பிற்கு

1. அருணாச்சலம். மு, தமிழ் இலக்கிய வரலாறு *(16ஆம் நூற்றாண்டு)*, தி. பார்க்கர், சென்னை.
2. வையாபுரிப்பிள்ளை, தெய்வச்சிலையார் விறலிவிடுதூது *(1936)*.

100

தேவதைக் கதை/பேய்க் கதை (fairy/ghost story). ஆங்கிலத்தில் தேவதைக் கதைகளும், பேய்க் கதைகளும் இருவேறு வடிவங்களாக எண்ணப்படுகின்றன. கிரிம் சகோதரர்கள் பத்தொன்பதாம் நூற்றாண்டில் தேவதைக் கதைகளைத் தொகுத்த பின்னரே அவை கவனிப்பைப் பெற்றன. தேவதைக் கதைகள் வாய்மொழி மரபைச் சார்ந்தவை. எழுத்து வடிவில் தலைவன் அல்லது தலைவியின் இயற்கை இறந்த சக்திகளுடனான போராட்டத்தைக் குறிக்கின்றன. மந்திரம் சாபங்கள் முதலியன தேவதைக் கதைகளின் முக்கியக் கூறுகளாக அமைகின்றன. பதினெட்டு, பத்தொன்பதாம் நூற்றாண்டுகளில் தேவதைக் கதைகள் தொகுக்கப்பட்டன.

பேய்க் கதைகள் உரைநடையில் எழுதப்படும். இயற்கைமீறிய இறந்த மனிதனின் ஆவி குறிப்பிட்ட மனிதனையோ, இடத்தையோ தன் இருப்பின் மூலம் அச்சத்திற்குள்ளாக்குவதைக் கூறும் கதைகள்

பேய்க் கதைகள் மனிதன் நாகரிகம் அடையாத பழங்காலம் தொட்டு இருந்து வந்துள்ளன. பதினாறாம் நூற்றாண்டில் பழிவாங்கும் பேய்கள் ஆங்கில இலக்கிய உலகில் முக்கியத்துவம் பெற்றன. பதினெட்டாம் நூற்றாண்டின் இறுதியில் கோதிக் நாவல்களில் இடம்பெற்றன. உலகப்போர்கள் தோற்றுவித்த மரணபயம் வளமான பேய்க்கதை மரபின் தோற்றத்திற்குக் காரணமாக அமைந்தது.

தமிழில் தேவதைக் கதைகளையும், பேய்க் கதைகளையும் ஒன்றாகவே கருதவேண்டும். அகால மரணமடைந்த மனிதனின் ஆவி இங்கு வணக்கத்திற்குரியதாகிறது. பெரும்பான்மையான நாட்டார் தெய்வங்கள் இவ்வகையில் தோற்றம் கொண்டனவே. வாய்மொழிக் கதைகளும் வாய்மொழிப் பாடல்களும் உள்ளன. கோவில் வழிபாடுகளில் பாடப்படுவதும் உண்டு. மலையாள மொழிச் சூழலில் பரவலாக வணங்கப்படும் 'யக்ஷிகள்' கொலை செய்யப்பட்ட பெண்களே. மனித சக்திக்கு மீறிய சக்திகளை இவை கொண்டிருக்கும். மந்திரவாதிகளே இவற்றைக் கட்டுப் படுத்தக் கூடும். பேய்க் கதைகளுக்கு வளமான வாய்மொழிக் கதை மரபு ஒன்று உண்டு.

தமிழ்ப் படைப்பாளிகளுள் வெகு சிலரே படைப்பியக்கத்திற்குப் பேய்க் கதைகளைப் பயன்படுத்தியுள்ளனர். இவர்களுள் முன்னோடியாகப் புதுமைப்பித்தனைக் குறிப்பிட வேண்டும். 'காளிகோவில்', 'காஞ்சனை' போன்ற கதைகளைக் குறிப்பிட்டுச் சொல்ல வேண்டும். 'காஞ்சனை' தமிழ்ச் சிறுகதை உலகின் சிகரங்களில் ஒன்றாக மதிப்பிடப்படுகிறது. ஐம்பதுகளிலும் அறுபதுகளிலும் மார்க்சியப் பகுத்தறிவு இயக்கங்களின் தாக்கத்தின் காரணமாகப் பேய் குறித்ததான நம்பிக்கை, மூடநம்பிக்கையாக எதிர்கொள்ளப்பட்டது. உலகப் போரின் முடிவு மரண பயத்தை மனித மனதிலிருந்து அகற்றியது. நவீனத்துவம் அறிவு அடிப்படை யிலான பார்வையை வற்புறுத்தியது. உளவியல் பார்வை செல்வாக்குப் பெற்றது. இந்தச் சூழலில் பேய்க்கதைகள் படைப்பாளி களின் புறக்கணிப்பைப் பெற்றுள்ளன.

சென்ற நூற்றாண்டின் இறுதியில் மரபான கதையாடல்கள் மறு கவனிப்பைப் பெற்றன. பேய்க்கதைகளும் தமிழ்ப்படைப்பாளி களின் கவனத்தை ஈர்த்தன. பேய்க்கதைகளை உளவியல் கண்கொண்டு பார்ப்பதின் மூலம் பேய்க்கதைகளுக்குப் புதிய பரிமாணத்தைச் சேர்த்துள்ளனர். நாஞ்சில் நாடனின் பேய்க்கொட்டு

கதையினை இவ்வகையில் குறிப்பிட வேண்டும். ஜெயமோகன் வாய்மொழிக் கதைமரபிலுள்ள யக்ஷிக் கதைகளுக்குப் புதிய வடிவம் தந்துள்ளார். இந்தக் கதைகள் தமிழ்ச்சிறுகதை மரபின் வடிவ வளர்ச்சிக்குக் காரணமாக அமைந்துள்ளன.

பேய்க்கதைகள் சங்க செவ்வியல் காலம்தொட்டு சமகாலம் வரை தமிழ் இலக்கிய மரபில் இடம்பெற்றுள்ளன.

101

தேனீ. தேனீ, இந்திய விடுதலையை ஒட்டிய காலச் சூழலில் கும்பகோணத் திலிருந்து இலக்கிய உணர்வுகொண்ட பன்னோக்கு இதழாக வெளிவந்தது.

1948இல் மாத இதழாகப் பத்து இதழ்கள் வெளிவந்துள்ளன. மணிக்கொடி வளர்த்தெடுத்த இலக்கியப் போக்கினைச் சார்ந்த இதழாகத் தேனீயைக் குறிப்பிட வேண்டும். மணிக்கொடியின் மறைவிற்குப் பிறகு பிச்சமூர்த்தியும், கு.ப. ராவும் தஞ்சைக்குத் திரும்பியபோது தஞ்சையில் புதிய இலக்கிய விழிப்புணர்வு தோற்றம் கொண்டது. மணிக்கொடி தோற்றுவித்த வணிக எழுத்திற்கு எதிரான உணர்வையே தேனீயும் கொண்டிருந்தது. நேர்மையான இலக்கிய முயற்சிகளுக்குக் களம் அமைத்துத் தந்தது.

மணிக்கொடியின் இறுதிப் பகுதியில் அதைக் களமாகக் கொண்டு இயங்கிய எம்.பி. வெங்கட்ராம் தேனீயின் ஆசிரியராக இயங்கினார். இந்திய விடுதலைக்குப்பின் மணிக்கொடி மரபினைச் சார்ந்தவர்கள் தங்கள் அரசியல் நிலைப்பாட்டினை முற்றிலுமாகத் துறந்தனர். அரசியல் சார்பற்ற எழுத்தை உருவாக்கவும் முயன்றனர். எழுத்து, இலக்கிய வட்டம் இதழ்களில் தோன்றி வளர்ந்த இத்தகைய எழுத்துகளுக்கு தேனீ முன்னோடியாக அமைந்தது. 'அரசியல் பொருளாதாரத்தில் உள்ள கட்சிபேதம், வகுப்புவாதம், துவேஷம் எல்லாமே இலக்கியத்தில் சேருவது அபாயத்தின் அறிகுறி' என அரசியலைத் தன்னிலிருந்து விலக்கிக் கொண்டுள்ளது. தேனீயின் முதல் இதழ் மகாத்மா காந்தி கொலையுண்ட செய்தியைத் தாங்கி வந்தது என்பதும் குறிப்பிடத்தக்கது.

இலக்கியத்தில் பிரச்சாரத்தின் இடம் குறித்ததான தனக்கே உரித்தான நிலைப்பாட்டையும் அது கொண்டிருந்தது. இலக்கியத்தில்

நீதிபோதனையை அது விலக்கியது. 'பிரச்சாரம் எல்லாம் இலக்கியம் ஆகிவிடாது. ஆனால் இலக்கியம் பிரச்சாரம் ஆகலாம் என்பதைத்தான் கூறுகிறோம். அது துஷ்பிரச்சாரம் ஆகிவிடக்கூடாது என்பதையும் வற்புறுத்துகிறோம்.' பிரச்சார எழுத்திலிருந்ததான இந்த விலகல் விடுதலைப் போராட்டக்கால இலக்கியப் போக்கிலிருந்து மாறுபட்ட இலக்கியப் போக்கின் தோற்றத்தை உணர்த்துகிறது. தேனீ வணிக எழுத்துகளுக்கு எதிராகத் தீவிர நிலைப்பாட்டைக் கொண்டது. வாசக எண்ணிக்கை எழுத்தின் தரத்தைத் தீர்மானித்துவிடாது என்பதில் உறுதியான நம்பிக்கை கொண்டிருந்தது. 'மக்களுடைய தேவையைப் பூர்த்தி செய்வதே இலக்கியத்தின் நோக்கம் அல்ல; அவர்களுடைய மனோபாவத்தை உயர்த்தி, அவர்களுடைய ருசியைப் பண்படுத்தி, அவர்களுடைய தேவைகளை நிர்ணயம் செய்வதுதான் இலக்கியத்தின் நாட்டம். மக்களுக்காகத்தான் இலக்கியம்; மக்கள் கீழே இருக்கிறார்கள் என்பதற்காக இலக்கியம் கீழிறங்கிவிடக்கூடாது; அவர்களை மேலே தூக்க வேண்டியது இலக்கியத்தின் பொறுப்பு.' ஐம்பதுகளில் இலக்கியச் சிற்றிதழ்கள் இதே உணர்வில் தான் தோற்றம் கொண்டன. எனவே இலக்கியச் சிற்றிதழ்களுக்கும் தேனீயே வழிவகுத்தது. எனினும் இலக்கியச் சிற்றிதழ்களின் தேர்ந்த வாசகர்களுக்கான இலக்கியம் என்பதனோடு தேனீ உடன்பாடு கொண்டிருக்கவில்லை. விரிந்த வாசக வட்டம் என்பது அதன் குறியாக அமைந்தது.

மணிக்கொடி பரம்பரையைச் சார்ந்த ந. சிதம்பரசுப்பிரமணியன், க.நா. சுப்ரமணியன், மௌனி, எம்.வி. வெங்கட்ராம், சிட்டி, ந.பிச்சமூர்த்தி, நாணல், கு.ப. சேதுஅம்மாள் ஆகியோர் தேனீயிலும் பங்களிப்புச் செய்துள்ளனர். தி. ஜானகிராமன், கரிச்சான் குஞ்சு, சாமிநாத ஆத்ரேயன், சாலிவாகனன், லா.ச. ராமாமிர்தம், வல்லிக் கண்ணன், ரகுநாதன் போன்ற மணிக்கொடி மரபில் வந்த இரண்டாம் தலைமுறைப் படைப்பாளிகளும் தேனீயைக் களமாகக் கொண்டனர். பி. கோதண்டராமன், சுகி போன்றோருடைய எழுத்துகளும் தேனீயில் வெளிவந்துள்ளன.

மணிக்கொடியைப் போன்றே தேனீயும் சிறுகதை என்ற இலக்கிய வடிவிற்கு முக்கியத்துவம் தந்தது. தி. ஜானகிராமன், கரிச்சான் குஞ்சு என்ற இரு படைப்பாளிகளின் கதைகளை முக்கியத்துவம் தந்து அது வெளியிட்டுள்ளது. மணிக்கொடியில் புதுமைப்பித்தன், கு.ப. ராஜகோபாலன் ஆகியோர் பெற்ற முக்கியத்துவத்திற்கு

இணையானது இது. இதன் காரணமாகவே தங்களுடையதான சிறுகதை வடிவை இப்படைப்பாளிகளால் இனம் காணவும் முடிந்துள்ளது. மணிக்கொடிக்குப் பின் மௌனியின் கதைகள் தேனீயில்தான் மீண்டும் வெளிவரத்துவங்கியுள்ளன. அதுபோல் லா.ச. ரா.-வின் கதைகளையும் தேனீ வெளியிட்டுள்ளது.

மணிக்கொடியைப் போலவே தேனீயும் கவிதை என்ற இலக்கிய வடிவிற்கும் இடம் தந்துள்ளது. யாப்பு வடிவம் கொண்ட மரபுக் கவிதைகளுக்கும் யாப்பினைத் துறந்த சமகால வடிவிற்கும் அது சமமுக்கியத்துவம் தந்துள்ளது. யாப்பினைத் துறந்த கவிதை வடிவிற்கு தேனீ வசன கவிதை என்ற சொல்லைக் கையாண்டுள்ளது. ந.பிச்சமூர்த்தி யாப்பு வடிவம்கொண்ட கவிதைகளையும், யாப்பினைத் துறந்த வசனகவிதைகளையும் தேனீயில் எழுதியுள்ளார். நாணல், கலைவாணன், சக்தி சரவணன், டி.வி. சுவாமிநாதன், கொத்தமங்கலம் சுப்பு ஆகியோரின் மரபுக் கவிதைகளும் தொடர்ந்து தேனீயில் வெளிவந்துள்ளன.

இலக்கியச் சிற்றிதழ்களைப்போல் தேனீ இலக்கிய விமர்சனத்திற்கு முன்னூக்கம் தரவில்லை. இலக்கியப் படைப்புகளையே அது முதன்மைப்படுத்தியது. ஆனால் தெளிவான விமர்சன உணர்வைக் கொண்டிருந்தது. தேனீ இரண்டாம் இதழின் தலையங்கம் மிகுந்த முக்கியத்துவம் வாய்ந்தது. வணிக எழுத்தின் வாசகக் கவர்ச்சிக்கு எதிரான குரலை எழுப்பியது. தொடர்ந்து தமிழ் இலக்கிய விமர்சனம் கால்நூற்றாண்டிற்கு மேலாக வணிக எழுத்திலிருந்து படைப்பிலக்கியத்தை வேறுபடுத்துவதையே நோக்கமாகக் கொண்டு இயங்கியுள்ளது. இதழில் பங்களிப்புச் செய்தவர்களை விமர்சன மொழியில் அறிமுகம் செய்துள்ளது. மௌனியைக் குறித்த க.நா. சுப்ரமணியத்தின் அறிமுகம் இவ்வகையில் முக்கியத்துவம் வாய்ந்தது.

புதுமைப்பித்தனின் மரணத்தை ஒட்டி, புதுமைப்பித்தன் குறித்ததான விமர்சன மதிப்பீட்டைத் தேனீ முன்வைத்தது. இலக்கிய விவாதங்களுக்கும், மதிப்புரைகளுக்கும் தேனீ இடம் தர வில்லை. மணிக்கொடியில் தோற்றம்கொண்டு பிறகு கலாமோகினியில் தொடர்ந்த இலக்கிய விவாதங்களை அது தன்னிலிருந்து விலக்கியுள்ளது. இலக்கிய அரசியலையும் தேனீ அந்நியப் படுத்தியுள்ளது. விதிவிலக்காக மறுமலர்ச்சிப் படைப்பாளிகள் மீதான அகிலனின் தாக்குதல் மட்டுமே இடம்

பெற்றுள்ளது. இதற்கான எதிர் வினைகளைப் பதிவு செய்யாதது இலக்கிய அரசியலுக்குச் சற்றும் இடம் தராத அதன் போக்கைச் சுட்டுகிறது. இலக்கியத்தின் அடிப்படைகள் குறித்த கட்டுரைகளும், இலக்கிய வடிவங்கள் குறித்த கட்டுரைகளும் அரிதாகவே உள்ளன. இலக்கியத்தின் அடிப்படைகளைக் குறித்த கோதண்டராமனின் கட்டுரைத் தொடராக வெளிவந்துள்ளது. அதுபோல் சிறுகதையின் வடிவம் குறித்த கட்டுரை ஒன்றும் வெளியாகியுள்ளது.

தெளிவான விமர்சன உணர்வினைக் கொண்டிருந்தாலும், தேனீ இலக்கிய விமர்சனத்தை முதன்மைப்படுத்தவில்லை. ஆனால், ஐம்பதுகளில் இலக்கியச் சிற்றிதழ்கள் தோற்றம் கொள்வதற்கு முன் வணிக எழுத்துகளுக்கு எதிரிடையான படைப்பிலக்கிய எழுத்துகளை வெளியிட்டதின் காரணமாக முக்கியத்துவம் பெறுகிறது.

விரிவான வாசிப்பிற்கு

1. வல்லிக்கண்ணன், *தமிழில் சிறு பத்திரிகைகள்.*
2. அரசு. வீ, *சிறுபத்திரிகை அரசியல்,* கங்கு (2006).

102

தொகை. தொகை இலக்கியங்கள் செவ்வியல் காலந்தொட்டுச் சமகாலம் வரைத் தொடர்ந்து வருவன. பல கவிதைகளின் தொகுப்பே தொகையாகிறது. கிரேக்க இலக்கிய மரபிலும் தொகை இலக்கியங்களைக் காணமுடிகிறது. கிரேக்க அங்கதச் செய்யுள்கள் கி.மு. 60-லேயே தொகுக்கப்பட்டுள்ளன. ஆங்கில இலக்கியத்திலும் 16ஆவது நூற்றாண்டிலிருந்து தொகை நூற்களை இனங்காண முடிகிறது. இந்த நிலை சமகாலம்வரைத் தொடர்கிறது.

தமிழில் தொகை நூற்களே இலக்கிய மரபின் துவக்கமாக அமைகிறது. தொகை இலக்கியத்திற்கு இலக்கணம் கூறும் வடமொழி இலக்கண நூற்கள் எடுத்துக்காட்டிற்குத் தமிழ்த் தொகை நூல்களையே குறிப்பிடுகின்றன.

சங்க இலக்கியங்கள் முழுமையும் தொகை நூல்களாகவே அமைந்துள்ளன. பொருளடிப்படையிலும், பாடல்களின் வரி அடிப்படையிலும், தொகுக்கப்பட்டுள்ளன. பல்வேறு ஆசிரியர்களால்

பல்வேறு காலங்களில் பாடப்பட்ட பாடல்களின் தொகையாக அமைகின்றன. புறநானூறு பொருளடிப்படையில் பாடப்பட்ட பாடல்களின் தொகை. குறுந்தொகை, அகநானூறு, நற்றிணை போன்றவை பொருளடிப்படையிலும் வரி அடிப்படையிலும் தொகுக்கப்பட்டுள்ளன. கலித்தொகை தொகுக்கப்படுவதற்காகவே திட்டமிட்டு இயற்றப்பட்ட பாடல்களின் தொகையாக அமைகிறது. பாடல்கள் எழுதப்பட்ட காலமும் தொகை செய்யப் பட்ட காலமும் வேறானதாக இருத்தல் கூடும். கலித்தொகை தொகை செய்யப்பட்ட காலகட்டத்திலேயே எழுதப்பட்டிருக்க வேண்டும். வையாபுரிப் பிள்ளை கி.பி. 400 முதல் 500 வரையிலான காலகட்டத்தைத் தொகை செய் காலமாகக் குறிப்பிடுகிறார். கலித்தொகையும் பரிபாடலும் தொகை செய் காலத்திற்குப் பிறகு கி.பி. 600 முதல் 750 கால அளவில் தோற்றம் கொண்டிருக்க வேண்டும் என்கிறார்.

சங்க காலத்திற்குப் பின்பும் தொகை நூல்கள் எழுந்துள்ளன. முத்தொள்ளாயிரம் தொகை நூலாக அமைகிறது. பதினெண் கீழ்க்கணக்கு நூல்களுள் ஒன்றான நாலடியார் சமண முனிவர்கள் பலரால் எழுதப்பட்ட பாடல்களின் தொகையாகக் கருதப்படுகிறது. சீவக சிந்தாமணி, கம்ப ராமாயணம் போன்ற பெருங்காப்பியங்கள் எழுந்த காலகட்டத்தில் தொகை நூல்கள் செல்வாக்கு இழந்துள்ளன. 19ஆம் நூற்றாண்டில் மீண்டும் தொகை நூல்கள் செல்வாக்குப் பெற்றுள்ளன. புறப்பாடல் திரட்டு போன்றவற்றைத் தொகை நூல்களாகக் குறிப்பிடவேண்டும்.

20ஆம் நூற்றாண்டில் தொகை நூல்கள் மறு உயிர்ப்புக் கண்டுள்ளன. தனி ஒரு கவிஞனால் எழுதப்பட்ட பல்வேறு பொருள் தொடர்பான பாடல்கள் தொகையாகத் தொகுக்கப்பட்டுள்ளன. பாரதி, பாரதிதாசன், கவிமணி பாடல்கள் தொகைகளாகவே உள்ளன. புதுக் கவிதைகள் பெரும்பாலும் தொகை வடிவிலேயே அமைந்துள்ளன. தனியொரு கவிஞனின் கவிதைகளும் வேறுபட்ட பல கவிஞர்களின் கவிதைகளும் தொகுப்புகளாகத் தொகுக்கப்பட்டுள்ளன.

சிறுகதைகளும் தொகை வடிவிலேயே வெளிவந்துள்ளன. ஒரே படைப்பாளியின் கதைகளும், ஒரு தொகுப்பில் பல்வேறு படைப்பாளிகளின் கதைகளும் தொகுக்கப்பட்டுத் தொகுப்புகளாக வெளிவந்துள்ளன. தமிழில் தொகைநூல்கள் நீண்ட மரபினைக் கொண்டவை.

விரிவான வாசிப்பிற்கு. தெ.பொ.மீ., *தமிழ் இலக்கிய வரலாறு*, காவ்யா, சென்னை (2005).

103

நடை. நடை 1968 அக்டோபர் முதல் 1970 ஜூலை வரை இயங்கிய இலக்கியச் சிற்றிதழ்.

எழுத்து தோற்றுவித்த இலக்கிய சிற்றிதழ் மரபில் வெளிவந்த மூன்றாவது இதழாக நடையைக் குறிப்பிட வேண்டும். அரசியல் சார்பற்ற இலக்கியம் என்னும் எழுத்து மேற்கொண்ட நிலைப் பாட்டோடு இலக்கிய வட்டமும், அதனைத் தொடர்ந்து தோற்றம் கொண்ட நடையும் முழுமையான உடன்பாடு கொண்டன. ஆனால், இலக்கியம் மட்டும் என எழுத்து வகுத்துக்கொண்ட எல்லையை, அதில் எழுதிக்கொண்டிருந்த இளம் படைப்பாளிகள் மீறத்துணிந்தனர். இவர்கள் நவீன நாடகம், நவீன ஓவியம், கலைத் திரைப்படம் என்பவற்றில் ஈடுபாடு கொண்டவர்களாக இருந்தனர். இலக்கியத்தையும், பிறகலைகளையும் இணையாகக் காணும் ஒரு புதிய இதழுக்கான தேவையை உணர்ந்தனர். சமிக்ஷா கோவிந்தன், கே.சி.எஸ். பணிக்கர் போன்ற கலைத்துறை மேதைகளின் தொடர்பும் இவர்களுக்கிருந்தது. நடையைத் தொடர்ந்து தமிழ்ச் சிற்றிதழ் மரபு, இலக்கியத்தையும் பிற கலைகளையும் இணையாகவே கண்டது. நடை இந்தப் போக்கிற்குத் தொடக்கப் புள்ளியாக அமைந்தது.

மணிக்கொடியின் சாதனையாளர்களை ஒரு புதிய காலகட்டத்திற்கு எடுத்து வருவதை நோக்கமாகக் கொண்டே எழுத்து தோன்றியது. அதன் ஆசிரியர் சி.சு. செல்லப்பாவால் இலக்கியத்தின் புதிய போக்குகளை முழுமனதோடு வரவேற்க இயலவில்லை. எழுத்து இதழில் அறிமுகமான இளம்தலைமுறையினர் காலத்திற்கு இசைவான தங்களுடையதான இலக்கிய மரபை வளர்த்தெடுக்கும் துடிப்பைக் கொண்டிருந்தனர். எனவே, நடையின் தொடக்கம் தவிர்க்க இயலாததாக அமைந்தது.

நடை, நவீனத்துவத்தை முன்னிலைப்படுத்தியது. நவீனத்துவக் கோட்பாட்டைத் தமிழ் உலகிற்கு அறிமுகம் செய்யும் பொறுப்பு தன்னிடம் விடப்பட்டுள்ளதாக அது தன் பக்கங்களில் வெளிப் படையாக இனங்காட்டிக் கொள்ளவில்லை. ஆனால், புதுக்

கவிதையிலும் சிறுகதையிலும் நவீனத்துவப் படைப்புகள் நடையில் தான் முதன்முதலில் வெளிவந்துள்ளன. சி.சு. செல்லப்பாவின் எழுத்து, இப்போக்கிலமைந்த படைப்புகளுக்கு ஒருபோதும் இடம் தந்ததில்லை. நூல் மதிப்புரைகளில் நடை படைப்புகளில் மிளிரும் நவீனத்துவக் கூறுகளைக் கோடிட்டுக்காட்டி வரவேற்கவும் செய்துள்ளது. நடையின் பக்கங்களின் ஊடாகத்தான் நவீனத்துவம் தமிழ் மரபை வந்தடைந்தது எனக் கூறவேண்டும்.

நடையின் ஆசிரியராகவும், உரிமையாளராகவும் சி. மணியைக் குறிப்பிடவேண்டும். சி. மணி, எழுத்து இதழ் மூலம் தமிழிற்கு அறிமுகமான இளம்கவிஞன். நடை இதழின் பொருளாதாரம் அவரைச் சார்ந்தது. எழுத்து இதழில் இயங்கிக்கொண்டிருந்த சி. மணி, ந. முத்துசாமி, கி.அ. சச்சிதானந்தம் போன்ற இளம் படைப்பாளிகளுக்கு எழுத்தின் களத்தை விரிவடையச் செய்து நவீன ஓவியம், நாடகம் போன்ற புதிய பரிமாணங்களோடு ஓர் இதழைத் தோற்றுவிக்க வேண்டுமென்ற சிந்தனை எழுந்தது. தொடர்ந்து தமிழ்ச் சிற்றிதழ்கள் ஒத்த சிந்தனை கொண்ட சிறு குழுக்களால்தான் வெளிக்கொணரப்பட்டன. நடை இயங்கவேண்டிய பாதையைக் குறித்ததான சிந்தனை ஒருகுழுவைச் சார்ந்ததாக அமைந்தாலும், பொருளாதார அடிப்படையில் அதனை இயக்கும் பொறுப்பு சி. மணியை மட்டுமே சார்ந்தது. எந்தச் சிற்றிதழும் தன் பொருளாதார அடிப்படை குறித்து முறையான திட்டமிடலைச் செய்வதில்லை. விளம்பரம் மூலம் வருவாயைப் பெறுவதிலும் நடை தோல்வி கண்டது. சிற்றிதழ்கள் முறையான நிர்வாக அமைப்பினையும் ஏற்படுத்திக் கொள்வதில்லை. எதிர்பாராத சிக்கல்கள் எழும்போது, சிக்கல்களை எதிர்கொள்ளும் திறனின்றி இயக்கத்தை நிறுத்திக்கொள்வது இயல்பு. நடை இதற்கு முன்னுதாரணமாக அமைந்தது.

எழுத்து இதழைப் போலவே நடை, புதுக்கவிதைக்கும், இலக்கிய விமர்சனத்திற்கும் முன்னுரிமை தந்தது. சி. மணி, ஞானக்கூத்தன், வைதீஸ்வரன், நகுலன், தி.சோ. வேணுகோபாலன், பிரமிள் பானுசந்திரன், ஷண்முக சுப்பையா, தக்ஷிணாமூர்த்தி முதலிய புதுக் கவிஞர்கள் நடை இதழில் இயங்கினர். இவர்களுள் பெரும்பாலோரும் எழுத்து அல்லது இலக்கிய வட்டத்தின் மூலம் அறிமுகமானவர்களே. ஞானக்கூத்தன், நடை இதழின் மூலமாகவே தமிழ் இலக்கிய மரபிற்கு அறிமுகமானார்.

ந. முத்துசுவாமி, அசோகமித்திரன், ஐராவதம், இராமகிருஷ்ணன், ந. கிருஷ்ணமூர்த்தி போன்றவர்களின் சிறுகதைகளும் நடையில் வெளிவந்துள்ளன. ந. முத்துசுவாமி, அசோகமித்திரன், இராம கிருஷ்ணன் முதலியவர்களின் சிறுகதைகள் எழுத்து இதழின் பாதையிலிருந்து விலகி வேறுபாதைகளில் பயணம் செய்தன.

ந. முத்துசுவாமியின் நாடகங்கள், நடை இதழின் மூலமாகவே தமிழ்ப்படைப்புலகிற்கு அறிமுகமாகியுள்ளன. பிற்காலத்தில் முத்துசுவாமி நாடகத்தையே தன் பாதையாகத் தேர்ந்துகொண்டார். எழுத்து இதழில் இளம்விமர்சகராக அறிமுகமான வெங்கட் சாமிநாதன் நடை இதழிலும் தன் பயணத்தைத் தொடர்ந்துள்ளார். க.நா. சுப்ரமணியத்தின் விமர்சனக் கட்டுரைகளும் நடை இதழில் வெளிவந்துள்ளன.

நடை இதழில் வெளிவந்த ஞானக்கூத்தனின் கவிதைகள் புதுக் கவிதை மரபில் புதிய பரிமாணத்தைத் தோற்றுவித்துள்ளன. அவர் கவிதைகளில் இயல்பாக அமைந்துள்ள ஓசை நயமும் வாழ்வின் மீதான கேலிப்பார்வையும் தமிழ்ப் புதுக்கவிதை மரபிற்கு முற்றிலும் புதுமையாக அமைந்தன. எழுத்து முன்வைத்த கவிதைகளிலிருந்து முற்றிலும் வேறான பண்புகளை இவை இனம் காட்டுகின்றன. ந.முத்துசுவாமியின் நடப்பு, இழப்பு போன்ற சிறுகதைகளும் அசோகமித்திரனின் பார்வை என்ற சிறுகதையும் தமிழ்ச் சிறுகதை மரபில் நவீனத்துவத்தின் வரவை உறுதிப் படுத்துவனவாக அமைகின்றன.

நடை இதழில் கட்டுரைகள் இலக்கியம் சார்ந்ததாக மட்டுமே அமையவில்லை. ஓவியங்களைக் குறித்த கட்டுரைகளும் நடை இதழில் வெளியாகியுள்ளன. எழுத்து இதழுக்கு விமர்சன அங்கீகாரம் என்ற நோக்கம் மட்டுமே இருந்தது.

நடை, எதைக் குறித்து வேண்டுமானாலும் கட்டுரைகள் எழுதலாம் என்று தன் எல்லையை விரித்துக்கொண்டது. செவ்வியல் இலக்கியங்களைக் குறித்துக்கூட அவ்வப்போது அதன் பார்வை படிந்துள்ளது. நடையில் வெளியான மார்க்சின் கல்லறையிலிருந்து ஒரு குரல் தமிழ் விமர்சன மரபில் ஒரு எல்லைக் கல்லாக மதிக்கப்படுகிறது. சிற்றிதழ் மரபின் அழுத்தமாக ஒலித்த இலக்கிய அரசியல் இந்தக் கட்டுரையிலிருந்துதான் அதன் தெளிவான தோற்றத்தை வெளிக்காட்டுகிறது.

நடை இதழில் கோட்டுச் சித்திரங்கள் அவ்வப்போது இடம் பெற்றன. தொடர்ந்து தமிழ்ச் சிற்றிதழ் மரபு இந்தப் போக்கை முன்னெடுத்துச் சென்றுள்ளது. தமிழ்ச் சிற்றிதழ் மரபின் தோற்றத்தை எழுத்து உறுதிப்படுத்தியது. அதன் எதிர்காலப் போக்கை நடை வகுத்தது.

விரிவான வாசிப்பிற்கு

1. சச்சிதானந்தம் கி.அ, நடை இதழ் தொகுப்பு.
2. வல்லிக்கண்ணன், புதுக்கவிதையின் தோற்றமும் வளர்ச்சியும்.

104

நடை (style). உரைநடையிலோ, கவிதையிலோ படைப்பாளி மொழியைக் கையாளும் விதமே நடை எனக் குறிப்பிடப்படுகிறது. ஒவ்வொரு படைப்பாளியும் அவனுக்கென்று தனித்து ஒரு நடையைக் கொண்டு இயங்குகிறான். சொற்களின் தேர்வு, வாக்கிய அமைப்பு, உவமையைக் கையாளும் விதம் போன்றவை குறிப்பிட்ட படைப்பாளியின் நடையைத் தீர்மானிக்கின்றன. நடையே படைப்பாளியின் ஆளுமையை உணர்த்துகிறது. அவன் உடல் அசைவுகளைப்போல்; குரலைப் போல்; கையெழுத்தைப் போல் நடையும் அவனை இனம் காட்டுகிறது.

படைப்பாளிக்குப் படைப்பாளி நடை வேறுபடுவது போல் காலகட்டத்திற்குக் காலகட்டமும் நடை வேறுபடுகிறது. எடுத்துக் காட்டாக, உணர்ச்சிக் கொந்தளிப்பை உணர்த்தும் பக்தி இலக்கிய காலகட்டத்து மொழிநடை, உணர்ச்சிகளின் சமநிலையை வற்புறுத்தும் சங்க இலக்கிய காலகட்டத்து மொழிநடையினின்றும் வேறானது. ஒரே காலகட்டத்தைச் சார்ந்த இருவேறு படைப்பாளிகளின் மொழிநடை வேறானதாகவே அமையும். புதுமைப்பித்தனும் மௌனியும் ஒரே காலகட்டத்தைச் சார்ந்தவர்களாக இருப்பினும் இவர்கள் மொழிநடையில் எவ்வித ஒற்றுமையையும் காண இயலாது. புதுமைப்பித்தனின் மொழிநடை குறிப்புணர்த்தும் போக்குக் கொண்டது. மௌனியின் மொழிநடை அருவத்தன்மை கொண்டது. உள்ளடக்கமும் மொழிநடையைத் தீர்மானிக்கின்றது. அறிவியல் உள்ளடக்கம் அதற்குரிய மொழிநடையைப் பெற்றிருக்கும்.

இலக்கிய வடிவமும் மொழிநடையைத் தீர்மானிக்கும் கூறாக அமையும். நாவலும் சிறுகதையும் வெவ்வேறான மொழிநடைப் பண்புகளைக் கொண்டிருக்கும். சிறுகதையின் அடிப்படை இயல்பான சிக்கனம் செறிவான மொழிநடையைத் தோற்றுவிக்கும்.

ஆளுமையை உணர்த்தும் மொழிநடையே இலக்கிய மதிப்பிற்கு இன்றியமையாததாகச் சமகாலத்தில் மதிப்பிடப்படுகிறது.

105

நடைச்சித்திரம். இது, 17ஆவது நூற்றாண்டின் துவக்கத்தில் ஆங்கிலத்தில் செல்வாக்குப் பெற்றிருந்த இலக்கிய வடிவம். நடைச்சித்திரத்தின் நோக்கம் ஒரு மனித வகை மாதிரியை எழுத்தில் சித்திரிப்பதே. தெருவணிகன், சமையல்காரன் என்பதுபோல். 17ஆவது நூற்றாண்டில் நடைச் சித்திரங்கள் தொகுப்புகளாக வெளிவந்துள்ளன. 18, 19ஆம் நூற்றாண்டுகளில் புனைகதை வளர்ச்சி யடையத் துவங்கியபோது இவ்வடிவம் செல்வாக்கை இழந்தது.

தமிழில் 20ஆம் நூற்றாண்டின் முப்பதுகளில் விடுதலை இயக்கச் சார்புடைய தேசிய இதழ்கள் உரைநடைப் புனைகதை வடிவங்களுக்கு இடம்தந்தன. சிறுகதை என்ற வடிவம் இந்த இதழ்களில் முக்கியத்துவம் பெற்றன. இளம்படைப்பாளிகளே இவ்வடிவத்தை முன்னெடுத்துச் சென்றனர். மணிக்கொடி இதழின் ஆசிரியராகப் பணியாற்றிய வ.ரா. சிறுகதைக்கும் கட்டுரைக்கும் இடைப்பட்ட வடிவமாக நடைச்சித்திரத்தை அறிமுகம் செய்தார்.

நடைச் சித்திரங்களின் மூலம் சமூகச் சிக்கல்கள் குறித்ததான விழிப்புணர்வைத் தோற்றுவிக்க முயன்றார். எடுத்துக்காட்டாக, டிசம்பர் 1933 மணிக்கொடி இதழில் வெளியான மந்திரி பதி நடைச்சித்திரத்தைக் குறிப்பிட வேண்டும். நடைச்சித்திரங்கள் பெரும்பாலும் வகை மாதிரிகளின் கேலிச்சித்திரமாக அமையும். 'பதியின் முழுப்பெயர் பசுபதி. அழகுக்காகவும் உச்சரிப்புச் சிக்கனத்துக்காகவும் பசுபதி அவர்கள் தமது பெயரைப் 'பதி' என்று திருத்திக்கொண்டார்.' நடைச்சித்திரம் முழுமையும் இந்தக் கேலி தொடர்கிறது. தமிழ்நாட்டிலே திருவவதாரம் செய்த பதி அவர்கள், தொட்டிலில் வளர்ந்தார் என்று சொல்லுவதற்கில்லை.

எனவே, தொட்டில் பழக்கம் சுடுகாடு மட்டும் என்ற பழமொழி அவரிடம் செல்ல வகையில்லை. அவதாரகால முதல் நாளது வரையில் பதி அவர்களுக்கு மோட்டார் பழக்கந்தான். எனவே மோட்டார் பழக்கம் முடியுமட்டும் என்று புதுமொழியும் படைக்கலாம்.' பசுபதி வாழ்வின் ஒவ்வொரு வளர்ச்சி நிலையையும் நடைச்சித்திரம் கேலிக்குள்ளாக்குகிறது. இறுதியில் அவர் வகித்த மந்திரி பதவியையும் கேலிக்குள்ளாக்குகிறது. 'வாரத்துக்கு ஒரு உத்தியோக விருந்து, வாரத்துக்குக் குறையாமல் மூன்று தடவை களுக்கு பத்திரிகை நிருபர்களுக்குப் பேட்டி, வெளியூர்ப் பிரயாணம், வரவேற்புப் பத்திரங்கள், அழகு சரிகை மதுரைமாலை, ஒழிந்த வேளையில் கோவிலுக்குச் செல்லுதல் இவை பசுபதியின் மந்திரிஸ்தானத் திட்டம், எங்கு சென்றாலும் அவரது கண்கள், செழிப்பைத்தான் காணும். நாக்கு, செழிப்பைப் பற்றித்தான் பேசும். அவர் உடம்பு, செழிப்பான பஞ்சணையைத்தான் தேடும்.'

வ.ரா.வின் நோக்கம் தெளிவானது. காலனி ஆதிக்கத்தில் மாகாண சட்ட சபைகளில் பதவி வகித்தவர்களைக் கேலிச்செய்வதே. காங்கிரஸின் ஒரு பிரிவினர் தேர்தலில் பங்குகொள்வதை எதிர்த்தனர். வ.ரா. இவ்வரசியல் செய்தியை மக்களிடம் எடுத்துச் செல்ல இவ்வடிவத்தைப் பயன்படுத்திக் கொள்கிறார். மொழியில் துலங்கும் கேலி, வாசகரை ஈர்த்து, செய்தியை அவர்களிடம் எடுத்துச் செல்லும்.

வ.ரா. எண்ணற்ற நடைச்சித்திரங்களைப் படைத்துள்ளார். அவர் ஆசிரியர் பதவி வகித்ததுவரை பிற படைப்பாளிகளையும் நடைச்சித்திரங்கள் எழுதும்படித் தூண்டினார். 'திருக்குறள் குமரேசப்பிள்ளை' புதுமைப்பித்தன் எழுதிய நடைச்சித்திரமாகவே அமைந்தது. பின்னால் சிறுகதையாக அவர் தொகுப்பில் இணைக்கப் பட்டது. வ.ரா. மணிக்கொடியைவிட்டு விலகிய பிறகு நடைச் சித்திரங்களை இளம்படைப்பாளிகள் தவிர்த்துள்ளனர். இவ்வடிவம் செல்வாக்கு இழந்து மறைந்தது.

உரைநடையில் வ.ரா.வின் சாதனையாக அவர் எழுதிய நடைச் சித்திரங்களையே குறிப்பிட வேண்டும்.

106

நவீனத்துவம் (modernism). நவீனத்துவம், இலக்கியத்தின் சார்பற்ற நிலையை வற்புறுத்தும் இலக்கியப்போக்கு. இருத்தலியத்தின்

இலக்கிய வெளிப்பாடாக அமைகிறது. நவீனத்துவம் இரு உலகப்போர்களுக்கிடையில் தோற்றம் கொண்டது. உலக மொழிகள் ஒவ்வொன்றிலும் பெரும் சாதனைகளைத் தோற்றுவித்துள்ளது. டி.எஸ்.எலியட், எஸ்ரா பவுண்ட், ஜேம்ஸ் ஜாய்ஸ், காஃப்கா, ழீன்பால் சர்தார் போன்ற சாதனையாளர்களை நவீனத்துவப் போக்கைச் சார்ந்தவர்களாகக் குறிப்பிட வேண்டும். நவீனத்துவம் தனிமனித பிரக்ஞையின் ஊடாகக் காலம் என வரையறுக்கப் படுகிறது.

இரு உலகப் போர்களுக்கிடையிலான மனிதவாழ்வு நவீனத்துவத்தின் தோற்றத்திற்குக் காரணமாக அமைந்தது. வாழ்வு அபத்தம் நிறைந்ததாகப் படைப்பாளிகளால் உணரப்பட்டது. எதார்த்தப் போக்கு இதனை உணர்த்தத் தவறியது. ஆனால் நவீனத்துவம் இதற்கு முக்கியத்துவம் தந்தது. எதார்த்தப்போக்கில் புற உலகம் பெற்ற முக்கியத்துவத்தை நவீனத்துவத்தில் தனிமனித 'பிரக்ஞை' பெற்றது. நவீனத்துவம் 1800இல் இறைஇயலில் தோற்றம் கொண்டது. வேதநூல் புறவயமாகத் தர்க்க அடிப்படையில் அணுகப்படவேண்டும்; மனிதன் தன் அனுபவத்திற்கு உட்படாத ஒன்றை ஏற்கவேண்டியதில்லை என்றது. இருபதாம் நூற்றாண்டின் துவக்கத்தில் தத்துவம் வழியாக இலக்கியத்தை அடைந்தது. நவீனத்துவத்தை நவீனமயமாதலின் முதிர்ந்த நிலையாகக் குறிப்பிட வேண்டும். நவீனமயமாதலிலுள்ள எதிர்மறை அம்சங்களுக்கு நவீனத்துவம் அழுத்தம் தந்தது. நவீனத்துவம், தனிமனித அகத்திலிருந்து பிறப்பது இலக்கியம் என்னும் உணர்ச்சிமைய வாத இலக்கியக் கொள்கையோடு முரண்படுகிறது. நவீனத்துவத்தைப் பொறுத்த வரையில் புறவுலகின் தாக்கம் அகவய உலகின் படிமங்களைத் தீர்மானிக்கிறது. புறவுலகில் சாத்தியமில்லாதது அனைத்துத் தளங்களிலும் சாத்தியமற்றது என்றது. புற உலகம் தனிமனிதப் பிரக்ஞையின் ஊடாக எதிர்கொள்ளப்பட்டது. உணர்ச்சிமையவாதப் போக்கின் 'தான்' புற உலகைக் கணக்கில் எடுக்க வேண்டும் என்பதில்லை. எனவே நவீனத்துவத்தின் தனி மனிதப் பிரக்ஞை உணர்ச்சி மையவாதத்தின் 'தான்' என்பதி லிருந்து வேறானது. உணர்ச்சி மையவாத 'தான்' தர்க்க அடிப்படை யிலான பௌதீக ஒழுங்கினைக் கொண்டிருக்க வேண்டும் என்பதில்லை. ஆனால் நவீனத்துவமோ படைப்பாளியின் பிரக்ஞை வெளியே இயங்கும் புற உலகம் இவற்றிற்கிடையிலான உறவைக் கணக்கில் எடுத்துக்கொண்டபோதுதான் தோற்றம் கொண்டது.

கலையின் தூய்மை, நவீனத்துவத்தில் முக்கியத்துவம் பெறுகிறது. கலை சமூக மாற்றத்திற்கானது என்பதை நவீனத்துவம் ஏற்பதில்லை. நவீனத்துவத்தின் கூறுகள் இருத்தலியத்தில் வேர்கொண்டுள்ளன. இருத்தலியம் தனிமனிதனுக்குத் தரும் முக்கியத்துவம் நவீனத் துவத்தில் தனிமனித பிரக்ஞையின் ஊடாகக் காலம் என வெளிப் படுகிறது. இருத்தலியம் எதிர்மறை அனுபவங்களுக்குத் தரும் முக்கியத்துவம் நவீனத்துவத்தில் முரண், இருண்மை என்னும் கூறுகளாக வெளிப்படுகின்றன. சமூகத்தை மாற்றி அமைக்கும் தத்துவங்கள் மீதான நம்பிக்கையின்மை படைப்பாளி சுதந்திரமாக நவீனத்துவத்தில் வெளிப்படுகிறது. நவீனத்துவம் வாழ்வின் பன்முகப் பரிமாணத்தை எழுத்தில் சென்றடையும் இலக்கை வற்புறுத்துகிறது. செய்நேர்த்தியும் செறிவான மொழியுமே படைப்பு இயக்கத்தில் நவீனத்துவப் படைப்பாளியின் இறுதி இலக்காக அமைகின்றன.

இந்தியமொழிகளில் நவீனத்துவம், மார்க்சிய இலக்கியப் போக்கின் எதிரிடையாகத்தான் 60-களின் பிற்பகுதியில் தோற்றம் கொண்டது. தமிழிலும் 60-களின் இறுதியில் நவீனத்துவப் போக்கு தோற்றம் கொண்டது. ஆனால் அதற்கு முன்பாகவே புதுமைப்பித்தனின் படைப்புலகில் நவீனத்துவக் கூறுகளைத் தெளிவாக இனம்காண முடிகிறது. 50-களில் புதுக்கவிதை ஒரு வடிவமாக நிலைபெற்ற போது நவீனத்துவத்தின் படிமம் முதன்மை பெற்றது. புதுக் கவிஞர்கள் நவீனத்துவப் படைப்பாளிகளான டி.எஸ். எலியட், எஸ்ரா பவுண்ட் படைப்புகளை முன்மாதிரியாகக் கொண்டது இதன் காரணமாகலாம். சுந்தர ராமசாமி, நகுலன் போன்ற நவீனத்துவப் படைப்பாளிகளின் கவிதைகளை எழுத்து இதழில் வெளியிட்ட சி.சு. செல்லப்பா இவர்களுடைய சிறுகதைகளை வெளியிடாததைக் குறிப்பிட வேண்டும். முத்துசாமியின் கதைகளையும் எழுத்து புறக்கணித்தது. நவீனத்துவம் எழுத்து இதழுக்கு உடன்பாடானதல்ல. அது எதார்த்தப் போக்கின் நீட்சியைக் குறித்தது.

தமிழில் நவீனத்துவம் இருகிளைகளாகத் தோற்றம் கொண்டது. முத்துசாமி, கந்தசாமி, அம்பை முதலிய நவீனத்துவப் படைப்பாளிகள் கசடதபற இதழின் ஊடாக நவீனத்துவத்தின் ஒரு கிளையை முன்னெடுத்துச் சென்றனர். இவர்கள் இருத்தலியச் சாயலைக் கொண்டவர்கள். 1973இல் அசோகமித்திரனின் தண்ணீர் தமிழின் முதல் நவீனத்துவ நாவலாக வெளிவந்தது. ச. கந்தசாமியின்

சாயாவனம் நாவலும் இந்தக் கால கட்டத்தில் வெளிவந்தது. முத்துசாமி, அம்பை போன்றோரின் சிறுகதைகளும் நவீனத்துவப் போக்கினைச் சார்ந்தனவாக அமைந்தன. கசடதபற இதழ் கவிதைகளும் நவீனத்துவக் கூற்றினை இனம் காட்டுவனவாக அமைந்தன.

மார்க்சிய இலக்கியப் போக்கிலிருந்து அதிருப்தி கொண்டு வெளியேறியவர்களால் ஆனது நவீனத்துவத்தின் இரண்டாவது கிளை. சுந்தர ராமசாமி, ஜி. நாகராஜன் போன்றவர்களை இக்கிளையில் குறிப்பிட்டுக் கூறவேண்டும். ஜி. நாகராஜனின் நாளை மற்றுமொரு நாளே சுந்தர ராமசாமியின் ஜே.ஜே: சில குறிப்புகள் முதலியன குறிப்பிடத்தகுந்த நவீனத்துவ நாவல்களாக அமைகின்றன. இந்த இரண்டாவது கிளையினரே தமிழ் நவீனத்துவத்தின் கோட்பாட்டாளர்களாகவும் சாதனையாளர்களாகவும் திகழ்கின்றனர்.

70-களிலும், 80-களிலும் தமிழ்ப் படைப்புலகிற்கு அறிமுகமான இளம்படைப்பாளிகள் நவீனத்துவப் போக்கினைச் சார்ந்தவர்களாகவே அமைகின்றனர். நாஞ்சில்நாடன், வண்ண நிலவன், ஜெயமோகன் போன்ற இளம் படைப்பாளிகளைக் குறிப்பிட வேண்டும். இவ்விரு கிளைகளையும் சாராத ஆ. மாதவனும் நவீனத்துவப் போக்கில் சாதனைகளை நிகழ்த்தியுள்ளார்.

நவீனத்துவப் போக்கு புதுவிமர்சனத்தைத் தமிழில் முன்னெடுத்துச் சென்றது. பிரதிக்கும் வாசகனுக்கும் முதன்மையான இடத்தை அளித்தது. செறிவான மொழிக்கும் துல்லியமான வடிவத்திற்கும் இவ்விமர்சனப் போக்கு முக்கியத்துவம் தந்தது. மார்க்சிய இலக்கியப் பார்வையின் மீது பெரும் தாக்குதலை நிகழ்த்தியது. வெங்கட் சாமிநாதன், தருமு சிவராம் ஆகியவர்களை இப்போக்கின் சிறந்த விமர்சகர்களாகக் குறிப்பிட வேண்டும்.

சென்ற நூற்றாண்டின் இறுதிப் பத்தில் தமிழ் நவீனத்துவம் தேக்கநிலையை அடைந்தது. செறிவான மொழி, வடிவத் துல்லியம் ஆகியன படைப்பின் புனைவுப் பண்பைப் பெருமளவு இல்லாதாக்கின. ஜெயமோகனின் புனைகதைகள் இப்பண்புகளை உள்ளடக்கி நவீனத்துவத்தின் காலநீட்டிப்பிற்கு வழி செய்கின்றன.

ஏனைய இலக்கியப் போக்குகளை விட நவீனத்துவமே தமிழ் இலக்கிய மரபில் மிகுந்த சாதனைகளை நிகழ்த்தியுள்ளது.

விரிவான வாசிப்பிற்கு. *சஜன், நவீனத்துவம் (சுந்தர ராமசாமியை முன்வைத்து), காலசகம் பதிப்பகம் (2006).*

பார்க்க: *உணர்ச்சிமையவாதம், எதார்த்தவாதம்.*

107

நவீன வரலாற்றுவாதம் (new historicism). நவீன வரலாற்று வாதம், நவீனத்துவம் வலியுறுத்திய இலக்கியத்தின் சுதந்திரம், தன்நிறைவு இவற்றிற்கு எதிரிடையான நிலைப்பாட்டைக் கொள்ளும் இலக்கியச் சிந்தனை.

இலக்கியத்திற்கும் வரலாற்றிற்குமிடையிலுமான உறவு பிளேட்டோ, அரிஸ்டாட்டில் காலம் தொட்டு விவாதத்திற்குரிய பொருளாக அமைந்துள்ளது. மார்க்சிய விமர்சன அணுகுமுறை வரலாற்றிற்கு அதிக முக்கியத்துவம் தந்தது. இதன் தாக்கத்தைத் தமிழ்க்கல்வி வட்ட ஆய்வுகளில் இனங்காண இயலும். 'சமூகவியல் பார்வை' என்னும் தொடரை ஆய்வுத் தலைப்புகளில் இணைத்துக் கொள்வது இதனால்தான். மார்க்சிய இலக்கியப் போக்கில் சாய்வு கொண்ட விமர்சகர்கள் வரலாற்றுப் பார்வைக்கு அழுத்தம் தந்துள்ளனர். இலக்கியப் படைப்பை வரலாற்றின் பிரதிபலிப்பாக மட்டுமே கொள்வதால் இது மேலோட்டமான பார்வையாகவே அமைந்து விடுகிறது. இப்போக்கிற்கு எதிர்வினையாக நவீனத்துவம் இலக்கியப் படைப்பின் வரலாற்றுப் பின்புலத்தை முழுமையாகப் புறக்கணித்தது. அது படைப்பு, படைப்பாளியின் உள்ளத்திலிருந்து பிறப்பதாகக் கொண்டது. எனவே படைப்பாளியின் தனித்துவத்தைப் படைப்பில் துலக்குவதையே நோக்கமாகக் கொண்டது. நவீனத்துவத்தினின்றும் வேறான அணுகுமுறையைக் கொண்ட பின்அமைப்பியல், பின் நவீனத்துவம், தகர்ப்பமைப்புவாதம் ஆகியனவும் பிரதிக்கே முக்கியத்துவம் தந்தன.

நவீன வரலாற்றுவாதம் படைப்பாளியின் தனித்தன்மையைச் சார்பற்றதாகக் கொள்ள மறுக்கிறது. பண்பாடு மற்றும் வரலாற்றால் நிர்ணயிக்கப்பட்டதாகக் கருதுகிறது. அதே சமயம் இலக்கியத்தை வரலாற்றின் பிரதிபலிப்பாகக் கருதும் மார்க்சிய சிந்தனையோடும் உடன்பட மறுக்கிறது. இலக்கியம் பண்பாட்டினால் நிர்ணயிக்கப் படுவதால், இலக்கியம் குறித்ததான எந்தக் கருதுகோளும் வரலாற்றிற்குப் புறம்பானதாக அமைய இயலாது என விளக்கும்

நவீன வரலாற்றுவாதம், இவை இரண்டிற்குமிடையிலான உறவைப் புதிய கோணத்தில் விளக்க முற்படுகிறது. உள்முரண் கொண்ட மனப்போக்குகள் தம்முள் கலந்து செயல்படுவதால்தான் இலக்கியம் காலத்தின் சித்திரமாகத் தோற்றம் தருகிறது. பண்பாட்டிலிருந்து இலக்கியம் உருவாவதைப் போல், பண்பாட்டை உருவாக்கவும் செய்கிறது. இலக்கியப்படைப்பிலுள்ள இயங்கும் உள்முரண்களைப் பார்வையிடும்போது தான் இலக்கியப் பிரதி புரிதலுக்கு உள்ளாகிறது.

நவீன வரலாற்றுவாதம் வரலாற்றிற்கும் புதுவிளக்கம் தருகிறது. வரலாற்றை நிகழ்வுகளின் தொடர்ச்சியாகக் கொள்ளாது, நிகழ்வுகள் குறித்ததான சித்திரிப்புகளாகக் கொள்கிறது. எனவே ஒருங்கிணைந்த உண்மை என்பது வரலாற்றில் இல்லை. உள்முரண்கொண்ட சித்திரிப்புகளே வரலாறாக உள்ளது. ஒருங்கிணைந்த உண்மை என்பது ஆதிக்கசக்திகள், தங்கள் சுயநலத்திற்காகத் தோற்றுவிக்கும் மாயை. கடந்த காலம் என்பது உண்மையில் முன்னரே இருந்துவரும் பிரதிகளின் உதவியால் உருவாக்கப்படும் பிரதியே.

எனவே வரலாறும் இலக்கியத்தைப் போன்ற சித்திரிப்பே. அரசியல் பண்பாடு தரும் முதன்மைகளினால், இலக்கியப் பிரதிகள் காலம்தோறும் வேறு வேறான பார்வைகளுக்கு முக்கியத்துவம் அளிக்கின்றன. நவீன வரலாற்றுவாதம் ஆதிக்க சக்திகளின் செயல்பாடுகளை இனங்காட்டி, எதிர்ப்புச் சக்திகளின் ஆக்கங்களைக் கோடிட்டுக் காட்டுகின்றன. இலக்கியம், பண்பாடு, இலக்கிய அரசியல் இவற்றிற்கிடையிலான உறவை ஆழமாகவும் விரிவாகவும் அறியச் செய்வதால் இலக்கியப் படைப்பின் மீதான ஆழமான புரிதலுக்கு வழிவகுக்கின்றது.

நவீன வராற்றுவாதம் உலகின் மிக இளமையான இலக்கியச் சிந்தனைகளுள் ஒன்றாக அமைகிறது. எண்பதுகளில் அமெரிக்க ஸ்டீபன் க்ரீன் ப்ளேட், பிரிட்டானிய ரேமண்டு வில்லியம்ஸ் எழுத்துகளிலிருந்து முதன்முதலாகத் தோற்றம் கண்டது. க்ரீன் பிளேட் 1987இல் எழுதிய கட்டுரை ஒன்றே நவீன வரலாற்று வாதத்தின் ஆவணமாகத் திகழ்கிறது.

நவீன வரலாற்றுவாதம் தமிழில் இன்று விவாதப் பொருள்களுள் ஒன்றாகவே அமைந்துள்ளது. தனி விமர்சனப்போக்காக நிலை பேற்றை அடையவில்லை. ஆனால் இதன் தாக்கத்தை ஜெயமோகன்,

எஸ். ராமகிருஷ்ணன் போன்ற இளம் படைப்பாளிகளின் படைப்புகளில் இனங்காண முடிகிறது.

விரிவான வாசிப்பிற்கு

1. கோபிசந்த் நாரங்க், அமைப்புமையவாதம், பின் அமைப்பியல் மற்றும் கீழைக்காவிய இயல், சாகித்திய அகாதெமி (2005).
2. ஜானதன் கல்லர், சிவகுமார். ஆர், (மு.பெ.) இலக்கியக் கோட்பாடு, அடையாளம் (2005).

108

நனவோடை உத்தி (stream of consciousness). இது, கதைமாந்தர் ஒருவரின் கோர்வையாக அமையாத தர்க்க அடிப்படையிலான தொடர்ச்சியைக் கொண்டிராத மனப்பதிவுகளைத் துலக்குவதின் ஊடாக முழுப்புனைகதை ஒன்றையோ அல்லது புனைகதையின் ஒரு பகுதியையோ படைக்கும் இலக்கிய உத்தி.

உளவியலின் தாக்கத்தினால் இலக்கியத்தில் உருக்கொண்ட உத்தி நனவோடை. தனிமனிதன் கடந்தகால கதையை மீண்டும் கூறுவதிலிருந்து வேறானது. 1890இல் வில்லியம் ஜேம்ஸ் என்னும் உளவியல் அறிஞரால் இந்தச் சொல் உருவாக்கப்பட்டது. 1888இல் எடோர்டு டு ஜார்டின் என்னும் பிரெஞ்சு மொழி நாவலாசிரியரால் இவ்வுத்தி முதன்முதலாகக் கையாளப்பட்டது. 1922-இல் ஜேம்ஸ் ஜாய்ஸ் தன் புகழ்பெற்ற யுலிசெஸ் நாவலில் இவ்வுத்தியைப் பயன்படுத்தி, விமர்சன கவனிப்பை இதற்குப் பெற்றுத்தந்தார். வெர்ஜீனியா ஃப்ஊல்ஃப், வில்லியம் ஃபாக்னர் ஆகிய இருவரும் இந்த உத்தியைக் கையாண்டு சாதனைகளை நிகழ்த்தியுள்ளனர். தொடர்ந்து 20ஆம் நூற்றாண்டில் சிறந்த இலக்கிய உத்தியாக வளர்ச்சி அடைந்துள்ளது. பல படைப்பாளிகள் இதனைக் கையாண்டுள்ளனர்.

தமிழில் நாற்பதுகளில் புதுமைப்பித்தனின் கதைகளின் மூலம் நனவோடை வந்தடைந்துள்ளது. 'சுப்பைய்யா பிள்ளையின் காதல்கள், நினைவுப்பாதை ஆகிய கதைகளில் இந்த உத்தியை இனங்காண முடிகிறது. புதுமைப்பித்தனின் கயிற்றரவு கதையை நனவோடை உத்தி பயன்படுத்தப்பட்ட சாதனைப் படைப்பாகக் கொள்ளவேண்டும். நனவோடை உத்தியைப் பயன்படுத்திச்

சாதனைகளை நிகழ்த்திய மற்றொரு படைப்பாளியாக நகுலனைக் குறிப்பிட வேண்டும். நகுலனின் நாய்கள் நனவோடை உத்தியை முழுமையாக பயன்படுத்தி எழுதப்பட்டுள்ளது.

20ஆம் நூற்றாண்டில் நனவோடை உத்தி தமிழில் பரவலாக பயன்படுத்தப்பட்டுள்ளது.

109

நாடகத் தன்னுரை (dramatic monologue). பத்தொன்பதாம் நூற்றாண்டில் ஆங்கில இலக்கியத்தில் நாடகத் தன்னுரை தோற்றம் கொண்டது. ராபர்ட் பிரௌனிங் என்னும் கவிஞரால் இது செம்மைப்படுத்தப்பட்டது. நாடக உணர்வையும், மனநிலையை ஆழ்ந்து நோக்கும் தன்மையையும் இவர் கவிதைகளில் இனம் காணலாம். தன்னுரை கூறுவோன் அவனுடைய இயல்பையும், மனப்போக்கையும் அவன் அறியாமலேயே வெளிப்படும் வகையில் நாடகத் தன்னுரை அமைதல் வேண்டும். பத்தொன்பதாம் நூற்றாண்டிலிருந்து இது தனிக்கவிதை வகையாக வடிவெடுத்தது.

நாடகத் தன்னுரையை சுந்தரம்பிள்ளை தம் மனோன்மணீயம் நாடகத்தில் பயன்படுத்தியுள்ளார். நடராசன் என்னும் பாத்திரத்தின் நாங்கூழ்ப்புழு குறித்ததான நாடகத் தன்னுரையைக் குறிப்பிட வேண்டும். இந்த உத்தி, பிற்போக்கான நிலையிலேயே அமைந் துள்ளது. நாடகத் தன்னுரையில் தன்னுரை நிகழ்த்துவோனின் மனப்போக்கு அவனை அறியாமல் வெளிப்படும் நிலையில் அமையவில்லை. தன் சிந்தனையை வெளிப்படையாகக் கூறும் விதத்தில் அமைந்துள்ளது.

சங்க இலக்கியத்தில் நாடகத் தன்னுரைப் போக்கில் அமைந்த பாடல்களை இனம் காணமுடியும். காலத்தால் முற்பட்ட நாடகத் தன்னுரையாக இது அமையும். அதிகனின் மறைவிற்காக ஔவை எழுதிய கையறுநிலைப் பாடல்களைச் சிறந்த எடுத்துக் காட்டுகளாகக் குறிப்பிட வேண்டும். அவர்களுக்கிடையிலிருந்த நட்பு அவளை அறியாமலேயே கவிதையின் வரிகளில் வெளிப் படுகின்றன.

சமகாலத் தமிழ் இலக்கியத்தில் இலக்கியத்தரமான நாடகத் தன்னுரைகளைக் குறிப்பிட இயலாது.

110

நாவல். புனைகதை வடிவங்களுள் ஒன்று நாவல். மிகவும் நெகிழ்வுத் தன்மை கொண்ட, தற்காலத்து உலகளாவிய இலக்கிய வடிவம். எதார்த்தம் இதன் இன்றியமையாத பண்பாக அமைகிறது. பாத்திரங்களுடைய செயல்பாடுகளின் விளைவான நிகழ்வுகளை முன்நிறுத்தி உரைநடையில் புனைவை எடுத்துரைக்கிறது. சிறுகதை, குறுநாவல் ஆகியவற்றோடு ஒப்பிடும்போது அதிக பக்க அளவைக் கொண்டதாக அமைகிறது. எனினும் நாவல் வரையறுக்கப்பட்ட பக்க அளவைக் கொண்ட வடிவம் அல்ல.

நாவல் என்னும் ஆங்கிலச் சொல் 'நாவல்லா' என்னும் இத்தாலியச் சொல்லிலிருந்து தோற்றம் கொண்டது. இத்தாலிய மொழியில் கதை அல்லது செய்தித் துணுக்கு எனப் பொருள் பெறுகிறது. உலகமொழிகளில் நாவலை ஒத்தவடிவம் பழங்காலம் தொட்டே இருந்து வந்துள்ளது. 16ஆம் நூற்றாண்டின் இறுதியில் ஆங்கில மொழியில் புனைகதை துளிர்த்தது. 18ஆம் நூற்றாண்டில் நாவல் என்னும் வடிவம் நிலைபேறு கண்டது. ஆங்கில மொழியில் வளமான உரைநடைக் கதை மரபு நாவல் தோற்றம் கொள்வதற்கு முன்பாகவே இருந்தது. இவற்றிலிருந்து வேறான வடிவமாக நாவல் இனங் காணப்பட்டது. ஐரோப்பிய மொழிகளில் 19ஆம் நூற்றாண்டில் நாவல் தலையான இலக்கிய வடிவமாக ஏற்பினைப் பெற்றது. விமர்சகர்களும் வடிவ வளர்ச்சியில் பெரும் பங்காற்றினர். தமிழ் ஆங்கில நாவல் மரபின் தாக்கத்தினைப் பெற்றது. ரஷிய செவ்வியல் நாவல்களும் தமிழில் தாக்கத்தை நிகழ்த்தியுள்ளன. ஐரோப்பிய நாவல்களும், வங்காள நாவல்களும் மொழிபெயர்ப்பின் மூலம் தமிழை வந்தடைந்தன. தமிழில் உரைநடை கதைவடிவமான உணர்ச்சிக் கதைகளும் நாவல்களும் சமகாலத்தில் வாசிப்பைப் பெற்றன. பெரும்பான்மையான வாசகர்கள் இவ்விரு வடிவங்களுக்கு இடையிலான வேறுபாட்டைப் பொருட்படுத்துவதில்லை.

கதைத்திட்டம், பாத்திரங்கள், பின்னணி, வாழ்க்கைப் பார்வை, நடை ஆகியன நாவலின் கூறுகளாக அமைகின்றன. இந்தக் கூறுகளை வேறுபடுத்த இயலாத ஒரு முழுமையின் பாகங்களாகவே கொள்ள வேண்டும். உணர்ச்சிக் கதைகளும் இந்தக் கூறுகளைக் கொண்டிருக்கும். ஆனால் எதார்த்தம் நாவலின் உயிர்ப் பண்பாக அமைந்து, உணர்ச்சிக் கதைகளிலிருந்து நாவலை வேறுபடுத்துகிறது.

நாவல் மிகவும் நெகிழ்வான இலக்கிய வடிவம் என்பதால், எவ்வித வரையறைகளையும் அது ஏற்பதில்லை. சமகால நாவல்கள் கதை அல்லாதவற்றின் எல்லையைத் தொடுமளவிற்கு அமைந்துள்ளன. எனினும் நாவல் என்னும் இலக்கிய வடிவம் சில அடிப்படைப் பண்புகளைக் கொண்டுள்ளது. நாவல் வாழ்வின் முழுமையை உணர்த்துவதை இலக்காகக் கொள்கிறது. எனவே, சிறுகதையின் மையம் நோக்கிய குவிதலுக்கு எதிர்த்திசையில் இயங்குகிறது. எல்லையற்ற விரிவே நாவலாசிரியரின் கனவாக அமைகிறது. விரிவின் அளவே அவன் மேதைமையைக் குறிக்கும் அளவாகிறது. நாவலில் பாத்திரங்களின் செயல்கள் அல்ல, செயல்பாட்டிற்கான மனத்தூண்டுதல்களே முன்னிலைப்படுத்தப்படும். பாத்திரங்களின் இயக்கத்தை, வளர்ச்சியைச் சித்திரிக்கும் வாய்ப்பு நிறையவே உண்டு. நாவல் நிகழ்வுகளின் கோர்வையாக அமைகிறது. கால அடிப்படையைக் கொண்டிராமல், குறிப்பிட்ட ஒழுங்கின்படி நிகழ்வுகள் தொடர்ச்சி பெறுகின்றன. வாசிப்பின் போது நிகழ்வுகளுக்கிடையிலான இணைப்புகள் கழன்று, புதிதுபுதிதான இணைப்புகளைப் பெறுகின்றன. வாசக மனதில் வாழ்வின் தோற்றம் எழுகிறது.

தமிழில் உரைநடையின் இலக்கியப் பயன்பாடு காலத்தால் பிந்தியது. வாழ்வின் தொடர் இயக்கத்தைச் சித்திரிக்கும் புனைகதை வடிவம் தமிழில் இல்லாதிருந்தது. விக்கிரமாதித்தன் கதை போன்ற கதை வடிவங்கள் ஒன்றுடன் ஒன்று தொடர்புகொண்டிராத பல கதைகளின் தொகுப்பாகவே அமைந்துள்ளன. 19ஆம் நூற்றாண்டில் ஆங்கில துப்பறியும் கதைகளின் தழுவல் தமிழை வந்தடைந்து, பரவலான வாசிப்பினைப் பெற்றன. வணிகத்தேவையின் பொருட்டு தமிழிலும் இத்தகைய கதைகள் எழுதப்பட்டன. அவை பெரும்பாலும் இலக்கியத் திருட்டாக அமைந்தன. இந்தச் சூழலில் இவற்றிலிருந்து வேறான புனைகதை வடிவங்கள் தோற்றம் கொண்டன.

பிரதாப முதலியார் சரித்திரம், பத்மாவதி சரித்திரம், கமலாம்பாள் சரித்திரம் என்னும் மூன்று நாவல்களையும் தமிழின் முதல் மூன்று நாவல்களாக மதிப்பிடுகின்றனர். வேதநாயகம் பிள்ளையின் பிரதாப முதலியார் சரித்திரம் பல கதை துணுக்குகளின் ஒன்றிணைப்பாக அமைகிறது. பத்மாவதி சரித்திரம் மாதவைய்யரின் சுய மதிப்பீட்டில் 'ரொமான்ஸிற்கும்' நாவலுக்கும் இடைப்பட்ட வடிவமாகிறது. இந்நாவல் மூன்று பாகங்களைக் கொண்டது. அதன் முதல் பாகம்

ஆங்கில நாவலாசிரியர் தாக்கரேயின் தாக்கத்தைத் தெளிவாகக் கொண்டுள்ளது. தாக்கரேயைப் போல் மாதவையரும் நாவலில் வெளிப்படையாக உரைகளை நிகழ்த்துகிறார்.

1924 பஞ்சாமிருதம் இதழில் தொடராக வந்த அதன் மூன்றாம் பாகத்தில் இந்தப் போக்கை அறவே காண இயலாததைக் குறிப்பிட வேண்டும். மாறாகப் பாத்திரங்களின் நுட்பமான மனஅசைவுகளை மொழிப்படுத்துவதில் கவனம் செலுத்தியுள்ளார். இராஜம் ஐயரின் கமலாம்பாள் சரித்திரத்தையே முதல் தமிழ் நாவலாக விமர்சகர்கள் பலரும் மதிப்பிட்டுள்ளனர். ஆனால் புதுமைப்பித்தன், முதல்பாதி நாவல், மறுபாதி கனவு என்றே இந்நாவலை மதிப்பிட்டுள்ளார். கனவு ரொமான்ஸை அடையாளப்படுத்துகிறது. இதனைத் தொடர்ந்து வெளிவந்த வேங்கடரமணியின் முருகன் ஓர் உழவன் சங்கரராமின் மண்ணாசை போன்றவைகளும் நாவலுக்கும் ரொமான்ஸிற்கும் இடைபட்ட வடிவமாகவே அமைகின்றன. இந்த நாவல்கள் முதலில் ஆங்கில மொழியில் எழுதப்பட்டு, பிறகு தமிழில் மொழிபெயர்க்கப்பட்டன. காந்திய அரசியல் சூழலில் இவை எழுந்தன.

1940இல் வெளியான க.நா. சுப்ரமணியத்தின் பொய்த்தேவு தமிழின் முதல் நாவலாக அமைகிறது. நாவலின் வடிவ இயல்பை முழுமையாக இந்த நாவலில்தான் இனங்காண முடிகிறது.

சமகாலத்தில் ஆர். சண்முகசுந்தரத்தின் நாகம்மாள் வெளிவந்தது. இந்நாவல் தமிழ் நாவல் மரபின் திருப்புமுனையாக அமைந்தது. இந்த நாவலில் உரையாடல் கொங்குவட்டார மக்களின் பேச்சு மொழியில் அமைந்தது. க.நா. சுப்ரமணியம், ஆர். சண்முக சுந்தரத்தின் கரங்களில் தமிழ்நாவல் தன் வடிவ இயல்பை அடைந்தது.

தி. ஜானகிராமனின் நாவல்கள் தமிழ் நாவல் மரபை அதன் வளர்ச்சிப் பாதையில் பயணிக்கச் செய்தன. ஜானகிராமனின் மோகமுள் தமிழ் நாவல் மரபின் முதல் செவ்வியல் நாவலாக அமைகிறது. நாவல் சித்திரிக்கும் வாழ்வின் பரப்பைக் குறுகவிடாது விரியச் செய்தன அவருடைய நாவல்கள். எதார்த்த நாவல் மரபின் சிகரங்களாக விளங்குகின்றன.

60-களில் தமிழில் வட்டார நாவல்கள் செல்வாக்குப் பெற்றன. பார்ப்பன வாழ்வைச் சித்திரித்த தமிழ் நாவல்கள் தமிழின் பரந்த

மக்கள் இனத்தை எதிர்கொள்ளத் துவங்கின. நீல பத்மநாபனின் தலைமுறைகள், மாதவனின் புனலும் மணலும், ஹெப்சிபா ஜேசுதாசனின் புத்தம் வீடு, சுந்தர ராமசாமியின் ஒரு புளியமரத்தின் கதை ஆகியன குறிப்பிடத்தக்கன. இந்நாவல்கள் வட்டார வாழ்வு சார்ந்த உண்மையை வட்டாரமொழியில் தேடலாக நிகழ்த்தின. நாஞ்சில் நாடனின் துவக்ககால நாவல்கள் இப்போக்கினைச் சார்ந்தனவாக அமைந்தன.

இதே கால அளவில் குறிப்பிட்ட கோட்பாட்டின் ஊடாக வாழ்வின் உண்மையைக் குறித்த தேடலை நிகழ்த்தும் நாவல்கள் தமிழிற்கு அறிமுகமாயின. ரகுநாதனின் பஞ்சும் பசியும், செல்வராஜனின் தேனீர், மலரும் சருகும் ஆகிய நாவல்கள் இவ்வகையில் குறிப்பிடத் தக்கன. முற்போக்கு நாவல்களாக இவை மதிப்பிடப்பட்டன. தனிமரபாக தமிழில் இப்போக்குத் தொடர்ச்சி கண்டது.

70-களில் தமிழில் செல்வாக்குப் பெற்ற நவீனத்துவம் தமிழ் நாவல் வடிவைத் தீர்மானித்தது. நவீனத்துவத்தின் செறிவான மொழி துல்லியமான வடிவம் நாவல் சித்திரிக்கும் வாழ்வின் பரப்பைச் சுருக்கியது. செறிவான நாவல்கள் தோற்றம் கொண்டன. சுந்தர ராமசாமியின் ஜே.ஜே. சில குறிப்புகள், மாதவனின் கிருஷ்ணப் பருந்து, நாஞ்சில் நாடனின் மிதவை, சதுரங்கக் குதிரைகள், அசோகமித்திரனின் தண்ணீர், கந்தசாமியின் சாயாவனம் ஆகியன இவ்வகையில் குறிப்பிடத் தக்கன. நாகராஜனின் நாளை மற்றுமொரு நாளே தமிழ் நாவல் மரபின் சாதனைப் படைப்புக்களில் ஒன்றாகத் திகழ்கிறது. நவீனத்துவம் நாவல் வடிவை புதிய திசையில் பயணம் செய்யும்படிச் செய்கிறது.

சென்ற நூற்றாண்டின் இறுதிப் பத்தில் நவீனத்துவ நாவல் மரபு தேக்கமடைந்தது. நவீனத்துவம் நாவலின் புனைவுத் தன்மையைப் புறக்கணித்தது. ஜெயமோகன் புனைவுத்தன்மையைத் தமிழ் நாவலில் மீட்டெடுத்தார். விஷ்ணுபுரம், பின்தொடரும் நிழலின் குரல், காடு ஆகிய நாவல்கள் இவ்வகையில் குறிப்பிடத்தக்கன ஜோ.டி. குரூஸின் ஆழிசூழ் உலகு, கோபாலகிருஷ்ணனின் மணல் கடிகை ஆகிய நாவல்களும் இப்போக்கின் பின் தொடர்ச்சியைக் குறிக்கின்றன. பொன்னீலனின் மறுபக்கம் தமிழ் நாவல் மரபில் வளர்ச்சியின் மைல்கல்லாக அமைகிறது. சமகாலத்தில் தலித் இலக்கியம் செல்வாக்குப் பெறத் துவங்கியது. நாவல் வடிவை இதுவும் பாதித்துள்ளது. மொழியின் மீதான மரபுசார்ந்த கட்டுப்பாடுகள்

சிதறடிக்கப்பட்டன. மொழியில் தவிர்க்கப்பட்ட சொற்கள் தாராளமாக இடம்பெற்றன. சிவகாமியின் ஆனந்ததாயி, பாமாவின் கருக்கு ஆகியன இவ்வகையில் குறிப்பிடத்தக்கன.

சென்ற நூற்றாண்டின் இறுதியில் பின்நவீனத்துவ நாவல்கள் தமிழுக்கு அறிமுகமாகியுள்ளன. எஸ். இராமகிருஷ்ணனின் உப பாண்டவம் போன்ற நாவல்கள் இவ்வகையில் குறிப்பிடத் தக்கன.

தன்வரலாற்று நாவல்கள் இந்நூற்றாண்டில் தமிழ் நாவல் மரபின் புதிய தளிரை உறுதிப்படுத்துகின்றன. நிலவோடு தூரதூரமாய், நாடுவிட்டு நாடு, கவலை போன்ற நாவல்கள் இந்த வகையில் குறிப்பிடத்தக்கன.

நாவல் என்ற வ்டிவின் நெகிழ்வுத் தன்மையைத் தமிழ் நாவல் மரபு முழுமையாகப் பயன்படுத்திக் கொண்டுள்ளது.

விரிவான வாசிப்பிற்கு

1. சிட்டி சிவபாத சுந்தரம், *தமிழ் நாவலின் தோற்றமும் வளர்ச்சியும்.*
2. ஜெயமோகன், *நாவல்.*

111

நீதிக்கதை (fable). இது, உரைநடையிலோ, கவிதையிலோ குறிப்பிட்ட ஒரு நீதியை மையப்படுத்திச் சொல்லப்படும் கதை.

மிருகங்கள், பறவைகள், தெய்வங்கள், உயிரற்ற பொருட்கள் முதலியன இக்கதைகளில் மனிதகுணம் கொண்டு இயங்கும். மனித குணங்களில் தெரிவுசெய்யப்பட்ட சில, மிருகம் அல்லது பறவையின் மீது ஏற்றிக் கூறப்படும். பாட்டி வடைசுட்ட கதையில் மனிதனின் வீண்பெருமை காகத்தின் மீதும், தந்திரம், பிறர்பொருள் மீதான நாட்டம் நரியின் மீதும் ஏற்றப்பட்டுள்ளன. நீதிக்கதைகள் அங்கதமாகவோ எதார்த்தப் போக்கில் அமைந்த கதைகளாகவோ அமையக்கூடும். ஆனால் வாழ்வின் நீதியை உணர்த்துவதை இலக்காகக் கொண்டிருக்கும்.

நீதிக்கதைகள் இந்தியா, எகிப்து, கிரேக்கம் ஆகிய நாடுகளிலிருந்து ஐரோப்பாவை அடைந்ததாக மதிப்பிடப்படுகிறது. கிரேக்க அடிமையான ஈசாப் கதைகள் மத்தியகால ஐரோப்பாவில் மிகுந்த செல்வாக்குப் பெற்றிருந்தன. பதினேழு, பதினெட்டாம்

நூற்றாண்டுகளில் நீதிக்கதைகள் ஐரோப்பாவில் செல்வாக்குப் பெற்றிருந்தன. இருபதாம் நூற்றாண்டிலும் நீதிக்கதைகள் எழுந்துள்ளன.

தமிழ் எழுத்துமொழி இலக்கிய மரபில் நீதிக்கதைகள் மரபாக வளர்ச்சியடைந்துள்ளது எனக்கூற இயலாது. பத்தொன்பதாம் நூற்றாண்டில் 'பஞ்சதந்திரக் கதைகள்' தமிழில் மொழிபெயர்க்கப் பட்டு மிகுந்த வாசிப்பைப் பெற்றன. பஞ்சதந்திரக் கதைகளுக்கு இணையான கதைகள் தமிழில் எழுந்திராததைக் குறிப்பிட வேண்டும்.

தமிழ் வாய்மொழிக்கதை மரபில் நீதிக்கதைகள் முக்கியப் பங்கை வகிக்கின்றன. நீதி காலத்திற்கேற்ற மாறுதலை எதிர்கொண்ட போது நீதிக்கதைகளும் மாறுதல்களை எதிர்கொண்டு தங்கள் ஆயுளை நீடித்துள்ளன. தற்பொழுது காகம் எளிதாக ஏமாந்து நரியிடம் வடையைப் பறிகொடுப்பதில்லை.

112

எம்.ஏ. நுஃமான். எம்.ஏ. நுஃமான், ஈழத்தின் கல்வி வட்டத்தைச் சார்ந்த விமர்சகர். 50-களின் பிற்பகுதியில் ஈழத்தில் இலக்கிய விமர்சன எழுச்சி தோற்றம் கொண்டது. அரசியல் சமூகத்தளங்களில் நிகழ்ந்த மாறுதல்கள் இதற்குக் காரணங்களாக அமைந்தன. கல்வி நிலையங்களிலிருந்து பட்டம் பெற்று வெளிவந்த இளைஞர்கள் இலக்கியத்தின் மீது ஆர்வம்கொண்டனர். மார்க்சிய இலக்கியச் சிந்தனையில் இவர்கள் நம்பிக்கைக் கொண்டிருந்தனர். கைலாசபதி தினகரன் ஆசிரியர் ஆனபோது, மார்க்சியச் சிந்தனைக்கொண்ட படைப்பாளிகள் முன்னிலைப்படுத்தப்பட்டனர். கைலாசபதியும், சிவத்தம்பியும் இயந்திரப் போக்குடைய மார்க்சிய விமர்சனநெறியை முன்வைத்தனர். பழைமைவாதப் போக்குடைய மார்க்சிய விமர்சகர்களாக இவர்களைக் குறிப்பிடவேண்டும். சமகாலத்தில் ஐரோப்பிய மார்க்சிய இலக்கியச் சிந்தனையின் புதுப்போக்குகளை உள்ளடக்கியதாக கனகரட்னா என்னும் விமர்சகரின் விமர்சனநெறி அமைந்தது. மு. தளையசிங்கம் விமர்சன உணர்வுகொண்ட படைப்பாளியாக அறிமுகமாகி, பிறகு ஆன்மிகத் தளத்தில் இயங்கத் தொடங்கினார். அறுபதுகளில் ஈழத்தமிழ் விமர்சனத்தின்

இந்த மூன்று மரபுகளும் செயல்பட்டன. நுஃமானை கனகரட்னா மரபில் வந்த விமர்சகராகச் சுட்டவேண்டும். மார்க்சிய இலக்கியச் சிந்தனையில் உறுதியான நம்பிக்கைக் கொண்ட நுஃமான், பழைமைவாதப் போக்கினைக் கொண்டிருக்கவில்லை.

மார்க்சியமும் தமிழ் நாவல் இலக்கியமும் கட்டுரை நுஃமானின் மார்க்சிய இலக்கியச் சிந்தனையை உணர்த்துவதாக அமைகிறது. இக்கட்டுரை கைலாசபதியின் தமிழ் நாவல் இலக்கியம் மீதான எதிர்வினையாக எழுந்த 'மார்க்சின் கல்லறைக்குள்ளிருந்து ஒரு குரல்' என்னும் வெங்கட்சாமிநாதனின் கட்டுரையை ஆழ்ந்த ஆய்விற்குள்ளாக்குகிறது. கட்டுரையில் சாமிநாதன் கைலாசபதியைக் கேள்விக்குள்ளாக்குவதோடு, மார்க்சிய விமர்சனநெறியையும் கேள்விக்குள்ளாக்குகிறார். நுஃமான் கைலாசபதியின் நாவல் இலக்கியத்தில் அவர் சிந்தனை இரு தளங்களில் அமைவதாகச் சுட்டுகிறார். மார்க்சிய இயங்கியல் பார்வையைத் துலக்குவது ஒருதளம். தனிமனிதனாக அவர் கொண்டிருந்த மதிப்பீடுகளின் வெளிப்பாடு மற்றொருதளம். மார்க்சிய இயங்கியலோடு அதன் வரலாற்றுப் பார்வையோடு முழுமையான உடன்பாடு கொள்ளும் நுஃமான், கைலாசபதியின் படைப்புகள் மீதான மதிப்பீடுகளோடு முரண்படவும் செய்கிறார். 'கைலாசபதியின் நூலில் இருவகையான கருத்தோட்டங்கள் உள்ளன... துணைக் கருத்தோட்டம் சில குறிப்பிட்ட நாவல்கள் நாவலாசிரியர்கள் பற்றியும் வேறு சில இலக்கிய விஷயங்கள் பற்றியும் போகிற போக்கில் சொல்லப்படும் கருத்துகளும் மதிப்பீடுகளும் இதில் அடங்கும். கைலாசபதியின் அடிப்படைக் கருத்தோட்டத்தில் நான் முழுக்க உடன்பாடுடையவன். அவரது துணைக்கருத்துகள் சிலவற்றுடன் எனக்கு முரண்பாடு உண்டு. அவசியமான இடத்தில் நான் அவற்றைச் சுட்டிக் காட்டுவேன்.' நுஃமான் கைலாசபதியின் இம்மதிப்பீடுகளை மார்க்சிய இலக்கியச் சிந்தனையோடு தொடர்புப்படுத்தப்பட வேண்டியதில்லை என்கிறார்.

கைலாசபதி குறித்ததான நடுநிலையான விமர்சனங்களை முன் வைத்தவராகவும் நுஃமானையே குறிப்பிடவேண்டும். 'அவர் வாழ்ந்த காலத்தில் அவர் பற்றிய இரு எதிர்நிலைப் போக்குகள் நிலவின. ஒன்று அவரை முற்றாக நிராகரிப்பது. தமிழகத்திலே வெங்கட் சாமிநாதன் போன்றோரும் இலங்கையில் வேறு சிலரும் இந்தப்போக்கில் இயங்கினர். மற்றது அவரை அப்படியே

வழிமொழியும் போக்கு. இவ்விரு போக்கும் கண்மூடித்தனமானவை என்பதில் ஐயமில்லை. கைலாசபதியை வழி நடத்திய இயக்கவியல் தத்துவம் இவ்விரு போக்கையும் நிராகரித்துவிடும். அவர் பற்றிய பூரணமான, புற நிலையான மதிப்பீடு மேற்கொள்ளப்பட வேண்டும்.' நுஃமானின் ஆரோக்கியமான இலக்கியப் பார்வைக்கு இதனை எடுத்துக்காட்டாகக் குறிப்பிட வேண்டும். மரபின் பலவீனங்களை உணர்வதன் வாயிலாகவே முன்நகர முடியும்.

கைலாசபதி, இதழியல் மரபினைச் சார்ந்தவர். போகிற போக்கில் மதிப்பீடுகளை முன்வைப்பது இப்போக்கின் பொதுமைக்குணம். சிவத்தம்பி முழுமையாகக் கல்வி வட்ட மரபைச் சார்ந்தவர். நுஃமானிடம் இவ்விரு மரபுகளையும் சார்ந்த கட்டுரைகளை இனம்காண முடிகிறது. தரவுகளைத் தொகுத்து வகைசெய்து முடிவுகளை நோக்கி நகரும் ஆய்வுக்கட்டுரைகள் நுஃமானின் கல்வி வட்ட வாழ்வுச் சார்ந்தது. இந்தக் கட்டுரைகளின் பின்னிணைப்பில் தரப்படும் நீண்ட நூற்பட்டியல் எடுத்துக்கொண்ட பொருளுக்கு அவர் செலுத்தும் நேர்மையான உழைப்பை இனம்காட்டுவதாக அமைகிறது. எடுத்துக்காட்டாக, பா. நாடகங்கள்—சில கருத்துக்கள் என்னும் கட்டுரையைக் குறிப்பிட வேண்டும். கட்டுரையின் முதற்பகுதி பா நாடகம் குறித்ததான ஒரு கோட்பாட்டைத் தெளிவுப் படுத்த முனைகிறது. இரண்டாவது பகுதியில் பா நாடகங்களுக்கு எதிராக முன்வைக்கப்படும் கருத்துகளை விரிவாக ஆராய்கிறார். மூன்றாவது பகுதியில் ஈழத்துப்பா நாடகங்களை முன்வைத்து அதன் சாதகங்களை எதிர்கொள்கிறார். இதிலிருந்து தன்னுடையதான முடிவிற்கு வருகிறார். 'பா நாடகத்துக்கு மொழியின் அடிப்படையில் கோட்பாட்டு ரீதியான ஓர் அதீத முக்கியத்துவத்தைக் கொடுப்பதோ அல்லது அதை முற்றிலும் நிராகரிப்பதோ பொருளற்றது.' ஈழத்துப்பா நாடகங்கள் குறித்த விரிவான பார்வையை இந்தக் கட்டுரையிலிருந்து பெறமுடிகிறது.

இதழியல் மரபுசார்ந்த அவரது கட்டுரைகளில் வேறான நுஃமானை எதிர்கொள்ளமுடிகிறது. ஆய்வுக்கட்டுரைகளில் இனம்காணமுடிகிற ஒழுங்கை இக்கட்டுரைகளில் காண இயலவில்லை. சாமிநாதனை எதிரிடையாக எதிர்கொள்ள வேண்டும் என்ற முனைப்பிலேயே எழுதப்பட்டுள்ளது. குறிப்பிட்ட சாமிநாதனின் நூல் இலக்கிய அரசியலின்பால் பட்டது. பெண்களுக்கு இடையே நிகழும் தெருச் சண்டையாக இதனை மதிப்பிடுவது முற்றிலும் இதழியல்

போக்கினைச் சார்ந்தது. விமர்சகராக நுஃமானைக் கல்வி வட்ட ஒழுங்கில் அமைந்த கட்டுரைகளே இனம் காட்டுகின்றன.

தாத்தாமாரும் பேரர்களும் (1977) இருபதாம் நூற்றாண்டு ஈழத்தமிழ் இலக்கியம் (1979) பாலஸ்தீன கவிதைகள் (1981) அழியா நிழல்கள் (1982) மழை நாட்கள் வரும் (1983) பாரதியின் மொழிச் சிந்தனைகள் (1984) திறனாய்வு கட்டுரைகள் (1985) மார்க்சியமும் இலக்கியத் திறனாய்வும் (1987) முதலியன நுஃமானின் நூல்களாக அமைகின்றன.

ஈழக்கல்வி வட்டம் சார்ந்த இளம்தலைமுறை விமர்சகராக எம்.ஏ. நுஃமானைக் குறிப்பிட வேண்டும்.

விரிவான வாசிப்பிற்கு. ஜெயமோகன், *ஈழ இலக்கியம்: ஒரு விமர்சனப் பார்வை* (2008).

113

நுண்புலக் கவிதை (metaphysical poetry). பதினேழாம் நூற்றாண்டில் ஜாண்டண், ஹெர்பர்ட்வான், மார்வெல் போன்ற கவிஞர்களை உள்ளடக்கிய ஆங்கிலக் கவிதை இயக்கத்தைக் குறிக்கின்றது.

மனிதனுக்கும் பிரபஞ்சத்திற்குமான தொடர்பை நுண்புலம், (Metaphysical Poetry) என்னும் சொல் குறிக்கின்றது. மில்ட்டன், தாந்தே கவிதைகளில் இத்தத்துவத்தை உணரமுடியும். பதினேழாம் நூற்றாண்டில் வேறு சில தனித்தன்மைகளைக் குறிக்க இந்தச் சொல் பயன்படுத்தப்பட்டுள்ளது. இத்தனித்தன்மைகளைக் கொண்ட கவிஞர்களை இது அடையாளப்படுத்துகிறது. இந்தக் கவிஞர்களின் கவிதைகளில் உணர்ச்சியைவிட அறிவு மேலோங்கி உள்ளது. பொருட்களின் வேற்றுமைகளினூடே இயங்கும் ஒற்றுமைகள் கவனம் பெறுகின்றன. நுண்புலக் கவிஞர்கள் நுண்புல உவமைகளைப் பயன்படுத்தும் போக்குக் கொண்டவர்கள். அவர்கள் கவிதைகளில் மேலோட்டமான நிகழ்வுகளும், ஆழங்களும் ஒருங்கிணைக்கப் படுகின்றன. அறிவும் உணர்ச்சியும் இவர்கள் கவிதைகளில் கலந்துள்ளன. பேச்சுமொழியைச் சார்ந்த கவிதைநடை, தர்க்கமொழி ஆகியவை இவர்களின் கவிதைகளின் தனித்தன்மைகள். நுட்பமும் நளினமும் கொண்ட உணர்வுகளை உணர்த்தவல்லன இவர்கள் கவிதைகள்.

இருபதாம் நூற்றாண்டில் டி.எஸ். எலியட் நுண்புலக் கவிதைகள் மீது சமகால வாசகர்களின் கவனத்தைக் கொணர்ந்தார். உணர்ச்சி மையவாதக் கவிதையின் மீதான எலியட்டின் எதிர்வினையே இதற்குக் காரணமாக அமைந்தது.

தமிழில் இதற்கு இணையான கவிதை இயக்கத்தைச் சுட்ட இயலாது. ஆனால் புதுக்கவிதையில் நுண்புலக் கவிதையின் தாக்கத்தைக் காண இயலும். தமிழ்ப் புதுக்கவிதை இயக்கத்தின் மீது பெரும் தாக்கத்தை நிகழ்த்திய கவிஞராக டி.எஸ். எலியட்டைக் குறிப்பிட வேண்டும். டி.எஸ். எலியட்டின் கவிதைகள் நுண்புலக் கவிதைகளின் தன்மைகளைக் கொண்டவை. சுந்தர ராமசாமி அறிவும், உணர்ச்சியும் முயங்கும் நிலையை கவிதையில் வற்புறுத்துவது குறிப்பிடத்தக்கது.

114

நொண்டி நாடகம். நொண்டி நாடகம், 17ஆம் நூற்றாண்டின் இறுதியில் தோற்றம் கொண்ட நாடக இலக்கிய வடிவங்களுள் ஒன்று. சிந்து எனும் பாவினத்தில் அமைவது. வெண்பா, விருத்தம் முதலியவற்றையும் பயன்படுத்திகொண்டு இனிய சந்தத்தோடு சாதாரண மக்கள் எளிதில் சுவைக்கும்படி அமைவது. நாட்டார் வடிவங்களுக்கு மிக நெருக்கமானது.

மேடையில் நொண்டி நாடகம் நடிக்கப்படும் போது, ஒருவனே நொண்டிவடிவில் தன் கடந்தகால வரலாற்றைப் பாடி நடிப்பான். எனவே ஒற்றைக்கால் நாடகம் எனும் பெயரும் இதற்கு உண்டு. நொண்டி ஒருவன் ஆடிப் பாடுவதால் இது நொண்டி நாடகம் என்னும் பெயரைப் பெற்றது. பள்ளு, குறவஞ்சி நாடக இலக்கியங்களைப் போல் எல்லா நொண்டி நாடகங்களும் ஒரே அமைப்பைக் கொண்டனவாக விளங்குகின்றன.

திருடிப் பொருள் சேர்க்கும் ஒருவன், விலைமாது ஒருத்தி மீது கொண்ட காதலால், திருடிச் சேர்த்த பொருளை அவளிடம் இழக்கின்றான். அவள் தூண்டுதலால் மேலும் திருடுகின்றான். அரசனின் குதிரையைத் திருடும்போது, காவலரால் பிடிக்கப்பட்டு, அரசனின் முன் நிறுத்தப்படுகிறான். மாறுகால் மாறுகை வாங்கும் தண்டனை அவனுக்கு வழங்கப்படுகிறது. ஆதரிப்பவர் யாருமின்றி வாழ்வின் கொடிய துன்பத்தை எதிர்கொள்கிறான்.

இந்நிலையில் பேர் அருளாளர் ஒருவரால் ஆதரிக்கப்பட்டு, குறிப்பிட்ட கோயிலுக்குச் செல்லுமாறு ஆற்றுவிக்கப்படுகிறான். அக்கோவிலில் இறைவனை நோக்கி நெஞ்சுருகப் பாடி, தன்மீது இரக்கம் கொள்ளுமாறு வேண்டுகிறான். மீண்டும் கால் கைகளைப் பெறுகிறான். நாடகம் முழுமையும் தற்கூற்றாக அமைகிறது.

பாளையக்காரர்கள் ஆட்சிக்காலத்தில் தமிழகத்தின் தென்பகுதியில் நொண்டி நாடகங்கள் வளர்ச்சியடைந்தன. பாளையக்காரர்களிட மிருந்து பெற்ற ஆதரவு இதன் காரணமாகலாம். திருச்செந்தூர் நொண்டி நாடகம், சீதக்காதி நொண்டி நாடகம், குளத்தூர் ஐயன் நொண்டி நாடகம், சாத்தூர் நொண்டி நாடகம் முதலியன குறிப்பிடத்தக்கன. முத்தாலக்குறிச்சி கந்தசாமி புலவர் எழுதிய திருச்செந்தூர் நொண்டி நாடகத்தில் திருப்பதியைச் சார்ந்த திருடன் திருக்காட்டுப்பள்ளியில் திருடும் போது பிடிபடுகிறான், திருச் செந்தூர் முருகனை வணங்கி திருவருள் பெறுகிறான். இதே அமைப்பையே இஸ்லாமிய நொண்டி நாடகங்களும் பெற்றுள்ளன. சீதக்காதி நொண்டி நாடகத்தில் பழமுதிர்ச்சோலையைச் சார்ந்த திருடன் செஞ்சிக்கோட்டையில் திருடி பிடிபடுகிறான். வள்ளல் சீதக்காதி மரைக்காயரால் ஆதரிக்கப்பட்டு மெக்காவிற்கு ஆற்றுப் படுத்தப்படுகிறான். ஞான நொண்டி நாடகம் கிறிஸ்தவ சமயம் தொடர்பானது.

நொண்டி நாடகங்கள் தவறு செய்யும் மக்களைத் திருத்தும் போக்குக் கொண்டவை. இக்காரணத்தினால்தான் பாளையக்காரர்களால் ஆதரிக்கப்பட்டிருக்க வேண்டும். நொண்டி நாடகங்கள் சாதாரண மக்களை எளிதில் ஈர்க்கும் உருக்கமான பாடல்களாலானவை. கூடவே மேடையில் நடிப்பவனின் ஆற்றலால் சாதாரண மக்கள் உள்ளம் உருகக் கேட்கும்படியாகிறது. நாட்டார் பாடல் மரபை ஒட்டிய இதன் போக்கு சாதாரண மக்களை எளிதில் சென்றடைகிறது.

நொண்டி நாடகங்களின் இலக்கியத்தரம் ஐயத்திற்கிடமானது. ஆனால் சாதாரண மக்களுக்கான இலக்கியம் என்ற திசையை நோக்கி, தமிழ் இலக்கிய மரபை நொண்டி நாடகம் நகர்த்தியுள்ளது. 18ஆம் நூற்றாண்டின் இறுதியில் எழுதப்படிக்கத் தெரிந்தவர் எண்ணிக்கை தமிழ்ச் சமூகத்தில் அதிகரிக்கத் துவங்கியது. சாதாரண மக்களை ஈர்க்கும்படியான எழுத்து வடிவிலான இலக்கிய முயற்சிகள் தோற்றம் கொண்டன. சிந்துப் பாடல்களைப் போல்

நொண்டி நாடகங்களும் அச்சுவடிவம் கண்டன. என்றாலும் 19ஆம் நூற்றாண்டில் நொண்டி நாடகங்கள் வழக்கிலிருந்து மறைந்து விட்டன.

விரிவான வாசிப்பிற்கு. வையாபுரிப்பிள்ளை, சாத்தூர் நொண்டி நாடகம், சைவசித்தாந்த சமாஜப்பதிப்பு, சென்னை (1941).

115

பக்திப்பாடல். இறைவனைப் புகழ்ந்துபாடுதல் பக்திப் பாடலாகும். ஒரு தலைவனைப் புகழ்ந்து பாடுவதையும் ஐரோப்பிய மரபில் இந்த வடிவத்தைச் சார்ந்ததாகவே குறிப்பிடுகின்றனர். தமிழ் மரபில் இவ்வாறு குறிப்பிடுவதில்லை.

பக்திப்பாடல் ஹோமர் காலம்தொட்டு தொடர்ந்து வருவது. மத்திய காலகட்டத்திலிருந்து லத்தீன் பக்திப் பாடல்களையும் இனம் காணமுடிகிறது. ஆங்கில பக்திப் பாடல்கள் பதினேழாம் நூற்றாண்டிற்கும் பத்தொன்பதாம் நூற்றாண்டிற்கும் இடைப்பட்ட காலகட்டத்தில் தோற்றம் கொண்டவை. இருபதாம் நூற்றாண்டில் பக்திப் பாடல்களின் மரபு தொடர்ச்சி பெற்றாலும் எண்ணிக்கையில் குறைந்துள்ளன. ஆங்கில இலக்கியத்தில் டிரைடன், மில்ட்டன், வில்லியம் பிளேக், டென்னிஸன், கிப்ளிங் முதலியவர்களை இம்மரபில் குறிப்பிட்டுச் சொல்ல வேண்டும்.

பக்திப் பாடல்களுக்குத் தமிழில் நீண்ட மரபு உண்டு. சங்கச் செவ்வியல் இலக்கியத்தில் பக்திப் பாடல்களை இனம்காண இயலவில்லை. திருமுருகாற்றுப்படை ஆன்மிக உள்ளடக்கத்தைக் கொண்டிருந்தாலும் உள்ளம் உருக இறைவனைப் புகழ்ந்து பாடும் பாடலாக அதனைக்கொள்ள இயலாது. மேலும் அதைக் காலத்தால் பிற்பட்டதாகக் கருதவேண்டும்.

சமண, புத்த சமயங்கள் பக்தியை அடிப்படையாகக் கொண்டவை அல்ல. எனவே பக்திப்பாடல்கள் மீது அவர்கள் கவனம் கொள்ள வில்லை. பக்திக்காலகட்டத்தில்தான் பக்திப்பாடல் மரபின் தோற்றம் நிகழ்ந்துள்ளது. ஆழ்வார்களையும் நாயன்மார்களையும் பக்திப் பாடல் கவிஞர்களின் முன்னோடிகளாகக் குறிப்பிட வேண்டும். உலக அளவில் ஈடுயிணையற்ற பக்திப் பாடல்களை இவர்கள் பாடியுள்ளனர்.

ஜி.யு.போப் திருவாசகத்தை ஆங்கிலத்தில் மொழிபெயர்த்ததைக் குறிப்பிட வேண்டும். தேவாரமும், திருவாய்மொழியும் பக்தி இலக்கியத்தின் கலை சாதனைக்குச் சான்றாகத் திகழ்கின்றன. பக்திக் காலகட்டத்தைத் தொடர்ந்து காப்பியகாலத்திலும் பக்திப் பாடல்களை இனம்காண முடிகிறது. தொடர்ந்து, சமயம் இலக்கியத்தின் உள்ளடக்கமாக அமைந்தாலும், பக்திப்பாடல் மரபு பின்னடைவை நேரிட்டுள்ளது. பழங்கதைகளைக் கூறும் புராணங்கள் அதன் இடத்தைக் கைப்பற்றிக்கொண்டுள்ளன. பத்தொன்பதாம் நூற்றாண்டில் பக்திப்பாடல் மரபு மறுமலர்ச்சி பெறத் துவங்கியுள்ளது. வள்ளலாரின் பாடல்களைக் குறிப்பிட வேண்டும். இருபதாம் நூற்றாண்டில் பாரதியின் பாடல்களில் பக்திப்பாடல் புதுவடிவம் பெற்றுள்ளது. லக்ஷ்மணபிள்ளையின் பாடல்களை வள்ளலார் மரபின் பின்தொடர்ச்சியாகக் கொள்ள வேண்டும். இருபதாம் நூற்றாண்டின் தொடக்கத்தில் கிறிஸ்தவ பக்திப் பாடல் மரபும் தோற்றம் கொண்டுள்ளது. இருபதாம் நூற்றாண்டின் பிற்பகுதியில் தமிழ்ப் பக்திப் பாடல்களின் மரபு பெரும் பின்னடைவை எதிர்கொண்டுள்ளது.

116

பகுத்தறிவுவாதம் (rationalism). அறிவிற்கு முக்கியத்துவம் தந்து வாழ்வை எதிர்கொள்ளும் போக்கு அடிப்படையிலான இலக்கிய இயக்கம் பகுத்தறிவு வாதம் ஆகும்.

பகுத்தறிவு, பகுத்தறிவாளர், பகுத்தறிவு இயக்கம் ஆகியன நெகிழ்வாகப் பொருள்கொள்ளப்படுகின்றன. ஐரோப்பாவில் பதினெட்டாம் நூற்றாண்டு பகுத்தறிவின் காலகட்டமாக அமைகிறது. பகுத்தறிவில் நம்பிக்கைக் கொண்டவர் அறிவைச் சார்ந்து இயங்குவர். உணர்ச்சியைவிட அறிவிற்கே முக்கியத்துவம் தருவர்.

காரணகாரியங்களின் அடிப்படையில் வாழ்க்கைச் சிக்கல்களுக்கு அறிவு அடிப்படையில் தீர்வைக் காண்பர். ஆனால் பகுத்தறிவாளராக ஒருவரை இனம்காண்பது பெரும்பாலும் விருப்பு வெறுப்புகளுக்கு உட்பட்டதாக அமைகிறது.

பகுத்தறிவுவாதம் மனித அறிவின் மீது நம்பிக்கைகொள்கிறது. மனித அறிவே உண்மையைத் தேடிக் கண்டடையும். அறிவு

உண்மையின் ஒழுங்கைக் கட்டமைக்கும் ஆற்றல்கொண்டது. பகுத்தறிவுவாதம் இவ்வடிப்படையில் இயக்கம்கொள்கிறது.

தமிழில் பகுத்தறிவுவாதம் தனி ஓர் இலக்கியப் போக்கின் தோற்றத்திற்குக் காரணமாக அமைந்தது, தனிமரபாக வளர்ச்சி கண்டது எனக் கூறிவிட இயலாது. பகுத்தறிவுவாதம் இருபதாம் நூற்றாண்டின் துவக்கத்தில் தமிழை வந்தடைந்தது. பத்தொன்பதாம் நூற்றாண்டு சமயப் பூசல்களின் காலமாக அமைந்தது. கண்டன நூற்கள் எழுந்த காலகட்டம் இது. சமய நம்பிக்கையே வாழ்வின் சிக்கல்களுக்குத் தீர்வைக் காட்டின. தமிழ்ச் சமூகத்தின் சாதி அமைப்பு சமய நம்பிக்கையில் நிலைகொள்வதாகத் தீர்மானிக்கப் பட்டது. இந்தச் சூழலில் பகுத்தறிவிற்கான அவசியம் காலத்தின் கட்டாயமாகியது. சிங்காரவேலர் இதனை முன்னெடுத்துச் சென்றார். அவர் முன்னோடி மார்க்சியராகத் திகழ்ந்தார். உலகளாவிய மார்க்சிய அறிஞர்களுள் ஒருவராகவும் இருந்தார். இருபதுகளில் காங்கிரஸ் பேரியக்கத்தில் பார்ப்பனர், பார்ப்பனர் அல்லாதார் முரண் எழுந்தது. ஈ.வெ. ராமசாமிப் பெரியார் காங்கிரஸ் இயக்கத் திலிருந்து விலகிப் பகுத்தறிவு இயக்கத்தைத் தோற்றுவித்தார். சமயமறுப்பை முன்னெடுத்துச் சென்றார். இந்திய நாத்திகத் தத்துவங்களின் மீது நம்பிக்கைக் கொள்ளாமல் பதினெட்டாம் நூற்றாண்டில் ஐரோப்பாவில் எழுந்த நாத்திகச் சிந்தனைகளைத் தமிழில் வெளியிட்டார். ஓர் இயக்கத்தையும் தோற்றுவித்தார். துவக்கத்தில் சிங்காரவேலரின் வழிகாட்டுதல் அவருக்கு இருந்தது. பெரியார் மேலோட்டமான பிரச்சார மொழியில் பகுத்தறிவை மக்களிடம் எடுத்துச் சென்றார். குடியரசு போன்ற இதழ்களும் தோற்றுவிக்கப் பட்டன. சிலைகளை உடைப்பது, பார்ப்பனர்களின் பூணூலை அறுப்பது போன்றவை போராட்ட வடிவங்களாக முன்வைக்கப் பட்டன. இவ்வியக்கம் படைப்பாளி களைக் கவர்ந்ததாகக் கூறிவிட இயலாது. பாரதிதாசனை மட்டுமே இப்போக்கினைச் சார்ந்த படைப்பாளியாகக் குறிப்பிட வேண்டும்.

பகுத்தறிவாளர்கள் சமூகச் சிக்கல்களை மேலோட்டமான மொழியில் எழுதினர். இவர்களுடைய மேடைப் பேச்சின் வடிவமாகவே எழுத்துகள் அமைந்தன. மொழித்தூய்மையை வற்புறுத்தினர். அடுக்குமொழி போன்ற வெற்று ஆடம்பரங்களை மொழியில் கையாண்டனர். சி.என். அண்ணாதுரை, மு. கருணாநிதி போன்றவர்களை இப்போக்கில் அதிகம் எழுதியவர்களாகக்

குறிப்பிடவேண்டும். இலக்கியத்தர அடிப்படையில் விமர்சகர்களின் கவனிப்பை இவை பெறவில்லை. இருபதாம் நூற்றாண்டின் பிற்பகுதியில் பேராதரவினைப் பெற்று அரசியல் அதிகாரத்தையும் கைப்பற்றிக்கொண்டது. ஆனால், இலக்கிய மரபில் எவ்விதத் தாக்கத்தையும் நிகழ்த்தவில்லை.

117

பகுப்பாய்வு (analysis). பகுப்பாய்வு என்பது, ஓர் இலக்கியப் படைப்பை விரிவாகப் பகுத்து ஆராய்வது. இலக்கியப் படைப்பின் கூறுகளையும், கூறுகளுக்கிடையிலான உறவுகளையும் நெருக்கமான வாசிப்பின் மூலம் கண்டடைவது. பகுப்பாய்வு விமர்சனத்தின் இன்றியமையாத பகுதியாக அமைகிறது. நவீனத்துவப் போக்கில் அலசலும் ஒப்பிடுதலுமே இலக்கிய விமர்சனத்தின் முக்கிய செயல்பாடாக அமைகின்றன. நவீனத்துவப் பார்வையில் இலக்கியப் பிரதி அதன் அகச்சான்றுகளைக் கொண்டே புரிந்துகொள்ளப்பட வேண்டும். இலக்கியப் படைப்பைப் பகுத்து ஆராய்வதே இதற்கு வழியாகிறது.

தமிழில் பகுப்பாய்வு விமர்சனம் சி.சு. செல்லப்பாவால் அறிமுகப் படுத்தப்பட்டது. பகுப்பாய்வை அலசல் என்னும் பெயரில் சுட்டினார். ஆனால், சி.சு. செல்லப்பா பிரதியைப் புரிந்து கொள்ள, பிரதிக்கும் புறம்பான கூறுகளையும் பயன்படுத்திக் கொண்டார். ஆனால் நவீனத்துவ விமர்சகர்கள் இலக்கியப் பிரதியை அதன் படைப்பாளியிட மிருந்து வேறுபடுத்தியே கண்டனர். பிரதியில் முன்வைக்கப்பட்டுள்ள அனைத்துக் கூறுகளையும் கூர்ந்து வாசிப்பதன் மூலமாகவே பிரதியைப் புரிந்துகொள்ள முற்பட்டனர். புதுமைப்பித்தன் சிறுகதைகளில் காலத்தின் கலைவண்ணம், சண்முக சுந்தரத்தின் கிராமங்கள் போன்ற சுந்தர ராமசாமியின் விமர்சனக் கட்டுரைகளைக் குறிப்பிட வேண்டும்.

எண்பதுகளில் தமிழ்க் கல்வி வட்டத்திலும் பகுப்பாய்வு செல்வாக்குப் பெற்றது. குறிப்பிட்ட இலக்கியப் படைப்பு தொடர்பான செய்திகளைத் திரட்டி ஒருங்கிணைக்கும் நிலையிலிருந்து விடுபட்டு இலக்கியப் படைப்பைக் கூர்ந்து வாசிப்பதன் மூலம் அதன் படைப்பாளியை இனம் காணும் முயற்சியை மேற்கொண்டனர்.

பகுப்பாய்வு இலக்கிய வாசிப்பிலிருந்து பெறும் இன்பத்தைச் சிதைத்து விடுகிறது என்ற குற்றச்சாட்டும் முன்வைக்கப்படுவது உண்டு. இதற்கு எதிரிடையாக, பகுப்பாய்வு வாசக இன்பத்தை அதிகரிக்கச் செய்கிறது என்ற நிலைப்பாடும் உண்டு. பகுப்பாய்வின் மூலம் இலக்கியப் படைப்பின் பொருள்நிலையின் ஆழங்களைக் கண்டடைய இயலும். அதே சமயம் மேலோட்டமான பொருளில் திருப்தி காணவும் முடியும்.

118

படிமம். கவிதையின் மொழிநடை சார்ந்த அழகியல்கூறு படிமம் ஆகும்.

பெரும்பான்மையும் படிமம் காட்சி அனுபவமாக அமைகிறது. எனினும் மொழியில் எழுப்பப்படும் சித்திரங்கள் அனைத்தையும் படிமம் எனக் கொள்ளவேண்டும் என்பதில்லை.

புல்லை நகையுறுத்திப் பூவை வியப்பாக்கி
மண்ணைத்தெளிவாக்கி, நீரில் மலர்ச்சி தந்து

பாரதியின் இந்தக் கவிதை வரி அதிகாலை கதிரவன் எழுச்சியின் போது நீர்நிலை ஒன்றின் காட்சியை மொழியில் உயிர்த்துடிப்பான சித்திரமாக எழுப்புகிறது. எனினும் இதனைப் படிமம் எனக் கொள்ளவேண்டிய தில்லை.

படிமம் கவிதையில் சித்திரிக்கப்படும் சூழலில் ஓர் அடிப்படைப் பொருளை உணர்த்தும். ஆனால் வேறு பொருட்களும் அதிலிருந்து எழும்பக்கூடும். இத்தகைய பண்பினைக் கொண்ட மொழிச் சித்திரங்களையே படிமம் என வரையறுக்கக்கூடும். அது கவிதையின் ஆழ் அமைப்புகளோடு தொடர்புடையது. உயிர்த் துடிப்போடு இயங்குவதால் முடிவற்ற பொருள் விரிவைக் கொண்டுள்ளது. இதன் காரணமாகப் படிமம் கவிஞனின் நோக்கத்தை மட்டுமல்ல, அவனூடாகச் செயல்படும் மகத்தான சக்தியின் வெளிப்பாட்டையும் இனம் காட்டும்.

கவிதையில் படிமம் உவமம், உருவகம், முழுமையை உணர்த்தும் பகுதி. பகுதியை உணர்த்தும் முழுமையைக் குறிக்கும் சொல், குறிக்கும் ஒலிக்கு இசைவான ஒலியைக்கொண்ட சொற்கள், ஒன்றைக் கூறி அதனோடு தொடர்புடைய மற்றொன்றை உணர்த்தும்

சொற்கள், முதலியவற்றால் உணர்த்தப்படுகிறது. காட்சி அனுபவத்தை மட்டுமின்றி கேள்வி, சுவை, தொடு உணர்வு போன்றவற்றில் எதை வேண்டுமானாலும் படிமம் கொண்டிருக்கலாம். இவற்றுள் ஒன்றை மட்டுமே கொண்டிருக்க வேண்டும் என்பதில்லை. ஒன்றுக்கு மேற்பட்டவை இணைந் திருக்கவும் கூடும். தமிழ்க்கவிதை மரபின் ஆரம்பக்கால கவிதைகளான சங்கக் கவிதைகள் படிமக் கவிதைகளாக அமைகின்றன. தமிழ் மரபிலக்கணமான தொல் காப்பியம் உள்ளுறை, இறைச்சி என்னும் சொற்களில் படிமத்தை விளக்க முயன்றுள்ளது.

மான் உண்டெஞ்சிய கழிலிநீர்

இந்தக் கவிதை வரி, வனத்தில் மான் போன்ற மிருகங்கள் உண்டு எஞ்சிய அழுக்கடைந்த நீரைக் குறிக்கின்றது. இது, கவிதையின் இயற்கைச் சூழலில் அமைந்த பொருளாக அமைகிறது. அதே சமயம் அந்த நீர் எல்லா உயிரினங்களாலும் பகிர்ந்துகொள்ளப்படும் ஒன்றாக அமைகிறது. தனிவுடைமை செல்வத்திற்கு முரணானதாக இருக்கிறது. இப்பொருள் விரிவு கவிதையின் ஆழ் அமைப்பைத் துலக்குகிறது. படிமமே இப்பொருள் விரிவிற்குக் காரணமாக அமைகிறது.

விரிவான வாசிப்பிற்கு

1. ஜெயமோகன், நவீனத் தமிழிலக்கிய அறிமுகம், உயிர்மை, சென்னை (2007)
2. இளம்பரிதி, குறியியல், ஒரு சங்கப்பார்வை, காவ்யா, சென்னை (2006)

பார்க்க: உள்ளுறை இறைச்சி.

119

படைப்புமொழி (creative language). இது, இலக்கியம் மொழியை ஊடகமாகக் கொண்ட கலைவடிவமாக அமைகிறது. இலக்கியத் திற்கும் மொழிக்குமான உறவினைக் குறித்து தீர்க்கப்படாத சிக்கல் தொடர்ந்து இருந்துவந்துள்ளது. அரிஸ்டாடில் கவிதையின் ஆறு கூறுகளுள் ஒன்றாக மொழியைக் கருதுகிறார். சிகாகோ விமர்சகர்கள் கவிதையின் நான்கு கூறுகளுள் குறைந்த முக்கியத்துவம் வாய்ந்த நான்காவது கூறாக மொழியை இனம் காண்கின்றனர். கவிதையின் பிற கூறுகள் மொழியைக் கட்டுப்படுத்துகின்றன. கவிஞன்

பொருத்தமான மொழியைத் தேர்ந்துகொள்கிறான். ஆனால் கவிஞன் தேர்ந்துகொண்ட மொழி அவன் கட்டுப்பாட்டுக்குள் இயங்காதது. சமூகம் முழுமைக்கும் பொதுவானது. புது விமர்சகர்கள் இலக்கியத்தில் மொழியின் முக்கியத்துவத்தை வலியுறுத்தினர். ஐ.ஏ. ரிச்சர்ட்ஸ் அறிவியலுக்கான மொழியிலிருந்து கவிதைக்கான மொழியை வேறுபடுத்தி இனங் காட்டினார். கவிதை மொழி உணர்வுநிலையில் இயங்குகிறது. அறிவியலில் மொழி விவரிப்புப் பணியை நிகழ்த்துகிறது. சமகால விமர்சகர்கள் இந்தக் கருத்தோடு முரண்படுகின்றனர். இலக்கியத்திற்கும் இலக்கியம் அல்லாதவற்றிற்கும் இடையிலான மொழிவேறுபாட்டை அவர்கள் ஏற்பதில்லை. இலக்கியத்திற்கான மொழி, பிறவற்றிற்கான மொழியிலிருந்து வேறானதாக இருக்க வேண்டும் என்பதில்லை.

தமிழில் ஜெயமோகன் பொதுமொழியிலிருந்து படைப்புமொழி வேறானது என்பதில் உறுதியான கருத்தினைக் கொண்டுள்ளார். படைப்புமொழி படிமங்களால் ஆனது. படிமங்களில் பல மரபாகத் தொடர்ந்து வருவது. ஒரு பண்பாட்டுச் சூழலைச் சார்ந்த எல்லா மனங்களுக்கும் காலப்போக்கில் பொதுவானதாகத் தொல் படிமங்களாக மாறுகிறது. உலகளாவிய தொல்படிமங்களும் உண்டு. இயற்கையையும் மனித மனவோட்டங்களையும் இணைத்துக் கொண்டதன் வாயிலாகத் தோற்றம் கொண்டவை இப்படிமங்கள். தனிமனித மனம் வாழ்வு அனுபவங்களிலிருந்து தனக்குரிய படிமங்களை உருவாக்கிக்கொள்ளும். இலக்கியப்படைப்பில் அந்தரங்கப் படிமங்கள் பொது படிமங்களாகின்றன. படைப்பு மொழியில் சொற்கள் திட்டவட்டமான பொருளுடையவை அல்ல. அவை மனஎழுச்சிகள், காட்சிகள் ஆகியவற்றிற்கான குறியீடுகள். தொல்படிமங்களோடு இவை இணையும் போது பொருள் விரிவைக்கொள்கிறது. கவிதை அந்தரங்கப் படிமத்தைப் பொது படிமமாக மாற்றுகிறது. ஜெயமோகன் இங்கு படைப்பு மொழியை பொதுமொழியிலிருந்து வேறுபடுத்திவிடுகிறார்.

பொதுமொழி, படைப்புமொழி என்ற கருத்தாக்கத்தின் மீது விமர்சகர்கள் தொடர்ந்து கருத்துமுரண்பாடுகளைக் கொண்டுள்ளனர்.

120

பண்ணத்தி. தொல்காப்பியம் சுட்டும் செய்யுள் வடிவங்களுள் ஒன்று பண்ணத்தி.

பாட்டு, உரை, நூல், வாய்மொழி, பிசி, அங்கதம், முதுசொல் என்னும் ஏழு வடிவங்களைச் சுட்டி, சூத்திரங்களை விரித்த தொல்காப்பியர், தொடர்ந்து மூன்று சூத்திரங்களில் பண்ணத்தி எனும் வடிவத்தை விளக்குகின்றார். தொல்காப்பிய உரையாசிரியர் களால் குறிப்பிட்ட இவ்வடிவத்திற்கு எடுத்துக்காட்டினைத் தர இயலவில்லை. எனவே பண்ணத்தி என்ற வடிவம் இதுவென இனம்காண்பதில் தம்முள் கருத்துமுரண்பாடுகளைக் கொண்டுள்ளனர். தொல்காப்பியருக்குப்பின் மாறனலங்காரம் ஆசிரியர் மட்டுமே பண்ணத்தியைக் குறிப்பிடுகின்றார். தொல்காப்பிய உரையாசிரியர்களை அடியொற்றியே இவரும் விளக்க முற்படுகிறார்.

பண்ணத்தி குறித்ததான நூற்பாக்கள் தொல்காப்பியத்தில் இடைச் செருகலாக நுழைக்கப்பட்டவை என்ற கருத்தும் உண்டு. எனினும் அன்று வழக்கிலிருந்த ஒரு வடிவத்தையே பண்ணத்தி என்னும் சொல்லால் அடையாளப்படுத்தியிருக்கலாம். தொல்காப்பிய நூற்பா பாட்டினிடைக் கலந்த பொருளை உடைத்தாகி பாட்டின் இயல்பை உடையது பண்ணத்தி என விளக்குகிறது. தொடர்ந்து பிசியோடு ஒத்த அளவினை உடையது என்கிறது. நாற்சீரடியில் மிக்குவரும் பன்னிரெண்டு அடிகளைக் கொண்டது என அடிவரையறை செய்கிறது. அவ்வடியில் வேறுபட்டு வருவனவும் கொள்ளப்படும் என்கிறது.

இம்மூன்று சூத்திரங்களையும் விளக்குவதில் தொல்காப்பிய உரையாசிரியர்கள் கருத்துமுரண்பாடு கொண்டுள்ளனர். இளம்பூரணர் பண்ணைத் தோற்றுவித்தலால் பண்ணத்தி எனக் காரணப் பெயர் கொண்டதாக விளக்குகின்றார். தாழிசை, துறை, விருத்தம் ஆகிய பாவினங்கள் இசைநலம் கொண்டவையாதலால் அவற்றையே பண்ணத்தி எனச் சுட்டுகிறார். இத்துடன் இசைத் தமிழைச் சார்ந்த சிற்றிசையையும், பேரிசையையும் பண்ணத்தியைச் சார்ந்தவைகளாக இனம்காண்கிறார். இளம்பூரணரின் பார்வையில் தொல்காப்பியர் காலப் பண்ணத்தியே பின்னர் பாவினங்களாக விரிவடைந்தது. பண்ணத்தியையும் பாவினத்தையும் ஒரு

பொருளைக் குறிக்கும் இரு சொற்களாக அவர் இனம் கண்டார். சிற்றிசை, பேரிசை ஆகியவற்றை விளங்கிக்கொள்வதற்குத் தமிழிசை நூல்கள் முழுமையாக கிடைத்திராததையும் கவனத்தில் கொள்ள வேண்டும்.

தொல்காப்பியத்தின் மற்றொரு உரையாசிரியரான பேராசிரியர் பழம்பாட்டினோடு கலந்த பொருளைத் தனக்கும் பொருளாகக் கொண்டு வருவது பண்ணத்தி எனப் பொருள் கொண்டார். பாட்டினையும், உரையினையும் போல் பண்ணத்தி படைக்கப் பெறும் என்பது பேராசிரியர் கருத்து. பாட்டின் கூறும், உரையின் கூறும் பண்ணத்தியில் கலந்திருக்கும். நாடகச் செய்யுளாகிய பாட்டும், வஞ்சிப்பாட்டும், மோதிரப்பாட்டும், கடகண்டும் பண்ணத்திக்கு எடுத்துக்காட்டுகள் என்கின்றார். கடகண்டு தவிர ஏனையவை வாய்மொழி வடிவங்கள். பேராசிரியரின் உரைவிளக்க அடிப்படையில் சிலப்பதிகாரக் குன்றக்குரவையில் இடம்பெறும் பாட்டு மடைகள் பண்ணத்தியாதல் வேண்டும். பாட்டு நோக்கு போன்ற உறுப்புகளின் துணைகொண்டு பொருள் உணர்த்துவது. பண்ணத்தியோ வெளிப்படையாகவே பொருள் உணர்த்துவது. உரையாசிரியர்கள் தெளிவான கருத்தைக் கொள்ளாமையால் 'வல்லார்வாய் கேட்டுணர்க' எனக் குறிப்பிட்டுச் சென்றுள்ளனர்.

பிசி என்னும் யாப்பினை ஒத்தது பண்ணத்தி எனத் தொல்காப்பியர் சுட்டுவதால் பிசியைப்போன்று பண்ணத்தியும் இரண்டடி கொண்டது என்று முடிவு செய்து ஓர் எடுத்துக்காட்டையும் இளம்பூரணர் முன்வைத்துள்ளார். குறிப்பிட்ட இந்தப் பாடல் பாலையாழ் என்னும் பண்ணைக்கொண்டது என்கின்றார். இப்பாடலையே குறள்வெண் செந்துறைக்கு எடுத்துக்காட்டாக ஏனைய யாப்பு நூல்கள் சுட்டுகின்றன. பண்ணத்தியின் உள்ளடக்கம் பொருளோடு புணராப் பொய்மொழியாகவும், பொருளோடு புணர்ந்த நகைமொழியாகவும் வரும் எனத் தொல்காப்பியர் சுட்டியுள்ளார்.

உரையாசிரியர்கள் தரும் விளக்கங்களின் அடிப்படையில் பண்ணத்தி இசை நாடகத்தோடு நெருங்கிய தொடர்புடையதாக இருந்தது எனக் கருத இடமுண்டு. மாறனலங்காரம் இளம்பூரணர் கருத்தையே எடுத்துரைத்துள்ளது. ஏனைய யாப்பு வடிவங்களைப் போல் பண்ணத்தி தெளிவான எடுத்துக்காட்டுகளைப் பெறாதது, இது குறித்ததான தெளிவான சிந்தனைக்குத் தடையாக அமைகிறது.

இதன் காரணமாகவே பிற்கால யாப்பு நூலாசிரியர்கள் இதைத் தவிர்த்திருக்க வேண்டும்.

பேராசிரியர் வையாபுரிப் பிள்ளை, பண்ணத்தியைப் பிராகிருத மொழியிலமைந்த சமணர்களின் மிகப்பழைய செய்யுள் வகையாக இனம்காண்கிறார். தொல்காப்பியர் தமிழிற்கும் பண்ணத்தியைப் பொருந்தும்படிக் கூறியுள்ளார் என்பது அவர் கருத்து. பேராசிரியர் சோ.ந. கந்தசாமி பின்னால் வளர்ச்சிபெற்ற பாவினங்களின் மூலமாக பண்ணத்தியை இனம் காட்டுகிறார்.

விரிவான வாசிப்பிற்கு. கந்தசாமி. சோ. ந, யாப்பியலின் தோற்றமும் வளர்ச்சியும், தஞ்சாவூர் பல்கலைக்கழகம், தஞ்சாவூர்.

121

பத்திரிகை எழுத்து (journalistic writing). இது, பத்திரிகையின் தரத்தில் அமையும் எழுத்தைக் குறிக்கின்றது. இலக்கியத்தரமற்ற அல்லது இலக்கியத்தரத்தில் குறைபாடுடைய எழுத்துகளைப் பத்திரிகை எழுத்து என்னும் சொல் அடையாளப்படுத்துகிறது.

ஐரோப்பாவில் பதினெட்டாம் நூற்றாண்டின் இறுதியிலிருந்து இதழ்கள் செல்வாக்குப் பெறத் தொடங்கின. கோல்ரிட்ஜ், சால்ஸ் டிக்கன்ஸ், கிப்ளிங், மார்க் டுவைன், பெட்கார்ட் ஆகிய முன்னோடி படைப்பாளிகள் இதழ்களில் எழுதியவர்களே. இருபதாம் நூற்றாண்டிலும் சாத்ரே, ஆல்பர்ட் காம்யூ போன்றவர்களும் இதழ்களில் பங்களிப்புச் செய்தவர்கள்தான். இதழ்களில் வெளிவந்த காரணத்தினால் இவர்கள் எழுத்துகள் எதிரிடையான மதிப்பீடு களைப் பெறவில்லை.

தமிழில் இதழ்கள் முழுமையாக வணிக நோக்கம்கொண்டு இயங்காத வரையில் பத்திரிகையை ஊடகமாகக் கொண்டதனால் தரத்தில் குறைபாடுடையன என மதிப்பிடப்படவில்லை. பாரதி, வ.வே.சு. ஐயர், திரு.வி.க. ஆகிய முன்னோடி படைப்பாளிகள் இதழ்களில் இயங்கியவர்களே. இருபதாம் நூற்றாண்டின் முப்பதுகளில் ஆனந்த விகடன் பொழுதுபாக்குப் பத்திரிகையாக இயங்கத் துவங்கியபோது, இந்தச் சிக்கல் எழுந்தது. வாசகனுக்குச் சிரமம் தராத மேலோட்டமான பார்வை கொண்ட கதைகளை ஆனந்தவிகடன் வெளியிடத்துவங்கியது. இதற்கு எதிர்துருவத்தில்

மணிக்கொடி இலக்கியத்தரமான படைப்புகளுக்கு ஊக்கமளித்தது. மணிக்கொடியும் ஓர் இதழ்தான். எனினும், வணிக இதழ்களில் வெளியாகும் பொழுதுபோக்கு நோக்கம் கொண்ட எழுத்துகளே பத்திரிகை எழுத்தாக அடையாளப்படுத்தப்பட்டன. கல்கி, அகிலன், சாண்டியல்யன், சமுத்திரம் முதலியவர்கள் பத்திரிகைத் தரத்தில் கதை எழுதியவர்களாக இனம் காணப்பட்டனர். ஐம்பதுகளில் இலக்கியச் சிற்றிதழ்கள் தோற்றம் கொண்டபோது இவ்விரு எழுத்துகளுக்கிடையிலான இடைவெளி அதிகரித்தது. பல்லாயிரக் கணக்கான வாசகர்களைக் கொண்ட இதழ்களில் தங்கள் படைப்புகளை வெளியிடுவதைத் தமிழ்ப் படைப்பாளிகள் தவிர்த்து வந்துள்ளனர். வணிக இதழ்களில் வெளியாகும் தொடர்கதைகள் கேலிக்குரியன வாகின. ஜெயகாந்தனின் எழுத்துகள் ஆனந்த விகடனில் வெளிவந்த காரணத்தால் எதிர்மறையான விமர்சனத் திற்குள்ளாக்கப்பட்டன.

சென்ற நூற்றாண்டின் இறுதியில் மின்னணு ஊடகத்தின் வளர்ச்சியால் இதழ்கள் முதன்மையான பொழுதுபோக்கு ஊடகம் என்னும் தகுதியை இழந்தன. வணிக இதழ்களும் படைப்பிலக்கியத்தை வெளியிட ஆர்வம் செலுத்தின. நடுநிலை இதழ்களும் தோற்றம் கொண்டன. தரத்தில் எவ்வித சமரசமும் செய்யாமல் அவ்வப்போது தங்கள் படைப்புகளை இதழ்களில் வெளியிட இயலும் என்னும் நம்பிக்கை படைப்பாளிகளுக்கு ஏற்பட்டது.

க.நா. சுப்ரமணியம், சுந்தர ராமசாமி போன்ற விமர்சகர்கள் பத்திரிகைத் தரம் என்பதை இலக்கியத் தரமின்மைக்கு மறுபெயராக நிலைபெறச் செய்துள்ளனர். விமர்சன அடிப்படையில் பத்திரிகைத் தரம் என்பது எதிர்மறையான மதிப்பீடாகவே அமைகிறது.

122

பயண இலக்கியம் (travel literature). மிகவும் பழமையான நெகிழ்வான வரையறை கொண்ட உலகளாவிய இலக்கிய வடிவம் பயண இலக்கியம். தனிமனிதன் பயணங்களில் தான்பெற்ற அனுபவங்களை எழுத்தில் உணர்த்தும் வடிவம்.

ஏனைய இலக்கிய வடிவங்களைப் போலல்லாமல் வாழ்வின் பல்வேறு துறைகளைச் சார்ந்தவர்கள் இந்த வடிவைக் கையாண்டுள்ளது குறிப்பிடத்தக்கது. சமயப் பணியாளர்களும்,

போர்வீரர்களும் இவ்வடிவைக் கையாண்டுள்ளனர். இவ்வடிவைக் கையாண்டவர்களுள் பலர் எழுதும் பழக்கத்தை வழக்கமாகக் கொண்டவர்கள் அல்லர். இவ்வடிவின் நெகிழ்வான வரையறைக்கு இதுவும் ஒரு காரணம். கி.பி.2ஆம் நூற்றாண்டிலேயே பயண இலக்கியத்தை இனம் காணமுடிகிறது. தற்பொழுது கிடைக்கும் காலத்தால் முதன்மையான பயண இலக்கியம் கிரேக்க மொழியில் அமைந்தது. தமிழ்ச் செவ்வியல் இலக்கியத்தின் ஆற்றுப்படை நூல்கள் பயண இலக்கியத்தின் கூறுகளைக் கொண்டுள்ளன. பதினாறாம் நூற்றாண்டிற்குப் பிறகு ஆப்பிரிக்க ஆசிய நாடு களுடனான ஐரோப்பியப் பயணிகளின் பயணநூல்கள் தொடர்ந்து வெளி வந்துள்ளன. பதினெட்டாவது நூற்றாண்டுவரை பயண அனுபவம் சாகச அனுபவமாகவே காட்சியளிக்கிறது. பயணநூல்கள் வரலாறு, நிலவியல், பண்பாடு தொடர்பான ஏராளமான தகவல்களை முன்வைத்துள்ளன. பதினெட்டாவது நூற்றாண்டில் எளிமையான காரணத்தால் பயணங்கள் அதிகமாக மேற்கொள்ளப் பட்டன. எனவே பயணநூல்கள் எண்ணிக்கையில் அதிகரித்துள்ளன. அதுபோல் பல்வேறு நோக்கிலமைந்த பயண நூல்களும் வெளி வந்துள்ளன.

தமிழில் பத்தொன்பதாம் நூற்றாண்டு முதல் பயண இலக்கியங்கள் தொடர்ச்சியாகத் தோற்றம் கொண்டுள்ளன. படகாலு–நரசிம்மலு நாயக்கரின் தட்சண தேச யாத்திரை முன்னோடிப் பயண நூலாக அமைகிறது. இதழ்கள் தனிமனிதர்களின் பயண அனுபவங்களை வெளியிடுவதில் ஆர்வம் காட்டின. வெளிநாட்டுப் பயணங்களை மேற்கொள்பவர்கள் தங்கள் பயண அனுபவங்களைத் தவறாது இதழில் வெளியிட்டுள்ளனர்.

பயணநூற்கள் இரண்டு விதமான மனநிலைகளில் எழுதப் பட்டுள்ளன. வெளிநாடுகளைச் சுற்றுலாப் பயணியாகக் கண்டு தங்கள் வியப்புணர்ச்சியைப் பதிவு செய்யும் நூற்கள். பெரும் பான்மையான பயண நூற்கள் இவ்வகையில் அமைந்துள்ளன. பயணம் செய்யும் பிறநாட்டுப் பண்பாட்டோடு தாய்நாட்டுப் பண்பாட்டை ஒப்பிட்டு மதிப்பிடும் பயணநூல்கள் இரண்டாவது வகையாக அமைகின்றன. எண்ணிக்கையில் குறைவான நூற்களே இவ்வகையைச் சார்ந்தனவாக அமைகின்றன.

123

பரணி. பரணி, பிற்காலச் சோழர் காலகட்டத்தில் 12ஆம் நூற்றாண்டில் தோற்றம்கொண்ட பிரபந்த இலக்கிய வடிவம். 10ஆம் நூற்றாண்டில் தோற்றம்கொண்ட பன்னிருபாட்டியல் பரணியின் இலக்கணத்தைக் கூறுகின்றது. இலக்கியவடிவம் தோற்றம் கொண்டு மொழியில் நிலைபேறு அடைந்த பின்னர்தான் இலக்கணம் தோற்றம்கொள்ள இயலும். இம்முரண்பாட்டை எதிர்கொள்ள 12ஆம் நூற்றாண்டிற்கு முன்பாகவே பரணி இலக்கியங்கள் இருந்திருக்க வாய்ப்பு உண்டு என்னும் சிந்தனை முன்வைக்கப் பட்டுள்ளது. இந்த வகையில் கொப்பத்துப்பரணி, கூடல் சங்கமத்துப் பரணி என்னும் இருபரணி நூற்களின் பெயர்கள் குறிப்பிடப் பட்டுள்ளன. இரண்டுமே பிற்காலச் சோழர்கள் நிகழ்த்திய போர்க்களங்கள் தொடர்பானவை என ஊகிக்கப் படுகிறது. ஆனால் 1112இல் தோற்றம் கொண்ட கலிங்கத்துப்பரணி தற்போது கிடைக்கும் முதல் பரணி இலக்கியமாக அமைந்துள்ளது.

பரணியின் இலக்கணத்தைக் கூறும் பன்னிருபாட்டியல் சூத்திரம் பிற்கால இடைச் செருகலாகவும் இருக்க வாய்ப்புண்டு. பரணி என்பது ஒரு குறிப்பிட்ட தலைவன் போர்க்களத்தில் பெற்ற வெற்றியைப் பாடுவது. களத்தில் யானைகளைக் கொன்றழித்த வீரனின் புகழைப் பாடுவது.

யானை சாய்த்த அடுகளத்தல்லது
யாவரும் பெறாஅர் பரணிப்பாட்டே (பன்னிரு பாட்டியல் 224)

ஆனால் பன்னிருபாட்டியல் வரிசைப்படுத்தும் பரணி இலக்கியத்தின் உறுப்புகள் எந்தப் பரணியிலும் காணக்கிடைக்கவில்லை. போரில் கொல்லப்பட்ட யானைகளின் எண்ணிக்கையைப் பன்னிரு பாட்டியல் சுட்டவில்லை. ஆனால் 16ஆம் நூற்றாண்டில் தோற்றம் கொண்ட பிரபந்த மரபியல் ஆயிரமாக வரையறுத்துள்ளது. பிற்காலத்தில் ஆயிரம் யானைகளைக் கொன்ற வீரனுக்குப் பாடுவது பரணி என்னும் தொடர் நிலைபேறு கண்டுள்ளது.

பரணி, சந்தத் தாழிசைகளால் பாடப்பெறும் இலக்கிய வடிவம். களத்தில் தோற்றவரின் பெயரைச் சார்த்தியே நூல் பாடப்பெறும். தொல்காப்பிய உரையாசிரியர்கள் காடுகெழு செல்விக்குப் பரணி நாளில் கைகூழும், துணங்கையும் கொடுத்து வழிபடும் வழக்குப் பற்றியது என்கின்றனர். வேல் முதலிய படைகளால் அமைந்த

பரணியின் மேல் இருந்து வெற்றி பெற்ற மன்னனைச் சிறப்பித்துப் பாடுவது என்னும் கதையும் பிற்காலத்தில் எழுந்துள்ளது.

பரணி இலக்கியத்தின் வேரினைப் புறநானூற்றில் இனம்காண முடிகிறது. களத்தில் யானைகளைக் கொன்ற வீரனின் வீரம் சிறப்பிக்கப்படுகின்றது. போர்க்களத்தில் பேய்கள் ஆடுவதும் பிணங்களை உண்பதும் புறநானூற்றுப் பாடல்களில் இடம் பெற்றுள்ளன. கொற்றவை, வீரர்கள் வணங்கும் தெய்வமாகச் சுட்டப்படுகிறாள். துணங்கைக் கூத்து கொற்றவை வழிபாட்டின் பகுதியாக அமைந்துள்ளது. பிற்காலத்துப் பரணி நூல்களில் இவை அனைத்துமே இடம் பெற்றுள்ளன. பதினெண்கீழ்க் கணக்குக் காலகட்டத்தில் போர்க்கள வெற்றியைப்பாடும் களவழி தனி வடிவமாக நிலைபேறு கண்டுள்ளது. போரினையே வாழ்வாகக் கொண்ட பிற்காலச்சோழர் காலகட்டத்தில் இந்த மரபில் பரணி தோற்றம் கொண்டுள்ளது.

முதற் குலோத்துங்கச் சோழனின் படைத் தலைவனான கருணாகரத் தொண்டைமான், கலிங்க நாட்டின் மீது படைகொண்டு சென்று பெற்ற வெற்றி கலிங்கத்துப்பரணியில் பாடப்பட்டுள்ளது. கடைத் திறப்பு, காடுபாடியது, கோயில் பாடியது, தேவியைப் பாடியது, பேய்களைப் பாடியது, இந்திரசாலம், இராச பாரம்பர்யம், பேய் முறைப்பாடு, அவதாரம், காளிக்குக் கூறியது, களம் காட்டியது, கூழ் அடுதல் என்னும் உறுப்புகளைக் கலிங்கத்துப்பரணி கொண்டுள்ளது. பரணி விழா கொண்டாட நாள்காலையில் தோழியரைத் துயில் எழுப்புவது கடைத்திறப்பில் சித்திரிக்கப்பட்டுள்ளது. தேவி உறையும் பாலை நிலமாகிய காட்டினைப் பாடுவது காடுபாடியது என்னும் அடுத்த பகுதியாக அமைகிறது. அதற்கடுத்த பகுதியாகக் கோயில் பாடியதில் கோயிலின் அமைப்பு, வழிபாட்டுமுறை ஆகியன சித்திரிக்கப்படுகின்றன. கொற்றவை குறித்ததான வர்ணனைத் தேவியைப் பாடியது பகுதியில் இடம் பெறுகிறது.

தேவியைச் சூழ்ந்துள்ள பேய்கள் குறித்ததான வர்ணனையைப் பேய்களைப் பாடிய பகுதி கொண்டுள்ளது. முதுபேய் ஒன்று இந்திரசாலத்தில் போர்க்களக் காட்சியைக் காட்டுவது இந்திரசாலப் பகுதியில் அமைந்துள்ளது. அடுத்து சோழரின் இராச பாரம்பரியம் விவரிக்கப்படுகிறது. பேய்கள் போரின்மையால், தாங்கள் பசியால் வாடுவதாகத் தேவியிடம் முறையிடுவது பேய்முறைப்பாடு ஆகிறது. தேவி, பேய்களுக்கு குலோத்துங்கனின் வீரவாழ்வைச்

சுட்டுவது அவதாரம் என்னும் பகுதியில் அமைந்துள்ளது. காளிக்குக் கூறியது பகுதியில் கலிங்க நாட்டிலிருந்து வந்த பேய் கலிங்கப் போரினைக் குறித்துத் தேவிக்குக் கூறுகிறது. தேவிக்குக் களம் சென்றுவந்து பேய்கள் கூறுவது களம்காட்டியது பகுதியில் இடம்பெறுகிறது. பேய்கள் கூழ்அட்டு குலோத்துங்கனையும் தேவியையும் வாழ்த்துவது இறுதிப் பகுதியாக அமைகிறது.

புறநானூற்றில் போர்க்களம் குறித்ததான தனிப்பாடல்கள் பல இடம்பெற்றுள்ளன. ஆனால் கலிங்கத்துப்பரணியில் போர்க்களம் விரிந்த இலக்கிய முயற்சிக்கான பாடுபொருளாக அமைகிறது. அச்சம், வீரம், அவலம், நகை, பக்தி என்னும் பல்வேறு சுவைகள் மிளிரும்படி பாடல்கள் அமைந்துள்ளன. இந்தக் காரணங்களால் ஜெயம்கொண்டாரின் கலிங்கத்துப்பரணி இலக்கிய மரபில் நிலைத்த இடம் பெற்றுள்ளது. ஒட்டக்கூத்தரும் ஒரு கலிங்கத்துப்பரணி பாடியதாகச் சுட்டப்படுகிறது. கலிங்கத்துப்பரணி மட்டுமே போர் குறித்ததாக அமைந்துள்ளது.

தமிழில் தக்கயாகப்பரணி, இரணிய வதைப்பரணி, அஞ்ஞவதைப் பரணி, மோகவதைப்பரணி, பாசவதைப்பரணி, திருச்செந்தூர் பரணி என்னும் பரணி நூல்கள் காணக்கிடைக்கின்றன. இவை அனைத்தும் பக்தி அல்லது தத்துவத்தைப் பாடுபொருளாகக் கொண்டன.

பரணி என்னும் வடிவத்தை, பக்தி முயற்சிகளுக்குப் பிற்காலத்தில் பயன்படுத்தியுள்ளதை இவை உணர்த்துகின்றன. கலிங்கத்துப் பரணிக்குப் பின் பரணி இலக்கியம் தன் நோக்கத்தை இழந்து வேறு நோக்கத்திற்குப் பயன்பட்டுள்ளது. பிற்காலப் பரணி நூல்கள் இலக்கிய மதிப்பைப் பெறவில்லை.

விரிவான வாசிப்பிற்கு. சண்முகம்பிள்ளை, *சிற்றிலக்கிய வகைகள்*, மணிவாசகர் நூலகம் (1982).

124

பழமரபுக் கதைகள் (legends). வாய்மொழிக் கதையாடல்களில் ஒருவகை பழமரபுக் கதைகள். எடுத்துரைப்பவர்களாலும் கேட்பவர்களாலும் உண்மையாக நடந்தவை என நம்பப்படுவன. பழமரபுக்கதைகள் புராணக் கதைகளைப் போலன்றி அண்மைக்

காலத்தில் நடந்தவைகளாகக் கருதப்படும். மனிதர்களின் இடம் பெயர்தல், போர்களில் வெற்றி, தோல்வி, தனிமனிதரின் வீரதீரச் செயல்கள், ஊர்களின் தோற்றம், மறைத்துவைக்கப்பட்ட புதையல்கள் முதலியன குறித்தனவாக அமையும்.

ரிச்சர்ட் எம். டார்ஸன் 'ஆட்கள், இடங்கள், சம்பவங்களைப் பற்றிப் பழமரபுக்கதைகள் அமைகின்றன. வரலாற்று அடிப்படையிலும், உண்மையின் அடிப்படையிலும் அமைவதாகக் கருதப்படுவதால், அவை தெரிந்த ஒரு தனி நபரோடும், நிலவியல் சார்ந்த இடத்தோடும், அல்லது குறிப்பிட்டதொரு சம்பவ நிகழ்வோடும், சமூகத்தினரின் மனத்தில் தொடர்புறுத்தப்பட்டிருக்க வேண்டும். குறிப்பிட்ட ஒரு சமூகக் குழுவினரில் பலர் அல்லது அனைவரும் அந்த மரபு வழக்காற்றைக்கேட்டு அதனைச் சுருக்கமான அல்லது விரிந்த வடிவில் நினைவிற்குக்கொண்டு வரக்கூடியதாக இருக்க வேண்டும். இது பழமரபுக் கதையாவதற்கு வேண்டிய முதன்மையான கருத்தாகும்' என, பழமரபுக் கதைகளை வரையறுக்கிறார். பழமரபுக் கதைகளை மனிதர்கள் குறித்த பழமரபுக் கதைகள், புனித பழமரபுக் கதைகள், இயற்கையிறந்த பழமரபுக் கதைகள், உள்ளூர்ப் பழமரபுக் கதைகள், வரலாற்றுப் பழமரபுக் கதைகள் என வகைப்படுத்தலாம்.

தமிழ் வாய்மொழிக் கதைகளில் எல்லாவகைகளுக்கும் எடுத்துக் காட்டுகளைக் காணமுடியும். தனிநபர் குறித்த பழமரபுக் கதைகள், புகழ்பெற்ற அரசியல்வாதிகள், செயற்கரிய செயல்களைச் செய்த வீரர்கள், புகழ்பெற்ற கொள்ளைக்காரர்கள் முதலியவர்களைக் குறித்ததாக அமையும். தென்மாவட்டங்களில் வாழ்ந்த புகழ்பெற்ற கொள்ளைக்காரனான செம்புலிங்கம் குறித்துச் சொல்லப்படும் கதைகளை எடுத்துக்காட்டாகக் குறிப்பிட வேண்டும். புனித பழமரபுக்கதைகள் சமயச் சான்றோர்கள் குறித்த கதைகளாக விளங்குகின்றன. ஆழ்வார்கள், நாயன்மார்கள் மட்டுமின்றி ஐரோப்பிய சமயப் பரப்புநர்கள் குறித்தும் தமிழில் எண்ணற்ற பழமரபுக் கதைகள் உள்ளன. பேய்கள், ஆவிகள் குறித்த கதைகள் இயற்கையிறந்த பழமரபுக் கதைகளாகின்றன. ஒவ்வொரு ஊரிலும் குறிப்பிட்ட பேய் நடமாட்டம் கொண்ட இடங்கள் குறிக்கப்படும். உள்ளூர்ப் பழமரபுக் கதைகள் அவை தோன்றிய இடத்தோடு தொடர்புகொண்டவை. 'பிள்ளையைப் போட்டுவிட்டுப் பலாப் பழம் எடுத்த ஓடை'யை இதற்குச் சிறந்த எடுத்துக்காட்டாகக்

குறிப்பிட வேண்டும். வரலாற்றுப் பழமரபுக் கதைகள் வரலாற்று மனிதர்களோடு தொடர்புகொண்டவை. கம்பரைத் தொடர்புப் படுத்திச் சொல்லப்படும் கதைகள் பல உள்ளன. தமிழிலுள்ள பழமரபுக் கதைகள் முறையாகத் தொகுக்கப்பட்டுள்ளன எனக் கூறிவிட இயலாது.

125

பள்ளு. பள்ளு, நாடக இலக்கிய வடிவங்களுள் ஒன்று. 17ஆம் நூற்றாண்டில் தோற்றம் கொண்டது.

17ஆம் நூற்றாண்டில் சாதாரண மக்களிடையே செல்வாக்குப் பெற்றிருந்த நாட்டார் வாய்மொழி நாடக வடிவங்களும், பாடல் வடிவங்களும் இலக்கிய ஏற்பினை அடையத் துவங்கின. பெரும் வேந்தர்கள், சக்திவாய்ந்த சமய நிறுவனங்கள் போன்றவை இல்லாத நிலையில் கவிஞர்கள் மக்களைச் சார்ந்து இயங்கும் காலச்சூழல் எழுந்தது. மக்களிடையே செல்வாக்குப் பெற்றிருந்த வடிவங் களையும் இலக்கிய முயற்சியில் ஏற்கும் கட்டாயம் இதனால் தோற்றம் கொண்டது.

பள்ளு இலக்கியத்தின் வேரினைத் தொல்காப்பியத்தில் இனம் காணும் சிந்தனைப்போக்கும் தமிழில் உள்ளது. தொல்காப்பியர் புலன் என்பதை எட்டு வனப்புகளுள் ஒன்றாகக் குறிப்பிட்டுள்ளார். அதற்கு உரைவிளக்கம் கூறும் உரையாசிரியர்கள், தங்கள் காலத்தில் சாதாரண மக்கள் பயன்படுத்திய நாடக வடிவங்களை அது சுட்டுவதாக இனம் கண்டனர். 'வழக்குச்சொல்லினானே தொடுக்கப் பட்டு ஆராய வேண்டாது பொருள் தோன்றுவது புலன் என்னும் செய்யுள்' என இளம்பூரணரும், 'பாமரமக்கள் வழங்கும் சொற்களால் ஆக்கப்பட்டு, அவர்கள் ஆடியும் பாடியும் வரும் நாடகச் செய்யுள்' என பேராசிரியரும் விளக்குகின்றனர். இவ்வுரை விளக்கங்கள் வழக்குச் சொற்களாலான, பாடுவதற்கேற்ற நாடக வடிவிலான வடிவம் ஒன்று உரையாசிரியர்கள் காலத் திலிருந்ததை உணர்த்துகின்றன. சிலப்பதிகார உரையாசிரியரான அடியார்க்கு நல்லார் இவ்வடிவத்தை 'ஆடும் படு பள்ளி' என இனம் காட்டுகிறார். உரையாசிரியர்கள் காலத்தில் சாதாரண மக்களுக்கு உரித்தான, அவர்களை மகிழ்விக்கப் பயன்பட்ட வடிவம் 17ஆம் நூற்றாண்டில் இலக்கிய ஏற்பைப் பெற்றுள்ளது. எனினும் அது தன்

மூலப் பண்பான சாதாரண மக்கள் வழங்கும் சொற்கள், மகிழ்விக்கும் நோக்கம் என்பவற்றை இழந்துவிடாமல் தக்கவைத்துக் கொண்டுள்ளது. சாதாரண மக்களால் புரிந்துகொள்ள இயலாத மொழியில் அமைந்த அந்தாதிப் பிரபந்த வகையோடு இதனை ஒப்பிட்டுக் காணவேண்டும்.

நவநீதப் பாட்டியல் 'உழத்திப் பாட்டு' என்னும் பிரபந்த இலக்கிய வகையின் இலக்கணத்தை நான்கு நூற்பாக்களில் சுட்டுகிறது. இந்நான்கையும் மிகைச்சூத்திரங்கள் என ஒதுக்குவதும் உண்டு. பின்னால் வீரமாமுனிவர் இதனை உழத்திப்பாட்டு குறித்ததான தன் விளக்கத்திற்குப் பயன்படுத்தியுள்ளார். வீரமாமுனிவர் காலத்திற்கு முன்பாகவே இந்தச் சூத்திரங்கள் நுழைக்கப்பட்டிருக்க வேண்டும். உழத்திப்பாட்டு, பள்ளுநாடக இலக்கியத்தின் முன் வடிவமாக இருந்திருக்க வேண்டும்.

'விறலிவிடு தூது'களைப் போல், பள்ளு இலக்கியங்கள் அனைத்தும் ஒரே கதைப் போக்கினைக் கொண்டவை. பள்ளு நூற்கள் பள்ளர் வாழ்வை முன்வைக்கின்றன. பள்ளர்கள், தாழ்த்தப்பட்ட மக்களான விவசாயக் கூலிகள். பள்ளு இலக்கியங்கள் எழுந்த காலகட்டத்தில் நில உடைமைகளின் கீழ் அடிமைகளாகப் பணிபுரிந்தவர்கள். அவர்களைத் தண்டிக்கும் உரிமையும் நில உடமையாளர்களுக்கு இருந்தது. பள்ளு இலக்கியங்கள் பள்ளர்கள் வாழ்வை நில உடைமையாளர்கள் பார்வையில்தான் பதிவு செய்துள்ளன.

பள்ளு இலக்கியங்களில் வரும் பள்ளன் இரு மனைவிகளை உடையவன். இளையவள் மீது அதிக அன்பு கொண்டு அவளைப் பிரியாதிருக்க முனைகிறான். அவன், வேலையைப் புறக்கணித்து வாழ்வதை மூத்த மனைவி பண்ணைக்காரனிடம் சொல்ல, பண்ணைக்காரன் இளைய மனைவி வீட்டிற்குச் சென்று அவனைக் கேள்விக்குள்ளாக்குகிறான். பள்ளன் சிலேடை வடிவில் தவறான கணக்குகளை முன்வைக்கிறான். அவன் மீண்டும் வேலையைப் புறக்கணிக்க, தொழுவில் மாட்டப்பட்டு தண்டனைக்குள்ளாக்கப் படுகிறான். மூத்த பள்ளி அவனை மீட்கிறாள். வயலை உழும் போது பள்ளன் காயம்பட இரு மனைவிகளும் அவனுக்காக வருந்துகின்றனர். அறுவடைமுடிந்து எல்லோருக்கும் நெல் அளக்க, பங்கு குறைவென மனைவிகள் இருவரும் தம்முள் சண்டையிட்டுக் கொள்கின்றனர். இரு பள்ளிகளும் சமயத்தை முன்னிறுத்தி மோதுகின்றனர். கதையில் இச்சூழலில் இடம்பெறும் 'ஏசல்'

பின்னால் தனி வடிவமாக வளர்ச்சி கண்டுள்ளது. பாட்டுடைத் தலைவனை வாழ்த்துவதோடு பள்ளு நிறைவு பெறுகிறது.

பள்ளு நாடக இலக்கியத்தில் பாட்டுடைத் தலைவன் பெயர் மட்டுமே வழங்கப்பெறும். பிறர் பெயர் வழங்கப்பெறுவதில்லை. பள்ளிகள் இருவரும் இரு ஊர்களைச் சார்ந்தவர்களாக, இரு சமயத்தைச் சார்ந்தவர்களாகச் சித்திரிக்கப்படுவர். பிற்காலப் பள்ளு நூற்கள் தாலாட்டு போன்ற புதிய உறுப்புகளைப் பெற்றுள்ளன. பள்ளன் காயம்படுவதற்கு மாடு முட்டுதல், கொழு காலில் படுதல் என்னும் இரண்டில் ஒன்றினைப் பள்ளுநூற்கள் தேர்ந்துகொள்கின்றன.

தமிழில் 17ஆம் நூற்றாண்டில் தோன்றிய முக்கூடற் பள்ளு முதல் பள்ளு நூலாக அமைகிறது. இதற்கு முன்பாகவே திருவார்ப்பள்ளு 16ஆம் நூற்றாண்டில் தோன்றிவிட்டது என்ற கருத்தும் உண்டு. முக்கூடற்பள்ளின் ஆசிரியர் பெயர் அறிதற்கில்லை. நயினாப்புலவர் என்பவர் இதனை மேடை நாடகமாக மாற்றி அரங்கேற்றியுள்ளார். திருநெல்வேலி மாவட்டத்தில் சீவலப்பேரி அருகாமையிலுள்ள முக்கூடலில் எழுந்தருளியுள்ள அழகர்மீது இந்த நூல் பாடப் பெற்றுள்ளது. இலக்கியத்தரம் கொண்ட ஒரே பள்ளு நூலாக இதனைக் குறிப்பிட வேண்டும். வித்துவகை, மாடுவகை என உழவுத்தொழில் சார்ந்த நுட்பங்கள் அனைத்தையும் இது முன்வைத்துள்ளது.

குருகூர்ப்பள்ளு, சிவசயிலப்பள்ளு, வையாபுரிப்பள்ளு, திருப்புன வாயில் பள்ளு என 46 பள்ளு நூல்கள் தமிழில் உள்ளன. பள்ளு நூற்களும் இறைவன் அல்லது தனிமனிதப் புகழ்பாடும் நோக்கம் கொண்டவை. செண்பகராமன் பள்ளு, நீலகண்டன் பள்ளு முதலியன வள்ளல்கள் மீது பாடப்பட்டவை. பிற்காலத்தில் வைசியப்பள்ளு, ஏழு நகரத்தார் பள்ளு என சாதியின் பெயராலும் பள்ளு பாடப் பட்டுள்ளன.

சமகாலத்தில் முக்கூடற்பள்ளு மட்டுமே தொடர்வாசிப்பைப் பெறுவதாக அமைந்துள்ளது. ஏனைய பள்ளு நூற்கள் வாசிப்பை இழந்துவருகின்றன.

126

பா. 'பா', கவிதையின் புற வடிவத்தைக் குறிப்பது.

தமிழ்க்கவிதையின் வடிவ வகையைக் குறித்த சிந்தனையைத் தொல்காப்பியம் முதன் முதலாக முன்வைத்துள்ளது. பாட்டு, உரை, நூல், வாய்மொழி, பிசி, அங்கதம், முதுசொல் என்னும் ஏழுவிதமான யாப்புகளுள் பாட்டு முதலாவதாகச் சுட்டப்படுகிறது. செய்யுளியலில் செய்யுள் உறுப்புகளை விவரித்த தொல்காப்பியர், அவ்வுறுப்புகளாலான பாட்டைக் குறித்துத் தொடர்ந்து விவரித்துள்ளார். தொல்காப்பியத்திற்குப் பின்வந்த யாப்பு குறித்த அனைத்து நூல்களும் இதே முறையையே பின்பற்றியுள்ளன. தமிழ்க் கவிதை மரபு தொடர்ந்து மாறுதல்களைப் பெற்ற காரணத்தால் புதுவகையான செய்யுள் வடிவங்கள், காலப்போக்கில் எழுந்தன. இக்கவிதை வடிவங்களுக்கு இலக்கணம் வகுக்கின்ற கட்டாயம் பின்வந்த யாப்பு நூலாசிரியர்களுக்கு எழுந்தது. எனவே தொல்காப்பியத்தினின்று சீரான வேறுபாடுகளைப் பின்வந்த யாப்பு நூல்களில் காணலாம்.

ஆசிரியம், வஞ்சி, வெண்பா, கலி என 'பா' வகைகளைத் தொல்காப்பியர் விரித்துள்ளார். தொடர்ந்து வஞ்சி ஆசிரியப் பாவிலும் கலிவெண்பாவிலும் அடங்கும் எனத் தொகுத்தும் கூறுகிறார். ஆக, ஆசிரியம், வெண்பா என்னும் இரண்டுமே மூல வடிவங்களாக அமைகின்றன. நால்வகைப் பாக்களுக்கும் ஓசையைக் (தூக்கு) குறிப்பிடும் தொல்காப்பியர் வெண்பாவிற்குச் செப்பலோசை எனச் குறிப்பிடாது அகவலோசை அல்லாதது என்றே குறிப்பிட்டுள்ளார் என்பது கவனிக்கத்தக்கது. அகவல்பாவே முதலில் எழுந்த வடிவமாக அமைதலாம். ஆசியப்பா நடையில் வஞ்சியும், வெண்பா நடையில் கலியும் வரும் என்பது தொல்காப்பியரின் முடிவு. தொல்காப்பிய உரையாசிரியரான இளம்பூரணர் நடை என்பதை விகற்பமாகப் பொருள்கொண்டு அகவல் ஓசையின் விகற்பம் தூங்கலோசை எனவும், வெண்பா ஓசையின் விகற்பம் கலியோசை எனவும் விளக்குகின்றார். தொல்காப்பியர் ஆசிரியப்பா வஞ்சிப்பா இவற்றின் வகைகளைக் குறித்து எதையும் குறிப்பிடவில்லை.

வெண்பாவின் வகைகளாக நெடுவெண்பாட்டு, குறுவெண்பாட்டு, கைக்கிளை, பரிபாட்டு, அங்கதச் செய்யுள் என்பவற்றைக் குறிப்பிட்டு ஒத்தவையெல்லாம் என இது போன்ற வகைகளுக்கு

இன்னும் இடமுண்டு எனச் சுட்டுகிறார். இவற்றுள் முதல் இரண்டு மட்டுமே வடிவம் சார்ந்தது. ஏனையவை உள்ளடக்கம் சார்ந்து வகைமைப்படுத்தப்பட்டுள்ளன. கலிப்பாவுக்கு ஒத்தத் தாழிசைக்கலி, கலிவெண்பாட்டு, கொச்சகம், உறழ்கலி என நான்கு வகைகளைச் சுட்டுகிறார். நான்கு வகைப் பாக்களைக் கூறிய தொல்காப்பியர் மருட்பா என்னும் ஐந்தாவது வகையையும் சுட்டுகிறார். மருட்பா தனக்கென தனி ஓசை கொண்டிராது அகவலோசையும் வெண்பாவின் ஓசையும் கொண்டது. வெண்பாவாகத் துவங்கி ஆசிரியமாக முடியும். தொல்காப்பியர் நால்வகைப் பாக்களுக்கும் உரிய பாடுபொருளையும் சுட்டுகிறார்.

தொல்காப்பிய உரையாசிரியர்களுள் தொல்காப்பியருக்குப் பின்னர் வந்த யாப்பு நூலாசிரியர்களும், தொல்காப்பியர் சுட்டாத பா வகைகளைக் குறித்துச் சிந்தித்துள்ளனர். காலம்தோறும் புதுப் பா வடிவங்கள் தோன்றக்கூடும் என்பது தொல்காப்பியருக்கும் உடன்பாடானதே. தொல்காப்பியர் சுட்டும் கொச்சகம் இதற்கு வலுவூட்டுகிறது.

தொல்காப்பியருக்குப் பின்னர் வந்த யாப்பு நூலாசிரியர்கள் புது வடிவங்களைப் புதுவரவாகச் சுட்டாமல் நால்வகைப் பாக்களோடு தொடர்புப்படுத்திக் கண்டனர். நால்வகைப் பாக்களோடும் முழுமையாகப் பொருந்தாவிடினும் ஏறத்தாழ பொருத்தம் நோக்கி இவற்றைப் பாவினமாகக் கண்டனர். சில பாவினங்களுக்குத் தமிழ் மரபில் எடுத்துக்காட்டுகள் இல்லாவிடினும் அதற்கும் இலக்கணம் அமைத்துள்ளனர். தொல்காப்பிய உரையாசிரியர்கள் இந்தப் பாவினங்களை ஏற்காது இவற்றோடு முரண்படுகின்றனர். எனவே பாவினக் கொள்கையை ஏற்பவர், மறுப்பவர் என இரு சிந்தனைக் குழுக்களாகச் செயல்பட்டுள்ளனர்.

துறை, தாழிசை, விருத்தம் என்ற மூன்று இனங்களையும் நால்வகைப் பாக்களோடும் இணைத்துக் கண்டனர். துறை, தாழிசை என்ற இரண்டும் தமிழ்ச் சொற்களாக அமையும்போது, விருத்தம் வட சொல்லாக அமைகிறது. ஆனால் வடமொழியில் விருத்தம் என்பது வேறுபட்ட பா வடிவங்களுக்குப் பொதுப் பெயராக அமையும் போது தமிழில் குறிப்பிட்ட வடிவத்திற்கு மட்டுமே பெயராக அமைகிறது. பா இனங்களின் மூலத்தைச் சிலப்பதிகாரத்திலேயே உணரமுடிகிறது. சிந்தாமணி இதனை உறுதிப்படுத்துகிறது. பக்தி நூற்களும் காப்பியங்களும் பாவினங்களின் இருப்பை

உறுதிப்படுத்துகின்றன. தொல்காப்பியருக்குப்பின் வந்த யாப்பு நூலாசிரியர்கள் தொல்காப்பிய அடிப்படையினைச் சிதைக்காமல் வளர்ச்சியை ஏற்புடையதாக்க முயன்றுள்ளனர். பாவினக் கொள்கை இங்குப் பொருளுடையதாகிறது. பாவகையை விளக்குவதில் வீரசோழியம் மட்டுமே தனிப் பாதையை வகுத்துக்கொண்டுள்ளது. வடமொழியாப்பியல் சிந்தனையோடு தமிழ்யாப்பியல் சிந்தனைகளை இணைத்துப் புதுப்பாதையை வகுக்க முயன்றுள்ளனர். வடிவங்கள் கவிஞர்களின் இயக்கத்தில் தாமாகத் தோற்றம் கொள்கின்றன. தோற்றம் கொண்ட வடிவங்களுக்கு ஏற்பை வழங்குவது மட்டுமே யாப்பு நூலாசிரியர்களின் கடனாக அமைந்துள்ளது.

விரிவான வாசிப்பிற்கு

1. கந்தசாமி.சோ.ந, தமிழ்யாப்பியலின் தோற்றமும் வளர்ச்சியும், முதற் பாகம், இரண்டாம் பாகம், மூன்றாம் பாகம், தமிழ்ப் பல்கலைக்கழகம், தஞ்சாவூர்.
2. சீனிவாசராகவன். ரா, யாப்பொலி திருப்பதி திருவேங்கடவன் கீழ்த்திசைக்கலை ஆராய்ச்சிக்கழகம் (1957).
3. செயராமன் ந.வீ. , சிலப்பதிகார யாப்பமைதி, அண்ணாமலை நகர், அண்ணாமலைப் பல்கலைக்கழகம் (1977).

127

பாட்டியல். பாட்டுகளாலான நூல்களின் இலக்கணத்தை உணர்த்துவது பாட்டியல்.

தமிழில் பன்னிரு பாட்டியல், வெண்பாப் பாட்டியல், நவநீத பாட்டியல், சிதம்பரப் பாட்டியல், பிரபந்த மரபியல், இலக்கண விளக்கப்பாட்டியல், பிரபந்த தீபிகை ஆகிய பாட்டியல் நூல்கள் முழுமையாக உள்ளன. வீரமாமுனிவரின் தொன்னூல் விளக்கமும் பாட்டியல் இலக்கணம் கூறியுள்ளது. அகத்தியர், கபிலர், பரணர், அவிநயனார், கல்லாடர் முதலியவர்கள் எழுதிய பாட்டியல் நூற்களின் பெயர்களும், இந்திரகாளியம் முதலிய பாட்டியல் நூற்களின் பெயர்களும், இவற்றின் சில சூத்திரங்களும் உரைமேற்கோள்களாகச் சுட்டப் பட்டிருப்பினும், இப்பாட்டியல் நூல்கள் சமகாலப் பார்வைக்குக் கிடைக்கவில்லை என்பதையும் குறிப்பிட வேண்டும்.

பக்தி இலக்கிய காலகட்டத்தில் புதிய இலக்கியவகைகள் தமிழில் தோற்றம் கொள்ளத் துவங்கின. சேரமான் பெருமாள் நாயனார் பாடிய திருக்கைலாய ஞான உலா, மாணிக்கவாசகர் பாடிய பதிகங்கள், திருத்தசாங்கம், திருஞான சம்பந்தர், திருமங்கையாழ்வார் ஆகியோர் பாடிய எழுகூற்றிருக்கைகள் முதலியவற்றைக் கவனத்தில்கொள்ள வேண்டும். புதிதாகத் தோற்றம் கொண்ட வடிவங்கள் அதற்கான இலக்கணத்தின் தேவையை உணர்த்தின. சங்க இலக்கியத்தின் ஆற்றுப்படைப் பாடல்கள் போர்க்களம் குறித்த விவரிப்புகள் முதலியன தொட்டடுத்த காலகட்டத்தில் தனி இலக்கிய வடிவங்களாக வளர்ச்சி யடைந்தன. பதிற்றுப்பத்து, தனி இலக்கிய வகைக்கான அமைப்பினைக் கொண்டுள்ளது. தொல்காப்பியர் செய்யுளியலில் வனப்புப் பகுதியில் புதிய வடிவங்களைக் குறித்துக் கோடிட்டு காட்டியுள்ளார். என்றாலும், சங்கப் பாடல்கள் பெரும்பாலும் தனிப்பாடல்களின் தொகுப்புதான். ஆனால் பாட்டியல் நூல்கள் தொடர்ந்த பாடல்களாக வரும் நூல்களுக்கே இலக்கணம் கூறுகின்றன. இத்தகைய நூற்கள் பக்தி இலக்கிய கால கட்டத்திலும் அதற்குப் பின்னரும்தான் தமிழில் வேகம் பெற்றன.

பெரும்பான்மையான பாட்டியல் நூல்கள் பத்தாம் நூற்றாண்டிற்கும் பதினெட்டாம் நூற்றாண்டிற்கும் இடையில்தோற்றம் கொண்டுள்ளன. பன்னிருபாட்டியல் அதற்குமுன் தோற்றம் கொண்டிருந்த பாட்டியல் நூல்களிலிருந்து தொகுக்கப்பட்ட சூத்திரங்களின் தொகுப்பாக அமைகிறது. பன்னிருபாட்டியல்தான் பழைமையான பாட்டியல். 10 அல்லது 11ஆம் நூற்றாண்டில் அது தோற்றம் கொண்டிருக்க வேண்டும். சூத்திரங்கள் நூற்பா வடிவில் அமைந்துள்ளன. தேவைக்கு அதிகமான மிகை சூத்திரங்கள் நிறையவே இடம்பெற்றுள்ளன. பரணி போன்ற இதற்குப்பின் எழுந்த இலக்கிய வகைகளுக்கும் இது இலக்கணம் கூறியுள்ளது. இடைச்செருகலை இது உணர்த்துகிறது.

வச்சிணந்திமாலை என்னும் வெண்பாப் பாட்டியல் பன்னிரெண்டாம் நூற்றாண்டில் தோற்றம் கொண்டது. இது பாட்டியலின் உறுப்புகளை மங்கலம், சொல், எழுத்து, தானம், பால், உண்டி, வருணம், நாள், கதி, கணம் என பத்தாக வரையறுத்துள்ளது. இதற்குமுன் வந்த பன்னிருபாட்டியல் கண்ணன், புல் என்னும் இரண்டு உறுப்புகளைக் கூடுதலாகச் சுட்டியுள்ளது. வச்சிணந்தி மாலைக்குப் பின்வந்த பாட்டியல் நூற்கள் பத்து உறுப்புகளையே முன்வைக்கின்றன.

பதினான்காம் நூற்றாண்டில் சிதம்பரப் பாட்டியலும், பிரபந்த மரபியலும் தோற்றம் கொண்டுள்ளன. இந்தப் பாட்டியல் நூற்கள் அனைத்தும் வைதீகநெறி, அவைதீக நெறி என்னும் இரு நெறிகளைச் சார்ந்தனவாக அமைகின்றன. வைதீகநெறி அகத்திய நெறி எனப் பெயர்பெறுகிறது. அவைதீக நெறி இந்திரகாளிய நெறி எனப் பெயர்பெறுகிறது. வெண்பாப் பாட்டியல் இந்த நெறியைச் சார்ந்தது. நவநீத பாட்டியல் முன்னதைச் சார்ந்தது. பிற்காலப் பாட்டியல் நூற்கள் இருநெறிகளையும் ஒருங்கே சார்ந்தனவாக அமைகின்றன.

குறிப்பிட்ட தலைவனைப் பாட்டுடைத் தலைவனாகக்கொண்டு நூல்கள் இயற்றும் போக்கு பிற்காலத்தில் தமிழில் வலுவடைந் துள்ளது. 96 பிரபந்தங்களுக்கும் உரியவன் எனத் தனிமனிதன் புகழப்படுவது கவனிக்கத்தக்கது. பாட்டுடைத் தலைவனுக்கும், பாட்டுகளின் கூறுகளுக்கும் இடையிலான பொருத்தம் சிந்தனையைக் கவர்ந்துள்ளது. பிற்காலத்தில் தமிழரின் வானவியல் அறிவே ஜோதிடமாக உருமாறியதைக் குறிப்பிட வேண்டும். ஜோதிடத்திலும் பத்துப் பொருத்தங்கள் வலியுறுத்தப்பட்டன. தமிழ்ச் சமூகம் பிற்காலச் சோழர் காலத்திற்குப் பிறகு வருண அடிப்படையில் அமைந்தது. எந்தெந்த சாதிக்குரியது என்ற பொருத்தமும் பாட்டியல் நூற்களில் எழுந்துள்ளது. இதுபோல் பத்துப் பொருத்தங்களும் வரையறுக்கப்பட்டன.

பாட்டியல்நூற்களில் பா பொருத்தம், பாவினம் என்பவை முக்கியத்துவம் பெறுகின்றன. நால்வகைப் பாக்களும் யாருக்குப் பொருந்தும் என்பதைப் பா பொருத்தம் குறிக்கின்றது. பாவினம் என்னும் பிரிவில் பிரபந்தங்களின் இலக்கணம் கூறப்படுகிறது.

பிரபந்தங்களின் எண்ணிக்கையில் பாட்டியல் நூற்கள் வேறுபாடு கொண்டுள்ளன. பன்னிருபாட்டியல் 74 பிரபந்தங்களைச் சுட்டினாலும் 62 பிரபந்தங்களின் பெயர்களையே அறியமுடிகிறது. அது போல் வெண்பாப் பாட்டியல் 56 ஆகச் சுட்டினாலும் 52 பிரபந்தங்களே பெயர் பெறுகின்றன. நவநீத பாட்டியல் 45 பிரபந்தங்களின் பெயர்களைச் சுட்டுகின்றன. தொன்னூல் விளக்கம் மட்டுமே 96 வகைப் பிரபந்தங்களின் பெயர்களைச் சுட்டியுள்ளது.

எல்லாவகைப் பிரபந்தங்களுக்கும் தமிழில் எடுத்துக்காட்டுகள் இல்லை. காலத்தில் அவை அழிந்திருக்க வேண்டும். இல்லையெனில்

பாட்டியல் ஆசிரியர்கள் கற்பனையில் பிரபந்த வகைகளைக் கண்டிருக்க வேண்டும்.

18, 19ஆம் நூற்றாண்டுகளில் பாட்டியல் நூற்கள் குறித்ததான அறிவு தமிழில் முக்கியத்துவம் பெற்றிருந்தது. பாட்டியல் நூற்களுக்கு உரைகளும் உள்ளன. 20ஆம் நூற்றாண்டில் பாட்டியல் நூற்கள் முக்கியத்துவத்தை இழந்துள்ளன.

விரிவான வாசிப்பிற்கு

1. அருணாச்சலம். மு, தமிழ் இலக்கிய வரலாறு பதினான்காம் நூற்றாண்டு, தி. பார்க்கர், சென்னை.
2. மேலது (பத்தாம் நூற்றாண்டு).
3. கந்தசாமி. சோ.ந, தமிழ் யாப்பியலின் தோற்றமும் வளர்ச்சியும் (முதல்பாகம்) தமிழ்ப் பல்கலைக்கழகம், தஞ்சாவூர்.

128

பார்வைக் கோணம் (viewpoint). இது, புனைகதையில் கதை சொல்பவன் கதையின் நிகழ்வுகளைப் பார்வையிடும் கோணத்தைக் குறிக்கின்றது.

பல்வேறு பார்வைக் கோணங்களைச் சுட்ட முடிந்தாலும் மூன்று பார்வைக் கோணங்களே குறிப்பிடத்தக்கன. எல்லாம் அறிகிற நிலையிலிருந்து கதையைக் கூறுவது. கதையின் நிகழ்வுகள் இடம்பெறும் அனைத்து இடங்களிலும் கதைகூறுபவன் இருத்தல் கூடும். எல்லாக் கதையுலக மனிதர்களின் மனங்களிலும் பயணம் செய்யும் உரிமை அவனுக்கு உண்டு. அவர்களின் உணர்வுகளையும் சிந்தனைகளையும் எடுத்துக்கூறும் உரிமையும் அவனிடம் உள்ளது. இந்தப் பார்வைக் கோணமே காலத்தால் முதன்மையானது. இந்தப் பார்வைக் கோணம் கதை கூறுபவரைக் கதைக்கு உள்ளாகவே நிறுத்திக் கொள்கிறது. படர்க்கையாக நின்று கதையைக் கூறுவது இரண்டாவது பார்வைக் கோணமாக அமைகிறது. இங்குக் கதை கூறுபவன் கதைக்கு வெளியில் நின்று கதையைக் கூறுவான். கதையில் இடம் பெறும் மனிதன் ஒருவனே கதையைக் கூறுவது மூன்றாவது பார்வைக் கோணமாக அமைகிறது. இருபதாம் நூற்றாண்டில் இப்பார்வைக் கோணம் செல்வாக்குப் பெற்றது. இரண்டோ மூன்றோ பார்வைக் கோணங்களை இணைத்துக் கதையைக் கூறுவதும் உண்டு.

பார்வைக் கோணத்தை அறிதல் கதையைப் புரிந்துகொள்வதற்கு இன்றியமையாதது.

129

பாலுணர்வுக் கவிதைகள் (erotic poetry). பாலுணர்வை உள்ளடக்கமாகக் கொண்ட கவிதைகள்.

பாலுணர்வுக் கவிதைகள் உலகளாவிய நிலையைக் கொண்டவை. கிரேக்க, லத்தீன் செவ்வியல் இலக்கிய மரபிலும் பாலுணர்வுக் கவிதைகளை இனம்காண இயலும். வடமொழியிலும் செழுமையான பாலுணர்வுக் கவிதை மரபு உண்டு. சங்க இலக்கியங்களில் பெரும்பான்மையான கவிதைகள் காதல் கவிதைகளாகவே அமைகின்றன. ஆனால் அவற்றைப் பாலுணர்வுக் கவிதைகளாகக் கொள்ள இயலாது. பாலுணர்வுக் கவிதைகள் உடல்சார்ந்த இச்சைகளுக்கு முன்னுரிமையளிக்கின்றன. சங்க இலக்கியங்களில் காமம் உடலில் வெளிப்படுவதாக அமையினும், அது உள்ளம் சார்ந்ததாகவே அமைகிறது. வடமொழியின் தாக்கம் காரணமாகவே 'சிருங்காரம்' தமிழை வந்தடைந்தது. பெண்ணை அடிமுதல் முடிவரை வர்ணிக்கும் 'கேசாதிபாத வருணனை' இந்தப் போக்கைச் சார்ந்தது. நைடதம் போன்ற பிற்காலக் காப்பியங்கள் இதை மிகையாகவே கொண்டுள்ளன.

இந்திய அரேபிய இலக்கியங்களிலிருந்து பாலுணர்வுக் கவிதைகள் ஆங்கில இலக்கியத்தை வந்தடைந்தது என மதிப்பிடுகின்றனர். பதினாறாவது நூற்றாண்டில் இப்போக்கு ஆங்கில இலக்கியத்தில் செல்வாக்குப் பெற்றது. ஆன்மிகக் கவிதை மரபிலும் பாலுணர்வுக் கவிதைகள் இடம் பெறுவதுண்டு. தெய்வீகக் காதலைக் கூறுமிடத்துப் பாலுணர்வுக் கவிதைகளும் துலக்கம் பெறுகின்றன.

தமிழில் காப்பியக் காலத்திற்குப்பின் இப்போக்கு செல்வாக்கைப் பெற்றுள்ளது. காப்பியங்களில் சிருங்காரம் ஒரு சுவையாக இடம்பெற்றது. பிறகு அதனை முதன்மைப்படுத்தும் இலக்கியங்கள் தோற்றம் கொண்டன. பிற்காலத்தில் கவிஞர்கள் செல்வந்தர்களைச் சார்ந்து வாழும்நிலை தோற்றம் கொண்டது. சிருங்காரம் புலமையின் அடையாளமாக ஏற்கப்பட்டது. சுப்ரதீபக் கவிராயரின் கூளப்ப நாயக்கன் விறலிவிடுதூது இவ்வகையில் குறிப்பிடத்தக்கது. உடல்சார்ந்த இச்சைகளை மொழியில் சித்திரிக்கும் நூல் இது.

கவிதையின் இறுதியில் ஒழுக்கம் வற்புறுத்தப்பட்டாலும், பாலுணர்வுச் சார்ந்த வாழ்வே மிகையான மொழியில் சித்திரிக்கப் பட்டுள்ளது.

இருபதாம் நூற்றாண்டில் உடல்சார்ந்த இச்சை எதிரிடையான மதிப்பீட்டினைப் பெற்றது. கண்ணன் பாட்டில் பாரதி, 'சாரீரமான காதலையே அதிகமாக வர்ணித்திருக்கிறார்' எனக் குறையாக மதிப்பிடுகிறார் வ.வே.சு. ஐயர். புதுமைப்பித்தன், பாரதியின் வள்ளிப்பாட்டு உடல்சார்ந்த இச்சையை மட்டும் உணர்த்துவதின் காரணமாக எதிரிடையான மதிப்பீட்டிற்கு உள்ளாக்குகிறார். 'கலவியை, வெறும் சதையுணர்ச்சியை இலட்சியமாக்க முயலும் இப்பாட்டுகளுக்கும், விறலி விடுதூது, பால்ஜாக் கதைகளில் சில, லேடி சாட்டர்லியின் காதலன் ரகத்தைச் சேர்ந்த வெறும் காம நூல்களுக்கும் வித்தியாசமேயில்லை.' இருபதாம் நூற்றாண்டுத் தமிழில் பாலுணர்வுக் கவிதைகள் எதிரிடையான மதிப்பீட்டிற்கு உள்ளாகி யுள்ளதை இவ்வரிகள் உணர்த்துகின்றன.

புதுக்கவிதை மரபில் ம. தட்சணாமூர்த்தியின் கவிதைகள் ஆன்மிக உள்ளடக்கம் கொண்டவைகளாக இருப்பினும் பாலுணர்வுக் கவிதைகளாகவே அமைந்துள்ளன. தமிழ் வாய்மொழிப்பாடல் மரபில் வளமான பாலுணர்வுக் கவிதை மரபு உண்டு. கோவில் விழாக்களில் பாலுணர்வுக் கவிதைகளைப் பாடும் மரபும் இருந்துள்ளது. ஆங்கிலேய ஆட்சியாளர்களால் இது ஒழிக்கப் பட்டது.

தமிழில் பாலுணர்வுக் கவிதைகள் எதிரிடையான மதிப்பீட்டிற்கே தொடர்ந்து உள்ளாகியுள்ளன.

130

பிரச்சார இலக்கியம் (propaganda literature). குறிப்பிட்ட சமயம், அரசியல், சமூகம் குறித்த சிந்தனைகளை நாடகம், நாவல் போன்ற வடிவங்கள் மூலம் பொருத்தமான நிகழ்வுகளில் இடம்பெறும் பொருத்தமான மனிதர்கள் மூலம் வெளிப்படுத்துவது பிரச்சார இலக்கியம் ஆகும்.

பிரச்சாரம், குறிப்பிட்ட சிந்தனை அல்லது நம்பிக்கையைப் பரப்பும் நோக்கத்தினைக் கொண்டது. சிறுவெளியீடுகளும் இதழ்களும்

இதற்குப் பயன்படுத்தப்பட்டன. பதினெட்டாம் நூற்றாண்டு வரை இந்த நிலையே நீடித்தது. பின்னால் எச்.ஜி. வெல்ஸ், பெர்னாட் ஷா போன்றோர்களால் அரசியல் சமூக சமய நம்பிக்கை களைப் பரப்பும் பொருட்டு இலக்கிய வடிவங்கள் கையாளப் பட்டன. மார்க்சிய இலக்கியச் சிந்தனை, இலக்கியத்தைப் பிரச்சாரத்திற்குப் பயன்படுத்துவதை ஊக்குவித்தது. பிரச்சார எழுத்து இலக்கியத்தரம் கொண்டதாக மதிக்கப்படுவதில்லை.

தமிழில் இருபதாம் நூற்றாண்டின் துவக்கம் முதல் பிரச்சார எழுத்துகள் தோற்றம் கொண்டன. மாதவைய்யரால் ஆங்கிலத்தில் எழுதப்பட்டு, பின்னால் அவரால் தமிழில் மொழிபெயர்க்கப்பட்ட குசிகர் குட்டிக்கதைகள் பிரச்சார எழுத்திற்குச் சிறந்த எடுத்துக் காட்டுகளாக அமைகின்றன. ஒவ்வொரு கதையும் சமூகச் சீர்கேடுகளுக்கு எதிரான பிரச்சாரமாக அமைகிறது. அவருடைய நாவல்களும் இந்தப் பிரச்சாரப் போக்கைக் கொண்டவைகளாக அமைகின்றன. பாரதியின் தேசபக்திப் பாடல்களும் பிரச்சார நோக்கைக்கொண்டனவே. சங்காராமின் மண்ணாசை, வேங்கட ரமணியின் முருகன் ஓர் உழவன், வ.ராவின் சுந்தரி ஆகியனவும் பிரச்சார நோக்குக்கொண்டவையே. இந்தப் புனைகதைகள் பிரச்சாரத்தை நேர்மையாக நிகழ்த்துவனவாக அமைகின்றன. இருபதாம் நூற்றாண்டின் முப்பதுக்களில் பிரச்சாரத்தின் மீதான வாசக விருப்பத்தைப் பொழுதுபோக்கிற்குப் பயன்படுத்தும் போக்குத் தமிழில் தோற்றம் கொண்டது. கல்கியின் எழுத்துகள் இதற்கு முன்னோடியாக அமைகின்றன. பொழுதுபோக்கு எழுத்தாளர்கள் தங்களைப் பிரச்சார எழுத்தாளர்களாகவும் காட்டிக்கொண்டனர். அகிலன், சமுத்திரம் போன்றவர்களைக் குறிப்பிட வேண்டும். இவர்கள் நோக்கம் வாசக விருப்பத்தை நிறைவு செய்வதே. அதேசமயம் பிரச்சாரகர்கள் என்ற வேடத்தையும் அணிய முற்பட்டனர். இதன் காரணமாக நேர்மையற்ற பிரச்சார எழுத்துகள் தோற்றம் கொண்டன.

மார்க்சிய இலக்கிய அணுகுமுறை அரசியல் சிந்தனையைப் புனைகதை வடிவில் பிரச்சாரம் செய்ய ஊக்கம் அளித்தது. க.நா. சுப்ரமணியம் பிரச்சார எழுத்துகள் இலக்கியத் தரமற்றவை என்னும் மதிப்பீட்டினைத் தொடர்ந்து முன்வைத்தார். தொ.மு.சி. ரகுநாதனின் பஞ்சும் பசியும் பிரச்சார எழுத்தே என்ற எதிரிடையான மதிப்பீட்டை நிறுவினார். தொடர்ந்து தமிழ்விமர்சகர்கள்

பிரச்சார எழுத்துகள் இலக்கியத்தரமற்றவை எனும் மதிப்பீட்டைத் தொடர்ந்து முன்வைத்துள்ளனர்.

131

பிரதி (text). பிரதி என்பது இலக்கியப் படைப்பின் கையெழுத்து, அல்லது அச்சுவடிவிலான அமைப்பைக் குறிக்கின்றது.

பிரதி, பொருள் உற்பத்திக்கான கூறுகளைத் தன்னகத்தே கொண்டுள்ளது. மொழியில் பதிவுகொண்டுள்ள குரல் அழுத்தம், தொய்வு, வேகம், படிமம், உவமை போன்ற கூறுகளைக் கணக்கிலெடுத்துக் கொண்ட வாசிப்பை நிகழ்த்தும்போதுதான் இலக்கியப் படைப்பு இயக்கம் கொள்கிறது. சொற்களின் பொருள் உற்பத்தி தனிமனித செயல்பாடாக இருப்பினும், சமூக மொழியியலைச் சார்ந்தது. சமூக மொழியியல் சூழல், காலம்தோறும் மாறுபடும் இயல்பு கொண்டது. எனவே பிரதியின் மீதான வாசிப்பும் பொருள் உற்பத்தியும் காலம் தோறும் மாறும் தன்மை கொண்டவை.

இலக்கிய விமர்சனத்தில் நவீனத்துவ காலகட்டம் பிரதி என்னும் சொல்லுக்கு முக்கியத்துவம் தந்தது. பொருளைத் தீர்மானிக்கும் படைப்பாளியின் உரிமையைக் கேள்விக்குள்ளாக்கியது. படைப்பாளியின் வாழ்க்கை வரலாறு, தனிப்பட்ட தகவல்கள் இவற்றைப் பிரதியின் பொருள் உற்பத்திக்காகச் சார்ந்திருப்பதற்குப் பதிலாக, படைப்பினுள் இருக்கும் அகச் சான்றுகளைச் சார்ந்து இருப்பதற்கு அழுத்தம் தந்தது. படைப்பாளியின் கருத்து என்பதைப் புறக்கணித்து, பிரதியின் பன்முகப் பொருளுக்கு இடம் தந்தது. ஐ.ஏ. ரிச்சர்ட்ஸ் போன்ற நவீனத்துவ விமர்சகர்கள் 'பிரதியை'ப் புதிய காலகட்டத்திற்குள் எடுத்துவந்தனர்.

மொழியியல் சார்ந்த இலக்கியக் கோட்பாடுகளான அமைப்பு மையவாதம், பின்அமைப்பியல், தகர்ப்பமைப்பு ஆகியன 'பிரதி' என்னும் சொல்லைப் புதிய பொருள் பரிமாணத்தில் கண்டன. பிரதி முன்வைக்கும் படைப்பாளியின் கருத்து, ஒருமுகப்பொருள் ஆகியவற்றை அமைப்புமையவாதம் கேள்விக்குள்ளாக்கியது. பின் அமைப்பியலும் தகர்ப்பமைப்பும் படைப்பாளியின் கருத்து பிரதி இவற்றிற்கிடையிலான உறவை முழுமையாகத் துண்டித்து விட்டன. பொருளின் ஒருமைப்பாட்டை மறுத்தன. வாசகனின் வாசிப்பிற்கு முக்கியத்துவம் தந்தன. பிரதியைப் படித்துப் பொருளின்

பன்மைகளை உற்பத்தி செய்யும் செயலில் வாசகன் ஈடுபடுகிறான். பிரதியின் ஆனந்தத்தை வாசகன் மகிழ்ச்சியுடன் அனுபவிக்கின்றான். உயரிய கலைப்படைப்பு இந்த இன்பத்தை அளிக்கின்றது. மேலாகக் காணப்படும் தெளிவான பொருளைத் தாண்டி அடி ஆழங்களில் பொருளுள்ளே விரியும் பொருள்களின் நிழலுருவங்களைக் காண முடியும். சுதந்திரமான வாசிப்பிற்கு இடம்தராத பிரதிகள் மூடுண்ட பிரதிகளாகின்றன. வாசகனுக்கும் பிரதிக்குமான உறவு நுகர்வோன் என்னும் நிலையில் அமைவதல்ல. மாறாக, வாசகன் உற்பத்தி யாளனாக இயங்குகிறான். பொருளின் பன்மையை உருவாக்கும் உற்பத்தியாளன். வாசகனை நுகர்வோனாக மாற்றும் பிரதி வாசகப் பிரதியாகிறது. பொருள் உற்பத்திக்கு இடம்தரும் பிரதிகள் எழுத்தாளப் பிரதி அல்லது ஆதர்சப் பிரதியாகிறது.

தகர்ப்பமைப்புவாதம் பிரதியை வாசிக்கும் முறையை முன் வைக்கிறது. பிரதியின் குறிப்பிட்ட பொருளை இடம்பெயரச் செய்வதுடன் அதன் முதன்மையையும் இல்லாதாக்கிவிடுகிறது. பிரதி வாசிக்கப்படும் போது, பொருளின் எல்லாப் பக்கங்களும் திறந்திருக்க வேண்டியதன் அவசியத்தை அது வற்புறுத்துகிறது. தகர்ப்பமைப்புவாதம் பிரதியின் பொருள் உற்பத்திக்காக அதனுள் முரண்படும் சக்திகளை இனங்கண்டு அவற்றிற்கிடை யிலான முரண்களையும் உறவின் இரகசியங்களையும் வெளிப் படுத்துகிறது. பிரதி என்னும் சொல் விமர்சன கோட்பாடுகளுக்கேற்ப புதிய பொருள் பரிமாணங்களைப் பெற்றுவந்துள்ளது.

132

பிரமிள். பிரமிள், தமிழ் இலக்கியச் சிற்றிதழ் இயக்கத்தினூடாகத் தமிழ் மரபிற்கு அறிமுகமாகி நிலைபேறு கண்ட, விமர்சன உணர்வு கொண்ட படைப்பாளி. தமிழ்ப்புதுக்கவிதை மரபில் பிரமிள் முன்னோடிக் கவிஞனாக மதிப்பிடப்படுகிறார். இறுதிவரை கவிஞராகவே இயங்கினார். எனினும் படைப்புலக வாழ்வின் துவக்கம் முதல் இறுதிவரை இலக்கிய விமர்சனத்திலும் ஈடுபாடு கொண்டவராகத் திகழ்ந்தார்.

பிரமிள், வெங்கட் சாமிநாதன் என்னும் இருவிமர்சகர்களும் சி.சு. செல்லப்பாவின் எழுத்து இதழ் மூலமாக தமிழ்ப் படைப்புச் சூழலுக்கு அறிமுகமானவர்கள். எழுத்து இதழையே தமிழ்ச்

சிற்றிதழ் இயக்கத்தின் தொடக்கப் புள்ளியாகக் குறிப்பிட வேண்டும். எழுத்து, இலக்கியத்தில் வணிகப்போக்கிற்கு எதிராக விமர்சன மதிப்பீட்டை முன்னிறுத்தியது. எழுத்து இதழின் ஆசிரியரான சி.சு. செல்லப்பா மணிக்கொடி படைப்பாளிகளையே தொடர்ந்து மதிப்பீட்டிற்கு உள்ளாக்கினார். குறிப்பாக, பெருமளவு வாசகர்களைக் கவர்ந்திராத மௌனியின் கதைகளைச் சமகால வாசக கவனத்திற்குக் கொண்டுவர முனைப்புக்காட்டினார். தேசிய அரசியல் பின்னணியிலிருந்து இலக்கிய உலகிற்குள் காலடிவைத்த செல்லப்பா மார்க்சிய சார்பு கொண்ட படைப்பாளிகளைப் புறக்கணித்தார். ஒருவகையில் எழுத்து மார்க்சிய எதிர்நிலைப் பாட்டினைக் கொண்டிருந்தது. பிரமிளின் எழுத்துலக வாழ்வின் துவக்கம் ஈழத்தில் நிகழ்ந்தது. ஈழத்தில் மார்க்சிய சார்பு எழுத்துலகில் வேகம் கண்டபோது, மார்க்சிய விமர்சகரான கைலாசபதியின் மேலாதிக்கத்திற்கு எதிராக இயங்கி, அதன் காரணமாக ஈழத்திலிருந்து தமிழகத்திற்கு வந்தார். மார்க்சிய எதிர்நிலைப்பாட்டைக் கொண்ட எழுத்து இதழ் பிரமிளை ஏற்றுக்கொண்டது. சி.சு. செல்லப்பாவும், க.நா. சுப்ரமணியமும் பழைய தலைமுறையின் பிரதிநிதிகளாக இயங்கியபோது, பிரமிளும், வெங்கட் சாமிநாதனும் இளம்தலைமுறையினரின் பிரதிநிதிகளாக இயங்கினர்.

பிரமிளின் எழுத்து இதழ், விமர்சனக் கட்டுரைகள், மௌனியின் கதைகளை ஆழ்ந்த வாசிப்பிற்கு உள்ளாக்கின. புதுமைப்பித்தனின் கதைகள் வாசக ஏற்பினைக் கொண்டிருந்தாலும், அந்த வாசக ஏற்பு விமர்சன அடிப்படையில் அமைந்திராதது என்பது பிரமிளின் பார்வையாக அமைந்தது. பிரமிளின் எழுத்துகாலக் கட்டுரைகள் தூய இலக்கியத்தை இலக்காகக் கொண்டு அமைந்தன. சி.சு. செல்லப்பாவின் பழைமைவாத போக்கிற்கு எதிராக இளம் படைப்பாளிகள் தனி இதழைத் தோற்றுவித்தபோது பிரமிளும், வெங்கட் சாமிநாதனும் இளம் தலைமுறையின் விமர்சகர்களாகத் திகழ்ந்தனர். தமிழ் இலக்கியச் சிற்றிதழ்கள் தோன்றி மறைந்து கொண்டிருந்த காலகட்டத்தில் இவ்விரு விமர்சகர்களும் தமிழ் இலக்கியச் சிற்றிதழ்களின் இயக்கத்திற்கே அடிப்படைகளாக அமைந்தனர். வணிகப் பிரச்சார எழுத்துகளுக்கு எதிராக இலக்கியச் சிற்றிதழ் இயக்கத்தை வழிநடத்திய பெருமை இவ்விரு விமர்சகர்களுடையது. முன்தலைமுறை விமர்சகர்களான க.நா. சுப்ரமணியமும் சி.சு. செல்லப்பாவும், இலக்கியத் தர அடிப்படையில் படைப்பாளிகளை இனம்காட்டிக் கொண்டிருந்த

போது இளம் தலைமுறை விமர்சகர்கள் இலக்கியத்தின் அடிப்படைகள் குறித்ததான விவாதங்களை எழுப்பத் துவங்கினர். பிரமிள், இலக்கியச் சாதனையின் பின்னணியில் தனிமனித ஆளுமையையே இனம் கண்டார். எவ்விதச் சூழலிலும் மேதைகள் தோன்றக்கூடும் என்பதனை நிறுவினார். கலையில் இலக்கியத்தின் தனித்தன்மை குறித்து உறுதியான நம்பிக்கையை அவர் கொண்டிருந்தார்.

பிரமிளின் விமர்சன எழுத்துகள் பெரும்பான்மையும் இலக்கிய அரசியல் தொடர்பானதாக அமைந்துள்ளன. விமர்சன ஊழல்கள், விமர்சனாஸ்ரமம் ஆகிய சிறு வெளியீடுகளையும் அவர் வெளிக் கொணர்ந்தார். தமிழின் நவீனத்துவம் அவருடைய எழுத்து காலகட்ட கட்டுரைகளின் தொகுப்பாக அமைந்துள்ளது. விமர்சன அடிப்படைகள் மீதான புரிதலில் பிரமிளும் வெங்கட் சாமிநாதனும் எதிர் எதிர் திசையில் இயங்கினர்.

எழுத்து காலகட்டத்திற்குப் பிறகு பிரமிள் மௌனியின் சாதிய அடிப்படையிலான பார்வையைக் கேள்விக்குள்ளாக்கினார். பார்ப்பன விமர்சகர்கள் மௌனியின் மீதான செயற்கையான மதிப்பீட்டினை உருவாக்குவதாகக் குற்றச்சாட்டினைத் தொடர்ந்து முன்வைத்தார். ஞானன் ஆன்மிகப் பார்வையைப் பார்ப்பனியத்திற்கு எதிரிடையானதாக முன்வைத்தார்.

ஆனால் வெங்கட் சாமிநாதன் பிரமிளுக்கு இடையிலான இலக்கிய அரசியல் தனிமனித ஆளுமை மோதலாக வடிவெடுத்தது. பிரமிளின் வசைமொழிகள் இளம் தலைமுறையினரை வெறுப்படையும்படிச் செய்தன. தமிழ் இலக்கியச் சிற்றிதழ் இயக்கம் நலிவடையும் இலக்கிய அரசியல் காரணமாக அமைந்தது.

தமிழ் இலக்கியச் சிற்றிதழ் இயக்கத்தின் வளர்ச்சியிலும் வீழ்ச்சியிலும் பிரமிள் பங்கு வகித்துள்ளார்.

விரிவான வாசிப்பிற்கு. தர்மோ ஜீவராம் பிருமிள், தமிழின் நவீனத்துவம், லயம் (1986)

133

பிள்ளைத்தமிழ். பிள்ளைத்தமிழ், பிரபந்த இலக்கிய வடிவங்களுள் ஒன்று. பிற்காலச் சோழர்களின் இறுதிக் காலகட்டத்தில் 12ஆம் நூற்றாண்டில் தோற்றம் கொண்டது.

இப்போது காணக்கிடைக்கின்ற முதல் பிள்ளைத்தமிழ் நூலாக ஒட்டக்கூத்தரின் குலோத்துங்கச் சோழன் பிள்ளைத்தமிழ் அமைகிறது. எனினும் 10ஆவது நூற்றாண்டில் எழுந்த பன்னிருபாட்டியல் பிள்ளைத்தமிழின் இலக்கணத்தைக் கூறுகின்றது. இப்போது காணக் கிடைக்காத பிள்ளைத்தமிழ் நூற்கள் பன்னிருபாட்டியல் காலத்திற்கு முன்பாக இருந்திருக்க வேண்டும். இல்லையெனில் பன்னிருபாட்டியல் சூத்திரங்கள் பிற்காலத்தில் நுழைக்கப்பட்டன வாகவும் அமையலாம்.

பிள்ளைத்தமிழ், குறிப்பிட்ட தலைவன் அல்லது இறைவனின் புகழைப்பாடும் நோக்கத்தைக் கொண்டது. 'குழவி மருங்கினும் கிழவதாகும்' என்னும் தொல்காப்பிய சூத்திரத்திற்கு நச்சினார்க்கினியர் பிள்ளைத்தமிழ் நூலை மனதில் கொண்டே உரை கூறியுள்ளார். பிள்ளைத்தமிழின் வேரினைப் பக்தி இலக்கியங்களில் காணலாம். பெரியாழ்வார் கண்ணனைக் குழந்தையாகப் பாவித்து பாடிய பாசுரங்களிலிருந்து பிள்ளைத்தமிழ், தனி இலக்கிய வடிவமாக வளர்ச்சி கண்டிருக்கவேண்டும். பெரியாழ்வார் குறிப்பிட்ட செங்கீரை, தால், சப்பாணி, அம்புலி எனும் நான்கு பருவங்களையும் முதல் பிள்ளைத்தமிழான குலோத்துங்கச்சோழன் பிள்ளைத் தமிழில் ஒட்டக்கூத்தர் கையாண்டிருப்பதைக் குறிப்பிடவேண்டும்.

பன்னிரு பாட்டியல், வெண்பாப் பாட்டியல், சிதம்பரப் பாட்டியல் ஆகிய நூல்கள் பிள்ளைத்தமிழின் இலக்கணத்தை வரையறுத் துள்ளன. பிள்ளைத்தமிழ்ப் பாடல்கள் விருத்தயாப்பில் அமைய வேண்டும். காப்பு, செங்கீரை, தால், சப்பாணி, முத்தம், வருகை, அம்புலி ஆகியன ஆண்பால், பெண்பால் என்னும் இரு பிள்ளைத் தமிழுக்கும் பொதுவாக அமைகின்றன. சிற்றில், சிறுபறை, சிறுதேர், என்பது ஆண்பால் பிள்ளைத்தமிழுக்குரிய பருவங்களாகவும், அம்மானை, நீராடல், ஊசல் என்னும் மூன்றும் பெண்பால் பிள்ளைத் தமிழுக்குரிய பருவங்களாகவும் அமைகின்றன.

பாட்டியல் நூற்கள் குறிப்பிட்ட பருவம் எவ்வெவ் வயதில் பாடப்படவேண்டும் என்பதையும் வரையறுத்துள்ளன. முதல் மூன்று மாதங்களில் காப்புப்பருவம் பாடப்படவேண்டும். ஒன்பது அல்லது பதினொன்று பாடல்களில் காப்புப்பருவம் அமைய வேண்டும். ஐந்தாவது மாதத்தில் செங்கீரைப் பருவமும், ஏழாவது மாதம் தாலப் பருவமும், ஒன்பதாவது மாதம் சப்பாணிப் பருவமும், பதினோராம் மாதம் முத்தப் பருவமும், பதின்மூன்றாம் மாதம்

அம்புலிப் பருவமும் பாடப்படவேண்டும். பதினேழாவது மாதம் சிற்றில் பருவத்தையும், பத்தொன்பதாம் மாதம் சிறுபறை பருவத்தையும், இருபத்தியொன்றாம் மாதம் சிறுதேர் பருவத்தையும் பாடவேண்டும். இலக்கண விளக்கப்பாட்டியல் சிற்றில், சிறுபறை, சிறுதேர், பருவங்களை 5, 6, 7 பருவங்களின் பாடலாம் என்கிறது. அரசர் மகுடம் சூட்டிய பின்பு அவர்மீது பிள்ளைத்தமிழ் பாடுவது மரபல்ல என்றும் கூறுகிறது. பொதுவாகப் பிள்ளைத்தமிழ் நூற்கள் பருவத்திற்கு 10 வீதம் 100 பாடல்களைக் கொண்டுள்ளன. பிள்ளைத்தமிழும் தலைவனின் புகழ்பாடுவதையே நோக்கமாகக் கொண்டுள்ளது. முதல் பிள்ளைத் தமிழான குலோத்துங்கச் சோழன் பிள்ளைத்தமிழ் அரசன் மீதே பாடப்பட்டுள்ளது. காலப் போக்கில் பிள்ளைத்தமிழ், சமயத்துறையைச் சார்ந்ததாக மாற்றம் அடைந் துள்ளது. குமரகுருபரின் மீனாட்சியம்மைப் பிள்ளைத்தமிழ், பிள்ளைத்தமிழ் நூல்களில் குறிப்பிடத் தகுந்ததாக மதிப்பிடப் படுகிறது.

பிற்காலத்தில் இஸ்லாமிய, கிறித்தவப் புலவர்களும் பிள்ளைத் தமிழ் வடிவத்தைக் கையாண்டுள்ளனர். பெண்பால் பிள்ளைத் தமிழ்கள் பிந்தைய காலகட்டத்தைச் சார்ந்தனவாக அமைகின்றன.

பிள்ளைத்தமிழ் நூற்கள் பெரும்பான்மையும் கவிஞர்களின் புலமைத்திறனைப் பறைசாற்றுவனவாகவே அமைந்துள்ளன. மீனாட்சியம்மைப் பிள்ளைத்தமிழ், சேக்கிழார் பிள்ளைத் தமிழ் போன்ற ஓரிரு பிள்ளைத்தமிழ் நூற்களைத் தவிர ஏனையவை தற்காலத்தில் வாசிப்பினை இழந்துள்ளன.

விரிவான வாசிப்பிற்கு. மு. சண்முகம் பிள்ளை, சிற்றிலக்கிய வகைகள், மணிவாசகர் நூலகம் (1982).

134

பின்அமைப்பியல்வாதம் (poststructuralism). பின்அமைப்பியல் வாதத்தை அமைப்பு மையவாதத்தின் நீட்சியாகக் குறிப்பிட வேண்டும். பின்அமைப்பியல்வாத சிந்தனையாளர்கள் அமைப்பு மையவாதக் கருத்துக் குழுவில் இயங்கியவர்களே. ரோலான் பார்த்தைப் பின்அமைப்பியல்வாதிகளின் முன்னோடியாகக் குறிப்பிட வேண்டும். பார்த்தின் கருத்தின்படி இலக்கியப் படைப்பு

குறிப்பிட்ட ஓர் அர்த்தத்துடன் நிற்பதல்ல. அது பல்வேறு அர்த்தங்களை உற்பத்திச் செய்யும் செயல்பாடு. அமைப்புமைய வாதம் கலாச்சார இயல் காட்சிகளை இலக்கியத்திலிருந்து புரிந்துகொள்வதற்கு மட்டுமே அழுத்தம் தந்தது. பின்அமைப்பு மையவாதம் இலக்கியத்தின் அகவயத் தன்மையைக் கணக்கில் கொள்கிறது.

அமைப்புமையவாதம் குறிப்பானும் குறிப்பீடும் சேர்ந்து செயலாற்றும் ஒரே அலகாகக் குறியை முன்னிறுத்தியது. ஆனால் பின்அமைப்பு மையவாதம் குறிப்பான், குறிப்பீடு ஐக்கியத்தைக் கேள்விக்குள்ளாக்கியது. இந்த ஐக்கியம் ஒருபோதும் நிகழ முடியாது என்றது. அர்த்தங்கள் சுயமாக நிறுவப்படுபவை அல்ல. வேறுவேறு உறவுகளின் காரணமாக அர்த்தங்கள் தொடர்ந்து உற்பத்தியாகின்றன. பிரசன்னமாக இருப்பது போல் ஒத்திவைக்கவும் படுகின்றன. அர்த்தங்கள் நிலையற்றவை. எனவே இலக்கியத்தில் புறவயத் தன்மைக்கு இடமில்லை. அது ஒரு காட்சி மயக்கம் மட்டுமே. மேலும் இலக்கியப் பிரதி தானாக இயங்காது. தன்னிறைவு பெற்றதாகவும் இருக்க முடியாது. பிரதியின் அர்த்தத்தின் மேலாண்மை படைப்பாளியைச் சார்ந்ததல்ல. இலக்கியப் பிரதி முழுமை பெற்ற பிறகு, படைப்பாளி அதிலிருந்து அந்நியமாகி விடுகிறான். ஆனால் பிரதி, அர்த்தத்தை உற்பத்தி செய்துகொண்டே இருக்கிறது.

எல்லா அர்த்தங்களும் பிரதியில் உள்ளடங்கியிருக்கின்றன. இலக்கியச் செயல்பாட்டில் பிரதி, வாசகன், வாசிப்பு என்ற மூன்றுமே முக்கியத்துவம் பெறுகிறது. எனவே எந்த வாசிப்பினையும் இறுதி வாசிப்பாகக் கொள்ளக்கூடாது. படைப்பாளி-வாசகன் என்னும் வேறுபாடில்லை. இவை விமர்சனச் சொல்லாடலின் உருவாக்கங்கள் மட்டுமே. வாசகனே அர்த்தத்தை வெளிப் படுத்துகிறான். இதனால் இலக்கியம் அரசியல் பரிமாணத்தைக் கொண்டிருக்கும். மொழியில் சொற்கள் வழக்கிலுள்ள அர்த்தத்தையும், மறைவான அர்த்தங்களையும் ஒருங்கே தருகின்றன. ஒரு பிரதியை வழக்கிலுள்ள அர்த்தத்திற்கு நேர்மாறாகவும் வாசிக்க இயலும்.

அமைப்பு மையவாதம் சசூரின் 'லாங்'கை முன்மாதிரியாகக் கொண்டு இலக்கியத்தில் யாப்பிலக்கணத்தை, இலக்கிய ரசனைக் கான விதிமுறைகளை வகுக்க இயலும் என்றது. பின்அமைப்பு வாதம் இதனை முழுமையாகப் புறக்கணித்தது. பிரதியின்

அர்த்த உற்பத்தியில் இறுதி என்பது இல்லை. எனவே இலக்கியத்தில் யாப்பிலக்கணம் என்பது கற்பனை மட்டும்தான்.

தமிழிலும் அமைப்புமைய விமர்சகர்களாக அறிமுகமானவர்களே பின்அமைப்பியல்வாத விமர்சகர்களாகத் தங்களை மாற்றிக் கொண்டனர். தமிழில் பூரணச்சந்திரன் பின்அமைப்பியல்வாத விமர்சகர்களில் முன்னோடியாகத் திகழ்கிறார்.

விரிவான வாசிப்பிற்கு

1. கோபிசந்த்நாரங், அமைப்பு மையவாதம் பின் அமைப்பியல் மற்றும் கீழைக்காவிய இயல், சாகித்திய அகாதெமி, புதுடில்லி (2005).
2. பூரண சந்திரன், அமைப்பியமும் பின் அமைப்பியமும்.
3. தமிழவன், தமிழவன் கட்டுரைகள், காவ்யா பதிப்பு (டிசம்பர் 2000).

பார்க்க: அமைப்பியல், தகர்ப்பமைப்பு, பின்நவீனத்துவம்.

135

பின்நவீனத்துவம் (postmodernism). பின்நவீனத்துவம், இலக்கியத்தில் படைப்பாளியின் சர்வாதிகாரம் உட்பட எல்லா விதமான சர்வாதிகாரங்களுக்கும் நவீனத்துவத்திற்கும் எதிரிடையான இலக்கியப் போக்கு.

அமைப்பு மையவாதம், பின் அமைப்பியல்வாதம் போன்று ஒரு கோட்பாட்டுத் தொடர்புடையதாகப் பின்நவீனத்துவத்தைக் குறிப்பிட இயலாது. பின் நவீனத்துவம் பண்பாட்டின் மாறிவரும் நிலையையே குறிக்கிறது. கோட்பாட்டிற்காக இது அமைப்பு மையவாதத்தையும் பின்அமைப்பியலையுமே சார்ந்துள்ளது. உலக அளவில் பின்அமைப்பியல்வாதச் சிந்தனையாளர்கள் பின்நவீனத்துவவாதிகளாகவும் அறியப்படுகின்றனர். பின்நவீனத்துவம் என்னும் சொல் 1989இல் பரவலான வழக்காற்றில் வந்தது. சமூகவியலில் செல்வாக்குப் பெற்று, பிறகு இலக்கியத்தை வந்தடைந்தது. பின்நவீனத்துவம் பல்வேறு சிந்தனைப்போக்குகளின் ஒட்டுமொத்தக் கருத்தாக்கமாக அமைகிறது.

மையம் சார்ந்த வாசிப்பைப் பின் நவீனத்துவம் புறக்கணிக்கிறது, பின் நவீனத்துவம் சார்ந்த வாசிப்பில் மையத்தை விட விளிம்பு முக்கியத்துவம் பெறுகிறது. படைப்பாளி, பிரதியின் சர்வாதிகாரி

அல்ல. வாசகச் செயல்பாட்டின் விளைவாகவே அர்த்தம் உருவாகிறது. இந்த அர்த்த உற்பத்தி முடிவற்றது. வாசகன் பிரதியைப் படிப்பது போலவே, பிரதி வாசகனைப் படிக்கிறது. ஒவ்வொரு பிரதியும் மாறிக்கொண்டிருக்கும், கலாச்சார எதிர்பார்ப்பு களின் தளத்தில் படிக்கப்படுகிறது. எனவே பன்முக அர்த்தங்களை மையப்படுத்துவதை விட அர்த்தத்தின் மையம் இழந்த வட்டாரத் தன்மையைப் பின் நவீனத்துவம் முதன்மைப்படுத்துகிறது.

பின்நவீனத்துவம் எல்லாவிதமான ஒழுங்கமைவிற்கும் எதிரிடை யானது. ஒழுங்கமைவு படைப்பாக்கத்திற்கு எதிரிடையானது. இதன் காரணமாகப் பின்நவீனத்துவம் மரபை மறுக்கின்றது. பழைமைக்கு எதிரான எதிர்ப்புக் குரலை எழுப்புகின்றது. எனவே நாவலுக்கு எதிராக எதிர்-நாவலை (anti novel) முன்னிறுத்துகின்றது.

பின்நவீனத்துவம் இலக்கியப் பிரதியைச் சமூகம் மற்றும் கலாச்சாரம் சார்ந்த ஆவணமாகக் கருதுகின்றது. பிரதியின் ஒவ்வொரு அர்த்தமும் ஏதாவது ஒரு மதிப்பீட்டு அமைப்பு மற்றும் வாழ்க்கைப் பார்வை யுடன் இணைந்தது. நவீனத்துவம் அல்லது மார்க்சியத்தைப் போல் படைப்பாளிகள் பின்பற்றும்படியான பட்டியல்களைப் பின் நவீனத்துவம் முன்வைக்கவில்லை. இலக்கியத்தை வாழ்க்கை அல்லது சமூக மதிப்பீடுகளின் பகுதியாக இனம்காணும் பின் நவீனத்துவம், வாழ்க்கை அல்லது சமூகப் பண்பாட்டிலிருந்து விலகிய இலக்கியத்தைக் கற்பனை செய்து பார்க்க முடியாது என்கிறது. பின்நவீனத்துவம் பெரும் தொல்கதைகளைவிட, சிறு தொல்கதைகளுக்கு முக்கியத்துவம் தருகிறது. அர்த்தத்தின் பன்முகத்தன்மைக்கும் வட்டாரத் தன்மைக்கும் அழுத்தம் தருகிறது. பின்நவீனத்துவம் எல்லாவிதமான பொதுமைப் படுத்துதலுக்கும் எதிரிடையானது. வட்டார அளவில் இயல்பாகவும், தன்னிச்சையுடனும் எழும்பும் வெளிப்பாடுகளை வரவேற்கிறது. படைப்பாக்க சுதந்திரத்தை வற்புறுத்தும் பின்நவீனத்துவம் கலாச்சாரத் தனித்தன்மைகளை ஏற்கின்றது. பெண்ணியம், நவீன வரலாற்றுவாதம், தகர்ப்பமைப்பு ஆகியனவும் பின் நவீனத்துவ தரிசனங்களின் பகுதிகளாக அமைகின்றன.

உலக அளவில் பின்நவீனத்துவம் மேலை நாடுகளின் குடியேற்ற மனப்போக்கிற்கு எதிர்முகமாக மூன்றாவது உலக நாடுகளை முக்கியத்துவப்படுத்தியது. மேட்டுக்குடி மக்களுக்கு எதிர்முகமாக நசுக்கப்பட்ட, துன்புறுத்தப்பட்ட மக்களை நிறுத்தியது. இந்திய

அளவில் சமஸ்கிருதத்தின் பிராமண காவிய இயலுக்கு எதிரிடையாக நாட்டார் காவிய இயலை முன்னிறுத்தியது.

தமிழைச் சென்ற நூற்றாண்டின் இறுதியில் பின்நவீனத்துவம் வந்தடைந்தது. அறுபதுகளைத் தொடர்ந்து வரும் முப்பது வருடங்களையும் தமிழில் நவீனத்துவத்தின் காலகட்டமாகக் குறிப்பிட வேண்டும். நவீனத்துவம் இலக்கிய வடிவங்களை அதற்கு இசைவானதாக மாற்றிவிட்டிருந்தது. இறுக்கமான மொழிநடையில் அமைந்த, செறிவான வாழ்வின் கசப்பு தொனிக்கும் இருண்மைப் பண்புகொண்ட நாவல் வடிவத்தை நவீனத்துவம் உருவாக்கியது. இதற்கு எதிரிடையாக நெகிழ்வான மொழிநடையிலமைந்த புனைவுப் பண்புமிக்க அர்த்தங்களின் பன்முகத்தன்மையை வற்புறுத்தும் நாவல் வடிவத்தைப் பின்நவீனத்துவம் முன்னிறுத்துகிறது. நாட்டார் வழக்காற்றியல் நோக்கில் பாரதக்கதையை எதிர்கொள்ளும் எஸ். ராமகிருஷ்ணனின் உப பாண்டவம் நாவலைப் பின்நவீனத்துவ நாவல் வடிவத்திற்கு எடுத்துக்காட்டாகக் குறிப்பிட வேண்டும். மரபான நாவல் வடிவின் கட்டுக்கோப்பைக் கேள்விக்குள்ளாக்கும் ஜெயமோகனின் பின்தொடரும் நிழலின் குரல் என்னும் நாவலையும் பின்நவீனத்துவ இலக்கிய வடிவமாகக்கொள்ள வேண்டும். ரமேஷ்-பிரேம், சாரு நிவேதிதா ஆகியோரையும் பின் நவீனத்துவ சாதனையளர்களாகக் குறிப்பிடவேண்டும்.

தமிழவன், அ. மார்க்ஸ் போன்றவர்கள் பின்நவீனத்துவக் கோட்பாட்டாளர்களாக முன்னிலைப்படுத்தப்படுகின்றனர். மார்க்சிய இலக்கியக் கோட்பாட்டிலிருந்து அமைப்பியல் பின் அமைப்பியல் வழியாக பின்நவீனத்துவத்தை இவர்கள் வந்தடைந்துள்ளனர். ஆனால் ரமேஷ்-பிரேம் போன்ற படைப்பாளிகளையே தமிழ்ப் பின்நவீனத்துவ விமர்சகர்களாக இனம்காண வேண்டும்.

விரிவான வாசிப்பிற்கு

1. கோபிசந்த் நாரங், *அமைப்பு மையவாதம் பின் அமைப்பியல் மற்றும் கீழைக்காவிய இயல்* சாகித்திய அகாதெமி, முதல் பதிப்பு, புதுடில்லி (2005).
2. தமிழவன், *இருபதில் நவீனத்தமிழ் விமர்சனங்கள்,* காவ்யா பதிப்பு, டிசம்பர் 2000.
3. சுரேஷ், எம்.ஜி, *பின்நவீனத்துவம் என்றால் என்ன?,* அடையாளம், புத்தாநத்தம்.

4. கிறிஸ்தோஃபர் பட்லர், பின்நவீனத்துவம் மிகச் சுருக்கமான அறிமுகம், தமிழில்: பிரேம், அடையாளம், புத்தாநத்தம்.

5. ஜிம் பவல், பின்நவீனத்துவம்: தொடக்கநிலையினருக்கு சுருக்கமான அறிமுகம், தமிழில்: பூரணச்சந்திரன், அடையாளம், புத்தாநத்தம்.

பார்க்க: அமைப்புமையவாதம், பின்அமைப்பியல், தகர்ப்பமைப்பு.

136

பின்னணி (settings). பின்னணி, புனைகதையில் கதை நிகழும் இடத்தையும், காலத்தையும் உணர்த்தும் கூறு. அதன் வடிவக் கூறுகளுள் ஒன்றாக அமைகிறது. நாடக வடிவத்தில் நாடக மனிதர்கள் இயங்குவதற்காக மேடையில் அமைக்கப்படும் ஒழுங்கைக் குறிக்கிறது.

நாவல், சிறுகதை என்னும் இரு புனைகதை வடிவங்களுள் நாவல் என்ற வடிவத்தில்தான் பின்னணி என்னும் கூறு முக்கியத்துவம் பெறுகிறது. சிறுகதையின் சிக்கன வடிவத்தில் பின்னணி குறித்த விரிவான சித்திரிப்பிற்கு இடமில்லாதாகிறது. ஓரிரு வரிகளில் காலத்தையும், இடத்தையும் உணர்த்தும் கட்டாயம் உள்ளது. நாவல் மதிப்பீடுகளின் வீழ்ச்சியை உணர்த்துகிறது. நாவலில் இயங்கும் மனிதர்களின் செயல்பாடுகளில் இருந்து மதிப்பீடுகளின் சிதைவை உணர்ந்துகொள்ளலாம். காலத்தோடு முரண்படும் மதிப்பீடுகளே வீழ்ச்சியை எதிர்கொள்கின்றன. இங்குக் காலத்தையும் மதிப்பீடுகளையும் எதிரெதிராக நிறுத்தும் தேவை எழுகிறது.

எனவே கதை நிகழும் காலத்தைக் குறித்த பதிவுகள், குறிப்புணர்த்த லாகவும் வெளிப்படையாகவும் நாவலில் முன்வைக்கப்படும். படைப்புலக மனிதர்களின் செயல்பாடுகள் சமூகத்தில் மரபாகத் தொடர்ந்துவரும் மதிப்பீடுகளோடு முரண்பாடு கொள்ளும். இங்கு மரபாகத் தொடர்ந்துவரும் சமூக மதிப்பீடுகளை உணர்த்தும் நிகழ்வுகளுக்கான தேவை எழுகிறது. பெரும்பாலும் நாவலின் மைய பாத்திரங்களின் செயல்கள் சமூக மதிப்பீடுகளோடு முரண் கொள்ளும். இத்தகைய காலம், இடம்குறித்த பதிவுகள் புனை கதையில் பின்னணி என்னும் கூறில் அடையாளப்படுத்தப் படுகின்றன.

தமிழில் வடிவச் சிறப்பு பெற்ற நாவல்களில் பின்னணி அதன் கலை வெற்றியில் முக்கிய பங்கை வகிக்கிறது. க.நா. சுப்ரமணியத்தின் பொய்த்தேவு நாவலில் கதை நிகழும் காலம் குறிப்புணர்த்தலாக உணர்த்தப்பட்டுள்ளது. நாவலின் மையப்பாத்திரமான சோமு தன் தந்தையின் தோளில் அமர்ந்து நெல் அரைக்கும் இயந்திரத்தை வேடிக்கைப் பார்க்கப் போவது கதை நிகழும் காலத்தைக் குறிப்பாக உணர்த்திவிடுகிறது. தங்கள் தேவைகளுக்காகக் கிராமத்தின் எல்லையைத் தாண்டியிராத சாத்தனூர் மக்கள் காவிரியில் பாலம் கட்டிய பிறகு அருகிலுள்ள நகரத்திற்குத் தேவைகளின் நிமித்தம் பயணம் செய்கின்றனர். காலத்தின் நகர்தல் இங்கு உணர்த்தப் படுகிறது. ஒடுக்கப்பட்ட மக்கள் வாழ்ந்த கீழத் தெருவைச் சார்ந்த கருப்ப முதலியார் என்ற குற்றப் பின்னணி கொண்ட தந்தைக்கு மகனாகப் பிறந்த சோமு சாத்தனூரில் பெரும் வணிகனாக உயரவும் முடிந்தது. மதிப்பீடுகளில் நிகழ்ந்த மாற்றங்களை நாவலின் இந்தப் பின்னணி உணர்த்திவிடுகிறது.

வட்டார நாவல்களில் பின்னணி தனிச்சிறப்பான இடத்தைப் பெற்றுள்ளது. படைப்புலக மனிதர்களைப் போலவே பின்னணியும் இயக்கம் கொள்கிறது. தலைமுறைகள் நாவலில் இரணியல் செட்டி என்னும் பழைமையான பிற்போக்கான சமூகத்தைச் சார்ந்த திரவி என்னும் இளைஞன் தன்செயலால் காலத்தின் முன் செல்லரித்துப் பான அச்சமூக மதிப்பீடுகள் இற்று நொறுங்குவதை உணர்த்துகிறான். நாவலில் இரணியல் செட்டி சமூகம் நம்பிக்கைக் கொண்டிருந்த மதிப்பீடுகளை உணர்த்தும் தகவல்கள் விரிவாகவே முன்வைக்கப்பட்டுள்ளன. அந்தச் சமூகத்திற்கு வெளியே காலத்திற்கு இசைவான மதிப்பீடுகள் ஏற்பைப் பெற்று வருவதையும் நாவலில் நிகழ்வுகள் முன்வைக்கின்றன. இங்கு, பின்னணிப் படைப்புலக மனிதர்களுக்கு இணையான இயக்கத்தைக் கொண்டுள்ளது.

புனைகதையின் வடிவக் கூறுகளுள் ஒன்றான பின்னணி அதன் கலைவெற்றியில் முக்கியப் பங்கினை வகிக்கிறது.

137

புதுக்கவிதை. மரபான தமிழ் யாப்பை முழுமையாகத் துறந்து 20ஆம் நூற்றாண்டுத் தமிழில் உருக்கொண்ட கவிதையை

அடையாளப்படுத்த எழுத்து இதழ் பயன்படுத்திய சொல் ‘புதுக் கவிதை.’ புதுக்கவிதை என்ற சொல்லே தமிழில் பின்னர் நிலைபேறு கண்டது. புதுக்கவிதை தமிழில் மரபாக வளர்ச்சி பெற்றது.

19ஆம் நூற்றாண்டின் இறுதியில் பிரெஞ்சு மொழியில் இலக்கணத்தைத் துறந்த கவிதை ஒரு தனிப் போக்காக வளர்ச்சி கண்டது. 20-ஆம் நூற்றாண்டின் துவக்கத்தில் ஆங்கிலமொழியில் இது தாக்கத்தைச் செலுத்தியது. 1913இல் தோற்றம்கொண்ட படிம இயக்கம் இந்தக் கவிதை மரபை வளப்படுத்தியது. டி.எஸ். எலியட், எஸ்ரா பவுண்ட் போன்ற மேதைகள் இவ்வியக்கத்தின் சாதனைக்குக் காரணமாக அமைந்தனர். 20ஆம் நூற்றாண்டின் முற்பகுதியில் தமிழ், ஆங்கில இலக்கிய மரபின் தாக்கத்தை எதிர்கொண்டது. வால்ட் விட்மனின் கவிதைகள் பாரதியிடம் தாக்கத்தைச் செலுத்தின. காலத்தின் முன் மரபு முன்னிறுத்தப்பட வேண்டும். புனிதம் என்ற ஒன்று மரபில் இல்லை என வாழ்வின் அனைத்துத் துறைகளிலும் மாற்றத்தை வரவேற்ற காந்திய இயக்கச் சூழல் இலக்கியத்திலும் மாறுதலை எதிர்நோக்கியது. இலக்கணத்தைத் துறந்த கவிதை தோற்றம் கொள்ள இதுவும் காரணமாக அமைந்தது. மணிக்கொடிக்குப் பின்னர் தோற்றம் கொண்ட இதழ்கள் இக்கவிதை முயற்சியை வசன கவிதை என அடையாளப்படுத்தின.

1959இல் எழுத்து இதழ் தோற்றம் கொண்டபோது மணிக்கொடி மரபில் வந்த படைப்பாளிகளான சி.சு. செல்லப்பாவும், க.நா. சுப்ரமணியமும் மணிக்கொடிக் காலப் படைப்புகளுக்கு விமர்சன மதிப்பீட்டினைத் தோற்றுவிக்க முயன்றனர். இலக்கியம் குறித்ததான விவாதங்களும் எழுப்பப்பட்டன. இலக்கியச் சிற்றிதழ் சூழல் தமிழில் தோற்றம் கொண்டது. எஸ்ரா பவுண்ட், டி.எஸ். எலியட் போன்ற ஆங்கிலப் படைப்பாளிகள் பெரும் தாக்கத்தைச் செலுத்தினர். தமிழ்க் கவிதையின் வடிவமாற்றம் மிகுந்த வரவேற்பைப் பெற்றது. ஆங்கிலப் படிம இயக்கம் கவனிப்பைப் பெற்றது. வசன கவிதை என்னும் சொற்சேர்க்கையின் முரண் நிலையை உணர்ந்த விமர்சகர்கள் ‘புதுக்கவிதை’ என்னும் புதிய சொல்லைத் தேர்ந்து கொண்டனர்.

20ஆம் நூற்றாண்டின் துவக்கத்தில் நிகழ்ந்த இலக்கிய மறுமலர்ச்சி உணர்ச்சிமையவாதப் போக்கினைத் தமிழில் வேரூன்றச் செய்தது. பாரதி, பாரதிதாசன் போன்ற கவிஞர்களின் கலைச் சாதனை

உணர்ச்சிமையவாத கவிதைப் போக்கிற்குக் கால ஏற்பினைப் பெற்றுத் தந்தது. வசனகவிதை யாப்பைத் துறந்தாலும் உணர்ச்சி மையவாத கவிதையின் பொதுப்போக்கிலிருந்து விலகலைக் கொண்டிருக்கவில்லை.

> பொன்குயில் சொல்லுகிறது
> தனிமை உயிரைத் தணலாக்கிவிட்டது
> தணல் உன் குரலால் ஜுவாலையாகிறது.
> என் நெருப்பு உன் நெருப்பை அணைக்குமா
> காதல் தீர்வதை விட இக்கிளர்ச்சியே போதை
> இத்துன்பமே இன்பம்
> குயிலா நெருப்பை வளர்ப்போம்
> க்வாவூஊ... க்வாவூஊ...

தமிழின் முதல் வசன கவிதையின் இவ்வரிகள் இலக்கணத்தைத் துறந்தாலும் உணர்ச்சிமையவாதக் கவிதையின் பொதுப் போக்கிலிருந்து சற்றேனும் விலகவில்லை. இந்த வரிகளில் பயன் படுத்தப்பட்டுள்ள சொற்கள் கவிதைக்கு எனத் தேர்ந்து கொள்ளப்பட்ட சொற்கள். எழுத்து இதழில் இலக்கணத்தைத் துறந்த கவிதை புதுக்கவிதையாக மறுபிறப்பெடுத்த போது, உணர்ச்சிமையவாதக் கவிதை, மரபுடனான தன் உறவை முழுமை யாகத் துண்டித்துக்கொண்டது. கவிதையின் சொற்கள் பேச்சுத் தமிழில் இருந்தே பெறப்பட்டன. சொல்ல வந்ததை நேரடியாக எவ்விதச் செயற்கையான அழகுபடுத்தலும் செப்பனிடுதலுமின்றிச் செறிவாகச் சொல்லப் புதுக்கவிதை முயல்கிறது. கவிதையின் உள்ளடக்கமும், அன்றாட வாழ்வு தொடர்பானதாகவே அமைந்தது. எனினும் அனுபவங்களின் ஆழத்தை உணர்த்தத் தவறவும் இல்லை. பசுவய்யா எனும் புனை பெயரில் சுந்தர ராமசாமி எழுதிய 'உன்கை நகம்' கை நகத்தையே உள்ளடக்கமாகக் கொள்கிறது. அன்றாட வாழ்வின் ஓர் இயக்கமான நகம் வெட்டப்படுதலின் அவசியத்தையே முன்நிறுத்துகிறது. அதே சமயம் அடிப்படை மானுட இயல்பிற்குள் ஆழமாக இறங்கிச் செல்கிறது. கவிதைக் கெனத் தேர்ந்துகொண்ட சொற்கள் ஏதுமில்லை. எவ்வித அலங்காரமும் சுட்டப்படவில்லை. எனினும் கவிதைக்கே உரித்தான அனுபவ விரிதல் இயல்பாக நிகழ்கிறது.

வசன கவிதை முன்னோடியான ந. பிச்சமூர்த்தியின் பெட்டிக் கடை நாரணன் கவிதை வசன கவிதையுடனான தன் உறவைத்

துண்டித்துக்கொண்டு, புதுக்கவிதையாகப் பிறப்பெடுத்துள்ளது. உவமையும் உருவகமும் செல்வாக்கை இழந்து படிமம் முக்கியத்துவம் பெற்றது. இருண்மை கவிதையின் அழகாக ஏற்பினைப் பெற்றது. கவிஞனால் எவ்விதக் கட்டுப்பாடுகளுக்கும் உட்படாமல் தன் அனுபவத்தை உணர்த்த முடிந்தது.

1959இல் தோற்றம் கொண்ட தமிழ்ப் புதுக்கவிதை இயக்கம் எவ்விதத் தொய்வுமின்றி மாறுதல்களை உட்கொண்டு சம காலத்திலும் நீடித்துள்ளது. அதன் துவக்க காலத்தில் பலருடைய எதிர்ப்பை எதிர்கொண்டாலும், காலப்போக்கில் வடிவமாக ஏற்பினைப் பெற்றுள்ளது. பிச்சமூர்த்தி, பசுவய்யா, நகுலன், வைதீஸ்வரன், சி. மணி, தருமு சிவராம் போன்றவர்களைப் புதுக்கவிதையின் முன்னோடிகளாகக் குறிப்பிட வேண்டும். நவீனத்துவம் செல்வாக்கினைப் பெற்றபோது, புதுக்கவிதை வடிவ மாற்றத்தை எதிர்கொண்டது. படிமவியல் போக்கு முக்கியத்துவம் பெற்றது. சமகால வாழ்வின் பொருளின்மை எள்ளலாக வெளிப்பட்டது. ஞானக்கூத்தன், கலாப்ரியா போன்றவர்களைக் குறிப்பிட வேண்டும். கசடதபற இதழ் நவீனத்துவத்தை முன்னெடுத்துச் சென்றபோது புதுக்கவிதை அதற்கு இசைவான வடிவத்தைப் பெற்றுக்கொண்டது. புதுக்கவிதை வாசகப் புரிதலைக் கணக்கில் கொள்ளாதது சிற்றிதழ் இயக்கத்தின் பொதுப் போக்கிற்கு இசைந்ததாக அமைந்தது.

சென்ற நூற்றாண்டின் இறுதியில் சிற்றிதழ்கள் செல்வாக்கு இழந்து நடுநிலை இதழ்கள் கவனத்தைப் பெற்றபோது தமிழ்ப் புதுக்கவிதை மற்றுமொரு வடிவ மாற்றத்தை எதிர்கொண்டுள்ளது. தேவதேவன், சுகுமாரன், ஜெயமோகன், மனுஷ்யபுத்திரன் போன்ற கவிஞர்களைக் குறிப்பிட வேண்டும். சென்ற நூற்றாண்டின் இறுதியில் பெண்ணிய இலக்கியப்போக்கு தமிழை வந்தடைந்த போது, அது புதுக்கவிதையை முக்கிய வடிவமாகத் தேர்ந்து கொண்டது. மாலதி மைத்ரி, தேன்மொழி, குட்டிரேவதி, வெண்ணிலா, திலகபாமா போன்ற பெண்ணியக் கவிஞர்களை இவ்வகையில் குறிப்பிட வேண்டும். மார்க்சிய சாய்வுகொண்ட விமர்சகர்களால் புதுக்கவிதை என்ற வடிவம் குறித்ததான ஏற்பு தொடக்கத்தில் மறுக்கப்பட்டாலும் வானம்பாடி இதழ் தோற்றம் கொண்டபோது மார்க்சியப் பார்வையில் அமைந்த கவிதைகள் தனிப்போக்காக வளர்ச்சியடைந்தன. மேத்தா, அக்னிபுத்திரன் போன்ற கவிஞர்களைக் குறிப்பிட வேண்டும்.

தற்காலத் தமிழ்க் கவிதை மரபு பெரும்பாலும் புதுக்கவிதைகளால் தான் நீட்டிப்பைப் பெறுகிறது.

விரிவான வாசிப்பிற்கு

1. வல்லிக்கண்ணன், புதுக்கவிதையின் தோற்றமும் வளர்ச்சியும்.
2. ஆ. ராஜமார்த்தாண்டன், கொங்குதேர் வாழ்க்கை.
3. ஆ. ராஜமார்த்தாண்டன், பசுவய்யா கவிதைக் கலை.
4. சுந்தர ராமசாமி, ந. பிச்சமூர்த்தியின் கலை: மரபும் மனித நேயமும்.

பார்க்க: வசன கவிதை.

138

புதுச்செவ்வியல்வாதம். (neoclassicism) செவ்வியல் இலக்கியக் கருதுகோள்கள், உத்திகள் எல்லாக் கால கட்டத்திற்கும் பொருந்தும் என்ற சிந்தனை கொண்ட படைப்பாளிகளின் இயக்கத்தைக் குறிக்கப் பயன்படுத்தப்படும் சொல் இது.

ஐரோப்பாவில் 1660-1780-க்கும் இடைப்பட்ட காலகட்டத்தைப் புதுச் செவ்வியல் காலமாகக் குறிப்பிடுவர். டிரைடன், ஸ்விட், அடிசன், போப், ஜாண்சன், கோல்டுஸ்மித் முதலிய கவிஞர்களை இந்தக் காலகட்டத்தைச் சார்ந்தவர்களாகக் குறிப்பிட வேண்டும். இவர்கள் அனைவரையும் மரபுவழிப்பட்டவர்களாகவும், செவ்வியல் இலக்கியத்தின் மீது பெரும் மதிப்புக்கொண்டவர் களாகவும் இனம் காணவேண்டும். ரோம செவ்வியல் இலக்கிய வடிவங்கள் அனைத்துக் காலகட்டத்திற்கும் பொருத்தமானவை என நம்பிக்கைக் கொண்டிருந்தனர். செவ்வியல் வடிவங்களை நுட்பமாக நகல் செய்வதன் மூலம் செவ்வியல் வடிவ விதிகளை அறிந்து கொள்ளமுடியும் என்ற உணர்வைக் கொண்டிருந்தனர். மனிதனைக் குறித்துத் தெளிவான வரையறுக்கப்பட்ட புரிதல் இவர்களுக்கு இருந்தது. மனிதச் செயல்பாடுகளே அவர்களின் படைப்பின் உள்ளடக்கமாக அமைந்தது. மனிதனுக்கும், பிரபஞ்சத்திற்குமான தொடர்பு, மனிதனுக்கும் கடவுளுக்குமான தொடர்பு இவற்றைப் பாடினர். மனிதனுக்கு ஒழுங்கை வற்புறுத்தினர். அங்கதத்தை மனிதனைத் திருத்தும் கருவியாகக் கொண்டனர்.

தமிழில் இதற்கு இணையான ஒரு காலகட்டத்தைக் குறிப்பிட இயலவில்லை. செவ்வியல் இலக்கியங்கள் ஒருசில நூற்றாண்டுகள்

வாசிப்பினைப் பெறாமலேயே இருந்துள்ளன. தமிழ்ச்செவ்வியல் இலக்கியக் கோட்பாடான திணைக்கோட்பாடு, நீண்ட புறக்கணிப்பைப் பெற்றுள்ளது. செவ்வியல் போக்கினைப் போலியாக நகல் செய்யும் போக்கை சுந்தரம் பிள்ளையிடம் காணமுடிகிறது. விதிவிலக்காக லக்ஷ்மணப்பிள்ளை போன்ற ஒரு சிலரிடமே செவ்வியல் இலக்கிய உணர்வு இருந்துள்ளது.

139

புதுமைப்பித்தன் (1906-1948). புதுமைப்பித்தன், மணிக்கொடிக் காலச் சூழலில் இயங்கிய விமர்சன உணர்வு கொண்ட படைப்பாளி.

படைப்புலக வாழ்வின் துவக்கம்முதல் கதைகளைப் போலவே கதைகளற்ற எழுத்துகளை எழுதுவதிலும் ஆர்வம் கொண்டிருந்தார். இதில் ஒருபகுதி இலக்கிய விமர்சனம் தொடர்பானதாக அமைந்துள்ளது. புதுமைப்பித்தன் தினமணி, தினசரி போன்ற இதழ்களில் துணை ஆசிரியராகப் பணிபுரிந்தார். இதன் காரணமாக நூல் மதிப்புரையாளராகவும் செயல்பட்டார்.

இலக்கியத்தில் அடிப்படைகள் குறித்த சிந்தனை மணிக்கொடியில்தான் தோற்றம் கொண்டது. மணிக்கொடியில்தான் புதுமைப்பித்தனின் சமகாலத்தில் இயங்கிய கு.ப. ராஜகோபாலனும், புதுமைப்பித்தனும் எதிர்எதிர் துருவங்களில் நின்று விவாதித்துக் கொண்டுள்ளனர். கு.ப. ராஜகோபாலன், படைப்பாளி தனக்கென ஒரு கொள்கையை உடையவனாக இருத்தல் வேண்டும்; படைப்பு அவன் கொள்கையை உணர்த்துகிறது என்னும் சிந்தனையை முன்வைத்தபோது, புதுமைப்பித்தன் படைப்பு எதையும் உணர்த்தாமல் இருக்கலாம் என்று தன் சிந்தனையை முன் வைத்துள்ளார். இலக்கியத்தை அனுபவ வெளிப்பாடாகக் கண்ட புதுமைப்பித்தன் அனுபவத்தின் நிலைக்களனாக வாழ்வை எதிர்கொண்டார். இலக்கியம் என்பது நாடிய பொருளைக் கூட்டுவிக்கும் சாதனம் என்று நினைத்திருப்பதைப் போன்ற தவறான அபிப்பிராயம் வேறு கிடையாது. இலக்கியம் உள்ளத்தின் விரிவு; உள்ளத்தின் எழுச்சி, மலர்ச்சி. இலக்கியகர்த்தா வாழ்க்கையை அதன் பல்வேறு சிக்கல்களுடன் நுணுக்கத்துடன், பின்னல்களுடன் காண்கிறான். அதன் சார்பாக அவன் உள்ளத்திலே ஓர் உணர்ச்சி பிறக்கிறது. அந்த உணர்ச்சி நதியின் நாதந்தான் இலக்கியம். வாழ்வைப் போலவே இலக்கியமும் ஒரு கட்டு

கோப்புக்குள் அடங்காதது என்ற உணர்வு அவருக்கு இருந்தது. கவிதையில் ஓசையின் முக்கியத்துவத்தை வற்புறுத்தினார். சாம்ராட்களின் சப்தஜாலம் என்னும் கட்டுரையின் தலைப்பே அவர் சிந்தனையை உணர்த்திவிடுகிறது. இந்தக் கட்டுரை கு.ப. ராஜகோபாலனின் வசன கவிதை முயற்சிகளுக்கு எதிரிடையாக முன்வைக்கப்பட்டதாகக் கொள்ளவேண்டும். வசன கவிதையை ஏற்க அவர் முன்வரவில்லை.

புதுமைப்பித்தன், அவர்கால படைப்பாளிகள் குறித்தும் படைப்புகள் குறித்தும் தெளிவான விமர்சன மதிப்பீடுகளைக் கொண்டிருந்தார். ராஜம் ஐயரின் கமலாம்பாள் சரித்திரத்தை 'முதல்பாதி நாவல் மறுபாதி கனவு' என மதிப்பிட்டார். கனவு நாவலின் அடிப்படைப் பண்பான எதார்த்தத்திற்கு எதிரிடையானது. பாரதியின் மீது உயர்ந்த மதிப்பீடுகளைக் கொண்டிருந்த புதுமைப்பித்தன், அவர் கவிதைகள் அனைத்தையும் ஒரே தரத்தில் எதிர்கொள்ள முன்வரவில்லை. பாரதியின் கவிதைகள் விமர்சனக் கண்ணோடு அணுகப்பட வேண்டியதின் அவசியத்தை வற்புறுத்தினார். மாதவையரின் 'கண்ணன் பெருந்தூது' கதையை வடிவச்சிறப்புக்கொண்ட முதல் தமிழ்ச் சிறுகதையாக இனங்காட்டிய பெருமையும் அவருடையதே.

புதுமைப்பித்தன் தமிழ் மரபிலக்கியத்தையும் அவருக்கே உரித்தான விமர்சனக் கண்ணோடு அணுகியுள்ளார். சங்க இலக்கியத்தைப் புகைப்படக் கவிதைகளாக இனங்கண்ட புதுமைப்பித்தன் அந்தக் கவிதைகளை அணுக, காலம் இடையூறாக அமைவதைச் சுட்டியுள்ளார். டி.கே.சியின் ரசனைப்பார்வையின் செல்வாக்கைப் புதுமைப்பித்தனிடம் இனங்காண முடிந்தாலும் டிகேசியுடன் முரண்படவும் செய்தார். கம்பராமாயணத்தில் யுத்த காண்டத்தையே கம்பனின் மேதைமையின் வெளிப்பாடாகக் கண்டார். ஔவையார், ஆண்டாள், கவிராயர் போன்ற பிற்காலக் கவிஞர்களின் தனிப்பாடல் களைத் தற்காலத்திற்கு அறிமுகம் செய்துள்ளார்.

புதுமைப்பித்தனின் மதிப்புரைகள் கறாரான மதிப்பீடுகளை முன்வைத்தன. 'கட்டைவண்டி' என்னும் நாடகத்திற்கான மதிப்புரை 'இது காப்பிப்பொடி அல்ல, வெறும் சிக்கிரிப்பவுடர்' என்றே முடிந்துள்ளது. காதலின் வெற்றி என்னும் நாவலுக்கு 'இது நாவலல்ல பள்ளிக்கூட மாணவன் காம்போஸிஷன்' என மதிப்புரை

எழுதியுள்ளார். புதுமைப்பித்தன் மதிப்புரைகள் அவருடையதான மதிப்பீட்டை உறுதியாக முன்வைத்துள்ளன.

இலக்கிய அரசியலிலும் புதுமைப்பித்தனையே முன்னோடியாகக் குறிப்பிடவேண்டும். மணிக்கொடியில் 'யாத்ரா மார்க்கம்' என்னும் தலைப்பில் வெளியான தழுவல், மொழிபெயர்ப்பு என்னும் இரண்டிற்கும் இடையிலான வேறுபாட்டைக் குறித்த விவாதம் குறிப்பிடத்தக்கது. அதுபோல் 'ரசமட்டம்', 'இரவல் விசிறிமடிப்பு' என்னும் தலைப்புகளில் தினசரியில் விவாதங்களை முன்னெடுத்துச் சென்றுள்ளார். இவ்விவாதங்கள் இலக்கியத்தில் அடிப்படைகள் குறித்ததான புரிதலுக்குப் பேருதவி செய்துள்ளன.

விமர்சன உணர்வுகொண்ட படைப்பாளிகளின் மரபிற்குப் புதுமைப்பித்தனையே முன்னோடியாகச் சுட்டவேண்டும்.

புதுமைப்பித்தன் உயிருடன் வாழ்ந்தபோது நமது இலக்கியம், புதுமைப்பித்தன் கட்டுரைகள், என இரு நூல்களாக அவர் விமர்சனக் கட்டுரைகள் தொகுக்கப்பட்டன.

நீண்ட இடைவெளிக்குப் பிறகு அவர் கதைகளற்ற எழுத்துகள் முழுமையாகத் தொகுக்கப்பட்டு, பலரால் வெளியிடப்பட்டுள்ளன.

விரிவான வாசிப்பிற்கு. ஜெயமோகன், *முதல்சுவடு*, தமிழினி, சென்னை (2003).

140

புதுவிமர்சனம் (new criticism). இது, தமிழ் விமர்சனத்தின் மீது தாக்கம் செலுத்திய ஐரோப்பிய விமர்சன இயக்கம்.

புது விமர்சனம் இருபதாம் நூற்றாண்டின் இருபதுகளில் குறிப்பாக அமெரிக்காவில் செல்வாக்குப் பெற்ற விமர்சன இயக்கம். ஐ.ஏ. ரிச்சர்ட்ஸ், டி.எஸ். எலியட், வில்லியம் எம்ஸன் ஆகியோரை முன்னோடிகளாகக் குறிப்பிட வேண்டும். 1941இல் ஜாண் குரோரான்ஸம் புதிய விமர்சனம் எனும் தன்னுடைய நூலில் இவ்விமர்சனப் போக்கின் தன்மைகளைப் பதிவு செய்துள்ளார். இலக்கிய விமர்சனத்தில் தற்சார்பின்மையை வற்புறுத்திய டி.எஸ். எலியட்டின் சிந்தனை புது விமர்சனத்திற்கு வழிகாட்டியது. அதுபோல் வாசக மனதில் கவிதை தோற்றுவிக்கும் எழுச்சியை

அறிவியல் முறையில் பதிவுசெய்ய முயன்ற ஐ.ஏ. ரிச்சர்ட்ஸ் மற்றொரு வழிகாட்டியாக அமைகிறார்.

புது விமர்சனம் உள்ளப் பதிவு விமர்சனத்திற்கு எதிரிடையானது. படைப்பிலிருந்து உணரமுடிகிற படைப்பாளியையும், படைப்பாளி யாக இயங்கிய மனிதனையும் புது விமர்சனம் வேறுபடுத்திக் கண்டது. படைப்பு, படைப்பாளியின் சிக்கலான மனதின் வெளிப்பாடாக அமைகிறது. படைப்பாளியின் புறவுலக வாழ்வோடு தொடர்புகொண்டதல்ல. படைப்பாளியின் வாழ்க்கை வரலாறு படைப்பை வாசிக்க எந்த வகையிலும் உதவுவதில்லை. எனவே இலக்கிய விமர்சனத்திற்குப் படைப்பின் மீதான பரந்த, நெருக்கமான வாசிப்பே அடிப்படையாகிறது.

படைப்பு, படைப்பு மொழியிலாலானது. அதை உணர்ந்துகொள்ள படைப்பின் ஒருசொல் மற்றொரு சொல்லோடு கொள்ளும் உறவை அறிந்துகொள்ள வேண்டும். படைப்பாளியின் இலக்கிய உத்தி களைக் குறித்த அறிவும் இருந்தாக வேண்டும். புது விமர்சனத்தில் சொற்கள், படிமங்கள், குறியீடுகள் ஆகியன மிகுந்த முக்கியத்துவம் பெறுகின்றன. பிரதியை மிகுந்த கூர்மையான வாசிப்பிற்கு உட்படுத்துதல் புது விமர்சனத்தின் அடிப்படை. இதையே விமர்சன மரபிற்குப் புது விமர்சனம் அளித்த கொடையாகக் கொள்ள வேண்டும். கிளிந்த் புரூக்ஸ், பிளாக்மர், ஆலன்டேட், ராபர்ட் பென்வாரன் போன்ற அமெரிக்க விமர்சகர்களை இந்தப் போக்கின் முக்கிய விமர்சகர்களாகக்கொள்ள வேண்டும்.

தமிழில் எண்பதுகளில் புது விமர்சனம் தாக்கத்தைச் செலுத்தியது. எழுபதுகளின் இறுதியில் விமர்சன இயக்கத்தில் ஈடுபாடு கொண்ட சுந்தர ராமசாமி பிரதியின் மீதான முன்முடிவுகளற்ற கூர்மையான வாசிப்பை வற்புறுத்தினார். சி.சு. செல்லப்பா அலசல் விமர்சன முறையை அறிமுகம் செய்தாலும் படைப்பாளியின் ஆளுமை மீது கவனம் செலுத்தினார். க.நா. சுப்ரமணியம் உள்ளப் பதிவு விமர்சனத்தையே தன் விமர்சன நெறியாகக் கொண்டார். க.நா. சுப்ரமணியத்தின் மதிப்பீடுகளோடு உடன்பாடு கொண்டிருந்தாலும் சுந்தர ராமசாமி மதிப்பீடுகளைவிட அந்த மதிப்பீட்டை அடைவதற்கான வழிமுறைகள் முக்கியத்துவம் வாய்ந்தது என்றார். எண்பதுகளிலும், தொண்ணூறுகளிலும் அறிமுகமான பெரும் பான்மையான இளம் விமர்சகர்கள் புது விமர்சனத்தின் தாக்கத்தைப் பெற்றிருந்தனர். இருபதாம் நூற்றாண்டின் இறுதியில் அமைப்பியல்,

பின்னமைப்பியல், தகர்ப்பமைப்புக் கோட்பாடுகள் சார்ந்த விமர்சகர்கள் புது விமர்சகர்களை எதிரிடையாக எதிர்கொண்டனர்.

தமிழ் இலக்கிய விமர்சனத்தின் மீது தாக்கம் செலுத்திய முக்கிய விமர்சன நெறியாகப் புதிய விமர்சன நெறியைக்கொள்ள வேண்டும்.

141

பெண்ணியம் (feminism). இலக்கியத்தில் பெண்ணியம், உலகளாவிய இலக்கியப் போக்காக அமைகிறது. பெண்ணிய இலக்கியப் பிரதிகளைத் தேடுவதின் மூலம் தன் இயக்கத்தைத் துவங்கி, இன்று பண்பாட்டில் பெண்ணைத் தேடுவதாக வளர்ச்சி கண்டுள்ளது.

ஆணாதிக்கச் சமூகத்தில் விளிம்பில் ஓரம் கட்டப்பட்ட பெண்ணை மீட்டெடுக்க அது முயல்கிறது. இந்த நிலையில் பெண்ணிய இலக்கிய அணுகுமுறை அரசியல் அணுகுமுறையாக அமைகிறது. பிற அணுகுமுறைகள் மீது தாக்கத்தை நிகழ்த்துகிறது. கலகக்குரல் அதன் அடையாளமாக அமைகிறது. அது, 20ஆம் நூற்றாண்டின் இரண்டாவது பகுதியில் பெண்ணிய இலக்கியச் சிந்தனைகளாக வளர்ச்சி கண்டுள்ளது. உயிரியல், மொழியியல், உளப் பகுப்பாய்வியல், மார்க்சியத் தத்துவம், பின்நவீனத்துவம், இனக் குழுக் கல்வி, பண்பாட்டியல் எனப் பல்வேறு தளங்களில் தன் செயல்பாடுகளை விரித்துள்ளது. பெண்ணிய இலக்கியச் சிந்தனைகளை நான்கு வேறுபட்ட தளங்களைச் சார்ந்தவைகளாக வகை செய்யவேண்டும். உயிரியல், மொழியியல், உளப் பகுப்பாய்வியல், பண்பாட்டியல் என்னும் தளங்களையும் சார்ந்தனவாக அமைகின்றன. காலம் காலமாகப் பெண் உடல் இலக்கியத்தில் ஆணின் போகக் கருவியாகவே சித்திரிக்கப்படுகிறது.

பெண் தன் உடலை மொழியில் மீட்டெடுக்கும் முயற்சிகளே உயிரியல் தளமாக அமைகிறது. ஆணாதிக்கச் சமூகத்தில் மொழி ஆண்களால் ஆண்களுக்காகக் கட்டமைக்கப்பட்டது. பெண் அந்நிய மொழியைப் பேசும் கட்டாயத் திற்குள்ளாக்கப்படுகிறாள். பெண் தன்னுடையதான மொழியைத் தேடிக்கண்டடைவது மொழியியல் தளமாக அமைகிறது. ஃபிராய்டு பெண்குழந்தையை உறுப்புக் குறைபாடுடைய ஆண் குழந்தையாகக் கண்டார். இந்தப் பார்வை யூங், லக்கான் என்ற உளவியல் அறிஞர்களால் கேள்விக்குள்ளாக்கப்பட்டது. குழந்தை இனம் பிரித்தறியாத

நிலையில் தாயுடன் இணைந்திருந்தது. மொழியைக் கற்பிக்கும் தந்தை உயர்வு, தாழ்வு முரணைக் குழந்தைக்குக் கற்பிக்கின்றார். பெண்ணிய இலக்கியச் சிந்தனை இவ்வாறு கற்பிக்கப்பட்ட பால் முரணைக் கலையின் ஊடாக விசாரணைக்குள்ளாக்குகிறது. உளப்பகுப்பாய்வியல் தளத்தைச் சார்ந்ததாக இது அமைகிறது.

ஆணாதிக்கச் சமூகத்தில் பண்பாடு ஆண்களுக்காக ஆண்களால் கட்டமைக்கப்படுகிறது. பெண்ணிய நோக்கில் பண்பாடு மாற்றி யமைக்கப்படுவது பண்பாட்டுத்தளமாக அமைகிறது. தலித் பெண்ணியம் முற்றிலும் வேறான தளத்தில் பெண்ணைத் தேடுகிறது. பின்நவீனத்துவம் அதிகார எதிர்ப்பை எல்லா நிலைகளிலும் எடுத்துச் செல்கிறது. ஆணாதிக்கத்தையும் இது எதிர் கொள்வதால் பெண்ணியம் ஒரு நிலையில் பின்நவீனத்துவம் தொடர்புடைய தாகவும் அமைகிறது.

ஐரோப்பியப் பெண்ணியப் படைப்புகளை மூன்று காலகட்டங் களைச் சார்ந்தனவாக இனம் காண்கின்றனர். 1840–1880 வரையிலான காலகட்டம் பெண்படைப்பாளிகள் ஆண்படைப்பாளிகளை நகல் செய்த காலகட்டம். 1880–1920 வரையிலான காலகட்டம் பெண் தன்னுடையதான உரிமைகளைக் குறித்துச் சிந்தித்த காலகட்டம். 1920இலிருந்து தற்காலம் வரையிலான பெண்ணிய இலக்கியப் போக்கின் காலகட்டமாக விரிகிறது. தமிழ் இலக்கியத்தில் பெண்படைப்பாளிகளின் வரவு மிகவும் தொன்மையானது. பக்தி இலக்கியக் கால கட்டத்திற்குப்பின் இம்மரபு தொய்வடைந்து ஔவை மூதாட்டியின் காலகட்டத்தில் மீண்டும் தொடர்ச்சி பெறுகிறது.

19ஆம் நூற்றாண்டில் கிருபை சத்தியநாதன், கஜாம்பிகை, விசாலாட்சி அம்மாள், கு.ப. சேது அம்மாள், வை.மு. கோதைநாயகி அம்மாள், மூவலூர் ராமாமிர்தத்தம்மையார் எனப் பெண் படைப்பாளிகளின் மரபு தொடர்கிறது. ஆண் படைப்பாளிகளின் படைப்புலகம் இனம் காட்டாத பெண் வாழ்வின் மீதான அக்கறையை, புரிதலை இவர்களுடைய படைப்புலகம் முன் வைக்கவில்லை. இவர்கள் அனைவரும் பெண்படைப்பாளிகள்தான், பெண்ணியப் படைப்பாளி களல்லர்.

ஆணாதிக்கம் கொண்ட தமிழ் விமர்சன மொழி பெண்ணியப் படைப்பாளிகள் என்பதனால் சிலரைப் புறக்கணித்தும் உள்ளது.

18ஆம் நூற்றாண்டில் செங்கோட்டை ஆவுடையக்காளையும், 20ஆம் நூற்றாண்டில் தமிழ்மகள் மங்களம்மாளையும் பெண் என்னும் காரணத்தினால் தமிழ் விமர்சனமொழி புறக்கணித்துள்ளது. ஆவுடையக்காள் 'பெண் இழிவு' என்ற கருத்தாக்கத்தின் மீது முதல் முறையாகப் போர் தொடுத்தவள். தமிழ்மகள் மங்களம்மாள் பெண்ணை அறிவுலகச் சூழலுக்கு அழைத்து வந்தவள்.

20ஆம் நூற்றாண்டின் துவக்கத்தில் தமிழ்ப் பெண் படைப்பாளிகள் ஆண் படைப்பாளிகளை நகல் செய்பவர்களாகவே இருந்துள்ளனர். இவர்கள் கையாளும் கதைமொழி ஆண்வாசகர்களுக்கு கதை சொல்லும் பாங்கில் ஆண்களால் உருவாக்கப்பட்டது. 20ஆம் நூற்றாண்டின் பிற்பகுதியில் ஹெப்சிபா ஜேசுதாசனிடம் பெண் கதைமொழியை எதிர் கொள்ளமுடிகிறது. 70-களில் அம்பையின் படைப்புகளில் பெண்ணியக் குரலைத் தெளிவாகக் கேட்க முடிகிறது. சென்ற நூற்றாண்டின் இறுதியில் ஈழத்தில் பெண்ணிய இலக்கிய இயக்கம் தோற்றம் கொண்டது. போர்ச் சூழலின் அடையாளங்களை மீட்டெடுக்கும் மனித முயற்சியில் இயல்பான நிகழ்வாக இது அமைந்துவிடுகிறது. 20ஆம் நூற்றாண்டின் இறுதியில் பின் நவீனத்துவக் காலச்சூழலில் தலித் இலக்கியத்தின் உடனிகழ்வாகப் பெண்ணிய இலக்கியமும் கவனம் பெற்றுள்ளது. தமிழில் மிகப் பெரும்பான்மையான பெண்ணியப் படைப்பாளிகள் கவிஞர் களாகவே உள்ளனர். மாலதி மைத்ரி, தேன்மொழி, சல்மா, உமாமகேஸ்வரி, சுகிர்த ராணி, இளம்பிறை, திலகபாமா, குட்டிரேவதி எனப் பெண்ணியக் கவிஞர்களின் வரிசை தொடர்கிறது. ஈழப்பெண் கவிஞர்களிடையே ஒரு பொது அடையாளத்தை இனம்காண முடிகிறது. அதிகார எதிர்ப்புணர்வு எல்லாக் கவிஞர் களிடமும் உள்ளது. தமிழகச் சூழலில் வேறுபட்ட தளங்களில் பெண்ணியக் கவிஞர்களை எதிர்கொள்ள முடிகிறது. சிவகாமி, பாமா போன்றவர்களின் புனைகதைகள் தலித் பெண்ணியத்தை முன்னெடுத்துச் செல்வனவாக அமைகின்றன. அழகியநாயகி அம்மாள், பாரததேவி, முத்தம்மாள் பழனிச்சாமி ஆகியோரின் தன்வரலாற்று நாவல்கள் இயல்பான பெண்ணிய வெளிப்பாடுகளாக அமைகின்றன.

விரிவான வாசிப்பிற்கு

1. மங்கை. அ, பெண்ணிய அரசியல், கங்கு (2005).
2. மிதிலா, இரெ., பெண் எழுத்து, அடையாளம், புத்தாநத்தம்.

142

பொருள்மயக்கம் (ambiguity). பொருள்மயக்கம், சமகாலக் கவிதையின் அழகியல் கூறுகளுள் ஒன்று. பொருள்மயக்கம் தெளிவிற்கு எதிரிடையானது. இந்தப் பொருளில் மொழியின் குறைபாட்டைச் சுட்டுவது. ஆனால் சமகால இலக்கிய விமர்சனம் இதன் பொருளை எதிர்த் திசையில் நகர்த்தியுள்ளது. மொழியின் குறைபாடாக அல்ல, அதன் சிறப்பாகப் பொருள்மயக்கம் கருதப்படுகிறது.

ஆங்கில விமர்சகரான ஐ. ஏ. ரிச்சர்ட்ஸ் கவிதையின் மொழியை அறிவியல் மொழியிலிருந்து வேறுபடுத்திக் காட்டினார். வில்லியம் எமர்சன் ஏழு விதமான பொருள் மயக்கங்கள் என்னும் தன் நூலில் பொருள்மயக்கத்தைக் கவிதையின் அழகியல் கூறாக நிறுவினார். சமகால இலக்கிய விமர்சனம் பொருள் மயக்கத்தைக் கவிதை மொழியின் இன்றியமையாத அழகியல் கூறாக இனம் காண்கிறது. கவிதையில் சொல் ஒரு பொருளையே குறித்தாக வேண்டும் என்பதில்லை. பலபொருள்கள் ஒரு சொல்லில் உள்ளடங்கியிருக்கக் கூடும். கவிதை மொழி பொருள்மயக்கத்திற்கு இடம் தருவது. கவிஞன் ஒன்றுக்கும் மேற்பட்ட பொருளைக் குறிக்கும்படியான சொற்களைக் கையாள்வதின் மூலம் கவிதையின் ஆழ்நிலைப் பொருளை உணர்த்துகிறான். ஒன்றுக்கும் மேற்பட்ட பொருளைத் தரும் சொல்லோ, சொற்றொடரோ கவிஞனால் கவிதையில் பயன் படுத்தும் நெறியே பொருள் மயக்கம் என்றாகிறது. இங்கு பொருள் மயக்கம் இலக்கிய உத்தியாக அமைகிறது.

    அக்கினி குஞ்சொன்று கண்டேன் - அதை
    ஆங்கோர் மரப்பொந்திடை வைத்தேன்
    வெந்து தணிந்தது காடு
    ....

பாரதி இந்தக் கவிதையில் பொருள்மயக்கத்தைக் கவிதையின் ஆழ்நிலைப் பொருளை உணர்த்தும்படியான இலக்கிய உத்தியாகக் கையாண்டுள்ளார். அக்னி உயிரற்றது. குஞ்சு உயிர்ப்பொருளின் இளமையைக் குறிப்பது. இவ்விரு சொற்களையும் இணைப்பதின் மூலம் பொருள் மயக்கத்தைத் தோற்றுவித்துள்ளார். தீப்பொறியை மரப்பொந்தில் வைத்ததினால் காடு எரிந்தது என்னும் நேர் பொருளி லிருந்து ஆழ்நிலைப் பொருளுக்கு வாசகனை நகர்த்துகிறார். அக்னி தூய்மையானது; அசுத்தங்களை எரிப்பது; புனிதமானதும்கூட.

குஞ்சு சிறிய உருவினைக் கொண்டிருந்தாலும் பேருருவை அடைய வல்லது. இந்தத் தொடரில் ஆழ்நிலைப் பொருள் காடு என்பதின் பொருளையும் மயக்கத்திற்குள்ளாக்குகிறது. அறியாமை என்ற இருள், அடிமைத்தனம் என்று பல்வேறு ஆழ்நிலைப் பொருளைச் சுட்ட இயலும். இப்போது பொருள்மயக்கம், கவிதையின் ஆழ்நிலைப் பொருளைத் துலக்குகிறது. அறியாமை அல்லது அடிமைத்தனத்திற்கு எதிரான புனிதப்போர் இன்று சிற்றுருவாக இருந்தாலும், ஒருநாள் பேருருவை அடைந்து பகையை அழித்து விடக்கூடும். பொருள்மயக்கம் இந்தக் கவிதையில் அழகியல் கூறாகவே அமைந்துள்ளது.

பொருள்மயக்கம் பெரும்பாலும் கவிதைமொழியைச் சார்ந்தது. மௌனி தன் சிறுகதை மொழியில் பொருள்மயக்கத்தை, கதையின் ஆழ்நிலைப் பொருளை உணர்த்த கையாண்டுள்ளார். தொடர்ந்து கவிதையைப்போல் சிறுகதைகளிலும் பொருள் மயக்கம் அழகியல் கூறாகப் படிந்துள்ளது.

பொருள்மயக்கத்தை மனம்போனபடி வலிந்து பொருள் காண்பதற்கு வழியாகப் பயன்படுத்தும் ஆபத்தும் உள்ளது. வில்லியம் எம்சன் பொருள்மயக்கத்தை ஏழுவகையாக இனம் காண்கிறார்.

1. சொல்லோ, சொற்றொடரோ ஒரே சூழலில் பலபொருள் தருவது.
2. ஒன்று அல்லது ஒன்றுக்கு மேற்பட்ட பொருள்களை ஒரே பொருளாக அமைத்தல்.
3. ஒன்றுக்கொன்று தொடர்பற்ற இருபொருள்களை ஒரே சமயத்தில் தருவது.
4. ஆசிரியரின் சிக்கலான மனநிலையை உணர்த்தும்படியாக பல்வேறு பொருள்களை ஒன்றாக இணைப்பது.
5. கவிஞன் படைக்கும்போதே தான் உட்கொண்ட பொருளைக் கண்டடையும்போது தோற்றம் கொள்ளும் குழப்பம்.
6. வாசகன் பொருள்கொள்ளும்படியான முரண்களைக் கொண்டிருப்பது.
7. படைப்பாளி தான் சொல்ல வந்ததைக் குறித்த தெளி வின்மையைக் கொண்டிருப்பதாகச் சுட்டுவது.

பொருள்மயக்கத்தைக் கொண்டு கவிதையின் ஆழ்நிலைப் பொருள் களைத் தெளிவாக்குவது வாசகத்திறன் சார்ந்ததாக அமைகிறது.

143

போலி (imitation). போலி, பிறிதொரு படைப்பாளியின் படைப்பை வேண்டுமென்றே நகல் செய்வதைக் குறிக்கின்றது. மற்றொரு படைப்பாளியின் குரல், நடை, வாழ்வின் மீதான அணுகுமுறை ஆகியவற்றைத் தழுவிப் படைப்புகளை உருவாக்குவதும் போலி யாகவே மதிக்கப்படும். தன்னுடையதான ஆளுமை யில்லாமையே போலிகளின் தோற்றத்திற்குக் காரணமாக அமைகிறது. அரிஸ்டாடில் காலகட்டத்தில் போலி ஏற்கத்தக்கதாகவே அமைந்தது. முன்னோடிகளை நகல் செய்வதன் மூலம் திறனை வளர்த்துக் கொள்ளமுடியும் என்ற நம்பிக்கை அப்போது இருந்தது. ஆங்கில இலக்கியத்தில் பதினெட்டாவது நூற்றாண்டுவரை நகல்செய்தல் எதிரிடையான மதிப்பீடாகக் கொள்ளப்படவில்லை. சமகாலத்தில் உலகம் முழுவதும் எதிரிடையான மதிப்பீடாகவே கொள்ளப் படுகிறது.

தமிழில் இலக்கியத் திருட்டு, போலி, தழுவல், தாக்கம், மொழி பெயர்ப்பு ஆகியன ஒரே பொருளிலேயே கையாளப்படுகின்றன. இந்தச் சொற்கள் அனைத்தும் ஒரு படைப்பிற்கும் மற்றொரு படைப்பிற்குமான தொடர்பைக் குறிக்கின்றது. இலக்கியத் திருட்டை நிகழ்த்து பவர் மூலப்படைப்பை இனம்காண இயலாதவாறு தற்காப்புகளைச் செய்துகொண்டிருப்பார். இலக்கியத் திருட்டு பிற மொழிகளில் இருந்துதான் நிகழ்த்தப்படவேண்டும் என்பதில்லை. வணிக இதழ்களில் இலக்கியத் திருட்டு அவ்வப்போது நிகழ்வதுண்டு.

1944இல் கலாமோகினி இதழில் வல்லிக்கண்ணன், மாரீச இலக்கியம் என்னும் தலைப்பில் இலக்கியத் திருட்டுகளை வெளிப்படுத்தி யுள்ளார். '1941 டிசம்பர் இதழில் வெளியான தேவியின் பரீக்ஷை (கே. வத்ஸ எழுதியது) உண்மையில் அம்புரோஸ் பியர்ஸின் வானவெளிக் குதிரைவீரன் (A Horseman in the Sky) என்பதைக் காப்பியடித்தது. அது முழு மொழிபெயர்ப்புமல்ல, முழுத் தழுவலுமல்ல. மூலத்தின் அழகான பகுதிகள் அப்படியே கையாளப்பட்டுள்ளன. ஆனால் மேற்கு விர்ஜீனியாவில் நடந்த கதை 17ஆம் நூற்றாண்டு பிற்பகலில் சிவாஜி முன்னிலையில் நடந்ததாகக் கூடுவிட்டுக் கூடுபாய்ந்திருக்கிறது.'

இலக்கியப் போலி இலக்கியத் திருட்டிலிருந்து வேறானது. ஓர் இலக்கியப் படைப்பு மரபில் பெரும் சாதனைகளை நிகழ்த்தியபோது அதன் தடத்தில் சென்று அதுபோன்ற படைப்பை உருவாக்க சிலரைத் தூண்டுகிறது. இத்தகைய இலக்கியப் போலிகள் எல்லாக் காலகட்டத்திலும் இருந்துவந்துள்ளன. பாரதிதாசன், கவிமணி கவிதைகளின் நகல்கள் ஏராளமாகவே உள்ளன. பிச்சமூர்த்தியின் 'கிளிக்கூண்டு'க்கு நகலாக கலைவாணரின் மணல்மேடு அமைவதாக வல்லிக்கண்ணன் சுட்டியுள்ளார். அதுபோல் கு.ப. ராஜகோபாலனின் விடியுமா கதையின் நகலாக மாயாவின் இறுதிக்கடிதம் அமைகிறது. இலக்கியத் திருட்டைப் போலவே இலக்கியப் போலியும் எதிரிடையான மதிப்பீடே.

தழுவல் ஒரு மொழிப் படைப்பை மற்றொரு மொழியில் அம்மொழியின் இயல்புக்கேற்ப மாற்றி அமைத்துக் கொள்வது. மூலமொழி ஆசிரியரின் பெயர் மறைக்கப்படும்போதுதான் எதிரிடையான மதிப்பீட்டிற்குள்ளாகிறது. தமிழில் மூல மொழியாசிரியர் பெயரைச்சுட்டும் போக்கும், புறக்கணிக்கும் போக்கும் உள்ளது. புதுமைப்பித்தன் போன்ற மேதைகளும் இக்குற்றச்சாட்டிற்கு உள்ளாகியுள்ளனர்.

மொழிபெயர்ப்பு ஒரு மொழியிலுள்ள படைப்பை, மற்றொரு மொழியில் மொழிமாற்றம் செய்வதைக் குறிக்கின்றது. இலக்கிய இயக்கத்தில் உயர்ந்த செயல்பாடாக அமைகிறது. இலக்கியத் தாக்கம் குறிப்பிட்ட படைப்பாளியின் படைப்பு ஆளுமையால் பாதிக்கப் பட்ட மற்றொரு படைப்பாளியின் ஆளுமையில் முதல் படைப்பாளியின் ஆளுமைக் கூறுகளை இனம்காண முடிவதைச் சுட்டுகிறது. இளம் படைப்பாளியின் துவக்ககாலப் படைப்புகளில் தாக்கத்தைத் தெளிவாகவே இனம்காண இயலும். வளர்ச்சிப் பாதையில் தாக்கம் குறைந்துவிடும்; இல்லையெனில் மறைந்துப் போகவும் கூடும். தமிழ்ச்சூழலில் இலக்கியப் போலியையும், இலக்கியத் திருட்டையும் எதிரிடையான மதிப்பீடுகளாகவே கொள்ளவேண்டும்.

144

மதிப்பிடுதல் (evaluation). மதிப்பிடுதல், இலக்கிய விமர்சனத்தின் இறுதி இலக்காக அமைகிறது.

மதிப்பிடுதல் வெளிப்படையாகவோ, மறைவாகவோ விமர்சனத்தில் நிகழ்கிறது. இலக்கியப் படைப்பைக் குறித்து உரையாடும்போது அதன் இலக்கிய மதிப்பைக் குறிப்பிடுவது தவிர்க்க இயலாததும் கூட. எனினும் விமர்சனத்தில் மதிப்பிடுதலின் இடம் குறித்த கேள்வி தொடர்ந்து இருந்துவந்துள்ளது. இலக்கியத்தைப் புறவயமாக எதிர்கொள்வதும், மதிப்பிடுதலும் முரண் இணைகளாக அமைகின்றன. மதிப்பிடுதலைக் கேள்விக்குள்ளாக்கிய டி.எஸ். எலியட் பின் மதிப்பிடுதலின் அவசியத்தை ஏற்கவும் செய்கிறார்.

ஆங்கில இலக்கிய விமர்சனத்தில் டிரைடன், போப், ஜாண்சன் காலம் தொட்டு மதிப்பிடுதல் இலக்கிய விமர்சனத்தில் முக்கியத்துவம் பெற்றுள்ளது. பழங்கால இலக்கியம் தந்த ஒளியில் நிகழ்கால இலக்கியத்தினை அவர்கள் மதிப்பிட்டனர். இலக்கியக் கலாச்சார மரபுகளைப் பேணுவதே அவர்கள் நோக்கம். பத்தொன்பதாம் நூற்றாண்டுவரை இந்த மரபு தொடர்ந்துள்ளது. இருபதாம் நூற்றாண்டில் விருப்பு வெறுப்பின்மை, புறவயமான அணுகுமுறை, ஆய்தல், ஒப்பிடுதல் ஆகியன விமர்சனத்தில் முக்கியத்துவம் பெற்றன.

மதிப்பிடுதல் அதன் முக்கியத்துவத்தை இழக்கத் துவங்கியது. எனினும் எலியட், ஐ.ஏ. ரிச்சர்ட்ஸ் விமர்சனங்கள் மதிப்பிடுதலை உள்ளடக்கியுள்ளன. என்றாலும் அறிதலை முக்கிய நோக்கமாகக் கொண்ட விமர்சன நெறி காலப்போக்கில் முக்கியத்துவம் பெற்று வந்துள்ளது. அறிதலை இலக்காகக் கொண்ட விமர்சன நெறி மதிப்பிடுதலை முழுமையாகப் புறக்கணிக்கிறது என்று சொல்வதற்கில்லை. ஆய்விலும், அறிதலிலும் மதிப்பிடுதல் உள்ளடங்கியதாகக் கருதியது. கல்விவட்டச் சூழலில் விமர்சனம் மதிப்பிடுதலை இலக்காகக் கொள்வதில்லை.

தமிழில் இலக்கிய விமர்சனம் துவக்கம் முதலே மதிப்பிடுதலை இலக்காகக் கொண்டுள்ளது. எனினும் கல்விவட்டச் சூழலில் மதிப்பிடுதல் புறக்கணிக்கப்பட்டே வந்துள்ளது. இலக்கியப் படைப்பில் எது எது உள்ளது என்பதைத் துலக்குவதிலேயே தமிழ்ப் பேராசிரியர்கள் முனைப்புக் கொண்டனர். பழங்கால இலக்கியங்களை மதிப்பீட்டிற்குள்ளாக்குவது தகாது என்ற உணர்வு இருந்துள்ளது. சமகால இலக்கியங்களின் மீதும் இதே உணர்வை செலுத்தியதனால் இலக்கியப் படைப்புகளையும், பொழுதுபோக்கு எழுத்துகளையும் சமநிலையில் கண்டனர். ஐம்பதுகளில் இலக்கியச்

சிற்றிதழ் சூழலில் இலக்கிய விமர்சனம் வேகம் பெற்றபோது மதிப்பிடுதல் முக்கியத்துவம் பெற்றது. க.நா. சுப்ரமணியம் தன் இலக்கிய அனுபவ அடிப்படையில் தன் மதிப்பீடு அமைவதாகக் குறிப்பிட்டார். சி.சு. செல்லப்பா அலசல் அடிப்படையில் மதிப்பீட்டைப் புறவயமாக நிகழ்த்த முயன்றார். நவீனத்துவ விமர்சகர்கள் மதிப்பீட்டிற்கான காரணங்களை மதிப்பீட்டைவிட முக்கியமானவைகளாகக் கருதினர். மதிப்பிடுதல் இந்தக் காரணங்களின் பின்னணியில் அமைந்தது. அலசல், ஒப்பிடுதல் மூலம் இந்தக் காரணங்கள் கண்டடையப்பட்டன. அமைப்பு மையவாத, பின்னமைப்பியல், தகர்ப்பமைப்புப் போக்கைச் சார்ந்த விமர்சகர்கள் பிரதியின் பொருள் உற்பத்திக்கே முதன்மையளித்தனர். மதிப்பிடுதல் அதன் முக்கியத்துவத்தை இழந்தது. எனினும் பிரதிகளுக் கிடையிலான வேறுபாட்டை இவர்கள் ஏற்றுக் கொண்டுள்ளனர்.

மதிப்பிடுதலின் முக்கியத்துவம் விமர்சனப் போக்கிற்கு ஏற்ப மாறி வந்துள்ளது.

145

மணிக்கொடி. விடுதலைப் போராட்டக்காலகட்டத்தில் 1933 செப்டம்பர் முதல் 1940 வரை இயங்கிய இலக்கிய உணர்வுகொண்ட பன்நோக்கு இதழ் மணிக்கொடி.

தமிழில் முப்பதுகளில் நிகழ்ந்த இரண்டாவது மறுமலர்ச்சிக்குக் களம் அமைத்துத்தந்த இதழும்கூட. மணிக்கொடியின் இறுதி இதழ்வரை அதன் ஆசிரியராக கு. ஸ்ரீனிவாசன் பெயரே சுட்டப் பட்டுள்ளது. எனினும் வெவ்வேறு காலப்பகுதிகளில் வெவ்வேறு ஆசிரியர்கள் அதனை வழிநடத்தியுள்ளனர். மணிக்கொடி இதழைத் தோற்றுவித்தவர்களாக கு. ஸ்ரீனிவாசன், தி.சு. சொக்கலிங்கம், வ.ரா. என்னும் மூவர் பெயரும் சுட்டப்படுகின்றன.

1933 ஜூலை 9ஆவது நாள் வெளிவந்த சொக்கலிங்கத்தை ஆசிரியராகக் கொண்ட காந்தி இதழ் மணிக்கொடியின் தோற்றத்தைக் குறித்து வேறான சித்திரத்தைத் தந்துள்ளது. கடலூர் சிறையில் மொழிவளர்ச்சியை நோக்கமாகக்கொண்ட ஒரு நிறுவனத்தைத் தேசபக்தர்கள் தோற்றுவித்தனர். தமிழ் பிரசுராலயம் என்ற அந்த நிறுவனத்திற்கு, தி.சு. சொக்கலிங்கத்தை மானேஜிங் டைரக்டராகத்

தேர்வு செய்தனர். நாசிக் சிறையிலிருந்த பம்பாய் பிரீபிரஸ் ஜர்னல் ஆசிரியரான கே. ஸ்ரீனிவாசன் ஜூன் 22ஆம் நாள் விடுதலையாகி, சொக்கலிங்கத்தின் இயக்கத்தில் தன்னையும் இணைத்துக்கொண்டார். இலக்கிய ஆர்வம்கொண்ட வ. ராமசாமி ஐயங்கார் இம்முயற்சியில் இணைந்தபோது ஒரு புதிய இதழுக்கான முயற்சி செயல்வடிவம் பெற்றது.

ஆனால் மணிக்கொடி இதழுக்கான பொருட்செலவு முழுவதையும் கு. ஸ்ரீனிவாசனே வகிக்க நேர்ந்தது என்ற உண்மையைப் பலரும் சுட்டியுள்ளனர். மணிக்கொடிப் படைப்பாளிகளில் ஒருவரான சி.சு. செல்லப்பா இந்த மூவரையும் மணிக்கொடியின் ஆசிரியர்கள் என்றே குறிப்பிடுகின்றார். எனினும் சொக்கலிங்கம் தொடர்ந்து தன் மேலாண்மையை நிறுவியுள்ளார். அவருடைய காந்தி இதழ் மணிக்கொடியோடு இணைக்கப்பட்டு 'இத்துடன் காந்தி இதழ் இணைக்கப்பட்டது' என்னும் தொடருடனேயே இறுதிவரையும் வெளிவந்துள்ளது. பின்னால் மணிக்கொடியை வெளியிட்ட நவயுகப் பிரசுராலயத்திற்கு சொக்கலிங்கமே மானேஜிங் டைரக்டராக இருந்துள்ளார். வ. இராமசாமி ஐயங்கார் ஒரு வருடமே அதன் ஆசிரியர் குழுவில் பணியாற்றியுள்ளார். மணிக்கொடியிலிருந்து அவர் விலக்கப்பட்டத் தகவல் 1934 மணிக்கொடி இதழில் வெளியாகியுள்ளது.

மணிக்கொடி நின்றுபோய் ஒரு சிறிய இடைவெளியில் 1935 மார்ச் முதல் பி.எஸ். ராமைய்யாவை ஆசிரியராகக் கொண்டு கதைப் பத்திரிகையாக வெளிவந்துள்ளது. 1938 பிப்ரவரி இதழ் முதல் பி.எஸ். ராமைய்யா ஆசிரியர் பொறுப்பிலிருந்து விடுவிக்கப்பட்டு, ப.ரா. என்னும் புதிய ஆசிரியரைக் கொண்டு வெளியாகியுள்ளது. மணிக்கொடி மீண்டும் பன்னோக்கு இதழாக வெளிவரத் துவங்கியது.

மணிக்கொடிக்கு, ஒரு முறையான நிர்வாக அமைப்பு துவக்கத்தில் இல்லாதிருந்தது. இக்குறையினைப் போக்க நவயுகப் பிரசுராலயம் என்னும் வெளியீட்டு நிறுவனம் தோற்றுவிக்கப்பட்டது. இந்த நிறுவனம் நூல்களையும் பதிப்பிக்கத் துவங்கியது. 1940இல் நவயுகப் பிரசுராலயம் தனியார்க்கு விற்கப்பட்டது. இந்நிறுவனம் மணிக்கொடியைத் தொடர்ந்து நடத்த முயற்சித்தது. மணிக்கொடிப் படைப்பாளிகளை மீண்டும் ஒருங்கிணைத்தது. உலகப்போர்ச் சூழலில் நிறுவனம் தன் இருப்பிடத்தைக் காரைக்குடிக்கு மாற்றிக் கொண்டது. தமிழில் முக்கியத்துவம் வாய்ந்த பலநூல்களை

வெளியிட்ட பெருமை இந்த நிறுவனத்திற்கு உண்டு. ஆனால் மணிக்கொடி இதழ் தொடர்ந்து வெளிவந்ததற்கான சான்றுகள் இல்லை.

வ. ராமசாமி ஐயங்கார், ஏ.என். சிவராமன், அவினாசிலிங்கம் செட்டியார் முதலிய விடுதலை வீரர்களின் அரசியல் களமாக துவக்கத்தில் மணிக்கொடி இயங்கியது. பாரதிதாசன், புதுமைப் பித்தன், கு.ப. ராஜகோபாலன், ந. பிச்சமூர்த்தி, மௌனி, பி.எஸ். ராமைய்யா, சி.சு. செல்லப்பா ஆகியோர் படைப்பாளிகளாக மணிக்கொடியில் இயங்கினர். க.நா. சுப்ரமணியம் சற்றுப் பின்னால் இவர்களோடு இணைந்து கொண்டார். குமுதினி, இளங்கோவன், எம்.வி. வெங்கட்ராம், சண்முகசுந்தரம் ஆகியோர் படைப்புகளும் பின்னாளில் மணிக்கொடியில் வெளியாயின. புதுமைப்பித்தன், கு.ப. ராஜகோபாலன், ந. பிச்சமூர்த்தி, மௌனி, பி.எஸ். ராமைய்யா, சி.சு. செல்லப்பா ஆகியோர் ஐம்பதுகளில் மணிக்கொடிப் பரம்பரை யினராகத் தங்களை அடையாளப்படுத்திக்கொண்டுள்ளனர். 1939 மணிக்கொடி இதழில் வெளியான கு.ப. ராஜகோபாலனின் 'இரண்டாவது மறுமலர்ச்சி' என்னும் தொடர்கட்டுரை முதன் முதலாக இந்த அடையாளத்தை முன்வைத்துள்ளது. மணிக்கொடியில் எழுதிய ஒவ்வொரு படைப்பாளியும் அதில் எழுதியதற்காகப் பெருமை கொண்டுள்ளனர்.

மணிக்கொடியின் முதல் இதழ் 1933 செப்டம்பர் மாதம் வெளியானது. 1935 ஜனவரி வரையிலான இதழ்களை மணிக்கொடியின் முதல் காலகட்ட இதழ்களாகக் குறிப்பிட வேண்டும். இக்காலகட்ட இதழ்களுள் பெரும்பான்மையானவை வ.ராவின் பங்களிப்பைக் கொண்டவை. இந்த இதழ்களில் வ.ராவின் எழுத்துகள் முக்கியத்துவம் பெற்றுள்ளன. நடைச் சித்திரங்களை ஓர் இலக்கிய வடிவமாகவே நிலைநிறுத்த வ.ரா. முயன்றுள்ளார். பிறரையும் நடைச் சித்திரம் எழுதும்படித் தூண்டியுள்ளார். இந்தக் கால மணிக்கொடி இதழ் பாரதிதாசன் கவிதைகளுக்கு அதிக முக்கியத்துவம் தந்துள்ளது. யாப்பினைத் துறந்த கவிதைகளும் இக்காலகட்டத்தில் அறிமுகமாகியுள்ளன. ஆனால் வசன கவிதை என்ற சொல்லாக்கம் மணிக்கொடியினுடையது அல்ல. பிச்ச மூர்த்தியும், கு.ப. ராஜகோபாலனும் இச்சோதனை முயற்சியில் ஈடுபட்டுள்ளனர். எதிர்காலத் தமிழ்க் கவிதை மரபின் போக்கையே இந்தச் சோதனை தீர்மானித்துள்ளது. பன்னோக்குக்கொண்ட

இந்தக் கால மணிக்கொடி இதழ்கள் கலையின் அனைத்து வடிவங்களுக்கும் சமமுக்கியத்துவம் தந்துள்ளன. இலக்கியத்தில் பொழுதுபோக்கு எழுத்துகளுக்கு எதிராக கலகக்குரலை எழுப்பின 'கற்பனை விற்பனைப் பொருளன்று' என்ற முதல் முழக்கம் மணிக்கொடியில் தான் வெளியானது. தமிழ்ச்சிற்றிதழ் மரபு இதை முன்னெடுத்துச் சென்றுள்ளது. சிறுகதை என்னும் வடிவம் மணிக்கொடியில் பெற்ற முக்கியத்துவம் சிறுகதைக்கென்ற பத்திரிகையாகவே இதனை உருமாற்றத் தூண்டியது. தமிழ் விமர்சனமும் மணிக்கொடியில் தான் வேர்கொண்டது. இலக்கியத்தின் அடிப்படைகள் விவாதிக்கப் பட்டன. தமிழ் நடையின் காலத்திற்கு ஏற்ற மாறுதல் வற்புறுத்துப் பட்டது. கு.பா. ராஜகோபாலன் ரவீந்தரரின் கவிதை குறித்ததான விமர்சனத்தின் ஊடாக மணிக் கொடியில் அறிமுகமாகியுள்ளார் என்பது குறிப்பிடத்தக்கது.

1935 மார்ச் முதல் 1938 பிப்ரவரி வரை மணிக்கொடி பி.எஸ். ராமையாவின் மேற்பார்வையில் சிறுகதைக்கென்ற இதழாக வெளிவந்தது. புதுமைப்பித்தன், மௌனி ஆகியோரின் சோதனை முயற்சிகள் தமிழ்ச் சிறுகதை மரபை வளர்ச்சிப் பாதையில் செலுத்தும் வல்லமை கொண்டிருந்தன. மணிக்கொடிப் படைப்பாளிகள் வெவ்வேறு பார்வை கொண்டவர்களாக இருந்தாலும், இலக்கியத்தரம் என்பதில் ஒருமித்த கருத்தினைக் கொண்டவர் களாகத் திகழ்ந்தனர். இலக்கியத்தின் அடிப்படை குறித்த விவாதங்கள் முன்னெடுத்துச் செல்லப்பட்டன. மிகக் கறாரான மதிப்புரைகளும் இக்காலகட்டத்தில் வெளிவந்துள்ளன. 1938-க்குப் பிறகு வந்த மணிக்கொடி இதழ்களில் திரைப்படம் குறித்ததான விமர்சனங்கள் முக்கியத்துவம் பெற்றுள்ளன. திரைப்படத்தை, கலைப்பாதையில் செலுத்தும் கனவை இவை கொண்டுள்ளன. கு.பா.ராவின் புகழ்பெற்ற விமர்சனத் தொடரான 'இரண்டாவது மறுமலர்ச்சி' இக்காலகட்ட மணிக்கொடி இதழில்தான் வெளிவந்துள்ளது. புதுமைப்பித்தன், பி.எஸ். ராமைய்யா ஆகியோரின் பங்களிப்பு இக்கால இதழில் அறவே இல்லை.

மணிக்கொடியினைக் குறித்த விமர்சனப் பதிவுகளும் தொடர்ந்து முன்வைக்கப்பட்டுள்ளன. மணிக்கொடிப் பரம்பரையைச் சார்ந்த படைப்பாளிகளும், அந்த மரபில் வந்த வெங்கட் சாமிநாதன், வேதசகாயகுமார் போன்ற விமர்சகர்களும் தமிழ் இலக்கிய வளர்ச்சியில் மணிக்கொடியின் பங்களிப்புக் குறித்துப் பெருமிதம்

கொண்டுள்ளனர். கைலாசபதி, அ. மார்க்ஸ் போன்ற விமர்சகர்கள் எதிர்மறையான விமர்சனங்களை முன்வைத்துள்ளனர். சிவத்தம்பி இலக்கியத்தின் சமூகப் பயன்பாட்டைக் குறித்து மணிக்கொடி கவலை கொண்டிருக்கவில்லை என்னும் மதிப்பீட்டை முன்வைத்துள்ளார். மணிக்கொடியின் வரலாற்றினை பி.எஸ். ராமையயாவும் தொடர்ந்து பல இலக்கிய வரலாற்று ஆசிரியர்களும் முன்வைத்துள்ளனர்.

விரிவான வாசிப்பிற்கு

1. பி.எஸ். ராமைய்யா, *மணிக்கொடி காலம்.*
2. வேதசகாயகுமார், *தமிழ்ச் சிறுகதை வரலாறு.*
3. சிட்டி, சிவபாத சுந்தரம், *தமிழில் சிறுகதை.*
4. கைலாசபதி, *க.நா.சுவும் மணிக்கொடி குழுவும்.*
5. சிவதம்பி, அ. மார்க்ஸ், *மணிக்கொடி.*

146

மரபு (tradition). சமகால இலக்கிய விமர்சனத்தில் அதிகம் பயன்படுத்தப்படும் சொல்லாக மரபு அமைகிறது. மரபு, தனக்குக் காலத்தால் முன்னுள்ள இலக்கியத்திலிருந்து மரபுரிமையாகப் பெறும் இலக்கிய அறிவைக் குறிக்கின்றது. தாய்மொழி இலக்கிய வடிவங்கள், உத்திகள், வழக்கங்கள், பண்பாட்டு வடிவங்கள் முதலியவற்றை அம்மொழியில் எழுத முற்படும் படைப்பாளியிடம் கொண்டு சேர்க்கிறது. படைப்பாளிக்கும் அவன் கடந்த காலத்திற்கும் இடையிலான சிக்கலாகவும், நுட்பமாகவும் அமைந்த தொடர்பைக் குறிக்கின்றது. இலக்கியத்திற்கு ஊடகமான மொழி மரபுரிமையாக அவனை அடைகிறது.

எனவே அவன் படைப்புகளும் அம்மரபையே சென்றடைகிறது. மரபைப் போலி செய்யும் படைப்பாளியால் மரபுத் தொடர்ச்சிப் பெறுவதில்லை. ஆனால், மரபை உட்கொண்டு அதை மீறிச் செல்லும் படைப்பாளியால் தான் அது தொடர்ச்சிப் பெறுகிறது. கடந்தகால மரபைக் குறித்து உணர்வு கொண்ட ஒரு படைப்பாளி அதில் மாற்றங்கள் செய்ய முற்படும் போது நிகழ்காலத்தைக் கடந்த காலத்தோடு இணைத்துவிடுகிறான். எனவே மரபில் மாற்றங்களைச் செய்யும் படைப்பாளியே அதன் வளர்ச்சியைச் சாத்தியமாக்கும்

படைப்பாளியாகிறான். அத்தகைய படைப்பாளிகளே மரபில் இடம்பெறுகின்றனர்.

மரபு குறித்த டி.எஸ். எலியட் முன்வைத்த சிந்தனை, சமகால இலக்கிய விமர்சனத்தில் இச்சொல் கவனம்பெறக் காரணமாக அமைந்தது. எலியட் மரபு என்பதைப் புகழ்பெற்ற படைப்பாளிகளின் கால அடிப்படையிலான தொடர்ச்சி எனக் கருதவில்லை. மாறாக, கடந்தகாலப் படைப்புகளை நிகழ்காலத்தில் இயங்கச் செய்யும் அமைப்பாகக் கண்டார்.

தமிழில் 'மரபு' என்னும் சொல் பல்வேறு பொருளில் கையாளப்படுகிறது. மரபுக்கவிதை, புதுக்கவிதை என்னுமிடத்து மரபு பழைமையானது, மாற்றங்களுக்கு எதிரிடையானது என்னும் பொருளைப் பெறுகிறது. ஈராயிரம் வருடத் தமிழ்க்கவிதை மாற்றங்கள் இன்றித் தொடர்வதாகச் சுட்டுகிறது. யாப்பில்கூட மாற்றங்கள் நிகழ்ந்தே வந்துள்ளது. மாறாதப் பண்பு தமிழ்க் கவிதையில் ஏதேனும் இருக்குமானால் புதுக்கவிதையிலும் அது தொடர்ச்சிக் கொள்கிறது என்றே கூறவேண்டும். தமிழ் நாவல் மரபு, சிறுகதை மரபு, காப்பிய மரபு என்னும்போது இலக்கிய வடிவங்களின் தொடர்ச்சியைக் குறிக்கின்றது. நவீனத்துவ மரபு எதார்த்த மரபு என்னும்போது குறிப்பிட்ட இலக்கியப் போக்கில் வெளிவந்த படைப்புகளின் தொடர்ச்சியைக் குறிக்கின்றது. விமர்சனம் மரபில் ஒரு படைப்பாளி பெறும் இடத்தை தீர்மானிக்கிறது என்னும்போது காலவரம்பற்ற படைப்பாளிகளின் தொடர்ச்சியைக் குறிக்கின்றது. அனைத்துப் பயன்பாட்டிலும் கடந்த காலத்தோடுள்ள உறவு பொதுமைக் கூறாக அமைகிறது.

147

மருட்பா. தொல்காப்பியர் வெண்பா, ஆசிரியப்பா என்னும் இரு பாக்களின் கலவையாக மருட்பாவைச் சுட்டுகிறார்.

பிற்கால யாப்பு நூலாசிரியர்களில் யாப்பருங்கல ஆசிரியர் மருட்பாவைப் பாக்களில் ஒரு வகையாக ஏற்கத் தயங்குகிறார். ஆனால் யாப்பருங்கலக் காரிகையில் மருட்பாவை விளக்குகின்றார். வீரசோழியமும் மருட்பாவை ஏற்கின்றது. பிற்கால நூற்களுள் இலக்கண விளக்கமும், முத்துவீரியமும் மருட்பாவை ஏற்கும்போது,

சுவாமிநாதம் அகவற்பாவில் ஒன்றாகவே கருதுகிறது. தமிழ்க் கவிதை மரபில் மருட்பாக்கள் காண இயலாததையும் குறிப்பிட வேண்டும். இலக்கணம் எழுதுவதற்குத் தொல்காப்பியர் எடுத்துக் கொண்ட கவிதைப் பரப்பில் மருட்பாக்களும் இருந்திருக்க வேண்டும். வடிவம் வழக்கிழந்தபின் இலக்கணம் மட்டுமே தொடர்ந்துள்ளது. எடுத்துக் காட்டிற்காக உதாரணச் செய்யுள்கள் மட்டுமே எழுதப்பட்டுள்ளன.

மருட்பா வெண்பாவாகத் தொடங்கி ஆசிரியப்பாவால் முடிவு பெறும் என்பது தொல்காப்பியர் கருத்து. எனவே செப்பலோசை முன்பாகவும் அகவலோசை பின்பாகவும் வரும். காக்கைப் பாடினியார் இதே வரையறையை முன்வைத்துள்ளார். மருட்பாவின் அடி வரையறையைக் குறித்துத் தொல்காப்பியரோ, காக்கைப் பாடினியாரோ சுட்டவில்லை. ஆனால் நல்லாதனார் மருட்பாவின் இறுதி எழுசீர் ஆசிரியம் பெற்று வரும் என்கின்றார். யாப்பருங்கல விருத்தியுரை யாசிரியர் இருவகைப் பாக்களும் சமமாக வருவதே சமமருட்பா என்றும் ஒவ்வாது வருவனவற்றை இயன்மருட்பா என்றும் குறித்துள்ளார். மருட்பாவின் பொருண்மையாகத் தொல்காப்பியர் பாடாண் திணைக்குரிய துறைகளாகக் கைக்கிளை, வாயுறை வாழ்த்து, செவியறிவுறூஉ, புறநிலை வாழ்த்து என்பவற்றைச் சுட்டியுள்ளார். இவற்றுடன் அவையடக்கியலும் மருட்பாவால் பாடப்பெறும்.

அகத்திணைக்குரிய கைக்கிளையில் தலைவன் அல்லது தலைவியின் பெயர் சுட்டப்பெறுமானால் அதனைப் புறத்திணையின்பாற் படுத்து பாடாண்திணையில் சேர்ப்பது தொல்காப்பியத்தின் கொள்கையாக அமைகிறது. நச்சினார்க்கினியர் அகப்புறக் கைக்கிளை எனச் சுட்டுகிறார். அகப்புறக் கைக்கிளை மருட்பாவின் பொருண்மையாக அமைகிறது.

'வழிபடு தெய்வம் நின்னைக் காப்ப' என வாழ்த்தும் புறநிலை வாழ்த்து ஆசிரியப்பா வெண்பா அல்லது இவ்விரண்டும் இணைந்த மருட்பாவில் பாடப்பெறும் என்கிறது தொல்காப்பியம். மருந்து போல் வாய்மைமிக்க சொற்களை உணர்த்தும் வாயுறை வாழ்த்து மருட்பாவின் பொருண்மையாகிறது. நூன்முகத்துப் பாடப்பெறும் அவையடக் கியலும் செவியிற்சொல்லுமாறு அறிவுறுத்தும் செவியுறையும் மருட்பாவின் பொருண்மையா கின்றன. வெண்பாப் பாட்டியல் நான்கு பாக்களுக்கும் உரிய

திணைகளை வரையறுக்கிறது. வெண்பாவிற்கு முல்லையும், ஆசிரியத்துக்கு குறிஞ்சியும், கலிப்பாவுக்கு மருதமும், வஞ்சிப்பாவிற்கு நெய்தலும் உரியன என வரையறுக்கும் பாட்டியல் பாலைத் திணையை மருட்பாவிற்கு உரியதாக்குகிறது.

மருட்பா பயின்றுவரும் தமிழ் இலக்கியப் படைப்பு எதனையும் சுட்ட இயலாது.

விரிவான வாசிப்பிற்கு

1. கந்தசாமி சோ.ந., தமிழ் யாப்பியலின் தோற்றமும் வளர்ச்சியும், தமிழ்ப் பல்கலைக் கழகம், தஞ்சாவூர் (1989).
2. சீனிவாச ராகவன், ரா, யாப்பொலி, திருப்பதி திருவேங்கடவன் கீழ்த்திசைக் கலை ஆராய்ச்சிக் கழகம் (1957).

148

மறுமலர்ச்சி (renaissance). மறுமலர்ச்சி, வரலாற்றில் ஒரு கால கட்டத்தைக் குறிக்கின்றது. மறுபிறப்பு என்னும் பொருளைத் தரும் இத்தாலிய மூலத்திலிருந்து ஆங்கிலச்சொல் தோற்றம் கொண்டது. தமிழில் மறுமலர்ச்சி என்னும் சொல், இருபதாம் நூற்றாண்டில் துவக்கத்திலேயே வழக்கில் உள்ளது. வையாபுரிப் பிள்ளை வ.வே.சு. ஐயரின் மொழிபெயர்ப்பாக இதனைக் கருதுகிறார். ஒரு கலாச்சாரம் தன் பழைமையை இழந்து நலிந்து அதன் சாம்பலிலிருந்து மீண்டும் பழைய பெருமையைப் புதிய வடிவில் மீட்டெடுப்பதை மறுமலர்ச்சி என்னும் சொல் குறிக்கின்றது.

ஐரோப்பிய வரலாற்றில் மத்திய காலகட்டத்திற்குத் தொட்டடுத்த காலகட்டத்தை மறுமலர்ச்சிக் காலகட்டமாகக் குறிப்பிடுகின்றனர். மத்திய கால ஐரோப்பா, மத நம்பிக்கையில் ஆழ்ந்திருந்தது. சமய அறிவே, அறிவாக ஏற்கப்பட்டது. பிற்போக்கான, பண்பாடற்ற மூடப்பழக்க வழக்கங்களில் ஆழ்ந்திருந்தது சமூகம். 14ஆம் நூற்றாண்டின் பிற்பகுதியிலிருந்து இந்நிலையில் மாற்றம் நிகழத் துவங்கியது. அச்சு இயந்திரத்தின் கண்டுபிடிப்பும், கல்வி வளர்ச்சியும் சமூகத்தில் வாசிக்கத் தெரிந்தவர்களின் எண்ணிக்கையை அதிகரிக்கச் செய்தன. கிரேக்க லத்தீன் இலக்கியங்கள் மறுவாசிப்பினைப் பெற்றன. நீண்ட கடல் பயணங்கள் மேற்கொள்ளப்பட்டு, புதிய நிலப்பகுதிகள் கண்டுபிடிக்கப்பட்டன. சமயத்தின் மேலாதிக்கத்

திலிருந்து மனிதன் விடுபட்டான். ஐரோப்பிய கலாச்சாரத்தின் ஒவ்வொரு துறையிலும் மாற்றங்கள் நிகழத்துவங்கியது. மனிதன் முக்கியத்துவம் பெற்று, மனிதநேயம் காலத்தின் மறுமலர்ச்சி வெவ்வேறு காலகட்டங்களில் தோற்றம் கொண்டது. இத்தாலியில் துவங்கியது, சற்று தாமதமாக இங்கிலாந்தை வந்தடைந்தது.

மத்தியகால ஐரோப்பியச் சூழலுக்கு நிகரான சூழல் 18ஆம் நூற்றாண்டில் இந்தியத்துணைக் கண்டத்தில் நிலவியது. தமிழ்நாடும் இதில் விதிவிலக்கல்ல; சமயப் பூசல்களும் சாதிப்பூசல்களும் தமிழ்ச் சமூகத்தை உலுக்கின. சமயக்கோட்பாட்டு விளக்க நூல்களும், கண்டன நூல்களும் வெளிவந்தன. 'அருட்பா', 'மருட்பா' போர்கள் அறிஞர்களுக்கிடையிலும் நிலவின. வடமொழி தர்க்க நூல்கள் அதிக செல்வாக்குப் பெற்றன. இச்சூழலில் ஐரோப்பியர் வருகை நிகழ்ந்தது. ஐரோப்பிய நாகரிகத்தின் தாக்கம் தமிழை வந்தடைந்தது. அச்சு இயந்திரங்கள் பரவலாக்கப்பட்டன. கல்வி வளர்ச்சியின் காரணமாகப் புதிதாக எழுதப்படிக்கத் தெரிந்தவர்களின் எண்ணிக்கை அதிகரித்தது. சி.வை. தாமோதரம்பிள்ளை, உ.வே.சா. போன்றவர்கள் தமிழ் செவ்வியல் இலக்கியங்களைப் பதிப்பித்தனர். கிரேக்க இலக்கியங்கள் ஐரோப்பாவில் நிகழ்த்திய தாக்கத்திற்கு நிகரான தாக்கத்தை இங்கு நிகழ்த்தின. இலக்கியம் சமயச் சிறையிலிருந்து வெளிவந்தது. ஆங்கில இலக்கிய அறிவு இதனை விரைவு படுத்தியது. விடுதலை குறித்தச் சிந்தனை அரும்பத் துவங்கியது. தேசியம் புதிய உணர்ச்சியாகத் தமிழை வந்தடைந்தது.

இலக்கியத்தில் மறுமலர்ச்சியின் தாக்கம் கவிதை வடிவில் நிகழ்ந்தது. ஆங்கில உணர்ச்சிமையவாதக் கவிதைகள் பெரும் தாக்கத்தைச் செலுத்தின. ஆங்கில உணர்ச்சிமையவாதக் கவிதையின் தேசிய, புரட்சி சிந்தனைகள் தமிழ்க் கலைஞர்களைக் கவர்ந்தன. மரபு என்னும் காரணத்தால் கண்மூடித்தனமாக ஏற்காமல், காலத்தின் முன்நிறுத்தி விமர்சிக்கத் துவங்கினர். பாரதிதாசன் கவிதைகளில் மறுமலர்ச்சியின் தாக்கத்தினை வெளிப்படையாகவே உணர இயலும். ஐரோப்பிய மறுமலர்ச்சியில் உயர்த்தப்பட்ட மனிதநேயம் தமிழிலும் கவனிப்பைப் பெற்றது. இக்காலகட்டத்தில் கவிமணி, மாதவையா, இலக்ஷ்மணப்பிள்ளை ஆகிய மூவரும் புத்தரின் வாழ்க்கை வரலாற்றைப் பாடியுள்ளது குறிப்பிடத்தக்கது. உரைநடையிலும் புனைகதைகள் வெளிவரத் துவங்கின. இதழ்கள் வெளியீட்டு ஊடகங்களாக நிலைபெற்றன. கு.ப. ராஜகோபாலன்

30-களை இரண்டாவது மறுமலர்ச்சிக் காலமாக மதிப்பிடுகின்றார். விடுதலைப் போரில் இக்காலப்பகுதி முக்கிய காலப் பகுதியாக அமைகிறது. இக்கால கட்டத்தில் புனைகதைகள் வளர்ச்சிப் பெற்றன. கவிதையின் இடத்தைப் புனைகதைகள் பெறத் தொடங்கின. 20ஆம் நூற்றாண்டு வரலாற்றாசிரியர்கள் மறுமலர்ச்சிக் காலகட்டம் என்பதைக் குறித்துக் கருத்துவேறுபாடு கொண்டுள்ளனர். ஒன்றுக்கு மேற்பட்ட மறுமலர்ச்சிகளை இனம்காண முயற்சி செய்கின்றனர்.

சமகால இலக்கிய வளர்ச்சியின் துவக்கப்புள்ளியாக மறுமலர்ச்சிக் கால இலக்கியத்தைக் குறிப்பிடவேண்டும்.

விரிவான வாசிப்பிற்கு. வையாபுரிப்பிள்ளை, *தமிழின் மறுமலர்ச்சி* (1955).

149

மறைகுறிப்பு (Allusion). இலக்கியப் பிரதியில் மற்றொரு இலக்கியப் படைப்பைக் குறித்தோ, தனிமனிதரைக்குறித்தோ அல்லது நிகழ்வைக் குறித்தோ படைப்பாளி மறைவாகக் குறிப்பிடுதல். இங்கு, படைப்பாளி வாசகனைத் தன் அனுபவத்தைப் பகிர்ந்து கொள்ள அழைக்கின்றான். மறைகுறிப்பு படைப்பின் ஆழத்தைக் கண்டடைய வாசகருக்குப் பயன்படுகிறது. வாசகர் அறியத்தக்கதான குறிப்புகளையே மறைகுறிப்பாகப் பயன்படுத்த முடியும், படைப்பாளி தன்னைக் குறித்ததான செய்தியையே மறைகுறிப்பாகப் பயன்படுத்தக்கூடும்.

‘நந்த சாம்பானை நந்த நாயனாராக்க, சிதம்பரத்தில் அக்கினிப்புடம் போட்ட பின்னர் வெகுகாலம் சென்றது.’ புதுமைப்பித்தன் ‘புதியநந்தன்’ கதையின் முதல்வரியில் இம்மறை குறிப்பைக் கையாண்டுள்ளார். நந்தனார் சரித்திரம் அறிந்த வாசகனால் இம்மறை குறிப்பு தோற்றுவிக்கும் முரண்நகையை உணர்ந்து கொள்ள இயலும். தமிழ்ச் சமூகத்தில் சாதிவேறுபாட்டின் வேர் ஆழமாகச் சென்றிருப்பதை இம்மறைகுறிப்பு உணர்த்தி விடுகிறது. கதையின் ஆழத்தை வாசகனுக்குத் துலக்குகிறது.

‘ஒளி வரும்பொழுது நாம் இருக்கவேண்டும் என்ற அவசியம் உண்டா? எனது சிருஷ்டிகள் இருந்தால் போதும்.’ புதுமைப் பித்தனின் ‘கடிதம்’ கதையின் இறுதி வரி இது. இங்கு படைப்பாளி

தன்னையே மறைகுறிப்பாகப் பதிவு செய்துள்ளான். ‘கலைப் படைப்புகள் காலத்தை வெல்லும்’ என்னும் மறைகுறிப்பு வெளிப்படுத்தும் பொருள் கதைக்குப் புதிய பரிமாணத்தைச் சேர்த்துள்ளது. மறைகுறிப்பை வெவ்வேறு விதங்களில் கையாள முடியும். இலக்கியப் படைப்பின் பொருள் புலப்படுத்துதலில் மறைகுறிப்பு முக்கியப் பங்கினை வகிக்கின்றது.

150

மனிதநேயம் (humanism). இது, மனிதனைப் பிரபஞ்ச வாழ்வின் மையமாகக் கொண்டு மனிதனுக்கும் மனிதனின் செய்கைகளுக்கும் முக்கியத்துவம் அளிக்கும் கோட்பாடு.

மனிதநேயக் கோட்பாடு ஐரோப்பிய மறுமலர்ச்சிக் காலகட்டத்தில் தோற்றம் கொண்டது. மத்தியகால ஐரோப்பா சமய நம்பிக்கையில் ஆழ்ந்திருந்தது. மறுமலர்ச்சிக் காலகட்டத்தில் செவ்வியல் இலக்கியங்கள் மறுவாசிப்புக் கண்டன. செவ்வியல் மதிப்பீடுகள் ஏற்பினைப் பெற்றன. மனிதனும், மனிதனுடைய செயல்களும் முதன்மைபெற்றன. ஆய்வுத்திறன், கலைஞானம், ஒழுங்குநெறி இவற்றின் அடிப்படையில் மனிதனே வாழ்வின் மையமாகக் கொள்ளப்பட்டான். இவ்வுலகிலேயே ஓர் உன்னதமான வாழ்வை அமைப்பது நடை முறைப்படுத்தப்படக்கூடியதே என்ற நம்பிக்கை எழுந்தது. இந்த மதிப்பீடுகளைக் கிரேக்கச் செவ்வியல் இலக்கியத்தோடு தொடர்புப்படுத்திக் கண்டனர். மனிதனின் பகுத்தறிவு முதன்மை பெற்றது. மனிதநேயம் மனிதனை நாகரிகம் அடையச் செய்தது. மறு உலக வாழ்வைவிட இவ்வுலக வாழ்வே முக்கியமானது எனும் நம்பிக்கையை வலுவடையச் செய்தது. மனித அனுபவமே உண்மையானது. மனித இயற்கைக்கு அப்பாற்பட்ட ஓர் உலகை அது மறுத்தது. சமயம் அல்ல; மனிதனின் மன உறுதியே அவன் இயற்கை உணர்ச்சிகளைக் கட்டுப்படுத்தி அவனை நேர்மையான வழியில் செலுத்தும் வன்மை கொண்டது. மனித நேயத்தைச் செவ்வியல் இலக்கியத் தாக்கத்தால் மறுமலர்ச்சிக் காலத்தில் எழுந்த கோட்பாடாகக் கொள்ளவேண்டும்.

தமிழ்க் கல்வி வட்டச் சூழலில் மிகுதியாகப் பயன்படும் சொல்லாக மனிதநேயம் விளங்குகிறது. எல்லா இலக்கியப் படைப்பு களிலிருந்தும் மனிதநேயம் தொகுக்கப்பட்டுள்ளது. தமிழ்க் கல்வி

வட்டம் பார்வையில் எல்லாப் படைப்பாளிகளும் மனித நேயத்தைக் கொண்டிருக்க வேண்டும். சிலப்பதிகார ஆசிரியரிலிருந்து சமகால சிறுகதை ஆசிரியர் வரை இதற்கு விதி விலக்கானவர்கள் அல்ல. மனித நேயப் பார்வையாக எதை வேண்டுமானாலும் குறிப்பிட இயலும். தமிழ்க் கல்விவட்டச் சூழலில் முற்றிலும் தவறாகப் பொருள் கொள்ளப்பட்ட கோட்பாடாக இதனைக்கொள்ள வேண்டும்.

151

மாய எதார்த்தவாதம் (magical realism). இது, புலன்களால் உணர இயலாத அனுபவங்களைப் புலன்களால் உணரத்தக்க எதார்த்தத்தைப் போல் துல்லியமான தகவல்கள்கொண்ட காட்சியாகச் சித்திரிக்கும் புனைகதை வடிவம். இதனை எதார்த்தமும் மாயமும் கலந்த வடிவமாகக்கொள்ள வேண்டும். லத்தீன் அமெரிக்க நாடுகளைப் பிறப்பிடமாகக் கொண்டது, மாய எதார்த்தவாதம்.

மிகை எதார்த்தத்தைப் போல் மாய எதார்த்தமும் ஓவியத் துறையில்தான் முதன் முதலில் தோற்றம் கொண்டது. 1925 கால அளவில் மிகை எதார்த்தப் பாணியில் அமைந்த ஜெர்மானிய ஓவியங்களில் மாய எதார்த்தம் இனங்காணப்பட்டது. விசித்திர உணர்வைத் தோற்றுவிக்கும் கனவுத்தன்மை கொண்ட ஓவியங்களாக இவை விளங்கின. நாற்பதுகளில் அமெரிக்க ஓவியங்களில் இது தாக்கத்தைச் செலுத்தியது. படிப்படியாகப் புனைகதை வடிவை அடைந்தது. இருபதாம் நூற்றாண்டின் எண்பதுகளில் புனைகதை வடிவில் மாய எதார்த்தம் ஆதிக்கம் செலுத்தியது.

1935இல் லத்தீன் அமெரிக்கப் படைப்பாளியான லூயிஸ் போர்ஹேவின் புனைகதை, மாய எதார்த்தவாத புனைகதை மரபின் முன்னோடிப் படைப்பாகக் கருதப்படுகிறது. நாற்பதுகளில் ஆஸ்திரியப் புனைகதை ஆசிரியரான ஜார்ஜ் சைகோ மாய எதார்த்தப் புனைகதைகளை எழுதியதோடல்லாமல், மாய எதார்த்தம் குறித்த தன் பார்வைகளையும் பதிவு செய்துள்ளார். கொலம்பியப் படைப்பாளியான கேப்ரியல் கார்ஸியா மார்க்ஸ் மாய எதார்த்தப் போக்கிலமைந்த நாவலை வெளியிட்டார். போர்ஹே, மார்க்கஸ் இருவருமே ஸ்பானிய மொழிப் படைப்பாளிகளே. லத்தீன் அமெரிக்க நாடுகள் ஸ்பானியர்களின் காலனிகளாக இருந்தன.

இவ்விருவருடைய புனைகதைகளிலிருந்துதான் மாய எதார்த்த வாதத்தின் வரையறைகள் தோற்றுவிக்கப்பட்டுள்ளன. மாய எதார்த்தம் லத்தீன், அமெரிக்க இலக்கியத்தில் செல்வாக்குப் பெற்றது. கார்லஸ் பியூன்டஸ் குறிப்பிடத்தக்க மாய எதார்த்தவாதப் படைப்பாளியாக அமைகிறார். சமகாலத்திலும், பின்னரும் இப்போக்கில் புனைகதைகளை எழுதிய வேறு சிலரையும் குறிப்பிட முடியும். போர்ஹே முதல் காலகட்டத்தைச் சார்ந்தவர். மார்க்கஸ், கார்லோஸ் பியூண்டஸ் ஆகியோர் அடுத்த காலகட்டத்தைச் சார்ந்தவர்கள். ஜெர்மன் படைப்பாளியான குந்தர் கிராஸையும் இக்காலகட்டத்தைச் சார்ந்தவராகக் குறிப்பிட வேண்டும். சால்மன் ருஸ்டி போன்றவர்கள் பிற்காலத்தைச் சார்ந்த மாய எதார்த்தப் படைப்பாளிகளாக அமைகின்றனர்.

மாய எதார்த்தப் புனைகதைகள் எதார்த்த, விசித்திர நிகழ்வுகளை அடுத்தடுத்து நிறுத்தி இவ்விரண்டின் கலவையாக அமைகின்றன. கனவுகள், தொன்மங்கள், தேவதைக் கதைகள், மிகை எதார்த்தப் போக்கிலமைந்த விவரணைகள் ஆகியவற்றையும் பயன் படுத்திக் கொள்கின்றன. நுட்பமான காலமாறுதல்களும் பதிவு கொள்கின்றன. மிகை எதார்த்தத்திற்கும், மாய எதார்த்தத்திற்குமான வேறுபாடுகள் குறைவுதான். மிகை எதார்த்தத்தை விவரணை சார்ந்ததாகவும், மாய எதார்த்தத்தை உள்ளடக்கம் சார்ந்ததாகவும் குறிப்பிட வேண்டும். மாய எதார்த்தப் புனைகதைகளில் இடம்பெறும் மாயத்தன்மை கொண்ட நிகழ்வுகள் குறியீட்டுப் பாங்கிலானவை.

தமிழில் புதுமைப்பித்தன் கதைகளில் மாய எதார்த்தப் போக்கை பிரமிள் இனம் காண்கிறார். 'சில்பியின் நரகம்' கதையினை எடுத்துக் காட்டாகக் கொண்டு மாய எதார்த்தத்தை விளக்குகிறார். உலகின் எல்லா இலக்கியப் போக்குகளையும் சார்ந்த முன்னோடிப் படைப்பு களைப் புதுமைப்பித்தன் படைப்புலகில் இனங்காணலாம். லத்தீன் அமெரிக்க இலக்கியம் சென்ற நூற்றாண்டின் இறுதியில் தமிழை வந்தடைந்தது. போர்ஹே, மார்க்கஸ் புனைகதைகள் தமிழில் மொழிபெயர்க்கப்பட்டன. இவை இளம் படைப்பாளிகள் மீது தாக்கத்தைச் செலுத்தின. எஸ். ராமகிருஷ்ணன், ஜெயமோகன் புனைகதைகளில் மாய எதார்த்தப் போக்கின் தாக்கத்தை உணர முடியும். நவீனத்துவத்தைப் போல், மாய எதார்த்தம் ஓர் இலக்கியப் போக்காகத் தமிழில் நிலைபேறு கண்டது எனக் கூறிவிட இயலாது.

152

மார்க்சிய இலக்கிய அணுகுமுறை (marxist literary approach). மார்க்ஸின் வரலாற்றுப் பொருள்முதல்வாதக் கண்ணோட்டத்தில் இலக்கியத்தை எதிர்கொள்ளும் அணுகுமுறை.

சமூகமாற்றத்தில் இலக்கியத்தின் பங்களிப்பை மார்க்சிய இலக்கியப் பார்வை வற்புறுத்துகிறது. மார்க்ஸ் மற்றும் ஏங்கல்ஸ் பொருளாதாரத்தைப் போல் கலை இலக்கியம் குறித்துத் தெளிவான, விரிவான சிந்தனைகளை முன்வைத்திருக்கவில்லை. மார்க்ஸின் சிந்தனையின் தடத்தில் கலை இலக்கியக் கோட்பாட்டை உருவாக்கும் முயற்சி பின்னால் தோற்றம் கொண்டது. வர்க்க முரண்பாடுகளே சமூக மாற்றத்திற்குக் காரணமாகின்றன. எனவே படைப்பாளியும் இவ்வரலாற்று உணர்வு கொண்டவனாக இருந்தாக வேண்டும்.

1932இல் ஸ்டாலின் தலைமையிலான ரஷ்யாவில் சோசலிச எதார்த்தவாதம் அரசியல் தலைமைக்கு ஏற்புடைய இலக்கிய அணுகுமுறையாக அறிவிக்கப்பட்டது. இலக்கியம் தொழிலாளி வர்க்கச் சார்புடையதாக, முற்போக்கு நோக்குடையதாக, அமைய வேண்டும் என வற்புறுத்தியது. சமூகம் எவ்வாறு உள்ளது என்பதோடு எவ்வாறு இருந்தாக வேண்டும் என்பதையும் சித்திரிக்க வேண்டும். மார்க்சியக் கோட்பாட்டின் மீதான பற்று, மக்கள் தொண்டு, வர்க்கச் சார்பு, மனிதாபிமானம், அனைத்துலகப் பார்வை, முற்போக்குப் பார்வை, இலக்கியத்தின் அகவயப் பார்வை மீதான மறுப்பு, ஆகியன சோசலிச எதார்த்தவாதத்தில் அழகியல் கூறுகளாக முன்வைக்கப்பட்டன. கார்க்கி போன்ற படைப்பாளிகள் இதனை வேறுவகையாகவும் விளக்க முற்பட்டனர். சோசலிச எதார்த்தவாதம் ஸ்டாலினின் சர்வாதிகார அரசியலின் கலாச்சார விரிவாக, படைப்பாளிகள் மீது வலுக்கட்டாயமாகத் திணிக்கப்பட்ட ஒன்றாகப் பிற்காலத்தில் மதிப்பிடப்பட்டது. காலப்போக்கில் சோசலிச எதார்த்தவாதம் பின்னடைவை எதிர்கொள்ள இதுவே காரணமாக அமைந்தது. சோவியத் ரஷ்யாவின் சிதைவு சோசலிச எதார்த்த வாதத்தை முழுமையாக மதிப்பிழக்கச் செய்தது.

மார்க்சிய சிந்தனையின் அடிப்படையில் இலக்கியத்தைப் புரிந்து கொள்ளும் முயற்சி உலகளாவிய நிலையில் காலந்தோறும்

தொடர்ந்துள்ளது. ஐரோப்பிய மார்க்சிய இலக்கியச் சிந்தனைவாதிகளின் முன்னோடியான ஜார்ஜ் லூக்கோஸ் பிரதிபலிப்புக் கோட்பாட்டினை முன்வைத்தார். கலை, இலக்கியம் போன்ற கலாச்சாரம் சார்ந்த மேல்கட்டுமானத்தை, சமூகத்தின் அடிக்கட்டுமானமான பொருளாதாரமே தீர்மானிக்கிறது என்றார். இலக்கியம் வர்க்க முரண்பாடுகளைப் பிரதிபலித்தே ஆக வேண்டும்.

கோல்டுமேன், லூக்கோஸின் இந்தச் சிந்தனையோடு உடன்பாடு கொண்டார். அடித்தளம் மேல்கட்டுமானத்தைத் தீர்மானிக்கிறது என்பதனோடு பொருளாதார அமைப்புகள், இலக்கிய அமைப்புகளைக் கட்டுப்படுத்துகின்றன என்பதைப் பொருத்திக் காட்டினார். கதை இலக்கியத்தின் மீது மார்க்சியத்தின் அடிப்படையிலான சமூகவியல் ஆய்வுகளை முன்மொழிந்தார்.

காலப்போக்கில் மார்க்சியர்கள் வேறுபட்ட இலக்கியச் சிந்தனைகளோடு உரையாடவும் நேர்ந்தது. செல்வாக்குப் பெற்று வந்த நவீனத்துவத்துடனான உரையாடலின் விளைவாக ஃப்ராங்பர்ட் குழுவின் இலக்கியச் சிந்தனை எழுந்தது. ப்ராங்பர்ட் மார்க்சியர்கள் இலக்கியப் பார்வையில் புதிய தடத்தை அமைத்தனர். சமூகப் பொருளாதாரம் மேல்கட்டுமானமாகிய கலாச்சாரத்தைப் பாதிப்பது போல், மேல்கட்டுமானமும் அடித்தளத்தைப் பாதிக்கின்றது என்றனர். கலாச்சாரத்தளத்தில் அடிக்கட்டுமானத்தைப் பாதிக்கும் கூறுகள் உண்டு என இனம் கண்டனர். இது ஜார்ஜ் லூக்கோஸ் பார்வைக்கு எதிரிடையானது. ஹார்க் ஹைமன், அதர்னோ, மார்க்கியூஸ் ஆகியோர் ஃப்ராங்பர்ட் குழுவினரின் விமர்சன அணுகுமுறையைத் தீர்மானித்தனர். கலையை உயர்தரக்கலை, பிரபலக்கலை என இரண்டாகக் கண்டனர். பிரபலக்கலை ஆதிக்கச் சக்திகளோடு இணைந்து மக்களை ஏமாற்றுகிறது. உயர்தரக்கலை எதார்த்தத்திற்கு அப்பால் நின்று எதார்த்தத்தை விமர்சிக்கிறது. ஆனால் இந்த விமர்சனம் நேர்முகமான பிரதிபலிப்பாக அமைவதில்லை. ஃப்ராங்பர்ட் குழுவினர் இலக்கியத்தைக் கட்சியின் மேலாதிக்கத்திலிருந்து முழுமையாக விடுவித்தனர்.

அமைப்பியல் சார்ந்த கோட்பாடுகளுக்கும், மார்க்சிய சிந்தனைக்கும் இடையிலான உரையாடலில் லூயி அல்தூஸேயின் இலக்கியச் சிந்தனை நிலைகொள்கிறது. லூக்கோஸின் இலக்கியக் கொள்கையை அல்தூஸே முழுமையாக மறுத்தார். சமூக உருவாக்கம் பொருளாதாரம் அழகியல் சித்தாந்தங்களின் இணைவால்

உருப்பெறுவது. இந்த மூன்றும் தன்னியல்பானவை; பொருளா தாரத்தின் பிரதிபிம்பங்கள் அல்ல. தமக்குள் உறவுகொண்டவைகூட. சமூக உருவாக்கத்தில் ஒருமுனையில் சித்தாந்தமும், மறுமுனையில் அறிவியலும் செயலாற்றுகின்றன. இவை இரண்டிலிருந்தும் சமதூரத்தில் இலக்கியம் நிலை கொள்கிறது. கலை இலக்கியத் திலிருந்து அழகியல் விளைவு தோற்றம் கொள்கிறது. அல்தூஸே இலக்கியத்தின் சிறப்பான தன்மையை ஏற்று, சமூகச் செயல்பாட்டில் தன்னிறைவு கொண்ட தளமாக முன்னிறுத்தினார். இலக்கியம் எதார்த்தத்தின் பிரதிபலிப்பு அல்ல; அது தன்னுடைய பலத்தில் நிற்கும் ஆற்றல் கொண்டது. அல்தூஸே மார்க்சிய இலக்கியச் சிந்தனையை ஒரு புதிய கால கட்டத்திற்கு எடுத்துவந்தார்.

டெர்ரி ஈகிள்டன் இலக்கியம், சிந்தாந்தத்திலிருந்து தொலைவில் நிற்கிறது என்ற அல்தூஸேயின் சிந்தனையோடு உடன்பட மறுக்கிறார். இலக்கியம் சித்தாந்தங்கள் சார்ந்த விவாதங்களின் பிரதிபிம்பமாக அல்லாது, விவாதங்களின் விளைவாக அமைகிறது என்கிறார். விமர்சனத்தின் நோக்கம் பிரதியில் சொல்லப்படாத கூறில் மறைந்துள்ள எதார்த்தத்தை வெளிப்படுத்தி உற்பத்தி முறையைப் புரிதலே என வரையறுத்தார். பிரதியைத் திறந்து காட்டுவதே, மார்க்சிய விமர்சனத்தின் தனிச்சிறப்பாக டெர்ரி இனம் கண்டார். தகர்ப்பமைப்புவாதத்துடனான மார்க்சியத்தின் உரையாடலை இங்கு உணர முடிகிறது.

ஃபெட்ரிக் ஜேம்சன் மார்க்சிய இலக்கிய விமர்சனம் பிரதியின் அரசியல் மறைபொருளை வெளிப்படுத்துவதில் கவனம் செலுத்துகிறது என்கிறார். அர்த்தத்தின் வெவ்வேறு அடுக்குகளை இனம்கண்டு வெளிப்படுத்துவதாகக் கணிக்கின்றார். மார்க்சிய இலக்கிய விமர்சனம் ஐரோப்பாவில் தொடர் இயக்கமாக அமைகிறது.

எம்.என்.ராய், சிங்காரவேலர் போன்ற சிந்தனையாளர்களால் மார்க்சியம் இந்தியாவிற்கு அறிமுகமானது. இடதுசாரி சிந்தனையின் மீது ஈர்ப்புக்கொண்ட தேசியவாதிகளால் முன்னெடுத்துச் செல்லப் பட்டது. தேசீய விடுதலை இயக்கத்தில் தனிக்குழுவாகச் செயல் பட்டனர். இவர்களுள் பெரும்பாலோர் இலக்கியத்தின் மீது ஆர்வம் கொண்டிருக்கவில்லை. ப. ஜீவானந்தம் போன்ற ஒரு சிலரே இலக்கியத்தின் மீது ஆர்வம்கொண்டவராக விளங்கினர். வானமாமலை, கட்சி அரசியலிலிருந்து விலகி கலை இலக்கியத்தை

அணுக முயன்றார். கலை இலக்கியப் பெருமன்றம் மார்க்சியப் பார்வைகொண்டவர்களின் இலக்கிய அமைப்பாகத் தோற்றம் கொண்டது.

மணிக்கொடி படைப்பாளிகளுடன் நெருங்கியத் தொடர்பு கொண்டிருந்த தொ.மு.சி. ரகுநாதன், மார்க்சிய இலக்கியப் பார்வையை வரிந்துகொண்டது திருப்புமுனையாக அமைந்தது. நாற்பதுகளில் வெளிவந்த அவருடைய இலக்கிய விமர்சனம் மார்க்சியப்பார்வையை உணர்த்தாவிடினும், ஐம்பதுகளில் வெளியான பஞ்சும் பசியும் என்ற அவருடைய நாவல், மார்க்சியப் பார்வை கொண்ட நாவலாக அமைந்தது. ரகுநாதனின் சாந்தி, விஜயபாஸ்கரனின் சரஸ்வதி ஆகிய இதழ்கள் மார்க்சிய இலக்கிய விமர்சன மரபைத் தோற்றுவிக்க முயன்றன. ஆர்.கே. கண்ணன், தி.க. சிவசங்கரன், ஏ.ஜெ. கனகரட்னா, க. கைலாசபதி, கா. சிவத்தம்பி, எஸ். ராமகிருஷ்ணன் ஆகியோர் விமர்சனத்தளத்தில் செயல் பட்டனர். மார்க்சியப்பார்வை கொண்ட புனைகதைகளும் இக்காலகட்டத்தில் வெளிவந்தன. செல்வராஜின் தேநீர், மலரும் சருகும் ஆகியன குறிப்பிடத்தக்கன. சுந்தர ராமசாமி, ஜெயகாந்தன் போன்ற இளம்படைப்பாளிகள் மார்க்சியப் பார்வையில் ஈர்ப்புக் கொண்டவர்களாக விளங்கினர்.

விஜயபாஸ்கரனின் சரஸ்வதி, கட்சி அரசியலுக்கு அப்பால் மார்க்சியப் பார்வையிலமைந்த இலக்கிய மரபை முன்னெடுத்துச் செல்ல முயன்றது. கட்சியின் அதிகாரபூர்வ இதழாகத் தாமரை தோற்றம் கொண்டபோது, கட்சியின் கட்டுப்பாட்டிற்குள் இலக்கியப் படைப்பாளிகளை நிலைநிறுத்த முயன்றது. தி.க. சிவசங்கரன் (திகசி) போன்ற விமர்சகர்கள் முக்கியத்துவம் பெற்றனர். சோசலிச எதார்த்தவாதம் கட்சியின் ஏற்பைப் பெற்ற இலக்கியக் கொள்கையாக வற்புறுத்தப்பட்டது. ஜெயகாந்தன், சுந்தர ராமசாமி போன்ற இளம்படைப்பாளிகள் மார்க்சிய பாதையிலிருந்து விலகும்படியானது.

அறுபதுகளில் இலங்கையில் மார்க்சிய இலக்கிய விமர்சனநெறி புதுவேகம் கொண்டு எழுந்தது. கைலாசபதி, லூக்கோஸின் பிரதிபலிப்புக் கோட்பாட்டைத் தமிழில் முன்னெடுத்துச் சென்றார். கனகரத்னா போன்று இதனோடு முரண்பட்டவர்களும் இருந்தனர். கா. சிவத்தம்பி போன்றவர்களுடன் மார்க்சிய விமர்சனம் தனித்தக் குழுவாக செயல்பட்டது. தளையசிங்கம் போன்றவர்கள் எதிர்ப்புக்

குரல் எழுப்பினாலும் கைலாசபதியின் சிந்தனையே மார்க்சிய விமர்சனப்பார்வையாக ஏற்கப்பெற்றது. கைலாசபதியின் தமிழ் நாவல் இலக்கியம் குறிப்பிடத்தகுந்த நூலாக அமைந்தது. அதுபோல் கா. சிவத்தம்பியின் தமிழ்ச் சிறுகதையின் தோற்றமும் வளர்ச்சியும் மார்க்சிய விமர்சனப்பார்வையிலமைந்தது.

அறுபதுகளில் தமிழ் மண்ணில் நவீனத்துவத்தின் நெருக்குதலை மார்க்சிய இலக்கியச் சிந்தனை எதிர்கொண்டது. கோ. கேசவன் பிரதிபலிப்புக் கோட்பாட்டைத் துறந்து, ரஷ்ய உருவவியல் போக்கிலமைந்த விமர்சன மரபைத் தோற்றுவிக்க முயன்றார். எழுபதுகளில் தமிழவன், அ. மார்க்ஸ் போன்ற இடதுசாரிச் சிந்தனையாளர்கள் அமைப்பியல் தொடர்பான சிந்தனைகளில் கவனம் செலுத்தினர். தொடக்கத்தில் மக்கள் கலை என்னும் கண்ணோட்டத்தில் புதுக்கவிதையை ஏற்க மறுத்தாலும், எழுபதுகளில் மார்க்சிய பார்வையிலமைந்த புதுக்கவிதைகளை வானம்பாடி இயக்கத்தினர் எழுதினர். உணர்ச்சி அடிப்படையில் மார்க்சியத்தை எதிர்கொண்ட வானம்பாடிக் குழுவினரோடு முரண்பட்டு, ஞானி மார்க்சியத்தை ஒரு மெய்யியலாக எதிர் கொண்டார். கைலாசபதி முன்மொழிந்த பிரதிபலிப்புக் கோட்பாட்டை மறுத்துரைத்தார். இலக்கியத்தைக் கட்சியின் பிரச்சாரக் கருவியாக காணாது, அழகியல் விளைவு அடிப்படையில் இனம் கண்டார். அகமன எதார்த்தத்திற்கு அழுத்தம் தந்தார். மார்க்சியப் பார்வையைக் கொண்டிராத படைப்பாளிகளையும் ஏற்க இவருடைய விமர்சனப்பார்வை இடம் தந்தது. பரிணாமம், நிகழ் போன்ற இதழ்கள் மார்க்சிய இலக்கிய விமர்சனத்தில் புதிய தடத்தினைத் துலக்கின. இக்காலகட்டத்தில் பொன்னீலன், பூமணி, சின்னப்ப பாரதி, இங்குலாப் போன்ற மார்க்சியப்பார்வை கொண்ட படைப்பாளிகளின் சாதனைகள் குறிப்பிடத்தக்கன.

எஸ்.வி. ராஜதுரை, ஐரோப்பிய மார்க்சியச் சிந்தனை மரபைத் தமிழுக்கு அறிமுகம் செய்துள்ளார். இலங்கையில் நுஃமான் மார்க்சிய விமர்சன மரபின் தொடர்ச்சியாக விளங்குகிறார். க.நா. சுப்ரமணியம், வெங்கட் சாமிநாதன் போன்ற விமர்சகர்களுக்கு இணையாகச் சுட்டும்படியாக மார்க்சிய இலக்கியப் பார்வைகொண்ட விமர்சகரைத் தமிழில் இனங்காண இயலாததைக் குறிப்பிட வேண்டும். ஞானி மட்டுமே தமிழ் விமர்சன மரபில் மார்க்சியப் பார்வைகொண்ட முதன்மை விமர்சகராக முக்கியத்துவம் பெறுகிறார்.

விரிவான வாசிப்பிற்கு

1. நுஃமான் எம்.ஏ, மார்க்சியமும் இலக்கியத்திறனாய்வும், அன்னம் (1996).
2. கேசவன். கோ, இலக்கிய விமர்சனம் ஒரு மார்க்சியப் பார்வை.
3. கேசவன். கோ, மார்க்சிய திறனாய்வுச் சிக்கல்.
4. கனகரத்னா, மார்க்சியமும் இலக்கியமும்.

பார்க்க: கேசவன், ஞானி, ரகுநாதன், கண்ணன்.

153

மிகையுணர்ச்சி (sentimentalism). இது, இலக்கியத்தில் அளவுக்கு அதிகமான உணர்ச்சி வெளிப்பாட்டைக் குறிக்கின்றது. சமகால விமர்சனத்தில் எதிரிடையான மதிப்பீட்டினைப் பெறுகிறது.

புனைகதைகளில் உணர்ச்சி வெளிப்பாடு இயல்பான தளத்தில் இயல்பாக நிகழவேண்டும் என எதிர்பார்க்கப்படுகிறது. இயல்புக்கு மீறிய விதத்தில் இயல்பிற்கு அதிக அளவில் உணர்ச்சி வெளிப்படுத்தப்படுமானால் அது பாத்திரப் படைப்பின் குறைபாடாகவே மதிப்பிடப் படுகிறது. உணர்ச்சி வெளிப்பாடு வாழ்வனுபவத்தின் கூறாக அமைதல் வேண்டும். மாறாக, அதுவே அப்படைப்பின் மூலம் படைப்பாளியின் இறுதி இலக்காக அமையுமானால் அது மிகை உணர்ச்சியாக மதிப்பிடப்படுகிறது. பதினெட்டாம் நூற்றாண்டில் ஐரோப்பாவில் மிகையுணர்ச்சி ஏற்கப்பட்டதாக அமைந்தது. பத்தொன்பதாம் நூற்றாண்டில் டிக்கன்ஸ் நாவல்கள் மிகை உணர்ச்சி உள்ளனவாகவே திகழ்கின்றன. ஆனால் இருபதாம் நூற்றாண்டில் இரு உலகப்போர்களுக்குப் பிறகு மனித மனதில் பெரும் மாறுதல்கள் நிகழ்ந்துள்ளன. மிகை உணர்ச்சி மீது நகைப்பினைத் தோற்றுவிக்கும் மனநிலை எழுந்துள்ளது. மிகையான தளத்தில் அல்லாமல் இயல்பான தளத்தில் நிகழும் சித்திரிப்பே ஏற்பைப் பெறுகிறது.

தமிழில் பொழுதுபோக்குக் கதைகள் மிகை உணர்ச்சிக்கு இடம் தருவனவாக அமைந்தன. பொழுதுபோக்குக் கதைகளை இனம் காணும் கூறாக விமர்சகர்களால் மிகை உணர்ச்சி முன்வைக்கப் பட்டது. ஓர் இலக்கியப் படைப்பின் தரத்தைக் குறைவாக மதிப்பிட விரும்பும் விமர்சகன் மிகை உணர்ச்சி வெளிப்பாட்டை

வேண்டுமென்றே சுட்ட இயலும். தமிழ்த் திரைப்படங்கள் மிகை உணர்ச்சி வெளிப்பாட்டை வணிக உத்தியாகவே கையாண்டு வருகின்றன.

சிறந்த படைப்பாளிகளின் சாதனைப் படைப்புகளில் மிகைவுணர்ச்சி வெளிப்பாடு அறவே இடம் பெற்றிராததைக் குறிப்பிட வேண்டும்.

154

மிகை உணர்ச்சி நாடகம் (molodrama). இயல்பை மீறிய நம்ப இயலாத நிகழ்வுகளையும், உணர்ச்சியைத் தூண்டும் நோக்கத்தையும் கொண்ட இலக்கியப் படைப்புகளை அடையாளப்படுத்த மிகை உணர்ச்சி நாடகம் என்னும் சொல் அடைமொழியாகப் பயன்படுகிறது.

மிகை உணர்ச்சி நாடகம், நாடகத்துறையைச் சார்ந்த கலைச்சொல். பத்தொன்பதாம் நூற்றாண்டில் ஐரோப்பாவில் செல்வாக்குப் பெற்றிருந்த நாடகவடிவைக் குறிப்பது மிகையுணர்ச்சி நாடகம். இசைநாடக வடிவமான ஓப்ராவோடு தொடர்புடையது. முதன் முதலாகப் பதினாறாவது நூற்றாண்டில் இத்தாலியில் தோற்றம் கொண்டது. பதினெட்டாம் நூற்றாண்டில் பிரான்சில் இதுதனி வடிவமாக வளர்ச்சிபெற்றது. பத்தொன்பதாம் நூற்றாண்டில் டிக்கன்ஸ், மற்றும் ஸ்காட் நாவல்கள் மிகை உணர்ச்சிப் போக்கைக் கொண்டனவாக அமைந்தன. மிகைஉணர்ச்சி நாடக மனிதர்கள் லட்சியவாதிகளாகவோ, தீயவர்களாகவோ அமைந்தனர். திரைப்படத்தின் வருகை மிகைநாடக வடிவத்தின் செல்வாக்கினைக் குறைத்தது. மிகைநாடக வடிவம் பொழுதுபோக்கை மட்டுமே இலக்காகக் கொண்டது.

தமிழில் பொழுதுபோக்கு எழுத்துகள் மிகைநாடகவடிவின் உத்திகளைப் பயன்படுத்திக் கொண்டன. மிகையான சோகத்தினை எழுப்பி வாசகர்களின் அனுதாபத்தைப் பெறமுயன்றன. எடுத்துக் காட்டாக, கல்கியின் கேதாரியின் தாயார் கதையைக் குறிப்பிட வேண்டும். விதவையின் வாழ்வை மிகையான தளத்தில் சித்திரிப் பதன் மூலம் வாசகரின், குறிப்பாகப் பெண்களின் அனுதாபத்தை இக்கதை பெற முயல்கிறது. பொழுதுபோக்குக் கதைகளில் இந்தப் போக்கைச் சார்ந்த கதைகளை அடையாளப்படுத்த மிகைவுணர்ச்சி நாடகம் என்னும் சொல் விமர்சகர்களால் பயன்படுத்தப்படுகிறது.

155

மீ எதார்த்தம் (su realism). இது, உளவியல் தொடர்பான இலக்கியக் கோட்பாடு. புலன்களால் உணரத்தக்க எதார்த்தத்திற்கும் அப்பால் ஆழ்மனதில் ஓர் எதார்த்தம் உள்ளதாகக் கொண்டு இலக்கியத்தில் அதைத் துலக்க முயலும் போக்கு.

மீ எதார்த்தப் போக்கு இருபதாம் நூற்றாண்டின் இருபதுகளில் பிரான்ஸில் தோற்றம் கொண்டது. 1924இல் ஆண்ட்ரூ பிரட்டன், மீ எதார்த்தத்தைக் கோட்பாடாக முன்வைத்தார். பிரட்டன் ஃபிராய்டின் உளவியல் ஆய்வுகளின் தாக்கத்தைப் 'ற்றவர். மனிதமனம் தர்க்கம், காரணகாரியத் தொடர்பு இவைகளால் கட்டுண்டுள்ளது. இவற்றிலிருந்ததான விடுதலையை அவர் வற்புறுத்தினார். மீ எதார்த்தம் கனவுகளில் வெளிப்படும் அபூர்வத் தோற்றங்களில் ஆர்வம் செலுத்துகிறது. இவற்றில் வெளிப்படும் மனித மனங்களின் அடிப்படை இயல்புகளைத் துலக்க முயற்சிக்கிறது. மனதின் இருண்டமூலைகளில் பதுங்கி இருக்கும் ரகசியங்களை வெளிக் கொணர்ந்து மனதை வெட்ட வெளியாக்க முயற்சிக்கிறது. மீ-எதார்த்த அடிப்படையில் எதார்த்தத்திற்கு அப்பால்தான் புத்தறிவை மனிதன் பெற இயலும். இதை ஆழ்நிலை எதார்த்தமாகக்கொள்கிறது. புற உலக தர்க்க அடிப்படையிலான சித்திரிப்பைத் துறந்து கனவுலகின் தர்க்கத்தைக் கைகொண்டு ஆழ்நிலை எதார்த்தத்தைப் படைப்பில் துலக்க இயலும். படிமங்களை இதற்கான கருவிக ளாகக் கொண்டனர்.

மீ எதார்த்தப் போக்கில் பிரெஞ்சு படைப்பாளிகளே சாதனை யாளர்களாகத் திகழ்ந்தனர். பிரட்டன், லூயிஸ் ஆர்கன், பால் எல்லார்டு முதலியவர்களைக் குறிப்பிட வேண்டும். மீ எதார்த்தம் உலகம் முழுமையிலும் தாக்கத்தைச் செலுத்தியது. புனைகதைகள், ஓவியங்கள், சிற்பங்கள் எனக் கலைவடிவங்கள் முழுமையிலும் ஆதிக்கம் செலுத்தியது. ஓவியத்துறையில் இதன் சாதனை குறிப்பிடத் தக்கது. நினைவிலி நினைவு மனங்களின் எல்லையைக் கண்டடைவதில் ஆர்வம் செலுத்தினர். நனவோடை உத்தி வளர்ச்சியடைய இது காரணமாக அமைந்தது. சாமுவல் பெக்கட், நத்தாலி சாரட் முதலியவர்களைச் சாதனையாளர்களாகக் குறிப்பிட வேண்டும்.

நவீனத்துவ எதார்த்தப் போக்கினைப் போல் மீ எதார்த்தப் போக்கைத் தமிழில் மரபாக வளர்ச்சிப் பெற்ற போக்காகக் குறிப்பிட இயலாது. எனினும், இருபதாம் நூற்றாண்டின் பிற்பகுதியில் இதன் தாக்கத்தை அங்கொன்றும் இங்கொன்றுமாக உணர முடியும். தங்கள் படைப்புலகச் சாதனைக்கு மீ-எதார்த்தத்தைப் பயன் படுத்தியவர்களாக யாரையும் குறிப்பிட இயலாது.

156

தெ.பொ. மீனாட்சிசுந்தரனார் (1901-1980). தமிழ்க் கல்வி வட்டத்தைச் சார்ந்த விமர்சன உணர்வுகொண்ட ஆய்வாளர், தெ.பொ. மீனாட்சி சுந்தரனார்.

தெ.பொ. மீனாட்சிசுந்தரனார் பார்ப்பனர், பார்ப்பனர் அல்லாதார் முரண் வேகம் பெற்றிருந்த காலகட்டத்தைச் சார்ந்தவர். தமிழ்க் கல்வி வட்டச்சூழலில் பெரும்பான்மையான பேராசிரியர்கள், பார்ப்பனர் அல்லாதார் சார்புடையவர்களாக விளங்கினர். தமிழ், வடமொழி முரண் முன்னிலைப்படுத்தப்பட்டது. அதுபோல் சைவ சித்தாந்தம், அத்வைதம் முரணும் அதிகக் கவனிப்பைப் பெற்றது. தமிழ் மொழியின் வடமொழிச் சார்புநிலை பெரிதுபடுத்திப் பேசப்பட்டது. இதற்கெதிராகத் தனித்தமிழ் வாதமும் எழுந்தது. சங்கச் செவ்வியல் இலக்கியங்களிலிருந்து பழந்தமிழர் வாழ்வு மீட்டெடுக்கப்பட்டு, மொழி சார்ந்த அரசியலுக்குப் பயன்படுத்தப்பட்டது. அதேசமயம் சங்கக் கவிதைகளின் அழகியல் கூறுகள் முழுமையாகப் புறக்கணிக்கப்பட்டன. கல்விச் சூழலில் சைவ சித்தாந்தமும், சைவ இலக்கியங்களும் அதிக கவனிப்பைப் பெற்றன. இலக்கிய விமர்சனம் ஒரு பாடமாக அறிமுகப்படுத்தப்பட்டபோது, மு. வரதராசன், அ.ச. ஞானசம்பந்தன் போன்றோர்களால் ஐரோப்பியத் துவக்ககால விமர்சகர்களின் இலக்கிய விமர்சன அறிமுக நூல்கள் மொழி பெயர்ப்பாகவும், தழுவலாகவும் நூல்வடிவம் பெற்றன. தமிழ் மரபைச் சார்ந்த இலக்கியச் சிந்தனை கவனிப்பினைப் பெறவில்லை.

தெ.பொ. மீனாட்சிசுந்தரன் விதிவிலக்கான பேராசிரியர்களுள் ஒருவராகத் திகழ்ந்தார். பார்ப்பனர், பார்ப்பனர் அல்லாதார் அரசியலிலிருந்து முழுமையான விலகலைக்கொண்டிருந்தார். வடமொழி, தமிழ் என்பதைவிட இந்திய இலக்கியம் என்னும் நிலைப்பாட்டிற்கு முக்கியத்துவம் தந்தார். தமிழும் வடமொழியும்

இந்தியத் துணைக்கண்டத்தில் நீண்ட காலம் ஒன்றுடன் ஒன்று தொடர்புகொண்டிருந்த மொழிகள் என்னும் உண்மையைத் தொடர்ந்து முன்வைத்துக் கொண்டிருந்தார். ஆரிய நாகரிகத்தைப் பல இனத்தவர்களின் பண்பாட்டுக் கலப்பாகக் கண்ட தெ.பொ. மீனாட்சிசுந்தரனார் ஆரியம், திராவிடம் என்று பகுத்துப் பார்ப்பதை அறியாமையின் விளைவு என்றார்.

தெ.பொ. மீனாட்சிசுந்தரனார் பெரியபுராணத்தின் மீது அதிக ஈடுபாட்டினைக் கொண்டிருந்தார். ஆனால் சைவசித்தாந்த நோக்கில் அல்லாமல், அழகியல் நோக்கிலேயே பெரியபுராணத்தை எதிர் கொண்டார். 'பாவலர்கள் தமது உள்ளுணர்வால் கண்டனவற்றை விரித்துரைத்து உலகினர்க்கு இன்பம் ஊட்டுவதே அவர்களது முடிவாகும். இன்பம் ஊட்டுவதே இவர்களது தொடக்கம்; இன்பம் ஊட்டுவதே இவர்களது முடிவு. ஆகவே அறநிலையை ஆராய்வது அறவாராய்ச்சி ஆகுமேயன்றி பாவாராய்ச்சி ஆகாது.'

1927-28 காலப்பகுதியில் தமிழ்மகள் இதழில் அவர் எழுதிய 'சேக்கிழாரும் கண்ணப்பரும்' கட்டுரை முழுமையாக அழகியல் அடிப்படையிலேயே அமைந்துள்ளது. பிற தமிழ் சைவப் பேராசிரியர்களைப் போல் பக்தி, தத்துவநோக்கை அவர் கொண்டிருக்கவில்லை.

தெ.பொ. மீனாட்சிசுந்தரனும் ஐரோப்பிய இலக்கிய விமர்சனத்தின் தாக்கத்தைக் கொண்டிருந்தார். ஆனால் ஐரோப்பிய விமர்சன அறிமுக நூற்களை அவர் சார்ந்திருக்கவில்லை. டி.எஸ். எலியட், இ.எம்.ஃபாஸ்டர் ஆகியோரின் தாக்கத்தைக் கொண்டிருந்தார். விமர்சனம் தொடர்பான அவர்கள் சிந்தனைகளை மொழிபெயர்த்து முழக்கமாக முன்வைப்பதில் அவர் முனைப்புக்காட்டவில்லை. இலக்கியத்தன்மைக்கு முக்கியத்துவம் தரும் எலியட்டின் தாக்கத்தைத் தெளிவாக அவர் ஆய்வுகளில் இனம் காணலாம். எலியட்டின் விமர்சனக் கருத்துகளை ஆங்காங்கே சுட்டியுள்ளார். எலியட்டின் கட்டுரை ஒன்றையும் சுருக்கமாகத் தமிழில் மொழிபெயர்த்துள்ளார். தமிழ் இலக்கியச் சிந்தனை குறித்தும் தெளிவான அறிவு அவருக்கு இருந்துள்ளது.

தெ.பொ. மீனாட்சிசுந்தரனும் சங்கச்செவ்வியல் இலக்கியத்தின் மீது ஆழ்ந்த ஈடுபாடு கொண்டிருந்தார். ஆனால் அவற்றின் உள்ளடக்கங்களைத் தொகுத்துப் பழந்தமிழர் வாழ்வை மிகையான

தளத்தில் சித்திரிக்க முற்படவில்லை. மாறாக, சங்கப் பாடல்களின் இலக்கியத் தன்மை மீதே அவர் கவனம் செலுத்தியுள்ளார். 'கங்குல் வெள்ளம்', 'செம்புலப் பெயல்நீர்' என்னும் சங்கக்கவிதைகளின் தொடர்களைச் சுட்டும் தெ.பொ. மீனாட்சி சுந்தரனார், மின்னல் வீச்சு போன்ற கவிதை அனுபவத்தைத் தருவதாகக் கூறியுள்ளார். 'இவற்றைப் பஸ்யந்தி (pasyanthi) என்ற வடநூலார் சொற்கொண்டு வருணிப்பது பொருந்தும் என்பார் தெ.பொ. மீனாட்சி சுந்தரனார்.' தமிழ்க் கவிதையின் சிறப்பை வடமொழி விமர்சனக் கலைச் சொல்லைக் கொண்டு அவர் விளக்க முற்படுவது குறிப்பிடத்தக்கது. அரவிந்தரின் தேசிய இலக்கியத்தின் மீது தெ.பொ. மீனாட்சி சுந்தரனார் ஈடுபாட்டைக் கொண்டிருந்தார்.

தெ.பொ. மீனாட்சிசுந்தரன் ஒப்பியல் அணுகுமுறைமீது ஆர்வம் கொண்டிருந்தார். தமிழ் ஆய்வாளர்கள் பல மொழிகளைக் கற்க வேண்டியதின் அவசியத்தை வற்புறுத்தினார். அண்டைமொழிகளை அறிந்திருக்க வேண்டும் என்றார். 'சங்ககாலத்தில் தமிழ் இலக்கியம் ஒருபெரும் பண்பாட்டுச் சிறப்பை உள்ளடக்கி யுள்ளதற்குத் துணையாக அமைந்த சைன, புத்த சமயங்கள் வழியாக வட நாட்டோடும் வாணிபம் மூலமாக மேலைநாடுகளோடும், கீழைத்தீவுகளோடும் தமிழகம் கொண்ட தொடர்புகளேயாம்.'

உலகின் எல்லா மொழிகளோடும் இலக்கியத் தொடர்பைத் தமிழன் கொண்டிருக்க வேண்டும் என்ற எண்ணம் அவருக்கு இருந்தது. தமிழ் ஆய்வின் எதிர்காலம் குறித்த கனவையும் அவர் கொண்டிருந்தார். 'ஆராய்ச்சியாளன் உண்மையைக் கடவுள் எனக்கொண்டு அறிவு மலர்தூவி வழிபட வேண்டும்' என்றார். அதுபோல் 'ஆராய்ச்சி என்பது முடிவிலாது கடவுள்போல் வளர்ந்து ஒளிர்வது' எனவும் சுட்டினார். ஆய்வாளர்கள் தங்கள் தகுதியை வளர்த்துக் கொள்வதற்கும் அழுத்தம் தந்தார். பன்மொழி அறிவை அதற்கு அடிப்படையாகக் கண்டார். 'தமிழின்றி வேறு ஒரு மொழியும் படிக்க முடியாது என்ற எண்ணம் பரவி வருவதனைப் பல்கலைக்கழகங்கள் தடுத்திட வேண்டும். இதற்கு நேரேபோய்த் தட்டிப் பேசிப் பயனில்லை. மேனாடுகளில் சிலவிடங்களில் பிரெஞ்சு, ஜெர்மன் தெரியாதவரை ஆராய்ச்சிக்கு எடுத்துக் கொள்வதில்லை. ஆராய்ச்சிக்கு அடிப்படையான மொழிகளை அறியாமல் மொழிபெயர்ப்பு நூல்களை மட்டுமே கொண்டு என்ன ஆராய்ச்சி செய்வது?'

காப்பியப் பாத்திரங்களைத் தனியாகப் பிரித்தெடுத்து வாழ்க்கை வரலாற்றை ஆய்வதுபோல் ஆய்வதைத் தவறான ஆய்வாக இனம் கண்டார். காவியத்தில் இருந்து காவிய மனிதர்களைத் தனியாகப் பிரிப்பது பிண ஆராய்ச்சி எனச் சாடினார். காவியத்தின் ஒருமைப் பாடே அதன் உயிர். இதை மனதில் கொண்டே ஆய்வு நிகழ வேண்டும் என்றார். தெ.பொ.மீயின் ஆய்வுப் பரப்பு மிக விரிவானது. கம்ப இராமயணத்தையும், தோல்பாவைக்கூத்து இராமாயணத்தையும் ஒப்பிட்டு ஆராய்ந்த பெருமை அவருக்கு உண்டு.

தமிழ் இலக்கியத்தின் பெருமைகளை ஆங்கிலம் மூலம் உலக அளவிற்கு எடுத்துச்சென்ற பெருமையும் அவருடையதே. ஆங்கிலத்தில் இவர் எழுதிய இலக்கிய வரலாறு குறிப்பிடத்தக்கது. கால ஆராய்ச்சியில் கவனம் செலுத்தாது, மரபில் ஒவ்வொரு இலக்கியமும் பெறும் இடத்தைத் தீர்மானிக்க முயன்றுள்ளார். சங்ககாலம் எனும் நூலில் சங்க இலக்கியத்தைக் குறித்து விரிவான சித்திரத்தை முன்வைத்துள்ளார். திருவள்ளுவர் தத்துவம் என்னும் ஆங்கில நூலும் குறிப்பிடத்தக்கது. வள்ளுவர் கண்ட நாடும் காமமும், கானல்வரி, சமணத்தமிழ், இலக்கிய வரலாறு, தமிழ்மணம், தமிழும் பிறபண்பாடும், வாழும்கலை போன்ற நூல்களும் குறிப்பிடத் தக்கன.

வையாபுரிப்பிள்ளையைப் போல் தமிழ் இலக்கியத்தை விரிவான தளத்தில் எதிர்கொண்ட, விமர்சன உணர்வு கொண்ட ஆய்வாளராக மீனாட்சிசுந்தரனாரைக் குறிப்பிட வேண்டும்.

விரிவான வாசிப்பிற்கு. மருதநாயகம், தெ.பொ. மீனாட்சி சுந்தரன், இருபதாம் நூற்றாண்டுத் தமிழ்த் திறனாய்வாளர்கள் (2005).

157

மூலப்படிவ விமர்சனம் (archetypel criticism). இது, இலக்கியப் படைப்பின் ஆழ்நிலைப் பொருளைத் துலக்குவதை இலக்காகக் கொண்ட விமர்சன நெறி.

இலக்கியத்தில் மீண்டும் மீண்டும் இடம்பெறும் எடுத்துரைப்புகள், குணச்சித்திர மாதிரிகள், நோக்கங்கள் இவற்றின் அடிப்படையில் மறைந்து கிடக்கும் பொருளை வெளிப்படுத்தும் விமர்சனமுறை. உளவியலின் தாக்கத்தால் தோற்றங்கொண்ட விமர்சனப் போக்காக

மூலப்படிவ விமர்சனத்தைக் குறிப்பிட வேண்டும். கார்ல் யூங்கின் பொது நனவிலி மனம் தொடர்பான சிந்தனையை அடிப்படையாகக் கொண்டது. ஃபிராய்டு நனவிலி மனதை மனிதனின் உளவியலுக்கு உட்பட்டதாகக் கருதினார். யூங் தொடக்ககாலத்தில் மனித இனத்திற்கு பொது நனவிலி இருந்ததாகக் குறிப்பிட்டார். இந்த நனவிலி மனம் குறிப்பிட்ட இனம் முழுமைக்கும் பொதுவானது.

யூங் படிமங்கள் தொன்மங்கள் ஆகியன இப்பொது நனைவிலி யிலிருந்துதான் தோற்றம்கொள்கிறது என்கிறார். இதை மூலப் படிவமாகக் குறிப்பிட்டார். மூலப்படிவம் உலகளாவியது. மூதாதையர்களிடமிருந்து தொடர்வது. இதற்கு அடிப்படையான பொது நனவிலி மூதாதையர்களிலிருந்து நம் காலம்வரைத் தொடர்ந்து வருவது. மனித அனுபவங்கள் அடிப்படையில் மூலப்படிவ அமைப்பிலானவை. பிறப்பு, இறப்பு, காதல், பழங்குடி வாழ்வு, தந்தை மகன் முரண் இவையனைத்தும் மனித இனத்திற்குப் பொதுவானவை. வெற்றியையே இலக்காகக் கொள்ளும் வீரன், கிளர்ச்சியாளன், பழிவாங்கப்படும் மனிதன் போன்ற குணச் சித்திரங்களும் பொதுவானவைகளே.

மூலப் படிவங்கள் மனித மனதில் ஆழ்ந்திருக்கும். எனவே இனம் புரியாத நிகழ்வுகளும் மனிதர்களும் மீண்டும் மீண்டும் கனவு களிலும் இலக்கியத்திலும் வரக்கூடும். இத்தகைய மூலப்படிவங்கள் அடிமனதில் எழும் உருவங்களாக அமைகின்றன. மூலப் படிவங்களை இனங்கண்டு ஆராய்வதன் மூலம் இலக்கியப் படைப்பின் ஆழ்நிலைப் பொருளை வெளிப்படுத்த இயலும். தொன்மங்களையும் மூலப் படிவங் களாகவே குறிப்பிட வேண்டும். மனித இனத்தின் பொது நனவிலி மனதின் வெளிப்பிரதிபலிப்பே தொன்மங்கள்.

20ஆம் நூற்றாண்டு ஐரோப்பாவில் தொல்படிவ விமர்சனங்கள் செல்வாக்குப் பெற்றன. மிகு உணர்ச்சிமையவாதக் கவிஞர்களுள் ஒருவரான கோல்ட்ரிட்ஜின் ‘பழைமையான மாலுமி’ கவிதை தொல்படிவ விமர்சன நெறியில் வாசிக்கப்பெற்று அதுவரை இனங்காணப்பெறாத ஆழ்நிலைப் பொருள் துலக்கப்பட்டது. ‘குப்ளேகான்’ கவிதையின் ஆழ்நிலைப் பொருளும் துலக்கப் பட்டது. ‘நார்த் ஆப் ஃபிரே’ தொல்படிவ விமர்சன முறையின் கோட்பாட்டாளராகத் திகழ்கிறார்.

தமிழில் தொல்படிவ விமர்சன நெறிக் கோட்பாடு என்ற அளவிலேயே அறிமுகமாகியுள்ளது. தொல்படிவ விமர்சகராக யாரையும் குறிப்பிட இயலாது. ஜெயமோகனின் யட்சிக் கதைகளில் மீண்டும் மீண்டும் வரும் யட்சியைத் தொல்படிவமாகக் கொண்டு கதைகளின் ஆழ்நிலைப் பொருளைத் துலக்க இயலும்.

158

மூலப்பாட விமர்சனம் (textual criticism). ஓர் இலக்கியப் படைப்பின் அனைத்துப் பிரதிகளையும் ஒப்பிட்டுக் காலப்போக்கில் பிரதியினுள் ஊடுருவிய பிழைகளைக் களைந்து, படைப்பாளியின் தூய்மையான பிரதியை மீட்டுருவாக்கம் செய்வதை இலக்காகக் கொண்ட விமர்சன நெறி.

மூலப்பாட விமர்சனம் பழைய இலக்கியங்களுக்கு மட்டுமல்ல; சமகால இலக்கியங்களுக்கும் பொருந்துவது. எண்ணற்ற வழிகளில் ஓர் இலக்கியப்படைப்பு அதன் படைப்பாளியின் நோக்கத்திற்கு எதிராக மாறுதல்களை எதிர்கொள்ளக்கூடும். இலக்கியப் பிரதியை முதலில் வெளியிட்ட ஊடகத்தின் அச்சுக் கோர்ப்பவராலோ, ஊடகத்தின் ஆசிரியராலோ, படைப்பாளிக்கு இசைவில்லாத மாறுதல்கள் பொருத்தப்படக்கூடும். சில சமயங்களில் படைப்பாளியே மாறுதல்களை நிகழ்த்தியிருக்கவும் கூடும். இந்த நிலையில் படைப்பாளி நிகழ்த்திய மாறுதலுக்கான காரணங்களைக் கண்டடைவதும் அவசியமாகிறது. மூலப்பாட விமர்சகர்கள், விமர்சனத்துக்கான தூயபிரதியை உருவாக்குகின்றனர். எனினும், விமர்சன மதிப்பீடுகளை அவர்கள் முன்வைக்கக்கூடாது என்பதில்லை.

19ஆம் நூற்றாண்டில் ஏடுகளிலிருந்து இலக்கியங்கள் அச்சாக்கம் பெற்றபோது, மூலப்பாட விமர்சனம் தமிழில் தோற்றம் கொண்டது. சி.வை. தாமோதரன் பிள்ளை, உ.வே. சாமிநாதையர் முதலியவர்களை முன்னோடிகளாகக் குறிப்பிட வேண்டும். இம்முன்னோடிகள் ஐரோப்பிய மூலப்பாட விமர்சன நெறிகளை அறிந்திருந்தார்கள் எனக் கூற இயலாது. எனினும் கையில் கிடைத்த அனைத்துப் பிரதிகளையும் ஒப்பிட்டு, பாடபேதங்களைத் தொகுத்து, மூலப்பாடத்தைக் கண்டடைய முயன்றுள்ளனர். உ.வே.சா. பிரதிகளில் காணமுடியாத பாடங்களை ஊகத்தின் அடிப்படையில்

புகுத்தியும் உள்ளார். புறநானூற்றின் வரலாற்றுக் கொளுக்களைக் குறிப்பிட வேண்டும். பாடலின் பொருளைப் புரிந்துகொள்வதற்கு ஏற்றதான இந்தக் கொளுக்களை அவராகவே முன்வைத்துள்ளார்.

மூலப்பாட விமர்சனத்தின் நெறிமுறைகளை முழுமையாக உணர்ந்த மூலப்பாட விமர்சகராக வையாபுரிப் பிள்ளையைக் குறிப்பிட வேண்டும். பிரதிகளில் கண்டறியாத பாடங்களைப் பொருள் கொள்ளும் வசதிக்காகப் பிரதியில் புகுத்துவதை அவர் ஒருபோதும் கைக்கொண்டதில்லை. இதற்கு எதிராகக் குரல் எழுப்பியவரும்கூட. தான் பயன்படுத்திய பிரதிகளைக் குறித்த விவரங்களை வெளிப் படையாகவே முன்வைத்துள்ளார்.

டிகேசி கம்பராமாயணத்தில் தன் ரசனைக்கு ஏற்றதான மாறுதல்களைச் செய்து, அதையே அதன் தூய்மையான பிரதியாகக் கொண்டார். பல பாடல்களைக் கம்பன் பாடியதல்ல என நீக்கவும் செய்தார். அனைத்திற்கும் தன் ரசனையையே ஆதாரமாகக் கொண்டார். வ.உ.சி, டிகேசியைப் போலவே தன் கருத்திற்கேற்ற முடிவுகளைப் பிரதியில் புகுத்தியுள்ளார். 20ஆம் நூற்றாண்டின் பிற்பகுதியில் மூலப்பாட விமர்சனம் பின்னடைவை நேரிட்டுள்ளது.

20ஆம் நூற்றாண்டின் பிற்பகுதியில் இதழ்களில் வெளிவந்த தற்கால இலக்கியப் படைப்புகள், தொகுப்பு வடிவம் கண்டன. குறிப்பிட்ட படைப்பாளியால் எழுதப்பட்டிராத கதைகளும் அவர் தொகுப்பில் இணைக்கப்பட்டன. பாரதியின் பாடல்களைப் பதிப்பித்த பதிப்பாளர்கள் பாடல்களைத் திருத்தியதோடல்லாமல், பாடல்களின் எண்ணிக்கையை அதிகரிக்கும் முனைப்பில் அவர் எழுதிராத பாடல்களையும் சேர்த்துக்கொண்டனர். தமிழ் மூலப்பாட விமர்சனம் புதிய வளர்ச்சியைக் கண்டது. பாரதியின் தூய்மையான பிரதியை உருவாக்குவதில் பத்மநாபன், தூரன், சீனிவாசன் முதலியவர்கள் ஈடுபட்டனர். புதுமைப்பித்தனின் தூய்மையான பிரதியை உருவாக்குவதில் வேங்கடாசலபதி, எம். வேதசகாயகுமார் ஆகியோர் ஈடுபட்டனர்.

தமிழில் மூலப்பாட விமர்சனம் தூய்மையான பிரதிகளின் தேவைகளுக்கேற்ப வளர்ச்சியடைய வில்லை என்றே குறிப்பிட வேண்டும்.

159

மெய்ப்பாடு. சங்கப்பாடல்களில் பயின்று வரும் அழகியல் கூறுகளுள் ஒன்று மெய்ப்பாடு. அகப்பாடல்களின் பொருள் புலப்பாட்டிற்குத் துணைபுரிகிறது.

மெய்ப்பாடு குறித்த சிந்தனையைத் தொல்காப்பியம் முதன்முதலாக முன்வைத்துள்ளது. உள்ளுறை உவமம், இறைச்சி போன்று ஒரு சில சூத்திரங்களில் இதனை விவரிக்காது மெய்ப்பாட்டியல் என ஓர் இயல் முழுவதையும் இதற்கென தொல்காப்பியர் ஒதுக்கியுள்ளது அவர் இதற்குத் தந்துள்ள முக்கியத்துவத்தை உணர்த்துகிறது. உடலின் கண் நிகழும் வேறுபாடுகளைச் சுட்டி, உள்ளத்தின் உணர்ச்சிகளைப் புலப்படுத்துவது மெய்ப்பாடு. எனவே, பாடலின் குறிப்புப் பொருளைப் புலப்படுத்தும் கருவியாக அமைகிறது. இதுபோல் பொருள் புலப்படுத்தலுக்குப் பயன்படும் உவமையைக் குறித்ததான உவமையியலை மெய்ப்பாட்டியலுக்குத் தொட்டடுத்து இடம் பெறச் செய்துள்ளது குறிப்பிடத்தக்கது.

தொல்காப்பியம், 34 செய்யுள் உறுப்புகளில் ஒன்றாக மெய்ப் பாட்டைக் குறிக்கின்றது. வீரசோழியம் அகப்பொருள் உரை 27இல் ஒன்றாக மெய்ப்பாட்டினைச் சுட்டியுள்ளது.

அகப்பாடல்கள் தலைவியின் உள்ளத்து உணர்ச்சியை உடலில் நிகழும் வேறுபாடுகளைச் சுட்டி உணர்த்த முயல்கிறது. அகம் 390ஆவது பாடலில் உப்பின் விலையைக் கூறி விற்கும் உமணப் பெண்ணிடம் அவள் மெய்யின் கண் உள்ள உப்பின் விலையைக் குறித்துக் கேட்கும் மருதநிலத் தலைவனுக்கு எதிர்வினையாகத் தலைவியின் ஒசிந்த முறுவல் சுட்டப்படுகிறது. இவ்வுடல் வேறுபாட்டினைத் தவிர, யாதொரு சொல்லினையும் தலைவி கூற்றாகப் பாடல் முன்வைக்கவில்லை. என்றாலும், புணர்ச்சிக்கு உடன்பாடான மனநிலையைத் தலைவி கொண்டுள்ளது உணர்த்தப் படுகிறது. 'நகுநயமறைத்தல்' களவின்போது நிகழும் முதற்பகுதி மெய்ப்பாடுகளில் ஒன்றாகத் தொல்காப்பியம் சுட்டுகிறது. இந்த மெய்ப்பாட்டைக் கொண்டுதான் தலைவனுடனான புணர்ச்சியின் மீதான தலைவியின் உள்ள இசைவை உணர்ந்து கொள்ள முடிகிறது. இங்குப் பாடலின் குறிப்புப் பொருளை உணர்த்தும் கருவியாக மெய்ப்பாடு அமைகிறது.

தொல்காப்பியரின் மெய்ப்பாடு வடமொழியின் 'ரசக்'கொள்கை யோடு தொடர்புடையது. ரசக்கொள்கையைப் பரதமுனிவரின் 'நாட்டிய சாஸ்திரம்' விரிவாக எடுத்துரைக்கின்றது. அரங்கில் நாட்டியக் கலைஞர்கள் உடலில் வெளிப்படுத்தும் வேறுபாடுகளைக் கொண்டு உணர்ச்சி நிலைகளைத் துலக்கும் நுணுக்கத்தை மொழியில் விவரிக்கின்றது ரசக்கொள்கை. மெய்ப்பாட்டியலின் முதல் சூத்திரம் 'பண்ணைத் தோன்றிய எண்ணான்கு பொருளும்' (தொல். 249) என அரங்கத்தில் நிகழும் மெய்ப்பாடுகளையே முன்வைத்துள்ளது. தொல்காப்பியர் பாடலின் பொருள் புலப்படுத்தலுக்கு அரங்கக் கலையைச் சார்ந்த மெய்ப்பாட்டைக் கருவியாகச் சுட்டுகிறார். தொல்காப்பியரின் மெய்ப்பாடு குறித்த சிந்தனைகள் ரசக்கொள்கையினின்றும் வேறுபடவும் செய்கிறது. தொல்காப்பியர் எண்வகை மெய்ப்பாடுகளையே சுட்டுகிறார்.

தொல்காப்பியர் நகை, அழுகை, இளிவரல், மருட்கை, அச்சம், பெருமிதம், வெகுளி, உவகை என்னும் எண்வகை மெய்ப்பாடுகளைச் சுட்டுகிறார். இந்த மெய்ப்பாடுகளை ஒரு ஒழுங்கின்படியே வரிசைப்படுத்தியுள்ளார். உணர்வதற்கு எளிமையான 'நகை' முதற்கண் இடம்பெற்றுள்ளது. அதற்கு நேர் எதிரிடையான 'அழுகை' அடுத்த இடம்பெறுகிறது. அழுகையோடு தொடர்புடைய 'இளிவரல்' என்ற இழிபு அதற்கு அடுத்தாற்போல் வைக்கப்பட்டுள்ளது. 'மருட்கை' என்ற வியப்பும் அதனோடு தொடர்புடைய வியப்பின் காரணமாகத் தோன்றும் அச்சமும் அடுத்தடுத்து நிறுத்தப்பட்டுள்ளன. அச்சத்திற்கு நேர் எதிரிடையான 'பெருமிதம்' என்ற வீரம் அதனைத் தொடர்ந்து இடம் பெற்றுள்ளது. வீரத்திற்கு நிகழும் ஊறு காரணமாக எழும் 'வெகுளி' அதற்கடுத்து வைக்கப்பட்டுள்ளது. யாவராலும் விரும்பப்படுகின்ற அறிவாலும், ஆற்றலாலும், நிரம்பி நிற்கின்ற 'உவகை' இறுதி மெய்ப்பாடாக முன்வைக்கப்பட்டுள்ளது. சமநிலையை ஒரு மெய்ப்பாடாகத் தொல்காப்பியர் கொள்ளவில்லை. ஒவ்வொரு மெய்ப்பாட்டிற்கும் நான்கு நிலங்கள் சுட்டப்படுகின்றன. எள்ளல், இளமை, பேதைமை, மடன் என்னும் நான்கும் நகைக்குரிய பொருளாக அமைகின்றன.

இளிவு, இழவு, அசைவு, வறுமை என்னும் நான்கும் அழுகைக்குரிய பொருளாக அமைகின்றன. இளிவரலுக்குள்ள பொருளாக மூப்பு, பிணி, வருத்தம், மென்மை என நான்கும் அமைகின்றன. புதுமை, பெருமை, சிறுமை, ஆக்கம் என்ற நான்கும் மருட்கை

மெய்ப்பாட்டிற்கான பொருளாகின்றன. அச்சத்திற்குப் பொருளாக அணங்கு, விலங்கு, கள்வர், இறை என்பன அமைகின்றன. கல்வி, தறுகண், இசைமை, கொடை என்பன பெருமிதத்திற்கான பொருளாகின்றன. வெகுளி உறுப்பறை, குடிகோள், அலை, கொலை என்ற நான்கையும் பொருளாகக் கொள்கின்றது.

உடைமை முதற்கொண்டு நடுக்கம் ஈறாக 32 மெய்ப்பாடுகளை அகத்திற்கும், புறத்திற்கும் பொதுவான மெய்ப்பாடுகளாகத் தொல்காப்பியர் மேலும் சுட்டுகிறார். இவை உலக வழக்காக அமைவதால் நாடக வழக்கிற்கும் பொருந்துவதே. தொல்காப்பியர், களவின் போது நிகழும் மெய்ப்பாடுகளை ஆறு நிலைகளாக விவரிக்கின்றார். இவை 'புதுமுகம் புரிதல்' முதற்கொண்டு 'கையறவுரைத்தல்', ஈறாக 24 மெய்ப்பாடுகளாக அமைகின்றன. மேலும் 'இன்பத்தை வெறுத்தல்' முதலாகக் 'கலக்கம்' ஈறாக 20 மெய்ப்பாடுகளைக் களவிற்கும் கற்பிற்கும் உரிய மெய்ப்பாடு களாகத் தொல்காப்பியர் சுட்டியுள்ளார். 'முட்டுவயின் கழறல்' முதலாகக் 'கட்டுரையின்மை' என்னும் எட்டு மெய்ப்பாடுகளையும் வரைந்தெய்தும் கூட்டத்தின் போதான மெய்ப்பாடுகளாகத் தொல்காப்பியர் சுட்டுகிறார். 'தெய்வம் அஞ்சல்' முதலாக 'புறஞ்சொல் மாணாக்கிளவி' இறுதியாக வரும் 11 மெய்ப்பாடு களையும் கற்பின் போதான மெய்ப்பாடுகளாக இனம் காட்டுகிறார்.

மெய்ப்பாட்டியலின் இறுதிச் சூத்திரமாக, 'கண்ணானுஞ் செவியாலும் நுட்பமாக அறியும் ஆற்றல் உடையவர்களுக்கு மட்டுமே மெய்ப் பாட்டுப் பொருளை உணரமுடியும்' என்கிறார். தொல்காப்பியர் கவிதையின் பொருள் உணர்தலில் வாசகனின் அகச்சார்பை ஏற்கும் போக்குடையவர் என்பதும் குறிப்பிடத் தகுந்தது.

தமிழ்க் கவிதை மரபு, சங்கப் பாடல்களின் போக்கிலிருந்து படிப்படியாக அகன்ற காரணத்தால் தொல்காப்பியரின் மெய்ப்பாடு குறித்த சிந்தனை, விரிவான பின்தொடர்ச்சியினைப் பெறவில்லை என்றாலும், தொல்காப்பிய உரையாசிரியர்கள் அவரவர் காலத்திற்கு ஏற்ப சூத்திரப்பொருளை விரிப்பதில் முரண்பாடுகொண்டவர்களாக இயங்கியுள்ளனர். பிற்கால ஆய்வாளர்கள் உரையாசிரியர்கள் வகுத்துத்தந்த பாதையில் பயணம் செய்துள்ளனர்.

விரிவான வாசிப்பிற்கு

1. மீனாட்சி சுந்தரனார். தெ.பொ., தமிழ் இலக்கிய வரலாறு, காவ்யா, சென்னை (2005).
2. சுப்பு ரெட்டியார், அகத்திணைக் கொள்கைகள், பாரி நிலையம் சென்னை.

160

யாத்ரா. யாத்ரா, 1978-லிருந்து ஆறு ஆண்டுகள் இயங்கிய இலக்கியச் சிற்றிதழ்.

ஐம்பத்தி நான்கு யாத்ரா இதழ்கள் வெளிவந்துள்ளன. இலக்கியச் சிற்றிதழ்களைப் பொறுத்த வரையில் இதழ் வெளியான காலத்தை விட இதழின் வரிசை எண்ணே முக்கியத்துவம் பெறுகிறது. கசடதபறவுக்குப் பிறகு இலக்கியச் சிற்றிதழ்கள் கால ஒழுங்கின்படி வெளிவரவேண்டும் என்னும் கட்டாயத்தினை எதிர்கொள்ள வில்லை. கசடதபற இதழைப் போல் யாத்ரா ஒரு கூட்டு முயற்சியின் பலனாக வெளிவரவில்லை. வெங்கட்சாமிநாதன் என்னும் விமர்சகனின் எண்ணங்களைப் புலப்படுத்தும் விதமாகவே யாத்ரா வெளிவந்தது. வெங்கட் சாமிநாதன் தமிழ் இலக்கிய விழிப்புணர்வு இலக்கியத் துறையிலிருந்தே தோற்றம் கொண்டாக வேண்டும் என்பதில் நம்பிக்கை இல்லாதிருந்தார். ஒட்டுமொத்த கலை, கலாச்சார விழிப்புணர்வின் ஒரு பகுதியாகவே இலக்கிய விழிப்புணர்வும் அமையும் என்னும் தம் கோட்பாட்டை முன்வைத்து இயங்கினார். யாத்ரா, வெங்கட் சாமிநாதனின் இச்சிந்தனையை உட்கொண்டு இயங்கியது. எனவே வெளிவந்த யாத்ராவின் ஒட்டுமொத்த இதழ்கள் வெங்கட்சாமிநாதன் என்னும் ஆளுமையின் வெளிப்பாடாகவே அமைகின்றன.

யாத்ரா வரையிலான அனைத்து இலக்கியச் சிற்றிதழ்களும் சி.சு. செல்லப்பாவின் எழுத்து இதழ் மூலம் அறிமுகமானவர்களால்தான் இயக்கப்பட்டது. இவர்கள் ஆசிரியர்களாக இல்லாவிடினும் இவர்களின் எண்ணங்களைத் துலக்குவதாகவே இவ்விதழ்கள் அமைந்துள்ளன. கசடதபற மட்டுமே சற்று விதிவிலக்காக அமைகிறது. என்றாலும் அதிலும் எழுத்து இதழின் மரபு தொடரவே செய்தது. ஆனால் எழுத்து வகுத்துக்கொண்ட பாதையிலிருந்து இவை வெகுதூரம் விலகிப் பயணம் செய்துள்ளன. மணிக்கொடி

படைப்பாளிகள் மீதான விமர்சன அங்கீகாரம் யாத்ரா இதழுக்கு ஒருபொருட்டாகவே அமையவில்லை. விமர்சகரான வெங்கட் சாமிநாதன் மணிக்கொடியில் எழுதிய பல படைப்பாளிகளைப் படைப்பாளி என்ற உயர்விடத்திலிருந்து அகற்றியும் விட்டிருந்தார். யாத்ரா இதழ் 26இல் வெளியான மௌனியைக் குறித்ததான வெங்கட் சாமிநாதனின் 'மௌன உலகின் வெளிப்பாடு' என்னும் விமர்சனக் கட்டுரை மட்டுமே, மணிக்கொடி படைப்பாளிகள் குறித்ததான விமர்சனமாக அமைகிறது. ஆனால் இந்தக் கட்டுரை 1971இல் ஆங்கிலத்தில் வெளியாகி யாத்ரா இதழில் மொழிபெயர்க்கப் பட்டுள்ளது. மணிக்கொடி படைப்பாளிகள் மீதான கனவு இலக்கியச் சிற்றிதழ்ப் பரப்பில் முழுமையாக மறைந்துவிட்டுள்ளது.

எழுத்து வகுத்துக்கொண்ட 'அரசியல்சாரா எழுத்து' என்னும் பாதையிலேயே யாத்ராவும் பயணம் செய்தது. மார்க்சிய இலக்கியச் சூழல் மீதான எதிர்ப்புணர்வு யாத்ராவில் வெளிப்பட்டுள்ளது. ஒருவகையில் மார்க்சிய எதிர்நிலைப்பாட்டையே யாத்ரா கைக்கொண்டுள்ளது. வெங்கட் சாமிநாதன் மார்க்சிய எழுத்துலகைக் கடுமையான விமர்சனங்களுக்குள்ளாக்கியவர் என்பதும் குறிப்பிடத் தக்கது. இலக்கியத்தைக் கலையின் ஒரு கூறாகக் காணும் எழுத்து விற்குப் பின்னரான நிலைப்பாடு யாத்ராவில் வலுவடைந்துள்ளது. யாத்ரா, நாடகத்திற்கு அதிக முக்கியத்துவம் தந்தது. தமிழ்க் கலையின் வேரை நாட்டார் வடிவங்களில் தேடும் போக்கு யாத்ராவின் மூலம் தமிழிற்கு அறிமுகமானது. வெங்கட் சாமிநாதன் தெருக்கூத்தில் தமிழ் அரங்கின் வேரை இனம்கண்டார். யாத்ராவில் வெளிவந்த செ. ரவீந்திரனின் தெருக்கூத்து, பாவைக்கூத்து குறித்ததான கட்டுரைகள் குறிப்பிடத்தகுந்தன. நாட்டார் கலைகள் குறித்ததான அழகியல் அடிப்படையிலமைந்த கட்டுரைகள் தமிழ்ச் சூழலில் யாத்ரா இதழில்தான் முதன்முதலாக வெளி வந்துள்ளன. யாத்ரா இலக்கிய விமர்சனத்திற்கு முன்னுரிமை தந்த இதழாக அமைந்தது. நீண்ட விமர்சனக் கட்டுரைகள் யாத்ரா இதழில் வெளிவந்துள்ளன. கசடதபற இலக்கிய விமர்சனத்திற்கும், பிற இலக்கிய வடிவங்களுக்கும் சமமுக்கியத்துவம் தந்தபோது, யாத்ரா விமர்சனத்தையே முதன்மைப்படுத்தியது.

இலக்கிய அரசியல் யாத்ராவில் புதுவேகம் பெற்றது. கருத்து மோதல்கள் இலக்கிய விமர்சனத்தின் எல்லைகளை விரிவடையச் செய்தாலும், ஆளுமைகளுக்கிடையிலான தனிமனித மோதல்கள்

இதழ்களின் பக்கங்களைப் பொருளற்றதாக்கின. எழுத்து இதழ் மூலம் தமிழ்ப் படைப்புலகிற்கு அறிமுகமான வெங்கட் சாமிநாதனும், தருமு சிவராமும் எதிர்த் துருவங்களில் நின்று கருத்து மோதல்களை நிகழ்த்தினர். இம்மோதல்கள் ஆளுமைத் தகர்ப்பையும் நோக்கமாகக் கொண்டன. எதிர்காலத்தில் தமிழ்ச் சிற்றிதழ் இயக்கம் தன் செழுமையை இழக்க ஆளுமை தகர்ப்பே காரணமாக அமைந்தது.

யாத்ராவின் பெரும்பான்மையான பக்கங்களில் வெங்கட் சாமிநாதனின் எழுத்துகளே இடம்பெற்றுள்ளன. எழுத்து இதழ் மூலம் தமிழ்ப் படைப்புலகிற்கு அறிமுகமான ந. முத்துசாமியும் யாத்ராவில் தொடர்ந்து எழுதியுள்ளார். தமிழ்க் கல்வி வட்டத்தைச் சார்ந்த செ. ரவீந்திரனின் பங்களிப்பும் குறிப்பிடத் தகுந்தது. எழுத்து காலகட்டத்தில் கல்வி வட்டத்தைச் சார்ந்த கனக சபாபதி இலக்கிய விமர்சனத்தில் ஈடுபட்டிருந்தாலும், ரவீந்திரனின் இயக்கம் முற்றிலும் வேறுவிதமாக அமைந்தது. இலக்கியம், நாடகம், நாட்டார் கலைகள் போன்று பலதுறைகளில் அவர் பார்வையின் வீச்சு தடம் பதித்தது. அ.கா. பெருமாள் போன்றவர்கள் இந்தத் துறைகளில் கால்தடம் பதிக்க ரவீந்திரனின் எழுத்தும் காரணமாக அமைந்தது.

யாத்ரா இதழில் இலக்கிய மதிப்புரைகளுக்குப் பதில் நூல் குறித்ததான விரிவான கட்டுரைகள் முன்வைக்கப்பட்டன. நூலை அறிமுகம் செய்வதோடு நின்றுவிடாமல், நூல் குறித்ததான விரிவான மதிப்பீட்டினை முன்வைத்தன. நாஞ்சில் நாடனின் என்பிலதனை வெயில் காயும், ஆ. மாதவனின் கிருஷ்ணப்பருந்து, சுந்தர ராமசாமியின் ஜே.ஜே. சில குறிப்புகள் ஆகிய நாவல்கள் குறித்ததான கட்டுரைகள் இவ்வகையில் குறிப்பிடத்தக்கன. புதுக்கவிதைத் தொகுப்புகளும் விரிவான விமர்சனங்களுக்கு உள்ளாக்கப்பட்டன.

படைப்பாளிகளின் இலக்கியச் செயல்பாடும் கவனிப்பைப் பெற்றுள்ளன. ஞானியின் 'தருமு. சிவராமின் கவிதைகளினூடே ஒரு நெடும் பயணம்' போன்ற கட்டுரைகள் இவ்வகையில் குறிப்பிடத் தக்கன. க.நா. சுப்ரமணியம் போன்ற விமர்சகர்களின் விமர்சனச் செயல்பாடுகளும் விமர்சனத்திற்குள்ளாக்கப்பட்டன. சி.சு. செல்லப்பாவின் விமர்சனப் போக்குக் குறித்ததான செ. ரவீந்திரனின் கட்டுரை இவ்வகையில் குறிப்பிடத்தக்கது. எழுத்து, இலக்கியவட்டம் என்னும் இதழ்களுக்குப் பிறகு

யாத்ராவில்தான் இலக்கிய விமர்சனம் விரிவான தளத்தில் எதிர் கொள்ளப்பட்டுள்ளது. தமிழ் இலக்கிய விமர்சனத்தின் ஒரு காலகட்ட வளர்ச்சியை யாத்ரா பொருளுடையதாக்கியுள்ளது.

விரிவான வாசிப்பிற்கு. வல்லிக்கண்ணன், *தமிழில் சிறுபத்திரிகைகள்.*

161

யாப்பியல் கோட்பாடு. கவிதையின் புறவடிவ ஒழுங்கமைவை மையமாகக் கொண்ட யாப்பியல் கோட்பாடு, தொல்காப்பியர் காலம் முதல் தமிழில் சிறப்புற்று விளங்கியுள்ளது.

தமிழ் யாப்பியல் கோட்பாடு வேறுபட்ட சிந்தனைப் பள்ளிகளி லிருந்து எழுந்துள்ளது. எனினும், பதினொன்றாம் நூற்றாண்டில் தோற்றம் கொண்ட யாப்பருங்கலக் காரிகை முன்வைத்த யாப்பியல் சிந்தனையே பின்னால் நிலைபேறு கண்டுள்ளது. ஆனால், காரிகை தன்னிலிருந்து வேறுபட்ட சிந்தனைப் போக்கு களை அவ்வப்போது சுட்டிச் செல்கிறது.

தமிழ்யாப்பியல் கோட்பாட்டின் துவக்கத்தைத் தொல்காப்பியம் குறித்துள்ளது. தொல்காப்பியர் பொருளதிகாரத்தில் ஒரு பகுதியாகச் செய்யுளியலை அமைத்துள்ளார். தொல்காப்பிய உரையாசிரியரான பேராசிரியர் யாப்பதிகாரம் என, செய்யுளியலைத் தனி அதிகாரமாகச் சுட்டுபவரும் உளர் எனக் குறிப்பிடுவது கவனிக்கத்தக்கது. தொல்காப்பியர் காலத்தில் செய்யுளியல் பொருளதிகாரத்தின் ஒரு பகுதியாகக் கருதப்பட்டாலும், தொடர்ந்து தமிழில் தனிப்பிரிவு என்னும் தகுதியைப் பெற்றுள்ளது. தொல்காப்பியரின் சம காலத்திலோ, அவருக்கு முன்னரோ அவரினின்று வேறுபட்ட சிந்தனைப் போக்குகள் தமிழில் இருந்துள்ளன என்பதற்குத் தொல்காப்பிய சூத்திரங்களே சான்று பகர்கின்றன. தொல்காப்பியச் உரையாசிரியர்கள் தத்தம் காலத்திற்கேற்ப அவர் சிந்தனையைப் பரிசீலனை செய்துள்ளனர்.

தொல்காப்பியருக்குப் பின் காக்கைப் பாடினியார், சிறுகாக்கைப் பாடினியார், அவிநயனார், மயேச்சுரர், பல்காயனார், நற்றத்தனார், சங்கயாப்புடையார், கையனார், வாய்ப்பியனார் முதலியோரும் தமிழ்யாப்பியல் கோட்பாட்டை முன்னெடுத்துச் சென்றுள்ளனர். இவர்கள் இயற்றிய நூல்கள் முழுமையாகக் கிடைத்திராவிடினும்

சூத்திரங்கள் யாப்பருங்கலக்காரிகை உரையில் மேற்கோளாகச் சுட்டப்பட்டுள்ளன. மற்றும் காக்கைப்பாடினியார் மதம், பல்காயனார் மதம், மயேச்சுரர் மதம் என இவர்களின் சிந்தனைப் போக்குகளின் தனித்தன்மைகள் அடையாளப்படுத்தப்பட்டுள்ளன. தமிழ்க்கவிதை மரபின் வளர்ச்சி, யாப்பியலின் புதிய சிந்தனைப் போக்குகளின் அவசியத்தை வலியுறுத்தியுள்ளது.

தொல்காப்பியர் 34 செய்யுள் உறுப்புகளைக் குறிப்பிட்டுள்ளார். இவ்வுறுப்புகளை அடிப்படை உறுப்புகள், பொருள் புலப்பாட்டு உறுப்புகள், வனப்புகள் என மூன்று தொகுதிகளாக வகை செய்து கொள்ள இயலும். அடிப்படை உறுப்புகளே காலப்போக்கில் செய்யுள் உறுப்புகளாக ஏற்பினைக் கண்டன. மாத்திரை, எழுத்து, அசை, சீர், அடி, யாப்பு, மரபு, தூக்கு, தொடை என்பவற்றையே தொல்காப்பியர் அடிப்படை உறுப்புகளாகச் சுட்டியுள்ளார். தளையைச் செய்யுள் உறுப்பாகக் கொள்ளாவிடினும் சில சூத்திரங்களில் விளக்கியுள்ளார்.

யாப்பருங்கலக்காரிகை 'தூக்கு' என்ற உறுப்பினைத் தவிர ஏனையவற்றை ஏற்றுக்கொண்டுள்ளது. எனினும் காரிகையில் நால்வகைப் பாக்களுக்குமான ஓசையைக் குறிப்பிட்டுள்ளார். காரிகைக்குப்பின் வந்துள்ள நூல்கள் அனைத்தும் காரிகையை ஏற்றுக் கொண்டுள்ளன. தொல்காப்பியருக்குப் பின்னும், காரிகைக்கு முன்னும் தோற்றம் கொண்டிருந்த நற்றத்தனார் தூக்கு, தொடை, அடி என்னும் மூன்றினை மட்டுமே செய்யுள் உறுப்பாகக் கொள்கின்றார். எழுத்து, அசை, சீர் போன்றவை தூக்கு என்னும் ஓர் உறுப்பில் அடங்கிவிடும் என்ற கருத்து இவருக்கு இருந்திருக்க வேண்டும். பல்காயனார், எழுத்து, அசை, சீர், தளை, அடி, தொடை, தூக்கு எனத் தளையை ஓர் உறுப்பாகக் கொண்டுள்ளார். பத்தாம் நூற்றாண்டினைச் சார்ந்த வீரசோழியம் எழுத்து, அசை, சீர், அடி, தொடை என்ற ஐந்து உறுப்புகளையுமே குறிப்பிடுகின்றது. வீரசோழியம் வடமொழி மரபுகளைத் தமிழோடு இணைத்துள்ளது.

தொல்காப்பியர் நேர் நேர்பு, நிரை நிரைபு என அசைகளை நான்காகச் சுட்டுகிறார். தொல்காப்பியருக்குப் பின் நேர்பு நிரைபு அசைகள் தேமா, புளிமா என்னும் வாய்ப்பாட்டு ஈரசைச் சீர்களாகவும்; வெண்பாவின் ஈற்றில் காசு, பிறப்பு என்னும் வாய்ப்பாட்டுச் சீர்களாகவும் கொள்ளப்பட்டன. தொல்காப்பியரின் அசைகுறித்த சிந்தனை பின் தொடர்ச்சிப் பெறவில்லை. தொல்காப்பியர் ஓரசை,

ஈரசை, மூவசைச் சீர்களை மட்டுமே கணக்கில் கொண்டார். காக்கைப் பாடினியார் தொட்டு நாலசைச்சீர்கள் வழக்கில் வந்துள்ளன. காக்கைப்பாடினியார் தளையைச் செய்யுள் உறுப்பாக முன்மொழிந்த முதல் ஆசிரியராக விளங்குகிறார்.

தொல்காப்பியர் எழுத்தெண்ணி அடிவகுக்கும் கட்டளை அடியை விரித்துள்ளார். எனினும் சீர் அடியும் அவருக்கு உடன்பாடானது தான் என்பதை உணரமுடிகிறது. தொல்காப்பியருக்குப்பின் காலத்தால் முற்பட்டவரான காக்கைப்பாடினியார் சீர் அடியையே முன்மொழிந்துள்ளார். இவருடைய பார்வையே பின்தொடர்ச்சி கண்டுள்ளது. தொல்காப்பியர் பா இனங்களைக் குறிப்பிடவில்லை. காக்கைப்பாடினியார் பா இனங்களை முதன் முதலாகச் சுட்டுகிறார். இதுவும் பின் தொடர்ச்சி கண்டுள்ளது. இணைகூழை, மேற்கதுவாய், கீழ்க்கதுவாய், அந்தாதித்தொடை ஆகியன தொல்காப்பியருக்குப்பின் நிலைபேறு கண்டுள்ளன. வீரசோழிய ஆசிரியரான புத்தமித்திரனார் வடமொழி யாப்புக் கோட்பாட்டைத் தமிழுக்கு எடுத்து வந்து தனிச்சிந்தனைப் பள்ளியாக விளக்குகிறார்.

தமிழ் யாப்பியல் சிந்தனைகள் கவிதை மரபின் வளர்ச்சிக்கு ஏற்ப மாறுதல்களை எதிர்கொண்டுள்ளன. தொல்காப்பியம், யாப்பருங்கலம், யாப்பருங்கலக்காரிகைத் தவிர்த்து ஏனைய நூல்கள் முழுமையாக இன்று கிடைக்கவில்லை. ஆனால் காரிகை சுட்டும் மேற்கோள் சூத்திரங்கள் வாயிலாக முழுமையாக அல்லாவிடினும் பிற சிந்தனையாளர் கருத்துகளை ஓரளவு உணர்ந்துகொள்ள முடிகிறது. வடமொழி யாப்புக் கோட்பாட்டைச் சார்ந்து ஒழுகாது தமிழ்யாப்பியல் கோட்பாடு தன் தனித்தன்மைகளை இறுதிவரைக் காப்பாற்றிக் கொண்டுள்ளது.

விரிவான வாசிப்பிற்கு

1. கந்தசாமி சோ.ந, தமிழ் யாப்பியலின் தோற்றமும் வளர்ச்சியும், தமிழ்ப்பல்கலைக்கழகம், தஞ்சாவூர் (1989).
2. சீனிவாசராகவன்.ரா, யாப்பொலி, திருப்பதி திருவேங்கடவன் கீழ்த்திசைக்கலை, ஆராய்ச்சிக்கழகம் (1957).
3. செயராமன். ந.வீ, சிலப்பதிகார யாப்பமைதி, அண்ணாமலை பல்கலைக்கழகம், அண்ணாமலைநகர் (1977).

162

தொ.மு.சி. ரகுநாதன் (1923-2001). தொ.மு.சி. ரகுநாதன் மார்க்சிய இலக்கியக் கோட்பாட்டில் நம்பிக்கைக்கொண்ட முன்னோடி விமர்சகர்.

தொ.மு.சி. ரகுநாதன் இலக்கிய விமர்சனத்தில் மட்டுமல்லாது, படைப்பிலக்கியத்தின் ஏனைய துறைகளிலும் தடம்பதித்தவர். எனினும் இலக்கிய விமர்சனத்தில் தனிக் கவனம் செலுத்தியுள்ளார். இலக்கிய உணர்வுகொண்ட படைப்பாளியாக மட்டுமல்லாது இலக்கிய விமர்சகராகவும் வாழ்நாள் முழுவதும் இயங்கியுள்ளார். தொ.மு.சி. ரகுநாதன் இரண்டாம் உலகப்போர்ச் சூழலில் தமிழ்ப்படைப்புச் சூழலுக்கு அறிமுகமாகியுள்ளார். மணிக்கொடியில் அவர் எழுதியிராவிடினும் மணிக்கொடி படைப்பாளிகளோடு நெருங்கிய தொடர்புகொண்டிருந்தார். இளமைக்காலத்தில் புதுமைப் பித்தனோடு நட்புக்கொண்டிருந்தார். அவருடைய ஆரம்பகால எழுத்துகள் புதுமைப்பித்தனின் தாக்கத்தைத் தெளிவாகவே உணர்த்துகின்றன.

தசிய இயக்கத்தில் ஈடுபாடு கொண்டவராகப் படைப்புச் சூழலுக்கு அறிமுகமாகிய தொ.மு.சி. ரகுநாதன், விடுதலைக்குப் பிறகு மார்க்சியக் கோட்பாடு அரசியலிலும் இலக்கியத்திலும் செல்வாக்குப் பெற்றபோது மார்க்சியக் கோட்பாட்டின் சாய்வுகொண்ட படைப்பாளியாக இயங்கினார். தொடர்ந்து அவர் இறப்பதுவரை இந்நிலை தொடர்ந்துள்ளது.

ரகுநாதன், தமிழ்ச்சூழலுக்கு அறிமுகமான நாற்பதுகளில் உலகப் போர் தோற்றுவித்த பொருளாதார நெருக்கடியின் காரணமாக மணிக்கொடி போன்ற தரமான இதழ்கள் நின்றுவிட்டன. வணிக இதழ்களின் ஆதிக்கம் மேலோங்கியிருந்தது. இலக்கியச் சிற்றிதழ்களின் தோற்றம் ஐம்பதுகளில்தான் நிகழ்ந்தது. ரகுநாதன் தினமணி இதழில் துணை ஆசிரியராய்ப் பணிபுரிந்தார். புதுமைப் பித்தனும் இக்காலக் கட்டத்தில் தினமணியில் துணையாசிரியராக இருந்தார். தினமணி அவ்வப்போது வெளியிட்ட மலர்களில் இலக்கியம் முக்கியத்துவம் பெற்றிருந்தது. பிறகு முல்லை இதழின் ஆசிரியராகவும், சக்தி இதழின் துணையாசிரியராகவும் ரகுநாதன் பணிபுரிந்தார். சக்தி இலக்கியம் என்ற ஒன்றை மட்டுமே இலக்காகக் கொண்டு இயங்காவிடினும், வணிக நோக்கம் கொண்டிருக்க

வில்லை. தரமான இலக்கிய முயற்சிகளுக்கு இடம்தந்தது. ரகுநாதன், அழகிரிசாமி போன்ற இளம்படைப்பாளிகளின் சிறுகதைகளைத் தொகுப்பாக வெளியிட்டது. 1954இல் ரகுநாதன் சாந்தி இதழைத் தோற்றுவித்தார். மார்க்சிய இலக்கியப் போக்கில் நம்பிக்கைக் கொண்ட படைப்பாளிகளின் தளமாக இது அமைந்தது. தமிழில் முற்போக்கு இலக்கியத்தை வேர்கொள்ளச் செய்ததில் சாந்திக்குப் பெரும்பங்குண்டு. தொடர்ந்து சோவியத் நாடு இதழில் பணிபுரிந்தார். 80-களில் மீண்டும் ரகுநாதனின் படைப்பியக்கம் வேகம்பெற்றது. அவருடைய ஆய்வு நூல்கள் இக்காலக் கட்டத்தில் வெளிவந்தன.

தமிழ் இலக்கிய விமர்சன மரபில் இலக்கிய விமர்சனத்தை உள்ளடக்க மாகக் கொண்ட முதல் நூல் ரகுநாதனால்தான் எழுதப்பட்டுள்ளது. 1948இல் அவர் எழுதிய இலக்கிய விமர்சனம் வெளிவந்தது. இந்த நூல் இலக்கிய விமர்சனத்தைத் தமிழிற்கு அறிமுகம் செய்தது. இலக்கிய விமர்சனத்திற்கான மொழியை இந்நூலே கட்டமைத்தது. வெங்கட்சாமிநாதன் போன்ற பிற்கால விமர்சகர்கள், ரகுநாதனின் விமர்சன மொழியே தங்களுக்கு வழிகாட்டியது எனப் பதிவு செய்துள்ளனர். இலக்கிய விமர்சனம் நூலில் மார்க்சிய இலக்கிய கோட்பாட்டின் தாக்கத்தைக் காண இயலாது. மணிக்கொடி இலக்கிய போக்கின் செல்வாக்கையே உணர முடிகிறது.

50-களில் மார்க்சிய இலக்கியப் போக்கின் தாக்கத்தை ரகுநாதனிடம் காணலாம். 1953இல் வெளியான பஞ்சும் பசியும் என்னும் நாவல் மார்க்சியக் கோட்பாட்டின் மீதான அவருடைய சாய்வை உறுதிப் படுத்துகிறது. 1964இல் வெளியான சமுதாய இலக்கியம் தமிழின் முதல் மார்க்சிய விமர்சகராக அவரை இனங்காட்டுகிறது. 1977இல் வெளியான அக்டோபர் புரட்சியும் தமிழ் இலக்கியமும் மார்க்சிய இலக்கியக் கோட்பாட்டின் மீதான அவருடைய நம்பிக்கையை மேலும் வெளிப்படுத்துவதாக அமைகிறது. மார்க்சிய சாய்வின் காரணமாகப் படைப்புத் துறையில் பல சாதனையாளர்களை ரகுநாதன் புறக்கணித்துள்ளார். கோ. கேசவன் போன்ற பிற்கால மார்க்சிய சாய்வுகொண்ட விமர்சகர்கள் இதிலிருந்து வேறான நிலைப்பாடுகளைக் கொண்டுள்ளனர்.

ஒப்பிலக்கியத் துறையிலும் ரகுநாதன் சாதனைகளை நிகழ்த்தியுள்ளார். ஒப்பிலக்கியம் இக்காலக் கட்டத்தில் மார்க்சிய விமர்சகர்களைக் கவர்ந்த ஒன்றாக அமைந்தது. 1964இல் பாரதியும் ஷெல்லியும் என்னும் அவருடைய இந்தத் துறையிலான முதல் நூல்வெளி

வந்துள்ளது. தாகூரையும் பாரதியையும் ஒப்பிட்டு, கங்கையும் காவிரியும் என்னும் இரண்டாவது நூலை 1966இல் வெளியிட்டார். ரகுநாதன் விமர்சன இயக்கத்தில் மரபிலக்கியத்தையும் புறக்கணிக்க வில்லை. மார்க்சியப் பார்வையை மரபிலக்கியத்திலும் எதிர் கொண்டுள்ளார். சமூகவியல் நோக்கில் சிலப்பதிகாரத்தை ஆராய்ந்துள்ளார். இளங்கோவடிகள் யார்? என்னும் அவர் நூல் 1984இல் வெளிவந்துள்ளது. ரகுநாதன் முற்போக்கு இலக்கியத்தின் தந்தையாக மதிக்கப்பெற்றார். முற்போக்கு இலக்கிய இயக்கம் தொடர்பான தன் அனுபவங்களை 1994இல் பொன்னீலனைத் துணை ஆசிரியராகக் கொண்டு தொகுத்துள்ளார்.

இலக்கிய அரசியலிலும் ரகுநாதன் பங்குபெற்றுள்ளார். அவருடைய முதல் நூலே இலக்கிய அரசியல் சார்ந்ததாக அமைந்துள்ளது. தமிழ்ச்சூழலில் மார்க்சிய இலக்கியப் போக்கில் நம்பிக்கைக் கொண்டவர்களும் இலக்கியச் சிற்றிதழ்களைச் சார்ந்தவர்களும் தொடர்விவாதங்களை நிகழ்த்திவந்துள்ளனர். ரகுநாதனின் பங்கெடுப்பு இதில் தொடர்ச்சியாக நிகழ்ந்துள்ளது. 1999இல் அவர் எழுதிய புதுமைப்பித்தன் கதைகள்– சில விமர்சனங்களும் விஷமத் தனங்களும் இலக்கிய அரசியல் சார்ந்ததாகவே அமைகிறது. இதுவே அவருடைய இறுதி நூலாக அமைந்தது.

ரகுநாதன் மார்க்சிய இலக்கியப் பார்வையிலேயே தமிழ் இலக்கியத்தை எதிர்கொண்டுள்ளார். அவர் உயர்மதிப்பீடுகளை முன்வைத்த பல நூல்கள் இலக்கியத் தரமுடையனவாக ஏற்பைப் பெறவில்லை. கைலாசபதி உட்பட தமிழ் மார்க்சிய இலக்கியச் சிந்தனையாளர்கள் ரகுநாதனையே மார்க்சிய இலக்கியப் போக்கின் துவக்கப் புள்ளியாகக் கருதுகின்றனர். ஒரு விமர்சகராக ரகுநாதனிடம் இனங்காண முடிகிற பலவீனங்கள் மார்க்சிய இலக்கிய அணுகு முறையின் பலவீனங்களே. ஐரோப்பியச் சூழலில் மார்க்சிய விமர்சகர்கள் ஒவ்வொரு காலக்கட்டத்திலும் எழுந்த புதுப்புது இலக்கியச் சிந்தனைகளோடு தொடர் விவாதங்களை நிகழ்த்தி மார்க்சிய இலக்கிய சிந்தனையை வளப்படுத்தியுள்ளனர். ஆனால் மாறிவந்த காலம் ரகுநாதனிடம் எவ்வித மாற்றத்தையும் நிகழ்த்தவில்லை.

விரிவான வாசிப்பிற்கு. பொன்னீலன் (தொ.ஆ) தொ.மு.சி. ரகுநாதன்' இலக்கியத்தடம், காவ்யா, சென்னை (2003).

163

ரஷ்ய உருவவியல்வாதம் (formalism russian). இது, இருபதாம் நூற்றாண்டின் இருபதுகளில் ரஷ்யாவில் தோற்றம் கொண்ட இலக்கியக் கோட்பாடு. இதில் நம்பிக்கைக் கொண்டவர்கள் உருவவியல் வாதிகள் என்றே அழைக்கப்பட்டனர். 1930இல் ஸ்டாலின் குழுவைச் சார்ந்த மார்க்சியர்கள் இவர்கள் மீது ஒடுக்குதல்களை நிகழ்த்தினர்.

1915இல் தோற்றம் கொண்ட மாஸ்கோ மொழியியல் கழகம் கோட்பாட்டளவில் இதனை முன்வைத்தது. ரோமன் ஜேக்கப்சன் இதில் முக்கியப் பங்கை வகித்தார். அமெரிக்கப் புதுவிமர்சகர்களோடு பலவகையில் ஒத்த சிந்தனை கொண்டவர்கள். இவர்கள், கலைப்படைப்பின் சுதந்திரத்தை ஆதரித்தனர். குறியீடு இயக்கத்தையும் தோற்றுவித்தனர். இலக்கியப் பிரதி எவ்வகையில் தம் இலக்கைச் சென்றடைகிறது என்பதில் ஆர்வம் கொண்ட இவர்கள் இலக்கியப்படைப்பை வாசிக்க அறிவியல் அடிப்படையிலான நெறி ஒன்றை அமைக்க முயன்றனர். உருவ உள்ளடக்கத்திற்கிடையில் கற்பிக்கப்படும் வேறுபாடுகளை மறுத்தனர். படைப்பாளி என்பவர் ஏற்கப்பட்ட வழக்கங்களையும், இலக்கிய உத்திகளையும் கையாள்பவர் மட்டுமே. படைப்பாளியின் முக்கியத்துவத்தை மறுத்து, படைப்பின் இலக்கியத் தன்மைக்கு முக்கியத்துவம் அளித்தனர். இலக்கிய ஆளுமைகளும் கவிஞர்களும் இல்லை, கவிதைகளும் இலக்கியப் படைப்புகளும் மட்டுமே உள்ளன என்றனர். புனைகதையில் கதைத் திட்டத்திற்கும் கதைக்கும் இடையிலான வேறுபாட்டை உணர்த்தினர்.

கதைத் திட்டம், கதையில் நிகழ்வுகள் அமைக்கப்பட்ட விதத்தைக் குறிக்கின்றது. கதை, கால அடிப்படையிலான நிகழ்வுகளின் வரிசையைக் குறிக்கின்றது. கதைத்திட்டம் கதையின் இலக்கோடு தொடர்பு உடையது. கவிதையின் உள்ளடக்கத் திற்கு முக்கியத்துவம் தர மறுத்தனர். அது படைப்பிற்கு வெளியிலுள்ள இலக்கோடு தொடர்புடையது.

படைப்பின் செயல்பாடு அதன் வடிவ இயல்பைச் சார்ந்தது. ரஷ்ய உருவவியல் வாதம் மாஸ்கோ, ப்ரேக் எனும் இரு சிந்தனைப் பள்ளிகளை உள்ளடக்கியது. ப்ரேக் சிந்தனைப் பள்ளி அமைப்பிய

லோடு நெருக்கமான உறவுடையது. ரஷ்ய உருவவியல்வாதம் அமைப்பியலில் பெரும் தாக்கத்தை நிகழ்த்தியது.

தமிழில் அமைப்பு மையவாதம் அறிமுகமான போது, ரஷ்ய உருவவியல் குறித்த சிந்தனைத் தமிழை வந்தடைந்தது. ரஷ்ய உருவவியல்வாதக் கோட்பாட்டைச் சார்ந்த விமர்சகராகத் தமிழில் யாரையும் குறிப்பிடுவதற்கில்லை.

164

கு.ப. ராஜகோபாலன் (1902-1944). கு.ப. ராஜகோபாலன், மணிக்கொடியில் இயங்கிய விமர்சன உணர்வுகொண்ட படைப்பாளி. அவர் எழுத்துகள் இலக்கியம் குறித்ததான அவருடைய தெளிவான புரிதலை உணர்த்துகின்றன.

புதுமைப்பித்தனின் இலக்கிய சிந்தனைகளுக்கு எதிரிடையான சிந்தனைகளை அவர் கொண்டிருந்தார். இவ்விரு படைப்பாளி களுக்கும் இடையில் நிகழ்ந்த விவாதங்கள் அந்தக் காலகட்ட இலக்கிய விமர்சனத்தின் வளர்ச்சிக்கு வழிகோலின. புதுமைப் பித்தனின் இலக்கியச் சிந்தனை அவர் உள்ளுணர்வின் வெளிப் பாடுகளாக அவர் எழுத்துகளில் ஆங்காங்கே துலங்கின. கு.ப.ரா. தன் சிந்தனைகளை ஒழுங்கும் கட்டுப்பாடும் கொண்ட கட்டுரைகள் வடிவில் முன் வைத்துள்ளார்.

கு.ப. ராஜகோபாலன் ஒரு விமர்சகராகவே மணிக்கொடிச் சூழலுக்கு அறிமுகமாகியுள்ளார். தாகூர் கவிதைகள் குறித்ததான அவருடைய விமர்சனக் கட்டுரைகளே தமிழ் எழுத்துலகுக்கு அவரை அறிமுகப் படுத்தியுள்ளன. 'ஒரு சமூகத்தின் உயர் நோக்கங்களை உருப் படுத்துவன அதனுடைய கலைகள். எந்த இடத்தில் கவனித்தாலும் கலைகளே வாழ்வின் நிலைக்கண்ணாடிகளாக இருக்கின்றன. அவைகளின் பிரதிபலிப்பிலிருந்தே வாழ்வு தன் ஸ்வய ரூபத்தைக் கண்டறிந்து சீரடைய முயல்கிறது.' கு.ப.ரா.வின் இவ்வரிகள் அவர் பார்வைக் கோணத்தைத் தெளிவுப்படுத்தியுள்ளன. தாகூரின் கவிதைகள் தமிழில் மொழிபெயர்க்கப்பட்டிராததை வேதனையுடன் பதிவு செய்துள்ளார்.

ஐரோப்பிய இலக்கிய மரபிலிருந்து பெர்னாட்ஷாவைத் தேர்ந் தெடுத்துத் தமிழிற்கு அறிமுகம் செய்துள்ளார். 'இவ்வாசிரியரின்

நோக்கமே உயிரை உருமாறும்படிச் சுட்டெரித்துவிடுவதுதான். அதனுடைய பேதைமையும் பிதற்றலும் நீங்க அதைப் புடம் போடுவதுதான். சுட்டெரிந்த உயிரின் உணர்ச்சிச் சாம்பலிலிருந்து ஸித்தபுருஷன் மன்மதனைப்போல புத்துயிர் பெற்று எழுவான்.' கு.ப. ராஜகோபாலன் இலக்கியத்தின் சமூகக் கடமையை வற்புறுத்துகின்றார். அதேசமயம் இலக்கியத்தை ஒரு பிரச்சாரக் கருவியாகக் கீழிறக்கவும் இல்லை. ஒவ்வொரு படைப்பாளிக்கும் அவனுக்கே உரியதான கொள்கை ஒன்று இருக்கவே செய்யும் என்ற அவருடைய நிலைப்பாட்டை இவ்வகையில் தான் புரிந்து கொள்ள வேண்டும். பாரதி தோற்றுவித்த மரபின் தொடர்ச்சியாக விடுதலைப் போராட்டச் சூழலில் எழுந்த தேசிய இலக்கியச் சிந்தனையாக இதனைக் குறிப்பிட வேண்டும்.

வடமொழியில் இளங்கலைப் பட்டம் பெற்ற கு.ப.ரா. ஏனைய மணிக்கொடி படைப்பாளிகளைப்போல் ஆங்கில இலக்கியத்தின் தாக்கத்தினையும் பெற்றிருந்தார். கிழக்கின் அழகியலும் மேற்கின் அழகியலும் அவர்மீது சமஅளவிலான பாதிப்பைச் செலுத்தி யுள்ளன. பக்தி இலக்கிய மரபிலுள்ள நாயக-நாயகி பாவனையைக் கொண்ட கவிதைகளை ஆழ்ந்த விமர்சனத்திற்கு உள்ளாக்கியுள்ளார். இந்திய மொழிகள் அனைத்திலும் உள்ள கவிதைகளை இதற்கு அவர் தேர்ந்துகொண்டிருப்பது குறிப்பிடத் தக்கது. கிழக்கின் அழகியலைக் குறித்த தெளிவான சிந்தனை மணிக்கொடி படைப்பாளிகளில் கு.ப.ராவிடம் மட்டுமே இருந்துள்ளது. நாயகி-நாயக பாவத்தில் அமைந்த கவிதைகள் மீது காமப்பித்துப் பிடித்தவர்கள் எழுதியது என்னும் மதிப்பீட்டை முன்வைப்பவர்கள் இந்திய இலக்கியப் போக்கை அறியாதவர்கள் எனத் தெளிவு படுத்துகின்றார்.

'சிருங்காரம்' என்ற வடமொழி இலக்கியச் சிந்தனையை விளக்கி இக்கவிதைகளை எழுதியவர்கள் எம்மொழியைச் சார்ந்தவர்களாக இருப்பினும், உடல் இச்சையை முழுமையாகத் துறந்த யோகிகள் என்ற உண்மையையும் முன்வைத்து மறுமதிப்பீட்டின் அவசியத்தை வலியுறுத்துகின்றார். ஒழுங்கும் கட்டுப்பாடும் கொண்ட எழுத்துப் போக்கு அவருடைய விமர்சனக் கட்டுரைகளை வெற்றியடையச் செய்துள்ளது.

பாரதியின் கவிதைகளை விரிவான விமர்சனத்துக்கு உள்ளாக்கிய முன்னோடி விமர்சகராக கு.ப.ரா.வைச் சுட்ட வேண்டும். பாரதி

தேசியகவியா, மகாகவியா என்ற இலக்கிய அரசியல் சார்ந்த விவாதம் எழுந்த காலச் சூழலில் மகாகவி, தேசியகவி என்னும் இரு மதிப்பீடு களையும் தன்னுடைய பார்வையில் விளக்கிவிட்டு பாரதியின் கவிதைகள் முழுவதையும் கொண்டு பாரதியை மகாகவி என நிறுவியுள்ளார். கண்ணன் என் கவி என்னும் விரிவான விமர்சன நூல் தமிழ் இலக்கிய விமர்சன மரபில் குறிப்பிடத்தக்கது. கு.ப. ராஜகோபாலன் குரலை உயர்த்தாது தன் விமர்சன மதிப்பீடுகளை ஆழமான விவாதங்களின் மூலம் ஏற்கச்செய்துள்ளது கவனிக்கத்தக்கது.

இலக்கியத்தின் அடிப்படைகளைக் குறித்த உரையாடல் வடிவிலமைந்த மறுமலர்ச்சி என்னும் விமர்சனக் கட்டுரை தமிழ் இலக்கிய விமர்சன மரபில் குறிப்பிட்டுச் சொல்லும்படியான கட்டுரையாக அமைந்துள்ளது. மணிக்கொடிக் காலக்கட்டத்தை இரண்டாவது மறுமலர்ச்சியாகக் கணிக்கின்றார். தமிழ் இலக்கிய மரபைச் சமகாலம் வரைத் தொடரும் ஒரே இலக்கிய மரபாகக் கண்டுள்ளார். காலந்தோறும் அதன் வளர்ச்சிநிலைகள் மீதான மதிப்பீடுகளை முன்வைக்கின்றார். மரபின் சமகால நிலை குறித்ததான ஆழ்ந்த அக்கறையை முன்வைத்துள்ளார். மணிக் கொடியின் மறைவிற்குப்பின் கலாமோகினி, கிராம ஊழியன் இதழ்களில் வெளிவந்த கவிதைகளைக் குறித்ததான கட்டுரைகளும் குறிப்பிடத்தக்கன.

கு.ப. ராஜகோபாலனை, தேசிய இயக்கக் காலக்கட்டத்திற்கான விமர்சகராகக் குறிப்பிட வேண்டும். கிழக்கின் அழகியலை முன்வைத்து தமிழையும் பிறமொழிகளையும் இந்திய மொழிகளாகக் கண்டு பொதுவான இலக்கியத்தைக் குறித்த தேடலை முன்வைத்த ஒரே விமர்சகர் கு.ப. ராஜகோபாலன்தான். அதே சமயம் தமிழ் இலக்கிய மரபின் மீதான பெருமித உணர்வும் அவருக்கு இருந்தது.

கு.ப. ராஜகோபாலனின் விமர்சனக் கட்டுரைகள் அண்மையில்தான் முழுமையாகத் தொகுக்கப்பட்டுள்ளன. புதுமைப்பித்தனின் விமர்சனக் கட்டுரைகள் பெற்றுக்கொண்ட சமகால வாசிப்பைக் கு.ப.ரா.வின் கட்டுரைகள் பெறவில்லை. மறுவாசிப்பைப் பெறும் போது ஒரு விமர்சகராக அவர் மீதான மதிப்பீடு மாறுதல் அடையும்.

விரிவான வாசிப்பிற்கு. தொ.ஆ.இ., கு.ப.ரா எழுத்துகள், அல்லயன்ஸ், சென்னை (2002).

165

ராஜமார்த்தாண்டன். சுந்தர ராமசாமியின் சிந்தனைக் குழுவிலிருந்து தோற்றம் கொண்ட விமர்சகர். ராஜமார்த்தாண்டன் ஒரு கவிஞரும்கூட.

ராஜமார்த்தாண்டன் பேராசிரியர் ஜேசுதாசன் மாணவர்களுள் ஒருவர். பேராசிரியர், தமிழ்ச் சிற்றிதழ்ப் படைப்பாளிகளோடு நெருங்கிய தொடர்புகொண்டிருந்தார். மாணவர்களைச் சிற்றிதழ் வாசகர்களாக உருவாக்கினார். வேதசகாயகுமார், ராஜமார்த்தாண்டன், அ.கா. பெருமாள், ப. கிருஷ்ணசாமி ஆகியோர் சிற்றிதழ்களில் எழுதத் தொடங்கினர். யாத்ரா இதழோடு உறவு கொண்டிருந்த அ.கா. பெருமாள் பின்னால் நாட்டார் வழக்காற்றியலையும் வரலாற்றையும் தன் களமாகத் தேர்ந்து கொண்டார். ராஜ மார்த்தாண்டன் கொல்லிப்பாவைச் சிற்றிதழை வெளிக்கொணர்ந்தார்.

சுந்தர ராமசாமி இருபதாம் நூற்றாண்டின் எழுபதுகளின் பிற் பகுதியில் காகங்கள் இலக்கியக் கூட்டத்தை ஒருங்கிணைத்தார். சமகால இலக்கியம் தொடர்பான விவாதங்கள் தொடர்ச்சியாக நிகழ்ந்தன. பேராசிரியர் ஜேசுதாசனும், அவர் மாணவர்களும் 'காகங்கள்' இலக்கியக் கூட்டத்தில் கலந்துகொண்டனர். சுந்தர ராமசாமி இலக்கியம் குறித்ததான தன் சிந்தனைகளைத் தொடர்ந்து முன்வைத்தார். வாசகன் என்னும் நிலையிலேயே இலக்கியப் படைப்பு அணுகப்பட வேண்டும் என்பதனை வலியுறுத்தினார். முன் முடிவுகளைக் கொண்டிராத வாசிப்பு, வாசிப்பினூடாகப் பிரதியி லிருந்து அதன் படைப்பாளியை உணர்ந்து கொள்தல், படைப்பின் ஆழங்களைத் தொட்டு ஆழ்நிலைப் பொருளைத் துலக்குதல் போன்றவை விமர்சன ச்செயல்பாடாக ஏற்கப்பட்டன. செய்நேர்த்தியும், படைப்பு மொழியின் துல்லியமும் இலக்கியப் படைப்பின் அடையாளங்களாக முன்மொழியப்பட்டன. க.நா. சுப்ரமணியத்தின் விமர்சனங்கள் கடுமையான விமர்சனங்களுக்கு உள்ளாக்கப்பட்டன. எழுபதுகளின் இறுதியில் சுந்தர ராமசாமி விமர்சகராக இயங்கத் துவங்கினார். அதுவரையில் புனை கதைகளையும், கவிதைகளையும் மட்டுமே அவர் எழுதிவந்தார். தமிழில் சிற்றிதழ்களின் அவசியத்தை வலியுறுத்திய சுந்தர ராமசாமி, சிற்றிதழ்கள் நலிவடைந்துவரும் சூழலில் காலச்சுவடு இதழை

இலக்கியச் சிற்றிதழாகத் தோற்றுவித்தார். சுந்தர ராமசாமி சிந்தனைக் குழுவில் உருப்பெற்ற இலக்கியச் சிந்தனையில் குழுவின் உறுப்பினர்கள் ஒவ்வொருவருக்கும் ஏதோ ஒரு வகையில் பங்கிருந்தது. சுந்தர ராமசாமி விமர்சகராக இயங்கத் துவங்கிய சமகாலத்தில் ராஜமார்த்தாண்டனும், வேதசகாயகுமாரும் எழுதத் துவங்கினார்.

சுந்தர ராமசாமி சிந்தனைக் குழுவைச் சார்ந்த விமர்சகர்கள், நவீனத்துவப் போக்கைச் சார்ந்தவர்கள்தான். நவீனத்துவத்தின் தாக்கம் இவர்கள் ஒவ்வொருவரிடமும் வெவ்வேறு அளவில் இருந்தன. ஒப்பீட்டளவில் ராஜமார்த்தாண்டனிடம் நவீனத்துவத்தின் தாக்கம் ஏனையவர்களைவிட குறைவாகவே இருந்தது. ஆனால், ராஜமார்த்தண்டனும் பிரதியிலிருந்து வெளிப்படுகிற படைப்பாளியையே கவனத்தில் கொண்டார். கொல்லிப்பாவை இதழில் வெளியான நகுலனின் கவிதைகள் குறித்ததான அவர் கட்டுரை குறிப்பிடத்தக்கது. 'பழைமையின் ஆதிக்கத்துக்குட்பட்ட மனக்குரலும், நவீன சிந்தனைகளின் தாக்கத்துக்குள்ளான மனதின் குரலும் முரண்படாது வெளிப்படுவது நகுலனிடமுள்ள தனித் தன்மையாகும். இப்போக்கிற்கேற்ப கவிதையின் நடையிலும், சப்த அமைப்பிலும் பழைமையின் பாதிப்பையும், நவீனத்துவத்தின் தாக்கத்தையும் ஒருங்கே காணலாம்.' நகுலன், நவீனத்துவப் படைப்பாளியாக இனம் காணப்பட்டவர். அவர் புனைகதைகள் மரபான வடிவத்தை ஏற்க மறுத்து மரபை வெளிப்படையாகத் துறந்தவை. ஆனால், ராஜமார்த்தாண்டன், நகுலனின் கவிதை களிலிருந்து உணரமுடிகிற நகுலன், பழைமையின் ஆதிக்கத்திற்கு உட்பட்டவர் என்கிறார். இப்பழைமையை 'கவிதை நடையிலும் சப்த அமைப்பிலும்' இருந்து இனம் காண்கிறார். நவீனத்துவப் பார்வை உருவ உள்ளடக்கப் பிரிப்புணர்வை மறுத்தது. முழுமையான உருவத்தை உணரும்போது தான் படைப்பின் ஆழ்நிலைப் பொருளை உணர இயலும். ஆழ்நிலைப் பொருளை உணர்த்துவதில் படைப்பின் ஒவ்வொரு கூறும் பங்கு வகிக்கும். ராஜமார்த்தாண்டனின் இவ்வணுகு முறையில் நவீனத்துவத்தின் தாக்கத்தைத் தெளிவாகவே இனம் காணமுடிகிறது.

நவீனத்துவ விமர்சனம், புதுமைப்பித்தனை மறுவாசிப்பிற்கு உட்படுத்தியது. நவீனத்துவத்தின் கூறுகளைப் புதுமைப்பித்தனின் படைப்புகளில் முதன்முதலாக நாம் இனங்காணுவதற்கு இதுவே

காரணமாக இருக்கலாம். கொல்லிப்பாவை, புதுமைப்பித்தனின் தூய பிரதியை உருவாக்க முயன்றது. இதழ்களில் வெளியாகி, சமகாலத்தை வந்தடையாத புதுமைப்பித்தன் படைப்புகளைத் தேடிக் கண்டெடுத்து, வெளியிடுவதை ராஜமார்த்தாண்டனும் வேத சகாயகுமாரும் கடமையாகக்கொண்டனர். கொல்லிப்பாவை தொடர்ந்து புதுமைப்பித்தன் படைப்புகளைக் கண்டெடுத்து மறுவெளியீடு செய்துவந்தது. புதுமைப்பித்தன் தினமணியில் துணையசிரியராகப் பணியாற்றிய போது எழுதிய மதிப்புரைகளைச் சமகாலத்தின் பார்வைக்குக் கொண்டுவந்த பெருமையும் ராஜமார்த் தாண்டனையே சாரும்.

ராஜமார்த்தாண்டனின் விமர்சனக் கட்டுரைகள் பெரும்பாலும் கவிதையைக் குறித்தவை. தமிழ்ப் புதுக்கவிதையின் முக்கிய விமர்சகர்களுள் ஒருவராக அவரைக் குறிப்பிட வேண்டும். அவருடைய தமிழ்ப் புதுக்கவிதை வரலாறு குறிப்பிடத்தகுந்த நூலாக அமைகிறது. புதுமைப்பித்தனின் கதைகளைக் குறித்து புதுமைப் பித்தனின் கயிற்றரவு என்னும் விமர்சன நூலையும் எழுதியுள்ளார். தமிழ்ப் புதுக்கவிதையின் பெரும் தொகுப்பைக் கொங்குதேர் வாழ்க்கை-பகுதி 2 என்னும் தலைப்பில் தொகுத்துள்ளார்.

தமிழ்ப் புதுக்கவிதையின் விமர்சகர்களுள் முக்கியமானவராக ராஜமார்த்தாண்டனைக் குறிப்பிடவேண்டும்.

166

வசன கவிதை. இருபதாம் நூற்றாண்டின் துவக்கத்தில் தமிழில் தோற்றங்கொண்ட மரபான தமிழ் யாப்பினைத் துறந்த கவிதை முயற்சிகளை அடையாளப்படுத்த நாற்பதுகளில் கலாமோகினி, கிராம ஊழியன் இதழ்கள் பயன்படுத்திய சொல், வசன கவிதை.

19ஆம் நூற்றாண்டில் அமெரிக்கக் கவிஞரான வால்ட் விட்மன் யாப்பினை முற்றிலுமாகத் துறந்த கவிதை முயற்சிகளை நிகழ்த்தினார். தமிழ் மறுமலர்ச்சிக் கவிஞரான பாரதி வால்ட் விட்மனைத் தமிழுக்கு அறிமுகம் செய்துள்ளார். அவர் கவிதை முயற்சிகள் மீது பாரதி கருத்து உடன்பாட்டினைப் பதிவு செய்துள்ளார்.

பிரெஞ்சு மொழியில் யாப்பைத் துறந்த கவிதை 20ஆம் நூற்றாண்டில் ஓர் இலக்கிய இயக்கமாக இயக்கம் கொண்டது. மரபான யாப்பை

இவ்வியக்கத்தைச் சார்ந்த கவிஞர்கள் துறந்தனர். மரபு வற்புறுத்திய அடிகளில் சீர் எண்ணிக்கைத் துறக்கப்பட்டது. தனியொரு கவிஞனின் அனுபவ உணர்த்தலுக்கு ஏற்றதான ஓசை ஒழுங்கு மட்டுமே ஏற்பினைப் பெற்றது. இவ்வோசை ஒழுங்கு முன்னதாகத் தீர்மானிக்கப்பட்டதாக இராமல் குறிப்பிட்ட அந்தக் கவிதைக்கே உரியதாக அமைந்தது. எஸ்ரா பவுண்ட், டி.எஸ். எலியட், டி.எச். லாரன்ஸ் போன்ற ஆங்கிலக் கவிஞர்களிடம் இந்த இயக்கத்தின் தாக்கத்தை இனங்காண முடியும். ஐரோப்பியக் கவிஞர்கள் தொடர்ந்து இவ்வழியில் சோதனை முயற்சிகளை மேற்கொண்டனர்.

1934 மணிக்கொடி இதழ், கவிதையின் சோதனை முயற்சிகளுக்கு வித்திட்டது. கவிதையை உள்ளடக்கமாகக் கொண்ட பாரதிதாசனின் கவிதைக் காதலி பாரதியாரின் கன்னிக் கவிதை ஆகிய கவிதைகளைத் தொடர்ந்து கு.ப.ரா.வின் கவிதை என்ற உரைநடைப் பகுதியையும் இணைத்து வெளியிட்டது.

கவிதை ஊர்வசியைப் போன்றவள். மேலுலகத்து மங்காத மேனியுடையவள், நிகரற்ற நேர் நிறத்தாள். விண்ணுலகின் விரஸமான வேட்கைகளை வெறுத்துச் சந்திரனை அண்டிவந்த தாரை போல...

கவிதைக்குரிய யாப்பினை முற்றிலுமாகக் கொண்டிராத இந்த வரிகளையும் மணிக்கொடி கவிதையாகவே இனங்கண்டுள்ளது. யாப்பினைத் துறந்து கவிதை இயங்கமுடியும் என்ற நிலைப் பாட்டை முதல் முதலாக மணிக்கொடி முன்வைத்தது. இதற்கு எதிர்வினையாக 1934 அக்டோபர் 14இல் வெளியான மணிக்கொடி 'பிக்ஷு' எனும் புனைபெயரில் பிச்சமூர்த்தி எழுதிய 'பிரிவில் தோன்றும் பேரின்பம்' என்னும் கவிதையை முதல் பக்கத்தில் வெளியிட்டு, தமிழ்க் கவிதை மரபில் புதிய வடிவின் பிறப்பைத் தமிழ் உலகிற்கு அறிவித்தது.

மாந்தோப்பு வஸந்தத்தின் பட்டாடை உடுத்திருக்கிறது
மலர்கள் வாசம் கமழ்கிறது
மரத்திலிருந்து ஆண்குயில் கத்துகிறது
என்ன மதுரம் என்ன துயரம்
ஆண் குயில் சொல்லுகிறது
காதற் கனல் பெருக்கெடுத்துவிட்டது
கரைகள் உடைந்து போயின
நெஞ்சத்தின் வேர்கள் கருகுகின்றன

குயிலி காதல் நீரை வார்த்து தீயை அணைப்பாய்
கருகிய வேர்களுக்கு உயிரை ஊட்டுவாய்
க்காவூ... க்காவூ...

இந்தக் கவிதை வரிகள் ஓர் ஓசை ஒழுங்கினைக் கொண்டிருந்தாலும் முன்னதாகத் தீர்மானிக்கப்பட்ட ஓசை ஒழுங்கைத் தோற்றுவிக்கும் யாப்பை முற்றிலுமாகத் துறந்துவிட்டுள்ளன. தமிழ்க் கவிதை மரபில் யாப்பை முற்றிலுமாக உதறிய முதல் கவிதை வரிகளாக இதைக் குறிப்பிடவேண்டும்.

மணிக்கொடி தொடர்ந்து இத்தகைய கவிதை முயற்சிகளுக்கு இடமளித்தது. பிச்சமூர்த்தியைத் தொடர்ந்து நவம்பர் 18 இதழில் கு.ப. ராஜகோபாலன் 'கருவளையும் கையும்' என்னும் தன்னுடையதான கவிதை முயற்சியைப் பதிவு செய்துள்ளார்.

பெண்ணே உன் கண்களில் என்ன நிலைக்காகக்
கவர்ச்சி ஊற்றெடுத்திருக்கிறது
இப்படிக் கவிகள் களைப்பின்றிக் காவியமியற்றுகிறார்கள்
உன் கருவளையிலும் கையிலும் என்ன கவிதைக்
கட்டழகு இப்படி யுகயுகமாய் மனிதனை மயக்குகிறது

கு.ப.ரா.வின் இக்கவிதை வரிகளும் மரபான யாப்பை முற்றிலுமாக உதறிவிட்டுள்ளன. மணிக்கொடியின் மற்றொரு படைப்பாளியான புதுமைப்பித்தன் இப்போக்கினோடு உடன்பாடு கொள்ளவில்லை. யாப்பைத் தனக்கு இசைவாக மாற்றி அமைப்பதிலேயே கவனம் செலுத்தினார். தமிழ்க் கவிதை மரபினோடு அவருக்கு இருந்த நெருக்கம் காலந்தோறும் தமிழ் யாப்பில் நிகழ்ந்த மாறுதல்களை அவருக்கு உணர்த்தியிருக்க வேண்டும். தமிழ்க்கவிதை மரபோடு நெருங்கிய உறவைக் கொண்டிராத பிச்சமூர்த்திக்கும் கு.ப. ராஜகோபாலனுக்கும் மனத்தடை இருந்திருக்கவில்லை. மரபை மீறும் போக்கிற்கு ஊக்கம் அளித்த அரசியல் சூழல் கவிதையின் புதிய முயற்சிகளுக்கு ஊக்கமளித்தது.

மணிக்கொடி மறைவிற்குப் பின் கு.ப.ரா.வின் மேலாதிக்கத்தில் இயங்கிய கலாமோகினி, கிராம ஊழியன் இதழ்கள் இச்சோதனை முயற்சியை முன்னெடுத்துச் சென்றன. வசன கவிதை என்னும் சொற்சேர்க்கை இவர்களுடையது. புதுமைப்பித்தன் இதனோடு முரண்பாடான கருத்தைப் பதிவுசெய்துள்ளார்.

'கவிதையின் குறியும் வசனத்தின் உருவும் கலந்த இந்தப் புதுப்

பிறவிக்கு இந்தப் புதிய பெயர் கொடுத்திருப்பதை ஒருவாறு ஒப்புக்கொள்ளலாம். இந்த மாதிரியான 'வசன கவிதை'யைப் பாரதி கையாண்டிருக்கிறார்' எனக் கலாமோகினியில் ந. பிச்சமூர்த்தி வசன கவிதை வடிவத்திற்கு விமர்சன ஏற்புத் தந்துள்ளார்.

வசன கவிதைகள் புதிய வடிவ மாறுதலைக் கொண்டிருந்தாலும் உணர்ச்சிமையவாதக் கவிஞர்களின் (Romantic poets) போக்கையே பின்தொடர்ந்துள்ளது. வடிவத்தில் நிகழ்ந்த மாறுதல் உள்ளடக்கத்தில் நிகழ்ந்திராதது குறிப்பிடத்தக்கது. எழுத்து இதழில் வெளிவந்த கவிதைகள் உள்ளடக்க மாறுதலையும் எதிர்கொண்டன. வசன கவிதை என்னும் சொல் துறக்கப்பட்டு, புதுக்கவிதை என்னும் சொல் கால ஏற்பைப் பெற்றது.

விரிவான வாசிப்பிற்கு

1. ந. பிச்சமூர்த்தி, 'பாரதியின் வசன கவிதை', கலாமோகினி இதழ் 9.
2. உமா மகேஸ்வரி, கவிதை வளர்த்த மணிக்கொடி (2006).

167

வஞ்சிப்பா. தொல்காப்பியம் சுட்டும் நால்வகைப் பாக்களுள் ஒன்று வஞ்சிப்பா.

தொல்காப்பியர் வஞ்சிப்பாவை நடை அடிப்படையில் ஆசிரியப்பாவோடு ஒத்தது என்கிறார். சங்கப்பாடல்களில் ஆசிரியப்பாக்கள் பெருவழக்காக அமையும் போது, வஞ்சிப்பாக்கள் குறைந்த எண்ணிக்கையில் இடம் பெற்றுள்ளன. வஞ்சிப்பாவில் ஆசிரிய அடிகள் இடையிடையே கலந்து வருவதோடு வஞ்சிப்பா ஆசிரியத்தால் முடிவு பெறும். இவ்விருப்பா வகைகளுக்கிடையிலான தொடர்பை இது உறுதிப்படுத்துகிறது. வஞ்சிப்பாவில் நேரீற்று மூவசைச்சீர் நான்கையும் தவிர்த்து ஏனைய மூவசைச்சீர்கள் வரும். இவை வஞ்சியுரிச்சீர்கள் என்றே அடையாளப்படுத்தப் பட்டுள்ளன.

ஆனால் ஏனைய பாக்களுக்குரிய சீர்களும் வஞ்சிப்பாவில் வரக்கூடும். உரையாசிரியர்கள் இதை விளக்க முற்பட்டுள்ளனர். கட்டளை அடி பெறாத வஞ்சிப்பாவில் ஈரசைச் சீர் பதினாறும், மூவசைச்சீர் அறுபத்தி நான்கும் வரலாம் என்பது நச்சினார்க் கினியர் கருத்து. தொல்காப்பியர் வஞ்சிப்பாவிற்குரிய தளையினைச்

சுட்டவில்லை. தொல்காப்பியருக்குப் பின் வந்தவர்கள் வஞ்சி உரிச்சீர் முதலசையோடு ஒன்றுவது ஒன்றிய வஞ்சித்தளை என்றும், ஒன்றாதது ஒன்றாத வஞ்சித்தளை எனவும் கொண்டனர். தொல்காப்பியர் பார்வையில் நிலைமொழியில் வஞ்சிஉரிச்சீர் நின்றால் வஞ்சிப்பாவிற்கு உரிய ஓசை இயல்பாகத் தோன்றிவிடும். எனவே தளையைக் குறித்துச் சிந்திக்கத் தேவையில்லை. இந்த விதிவிலக்கைப் பிற பாக்களுக்கு அவர் சுட்டவில்லை. வஞ்சிப்பா நெகிழும் தன்மை கொண்டது.

வஞ்சிப்பா, சீரடிப்படையில் குறளடிகளைக் கொண்டது. இருசீர் குறள் அடிகளே வஞ்சிப்பாவிற்குரியது என்பது பேராசிரியர் கருத்து. எழுத்தெண்ணி வகுக்கப்படும் கட்டளை அடி நோக்கில் குறளடி, சிந்தடி, அளவடி ஆகியவற்றில் ஒன்றாக அமையும். குறளடியிலும், சிந்தடியிலும் அசையே கூனாகி வரும். உரையாசிரியர்கள் பார்வையில் அடியின் இடையிலும் கடையிலும்கூட கூன் அசையாகி வரும். புறநிலை வாழ்த்து, வாயுறை வாழ்த்து, அவை அடக்கியல், செவியறிவுறூஉ என்னும் பாடற்பொருள்கள் கலிப்பாவிலும், வஞ்சிப்பாவிலும் வருவதில்லை என்பது தொல்காப்பியர் கருத்து. எனவே ஏனைய பாடற்பொருள்கள் வஞ்சிப்பாவினால் பாடவும் பெறலாம். சங்கப்பாடல்களில் வஞ்சிப்பாடல்கள் மிகுதியும் புறப்பாடல்களாகவே அமைகின்றன. பட்டினப்பாலை அகப் பொருள் பற்றிய வஞ்சிப்பாடலாக அமைகின்றது. ஆனால் பட்டினப்பாலையின் மிகப்பெரும் பகுதியும் புறப்பொருள் பற்றியன.

தொல்காப்பியருக்குப் பின் வஞ்சிப்பாவிற்கு உரிய ஓசையைத் தூங்கிசை எனக் காக்கைப்பாடினியாரும், தூங்கல் ஓசை என அவிநய ஆசிரியரும், மயேச்சுரரும் அடையாளப்படுத்துகின்றனர். வஞ்சிப்பா தனிச்சொல்லும் சுரிதகமும் கொண்டு முடியும் என காக்கைப்பாடினியார் வரையறை செய்துள்ளார். முதல், இடை, கடை என்னும் மூன்றில் ஏதேனும் ஒன்றில் தனிச்சொல் வரும் என்பது யாப்பருங்கல விருத்தி உரையின் கருத்தாக அமைகிறது. சுரிதகம் கொண்டு முடிவது தொல்காப்பியருக்கு உடன்பாடானதாக இல்லை. ஆசிரிய இறுதியையே அவர் சுட்டுகிறார். மயேச்சுரர் ஆசிரிய சுரிதகம் எனத் தெளிவுபடுத்துகிறார். யாப்பருங்கலம், அகவலினால் முடியும் என்னும் போது யாப்பருங்கலக்காரிகை ஆசிரியச் சுரிதகத்தினால் முடியும் என்கின்றது. யாப்பருங்கல விருத்தி உரை

ஏந்திசைத் தூங்கல், அகவல் தூங்கல், பிரிந்திசைத் தூங்கல் என தூங்கலோசையை மூவகைப்படுத்துகிறது. இன்னியற்குறளடி வஞ்சிப்பா, விரவியற்குறளடி வஞ்சிப்பா, இன்னியற் சிந்தடி வஞ்சிப்பா, விரவியற்சிந்தடி வஞ்சிப்பா என்னும் நான்கு வகைகளை யாப்பருங்கல விருத்தி சுட்டுகிறது. வீரசோழியம், யாப்பருங்கலக் காரிகை சிந்தனைகளைப் பின்பற்றியுள்ளது.

விரிவான வாசிப்பிற்கு

1. கந்தசாமி சோ.ந, தமிழ் யாப்பியலின் தோற்றமும் வளர்ச்சியும், தமிழ்ப்பல்கலைக்கழகம், தஞ்சாவூர் (1989).
2. சீனிவாசராகவன். ரா, யாப்பொலி, திருப்பதி திருவேங்கடவன் கீழ்த்திசைக்கலை ஆராய்ச்சிக்கழகம் (1957).
3. செயராமன். ந.வீ, சிலப்பதிகார யாப்பமைதி, அண்ணாமலைநகர், அண்ணாமலை பல்கலைக்கழகம் (1977).

168

வட்டார நாவல்கள் (regional novels). குறிப்பிட்ட வட்டார மக்கள் பேசும் மொழிநடையில், அவ்வட்டார மக்களின் வாழ்வை, வட்டார மனிதர்களின் இயக்கத்தில் முன் வைக்கும் நாவல்கள்.

வட்டார நாவல்களின் படைப்பாளி குறிப்பிட்ட வட்டார மக்களின் வாழ்க்கைச் சிக்கல்களை அறிந்துகொண்டிருந்தால் மட்டும் போதாது. அவன் தேர்ந்துகொள்ளும் வட்டாரத்தின் வரலாற்றை, அதன் பண்பாட்டுத் தொடர்ச்சியை விசாரணைக்குள்ளாக்கும் திறனை அவன் பெற்றிருக்க வேண்டும். அத்தகையவரால்தான் வட்டார நாவல்களைக் கலைத்தரத்தில் படைக்க முடியும். வட்டாரப் புனை கதைகள் ஆங்கில இலக்கியத்தில் உணர்ச்சி மையக் காலகட்டத்தில் முதன்முதலாகத் தோற்றங்கொண்டன. 1801இல் இங்கிலாந்து, ஸ்காட்லாந்து, அயர்லாந்து மற்றும் வேல்ஸ் ஒன்றினைந்து கிரேட் பிரிட்டன் உருவானது. பொதுப் பகைவனான பிரான்ஸ் தந்த நெருக்கடி இந்த இணைப்பை ஏற்கும்படிச் செய்தது. என்றாலும், பொது அடையாளத்தை ஏற்கும்போதே தங்கள் தங்கள் தனித்தனி அடையாளங்களையும் தக்கவைத்துக்கொள்ள விரும்பினர். இதன் தாக்கத்தின் காரணமாக இலக்கியத்தில் வட்டார இலக்கியம் தோற்றங்கொண்டது. மரியா எஜ்வொர்த் என்னும் அயர்லாந்து

பெண் நாவலாசிரியரை வட்டார நாவல்களின் முன்னோடியாகக் கருதுகின்றனர்.

அயர்லாந்தைச் சார்ந்த பெண் படைப்பாளியான மோர்கன், ஸ்காட்லாந்து படைப்பாளிகளான ஜான்கால்ட், வால்ட்டர் ஸ்காட் ஆகியோரையும் வட்டாரப் புனைகதைப் படைப்பாளிகளாகக் குறிப்பிடுகின்றனர். ஆங்கில வட்டார நாவல் ஆசிரியர்களுள் தாமஸ் ஹார்டி டி.எச். லாரன்ஸ், வில்லியம்ஸ் பார்க்னர் ஆகியோரைச் சாதனையாளர்களாகக் குறிப்பிடுவர். 19ஆம் நூற்றாண்டையும் 20ஆம் நூற்றாண்டின் துவக்கத்தையும் ஆங்கில இலக்கியத்தில் வட்டாரப் புனைகதைகளின் காலகட்டமாகக் குறிப்பிட வேண்டும்.

தமிழ் இலக்கியத்தை 20ஆம் நூற்றாண்டின் துவக்கத்தில் வட்டாரப் போக்கு வந்தடைந்தது. இந்தக் காலகட்டத்தில் இந்திய தேசியம், தமிழ் தேசியம் என அரசியல் அடிப்படையில் பொதுமைப்படுத்தப்பட்டன. கூடவே அடையாளங்களும் தனித் தன்மைகளும் பேணப்பட்டன. இதன் விளைவாக வட்டார இலக்கியம் தமிழில் தோற்றங்கொண்டது. ஆ. மாதவைய்யர் 20-களின் முற்பகுதியில் வட்டாரப் புனைகதைகளைப் படைக்க முயன்று அதில் வெற்றி கண்டுள்ளார். 1924இல் அவர் எழுதிய கண்ணன் பெருந்தூது கதையினைக் குறிப்பிட்டுச் சொல்ல வேண்டும். தாமிரபரணி நதிக்கரையோரத்தில் வாழும் பார்ப்பன மக்களின் வாழ்வை, அவர்கள் பேசும் மொழியில் வட்டாரத்தின் வரலாற்று உணர்வோடு கதை முன்வைத்துள்ளது. 1930-களில் இந்த வட்டாரத்தைச் சார்ந்த விவசாயப் பெருங்குடி மக்கள் வாழ்வைப் புதுமைப்பித்தன் முன்வைத்துள்ளார். நாசகாரக்கும்மல், சித்தி போன்ற கதைகள் இவ்வட்டார வாழ்விற்கு இலக்கியத் தகுதியை அளித்துள்ளன. 1940இல் சண்முகசுந்தரம் நாகம்மாள் நாவலில் கோவை வட்டார வாழ்வைப் புனைகதை எல்லைக்குள் கொண்டு வந்தார். தமிழ் வட்டார இலக்கியத்தின் முதல் அலையாக இவற்றைக் கொள்ளவேண்டும்.

இருபதாம் நூற்றாண்டில் அறுபதுகளின் முற்பகுதியை வட்டாரப் புனைகதைகளின் இரண்டாம் அலையின் காலகட்டமாகக் குறிப்பிட வேண்டும் நீல. பத்மநாபனின் தலைமுறைகள், ஹெப்சிபா ஜேசுதாசனின் புத்தம்வீடு, அ. மாதவனின் புனலும் மணலும், நாஞ்சில் நாடனின் தலைகீழ்விகிதங்கள், மாமிசப்படைப்பு முதலிய

நாவல்களைச் சாதனைப் படைப்புகளாகக் குறிப்பிட வேண்டும். ராஜநாராயணனின் கோபல்ல கிராமம் கரிசல்காட்டு வாழ்விற்கு இலக்கியத் தகுதியைத் தந்தது. அறுபதுகளின் பிற்பகுதியில் நவீனத்துவம் தமிழில் வலுப்பெறத் துவங்கியபோது இந்தப் போக்குப் பின்னடைவை நேரிட்டது. புதிய நூற்றாண்டில் கண்மணி குணசேகரனின் அஞ்சலை நடுநாட்டு வாழ்வை வட்டார இலக்கியத்தின் எல்லைக்குள் கொண்டுவந்தது. வட்டார நாவல்கள் வட்டார மொழியின் சொல்லகராதியின் தேவையைத் தோற்றுவித்த போது சென்ற நூற்றாண்டின் பிற்பகுதியில் அத்தகைய அகராதிகளும் தோற்றங்கொண்டுள்ளன.

வட்டார நாவல்கள் தமிழ் நாவல்களின் வளத்தை உணர்த்துவனவாக அமைகின்றன.

169

வட்டாரப் பேச்சுமொழி (dialect). குறிப்பிட்ட வட்டாரத்தைச் சார்ந்தவர்கள், அல்லது குறிப்பிட்ட இனக்குழுவைச் சார்ந்தவர்கள் பேசும் மொழியைக் குறிக்கின்றது. இந்தப் பேச்சுமொழி, பொது மொழியிலிருந்து பெருமளவிலான வேறுபாடுகளைக் கொண்டிருக்கும்.

தமிழ்ச் சமகால இலக்கியத்தில் பேச்சுமொழியே உரையாடலில் பெருமளவு பயன்படுகிறது. பொதுமொழியிலான உரையாடலைக் காண்பது அரிது. எனினும், வட்டாரப் பேச்சுமொழியிலான உரையாடல் தமிழ்ச்சூழலில் பெரும் எதிர்ப்பை எதிர்கொண்ட காலகட்டமும் உண்டு. வட்டாரப் பேச்சு மொழியிலமைந்த உரையாடலை மாதவைய்யரின் கண்ணன் பெரும் தூது கதையில் முதன் முதலாக எதிர்கொள்ள முடிகிறது.

> திருவி: வசா, அவனும் பதில் வசான்.
>
> திருவி: ஆமாம், நான் வசேன், மீனுமாத்திரம் வாழ்த்தினாளாக்கும்
>
> மீனு: எல்லாம் வார்த்தை நைச்சியத்திலிருக்கு. பசுபோல பிராமணன் இன்னாலும் ஒன்னுதான் மாடுபோல பிராமணன் இன்னாலும் ஒன்னுதான். அதிருக்கட்டும், பாட்டை சொல்லறேன், கேளுங்கோ.

இவ்வுரையாடல் திருநெல்வேலி பார்ப்பன மக்களின் பேச்சு

நடையில் அமைந்துள்ளது. மொழியே அவர்கள் பண்பாட்டையும் உணர்த்திவிடுகிறது. மாதவைய்யரின் பிற நாவல்களில் உரையாடல் பொது மொழியை ஒட்டியே அமைந்துள்ளது. புதுமைப்பித்தன் திருநெல்வேலி தமிழில் கதையுலக மனிதர்களைப் பேசச் செய்தார். நாற்பதுகளில் சண்முக சுந்தரத்தின் நாகம்மாள் கோவை வட்டாரப் பேச்சு மொழியைத் தமிழ் படைப்பிலக்கியத்திற்கு அறிமுகம் செய்தது. வட்டார மொழியிலேயே இந்த நாவலின் உரையாடல் முழுமையும் அமைந்துள்ளது. ஐம்பதுகளில் வட்டாரமொழியின் பயன்பாடு இன்னும் விரிவடைந்தது.

ஜானகிராமனின் நாவல்களில் உரையாடல் தஞ்சை மாவட்ட பேச்சுமொழியில் அமைந்தது. அறுபதுகளில் வட்டார இலக்கியம் வேகம் பெற்ற போது, வட்டார மொழியிலான உரையாடல்கள் தவிர்க்க இயலாததாகியது. குறிப்பிட்ட வட்டாரத்தைச் சார்ந்த சிறு இனக்குழு மக்களின் பேச்சுமொழியில் கூட நாவலின் உரையாடல் அமையத் துவங்கியது. தலைமுறைகள் நாவலில் உரையாடல் இரணியல்செட்டி மக்களின் பேச்சுமொழியில் அமைந்தது. ஜெயகாந்தனின் புனைகதைகள் சென்னை நகர மக்களின் பேச்சு மொழியை உரையாடலுக்குப் பயன்படுத்திக்கொண்டுள்ளன. எண்பதுகளில் தலித் இலக்கியம் அறிமுகமானபோது, மொழியிலிருந்த தடைகள் அனைத்தும் அகன்றன. பேச்சுமொழி அப்படியே எழுத்து வடிவில் படைப் பிலக்கியத்தில் கையாளப் பட்டது.

ஜோ.டி. குரூஸின் ஆழிசூழ்உலகு, கண்மணி குணசேகரனின் அஞ்சலை முதலிய நாவல்கள் வட்டாரப் பேச்சுமொழிப் பயன்பாட்டின் சாதனைகளாக விளங்குகின்றன.

170

வண்ணம். வண்ணம், பாடலில் நிகழும் ஓசை விகற்பமாகிய சந்த வேறுபாட்டைக் குறிப்பது.

வண்ணம், நிறத்தைக் குறிக்கின்றது. பல்வேறு ஒலிகள் என்னும் வண்ணத்தினால் பாக்கள் அழகு பெறுகின்றன என்பது இதன் உட்பொருள். பாடலின் ஓசைக்கும், அதன் உணர்வுக்கும் இடையிலான தொடர்பை ஐரோப்பிய விமர்சன மரபும் ஏற்கின்றது.

தொல்காப்பியர் வண்ணம் குறித்த சிந்தனையை முதலில் முன்வைத்துள்ளார். வீரசோழியம், யாப்பருங்கலம், யாப்பருங்கல விருத்தி போன்ற பிற்கால நூற்களும் வண்ணங்களைக் குறித்துச் சிந்தித்துள்ளன. பாஅ வண்ணம் முதல் முடுகு வண்ணம் முடிய 20 வண்ணங்களைத் தொல்காப்பியர் குறிப்பிட்டுள்ளார். வரலாற்று முறைமையால் கூறினார் என்று உரையாசிரியர்கள் குறிப்பிடுகிறார்கள். இந்த வண்ணங்களை எழுத்து அடிப்படையில் அமைந்தவை, ஓசை அடிப்படையில் அமைந்தவை, பொருள் அடிப்படையில் அமைந்தவை, தொடை அடிப்படையில் அமைந்தவை என வகை செய்ய இயலும்.

எனவே எழுத்து, சீர், தொடை, தூக்கு, பொருள் என்னும் ஐந்து செய்யுள் உறுப்புகளையும் சார்ந்து சந்த வேறுபாடாகிய வண்ணம் நிகழும் என்பது தொல் காப்பியரின் வண்ணக் கோட்பாடாக அமைகிறது. வீரசோழியமும் இந்தக் கோட்பாட்டையே பின்பற்றியுள்ளது.

வல்லிசை வண்ணம், மெல்லிசை வண்ணம், இயைபு வண்ணம், அளபெடைவண்ணம், நெடுஞ்சீர் வண்ணம், குறுஞ்சீர் வண்ணம், சித்திர வண்ணம், நலிபுவண்ணம், அகைப்பு வண்ணம் ஆகியன எழுத்து அடிப்படையில் அமைந்தவை. ஒழுகிசை வண்ணம், தூங்கல் வண்ணம், ஏந்தல் வண்ணம், உருட்டு வண்ணம், முடுகு வண்ணம் என்பவை ஓசை அடிப்படையில் அமைகின்றன. அகப்பாட்டு வண்ணம், புறப்பாட்டு வண்ணம், எண்ணுவண்ணம் என்பன பொருள் அடிப்படையில் அமையும்போது, தாஅ வண்ணம், ஒரூஉ வண்ணம் ஆகியன தொடை அடிப்படையில் அமைகின்றன. பாஅ வண்ணம் என்ற ஒன்று மட்டும் சீர் அடிப்படையில் அமைகின்றது. பாஅ வண்ணம் நூற்பாவின் ஓசை விகற்பம் என கூறவேண்டும்.

தொல்காப்பியருக்குப் பின் வண்ணங்களின் எண்ணிக்கை நூறாக உயர்த்தப்பட்டது. 'குறில், நெடில், வல்லினம், மெல்லினம், இடையினம் என நிறுத்தி அகவல், ஒழுகிசை, வல்லிசை, மெல்லிசை என்ற நான்கனோடும் உறழ இருபதாம்; அவற்றை தூங்கிசை, ஏந்திசை, அடுக்கிசை, பிரிந்திசை, மயங்கிசை என்பவற்றோடு உறழ நூறாகும்' என இளம்பூரணர் எண்ணிக்கைப் பெருக்கத்திற்கான காரணத்தைச் சுட்டியுள்ளார்.

யாப்பருங்கலம் வண்ணம் இருபது எனச் சுட்டினாலும், யாப்பருங்கல விருத்தி உரையாசிரியர் நூறு வண்ணங்களைப் பாகுபடுத்திக் காட்டியுள்ளார். ஒவ்வொரு பாகுபாட்டினையும் இயற்கையில் எழும் தக்க ஒப்புமை ஓசைகளால் விளக்கியுள்ளார்.

வண்ணம் என்னும் சொல் சந்தப்பாட்டையும் குறிக்கிறது. சந்தங் களின் இலக்கணத்தையும் குறிக்கிறது. சந்தங்களின் இலக்கணத்தைக் குறிக்கும் வண்ணத்தியல்பு என்னும் நூல் தண்டபாணி சுவாமிகளால் சென்ற நூற்றாண்டில் இயற்றப் பட்டுள்ளது. இதில் வண்ணம் வருண அடிப்படையிலும், ஆண்-பெண் என்னும் பால் அடிப்படையிலும் பாகுபாடு செய்யப்பட்டுள்ளது.

சந்தங்களில் சில சேர்ந்தது துள்ளல் எனப்படுகிறது (தந்தன தந்தன). துள்ளல் மூன்று கொண்டது குழிப்பு. ஒரு குழிப்பும், ஒரு சிறு தொங்கல் துள்ளலும் ஒருகலை (தந்தன தந்தன தந்தன தந்தன தனதான). கலைகள் நான்கு அல்லது எட்டு கொண்ட அடி நான்காய் வருவது வண்ணப்பா.

வண்ணத்தின் மீதான புலமை சென்ற நூற்றாண்டுப் புலவர்களுக்கு இன்றியமையாததாக வற்புறுத்தப்பட்டது. வண்ணம் அறியாத புலவன், நீதி நூற்களைக் கல்லாத அரசனாகவும், சத்தியம் பயிலாத துறவி யாகவும், கற்றார் நிறைந்த அவையின் நடுவில் கள்வனைப் போலவும் இழிவுபடுத்தப்பட்டார்.

20ஆம் நூற்றாண்டில் வண்ணம் என்னும் சந்தப்பா தன் முக்கியத் துவத்தை இழந்தது.

விரிவான வாசிப்பிற்கு. கந்தசாமி சோ.ந, தமிழ் யாப்பியலின் தோற்றமும் வளர்ச்சியும், தமிழ்ப் பல்கலைக்கழகம், தஞ்சாவூர் (1989).

171

வரலாற்றுப் புனைகதைகள் (historical novels). வரலாற்றுப் புனைகதைகள் வரலாற்றைக் கற்பனையில் மீட்டுருவாக்கம் செய்கின்றன.

'புனைகதை மனிதர்' வடிவிலான வரலாற்று மனிதர்களோ, வரலாற்றில் இடம்பெறாத புனைகதை மனிதர்களோ வரலாற்றுப் புனைகதைகளில் இடம்பெறக் கூடும். வரலாற்றுப் புனைகதைகளின்

படைப்பாளி தான் தேர்ந்துகொண்ட வரலாற்றுக் காலப்பகுதி குறித்த அறிவை ஆய்வின் மூலம் அடைந்தவராக இருத்தல் வேண்டும். இதுவே வரலாற்றுப் புனைகதை ஆசிரியர்களின் அடிப்படைத் தகுதியாக அமைகிறது. ஆங்கில இலக்கியத்தில் 17ஆவது நூற்றாண்டிலிருந்தே வரலாற்றுப் புனைகதைகள் தொடர்ச்சி பெறுகின்றன. எனினும் 19ஆம் நூற்றாண்டு ஆங்கில இலக்கியத்தில் வரலாற்று நாவல்களின் காலகட்டமாக அமைகிறது. வால்ட்டர் ஸ்காட் புகழ்பெற்ற வரலாற்று நாவலாசிரியராக விளங்கினார். அவர் நாவல்கள் தமிழில் பெரும் தாக்கத்தைத் தோற்றுவித்தன.

விடுதலையை ஒட்டிய காலப்பகுதியில் தமிழில் வரலாற்று நாவல்கள் தோற்றம் கொண்டன. கல்கி தமிழ் வரலாற்று நாவலாசிரியர்களின் முன்னோடியாகத் திகழ்கிறார். சிவகாமியின் சபதம் இக்கால கட்டத்தில் வெளிவந்தது. பல்லவர் வரலாற்றுக் காலப்பகுதியை இந்நாவல் மீட்டுருவாக்கம் செய்கிறது. பொன்னியின் செல்வன் கல்கியின் மற்றொரு வரலாற்று நாவலாக அமைகிறது. இது பிற்காலச் சோழர் வரலாற்றை மீட்டுருவாக்கம் செய்துள்ளது. கல்கியின் வரலாற்று நாவல்கள் காதல் கதைகளாகவே அமைகின்றன. இவை வால்டர் ஸ்காட் நாவல்களின் தழுவல்கள் என்ற குற்றச்சாட்டும் உண்டு. கல்கியின் வரலாற்றுப் புனைகதைகள் விமர்சன ஏற்பினைப் பெறாதவை.

கல்கியின் வரலாற்றுப் புனைகதைகள் வணிக இதழில் தொடர் கதைகளாக வெளிவந்தன. பெரும்பாலும் வார இதழில் வெளிவந்தன. ஒவ்வொரு வாரத்திலும் வாசகர் எதிர்பார்ப்பினைத் தூண்டுவது அவசியமாகிறது. இதன் விளைவாக இலக்கியத் தரத்திற்கு அந்நியமாகின்றன. வாசக எண்ணிக்கை இதழ்களின் வணிக வெற்றிக்கு அடிப்படையானது. கல்கியின் நோக்கம், வாசக எண்ணிக்கையை அதிகரிக்கச் செய்து, வணிக வெற்றிக்கு உதவுவதே. கல்கி இதழின் ஆசிரியராகவும் பணியாற்றினார் என்பதும் குறிப்பிடத்தக்கது. கல்கியில் வணிக எழுத்துகளுக்குப் பாதை அமைத்துத் தர முடிந்தது.

அகிலன், சாண்டில்யன் முதலியவர்களைக் கல்கியின் பின் தொடர்ச்சியாகக் குறிப்பிடவேண்டும். இவர்கள் தேர்ந்து கொண்ட வரலாற்றுக் காலப்பகுதியில் அரசர்களும் அரசிகளும் போர் வீரர்களும் மட்டுமே வாழ்ந்து கொண்டிருந்தனர். துறவிகளும் உண்டு. ஆனால் இவர்கள் ஐரோப்பிய மத்திய கால கத்தோலிக்கத்

துறவிகளின் மறுவடிவங்கள். அவ்வப்போது அரசியலில் தலையிட்டுச் சிக்கல்களைத் தோற்றுவிப்பார்கள். காதல் மட்டுமே இந்த நாவலாசிரியர்கள் தேர்ந்துகொண்ட வாழ்வின் சிக்கல். தமிழ் வரலாற்று நாவல்கள் மெதுவாக விமர்சன ஏற்பைப் பெறவில்லை. பார்த்தசாரதியின் வரலாற்று நாவல்கள் வேறு தளத்தில் பயணம் செய்யும் நாவல்களாக அமைந்துள்ளன. வணிக எழுத்துகளின் தந்திரங்களை இவை பெரும்பாலும் கொண்டிருப்பதில்லை.

புதிய நூற்றாண்டில் விமர்சன அங்கீகாரத்தைப் பெறும்படியான வரலாற்று நாவல்கள் தமிழில் வெளிவந்துள்ள. முத்தம்மாள் பழனிச்சாமியின் கடலுக்கு அப்பால் இரண்டாம் உலகப்போர் காலகட்டத்தை மீட்டுருவாக்கம் செய்கிறது.

தமிழின் மிகப்பெரிய நாவல்களில் ஒன்றான காவல் கோட்டம், நாயக்கர் காலம் முதல் ஐரோப்பியர் காலம் வரையிலான நீண்ட காலப்பகுதியை மீட்டுருவாக்கம் செய்கிறது. தான் தேர்ந்துகொண்ட வரலாற்றுக் காலப்பகுதி குறித்த நுட்பமான அறிவினை அதன் ஆசிரியரான சு. வெங்கடேசன் கொண்டுள்ளார் என்பதை நாவல் உணர்த்துகின்றது. மக்கள் வாழ்வின் மீதே அக்கறை செலுத்துகிறது. மன்னர்கள் வந்து சென்றாலும் மக்கள் வாழ்வே முக்கியத்துவம் பெறுகிறது. காவல் கோட்டம் தமிழ் வரலாற்று நாவலில் புதிய தடத்தை அமைக்கின்றது. விமர்சன ஏற்பினைப் பெறத்தகுந்த வரலாற்று நாவல்களின் வருகையை முன்னறிவிக்கின்றது.

172

வாசக எதிர்வினைக் கோட்பாடு (reader response theory). இது, வாசகருக்கும் பிரதிக்கும், பிரதிக்கும் வாசகருக்கும் இடையிலான உறவை அடிப்படையாகக் கொண்ட இலக்கியக்கோட்பாடு.

இலக்கிய வாசிப்பில் பல்வேறு வகையிலான வாசகப்பங்கு பெறுதலை அடிப்படையாகக் கொண்டது. இது இலக்கிய வாசிப்பில் வாசகனின் பங்களிப்பை முக்கியத்துவப்படுத்துகிறது. பிரதி மைய விமர்சனங்களான உருவவியல், புதுவிமர்சனத்திற்கு எதிரிடையானது. இவை இரண்டும் பிரதியோடு ஒப்பிடும்போது வாசகனைப் புறக்கணிக்கின்றன.

பிரதி என்பது மொழியிலமைந்த அமைப்பு மட்டுமே. வாசகன் வாசிக்க முற்படும்போதுதான் படைப்பு எழுகிறது. வாசகன் வாசிப்பதன் மூலம் பொருள் உற்பத்தியை நிகழ்த்துகிறான். பொருள் உற்பத்தி பிரதியைச் சார்ந்ததாக புதுவிமர்சனம் மதிப்பிடுகிறது. பிரதியின் நுட்பங்களை உட்கொண்டு அது தரும் வசதிகளைப் பயன்படுத்தி வாசகன் பொருளை வெளிப்படுத்துவதாகப் புது விமர்சனம் கூறுகிறது. பொருள் உற்பத்தியில் பிரதியே முதலிடம் பெறுகிறது. வாசக எதிர்வினைக் கோட்பாட்டில் வாசகனே பொருள் உற்பத்தியை நிகழ்த்துபவனாக அமைகிறான். வாசகன் தனதான உத்திகளைக்கொண்டு பிரதியின் மறைபொருளை வெளிப் படுத்துகிறான். இருபதாம் நூற்றாண்டின் பிற்பகுதியில் இந்த அடிப்படையில் கோட்பாடுகள் எழுந்தன. எல்லா இலக்கியப் பிரதிகளும் இடைவெளிகளைக் கொண்டுள்ளன. இந்த இடைவெளிகளை நிரப்புவதன் மூலமாகவே வாசகச் செயல்பாடு நிகழ்கிறது. இந்த வாசகச் செயல்பாட்டில் வாசகனே முக்கியத்துவம் பெறுகிறான். சமூகவியல், வரலாற்றுப் பண்பாட்டுக் கூறுகளைப் பயன்படுத்திப் பொருள் உற்பத்தியை நிகழ்த்துகிறான். உம்பர்டோ ஈகோ பிரதியைத் திறந்த, மூடிய பிரதிகளாக வகை செய்தார். திறந்த பிரதி வாசகனின் நெருக்கமான ஒத்துழைப்பை எதிர் நோக்குகிறது. மூடிய பிரதி வாசகனின் எதிர்வினையை முன்னதாகவே தீர்மானம் செய்துள்ளது. நார்மன் ஹோலன்ட் வாசிப்பை மறைமுக ஆசை நிறைவேற்றுதல்களாக இனம் காண்கிறார். பிரதி வாசகரின் ஆசையின் ஒரு வடிவமாக அமைகிறது. மைக்கேல் ரிபார்ட்ரி மேல்மட்டப் பொருளுக்கு அடியிலான ஆழ்நிலைப் பொருளைத் தேடும் வாசகரை மேன்மையான வாசகராக இனம் காண்கிறார்.

இருபதாம் நூற்றாண்டில் படைப்பியக்கத்தில் வாசகச் செயல்பாட்டை விளக்கும் பல கோட்பாடுகள் எழுந்துள்ளன.

173

வாசகர் பிரதி/எழுத்தாளர் பிரதி (readerly / writerly). இது, பிரதிகளின் அடிப்படைப் பண்பினை வகைப்படுத்தும் விமர்சனக் கலைச்சொல். பிரெஞ்சு விமர்சகரான ரோலண் பார்த்தால் இந்தச் சொல் முதன்முதலாகக் கையாளப்பட்டுள்ளது.

வாசகர் பிரதிக்கு எதார்த்த நாவல்களை எடுத்துக்காட்டாகச் சுட்டியுள்ளார். இத்தகைய நாவல்கள் வாசகனின் பங்களிப்பைப் பெருமளவு சார்ந்திருப்பதில்லை. புரிந்துகொள்ளும்படியான நிகழ்வுகளையும் மனிதர்களையும் கொண்டிருக்கும். வாசகன் எளிமையாகப் பொருளை உள்வாங்கிக் கொள்ள இயலும். எழுத்தாளர் பிரதிவாசக ஒத்துழைப்பைப் பெருமளவு கோரிப் பெறுவது. பொருளைப் பெறுவதற்கு வாசகன் தன் பங்களிப்பை நிகழ்த்தியாக வேண்டும்.

எடுத்துக்காட்டாக ஜேம்ஸ் ஜாய்ஸின் யுலிசெஸ் நாவலைக் குறிப்பிடவேண்டும். நாவல் எழுதப்பட்டுள்ள விதம், மொழிப் பயன்பாடு இவற்றின் மீது கவனம் செலுத்துவதன் மூலமாகவே எழுத்தாளன் பிரதி மீதான வாசிப்பை நிகழ்த்த முடியும். எழுத்தாளர் பிரதி வாசகனை நுகர்வோர்களாக மாற்றுவதில்லை. மாறாகப் படைப்பு இயக்கத்தில் பங்கு பெறுபவர்களாகச் செய்கிறது.

தமிழில் தலைமுறைகள், நாகம்மாள் போன்ற எதார்த்த நாவல்களை வாசகப் பிரதியாகச் சுட்டவேண்டும். வாசகன் தன் முயற்சியின்றி எளிமையாக நிகழ்வுகளின் முக்கியத்துவத்தை உணர்ந்து, அதன்மூலம் பொருளைப் பெறமுடியும். *ஜே.ஜே. சில குறிப்புகள்:* போன்ற நவீனத்துவ நாவல்கள் இதற்கு எதிரிடையானவை. இத்தகைய நாவல்கள் வாசகனின் ஒத்துழைப்பைக் கோரும் படியாக அமையும். வாசகன் வாசிப்பின் மூலமே தன்னுடையதான பொருளைப் பெறமுடியும். எஸ். ராம கிருஷ்ணனின் *நெடுங்குருதி*, ஜெயமோகனின் *விஷ்ணுபுரம்* போன்ற நாவல்கள் வாசகனின் முழுமையான பங்களிப்பின்றிப் பொருள் பெறுவதல்ல. வாசகன் தன்னுடையதான வழியில் பொருளை உற்பத்தி செய்யவும் முடியும்.

விமர்சகன் வாசகர் பிரதியை எழுத்தாளர் பிரதியாகவோ, எழுத்தாளர் பிரதியை வாசகர் பிரதியாகவோ மாற்றி உரைக்கவும் வாய்ப்புண்டு.

174

வாழ்க்கை வரலாறு (biography). குறிப்பிட்ட ஒரு மனிதரின் சமகாலத்தில் வாழ்ந்த ஒருவராலோ அல்லது பிற்காலத்தைச் சார்ந்த ஒருவராலோ எழுதப்பட்ட அம்மனிதரின் வரலாறே 'வாழ்க்கை வரலாறு.'

ஆங்கில மொழியில் பதினாறாவது நூற்றாண்டில் வாழ்க்கை வரலாறு அறிமுகமானது. ஆனால், பதினெட்டாவது நூற்றாண்டில் தான் அது இலக்கிய வடிவமாக ஏற்பைப் பெற்றது. ஜாண்சனின் கவிஞர்களின் வரலாறு இலக்கிய வடிவமாக ஏற்கப்பட்டது. பதினெட்டாவது நூற்றாண்டின் இறுதியில் போஸ்வெல் எழுதிய ஜாண்சனின் வரலாறு இந்த வடிவின் திருப்புமுனையாக அமைந்தது. பத்தொன்பதாவது நூற்றாண்டில் வாழ்க்கை வரலாறு வளர்ச்சி யடைந்தது. டிரைடன் குறிப்பிட்ட மனிதரின் வாழ்வின் வரலாற்றைக் குறிப்பது என வாழ்க்கை வரலாற்றை வரையறை செய்துள்ளார்.

ஒரு வாழ்க்கை வரலாற்றின் வெற்றி வாழ்க்கை வரலாற்றின் நாயகனான ஆளுமையின் மேதைமையைப் பொறுத்து அமைகிறது. கூடவே வரலாற்றின் நம்பகத்தன்மையும் வெற்றியில் பங்கு வகிக்கிறது. ஆளுமையின் எழுத்துகள், நாட்குறிப்புகள், கடிதங்கள், நினைவுப்பொருட்கள் என ஆளுமையோடு தொடர்புடைய எதுவும் வரலாற்றிற்கான ஆதாரங்களாக அமையக்கூடும். குறிப்பிட்ட அந்த ஆளுமையுடன் தொடர்புடையவர்களின் நினைவுகளும் முக்கியப் பங்கினை வகிக்கின்றன. ஆளுமையின் குணநலன்கள், அக்கால நிகழ்வுகள், அதன் மீதான எதிர்வினைகள் இவையனைத்தும் அவ்வாழ்க்கை வரலாற்றில் துலக்கப்பட வேண்டும். தற்காலத்தில் ஆளுமையைப் புறவயமாக எதிர்கொள்வது வற்புறுத்தப்படுகிறது.

தமிழில் 20ஆம் நூற்றாண்டில் வாழ்க்கை வரலாறு இலக்கிய வடிவமாக அறிமுகமானது. ஆனால் தமிழில் பதினாறாவது நூற்றாண்டில் எழுந்த இரண்டாவது அச்சுவடிவிலான நூல் துறவிகளின் வாழ்க்கை வரலாறாக அமைவது குறிப்பிடத் தக்கது. போர்த்துக்கீஸிய மொழியில் எழுந்த நூலின் தமிழ் மொழிபெயர்ப்பு இது. தமிழில் உ.வே. சாமிநாதையரின் மீனாட்சி சுந்தரம்பிள்ளை சரித்திரம் குறிப்பிடத்தகுந்த வாழ்க்கை வரலாறாக அமைகிறது. சாமிநாதையர் காலச் சூழலின் சித்திரிப்பிற்கு முக்கியத்துவம் தரும் போக்குடையவர். வரலாற்றின் நம்பகத் தன்மை மீது கவனம் செலுத்துபவரும்கூட.

பாரதி, வ.வே.சு. ஐயர் இருவர் வாழ்க்கை வரலாறுகளும் ஒன்றிற்கு மேற்பட்டவர்களால் எழுதப்பட்டுள்ளன. மகாகவி பாரதியார் வ. ராவால் எழுதப்பட்டுள்ளது. ‘பாரதியாரைப்பற்றித் தவறான அபிப்ராயங்கள் நாட்டில் உலவும் காலம் வந்திருக்கிறது. அவரைக்

கண்டால் அல்லது காணுவதற்கே பயந்துகொண்டிருந்த பேர்வழிகளில் பலர், பாரதியாரோடு நெருங்கிப் பழகியதாகப் புரளிக் கதைகளை வெளியிடத் தொடங்கியிருக்கிறார்கள். 'பணக் காரன் வீட்டிலே மாரடித்துக்கொள்ளுகிற' இந்த நபர்களைப்பற்றி என்ன சொல்வது என்று தெரியவில்லை.' பாரதியார் வாழ்க்கைத் தொடர்பான செய்திகளின் நம்பகத்தன்மையை வ.ரா. கேள்விக்குள்ளாக்குகிறார். ஆனால் வ. ராவின் மகாகவி பாரதியார் வாழ்க்கை வரலாறும் நம்பகத்தன்மைக் குறித்ததான கேள்விகளுக்கு உள்ளாகியுள்ளது. வ.ரா. பாரதியை ஈடுஇணையற்ற ஆளுமையாகக் காணவிளைகிறார். பாரதி என்ற தனிமனிதனின் பலவீனங்கள் முழுமையாக மறைக்கப்பட்டுள்ளன. பாரதி நினைவுகள் பாரதியை ஆதரித்த ஆச்சாரியார் குடும்பத்தைச் சார்ந்த யதுகிரி அம்மாளால் எழுதப்பட்டுள்ளது. பாரதியின் மனைவியும் அவர் தொடர்பான நினைவுகளைப் பதிவு செய்துள்ளார். உலகமொழிகள் அனைத்திலும் கவிஞர்களின் வாழ்க்கை வரலாறுகள் வாசகர்களுக்கு ஆர்வம் ஊட்டுவனவாக அமைந்துள்ளன.

வ.வே.சு. ஐயரின் வாழ்க்கை வரலாறு வ.வே.ஸு. ஐயர் என்னும் பெயரில் அவர் நண்பரான தி.செ.செள. ராஜனால் எழுதப் பட்டுள்ளது. இவ்வரலாறு நம்பகத்தன்மைக்கு எடுத்துக்காட்டாகத் திகழ்கிறது. இறுதிநாட்களில் அவருடன் பணியாற்றிய சுத்தானந்த பாரதியார் வீரவிளக்கு வ.வே.சு. ஐயர் என அவர் வாழ்க்கை வரலாற்றை எழுதியுள்ளார். பிற்காலத்தவர்களாலும் அவர் வரலாறு எழுதப்பட்டுள்ளது. பெ.சு.மணி, இலந்தை சு. இராமசாமி ஆகியோர் அவர் வரலாற்றை எழுதியுள்ளனர்.

புதுமைப்பித்தனின் வாழ்க்கை வரலாறு அவர் வாழ்வின் பிற்பகுதியில் அவருடன் பணியாற்றிய தொ.மு.சி. ரகுநாதனால் எழுதப்பட்டுள்ளது. இவ்வரலாறும் வரலாற்றிற்கான நாயகனைத் தன் நிகரில்லாத் தலைவனாக நிறுவும் நோக்கம் கொண்டது. தமிழில் புகழ்பெற்ற வாழ்க்கை வரலாறுகள் அனைத்தும் படைப்பாளிகள் தொடர்பானதே.

உலகப்போர்ச்சூழலில் உலகப்போர் நாயகர்களைக் குறித்து அறிவதற்கு மக்கள் ஆர்வம் கொண்டனர். இந்தச் சூழலில் ஹிட்லர், முசோலினி, ஸ்டாலின் வாழ்க்கை வரலாறுகள் பலராலும் எழுதப்பட்டன. பாஸிஸ்டு ஜடாமுனி முசோலினி புதுமைப்பித்தனால் எழுதப்பட்டது. சாமிநாத சர்மாவும் முசோலினி வாழ்க்கை

வரலாற்றை எழுதியுள்ளார். அதுபோல் ஹிட்லர் வாழ்க்கை வரலாறும் இவர்கள் இருவராலும் எழுதப்பட்டுள்ளது. புதுமைப் பித்தன் எழுதிய வாழ்க்கை வரலாறுகள் வாழ்க்கை வரலாற்றிற்கான நாயகர்களின் வாழ்வை மதிப்பிடுவதாக அமைகின்றன.

அரசியல் தலைவர்களின் வாழ்க்கை வரலாறுகளும் பலராலும் எழுதப்பட்டுள்ளது. இவ்வரலாறுகள் எதுவும் ஆளுமைகளை மதிப்பிடும் நோக்கம் கொண்டவை அல்ல. 20ஆம் நூற்றாண்டின் இறுதியில் 'வாழ்க்கை வரலாறு' இலக்கியம் பெரும் பின்னடைவை நேரிட்டுள்ளது. புனைகதை வடிவில் வரலாறுகளை எழுத பலரும் முனைப்புக் காட்டியுள்ளனர்.

175

வெங்கட் சாமிநாதன். தமிழ் இலக்கியச் சிற்றிதழ் சூழலில் தோற்றம் கொண்ட இலக்கிய விமர்சகர். க.நா. சுப்ரமணியத்திற்குப் பின் தமிழின் பெரும் விமர்சகராக வெங்கட் சாமிநாதனையே குறிப்பிட வேண்டும்.

முன்னோடி விமர்சகர்களான க.நா. சுப்ரமணியமும் சி.சு. செல்லப்பாவும் மணிக்கொடியில் அறிமுகமானவர்கள். அரசியலில் ஒரு மகத்தான எழுச்சி நிகழ்ந்து கொண்டிருந்த காலகட்டத்தில் படைப்புலகிற்கு அறிமுகமானவர்கள். அரசியல் எழுச்சிக்குக் காரணமான உந்துசக்தி இலக்கியத்திலும் வளர்ச்சியை ஊக்குவித்தது. உந்துசக்தி தடமின்றி மறைந்துவிட்ட காலச்சூழலில் இலக்கியத்தில் வளர்ச்சியைத் தக்கவைத்துக்கொள்ள இலக்கியச் சிற்றிதழ் இயக்கம் தோற்றுவிக்கப்பட்டது. 'தரம் அறிந்து விமரிசனம் செய்பவர்கள் சிலரும், தரம் அறிந்து படிக்கத் தெரிந்தவர்கள் ஒரு இரண்டாயிரம் பேரும் எந்த இலக்கியத்திலும் தரம் உயர அவசியமாகிறார்கள்.' இலக்கியச் சிற்றிதழ் இயக்கத்தின் கனவு இதுவாகவே இருந்தது. இலக்கியச் சிற்றிதழ் இயக்கம் தோற்றுவித்த விளைச்சலின் முதல் தலைமுறையைச் சார்ந்தவராக வெங்கட் சாமிநாதனைக் குறிப்பிட வேண்டும். 1960 எழுத்து இதழில் அவருடைய விமர்சனப் பயணம் துவங்கியது.

எழுத்து தோற்றுவித்த விமர்சன மரபு இலக்கியத்தைக் கலையின் இதர துறைகளிலிருந்து தனிமைப்படுத்தியது. வாசக அறிவை

மேன்மைப்படுத்துவதன் மூலம் இலக்கியத்தில் சாதனைகளை நிகழ்த்திவிட முடியும் என்பதில் முழுமையான நம்பிக்கை கொண்டிருந்தது. மார்க்சியம் சமூகமாற்றத்திற்கான பிரச்சாரக் கருவியாக எழுத்தைக் கண்டது. எழுத்தின் சமூகஉணர்வு ஒரு முழக்கமாக முன்வைக்கப்பட்டது. படைப்பின் அழகியல் கூறுகள் இதற்கெதிரானதாகச் சித்திரிக்கப்பட்டன. 'நாவல் காட்டும் சமூகம்' என்ற தமிழ்க்கல்வி வட்டத்தின் நிரந்தர நோய்க்கூறு இம்மையத்திலிருந்துதான் வெளிப்பட்டது.

க.நா. சுப்ரமணியம் முன்வைத்த உருவம், ஆளுமை, நடை, பிரச்சார நோக்கமின்மை போன்றவை இதனை எதிர்கொள்ளப் போதுமானவைகளாக இல்லை. மேலும் சமூகத்தின் மீது அக்கறை கொண்ட படைப்புகள், வடிவத்தின் மீது அக்கறைகொண்ட படைப்புகள் என்ற மலிவான பாகுபாட்டிற்கும் இட்டுச் சென்றது.

எழுத்து இதழில் இயங்கிய இளம் தலைமுறைப் படைப்பாளிகள் எழுத்தின் இப்போக்கில் அதிருப்தி கொண்டனர். தங்களுடையதான பாதையை வகுத்துக்கொள்ள முயன்றனர். நடை இதழ் தோற்றம் கொண்டது. எழுத்தில் அறிமுகமான வெங்கட் சாமிநாதன் புதிய பாதையில் பயணம் செய்யத் துவங்கினார். இலக்கியம், நாடகம், ஓவியம், இசை, திரைப்படம் எனக் கலையின் அனைத்து வடிவங்கள் ஊடாகவும் அவர் பார்வை ஊடுருவியது. இறுதியில் நாட்டார் கலை வடிவங்களான, கணியான் ஆட்டம், தெருக்கூத்து, பாவைக்கூத்து என அது விரிவடைந்தது. ஆனால் அனைத்து வடிவங்களிலும் அவர் தேடல் ஒன்றாகத்தான் அமைந்தது. இத்தேடல் கலைகளில் நுட்பம் குறித்தானதல்ல. அதற்கும் அப்பால் இந்தக் கலைகள் ஊற்றெடுக்கும் நிலம் தொடர்பானது. அதன் வறட்சி மீதானது. 'எந்த இலக்கிய வடிவத்தை எடுத்துக்கொண்டாலும் சரி, அவற்றில் எல்லாம் ஒன்றுபோல் வேற்றுமை இல்லாமல் காணக்கிடைக்கும் வறட்சி. அந்தந்தத் துறையைப் பற்றிய அளவில் மட்டிலும், அந்தந்த இலக்கிய உருவத்தைப் பற்றிய அளவில் மட்டிலும் பொருத்த வறட்சி அல்ல, இந்த வறட்சி பொதுவாகவே இந்த வறட்சிகளுக்கு எல்லாம் அடித்தளமாக தமிழ் இனத்தில் காணப்படும் கலையுணர்வின் வறட்சி, சிந்தனை வறட்சி என்றுதான் சொல்லத் தோன்றுகிறது.' இலக்கியத் தரம் குறித்த உணர்வை வாசகனுக்குத் தருவதன் மூலம் மீண்டும் படைப்புலகில் மலர்ச்சியைத் தோற்றுவிக்க முடியும் என்று எழுத்து முன்வைத்த விமர்சன மரபின் அடிப்படையை

இது தகர்த்துவிடுகிறது. தமிழ்ப் படைப்புச் சூழலின் நோய்க் கூறினை முற்றிலும் வேறான தளத்தில் வெங்கட் சாமிநாதன் இனங்காட்டினார்.

வெங்கட் சாமிநாதன் இலக்கியத்தைக் கலையின் இதர துறை களிலிருந்து வேறுபடுத்த இயலாத இணைப்பினைக் கொண்டதாக இனங்கண்டார். கலையை வாழ்வின் ஒரு நிறுவனமாக, அதன் இன்றியமையாத நிறுவனமாகக் கண்ட வெங்கட்சாமிநாதன் அது தன் நிலைநிற்பிற்கு வாழ்வின் பிற துறைகளைச் சார்ந்திருக்க வேண்டிய தில்லை என்றார். எல்லாச் சமூக நிறுவனங்களையும் போல் அதுவும் சுதந்திரமான தன்னியக்கம் கொண்ட நிறுவனம். 'இலக்கியம் கலையுள்ளத்தின் சிருஷ்டித்துறைகளுள் ஒன்று. தமிழன் என்ற சமுதாயத்திலேயே காணப்படும் சிருஷ்டித்திறன் வறட்சியைத் தான் இலக்கியத்திலும் காண்கிறோம்.' வெங்கட் சாமிநாதனைப் பொறுத்த வரையில் தமிழிலக்கியத்தின் சமகாலச் சரிவு தமிழ்வாசகனின் தரம் குறித்த உணர்வின்மையின் வெளிப்பாடு அல்ல. மாறாக, தமிழ் வாழ்வின் அடிப்படை வறட்சியைச் சார்ந்தது.

கலைத் தொடர்பான சாதனைகள் எம்மண்ணில் நிகழ்ந்தாலும் அதை உரத்தகுரலில் தமிழிற்கு அறிமுகம் செய்துள்ளதை அவர் எழுத்துகளிலிருந்து தொடர்ந்து எதிர்கொள்ளமுடிகிறது. நாட்டார் கலையின் அழகியல் மீதும் அவர் பார்வை தொடர்ந்து படிந்துள்ளது. தமிழ் நாடகம் தெருக்கூத்திலிருந்து எழும்ப வேண்டும் என்ற அவருடைய நிலைப்பாடு குறிப்பிடத்தக்கது.

வெங்கட் சாமிதான் ஒரு மார்க்சிய எதிர்ப்பாளராகவே இனங் காணப்பட்டார். நடை இதழில் வெளியான அவருடைய மார்க்சின் கல்லறையிலிருந்து ஒரு குரல் கட்டுரை குறிப்பிடத்தக்கது. கைலாசபதியின் தமிழ் நாவல் இலக்கியம் நூலுக்கான எதிர்வினை இது. வெங்கட் சாமிநாதன் மார்க்சின் பொருளாதாரக் கோட்பாட்டின் மீதோ, அதன் இதர பரிமாணங்கள் மீதோ எதிர்வினைகளை முன்வைத்ததில்லை. கலை இலக்கியத் தளத்தில் அதன் தவறான செயல்பாடுகளை, அதன் விளைவுகளை மட்டுமே எதிர் கொண்டுள்ளார். சோசலிச எதார்த்தத்தின் பொருளின்மையை அதிலிருந்து வேறான மார்க்சிய அழகியலின் புதிய பரிமாணம் உலக அளவில் புதிதாக அரும்பி உள்ளத்தையும் சுட்டினார். மார்க்சிய சார்புகொண்ட தமிழவன் அமைப்புமையவாதம் குறித்ததான

தேடலை நிகழ்த்த இந்தக் கட்டுரை காரணமாக அமைந்ததைச் சுட்டியுள்ளார்.

வாழ்வுடனான இலக்கியத்தின் இணைப்பைப் படைப்பாளிக்கு இருந்தாக வேண்டிய சமூகப் பிரக்ஞையை சாமிநாதனும் வலியுறுத்தினார். இலக்கியத்தை ரசனைக்குரிய பொருளாகக் கண்டவர்களிடம் சமூகப் பிரக்ஞை இல்லாததை ஒரு குறையாகவே சுட்டினார். ஆனால் 'சமூகப் பிரக்ஞை சமூகத்துடன் கொள்ளும் உறவாடலில் தனிமனிதன் உள்ளிலிருந்து எழவேண்டும். அதை கட்சியிலிருந்தும் வெளியிலிருந்தும் பெறமுடியாது' என்றார். அதே சமயம் இலக்கியத்துடனான தத்துவ உறவை அவர் மறுக்கவில்லை. ஆனால் அது தனி ஆளுமை சார்ந்ததாக இனங்கண்டார்.

வெங்கட் சாமிநாதன் க.நா. சுப்ரமணியம் உருவாக்கிய இலக்கிய மரபின் தொடர்ச்சியாகவே தன்னை இனங்கண்டார். இலக்கிய விமர்சனம் இலக்கியத்தின் மீதான விமர்சகனின் அபிப்பிராயம் என்ற நிலைப்பாட்டின் மீது அவருக்கு நம்பிக்கை இருந்தது. அபிப்ராயங்களுக்கு வரும்படியான ஆதார எண்ணங்களை முன்வைத்தாலும் அது விமர்சகனுக்குச் சொந்தமேயன்றி எல்லோராலும் ஒப்புக்கொள்ளும் படியான ஒன்று அல்ல என்றார். க.நா. சுப்ரமணியம் ரசனைக்கு அளித்த அதிக முக்கியத்துவத்தை வெங்கட் சாமிநாதன் ஒப்புக்கொள்ளவில்லை.

ரசனையுடன் அறிவும் இருந்தாக வேண்டும். டிகேசி மீதான அவர் மதிப்பீடு குறிப்பிடத்தக்கது. 'இல்லாத ஒன்றை இருப்பதாகச் சொல்வதும், தானே சிருஷ்டித்தவற்றை இலக்கியாசிரியரின் தலையில் கட்டுவதும், ஆஹா ஒஹோ என்று கூவுவதும், தனக்குப் பிடிக்காதவற்றை அந்த ஆசிரியரின் படைப்பேயில்லை என்று நீக்குவதும் விமர்சனம் என்றோ, புதிய படைப்பு என்றோ யாரும் சொல்வதற்கில்லை. இவை விமர்சனம் போன்ற ஒரு கனமான தொழிலைக் கேலிக் கிடமாக்குவதாகும். இவற்றில் உண்மை இல்லை.' டிகேசி மீதான இந்த விமர்சனம் ஒரு புதிய கால கட்டத்தின் வரவைக் குறிக்கின்றது.

வெங்கட் சாமிநாதனை நவீனத்துவ காலகட்டத்தில் முதல் விமர்சகராகக் கொள்ள வேண்டும். தனிமனித சுதந்திரம், இலக்கியத்தின் தற்சார்பான நிலை, சமூக மாறுதலுக்கான இலக்கியம் மீதான மறுப்புபோன்ற நவீனத்துவக் கூறுகள் அழுத்தமாகப் படிந்துள்ளதைக் குறிப்பிடவேண்டும்.

தமிழில் அதிக அளவிலான விமர்சன நூல்களை எழுதிய விமர்சகர் களுள் ஒருவராக வெங்கட் சாமிநாதனைக் குறிப்பிட வேண்டும். பாலையும் வாழையும் என்னும் முதல் நூல் 1976இல் வெளியானது. இலக்கிய ஊழல்கள், எதிர்ப்புக்குரல், அனுபவம் வெளிப்பாடு, அன்றைய வறட்சியிலிருந்து இன்றைய முயற்சிவரை, பாவைக்கூத்து என எட்டு நூல்களை 1986-குள்ளாக வெளி யிட்டுள்ளார். யாத்ரா என்னும் சிற்றிதழ் ஒழுங்கற்ற இடைவெளி களில் 1978-லிருந்து 1986 வரை அவர் பார்வையைத் தாங்கி வெளிவந்துள்ளது. அவர் எழுதிய நூல் மதிப்புரைகளும் புதிய நூற்றாண்டில் தொகுப்புகளாக வெளிவந்துள்ளன.

தமிழ் இலக்கிய விமர்சன மரபின் வளர்ச்சிப் பாதையில் ஒரு குறிப்பிட்ட காலகட்டத்தை வெங்கட் சாமிநாதனின் விமர்சனங்களே தீர்மானித்துள்ளன.

விரிவான வாசிப்பிற்கு

1. ஜெயமோகன், வெங்கட் சாமிநாதனின் பார்வைக் கோணம், சொல்புதிது (ஜூலை–செப்டம்பர் 2001)

2. வேதசகாயகுமார், வெங்கட் சாமிநாதனின் விமர்சனப்பயணம், சொல்புதிது (ஜூலை–செப்டம்பர் 2001)

3. எம்.ஏ.நுஃமான், மார்க்சியமும் இலக்கியத் திறனாய்வும் (1987)

பார்க்க: யாத்ரா.

176

வெண்பா. தொல்காப்பியம் சுட்டும் நால்வகைப் பாக்களுள் ஒன்று.

தமிழ்க் கவிதை மரபில் வெண்பா மிகுந்த முக்கியத்துவம் பெற்றுள்ளது. தொல்காப்பியர் வெண்பாவையும் கலிப்பாவையும் ஒரே நடையைக் கொண்ட பாக்களாகக் குறிப்பிட்டுள்ளார். வெண்பாவில் வெண்சீரும் இயற்சீரும் பயின்றுவரும். வெண்சீர் வெண்டளை, இயற்சீர் வெண்டளை என்னும் இரு தளைகளையும் பெற்று வரும். எழுத்தெண்ணி வகுக்கப்படும் கட்டளை அடியில் அளவடியும் சிந்தடியும் வெண்பாவிற்கு உரியது. தளை ஒன்றும் நிலையில் நெடிலடியும் வரக்கூடும். வெண்பாவின் இறுதிச்சீர் அசைச்சீராக அமையும். வெண்பாவின் ஈற்று அயற்சீர் நேரீற்று இயற்சீராக இருந்தால் நிரைநிரைபு என்னும் அசைகளில்

ஒன்றும். ஈற்று அயற்சீர் நிறையசையாக இருந்தால் நேர் நேர்பு அசைகளுடன் ஒன்றும்.

தொல்காப்பிய உரையாசிரியரான நச்சினார்க்கினியர் ஈற்று அயற்சீர் நேரீற்று மூவசைச் சீராக வந்து நேர் அல்லது நேர்பு கொண்டு முடியும் என்கிறார். வெண்பாவின் ஓசையை அகவலோசை அல்லாதது என தொல்காப்பியர் சுட்டுகிறார். ஆனால் தொல்காப்பியருக்குப் பிறகு வந்த யாப்பு நூலாசிரியர்கள் இதைச் செப்பலோசை என அடையாளப்படுத்துகின்றனர். செப்பலோசையை ஏந்திசைச் செப்பல், தூங்கிசைச் செப்பல், ஒழுகிசைச் செப்பல் என மூன்றாக வகைப்படுத்துவதும் உண்டு. ஒரு சில யாப்பு நூலாசிரியர்கள் வெண்பாச் செப்பல், வெண்கு, அகவல் என்னும் மூன்று ஓசைகளையும் பெற்றுவரும் எனக் குறிப்பிட்டுள்ளனர். எனினும் யாப்பியல் மரபில் இது பெருவழக்காக இல்லை.

தொல்காப்பியர் நெடுவெண்பாட்டு, குறுவெண்பாட்டு, கைக்கிளை, பரிபாட்டு, அங்கதச் செய்யுள் என்னும் ஐந்திணை வெண்பாவின் வகைகளாகச் சுட்டுகிறார். இதில் முதல் இரண்டும் அடியரையறையை அடிப்படையாகக் கொண்டவை. ஏனைய மூன்றும் பாடுபொருளை அடிப்படையாகக் கொண்டு வகை செய்யப்பட்டுள்ளன. தொல்காப்பியர் இதுபோல்வனவும் வெண்பா யாப்பிற்படும் என்னும் கருத்தை முன்வைத்துள்ளார். தொல்காப்பியர் எதிர் கொண்ட வெண்பாக்களில் இந்நிலை இருந்திருக்கக்கூடும்.

நெடுவெண்பாட்டிற்குத் தொல்காப்பியர் பன்னிரண்டு அடிகளை வரையறுக்கிறார். ஆனால் சிற்றெல்லை, பேரெல்லை எதையும் வரையறுக்கவில்லை. தொல்காப்பிய உரையாசிரியரான பேராசிரியர் ஏழடி சிற்றெல்லை, பன்னிரண்டடி பேரெல்லை என ஓர் இடத்திலும், ஐந்தடி சிற்றெல்லை என மற்றோரிடத்திலும் குறிப்பிட்டுள்ளார். எனவே அவர் பார்வையில் ஐந்து முதல் பன்னிரண்டு அடிவரை வரும் வெண்பாக்கள் நெடுவெண்பாட்டாக அமைகின்றன. தொல்காப்பியருக்குப் பின்வந்த யாப்பு நூலாசிரியர்கள் இவ்வகைக்கு பஃறொடை வெண்பா எனப் பெயரிட்டுள்ளனர். இவற்றுள் தனிச்சொல் பெற்றுவரும் வெண்பாக்கள் நேரிசை பஃறொடை வெண்பா என்றும், பெறாதன இன்னிசை பஃறொடை வெண்பா எனவும் பெயர் பெறுகின்றன. யாப்பருங்கலக்காரிகை ஆசிரியர் ஏழடிவரையிலான பஃறொடை வெண்பாக்களுக்கு எடுத்துக்காட்டுகளை முன்வைத்துள்ளார்.

யாப்பருங்கல விருத்தி உரையாசிரியர் பன்னிரண்டடி பஃறொடை வெண்பாவிற்கு எடுத்துக்காட்டுகளைச் சுட்டியுள்ளார். இன்னும் பல அடிகளால் வந்த பஃறொடை வெண்பாக்களை இராமாயணம், புராணசாகரம் ஆகிய நூல்களில் காணலாம் என்கிறார். இந்த நூல்கள் இப்பொழுது வழக்கில் இல்லை.

குறுவெண்பாட்டு, தொல்காப்பியர் சுட்டும் இரண்டாவது வகையாக அமைகிறது. குறுவெண்பாட்டிற்கு அளவு எழுசீர் என்கிறார். குறள் வெண்பாவையே தொல்காப்பியர் குறுவெண்பாட்டாகக் கருதுகிறார் எனக் கருத இடமுண்டு. தொல்காப்பிய உரையாசிரியரான இளம்பூரணர் குறுவெண்பாட்டு இரண்டடியாலும் மூன்றடியாலும் வரும் என்கிறார். கட்டளை அடியைக் கணக்கில் கொண்டதனால் இவ்வாறு கருதியிருக்க வேண்டும். தொல்காப்பியத்துக்குப் பின்வந்த யாப்பு நூலாசிரியர்கள் மூன்றடி வெண்பாவைச் சிந்தியல் வெண்பா என்கின்றனர். யாப்பருங்கலக் காரிகை நேரிசை சிந்தியல் வெண்பா, இன்னிசை சிந்தியல் வெண்பா என்னும் இருவகைகளையும் சுட்டுகிறது. இரண்டாமடியில் தனிச்சொல் பெற்று ஒரு விகற்பத்தாலும் இரு விகற்பத்தாலும் வருவது நேரிசை சிந்தியல் வெண்பா. தனிச்சொல் பெறாது வருவது இன்னிசை சிந்தியல் வெண்பா. தொல்காப்பியருக்குப் பின் எழுந்த வெண்பாக்களைக் கணக்கில் கொண்டதனால் புதிய வகையினைக் குறிப்பிடும் தேவை எழுந்துள்ளது.

தொல்காப்பிய உரையாசிரியர்கள் நாலடியால் வரும் வெண்பாக்களைச் சமநிலை வெண்பா மற்றும் அளவியல் வெண்பா என்கின்றனர். தொல்காப்பியருக்குப் பின்வந்த யாப்பு நூலாசிரியர்கள் நேரிசை வெண்பா, இன்னிசை வெண்பா என்னும் இருவகைகளை நாலடியால் வரும் வெண்பாக்களில் சுட்டியுள்ளனர். நேரிசை வெண்பாவை வரையறுப்பதில் யாப்பருங்கலமும் யாப்பருங்கலக் காரிகையும் சிறிது முரண்பாடு கொண்டுள்ளன. நான்கடி உடையதாக இரண்டாமடியின் இறுதியில் தனிச்சொல் பெற்று இரண்டாம் அடி ஒருஉத்தொடை, மேற்கதுவாய்த் தொடை, கீழ்க்கதுவாய்த் தொடை, முற்றுத்தொடை ஆகியவற்றில் ஒன்றினைப் பெற்று ஒரு விகற்பத்தாலோ, இரு விகற்பத்தாலோ அமைவது நேரிசை வெண்பா என்கிறது. யாப்பருங்கலக் காரிகை இரண்டு குறள் வெண்பாவாய் முதல் தொடைக்கு ஏற்ற தனிச்சொல் பெற்று அடிநிரம்பி முதல் இரண்டடியும் ஒரு விகற்பமாகவும், கடை

இரண்டடியும் மற்றொரு விகற்பமாகவும் வரும் என்கிறது. பதினெண்கீழ்க்கணக்கு நூற்களில் நேரிசை வெண்பா நிரம்ப இடம்பெற்றுள்ளன. ஒரு விகற்பத்தாலும் பல விகற்பத்தாலும் தனிச்சொல் பெறாது நான்கடிகளால் வருவது இன்னிசை வெண்பா. பதினெண்கீழ்க்கணக்கு நூற்களில் இன்னிசை வெண்பாக்களுக்கும் எடுத்துக்காட்டுகள் உள்ளன.

வீரசோழியம் கலிவெண்பாவையும் வெண்பாவின் வகையாகவே சுட்டுகிறது. வெண்பாவின் இலக்கணத்தில் மிக்கும் குறைந்தும் வருவது வெண்பாப் போலி என்கின்றது. பிற்காலத்து நூலான தொன்னூல் விளக்கம் சவலை வெண்பா என்னும் ஒரு வகையைச் சுட்டுகிறது. தமிழ்க் கவிதை மரபில் வெண்பா காலந்தோறும் முக்கியத்துவம் பெற்றுள்ளது. எனவே வெண்பாவின் வகைகள் காலந்தோறும் பெருகியுள்ளன.

தொல்காப்பியர் பாடல் பொருளடிப்படையில் கைக்கிளை, அங்கதம் என்னும் இருவகைகளைச் சுட்டுகிறார். கைக்கிளை பொருண்மை வெண்பாவில் பாடும் நிலை தொல்காப்பியர் காலத்தில் இருந்திருக்க வேண்டும். சங்கப் பாடல்களில் அகவல் பாவாலும் கலிப்பாவாலும் பாடப்பட்ட கைக்கிளைப் பாடல்கள் உள்ளன. அதுபோல் அங்கதப் பொருளையும் வெண்பாவினால் மட்டுமே பாடும் நிலை தொல்காப்பியர் காலத்தில் இருந்திருக்க வேண்டும். இன்று இத்தகைய பாடல்கள் இல்லை. செம்பொருள் அங்கதம், பழிகரப்பு அங்கதம் என்னும் இரு வகைகளையும் சுட்டுகிறார். தொல்காப்பிய உரையாசிரியர்களால் இதற்கு வெண்பாவில் எடுத்துக்காட்டுகள் சுட்ட இயலாததையும் குறிப்பிடவேண்டும். தொல்காப்பியர் பரிபாட்டு என்னும் மற்றொரு வகையையும் சுட்டுகிறார். பரிபாடல் வெண்பா யாப்பிற்படும் என்பது அவர் கருத்து. நால்வகைப் பாவிலும் இது இன்ன பா எனச் சுட்டுவதற்கு இயலாது. பொதுவாய் நிற்றலுக்கு உரியது என்கிறார் தொல்காப்பியர். எல்லாப் பாவினாலும் அமைந்த உறுப்புகளை உடையதாகிவரும் என்கின்றனர் உரையாசிரியர்கள். கொச்சகம், அராகம், எருத்து, சுரிதகம் என்னும் நான்கு உறுப்புகளைக் கொண்டதாகச் சொற்சீரடிப் பெற்று முருகியல் அடி பெற்றும் வரும். தொல்காப்பியர் காமப் பொருளை இதற்குச் சுட்டுகிறார். எனினும் சங்கப் பாடல்களில் ஒன்றான பரிபாடல் மலை, ஆறு, நகரம் குறித்ததாக அமைகிறது.

வெண்பா தமிழ்க் கவிதை மரபில் மிகுந்த செல்வாக்குப்பெற்ற பா வடிவமாக அமைந்துள்ளது. இதற்கு ஏற்ப வடிவ மாறுதல்கள் நிகழ்ந்தவண்ணம் இருந்துள்ளன. யாப்பு நூலாசிரியர்கள் புதிய வகைகளை இனம் காண முற்பட்டுள்ளனர்.

விரிவான வாசிப்பிற்கு. கந்தசாமி, சோ.ந., தமிழ் யாப்பியலின் தோற்றமும் வளர்ச்சியும், தமிழ் பல்கலைக் கழகம், தஞ்சாவூர்.

177

வையாபுரிப் பிள்ளை. இவர், கல்விப்புல ஒழுங்கமைவு கைவரப் பெற்ற தமிழ்க்கல்வி வட்டம் சார்ந்த விமர்சகர், ஆய்வாளர். பேராசிரியர் வையாபுரிப் பிள்ளையைப் பெரும் சாதனைகளை நிகழ்த்திய கல்விவட்ட விமர்சன மரபின் முன்னோடியாக மதிப்பிட வேண்டும். தமிழ்க் கல்வி வட்டம் துவக்கம் முதலே தமிழ்ப் படைப்புச் சூழலுக்கு எதிரிடையாக இயங்கியுள்ளது. பார்ப்பனர் வெள்ளாளர் அரசியல் முரண் மொழிசார்ந்த முரணாக வடிவெடுத்தது. வடமொழியையும் தமிழையும் எதிரிடையாக நிறுத்தி விவாதிக்கத் துவங்கினர். தமிழ் இலக்கியங்களின் காலத்தை மிகைப்படுத்தும் போக்கு இதன் காரணமாகத் தோற்றம் கொண்டது. அறிவு அடிப்படையில் அமைந்திராத காரணங்களைச் சுட்டிக் காலத்தை நிறுவமுயன்றனர். இதற்கு முரணான கருத்துகளை முன்வைத்தவர்களைத் தமிழ்மீது பற்றுக் கொண்டவர்கள் அல்லர் என்னும் குற்றச்சாட்டுகளுக்கும் உள்ளாக்கினர். அழகியல் நோக்கை முற்றிலுமாகப் புறக்கணித்து, இலக்கியத்தைப் புலமையின் நிலைக்களமாக்கினர். தங்கள் புலமைகளை வெளியிடுவதையே நோக்கமாகக் கொண்டனர். தற்காலம் சார்ந்த வணிக எழுத்தைப் படைப்பிலக்கியத்திற்குப் பதிலாக முன்நிறுத்தினர். தமிழ்க் கல்வி வட்டத்தின் இப்போக்கிற்கெதிராக ஒரு சிலரே கல்வி வட்டத்தில் இயங்கினர். பேராசிரியர் வையாபுரிப் பிள்ளையை இவர்களுள் முதல் தலைமுறையைச் சார்ந்தவராகக் குறிப்பிட வேண்டும்.

பேராசிரியர் வையாபுரிப் பிள்ளையை மூலப்பாட விமர்சகராகவும், ஆய்வாளராகவும், இதழியலாளராகவும் மதிப்பிடலாம். வையாபுரிப் பிள்ளைக்கு முன்னரே சி.வை. தாமோதரம் பிள்ளையும், உ.வே. சாமிநாதையரும் பதிப்புப்பணியில் ஈடுபட்டிருந்தனர். இவர்களைச் சமகால அறிவியல் அடிப்படை கொண்டு நூல்களைப்

பதிப்பித்தவர் களாகக்கொள்ள இயலாது. இவர்கள் இருவருமே சில ஒழுங்கு முறைகளை வகுத்துக்கொண்டு அதன்படி செயல்பட்டவர்கள். பேராசிரியர் வையாபுரிப் பிள்ளை மட்டுமே மூலப்பாட விமர்சன நெறியை முழுமையாக அறிந்து செயல்பட்டவர். சுவடிகளில் இல்லாத பாடத்தைப் பாடலின் பொருள் தெளிவிற்காகச் செயற்கையாக வையாபுரிப் பிள்ளை ஒருபோதும் கொண்டதில்லை. *1940*இல் வெளியான சைவசித்தாந்த மகாசமாஜத்தின் 'சங்க இலக்கியப் பதிப்பு' பதிப்பாசிரியராக வையாபுரிப் பிள்ளையின் பெயரை வெளிப்படையாகக் குறிப்பிடாவிடினும், வையாபுரிப் பிள்ளையின் பதிப்பாகவே அது அமைந்தது எனக் கருதலாம். 'சென்னைப் பல்கலைக்கழகத் தலைமைத் தமிழாசிரியரும், ஏட்டுப் பிரதிகளைப் பரிசோதிப்பதில் சிறந்த நிபுணரும், சங்க நூல்களில் முப்பது வருஷ காலமாகப் பயிற்சியுடையவரும், சமாஜ வெளியீடுகள் பலவற்றிற்குப் பிரதிகளைச் சேகரித்து ஒப்புநோக்கிப் பல வழிகளிலும் துணைபுரிந்தவரும், எனது நண்பருமாகிய சைவத்திருவாளர்– ராவ்சாஹிப், எஸ். வையாபுரிப் பிள்ளையவர்கள் இவ்வெளியீட்டுக்காக இயற்றிய தொண்டு அளவிடற்பாலதன்று.

இப்பதிப்புக்கு இவர்களே பதிப்பாசிரியர் என்று சொல்லக்கூடிய அளவிற் பேருதவி செய்துள்ளார்கள்.' முகவுரையின் இந்தப் பகுதி வையாபுரிப் பிள்ளையைப் பதிப்பாசிரியராகவே மறைமுக மாகக் குறிக்கின்றது. ஏட்டுப்பிரதிகள், கையெழுத்துப்பிரதிகள், அச்சுப்பிரதிகள் எல்லாவற்றையும் ஒப்பிட்டுப் பாடபேதத்தைக் கண்டறிந்து சரியான மூலம் பதிப்பிக்கப்பட்டுள்ளது. 'பிரதிகளின் உதவியின்றிக் கேவலம் ஊகத்தையே கடைப்பிடித்துப் பாடங்களை மாற்றிவிடுதல் அடாத காரியம். இப்பதிப்பில் ஒரு பாடமேனும் ஊகத்தால் மாற்றப்படவில்லை.'

ஊகத்தை மட்டுமே முன்வைத்து மூலப்பாடங்கள் தெரிவு செய்யப்படவில்லை என்பதை வெளிப்படையாக முன்வைக்க அவரால் முடிந்துள்ளது. அதுபோல் சங்கப்பாடல்களைப் பாடிய புலவர்கள் பெயரில் தொகுத்ததால் குறிப்பிட்ட ஒரு புலவர் பாடிய பல்வேறு தொகை நூல்களில் இடம்பெற்ற பாடல்களை ஒருசேர வாசிக்கும் விதத்தில் தொகுக்கப் பட்டுள்ளது. தான் பயன்படுத்திய பிரதிகள் குறித்ததான விவரங்களை வெளிப்படை யாகவே முன்வைத்துள்ளார். அதுபோல் பின்னிணைப்பில் ஆய்வுக்குறிப்புகளையும் இணைத்துள்ளார்.

வையாபுரிப் பிள்ளையின் பதிப்புப் பணி மிக விரிவானது. குறிப்பிட்ட ஒரு காலகட்டத்தையோ அல்லது குறிப்பிட்டவகை இலக்கியத்தையோ பதிப்பிற்கு அவர் தேர்ந்துகொள்ளவில்லை. 1922இல் மனோன்மணீயம் நாடகத்தைப் பதிப்பித்த வையாபுரிப் பிள்ளை 1950இல் இராமப்பையன் அம்மானையைப் பதிப்பித்தார். பதினெண்கீழ்க்கணக்கு நூற்கள், கம்ப இராமாயணம், சீவக சிந்தாமணி போன்ற காப்பியங்கள், இலக்கண உரைகள், அகராதிகள், நிகண்டுகள், பள்ளு, கோவை, உலா, தூது போன்ற சிற்றிலக்கியங்கள் என இப்பரப்பு விரிந்துள்ளது. அவருடைய ஆராய்ச்சிப் பதிப்புகள் மிகச்சிறந்த ஆய்வு முன்னுரையைக் கொண்டுள்ளன. நான்மணிக்கடிகை பதிப்பை இதற்கு எடுத்துக்காட்டாகக் குறிப்பிட வேண்டும். குறிப்பிட்ட நூலின் முன் பதிப்புகளிலுள்ள நிறைகுறை களையும் ஆராய்கிறார்.

சிறந்த பதிப்பிற்கான விதிமுறைகளை அவர் பதிப்புகளிலிருந்து அறிந்துகொள்ள இயலும். பதிப்பிக்கும் நூலிற்கு ஆராய்ச்சி முன்னுரைகளின் தேவையை வற்புறுத்துகிறார். ஏட்டுப்பிரதியில் இனம் காண முடியாத அளவிற்குச் சிதைந்த பகுதியைப் பதிப்பில் புள்ளிகளை வைத்தோ, அடைப்புக் குறிகளைப் பயன்படுத்தியோ சுட்டுகிறார். சரியான பாடத்தை நூலில் அமைக்கும் வையாபுரிப் பிள்ளை பாடபேதங்களைக் குறியீட்டைப் பயன்படுத்திச் சுட்டுகிறார். சொற்களைப் பிரிக்க சில ஒழுங்கு முறைகளையும் கட்டமைத் துள்ளார். நூலின் இறுதியில் ஆய்வாளர் பயன்பாட்டிற்காகக் குறிப்புகளை விட்டுச்சென்றுள்ளார்.

வையாபுரிப் பிள்ளையின் ஆராய்ச்சிப்பணி பதிப்புப் பணிக்கு நிகரானது. தமிழ்க் கல்வி வட்ட ஆராய்ச்சியின் முன்னோடியாக அவரைக் குறிப்பிட வேண்டும். அவருடைய நூல்களின் கால ஆராய்ச்சி, தமிழ்க் கல்வியாளர்களால் எதிர்மறையாக எதிர்கொள்ளப் பட்டது. ஆனால் தகுந்த அறிவியல் அடிப்படைகளைக் கொண்டே அவர் முடிவிற்கு வந்துள்ளார். வரலாற்றுச் சான்று, கல்வெட்டுச் சான்று, இலக்கியச்சான்று, மொழியியல் சான்று, பிறமொழிச் சான்று என எல்லாச் சான்றுகளையும் திரட்டி புறவயமாக முடிவிற்கு வருகிறார். இந்த ஆய்வுமுறையில் அவர் முடிவுகளை மாற்றி யமைத்தாலும், அவருக்கு உடன்பாடானதாகத்தான் இருக்கும்.

இலக்கியத்தரம் குறித்த உணர்வும் அவருக்கு இருந்தது. ‘பண்டைக் காலம்தொட்டு இன்றுவரை தமிழர் பெற்றிருக்கும் மதிப்பரிய

இலக்கியச் செல்வத்தை நாம் தரமறிந்து படித்து இன்புறவும், பிற நாட்டார் தெரிந்து போற்றவும் தகுந்த ஆராய்ச்சிகளும் விமரிசனங்களும் அவசியமாகின்றன.’ இலக்கியத்தரம் குறித்த உணர்வினைக் கொண்டிருந்த ஏ.வி. சுப்பிரமணிய அய்யரை வையாபுரிப் பிள்ளை சிறந்த விமர்சகராக ஏற்பது குறிப்பிடத்தக்கது. வையாபுரிப்பிள்ளை வடமொழி இலக்கியங்களோடு தமிழ் இலக்கியங்களை ஒப்பிட்டுள்ளார். அவர், வடமொழிக்குத் தமிழ் கடன் பட்டுள்ளதை இனம் காட்டியவிடத்து அவரோடு முரண்பட்ட தமிழ்க் கல்வியாளர்கள், வடமொழி தமிழுக்குக் கடன்பட்டுள்ளதை அவர் சுட்டியவிடத்து அதைப் பொருட்படுத்தவும் இல்லை.

எதிர்காலத்தில் தமிழாராய்ச்சி எவ்வகையில் இயங்கவேண்டும் எனும் கற்பனையும் அவருக்கு இருந்தது. சமகாலப் படைப்பாளி களை ஏற்பதில் தமிழ்க் கல்வி வட்டத்தைச் சார்ந்தவர்களைப் போல், அவருக்குத் தடை ஏதுமில்லை. அதுபோல் க.நா. சுப்ரமணியம் போன்ற விமர்சகர்கள் வையாபுரிப் பிள்ளையை ஏற்பதில் தொடர்ந்து முனைப்புக் காட்டியுள்ளனர்.

தமிழ் ஆய்வுலகின் முன்னோடியாக வையாபுரிப் பிள்ளையைக் குறிப்பிட வேண்டும்.

விரிவான வாசிப்பிற்கு

1. டாக்டர் இராதா செல்லப்பன், ஆய்வுநெறியும் வையாபுரியும் *(1991)*.
2. Subramania Iyer A.V. *S., Vaiyapuripillai.* Tamil Studies, (1969).

178

ஜெயமோகன். ஜெயமோகன் சுந்தர ராமசாமியின் சிந்தனைக் குழுவிலிருந்து எழுந்த இளம் தலைமுறையைச் சார்ந்த இலக்கிய விமர்சகர். க.நா. சுப்ரமணியத்தின் விமர்சன இயக்கத்தைப் போல் ஜெயமோகனின் விமர்சன இயக்கம் தீவிரமானதும் அர்ப்பணிப்பு உணர்வும் கொண்டது. தமிழ் விமர்சன மரபில் பெரும் விமர்சகராக இவரைக் குறிப்பிட வேண்டும்.

ஜெயமோகன் இளம்தலைமுறையின் தலைசிறந்த படைப்பாளியும் கூட. அவருடைய நாவல்களான *விஷ்ணுபுரம், பின்தொடரும் நிழலின் குரல், காடு, கொற்றவை* முதலியன தமிழ்நாவல் வடிவில்

புதிய வடிவமாறுதல்கள் நிகழக் காரணமாக அமைந்தன. ஜெயமோகனின் 'யட்சி'க் கதைகள் தமிழ்ச்சிறுகதை மரபில் புதிய பரிமாண வளர்ச்சியைத் தோற்றுவித்தன. தன் சிந்தனைகளை எந்தச் சூழலிலும் வெளிப்படையாக முன்வைக்கத் தயங்காத ஜெயமோகன் விவாதங்கள் எழக்காரணமாகத் தொடர்ந்து இயங்கியும் வருகிறார்.

1970இல் எழுத்து தன் ஆயுளை முடித்துக்கொண்டது. தொடர்ந்து வந்த எந்த இலக்கியச் சிற்றிதழும் எழுத்து இதழைப் போல் நீண்ட ஆயுளைப்பெற இயலவில்லை. இலக்கியச் சிற்றிதழ்களை இயங்கச் செய்த சிறு குழுக்களாக இயங்கிய படைப்பாளிகளுக்கிடையே தோற்றம் கொள்ளும் கருத்துமுரண்கள் அவற்றை வாழ்விழக்கச் செய்தன. இலக்கிய விமர்சனம் இலக்கியச் சிற்றிதழ்களையே ஊடகமாகக் கொண்டது எண்பதுகளில் இலக்கிய அரசியல் ஆளுமைக்கொலையாகப் பரிமாண வளர்ச்சியைக் கண்டது.

ஐம்பதுகளில் தோற்றம் கொண்ட மார்க்சிய இலக்கிய எழுச்சி யினூடாகப் படைப்புலகிற்கு அறிமுகமான சுந்தர ராமசாமி ஒரு கவிஞராக எழுத்து இதழுடன் தொடர்புகொண்டிருந்தார். தொடர்ந்து இலக்கியச் சிற்றிதழ்களில் இயங்கியும் வந்தார். விமர்சன முன்னோடிகளான சி.சு. செல்லப்பா, க.நா. சுப்ரமணியம் ஆகியோரின் விமர்சன போக்குக் குறித்து தன்னுடைதான விமர்சனத்தைக் கொண்டிருந்தார். எழுத்து, இலக்கிய வட்டம் இதழ்களில் அவர் விமர்சகராக இயங்கியிராதது குறிப்பிடத்தக்கது. எழுபதுகளின் பிற்பகுதியில் தமிழில் நவீனத்துவம் செல்வாக்கைப் பெற்றது. டி எஸ். எலியட், எஸ்ரா பவுண்ட் போன்ற விமர்சகர்கள் தமிழில் பெரும் தாக்கத்தைச் செலுத்தினர். இந்தச் சூழலில் சுந்தர ராமசாமி விமர்சகராக இயங்கத் தொடங்கினார். தமிழ்ச்சூழலில் சிற்றிதழ் மரபின் தொடர்ச்சியை வலியுறுத்தினார். இலக்கியக் கூட்டங்களையும், இலக்கியப் பட்டறைகளையும் தொடர்ந்து ஒருங்கிணைத்து வந்தார். ஒத்தசிந்தனை கொண்டவர்கள் ஒரு குழுவாக இயங்க இது வழிவகுத்தது. வாசகனின் பார்வையில் இலக்கியத்தை எதிர்கொள்ளும் போக்கு வலுவடைந்தது. படைப்பின் ஆழ்நிலைப் பொருளை வெளிப்படுத்துவதே விமர்சனத்தின் முதல் இலக்காக அமைந்தது. கூடவே ரசனை அடிப்படையிலான அணுகுமுறை வலியுறுத்தப்பட்டது. இலக்கியத் தரம் படைப்பின் துல்லியம் சார்ந்ததாக இனங்காணப்பட்டது. தமிழ் இலக்கிய

விமர்சனத்தில் ஒரு புதியபோக்கு வலுவடைந்து வந்தது. வேதசகாயகுமார், ராஜமார்த்தாண்டன் போன்றவர்கள் இந்தச் சிந்தனைக் குழுவினைச் சார்ந்த விமர்சகர்களாக அமைகின்றனர். இந்தக் குழுவில் இளம் தலைமுறையைச் சார்ந்த ஜெயமோகனும் விமர்சகராக இயங்கத்துவங்கினார். இந்தச் சிந்தனைப் போக்கை அடுத்த கால கட்டத்திற்கு அவரால் எடுத்துச் செல்லவும் முடிந்தது.

தமிழ்க்கல்வி வட்டத்தின் மீதான கசப்புணர்வு சுந்தர ராமசாமி யிடமும் இருந்தது. ரசனை உணர்வுகொண்ட அழகியல் அணுகுமுறை கொண்ட பேராசிரியர்கள் கல்வி வட்டச் சூழலில் இயங்கத்தான் செய்தனர். பேராசிரியர் ஜேசுதாசனைக் குறிப்பிட வேண்டும். அவரோடு சுந்தர ராமசாமிக்கு நெருங்கிய நட்புறவும் இருந்தது. என்றாலும் இலக்கியச் சூழலில் இந்த எதிர்ப்புணர்வு நீடித்தது. க.நா. சுப்ரமணியம் தமிழ் மரபிலக்கியம் குறித்ததான அறிவினைக் கொண்டிருந்தார் என்றாலும் பெருமளவு அதைப் பதிவு செய்ய வில்லை. சி.சு. செல்லப்பா இதனைக் குறித்து அக்கறை கொள்ள வில்லை. வெங்கட் சாமிநாதனும் மரபிலக்கியத்தை அறிந்திருந்தார். ஆனால் ஒருபோதும் அதனை வெளிப்படுத்தியது இல்லை. சுந்தர ராமசாமிக்கு மரபிலக்கியம் குறித்த அறிமுக மிருந்தது. ஆனால் அவ்வறிவை வளப்படுத்திக்கொள்ள அவர் முயன்றதில்லை. உரையாசிரியர்கள் குறித்ததான அவர் பதிவுகள் மேலோட்டமானவை. எண்பதுகளில் அறிமுகமான விமர்சகர்களுள் பெரும்பான்மையோர் கல்வி வட்டச் சூழலிலிருந்து தோற்றம் கொண்டவர்கள் என்பது புறக்கணிக்க இயலாத உண்மை. ஆனால் இலக்கியச் சிற்றிதழ் சூழலிலேயே இவர்கள் இயங்கினர். இவர்களால் தமிழ்க் கல்விவட்டச் சூழல் பெரும் மாறுதல்களை எதிர் கொள்ளவில்லை.

எழுபதுகளின் பிற்பகுதியில் நிறுவன இலக்கியக் கோட்பாடான சோசலிச எதார்த்தம் பெரும் பின்னடைவை எதிர்கொண்டது. ஈழத்தைப் போல் இங்கு மார்க்சிய இலக்கிய அணுகுமுறை செல்வாக்கினைப் பெறவில்லை. கைலாசபதியின் பிரதிபலிப்புக் கோட்பாடு சிற்றிதழ் விமர்சகர்களால் கடுமையான மொழியில் எதிர்கொள்ளப்பட்டது. தொடர்ந்து கோ. கேசவன் போன்ற மார்க்சிய விமர்சகர்கள் இலக்கியப்படைப்பின் அழகியலை முதன்மைப் படுத்தினர். க.நா. சுப்ரமணியம் அடையாளப்படுத்திய படைப்பாளி களையே கேசவனும் முன்னிலைப்படுத்தினார் என்பது இளம்

மார்க்சிய சார்பு கொண்ட விமர்சகர்களின் மாறுதலைக் குறிக்கின்றது. எண்பதுகளில் கோட்பாடு சார்ந்த விமர்சனம் தோற்றம் கொண்டது. தமிழவன் அமைப்பியலை அறிமுகம் செய்தார். கோட்பாடுகளுக்கு ஏற்றதான படைப்பியக்கத்தை உருவாக்க கோட்பாட்டாளர்கள் முயன்றுகொண்டிருந்தனர்.

சென்ற நூற்றாண்டின் இறுதிப் பத்தில் இலக்கியச் சிற்றிதழ்கள் செயலிழந்தன. அதற்கு எதிரிடையான வணிக இதழ்களும் தொலைக் காட்சியின் நெருக்குதலால் வணிகச் செல்வாக்கினை இழக்கத் தொடங்கின. சில ஆயிரம் வாசகர்களை முன்னிலைப்படுத்திய நடுநிலை இதழ்கள் தோற்றம் கொண்டன. சுபமங்களா போன்ற இதழ்கள் படைப்பிலக்கியங்களைத் தாங்கி வெளிவரத் தயங்கவில்லை. காலச்சுவடு இதழை இலக்கியச் சிற்றிதழ் மரபின் தொடர்ச்சியாகக் கண்ட சுந்தர ராமசாமி பின்னால் நடுநிலை இதழாகத் தொடர அனுமதித்தார். ஜெயமோகன் என்ற இளம் விமர்சகர் எதிர்கொண்ட சூழல் இது.

க.நா. சுப்ரமணியத்தைப் போல் ஜெயமோகன் உலகளாவிய இலக்கியத்தைக் குறித்ததான அறிவைக் கொண்டவர் ஜெயமோகன். இவ்வறிவு நேரடி வாசிப்பின் மூலமாக அவர் அடைந்தது. மாறாக, ஐரோப்பிய விமர்சனங்களிலிருந்து சேகரிக்கப்பட்டதல்ல. ரஷியச் செவ்வியல் நாவல்கள் மீதான அவர் ஈர்ப்பு குறிப்பிடத்தக்கது. அவர் ரசனை உணர்வை இவை செம்மைப்படுத்தின. தமிழ், மலையாளம் என்னும் இருமொழிப் பின்புலம்கொண்டவர் ஜெயமோகன். அவருடைய விமர்சன இயக்கத்தில் இதன் தாக்கத்தைத் தெளிவாகவே இனங்காண முடிகிறது.

ஜெயமோகனின் மரபிலக்கியம் குறித்ததான அறிவும் குறிப்பிடத் தக்கது. புதுமைப்பித்தன், அழகிரிசாமிக்குப் பின், படைப்பாளிகளுள் தமிழ் மரபிலக்கியம் மீதான விமர்சனங்களை முன்வைத்தவர்கள் மிகவும் சிலரே. இவர்களும் அழகியல் அணுகுமுறையைக் கொண்டிருக்கவில்லை. இலக்கியச் சிற்றிதழில் தோற்றம் கொண்ட விமர்சகர்கள் மரபிலக்கியத்தைப் புறக்கணித்தே வந்துள்ளனர். சுந்தர ராமசாமியும் இதற்கு விதிவிலக்கல்ல. ஆனால் ஜெயமோகன் சமகால இலக்கியத்தை ஈராயிர வருட தமிழ் இலக்கியத்தின் பிறகு தொடர்ச்சியாகவே கண்டார். சங்கப்பாடல்களைத் தற்கால வாழ்வனுபவப் பின்புலத்தில் எதிர்கொள்ளும் அவருடைய சங்கச் சித்திரங்கள் குறிப்பிடத்தக்கன.

ஜெயமோகனுக்குப் பிறகு சமகால இளம்தலைமுறை விமர்சகர்கள் தமிழ் மரபிலக்கியம் மீதான விமர்சனப் பதிவுகளைத் தொடர்ந்து முன்வைப்பதைக் குறிப்பிட வேண்டும்.

தமிழ்க்கல்வி வட்டத்தின் இருப்பை ஏற்றுக்கொண்ட முதல் சிற்றிதழ் சார்ந்த விமர்சகராகவும் ஜெயமோகன் திகழ்கிறார். அது தன் பலவீனங்களைக் களைய உதவ வேண்டும் என்ற முனைப்பும் அவருக்குண்டு. இலக்கிய விமர்சனத்தை மாணவனுக்கு அறிமுகம் செய்ய ஒழுங்கும் கட்டுப்பாடும் கொண்ட பாடத்திட்டத்தைத் தானாக வகுத்துக் கொண்டு, நூல் ஒன்றை உருவாக்கியும் தந்துள்ளார். சுந்தர ராமசாமி வரையிலான தமிழ் விமர்சகர்கள் தமிழ்க் கல்விவட்டம் மீதான வெறுப்பையே வெளிப்படையாக முன் வைத்துள்ளனர்.

கோட்பாடு சார்ந்த விமர்சனத்தை ஜெயமோகன் ஏற்பதில்லை. இலக்கியச் சிற்றிதழ் மரபின் விமர்சகர்கள் அனைவரும் இந்த நிலைப்பாடு கொண்டவர்களே. இவர்கள் யாரும் கோட்பாடுகள் குறித்ததான அறிவினைக் கொண்டவர்கள் அல்லர். சுந்தர ராமசாமி விமர்சனக் கலைச்சொற்களைப் பயன்படுத்துவதைத் தவிர்த்தே வந்துள்ளார். க.நா. சுப்ரமணியம் ஐரோப்பிய விமர்சனக் கலைச் சொற்களைக் குறித்து எச்சரித்துமுள்ளார். ஜெயமோகன் இந்தக் கோட்பாடுகள் குறித்த தெளிவான அறிவை வளர்த்துக் கொண்டுள்ளார். இப்பின்னணியில் கோட்பாடு சார்ந்த விமர்சனங் களை விமர்சனத்திற்குள்ளாக்குகிறார். மார்க்சிய இலக்கிய அணுகு முறையை எதிர்கொண்ட சிற்றிதழ் விமர்சகர்கள் இந்த நிலைப் பாட்டைக் கொண்டிருக்கவில்லை. மார்க்சியக் கோட்பாடு சார்ந்த விமர்சகர்களுடனான உரையாடல் நிகழாது போனதற்கு ஒருவகையில் இவர்களும் காரணமானவர்களே. கோட்பாடு சார்ந்த விமர்சகர்களாக ரமேஷ்-பிரேம் விமர்சனங்களை ஜெயமோகன் கவனத்தில் கொள்வதை இங்குக் குறிப்பிட வேண்டும்.

இலக்கியச் சிற்றிதழ் மரபின் முடிவு இலக்கிய விமர்சன வெளியீட்டிற்கான ஊடகத்தை இல்லாதாக்கியது. இந்த நூற்றாண்டின் துவக்கத்தில் ஜெயமோகன் வெளிக்கொணர்ந்த சொல்புதிது இதழ் இறுதியைச் சந்தித்தபோது, விமர்சனத்திற்கான ஊடகம் தமிழ்ச்சூழலில் இல்லாதானது. நடுநிலை இதழ்கள் இலக்கிய மதிப்புரைகளையே வெளியிட்டன. நடுநிலை இதழ்களை வெளியிட்ட நிறுவனங்கள் நூல்களையும் வெளியிடும் போக்குக்

கொண்டவை. தங்கள் நிறுவன வெளியீடாக வரும் நூல்களுக்கு, குறிப்பாக, புனைகதைகளுக்குச் சாதகமான மதிப்புரைகளை வணிக நோக்கில் வெளியிடத்துவங்கின. நுகர்பொருளைப் போலவே நாவல்களையும் சந்தைப்படுத்தும் போக்கு இந்த நூற்றாண்டில் ஏற்பைப் பெற்றது. இச்சூழலில் ஜெயமோகன் வெளியீட்டு ஊடகமாக இணையதளத்தைத் தேர்ந்து கொண்டார். பக்க அளவின் கட்டுப்பாடின்மை, உலகளாவிய வாசக நிலையை எதிர்கொள்தல் ஆகியன ஜெயமோகனின் விமர்சன இயக்கத்தை ஊக்குவித்தன. இணையதள வெளியீடுகள் தொடர்ந்து நூல்வடிவம் பெறவும் செய்கின்றன.

ஆ. மாதவன், புதுமைப்பித்தன் போன்ற நவீனத்துவப் படைப்பாளிகள் மீதான ஜெயமோகனின் மறுவாசிப்புகள் குறிப்பிடத்தக்கன. புதுமைப்பித்தன் மீதான விமர்சனங்கள் முழுமையும் எதிர் கொண்டு விமர்சகராக அவருடையதான நிலைப்பாட்டினை முன்வைத்துள்ளார். தமிழ் மரபின் பெரும்பான்மையான படைப்பாளிகளைக் குறித்ததான அவருடைய மதிப்பீடுகளையும் பதிவு செய்துள்ளார்.

தமிழ் இலக்கிய விமர்சன வரலாற்றிற்கான சட்டகத்தை உருவாக்கிய வராகவும் ஜெயமோகனையே குறிப்பிட வேண்டும். 'தமிழ் விமர்சன மரபின் குலகுருவாக' நச்சினார்க்கினியரை அவர் மதிப்பிடுகிறார். இலக்கியச் சிற்றிதழ்ச் சூழலில் தமிழில் வளமான இலக்கிய மரபிருந்தும், இலக்கியச் சிந்தனை மரபு இல்லை என்ற சிந்தனை இருந்து வந்துள்ளது. சுந்தர ராமசாமியும் இதனோடு உடன்பாடு கொண்டிருந்தார். இலக்கியத்தரம் குறித்ததான தமிழ் மதிப்பீட்டைக் குறித்துக் கேள்விகளை எழுப்பினார். உரையாசிரியர்களைச் சமகாலத் தமிழ்ப் பேராசிரியர்களின் முன்னோடிகளாக இனங்காட்டினார். உரையாசிரியர்கள் இலக்கியத்தரம் குறித்ததான மதிப்பீடுகளை உரையில் முன்வைத்திராவிடினும், இலக்கியத்தரம் செறிந்த நூல்களையே உரைகூறுவதற்குத் தேர்ந்துகொண்டனர். அவர்களுடைய தேர்வில் இலக்கியத்தரம் உள்ளடங்கியுள்ளது என்னும் பேராசிரியர் ஜேசுதாசன் நிலைப்பாட்டினோடு ஜெயமோகன் உடன்படுகிறார். 'திருக்குறள் முக்கியமான நூலாக உள்ளது. ஆனால் பலநூறு நீதி நூல்களில் இருந்து அது எப்படி முதன்மைப்பட்டது. மேலை நாடுகளின் சிந்தனை முறைகளைப் பற்றி வியக்கும் நாம், அவர்கள் இப்படி ஒரு துறையில் அடிப்படை

உசாவல்ச ளைக்கூட நிகழ்த்தாமல் 'ஐயப்படுவதைச்' செய்வார்களா என்று சிந்திக்க வேண்டும். இது தமிழ்ச் சிற்றிதழ்களின் பொது மனநிலை. தமிழ் மரபைப்பற்றி அவர்களுக்கு ஆர்வமும் பயிற்சியும் இல்லை. திடமான அபிப்பிராயங்கள் மட்டுமே உண்டு.' ஜெயமோகன் சிற்றிதழ் விமர்சன மரபை அடுத்த காலகட்டத்திற்கு முன்னெடுத்துச் செல்கிறார்.

ஜெயமோகனின் விமர்சன நூல்கள், கட்டுரைகள் எண்ணிக்கையில் க.நா. சுப்ரமணியத்தின் விமர்சன நூல்கள் கட்டுரைகளைவிட அதிகமானவை. தமிழில் விமர்சனம் குறித்ததான அதிக பக்கங்களை வெளியிட்டவராக அவரையே குறிப்பிடவேண்டும். தமிழ் மரபின் பெரும்பான்மையான படைப்பாளிகள், விமர்சகர்கள், மீதான மதிப்பீடுகளை முன்வைத்தவராக ஜெயமோகன் விளங்குகிறார். அவருடைய முதல் விமர்சன நூலான நாவல் (1991) நாவலின் செவ்வியல் வடிவத்தைத் தமிழிற்கு அறிமுகம் செய்கிறது. நவீனத்துவத்துக்குப் பின் தமிழ்க்கவிதை—தேவதேவனை முன்வைத்து (2001) தமிழில் அதிகம் பேசப்படாத தேவதேவனை விரிவான விமர்சனத்திற்கு உள்ளாக்குகிறது. வாசகக் கவனத்தைப் படைப்பாளியின் மீது திருப்பி விமர்சனத்தின் சமூகக் கடமையை நிறைவேற்றுகிறது.

சு.ரா. நினைவின் நதியில் (2005) சுந்தர ராமசாமி தொடர்பான நினைவுகளைத் தொடர்வதோடு அவர் படைப்பியக்கத்தை மதிப்பீடு செய்கிறது. இலக்கிய முன்னோடிகளை விரிவான மதிப்பீட்டிற்கு உள்ளாக்கும் ஏழு நூல்களையும் 2003இல் வெளிக் கொணர்ந்துள்ளார். கண்ணீரைப் பின்தொடர்தல் செவ்வியல் படைப்புகளை அறிமுகம் செய்கிறது நவீனத் தமிழிலக்கிய அறிமுகம் 1995இல் முதல் பதிப்பு வெளியாகி, 2007இல் விரிவுபெற்ற பதிப்பாக வெளி வந்துள்ளது. இலக்கிய மாணவனுக்கு இலக்கியக் கல்வியை அறிமுகம் செய்யும்படியாக எழுதப்பட்ட நூல் இது. தமிழ்க் கல்வி வட்டச் சூழலிலிருந்து இதற்கு இணையான நூல் எழுதப்பட வில்லை என்பதும் குறிப்பிடத்தக்கது.

தமிழ் இலக்கிய விமர்சனத்தைப் புதிய காலகட்டத்திற்கு முன்நகர்த்திய விமர்சகராக ஜெயமோகனைக் குறிப்பிட வேண்டும்.

179

ஜேசுதாசன் (1919-2002), ஹெப்சிபா ஜேசுதாசன் (1925). இரண்டாயிரம் வருடத்தமிழ் இலக்கிய மரபின் தொடர்ச்சியாக சமகாலத் தமிழ் இலக்கியத்தை இனம் கண்டு அழகியல் அடிப்படையிலான மதிப்பீடுகளை முன்வைத்தவர் பேராசிரியர் ஜேசுதாசன். இவர் மனைவியான ஹெப்சிபா ஜேசுதாசன் தமிழ் நாவல் மரபில் குறிப்பிடத்தகுந்த படைப்பாளி. விமர்சன உணர்வு கொண்டவர். தமிழின் மீது பேரார்வம்கொண்டு தமிழ் இலக்கியத்தைக் குறித்து ஆங்கிலத்தில் தொடர்ந்து எழுதிய ஆங்கிலப் பேராசிரியர். இவர்கள் இருவரும் இலக்கிய விமர்சனத்தில் இரட்டையர்களாக விளங்கியவர்கள்.

ஐரோப்பியக் கல்விமுறை தமிழ் மண்ணில் தோற்றம் கொள்வதற்கு முன் நூல்களில் புலமைப் பெற்றவர்களைத் தேடிச்சென்று மாணவர்கள் கல்வி கற்றனர். உ.வே. சாமிநாதையர், மீனாட்சி சுந்தரம் பிள்ளையிடம் பெற்ற கல்வியை நினைவில் கொள்ள வேண்டும். ஆசிரியர்கள் எல்லா நூல்களிலும் புலமைப் பெற்றிருப்பதில்லை. தாங்கள் புலமைப் பெற்றிருந்த நூல்களின் சுவடிகளை மட்டுமே கொண்டிருந்தனர். மாணவர்கள் இதனைப் பிரதி செய்துகொண்டனர். ஐரோப்பிய முறையிலான தமிழ் இலக்கியக் கல்வி பத்தொன்பதாம் நூற்றாண்டின் இறுதியில் கிழக்கிந்தியக் கம்பெனியின் ஆங்கில அதிகாரிகளுக்கான பயிற்சிக் கல்லூரியிலும், இருபதாம் நூற்றாண்டின் துவக்கத்தில் பல்கலைக் கழக அளவிலும் கற்பிக்கப்பட்டது. தமிழ் இலக்கியப் பரப்பு முழுமையையும் அறிமுகப்படுத்தும் பொருட்டுத் தேர்ந்தெடுத்த இலக்கியப் பகுதிகள் கற்பிக்கப்பட்டன. ஆசிரியரைத்தேடிச் சென்று அவர் புலமைப் பெற்றிருந்த நூல்களைக் கற்ற மாணவர்களே புதிய அமைப்பில் ஆசிரியர்களாகப் பணிபுரிந்தனர். பக்தி உணர்வுடன் நூற்களை அணுகினர். விமர்சனக் கண்ணோட்டம் அறவே இல்லாதிருந்தது. தொடக்கத்தில் ஆங்கில இலக்கியத்தைக் கற்பித்தவர்களைவிட குறைவான ஊதியத்தைப் பெற்றனர். ஆங்கிலப் பேராசிரியர்கள் விமர்சன உணர்வோடு இலக்கியத்தை அணுகும் கல்வியைப் பெறும் வாய்ப்பைக்கொண்டிருந்தனர். விமர்சன உணர்வோடு கற்பிக்கவும் செய்தனர். இருபதாம்

நூற்றாண்டின் முதற்பகுதியில் தமிழ்ப் படைப்பிலக்கியத்தில் இயங்கியவர்கள் ஆங்கில இலக்கியம் படித்தவர்கள் என்பது குறிப்பிடத்தக்கது. விமர்சன உணர்வின்றி எல்லா இலக்கியங் களையும் ஒருபோல் கருதும் போக்குத் தமிழாசிரியர்களிடம் மரபாகத் தொடர்ந்தது. ஆங்கில இலக்கியத்தைக் கற்றவர்களுக்குத் தமிழில் உயர்ந்த கலைப்படைப்புகளை இனம் காணமுடிந்தது. தமிழ் இலக்கியம் பயின்றவர்கள் அனைத்தையும் ஒரே நிலையில் கண்டனர்.

அரசியலில் பார்ப்பனர், பார்ப்பனர் அல்லாதார் கிளர்ச்சி வலுப்பெற்றபோது தமிழும் வடமொழியும் முரண் இணையாக எதிர்கொள்ளப்பட்டன. வடமொழி, பார்ப்பனரின் மொழியாகவும், தமிழ் சைவர்களின் மொழியாகவும் கருதப்பட்டது. வடமொழி இலக்கியங்களுக்கு நிகரான காலப்பழைமைத் தமிழ் இலக்கியத் திற்குக் கற்பிக்கப்பட்டது. ஒருவகையில் அது மிகைப்படுத்தப் பட்டது. காலப்பழைமைச் சிறப்பிற்கு அடையாளமாக முன்வைக்கப்பட்டது. இலக்கியத்தர உணர்வின்றிச் சமய நோக்கில் இலக்கியங்கள் சிறப்பிக்கப்பட்டன. இலக்கியத் தரத்தை முதன்மைப்படுத்திய தமிழ்ப் படைப்புச் சூழல் இவர்களைப் புறக்கணித்தது. தொடர்ந்து கேலிக்குள்ளாக்கியது.

இப்பொதுப்போக்கிலிருந்து விதிவிலக்குகளாக வையாபுரிப் பிள்ளை, தெ.பொ. மீனாட்சி சுந்தரம், ஜேசுதாசன் ஆகியோர் செயல்பட்டனர். காலப்பழைமையை ஒதுக்கிவிட்டு இலக்கியத்தர அடிப்படையில் தமிழ் இலக்கியத்தை எதிர்கொண்டனர். சமகாலப் படைப்பியக்கத்தோடு உறவுகொள்ளவும் இவர்களால் முடிந்தது. சமகால இலக்கியத்தைத் தமிழ்மரபின் தொடர்ச்சியாகக் கண்டனர்.

பேராசிரியர் ஜேசுதாசன் கேரளச் சூழலில் பணிபுரிந்தார். தமிழ்ப் பாடத்திட்டத்தில் சமகால இலக்கியத்தை இணைக்க அவரால் முடிந்தது. மனோன்மணீயம் நாடகத்தைப் பாடத்திட்டத்திலிருந்து விலக்கி, புதுமைப்பித்தனின் 'வாக்கும் வக்கும்' நாடகத்தை மாணவர்களுக்கு அறிமுகம் செய்ததைக் குறிப்பிடவேண்டும். தற்கால இலக்கியம் தொடர்பான தமிழின் முதல் முனைவர் பட்ட ஆய்வேடு அவருடைய மேற்பார்வையில் தான் வெளிவந்தது. புதுமைப்பித்தன் கதைகளின் மீதான ஆய்வாக அது அமைந்தது குறிப்பிடத்தக்கது.

தமிழ், ஆங்கிலம், மலையாளம் என்ற மூன்று மொழிகளிலும் புலமை பெற்றிருந்த ஜேசுதாசன், தமிழ் இலக்கியத்தைக் குறித்து ஆங்கிலத்தில் தொடர்ந்து எழுதியுள்ளார். 1961இல் தமிழ் இலக்கிய வரலாற்றை ஆங்கில மொழியில் எழுதினார். இந்த இலக்கிய வரலாறு தமிழ் இலக்கியத்தை அழகியல் அடிப்படையில் எதிர்கொண்ட முதல் இலக்கிய வரலாறாக அமைகிறது. இலக்கியங்களின் காலஆராய்ச்சி அவர் நூலில் முக்கியத்துவம் பெறவில்லை. மாறாக, மரபின் தொடர்ச்சி துலக்கப்பட்டுள்ளது. சாதனையாளர்கள் இனம் காணப்பட்டு அவர்கள் நிகழ்த்திய சாதனைகள் மதிப்பிடப் பட்டுள்ளன. கம்பராமாயணம் தமிழ் மரபின் உச்சமாக மதிப்பிடப் பட்டுள்ளது.

பேராசிரியர் ஜேசுதாசன் தமிழ்ப் படைப்புலகோடு நெருங்கியத் தொடர்பு கொண்டிருந்தார். அவர் கட்டுரைகள் இலக்கியச் சிற்றிதழ் களில் வெளியாகியுள்ளன. தமிழ்ப் படைப்பாளிகளையும், மாணவர் களையும் கலந்துரையாடச் செய்வதின் மூலம் இலக்கியக் கல்வியைப் பொருளுடையதாக மாற்றினார். அவர் மாணவர்கள் தமிழ்ப் படைப்புலகில் இயங்க இது காரணமாக அமைந்தது.

இளம்குளம் குஞ்சன்பிள்ளை மலையாள மொழியில் சங்க இலக்கியத்தைக் குறித்து எழுதிய நூலைத் தமிழில் பண்டையக் கேரளம் என்னும் பெயரில் மொழிபெயர்த்துள்ளார். குஞ்சன் பிள்ளை மிகைப்படுத்தலின்றி சங்கப்பாடல்களில் துலங்கும் வாழ்வை வெளிப்படுத்தி, அதன் மலையாளத் தொடர்பை நிறுவியுள்ளார். தமிழில் இப் பொருளில் தொடர்ந்து நிகழ்த்தப்படும் மிகைப்படுத்தல்களுக்கு எதிரிடையாக இதனை முன்வைத்தார்.

கம்ப இராமாயணம் குறித்ததான அவர் பார்வை குறிப்பிடத்தக்கது. டிகேசியைப் போல் பாடல்களின் அழகுணர்வை மேலோட்டமான ரசனை அடிப்படையில் எதிர்கொள்ளவில்லை. இராமாயணம் உணர்த்தும் மதிப்பீடுகளில் அவர் கவனம் பதிந்துள்ளது. கம்பன் உணர்த்தும் வாழ்வின் மதிப்பீடுகள் இலக்கியமாக வெளிப் படுவதைச் சுட்டியுள்ளார். யுத்த காண்டத்தில் கம்பனின் மேதைமை அதன் உச்சத்தில் திகழ்வதை இனம்கண்டார். மறத்தின் பெரும் தோற்றமே அறத்தின் சக்தியை உணர்த்துகிறது என்னும் அவர் பார்வை குறிப்பிடத்தக்கது. ஹெப்சிபா ஜேசுதாசன் தமிழ் இலக்கியத்தினூடாக அறியவரும் தமிழரின் கலாச்சார வாழ்வை நான்கு தொகுதிகளாக ஆங்கிலத்தில் சாலமனிலிருந்து (Count

Down from Solomon) என்னும் பெயரில் எழுதியுள்ளார். இவரின் முக்கிய சாதனையாக இதனைக் குறிப்பிட வேண்டும். பேராசிரியர் ஜேசுதாசனின் விமர்சன நூல்கள் பெரும்பாலும் ஹெப்சிபா ஜேசுதாசனை இணையாசிரியராகக் கொண்டவை. சாலமனிலிருந்து நூல் பேராசிரியர் ஜேசுதாசனை இணை ஆசிரியராகக் குறிப்பிடா விடினும் நூல் பெரும்பாலும் அவர் பார்வையையே சார்ந்துள்ளது. தமிழ் இலக்கிய மரபின் சிறப்பைத் துலக்கும் கவிதைகளைத் தெரிந்தெடுத்து ஆங்கிலத்தில் மொழிபெயர்த்து உலகின் கவனத்திற்குக் கொண்டு வந்த பெருமையும் இவருக்கு உண்டு.

பேராசிரியர் ஜேசுதாசனை வையாபுரிப்பிள்ளையின் சிந்தனைப் பள்ளியைச் சார்ந்தவராகக் குறிப்பிட வேண்டும். தமிழ் வடமொழி எதிரிணைப் பார்வையைப் புறக்கணித்து, அதேசமயம் தமிழ் இலக்கிய மரபின் மேன்மைகளை உலகின் பார்வைக்குக் கொண்டுவர முயன்றார். ஆங்கிலமொழியை அவர் தேர்ந்துகொண்டது ஏற்கத்தக்கதே. தெ.பொ. மீயும் ஆங்கிலத்தில் எழுதுவதிலேயே முனைப்புக் கொண்டிருந்தார். சமகால இலக்கியத்தைப் பொறுத்த வரையில் ஜேசுதாசன் பெரும்பாலும் தமிழிலேயே எழுதியுள்ளார். ஐ.ஏ. ரிச்சர்ட்ஸின் தாக்கத்தை அவர் பார்வையில் இனம் காணலாம்.

பேராசிரியர் ஜேசுதாசனையும், ஹெப்சிபா ஜேசுதாசனையும் கல்விவட்டத்தில் இயங்கிய, விமர்சன உணர்வுகொண்ட பேராசிரியர்களாகக் குறிப்பிட வேண்டும்.

கலைச்சொற்கள்
தமிழ்-ஆங்கிலம்

அகத்தூண்டுதல்	-	Inspiration
அகவயமான புறவயமான	-	Subjectivity Objectivity
அங்கதம்	-	Satire
அபத்த இலக்கியம்	-	Absurd Literature
அமைப்பு மையவாதம்	-	Structuralism
அருவமான	-	Abstract
அழகியல்	-	Aesthetic
அறிவியல் புனைகதை	-	Science Fiction
ஆசிரியரும் ஆசிரியர் மரணமும்	-	Author and Death of Author
இசைப்பாடல்	-	Lyric
இயல்புவாதம்	-	Naturalism
இருத்தலியம்	-	Existentialism
இலக்கிய அரசியல்	-	Literary Polimics
இலக்கியத்தரமான படைப்பாளி	-	Ecrivain/Ecrivant
இலக்கியத்திருட்டு	-	Plagiarism
இலக்கிய மோசடி	-	Literary Forgery
உணர்ச்சிக் கதை	-	Romance
உணர்ச்சி மையவாதம்	-	Romanticism
உத்தி	-	Technique
உருவம்	-	Form
உருவகக்கதை	-	Allegory
உள்ளப்பதிப்பு	-	Impressionism
உள்ளுணர்வின் எதிரினை	-	Objective Correlative
உன்னதம்	-	Sublime
எதார்த்தவாதம்	-	Realism
எதிர் நாவல்	-	Anti Novel
ஏற்புடைய வழக்கம்	-	Convention

ஒருமை	-	Unity
கதைத்திட்டம்	-	Plot
கதைப்பாடல்	-	Ballad
கதை கூறும் கவிதை	-	Narrative Verse
கவிதையில் சொல்லாட்சி	-	Poetic Diction
கற்பனை	-	Imagination
கீழைத் தேசவியல்	-	Orientalism
குறுநாவல்	-	Novella
கையறு நிலைப்பாடல்	-	Elegy
சிந்தனை உணர்ச்சிப் பிரிப்பு	-	Dissociation of Sensibility
சிறுகதை	-	Short Story
செவ்வியல் இலக்கியம்	-	Classic
செவ்வியல் இலக்கியப் போக்கு	-	Classicism
சொல்லாட்சி	-	Rhetoric
சோதனைப் படைப்புகள்	-	Experimental Writings
தகர்ப்பமைப்பு வாதம்	-	Deconstruction
தழுவல்	-	Adaptation
தன்வரலாறு	-	Autobiography
தன் வரலாற்று நாவல்	-	Autobiographical Novel
துப்பறியும் புனைகதை	-	Detective Story
தேவதைக்கதை	-	Fairy/Ghost Story
நடை	-	Style
நடைச்சித்திரம்	-	Character the
நவீனத்துவம்	-	Modernism
நவீன வரலாற்று வாதம்	-	New Historicism
நனவோடை உத்தி	-	Stream of Consciousness
நாடகத் தன்னுரை	-	Dramatic Monologue
நீதிக்கதை	-	Fable
நுண்புலக்கவிதை	-	Metaphysical Poetry
பகுத்தறிவு வாதம்	-	Rationalism
படிமம்	-	Image
படைப்பு மொழி	-	Creative Language
பத்திரிகை எழுத்து	-	Journalist Writings
பயண இலக்கியம்	-	Travel Literature
பழ மரபுக்கதை	-	Legend
பார்வைக் கோணம்	-	View Point

பாலுணர்வுக் கவிதை	-	Erotic Poetry
பிரச்சார இலக்கியம்	-	Propaganda Literature
பிரதி	-	Text
பின் அமைப்பியல்	-	Post Structuralism
பின் நவீனத்துவம்	-	Post Modernism
பின்னணி	-	Settings
புதுச்செவ்வியல்வாதம்	-	Neo Classicism
புதுவிமர்சனம்	-	Neo Criticism
பெண்ணியம்	-	Feminism
பொருள் மயக்கம்	-	Ambiguity
போலி	-	Imitation
மதிப்பிடுதல்	-	Evaluation
மறுமலர்ச்சி	-	Renaissance
மறைகுறிப்பு	-	Allusion
மனிதநேயம்	-	Humanism
மாய எதார்த்தவாதம்	-	Magical Realism
மிகை உணர்ச்சி	-	Sentimentalism
மிகை உணர்ச்சி நாடகம்	-	Melodrama
மீ எதார்த்தம்	-	Surrealism
மூலப்படிவ விமர்சனம்	-	Archtypel Criticism
மூலப்பாட விமர்சனம்	-	Textual Criticism
ரஷ்ய உருவவியல்வாதம்	-	Formalism Russian
வட்டார மொழி	-	Dialect
வட்டார நாவல்	-	Regional Novel
வரலாற்று நாவல்	-	Historical Novel
வாசக எதிர்வினைக்கோட்பாடு	-	Reader Response Theory
வாசகப்பிரதி, எழுத்தாளர் பிரதி	-	Readerly Writerly
வாழ்க்கை வரலாறு	-	Biography

கலைச்சொற்கள்
ஆங்கிலம்-தமிழ்

Abstract	-	அருவமான
Absurd Literature	-	அபந்த இலக்கியம்
Adaptation	-	தழுவல்
Aesthetic	-	அழகியல்
Allegory	-	உருவகக்கதை
Allusion	-	மறைகுறிப்பு
Ambiguity	-	பொருள் மயக்கம்
Anti Novel	-	எதிர் நாவல்
Archtypel Criticism	-	மூலப்படிவ விமர்சனம்
Author and Death of Author	-	ஆசிரியரும் ஆசிரியர் மரணமும்
Autobiographical Novel	-	தன் வரலாற்று நாவல்
Autobiography	-	தன்வரலாறு
Ballad	-	கதைப்பாடல்
Biography	-	வாழ்க்கை வரலாறு
Character the	-	நடைச்சித்திரம்
Classic	-	செவ்வியல் இலக்கியம்
Classicism	-	செவ்வியல் இலக்கியப் போக்கு
Convention	-	ஏற்புடைய வழக்கம்
Creative Language	-	படைப்பு மொழி
Deconstruction	-	தகர்ப்பமைப்பு வாதம்
Detective Story	-	துப்பறியும் புனைகதை
Dialect	-	வட்டார மொழி
Dissociation of Sensibility	-	சிந்தனை உணர்ச்சிப் பிரிப்பு
Dramatic Monologue	-	நாடகத் தன்னுரை
Ecrivain/Ecrivant	-	இலக்கியத்தரமான படைப்பாளி
Elegy	-	கையறு நிலைப்பாடல்
Erotic Poetry	-	பாலுணர்வுக் கவிதை

Evaluation	-	மதிப்பிடுதல்
Existentialism	-	இருத்தலியம்
Experimental Writings	-	சோதனைப்படைப்புகள்
Fable	-	நீதிக்கதை
Fairy/Ghost Story	-	தேவதைக்கதை
Feminism	-	பெண்ணியம்
Form	-	உருவம்
Formalism Russian	-	ரஷ்ய உருவவியல்வாதம்
Historical Novel	-	வரலாற்று நாவல்
Humanism	-	மனிதநேயம்
Image	-	படிமம்
Imagination	-	கற்பனை
Imitation	-	போலி
Impressionism	-	உள்ளப்பதிப்பு
Inspiration	-	அகத்தூண்டுதல்
Journalist Writings	-	பத்திரிகை எழுத்து
Legend	-	பழ மரபுக்கதை
Literary Forgery	-	இலக்கிய மோசடி
Literary Polimics	-	இலக்கிய அரசியல்
Lyric	-	இசைப்பாடல்
Magical Realism	-	மாய எதார்த்தவாதம்
Melodrama	-	மிகை உணர்ச்சி நாடகம்
Metaphysical Poetry	-	நுண்புலக்கவிதை
Modernism	-	நவீனத்துவம்
Narrative Verse	-	கதைகூறும் கவிதை
Naturalism	-	இயல்புவாதம்
Neo Classicism	-	புதுச்செவ்வியல்வாதம்
Neo Criticism	-	புதுவிமர்சனம்
New Historicism	-	நவீன வரலாற்று வாதம்
Novella	-	குறுநாவல்
Objective Correlative	-	உள்ளுணர்வின் எதிரிணை
Orientalism	-	கீழைத் தேசவியல்
Plagiarism	-	இலக்கியத்திருட்டு
Plot	-	கதைத்திட்டம்
Poetic Diction	-	கவிதையில் சொல்லாட்சி
Post Modernism	-	பின் நவீனத்துவம்

Post Structuralism	-	பின் அமைப்பியல்
Propaganda Literature	-	பிரச்சார இலக்கியம்
Rationalism	-	பகுத்தறிவுவாதம்
Reader Response Theory	-	வாசக எதிர்வினைக்கோட்பாடு
Readerly Writerly	-	வாசகப் பிரதி எழுத்தாளர்
Realism	-	எதார்த்தவாதம்
Regional Novel	-	வட்டார நாவல்
Renaissance	-	மறுமலர்ச்சி
Rhetoric	-	சொல்லாட்சி
Romance	-	உணர்ச்சிக் கதை
Romanticism	-	உணர்ச்சி மையவாதம்
Satire	-	அங்கதம்
Science Fiction	-	அறிவியல் புனைகதை
Sentimentalism	-	மிகை உணர்ச்சி
Settings	-	பின்னணி
Short Story	-	சிறுகதை
Stream of Consciousness	-	நனவோடை உத்தி
Structuralism	-	அமைப்பு மையவாதம்
Style	-	நடை
Subjectivity Objectivity	-	அகவயமான புறவயமான
Sublime	-	உன்னதம்
Surrealism	-	மீ எதார்த்தம்
Technique	-	உத்தி
Text	-	பிரதி
Textual Criticism	-	மூலப்பாட விமர்சனம்
Travel Literature	-	பயண இலக்கியம்
Unity	-	ஒருமை
View Point	-	பார்வைக் கோணம்

படித்துவிட்டீர்களா?

தற்காலத் தமிழ்மரபுத்தொடர் அகராதி

தமிழ்-தமிழ்-ஆங்கிலம்

உருவாக்கம்:

மொழி அறக்கட்டளை

காதில் பூச் சுற்று, வெட்டு ஒன்று துண்டு இரண்டு, கம்பி நீட்டு, நெஞ்சு உடைதல், பொடி வைத்துப் பேசு, கதை கட்டிவிடுதல் போன்ற எண்ணற்ற தொடர்களை நம்முடைய மொழியில் நாம் அன்றாடம் பயன்படுத்துகிறோம். இவ்வாறு ஒரு சொல்லோ தொடரோ அதன் நேர்பொருளை உணர்த்தாமல், பயன்பாட்டில் வழிவழியாக வேறு குறிப்புப் பொருளைத் தந்து நிற்கும்போது அவை மரபுத்தொடர் என்று அழைக்கப்படுகின்றன. ஒரு மொழியில் மரபுத்தொடர்கள் தனித் தன்மை வாய்ந்தவை; கலைச்சொற்கள் போலல்லாமல் பொதுவான சொற்களைக் கொண்டிருந்தாலும் பண்பாட்டு அடிப்படையில் புரிந்துகொள்ள வேண்டியவை. அவை கருத்தையும் உணர்வையும் கற்பனையுடன் வெளிப்படுத்துகின்றன; தனிநபர் நிலையிலிருந்து வளர்ந்து, மரபாகப் பொதுவெளியிலும் வழங்குகின்றன. இதன்மூலம் அவை நம்முடைய மொழியை வளமிக்கதாகவும் ஈர்ப்புமிக்கதாகவும் ஆக்குகின்றன. தற்காலத் தமிழில் விரவிக் கிடக்கும் எண்ணற்ற மரபுத்தொடர்களைக் கொண்டு மொழி அறக்கட்டளை உருவாக்கியிருக்கும் இந்த அகராதி பின்வரும் சிறப்பு அம்சங்களைக்கொண்டிருக்கிறது. தற்காலத் தமிழில் வழங்கும் மரபுத்தொடர்களுக்குப் பொருள் தரும் முதல் அகராதி.

பக்கம்: *448*, விலை: ₹ 340

ISBN 978 81 7720 032 4